தமிழ்த்தேசியம்

ஏன்? எதற்கு? எப்படி?

தொகுப்பாசிரியர்

பாலமுரளிவர்மன்

டிஸ்கவரி பப்ளிகேஷன்ஸ்

எண்: 9, பிளாட் எண்: 1080A, ரோஹிணி பிளாட்ஸ்
முனுசாமி சாலை, கே.கே.நகர் மேற்கு,
சென்னை–600 078. பேச: 99404 46650

DP-0402

தமிழ்த்தேசியம் - ஏன்? எதற்கு? எப்படி?

தொகுப்பாசிரியர்: பாலமுரளிவர்மன்©

Thamizh Thesiyam - Yen? Etharku? Eppadi?

Compiled By: Balamuralivarman©

Printed in India

Edition 1st: November - 2024, 2nd Decm -2025

ISBN No : 978-81-19541-12-6

Pages: 422

Rs: 555

Publisher • *Sales Rights*

Discovery Publications	**Discovery Book Palace (P) Ltd**
No. 9, Plot,1080A, Rohini Flats, Munusamy Salai, K. K. Nagar West, Chennai - 78. Tamilnadu, India. Mobile: +91 99404 46650	No. 1055-B, Munusamy Salai, K. K. Nagar West, Chennai-600 078. Mobile: +91 87545 07070

discoverybookpalace@gmail.com / www. discoverybookpalace. com

---

இந்த நூலில் பிரசுரமாகியுள்ள எந்த ஒரு பகுதியையும் தொகுப்பாசிரியரின் எழுத்துபூர்வமான முன் அனுமதி பெறாமல் எடுத்தாள்வதோ, மறுபிரசுரம் செய்வதோ, திருத்தங்கள் செய்வதோ மொழியாக்கம் செய்வதோ, ஊடகங்களில் மறுபதிப்புச் செய்வதோ, காப்புரிமைச் சட்டப்படி தடை செய்யப்பட்டுள்ளது. இந்த நூலிலிருந்து சில பகுதிகளை மேற்கோள்காட்டி நூல்அறிமுகம் செய்யலாம்.

உங்கள் மொபைல் போனிலிருந்து ஸ்கேன் செய்து 'டிஸ்கவரி புக் பேலஸ்' மொபைல் ஆப்பை டவுன்லோடு செய்து, புத்தகங்களை வாங்குங்கள்.

படையல்!

மொழிக் காக்க களமேகி
உயிர் தந்த ஈகியர்களுக்கும்

இனம் காக்கும் படையாகி
இன்னுயிர் ஈந்த
மாவீரர்கள்,
மாவீராங்கனைகளுக்கும்

அவர்தம் பெற்றோர் மற்றும்
குடும்பத்தினர் அனைவருக்கும்!

மன்னுயிர் காக்கும் கோட்பாடு!

மனநலம் மன்னுயிர்க்கு ஆக்கம் இனநலம்
எல்லாப் புகழும் தரும்!
மனத்தானாம் மாந்தர்க்கு உணர்ச்சி இனத்தானாம்
இன்னான் எனப்படுஞ் சொல்!

திருக்குறளிலும் இனம் எனும் சொல் ஒரு குழு அல்லது ஒரு கூட்டத்தாரைக் குறிக்கவே பயன்படுத்தப்பட்டிருக்கிறது.

இனம் எனும் வரையறை உலகம் முழுவதும் அறிவியல்பூர்வமாகப் பயன்படுத்தப்படுகிறது. உயிரியல் துறையிலும், மனிதர்களைக் குறிக்க மட்டுமல்லாது உயிரினங்கள் மற்றும் தாவரங்களை வகைப்படுத்தும் வகைப்பாட்டியல் (TERMINOLOGICAL CLASSIFICATION) அடிப்படையிலும் பேரினம் (GENUS), சிற்றினம் (SPECIES) என்று வகைப்படுத்தப்படுகிறது.

எனவே இனம் என்பது அறிவியல் அடிப்படையிலானது.

அறிவியலிலும்கூட 17 ஆம் நூற்றாண்டுக்குப் பிறகுதான் இனம் வகைப்படுத்தப்பட்டது. ஆனால் திருக்குறள் ஈரடியில் ஈராயிரம் ஆண்டுகளுக்கு முன்பே இனம் குறித்துக் கையாளப்பட்டிருக்கிறது என்றால் தொன்மைத் தமிழினத்தின் அறிவாற்றல் மரபு, குறளுக்குப் பல்லாயிரம் ஆண்டுகள் முன்பான தொடர்ச்சி என்பது தெளிவு. எனவேதான் தமிழ் இனம் தொடர்ந்து தாக்குதலுக்கு உள்ளாகி வருகிறது.

திராவிடம், ஓர் இனம் அல்ல, அது தேசிய இனமும் அல்ல, மரபினமும் அல்ல. திராவிடம் என்பது ஒரு மொழியும் அல்ல என்று ஆணித்தரமாகப் பேசியவர்கள்கூட கூடுதல் சீட்டுகள் பெறுவதற்காகக் கூட்டணிக் குழிக்குள் இனத்தையே போட்டுப் புதைக்கத் தயாராகி தமிழன் என்பது தேசிய இனம், திராவிடம் என்பது மரபினம் என்று தமிழின ஒவ்வாமையோடு அறிவியலுக்கு ஒவ்வாத பொய்களைச் சத்தமாகப் பேசுகிறார்கள்.

மக்களுக்காகச் சிந்திப்பவர்களைவிட, கை மாற்றிவிடுவதில் கை தேர்ந்தவர்கள்தான், அதாவது இடைத்தரகர்கள்தான் அரசியலிலும் பொதுவாழ்விலும் வெற்றிபெற முடியும் என்கிற நிலையில் உள்ளது இன்றைய நமது ஜனநாயக அரசியல் களம்.

இந்நிலையில், ஏற்கெனவே களத்தில் உள்ள அரசியல் கட்சிகளும் புதிதாகக் களம் கண்டிருக்கிற கட்சிகளும்கூட, இன எழுச்சி அரசியலாக வெடித்துப் பரவும் தமிழ்த்தேசிய எழுச்சியைத் தன்மயமாக்க முனைகின்றன. ஏனென்றால் தமிழையும் தமிழர் வரலாற்றையும் மேம்போக்காகப் பேசினால் கூடப் போதும். எளிதாக ஆட்சியைப் பிடித்துவிடலாம் என்பதே இங்கு இதுவரை வெளிப்படுத்தப்படாத உண்மையாக, எழுதப்படாத விதியாகத் தமிழர் அரசியல் களத்தில் இருந்து வந்திருக்கிறது. ஆனால் உண்மை நிலை என்ன?

தஞ்சைப் பெரிய கோயிலின் சாந்தார நாழியில், பேரரசர் அருள் மொழிவர்மன் (முதலாம் ராசராசன்) காலத்தில் வரையப்பட்ட ஓவியங்களை மறைத்து அவற்றின் மீது நாயக்கர் காலத்தில் ஓவியங்கள் தீட்டப்பட்டிருப்பதைப் போல, தனித்து இயங்கும் வல்லமைகொண்ட தாய்மொழி தமிழின் தனித்தன்மையைக் குலைக்க சமஸ்கிருதமும் பிறமொழிகளும் திணிக்கப்பட்டதைப்போல, பிறகு ஆரியத்தை எதிர்க்கிறோம் என்று பாசாங்கு செய்தவர்கள் வடமொழியை நீக்குகிறோம் என்ற பெயரில் இருமொழிக்கொள்கை என்று சொல்லி உயர்தனிச் செம்மொழியில் ஆங்கிலத்தைக் கலந்து தமிழையே இருமொழி ஆக்கியதைப்போல, தமிழர் வரலாறும், மொழியும் மேடைகளில் பேசப்பட்டபடியே தொடர்ந்து இருட்டடிப்பு செய்யப்படுகின்றன.

இயக்குநர் திரு.பிரேம்குமார் இயக்கத்தில் அண்மையில் வெளியான மெய்யழகன் திரைப்படத்தில் வெண்ணிப்பறந்தலை வென்ற வீரத்திருமகன் கரிகால்சோழன் பற்றியும் பறந்தலைப் போர் நிகழ்ந்த கோயில்வெண்ணியில் வடக்கிருந்து உயிர் துறந்த பெருஞ்சேரலாதன் குறித்தும் தமிழர் வரலாற்றின் நீட்சியாக வாழ்ந்த தமிழீழத்தேசியத் தலைவர் மற்றும் ஈழ இனப்படுகொலை குறித்தும் கதாநாயகன் பேசிய அற்புதமான காட்சி யாருடைய அழுத்தத்தால் நீக்கப்பட்டது. யாரால் இருட்டடிப்புச் செய்யப்பட்டது? மக்கள் ஏற்கவில்லை. படத்தில் தொய்வு உண்டாகிறது என்ற பொய்ப்பிரச்சாரம் யாரால் பரப்பப்பட்டது? யார் நெடுங்காலமாக "தமிழ் வாழ்க" என்று முழங்கியபடியே தமிழர்களைக் கருவறுக்கிறார்களோ அவர்களால், அவர்களின் அடிவருடிகளால் பரப்பப்பட்டது.இதுவரை யார், தமிழர் வரலாற்றை இருட்டடிப்புச்

செய்து பதிலாக அதன் மீது அவர்களது வரலாற்றை எழுதி அதைத் தமிழனின் வரலாறாக நம்பச்செய்திருந்தார்களோ அவர்களால் இந்தப் பரப்புரை தீவிரமாக மேற்கொள்ளப்பட்டது.

போதைக்கடத்தல் படங்களை, கொலை, கொள்ளை, சமூகவிரோதச் செயல்கள் நிரம்பிய படங்களை, தேவையற்ற இடங்களில் எல்லாம் வெடிக்கும் இயந்திரத் துப்பாக்கிகளோடு போட்டி போட்டுக்கொண்டு வெறிப்பிடித்தவனாகக் கதாநாயகன் கத்துகிற படங்களை எல்லாம் மூன்று மணிநேரம் பார்க்கமுடிந்த மக்களுக்கு 10 நிமிடங்கள் பேசப்படும் தமிழர் வரலாற்றைக் கேட்கும் பொறுமை இல்லை என்று ஏன் பரப்பப்பட்டது? ஈழத்தில் இனப்படுகொலை நடந்தபோது இங்கே யாரும் எதுவுமே செய்யவில்லை என்கிற உண்மை திரைப்பட ஆவணமாக ஆனால் அப்போது ஆட்சியில் இருந்தவர்களின் துரோகம் வரலாற்றில் நிலைத்துவிடும். வருகிற தலைமுறையினர், தமிழர் தம் வரலாறு குறித்து விழிப்புணர்வு கொண்டால் தமிழ்நாட்டின் வருங்கால வரலாறு மாறிவிடும். கரிகால்பெருவளத்தானும், சோழர்களும், சேரலாதனும், வேளிர்களும் பிரபாகரனும் தொடர்ந்து பேசப்பட்டால் கட்டபொம்மனுக்கோ திருமலை நாயக்கருக்கோ நடக்கும் அரசு விழா ஏன் எம்மவர்களுக்கு இல்லை என்கிற கேள்வி தமிழர்களிடையே தானாகவே எழும். அதிகாரம் தமிழர் கைகளுக்கு மாறியே ஆகவேண்டிய அழுத்தம் உருவாகிவிடும். எனவே அதற்கான எந்தச் சாத்தியங்களும் துளிர்க்கும்போதே அடியோடு அகற்றப்படவேண்டும் என்பதில் தமிழர் விரோதிகள் தெளிவாக இருக்கிறார்கள். எனவே திரைப்படத்தின் வாயிலாகக்கூட, சில நிமிட நேரம் கூட உண்மையான வரலாறு மக்களுக்குக் கடத்தப்பட்டுவிடக்கூடாது என்கிற உறுதியோடு செயல்படுகிறார்கள்.

அந்தத் தெளிவு அவர்களுக்கு இப்போது ஏற்பட்டதல்ல. தமிழர்களை எளிதில் உணர்ச்சிவசப்பட வைக்க அவனது மொழியையும் வரலாற்றையும் பெருமைப்படுத்திப் பேசுதல் வேண்டும். ஆனால் செயல்கள் தமிழுக்கும் தமிழருக்கும் எதிராகவும், தங்களுக்கும் தமது தலைமுறைகளுக்குப் பாதுகாப்பானதாகவும் இருக்கவேண்டும் என்கிற நெடுங்காலப் பாடத்திட்டம் வகுக்கப்பட்டுச் செயல்படுத்தப்பட்டிருக்கிறது. எனவேதான் தமிழ்த்தேசியம், தமிழர்களை விழிப்படையச் செய்துவிடுமோ என்று பதறுகிறார்கள்.

உண்மையில் தமிழ்நாட்டில் தமிழருக்கும் தமிழுக்கும் முன்னுரிமை வேண்டும் என்று கேட்கவேண்டிய வெட்ககரமான நிலையில்தான்

இங்குள்ள ஆட்சி நிர்வாகமும் தமிழர்களின் வாழ்வுமுறையும் உள்ளன. நாங்கள் தமிழர்கள்தான். ஆனால் எங்களுக்குத் தமிழ் தெரியாது என்று சொல்லிக்கொள்ள வெட்கப்படாத ஒரு தலைமுறை உருவாக்கப்பட்டு இருக்கிறது. இந்திய விடுதலைக்குப் பிறகு 80 ஆண்டுகள் நெருங்கியும் தமிழ் ஆட்சி மொழி ஆக்கப்படாதது எத்தனை பெரிய துரோகம்.? புற்றீசல்கள் போல ஆங்கில வழிக்கான பள்ளிகள் உருவாக்கப்பட்டதைத் தவிர,கல்வி கடைந்தெடுத்த வியாபாரம் ஆனதை தவிர இருமொழிக் கொள்கையால் விளைந்த நன்மைகள் என்ன?

சென்னை உயர்நீதிமன்றத்தில் வழக்காடு மொழியாகத் தமிழ் இல்லை. ஆங்கிலத்தில் தீர்ப்பு வழங்கப்படுகிறது. யாருக்கு தீர்ப்பு வழங்குகிறார்கள்? இங்கிலாந்துக் குடிமகனுக்கா? இங்குப் பாதிக்கப்பட்ட படிக்காத ஏழைக்கா?

சுதந்திர இந்தியா என்று சொல்லிக்கொள்ளப்பட்டாலும் சட்ட முறையிலும் நிர்வாக அளவிலும் இன்னும் பிரிட்டிஷ் இந்தியாவாகத் தான் நடைமுறையில் இருக்கிறது என்பதற்குப் பல சான்றுகள் உள்ளன. பல்லாண்டுகளாக நீ இந்து, நீ இந்தியன், நீ திராவிடன் என்று வலிந்து புகுத்தப்பட்டு, பெரும்பான்மையும் அதையே நம்பி, அதன் விளைவாகத் தான் பிறந்த இனத்தையே, தனித்துவமிக்க அடையாளத்தையே ஒரு தொன்மை மிக்கப் பேரினம் தொலைத்து நிற்க வேண்டிய பேரவலம், இயல்பாக நிகழவில்லை.மிகுந்த கவனமாகத் திட்டமிட்டு அரங்கேற்றப்பட்டிருக்கிறது.

தான் நம்புவதெல்லாம் சரி என்ற நம்பிக்கையைக் கூட ஏற்கலாம். தான் நம்புவது மட்டுமே சரி. அதை மற்றவர்களும் நம்பியே ஆக வேண்டும் என்கிற கருத்து அடியாள்களின் எழுத்து வன்முறை, பேச்சு வன்முறையில் சிக்கிக்கொண்டிருக்கிறது இன்றைய தலைமுறை.

உயிர்களிடத்தில் அன்பு காட்டுங்கள் என்று வழியில் போகிறவர்களை எல்லாம் சாட்டையால் அடித்து அன்பை வலியுறுத்துவது அன்பு வழி அறிவு வழி, அற வழி என்கிற எந்த நல்ல வழியிலும் சேராது. என் கருத்தை மறுக்க உனக்குள்ள உரிமைப் போலவே நீ நம்புவதை முற்றிலும் மறுக்கும் உரிமை எனக்கும் இருக்கிறது என்கிற அடிப்படைப் புரிதலும் மாண்புமற்ற அரைவேக்காடுகளால் அரசியல் களம் நிரம்பிக் கிடக்கிறது.

தமிழர் நிலத்தில் புதிதாக ஒரு புல் முளைத்தாலும் அது இந்துப் புல்லாகவோ, இந்தியப் புல்லாகவோ, திராவிடப் புல்லாகவோதான் இருக்க வேண்டும் என்கிற அதீத வன்முறை தமிழ் இனத்தின் மீது

தொடர்ந்து நிகழ்த்தப்படுகிறது. எனவே இன்று தமிழ்நாட்டில் முளைவிடுகிற புல் ஆயினும் புல்லுருவி ஆயினும் இருபது ஆண்டுகள் கழித்து என்னவாக இங்கே வளர்ந்து நிற்கும்? தமிழினத்தை எப்படி எல்லாம் வேரறுக்கும் என்கிற கணிப்பும் எச்சரிக்கை உணர்வும் தமிழருக்கு அவசியம் வேண்டும்.

எதிரி யார்? அவன் என்ன வடிவிலெல்லாம் வருவான் என்பதை உணரும் அறிவு பெறாமல் இன விடுதலை சாத்தியப்படாது. உறவையும் நட்பையும் சந்தேகப்படுவதை நிறுத்தி இறக்குமதியாகும் எந்தச் சரக்கையும் சோதித்துப் பார்க்கும் தெளிவு வேண்டும்.

அகழ்வாரைத் தாங்கும் நிலமாக இருந்ததால்தான் இகழ்வுக்குப் பிறந்தவன் எல்லாம் கூடி இனத்தை நிலத்தில் புதைத்தான். தக்க உரிமம் இல்லாமல் அகழ்பவனின், உற்ற முறை மீறி இகழ்பவனின் தலைக்கனத்தைத் தகர்க்கும் இனமாகத் தமிழினம் இருக்கவேண்டும். அதுதான் தமிழ்ப் பேரினத்தின் வரலாற்றை மீட்கும். காக்கும். ஒவ்வொரு தமிழனுக்கும் தமிழர் தேசம் எங்கள் தேசம் என்கிற இறுமாப்பு இருக்கவேண்டும். இனியும் ஆரியத்துக்கும் இந்தியத்துக்கும் திராவிடத்துக்கும் அடிமையாக விழுந்து கிடந்தான் தமிழன் என்பது வரலாறாக இருக்கக் கூடாது. அன்பு வசப்பட்ட எங்கள் எளிய மனங்களை ஏமாற்றிப் பிழைத்த சூழ்ச்சிகளை அடித்து வீழ்த்தித் திமிறி எழுந்தான் என்பது வரலாறாக இருக்கவேண்டும்.

இனி எங்கள் மண்ணில் தமிழர்கள் நாங்கள் இன்னொரு மொழிக்கு அடிமை இல்லை. இன்னொர் இனத்துக்கு அடிமை இல்லை. இன்னொருவன் பண்பாட்டுக்கு அடிமை இல்லை. இன்னொருவன் ஆட்சிக்கு அடிமை இல்லை. என் இனம் விழித்துக்கொண்டது. என் இனத்தின் எழுச்சியை ஊடகங்கள் இருட்டடிப்புச் செய்தாலும் ஊரை ஏய்க்கும் ஊழல் பேய்கள் உள்ளம் பதறி உள்ளுக்குள் கிடுகிடுத்து ஒன்று திரண்டு எதிர்த்தாலும், தமிழர் தன்மான அரசு அமைப்பதில் உறுதிக்கொள்ள வேண்டும். இத்தனை ஆண்டுகள் இனத்தின் மீது கவிழ்ந்திருந்த அடர் இருளைக் கிழித்து ஆதிப்பகலவனாக வெளிச்சம் பாய்ச்சும் வேட்கை ஒவ்வொரு தமிழனுக்கும் வேண்டும்.

இன உணர்வுக்கொண்ட தமிழ் இனத்தின் உள்ளக் கொதிப்பில் அந்தத் தகிப்பில் மின்மினி போல மினுமினுக்கும் நட்சத்திரங்களும் உதிர்ந்து காணாமல் போகும். நச்சு இலைகளும் இருந்த இடம் தெரியாமல் பொசுங்கும்.மக்கள் நலம்,நிலவளம், நீர் வளம், மண்வளம் அழிக்கும்

தாமரைகள் மண்ணோடு மண்ணாக மட்கிப் போகும். அப்போதுதான் தமிழர் தேசம் ஒளிரும். கல்வி, கலை, பண்பாடு மெய்யியல், வெகுமக்கள் களம் என எல்லாத் தளங்களிலும் அதற்கான பணியைத் தொடங்கவேண்டும். அதற்கான முன்முயற்சியாக இந்நூல் ஆக்கம் பெற்றிருக்கிறது.

பரந்து விரிந்த வாசிப்பும் ஆழமான தேடலும் உறுதிப்பாடும் இல்லாமல் அரசியல் களத்தில் வெற்று உணர்ச்சியோடு பணி செய்வது, அடர்ந்து இருண்ட அலங்காட்டில் இரவு நேரத்தில் கண்களைக் கட்டிக்கொண்டு பயணிப்பது போன்றதாகும். எனவே தமிழ்த்தேசிய இன எழுச்சி அரசியலை நோக்கி வருகின்ற இளையோர் தீவிரமான தத்துவ வேட்கையோடு வாசிப்பைத் தமது கருவிகளாகக் கையேந்த வேண்டும். தமிழ்த்தேசிய அரசியலில் உள்ளவர்கள் மட்டுமல்ல, மக்கள் அரசியலில் பங்கெடுக்கிற எவருமே தன்னலமற்ற தமிழ்த்தேசியத் தலைவர், பேரறிஞர் தமிழரசன் அவர்களின் தேசிய இனங்களின் விடுதலை என்கிற ஆய்வு அறிக்கையை அவசியம் கற்றுத் தேர்ச்சி பெறவேண்டும். அதில் இந்திய ஒன்றிய அரசியலின் உள்முகத்தை அவர் மிகத் தெளிவாக வெளிச்சமிட்டுக் காட்டுகிறார்.

மாவீரன் தமிழரசன் என்றால் இன்றைக்கும் இந்திய ஒன்றியத்துக்கும் முதலாளித்துவக் கட்சியான காங்கிரசுக்கும் பாஜகவுக்கும் மட்டுமல்லாது புரிதலற்ற பொதுவுடைமைவாதிகள் சிலருக்கும், துரோகத் திராவிடர்களுக்கும் ஒவ்வாமை ஏற்படுவதற்குக் காரணம் இவர்களுடைய போலியான சித்தாந்தத்தை, தன்னறிவுக்கு இடம் கொடாத வறட்டுவாதத்தை அவர் தோலுரித்துக்காட்டியதுதான். எனவே தமிழ்த்தேசியர்கள் மாவீரன் தமிழரசன் அவர்களைச் சரியாக உள்வாங்க வேண்டியது அவசியம்.

தமிழ்த்தேசியத்தின் இயக்க ஆற்றல்களாக, களத்திலும் அறிவுத்தளத் திலும் தொடர்ந்து செயல்பட்டுவரும் போற்றுதலுக்குரிய பெருந்தமிழர் ஐயா, பழ.நெடுமாறன் அவர்களும், அறிவாசான் பெ. மணியரசன் ஐயா அவர்களும், அறிஞர் கி.வெங்கட்ராமன் ஐயா அவர்களும் தமிழ்த்தேசியம் குறித்துப் பல நூல்கள் இயற்றி இருப்பதோடு, தொடர்ந்து செயலாற்றியும் வருகிறார்கள். மேலும், அறிஞர் குணா, பேராசிரியர் க.ப.அறவாணன், அருகோ, பெருஞ்சித்தரனார் உள்ளிட்ட பலரும் தமிழ்த்தேசிய நூல்களைப் படைத்திருக்கிறார்கள்.

வெகுமக்கள் அரசியல் களத்தில் தமிழ்த்தேசியக் கருத்தியலைக் கொண்டு சேர்த்ததில் நாம் தமிழர் கட்சித் தலைமை ஒருங்கிணைப்பாளர்

சீமான் அவர்களுக்கும் தம்பி, தங்கைகளுக்கும் பெரும்பங்கு இருக்கிறது. எனினும் தமிழ்த்தேசிய இனத்தின் மீதான ஒவ்வாமையோடு இயங்கும் பலர் அபத்தவாதம் செய்யும்போது அவர்களிடம் கேள்விகேட்கும் தமிழ்த்தேசியர்களிடம் தங்கள் தரப்பைக் காப்பாற்றிக்கொள்வதற்காக வாசிப்புத்திறன், கருத்தியல் முரண் குறித்து எதிர்க்கேள்வி கேட்டு நழுவிக்கொள்வதைப் பார்க்க முடிந்தது. அந்த நிமிடத்தில் என்னுள் கருக்கொண்டதுதான் இந்நூலுக்கான திட்டம். அதே நேரம், எழுச்சிப் பெறும் தமிழ்த்தேசியக் கோட்பாடு குறித்துத் தனது டிஸ்கவரி பதிப்பகம் சார்பில் ஒரு நூல் கொண்டு வரவேண்டும் என்ற அவா தனக்கு இருப்பதை எனது, "வீரப்பன் பெயரால் மனித வேட்டை" நூலைப் பதிப்பிக்கும்போது அன்புத்தம்பி வேடியப்பன் என்னிடம் பகிர்ந்தார். பகிர்ந்த அன்றே (21.12.2023) இந்நூலுக்கானப் பணியை தொடங்கினேன். ஓராண்டு உழைப்பில் இந்நூல் உருவாகி இருக்கிறது. எனது வேண்டுகோளை பேரன்போடு ஏற்றுக்கொண்டு கட்டுரைகள் வழங்கிய தமிழ்த்தேசியத் தலைவர்கள், அறிஞர்கள், எழுத்தாளர்கள், செயல்பட்டாளர்கள் அனைவருக்கும் நன்றி. அழகாக, தரமாக, புத்தகத்தை, பதிப்பித்த டிஸ்கவரி பதிப்பக உரிமையாளர் திரு.வேடியப்பன் அவர்களுக்கும் நிறைந்த நன்றி.

தமிழ்த்தேசியக் கோட்பாட்டை ஏற்றோர், புரியாமல் எதிர்ப்போர், தமிழர்களின் நியாயம் புரிந்தாலும் எதிர்ப்போர் யாவருக்குமான நூல் இது!

தமிழ்த்தேசிய இனம் பிற தேசிய இனங்களை எதிராகக் கருதவில்லை! மொழிவழித் தேசிய இனங்களை எதிர் எதிராக நிறுத்த முனைகிற சூழ்ச்சியைக் கையாள்வது யார்? என்பன உள்ளிட்ட பல வினாக்களுக்கு விடை அளிப்பதோடு, தமிழ் இனம், இன்றளவும் எத்தனை அரிய அறிஞர் பெருமக்களைப் பெற்றுள்ளது எனப் பெருமிதம் கொள்ளச்செய்யும் கட்டுரைகள் அடங்கிய நூல் இது!

தமிழ்நாட்டில் வாழ்கிற மொழிச் சிறுபான்மையினர் இந்நூலை வாசித்தால் தமிழ்த்தேசியம் தமக்கு எதிரானது என்கிற தவறான புரிதலைக் கைவிட்டுவிட்டு அனைத்து உயிர்களையும் காக்கும் தமிழ்த்தேசியம் தமிழர்களுக்கானது மட்டுமல்ல, இங்கு வாழும் அனைவருக்குமான பாதுகாப்பு எனும் உண்மையை உளமார ஏற்பார்கள் என்பது உறுதி!

பாலமுரளிவர்மன்
8428481115
சென்னை

கருப்பொருள்

1. இந்தியாவில் தேசிய இனங்களின் விடுதலை! — 15
   தமிழ்த்தேசியப் பெருந்தலைவர் தமிழரசன்

2. தமிழ்த்தேசியமே தீர்வு — 53
   தெய்வத்திரு.இராசேந்திரசோழன்

3. தழைத்தோங்கும் தமிழ்த்தேசியம் — 76
   தமிழ்த்திரு.பழ.நெடுமாறன்

4. காலந்தோறும் தமிழ்த்தேசியம் — 90
   தமிழ்த்திரு.பெ.மணியரசன்

5. இனம், மொழி காக்கும் அரண்: தமிழ்த்தேசியம்! — 108
   தமிழ்த்திரு.செந்தமிழன்.சீமான்

6. தமிழ்த்தேசியத்தின் திசைவழி! — 117
   தமிழ்த்திரு.கி.வெங்கட்ராமன்

7. அறிவன்தேயம்: தமிழ்நாடு — 131
   தமிழ்த்திரு தக்கார் ம.சோ.விக்டர்

8. தமிழ்த்தேசியம்: வரலாற்றில் இருந்து இன்று வரை — 144
   தமிழ்த்திரு.இரா.மன்னர் மன்னன்

9. தமிழ்த்தேசியத்தின் உள்ளீடும் மொழியின் வகிபாகமும் — 165
   தமிழ்த்திரு.முனைவர் மகாராசன்

10. தமிழராய் இருப்போம்! — 186
    தெய்வத்திரு.இராசேந்திரசோழன்.

11. ஏன் வேண்டும் தமிழ்த்தேசியம்? — 221
    தெய்வத்திரு.கோவை ஞானி

12.	வர்ணாசிரமத்தின் தோற்றுவாய் திராவிடமே!	229
	தமிழ்த்திரு.தமிழ் முகிலன்	
13.	தமிழ்த்தேசியம் எனும் தமிழ்நாட்டியல்	238
	தமிழ்த்திரு.சு.செந்தில் குமரன்	
14.	தமிழ்த்தேசியச் சுவடுகள்	277
	தமிழ்த்திரு.மணி செந்தில்	
15.	வள்ளுவ நெறியே தமிழ்த்தேசியத்தின் வழித்துணை!	288
	தமிழ்த்திரு.ஆ.அருள் இனியன்	
16.	ஆர்.எஸ்.எஸ் சதியை முறியடிக்கும் தமிழ்த்தேசிய அரசியல்	320
	தமிழ்த்திரு.க.அருணபாரதி	
17.	தமிழ்த்தேசியம் நிகழ்த்தி வரும் போர்	325
	தமிழ்த்திரு.செந்தில்நாதன்	
18.	தமிழ்த்தேசியம் வெல்லும்!	352
	தமிழ்த்திரு.இடும்பாவனம் கார்த்திக்	
19.	1938 - முதலாம் இந்தி எதிர்ப்புப் போர்: உண்மை வரலாறு	361
	தெய்வத்திரு.ஈழத்துச் சிவானந்த அடிகள்	
20.	எது தமிழ்த்தேசியம்?	393
	பாலமுரளிவர்மன்	
21.	கட்டுரையாளர்களின் குறிப்புகள்	411

இந்தியாவில் தேசிய இனங்களின் விடுதலை!

தமிழ்த்தேசியப் பெருந்தலைவர்,

பேரறிஞர் **தமிழரசன்**

இந்தியா பல்வேறு தேசிய இனங்களின் சிறைக்கூடமாக விளங்குகிறது. இந்திய அரசு பெரும்பான்மை மக்களான விவசாயிகளையும், தொழிலாளர்களையும் சுரண்டி அடக்கி ஒடுக்கி வருவது போலவே, பல்வேறு தேசிய இனங்களையும் சுரண்டி அடக்கி ஒடுக்கி வருகிறது. இந்தித் தரகு முதலாளித்துவ நிலப் பிரபுத்துவ வர்க்கங்களை மையமாகக் கொண்ட இந்திய ஆளும் வர்க்கங்கள் தங்கள் எஜமானர்களான ரஷ்ய, அமெரிக்க ஏகாதிபத்தியங்களின் நலனுக்காகவும், தங்கள் நலனுக்காகவும் பல்வேறு தேசிய இனங்களை ஒடுக்குகின்றன.

பிரிட்டிஷ் ஏகாதிபத்தியத்தின் நேரடி ஆட்சிக் காலத்திலேயே நாகா, காஷ்மீர், தமிழ், பஞ்சாபி தேசிய இனங்களின் விடுதலைக் குரல் ஒலித்தது. இந்திய ஆளும் வர்க்கங்களின் கையில் ஆட்சியதிகாரம் மாறியதிலிருந்து (1947) நாகா மக்கள் விடுதலை கோரி ஆயுதமேந்திப் போரிட்டு வருகின்றனர். 1960களின் மத்தியிலிருந்து மிஜோ, மணிப்பூரி மக்கள் தொடர்ந்து விடுதலைக்காக ஆயுதப் போராட்டம் நடத்தி வருகின்றனர். காஷ்மீர் பிரச்சினை 1947இலிருந்து தீர்க்கப்படாத ஒரு பிரச்சினையாக இன்னும் இருந்து வருகிறது. குறிப்பாக, 1970களின் இறுதியிலிருந்து இந்தியாவில் தேசிய இனங்களின் விடுதலை உணர்வுகளும் போராட்டங்களும் பரவலாகவும், ஆழமாகவும் அதிகரித்திருக்கின்றன. திரிபுரா, அசாம், பஞ்சாப் மக்களின் போராட்டங்கள் வடக்கு, வடகிழக்கு இந்தியாவில் ஒரு பெரிய போராட்ட வீச்சையே தோற்றுவித்திருக்கின்றன.

தமிழ்த்தேசிய விடுதலை வேட்கை தமிழ்த் தரகு முதலாளித்துவ நிலப்பிரபுத்துவக் கும்பல்களால் நீண்டகாலமாக மழுங்கடிக்கப் பட்டிருப்பினும் அண்மையில் நடந்த “இலங்கைத் தமிழர் படுகொலை”

தமிழ்த்தேசிய இன மக்கள் மத்தியில் விடுதலை உணர்வை மீண்டும் வலுவாகத் தட்டி எழுப்பியுள்ளது. ஆந்திரர், கர்நாடக மக்கள் மத்தியிலும் தேசிய எழுச்சிகள் தலைதூக்க ஆரம்பித்திருக்கின்றன. இவையன்றியும் ஜார்கண்ட், சதீஷ்கர், விதர்பா போன்ற பிராந்திய விடுதலைப் போராட்டங்களும் நடந்து வருகின்றன.

இந்தியச் சமூகத்தின் வளர்ச்சிக்கு, மக்கள் நலனுக்குத் தடங்கலாய் இருக்கின்ற இந்திய ஆளும் வர்க்கங்களையும், அவர்களது அரசையும் தூக்கி எறிந்துவிட்டு ஒரு மக்கள் ஜனநாயக அரசை ஏற்படுத்த விரும்பும் முற்போக்குச் சிந்தனையாளர்கள் அனைவரும் தேசிய இனப் பிரச்சினை பற்றி இதுவரை கொண்டிருந்த கருத்துகளை, புறநிலை யதார்த்தத்தில் நடக்கும் சமூகப் போராட்டங்களின் வெளிச்சத்தில் திரும்பவும் மறு பரிசீலனை செய்யவேண்டி நிர்பந்திக்கப்பட்டுள்ளோம். தேசிய இன விடுதலைப் போராட்டங்கள் எதிரியைத் தூக்கியெறிய எந்த அளவிற்குப் பங்களிக்கும் என்பது பற்றியும், பாட்டாளி வர்க்க இயக்கம், இந்தியாவில் தேசிய இனவிடுதலைப் போராட்டங்களை எவ்வாறு அணுகுவது என்பது பற்றியும் பார்ப்போம்.

ஆங்கிலேயர் வருகையும் இன்றைய இந்தியாவின் தோற்றமும்

வரலாற்றில் எப்பொழுதுமே தற்பொழுது இருப்பது போன்ற ஓர் ஒன்றுபட்ட இந்தியா என்பதே இருந்ததில்லை. குறிப்பிட்ட சில வரலாற்றுக் காலங்கள் தவிர பரந்த பேரரசு என்பது கூட இல்லை. நீண்டகாலமாகவே பல்வேறு நிலப் பிரபுத்துவச் சிற்றரசுகளாக நூற்றுக்கணக்கான சிறுசிறு நாடுகளாகச் சிதறுண்டிருந்தன.

கி.பி.18 மற்றும் 19ஆம் நூற்றாண்டில் பிரிட்டீஷார் அடிமைப் படுத்தும்போது இந்தியச் சமூகம் சிதறுண்ட நிலையில்தான் இருந்தது. ஆங்கிலேயர் ஏறக்குறைய நூறாண்டுகளுக்கும் மேலாக (கி.பி. 1757 - 1849) யுத்தம் செய்துதான் பல்வேறு பகுதிகளையும் தங்கள் சுரண்டல் நலனுக்காக ஒரே அரசு நிர்வாகத்தின் கீழ் ஒருங்கிணைத்தனர். அப்போதும்கூட இந்தியா முழுமையையும் ஒரே அரசு நிர்வாகத்தின் கீழ்க் கொண்டு வந்ததில்லை. பிரிட்டீஷாரின் நேரடி ஆளுகைக்குட்படாத 'சமஸ்தான இந்தியா' என்ற பெயரில் தங்களுடைய கட்டுப்பாட்டில் இருக்கின்ற பொம்மை நிலப்பிரபுத்துவ அரசுகள் மூலமே அடிமைப்படுத்தி வைத்திருந்தனர். பிரிட்டன் ஏகாதிபத்தியம் இந்திய ஆளும் வர்க்கங்களின் கையில் அரசியல் அதிகாரத்தை ஒப்படைத்த பின்னர்தான், இவர்களால் 7,12,000 சதுர மைல் பரப்பளவு கொண்ட 563 சமஸ்தானங்களும் வலுக்கட்டாயமாக ஒருங்கிணைக்கப்பட்டன. இந்தியாவில் உள்ள பல்வேறு தேசிய இன மக்களும் தங்கள் தங்கள் சுய விருப்பத்தின்

அடிப்படையில் இணைந்து ஏற்படுத்திக்கொண்ட, ஒவ்வொரு தேசிய இனத்திற்கும் அரசியல் சுதந்திரத்துடன் கூடிய ஒரு கூட்டாட்சி அல்ல இன்றுள்ள இந்தியா. பிரிட்டன் ஏகாதிபத்தியவாதிகள் இந்திய மக்களைச் சுரண்ட, துப்பாக்கி முனையில் மக்களின் உணர்வுகளுக்கு எதிராக, அவர்களால் முதலில் ஒருங்கிணைக்கப்பட்டது. பின்னர் பிரிட்டன் ஏகாதிபத்தியவாதிகளின் ஏஜெண்டுகளாகவும், நாளடைவில் அமெரிக்க ஏகாதிபத்தியம், ருஷ்யச் சமூக ஏகாதிபத்தியங்களின் ஏஜெண்டுகளாகவும் இருந்து வருகின்ற இந்தியத் தரகு முதலாளித்துவ நிலப்பிரபுத்துவ வர்க்கங்களின் அரசால் அவர்களின் நலன்களுக்காகத் துப்பாக்கி முனையின்கீழ் இந்திய ஒருமைப்பாடு கட்டிக் காக்கப்படுகிறது.

நிலப்பிரபுத்துவம் இற்றுவிழும் தறுவாயில் இருந்த இந்தியச் சமூகம் இயல்பாகத், தொழில் வளர்ச்சி பெற்று முதலாளித்துவச் சமூகமாக, தேசிய அரசுகளாக உருவாவது இங்கே நிகழவில்லை. ஒவ்வொரு தேசிய இனமும் இயல்பாக வளர்ந்து ஒவ்வொரு தேசமாக உருமாறும் போக்கு இங்கே நிகழவில்லை.

நிலப்பிரபுத்துவம் இற்றுவிழும் தறுவாயில்தான் வியாபாரத்திற்காக வந்த ஆங்கிலேயர்கள் இந்தியாவை அடிமைப்படுத்திவிட்டதால் இந்தியச் சமுதாயத்தின் இயல்பான வளர்ச்சி தடைப்படுத்தப்பட்டது. தேசிய இனங்களின் வளர்ச்சியும் தடைப்பட்டது. இந்தியா போன்ற காலனி நாடுகளில் அடித்த கொள்ளையில் இருந்து பிரிட்டனின் தொழில்துறை வளர்ச்சியடைந்தது. பிரிட்டனின் வணிக மூலதனம் தொழில் மூலதனமாக வளர்ச்சிபெற்றது. அவர்களின் தொழில் உற்பத்திப் பொருள்களை விற்கும் சந்தையாக இந்தியாவை மாற்றியமைக்க இந்தியாவின் சுதேசித் தொழில்களை, உலகிலேயே பண்டைய நாளில் சிறப்பாக வளர்ச்சி பெற்ற பருத்தி, துணித் தொழில் போன்றவற்றைத் திட்டமிட்டே அழித்தனர். அன்றியும், பிரிட்டனின் தொழில் உற்பத்திக்குத் தேவையான மூலப் பொருள்களைக் குறைந்த செலவில் உற்பத்தி செய்து ஏற்றுமதி செய்ய இந்திய விவசாயம் திருத்தியமைக்கப்பட்டது. நீண்ட காலமாக கிராமங்களில் பொதுவில் இருந்த நில உறவுகள் திருத்தியமைக்கப்பெற்று தங்களைச் சார்ந்து நிற்கும் நிலப்பிரபுகளுக்கு நிலங்கள் வழங்கப்பட்டன. இந்தியாவின் ஏற்றுமதி, இறக்குமதி வணிகத்தில் நாட்டுப் பற்று கொஞ்சமும் இல்லாத பெரு வணிகர்களைக் கூட்டுச் சேர்த்துக்கொண்டனர். நாளடைவில் இத்தரகு வணிகர்கள் ஆங்கிலேயர்களோடு கூட்டாகவும் தனியாகவும் தொழில் தொடங்கி பெருமுதலாளிகள் ஆயினர். பிரிட்டன் இந்தியாவை 200 ஆண்டுகளுக்கும் மேலாக அடிமைப்படுத்தி வைத்திருக்க அவர்களோடு கூடி நின்ற

இந்தியப் பெரு நிலப்பிரபுக்கள், பெருவணிக முதலாளிகள் ஆகியோர் துணையாக நின்றனர்.

பிரிட்டனின் தொழில் வளர்ச்சிக்கேற்ற சந்தையாகவும், விவசாயப் பின்னிலமாகவும் இந்தியா மாற்றியமைக்கப்பட்டதால், ஏற்றுமதி இறக்குமதி வியாபாரம் சென்னை, பம்பாய், கல்கத்தா போன்ற துறைமுகப் பகுதிகளைச் சார்ந்து நடந்ததால் இந்தியாவின் உள்பகுதிகளோடு ரயில், சாலை போக்குவரத்து இணைக்கப்பட்டதால் துறைமுகப் பகுதிகளையொட்டி வளர்ச்சியும் பிறபகுதிகளில் தேக்கநிலையும் இயல்பாக ஏற்பட்டன. எனவே, வளர்ச்சிப் பெற்ற பகுதிகளை ஒட்டியிருந்த தேசிய இனங்கள் ஓரளவு வளர்ச்சிப் பெறுகின்றன. உள் பகுதிகளில் இருந்த தேசிய இனங்களின் வளர்ச்சி அருகியும் சிற்சில பகுதிகளில் வளர்ச்சியே அற்றும் இருந்தன.

அன்றியும் 'சமஸ்தான இந்தியா' 'பிரிட்டிஷ் இந்தியா' என்ற பிரிவினையாலும் பிரிட்டிஷ் இந்திய மாகாணங்கள் ஒவ்வொன்றிலும் பல்வேறு மொழி பேசும் மக்கள் பிரித்துப் பிரித்து இணைக்கப்பட்டிருந்ததாலும் ஒருமொழி பேசும் மக்களுக்குள்ளேயே, ஒரு தேசிய இனத்திற்குள்ளேயே ஏற்றத்தாழ்வான வளர்ச்சி என்ற அடிப்படைத்தன்மை கொண்டே நடத்த ஆங்கிலம் இங்கே புகுத்தப்பட்டது. இதனால் இந்தியாவின் எல்லா மொழிகளும், புறக்கணிக்கப்படுகின்றன. கலாச்சார வளர்ச்சியும் பின்னுக்குத் தள்ளப்படுகிறது. இந்நிலைமைகளில், பிரிட்டன் ஏகாதிபத்தியத்தை நாட்டை விட்டு விரட்டுவதும், இந்தியாவை விடுதலை செய்வதும் இந்திய மக்களின் முதன்மைக் கடமையாக முன்வருகிறது.

தேச விடுதலைப் போராட்டமும் இந்திய ஒற்றுமை உணர்வும் தேசிய இன உணர்வுகளும்!

பிரிட்டனின் ஆதிக்கத்தை எதிர்த்து ஆரம்பத்திலிருந்தே நூற்றைம்பது ஆண்டுகளுக்கும் மேலாகப் போராடியவர்கள் இந்திய கிராமப்புற விவசாயிகள்தான். பிரிட்டிஷாருக்கு ஆதரவாக இருந்த பெரு நிலப்பிரபுக்களையும், பெரு வணிகர்களையும் எதிர்த்துப் போராடியவர்கள் இவ்விவசாயிகள்தான். இந்திய விவசாயிகளின் வீரஞ்செறிந்த போராட்டங்களுக்கு ஆதரவாக நின்று அந்நிய நாட்டினரை எதிர்ப்பதற்குப் பதில் அந்நியர்களோடு சேர்ந்துகொண்டு இந்திய மக்களின் விடுதலைப் போராட்டங்களை எதிர்த்தவர்கள் நிலப்பிரபுக்களும், தரகு வணிகர்களுமேயாவர். 1856இல் நடந்த சாந்தலர் பழங்குடி மக்களின் வெள்ளையர் எதிர்ப்புப் போராட்டம் தோல்வியுற்றமைக்கு

நிலப்பிரபுக்களும் தரகு வணிகர்களும் வெள்ளையர்களோடு சேர்ந்துகொண்டது ஒரு முக்கிய காரணமாகும்.

மேற்கத்திய முதலாளித்துவப் பண்டப் பரிவர்த்தனைக்குள் இந்தியா நெருக்கமாகப் பிணைக்கப்பட்டதால், ரயில், சாலை போன்ற போக்குவரத்துகளும், செய்தித் தொடர்புகளும் மேலையக் கல்வி முறையும், சிதறுண்டு கிடந்த இந்தியாவை ஒன்றுபடுத்துவதில் ஒரு முக்கிய பாத்திரத்தை வகிக்கின்றன. அன்றியும், இந்திய மக்களும் அந்தந்தப் பகுதிகளில் தனித்தனியே போராடிய போராட்ட அனுபவங்களிலிருந்து ஒன்றுபட்டுப் போராடுவதன் அவசியத்தை நாளடைவில் உணர்ந்தது இந்திய மக்கள் ஒன்றுபடுவதற்குக் காரணமாகின.

1857 -இன் சிப்பாய்க் கலகம் இந்திய மக்களின் ஒன்றுபட்ட போராட்டத்திற்கு முன்னோடியாகத் திகழ்கிறது. மேற்கத்தியரின் வருகையால் அச்சு எந்திரம் வந்தது. இந்தியாவில் பல்வேறு மொழிகளும், அவற்றின் இலக்கியங்களும் வளரப் பெரும் காரணியாய் அமைந்தது. கிறித்தவ மதப் பிரச்சாரத்திற்குப் பல்வேறு பிராந்திய மொழிகளில் உரைநடை வடிவங்கள் புகுத்தப்படுகின்றன. மேற்கத்தியக் கலாச்சாரத்திற்கு எதிராக இந்திய மக்களின் கலாச்சாரமும் புத்தெழுச்சி பெறுகிறது. 19 - ஆம் நூற்றாண்டின் தொடக்கக் காலப் பகுதிகளில் செய்தித்தாள்களும், வார, மாதப் பத்திரிகைகளும் கல்கத்தா, பம்பாய், சென்னை போன்ற பகுதிகளில் வெளிவரத் தொடங்குகின்றன. அந்நூற்றாண்டின் இறுதிப் பகுதியில் பல்வேறு மொழிகளில் இலக்கியப் பத்திரிகைகள் வெளிவர ஆரம்பிக்கின்றன. இந்த வளர்ச்சிப் போக்குகள் ஒரு மொழி பேசுகின்ற மக்களிடம் தேசிய உணர்வுகள் வளரத் தூண்டுகோலாக அமைகின்றன.

1905 -இல் கர்சன் வங்காளத்தைப் பிரித்தது இந்துக்களையும் முஸ்லீம்களையும் வேறுபடுத்தவே. ஆனால் அது பரவலாக இந்தியா முழுமையையும் பிரிட்டனை எதிர்ப்பதில் ஒன்றுபடுத்தும் நிலைமையை ஏற்படுத்திற்று. இந்தியா என்ற ஒருமைப்பாட்டு உணர்விற்கு அடிகோலியது. இதோடு கூடவே ஒவ்வொரு மொழி பேசும் மக்களிடையேயும் மொழி, பண்பாடு அடிப்படையில் ஓர் ஒற்றுமை உணர்வை வளர்த்தது. ஒரு மொழி பேசும் மக்களை ஒரே மாகாணத்துக்குள் கொண்டு வர வேண்டும் என்ற கோரிக்கையை வைக்க உந்துதல் கொடுத்தது. 1911இல் தெலுங்கு மொழி பேசும் மக்களை ஒரு மாகாணமாக ஆக்க வேண்டும் என ஆந்திரர் கோரிக்கை விடுத்தனர். பிறமொழி மக்களும் நாளடைவில் இக்கோரிக்கையை வைக்கலாயினர்.

1918க்கும் 1922க்கும் இடையில் மொழிவழி மாகாணக் கோரிக்கை பிரிட்டன் ஏகாதிபத்தியத்தை எதிர்ப்பதில் பெரும் பங்கு வகித்தது. இதன் விளைவாகத்தான் காங்கிரஸ் கட்சியினரும் மொழிவழி அடிப்படையில் அரசியல் கட்சி வேலைகளைத் திருத்தியமைத்துக்கொண்டனர். அதற்கு முன்பு ஆங்கிலத்தைப் பயன்படுத்தியவர்கள் பின்னர் பிராந்திய மொழிகளில் தங்கள் நடைமுறைகளை உருவாக்கிக்கொண்டனர். 1930களின் இறுதியில் ஒவ்வொரு தேசிய இன மக்கள் மத்தியிலும் இக்கோரிக்கை வலுக்கிறது. காங்கிரஸ் கட்சியினர் இக்கோரிக்கைக்கு இப்போது அழுத்தம் கொடுக்கத் தேவையில்லை, விடுதலைக்குப் பின்னர் கவனிப்போம் என்றனர். இதோடு நின்றுவிடாமல் தேசிய உணர்வுகளைத் தணிக்க 1942இல் "விடுதலைக்குப் பின்னர் எந்த ஒரு மொழி பேசும் மக்களையும் வலுக்கட்டாயமாக இந்திய யூனியனோடு சேர்க்க மாட்டோம். விருப்பப்பட்டால் தனியாகப் பிரிந்து செல்லலாம்" என்று உத்தரவாதம் அளித்தனர். ஆக, பிரிட்டனை எதிர்த்து இந்திய மக்கள் போராடும்போது ஒன்றுபட்டும் இன்னொரு புறம் தங்கள் சொந்த தேசியப் பண்புகளைக் காப்பாற்றிக் கொள்வதற்குமாகப் போராடுகின்றனர். இரண்டு விதமான போராட்டங்களும் ஒன்றையொன்று சார்ந்தும் ஒன்றுக்கொன்று ஆதரவாகவுமே வளர்ந்து வருகின்றன.

ஆனால் அன்றைய சூழ்நிலைகளில் பிரிட்டன் ஏகாதிபத்திய அரசு எல்லாத் தேசிய இனங்களுக்கும் எதிரி; மற்றொன்று தேசிய இன வளர்ச்சி முழுமை பெறவில்லை. இந்நிலைமைகளில் பிரிட்டன் ஏகாதிபத்தியத்தை எதிர்த்த விடுதலைப் போராட்டம் முதன்மை பெறுகிறது.

இந்திய ஆளும் வர்க்கங்களின் கையில் அரசியல் அதிகார மாற்றமும், உழவர் போராட்டங்கள், தேசிய உரிமைகள் நசுக்கப்படலும்!

1857 சிப்பாய்க் கலகத்துக்குப் பின்னர் இந்திய மக்களின் குமுறல் ஒரு புரட்சியை உண்டு பண்ண வழி தேடுகிறது. இதைத் தடுக்க இந்தியப் பிரதிநிதிகளைக் கொண்டே ஓர் அரசியல் கட்சி துவக்கப்பட வேண்டும். இக்கட்சி சீர்திருத்தக் கோரிக்கைகளை முன்வைத்து இந்திய மக்களைத் தன் அணியில் திரட்ட வேண்டும். பிரிட்டன் ஏகாதிபத்தியம் தப்பிக்க ஒரேவழி இதுதான் என்று பிரிட்டன் ஏகாதிபத்தியவாதிகள் முடிவுக்கு வருகின்றனர். இந்தியத் தரகு முதலாளிகளும் நிலப்பிரபுக்களும் 1871 இல் பாரீஸ் கம்யூனின் புரட்சி போன்று இந்திய மக்களின் புரட்சி ஒன்று வெடித்தால் பிரிட்டன் ஏகாதிபத்தியவாதிகளோடு தாங்களும் சேர்ந்து தூக்கியெறியப்படுவோம் என்றஞ்சி பிரிட்டிஷாரோடு இணைந்து இந்திய மக்களின் விடுதலைப் போராட்டத்தைத் திசை திருப்ப "காங்கிரஸ்" கட்சியை 1885இல் துவங்குகின்றனர். இதில் பம்பாய், டெல்லி பகுதியில்

உள்ள தரகு வணிக முதலாளிகளும், நிலப்பிரபுக்களுமே பிரதான சக்தியாக உள்ளனர். அதாவது இந்திப் பகுதியைச் சேர்ந்தவர்களே. இவர்களின் பிரதான கோரிக்கை அரசு நிர்வாகத்தில் இந்தியப் பிரதிநிதிகளை (அதாவது தாங்கள் தங்கள் நலனுக்காக அங்கே சென்று பேரம் பேச) சேர்த்துக்கொள்ள வேண்டும் என்பதாகவே இருந்தது. 1906இல் இந்துத் தரகு முதலாளித்துவ நிலப்பிரபுத்துவக் கும்பலைக் கண்டஞ்சிய முஸ்லீம் சுரண்டல் வர்க்கங்கள் ஏகாதிபத்தியவாதிகளோடு ஒத்துழைக்கவும் சலுகைகள் கோரவும் 'முஸ்லீம் லீக்' கட்சி துவங்குகின்றனர்.

தென்னிந்தியாவில் தமிழ்த் தரகு முதலாளித்துவ நிலப்பிரபுத்துவ வர்க்கங்கள் தலைமையில் 1916இல், 'தென்னிந்திய நலவுரிமைச் சங்கம்' துவக்கப்படுகிறது. இவர்களும் பிரிட்டன் ஏகாதிபத்தியவாதிகளோடு ஒத்துழைக்கவும் சலுகைகள் கோரவுமே செயல்பட்டனர். 1930களின் வாக்கில் பின்னர் கல்கத்தா பகுதி தரகு முதலாளித்துவ நிலப்பிரபுத்துவ சக்திகள் பார்வார்டு பிளாக் பெயரில் தனிக்கட்சி தொடங்கினர்.

பிரிட்டன் எதிர்ப்புப் போராட்டம் நாளடைவில் வலுப்பெற்றதும் குட்டி முதலாளிய படித்தப் பிரிவினரும், தேசிய முதலாளித்துவ சக்திகளும் காங்கிரசுக்குள் வருகின்றன. 1905 வங்கப் பிரிவினை எதிர்ப்புப் போராட்டம் இச்சக்திகளுக்குத் தூண்டுகோலாய் அமைகிறது. இதைத் தொடர்ந்து தேசிய முதலாளித்துவ, குட்டி முதலாளித்துவ சக்திகள் பிரிட்டனை எதிர்ப்பதில் முன்னணியில் வருகின்றன. மராட்டியத்தில் 'திலகரும்' வங்கத்தில் 'அரவிந்தரும்' தமிழகத்தில் வ.உ.சிதம்பரனாரும் இதன் பிரதிநிதிகள். ஒருபுறம் பிரிட்டன் ஏகாதிபத்தியவாதிகள் கடுமையான அடக்குமுறையை இவர்கள் மீது ஏவிவிட்டதும், இன்னொரு புறம் காங்கிரசுக்குள்ளேயே தரகு முதலாளித்துவ நிலப்பிரபுத்துவ சக்திகள் கடுமையாக எதிர்த்ததும் காரணமாகவே பலவீனமான தேசிய முதலாளித்துவ சக்திகள் அரசியல் அரங்கிலிருந்து துடைத்தெறியப்பட்டனர்.

1917 அக்டோபர் ரஷ்யப் புரட்சியை அடுத்து இந்தியப் பாட்டாளி வர்க்கம் அரசியல் அரங்கில் முன்னுக்கு வருகிறது. கம்யூனிஸ்டுகள்தான் முதன்முதலில் உறுதியாக, தெளிவாக இந்தியா சுதந்திரம் அடைய வேண்டும் என்ற முழக்கத்தை முன் வைத்தனர். இந்திய விடுதலைப் போராட்டத்தில் இரண்டு சக்திகள் பிரதானமாகப் பங்கெடுக்கின்றன. ஒன்று, பாட்டாளி வர்க்கக் கம்யூனிஸ்டு கட்சி, உண்மையான தேச விடுதலைக்கு நின்றது. இன்னொன்று, தரகு முதலாளித்துவ நிலப்பிரபுத்துவக் கட்சியான காங்கிரஸ் உண்மையான தேச விடுதலைக்கு நிற்கவில்லை. ஏகாதிபத்தியவாதிகளிடம் சலுகைகள் கோரவும், இந்திய

மக்களைத் திசை திருப்பித் தன் கட்டுப்பாட்டில் வைத்திருக்கவுமே செயல்பட்டது. பாட்டாளி வர்க்கம், நிலப்பிரபுத்துவ எதிர்ப்புப் போராட்டம் நடத்திக்கொண்டு, கூடவே விவசாயிகளைத் தன் பக்கம் வென்றெடுக்காததாலும், தன்னை ஒரு சரியான அரசியல் சக்தியாக ஆக்கிக்கொள்ளாததாலும், ஏகாதிபத்திய ஏஜண்டுகளான இந்தியத் தரகு முதலாளித்துவ நிலப்பிரபுத்துவக் கும்பலின் காங்கிரஸ் கட்சி இந்திய மக்களின் விடுதலைப் போராட்டத்தில் தலைமைப் பாத்திரத்தை ஏற்கிறது.

உலக யுத்தங்களில் பிரிட்டன் வீழ்ச்சியுற்றதாலும், இந்திய மக்களின் விடுதலைப் போர் உச்சகட்டத்தை நெருங்கி வந்ததாலும், பிரிட்டன் ஏகாதிபத்தியவாதிகளும் அவர்களின் இந்திய ஏஜெண்டுகளும் தங்கள் சுரண்டல் நீடிக்க 'ஆட்சி மாற்றம்' என்னும் நாடகம் நடத்தினர். 1947இல், முஸ்லீம் லீக் கட்சியின் 'பாகிஸ்தான்' தனிநாடு கோரிக்கையை ஏற்றுக்கொண்ட பிரிட்டன் ஏகாதிபத்தியவாதிகள் தென்னிந்தியாவின் 'திராவிடநாடு' கோரிக்கையை மறுத்து இந்திய ஏஜெண்டுகளிடம் பிரிட்டிஷ் இந்தியாவை ஒப்படைக்கின்றனர்.

'சமஸ்தான இந்தியா' தன் விருப்பப்படி 'தனித்தோ' இந்தியா அல்லது பாகிஸ்தான் ஏதாவதொன்றோடு சேர்ந்துகொள்ளவோ செய்யலாம் என்று விட்டுவிடுகின்றனர். இச்சமயத்தில்தான் 'ஐதராபாத் நிஜாம்' சமஸ்தானத்தில் தெலுங்கானா விவசாயிகள் 3000 கிராமங்களில் நிலப்பிரபுக்களின் நிலங்களைக் கைப்பற்றும் உழவர் புரட்சி நடத்துகின்றனர். சீன நாட்டில் மஞ்சு பேரரசு வீழ்ந்த பின்னர் சீனம் சிறுசிறு நிலப்பிரபுக்கள் கையிலும் ஏகாதிபத்தியங்களின் செல்வாக்குக்கு உட்பட்டனவாகவும் வருகின்றது. ஏகாதிபத்தியங்களுக்குள் போட்டி ஏற்பட்டதால் அந்தந்த ஏகாதிபத்தியங்களைச் சார்ந்து நிற்கின்ற யுத்த பிரபுக்கள் தங்களுக்குள் சண்டையிட்டுக்கொண்டதால் சீனக் கம்யூனிஸ்ட் கட்சி, தோழர் மாவோ தலைமையில் அந்த இடைவெளியில் சிறுபடைகளை வைத்துக்கொண்டு பகுதி பகுதியாக விடுவித்து நாளடைவில் சீனத் தேசம் முழுமையையும் விடுவிக்கிறது. அந்தச் சீனப் புரட்சியின் படிப்பினையை இந்திய ஆளும் வர்க்கம் கிரகித்துக்கொண்டு இந்தியா பல அரசுகளின் கீழ் இருந்தால், சிற்றரசுகளின் பலவீனமான அரசுகளுக்குள் இருக்கும் முரண்பாட்டைப் பயன்படுத்தி சிறிய படையை முறியடித்து இந்திய கம்யூனிஸ்டுகள் படிப்படியாக நாடு முழுவதையும் வென்றிடுவர் என்றஞ்சியது. தெலுங்கானா போராட்டம் இதற்கான அறிகுறியாக விளங்கியது. அன்றியும், இந்தியச் சந்தை முழுமையையும் தரகுப் பெரு முதலாளிகள் தாங்கள் கைப்பற்றவும் இந்திய சமஸ்தானங்களை இந்திய ராணுவத்தின் மூலம் வலுக்கட்டாயமாக ஒன்றிணைத்தனர்.

ஐதராபாத் நிஜாம் இந்திய கம்யூனிஸ்டுகளின் தெலுங்கானா போராட்டத்தை அடக்க இயலாத சூழலிலும் இந்தியாவோடு சேர மறுத்துவிட்டார். ஐ.நா.விலும் முஸ்லீம் நாடுகளிலும் தன்னுடைய தனிநாட்டு அந்தஸ்தைக் காக்க வேண்டினார். நேரு, காந்தி, படேல் கும்பல் ஐதராபாத் இந்து நிலப்பிரபுக்களிடம், நிஜாமின் சிறுபடையால் உங்களைக் காக்க இயலாது; இந்தியாவோடு இணைந்தால்தான் இந்தியப் பெரிய படையால்தான் கம்யூனிஸ்டுகளை ஒழிக்க முடியும்; எனவே, இந்தியாவோடு இணைவோம்; என்று ஐதராபாத் மக்களிடம் பிரச்சாரம் செய்ய வேண்டினர். இச்சமயத்தில் கம்யூனிஸ்டுக் கட்சித் தலைமை சீன அனுபவத்தைக் கிரகிக்காமல், இந்திய ஆளும் வர்க்கங்கள் ஏகாதிபத்தியவாதிகளின் நேரடி வாரிசுகள் என்பதை உணராமல், 'இந்திய ஐக்கியம்' என்ற ஆளும் வர்க்கத்தின் முழக்கத்திற்கு இரையானது.

இந்தியப் படை வந்ததும் முதலில் கம்யூனிஸ்டுகளைத்தான் ஒழித்துக் கட்டிற்று. நிஜாமோடு ஒரு தற்காலிக உடன்பாட்டிற்கு வந்து இரு சக்திகளும் இணைந்து இந்தியப் படையை எதிர்த்து ஒரு தளம் அமைத்திருந்தால் பின்னர் நிஜாமை ஒழிப்பது கடினமானதல்ல. ஏனெனில் நிஜாம் வெளிச்சமாகத் தெரிந்த மக்கள் எதிரி. ஆனால் இந்திய ஆளும் வர்க்கங்களைப் பற்றி மக்கள் உணரவில்லை. அன்றியும் ஒரு பெரும் சக்தி, இத்தகைய வழிமுறைகளை மேற்கொள்ளாதது மட்டுமல்ல ஆயுதத்தையே இந்திய அரசிடம் ஒப்படைக்கும்படி கோரினர்; காட்டிக்கொடுத்தனர்.

ஆக, இந்திய ஐக்கியம் ஏற்படுத்தபட்டது, முற்போக்குச் சக்திகளை வளரவிடாமல் தடுக்கவும் ஒரு பெரிய வலிமையான அரசை உருவாக்கவும் இந்திய மக்கள் அனைவரையும் சுரண்ட வடமேற்கு இந்தியாவின் வளர்ச்சி பெற்றிருந்த தரகு முதலாளிகளின், நிலப்பிரபுக்களின் நலனுக்கும் அவர்களின் எஜமானர்களான ஏகாதிபத்தியங்களின் நலனுக்கும்தான். அன்றைக்குப் போடப்பட்ட இந்திய ஒருமைப்பாடு இன்றும் நீடிக்கிறது. ஆனால் இந்திய மக்களின் நலனுக்காக அல்ல, இந்திய மக்களைச் சுரண்டுவோரின் நலனுக்காகத்தான். மக்கள் நலனில் அக்கறையுள்ள ஒவ்வொருவரும் சிந்திக்க வேண்டிய விஷயம் இது.

இதைப் போன்றே ஜம்மு காஷ்மீரும் ஆக்கிரமிக்கப்பட்டது. 1974 - இல் சிக்கிம் இணைக்கப்பட்டது. முற்போக்குச் சக்திகளை ஒழிப்பதற்காக உருவாக்கப்பட்ட 'இந்திய ஐக்கியம்' என்ற முழக்கத்தை ஆளும் வர்க்கங்களும், திரிபுவாதிகளும், வறட்டுவாதிகளும் தொடர்ந்து தூக்கிப் பிடிக்கின்றனர். கூறப்படும் காரணங்கள் பலவானாலும் நோக்கம் ஒன்றே. அது அவர்களுக்கான ஐக்கியத்தைக் கட்டிக் காப்பதே. அன்றியும் உலகில் பிரிட்டன் முதன்மையான வல்லரசாக இருந்த பொழுது இந்திய

ஆளும் வர்க்கங்கள் அதன் முதல் தூணாக ஆசிய நாடுகளில் விளங்கிற்று. இரண்டாம் உலக யுத்தத்தில் பிரிட்டன் வீழ்ச்சியுற்று அமெரிக்கா உலகின் மேல்நிலை வல்லரசாக வந்தபோது அதனுடைய கையாளாகவும் ஆனது. வியட்நாம் போன்ற மூன்றாம் உலக நாடுகளின் மக்கள் யுத்த எதிர்ப்பாலும், ஏகாதிபத்திய நெருக்கடியாலும் அமெரிக்கா பின்னடைந்து, சோவியத் ரஷ்யா முதல்நிலை வல்லரசாக வந்தபோது அதன் கையாளாகவும் இந்திய ஆளும் வர்க்கங்கள் மாறி இந்திய மக்களையும் அண்டை நாடுகளின் மக்களையும் ஒடுக்குவதில் முன்னணியில் நிற்கின்றன.

முதன்மை வல்லரசுகள் பிரிட்டன், அமெரிக்கா என வீழ்ச்சியுற்றாலும் வல்லரசின் முதல் கங்காணி என்ற பாத்திரத்தை இந்திய ஆளும் வர்க்கங்கள் இதுவரை இழக்காமல் உலகின் பிற்போக்கு சக்திகளுக்கு முக்கியத் தூணாகத் தொடர்ந்து நின்று வருகிறது. உலக மக்களின் விடுதலைக்கும் பிரதான இடைஞ்சலாக உள்ளது. இத்தகைய படுபிற்போக்குத்தனமான வர்க்கங்களைப் பாதுகாக்கும் அரசை உடைத்தெறியக் கிடைக்கும் அனைத்து வாய்ப்புகளையும் பயன்படுத்தாமல் இருப்பது சர்வதேச மக்களுக்கும் சோசலிசப் புரட்சி வளர்ச்சிக்கும் செய்யும் துரோகமாகும்.' விசேஷ நிலைமை' என்ற பெயரில் பலவீனமான இலங்கை நாட்டில் தனிநாடு கோரிக்கையை ஆதரித்து,இங்கு 'நிலைமை வேறு' என்ற பெயரில் 'பாட்டாளி வர்க்க ஒருமைப்பாட்டைக் காத்தல்' என்ற பெயரில் இந்தியாவில் தனிநாடு கோரிக்கையை எதிர்ப்பது என்பது இந்திய ஆளும் வர்க்கங்களுக்கும் ரஷ்ய அமெரிக்க வல்லரசுகளுக்கும் அவசியப்படும் ஒருமைப்பாட்டைக் கட்டிக் காப்பதைத் தவிர வேறெதுவுமல்ல. அவர்களின் ஆதிக்கச் சுரண்டல் இந்தியாவில் பாதிக்கப்படாமலிருக்க இடது, வலது திரிபுவாதிகள் போடும் கூப்பாடு போன்றவையே அவை.

தேசிய இனங்களின் மொழிவழி மாகாணக் கோரிக்கையையும், விரும்புகின்ற தேசிய இனங்கள் பிரிந்து சென்று தனிநாடு அமைத்துக் கொள்ளலாம் என்பதையும் ஏற்பதாக வாக்குறுதி கொடுத்த காங்கிரஸ் கட்சியினர் 1947க்குப் பிறகு ஆட்சிக் கட்டிலில் ஏறியதும் கொடுத்த வாக்குறுதிகளை மீறினர். நாகா மக்களும், ஜம்மு காஷ்மீர் மக்களும் 'தனிநாடு' கோரிய பொழுது இராணுவத்தை ஏவி அவர்கள் எதிர்ப்பை நசுக்கினர். ஒரே மொழி பேசும் மக்களை, ஒரு தேசிய இனத்தினரை ஒரே மாகாணமாக ஆக்கும் கோரிக்கைகளை ஏறக்குறைய 10 ஆண்டுகளுக்கும் மேலாக நிராகரித்து வந்தனர். ஆந்திராவில் மக்கள் கொந்தளித்ததும், பொட்டி ஸ்ரீராமுலு உண்ணாவிரதம் இருந்து உயிர் நீத்ததற்கும் பின்னர்தான் ஆந்திரா தனி மாநிலமாக அமைக்கப்பட்டது. பிறபகுதி மக்களும் கடுமையாகப் போராடியதன் விளைவே பிறமொழி மாகாணங்களும் பின்னாளில் உருவாக்கப்பட்டன.

ஜார்கண்ட் (பீகாரில் சோடா நாக்பூர் பகுதியைச் சுற்றியுள்ள மாவட்ட மக்கள்) தனி மாநிலக் கோரிக்கை பிரிட்டீஷார் காலத்திலிருந்தே கேட்கப்பட்டு வந்திருக்கிறது. சதீஷ்கர், விதர்ப்பா, தெலுங்கானா மக்களின் தனி மாநிலக் கோரிக்கை இரத்த வெள்ளத்தில் மூழ்கடிக்கப்பட்டு வருகிறது. இந்தியத் தரகு முதலாளிகள், நிலப்பிரபுக்கள், ஏகாதிபத்தியவாதிகளின் சுரண்டலுக்கு எங்கே இழப்பு ஏற்பட்டுவிடுமோ என்ற நிலையில்தான் அவர்களின் அரசியல் கட்சியான காங்கிரஸ் கட்சி, சுரண்டப்படுகின்ற ஒடுக்கப்படுகின்ற தேசிய இனங்களின் பிராந்திய மக்களின் கோரிக்கைகளை மறுத்து வருகிறது. அவர்களின் நியாயமான போராட்டங்களைத் துப்பாக்கி முனையில் ஒடுக்குகிறது. அன்றியும், சமாதானக் காவலன் என்றெல்லாம் வருணிக்கப்படும் நேருவால் 1965இல் பிரிவினைத் தடைச் சட்டம் கொண்டுவரப்பட்டு அதிகாரபூர்வமாக 'எல்லாத் தேசிய இனங்களின் உரிமையைப் பறிப்போம்' என்று பிரகடனப்படுத்தப்பட்டது. மிஜோ, மணிப்புரி மக்களின் வளர்ச்சி இந்திய அரசால் ஆளும் வர்க்கங்களால் தடுக்கப்படுகின்றது என்று உணர்ந்ததன் விளைவால் 1960களின் மத்தியிலிருந்து அம்மக்கள் தனிநாடு கேட்டுப் போராடுகின்றனர்.

மத்திய மாநில அரசு உறவுகள்!

இந்திய அரசியலமைப்பு பல்வேறு தேசிய மக்களின் கூட்டாட்சித் தன்மையையும் அதே சமயத்தில் மத்தியத்துவத் தன்மையும் கொண்டது என்று வர்ணிக்கப்படுகிறது. ஆனால் சாராம்சத்தில் பார்ப்போமெனின் முழுக்க முழுக்க மத்தியப்படுத்தப்பட்ட தன்மைதான் கொண்டிருக்கிறதேயொழிய கூட்டாட்சித் தன்மை கொஞ்சமும் கொண்டதல்ல. கூட்டாட்சித் தன்மை என்பது முழுக்க முழுக்க பல்வேறு தேசிய இன மக்களையும் ஏமாற்றுவதற்கான ஒரு மோசடியே. அரசியலமைப்பின் பிரதான கூறுகளான சட்டம், நிர்வாகம், நீதித்துறை அதிகாரம் பற்றியதில் மைய அரசிற்கும், மாநில அரசிற்கும் உள்ள உறவுகளை ஒப்பிட்டுப் பார்த்தாலே மையப்படுத்தப்பட்ட தன்மையே எல்லாத் துறைகளிலும் விஞ்சி நிற்பதைக் காணலாம்.

மாநிலச் சட்டமன்றத்தின் சட்டமியற்றும் அதிகாரத்தில் மாநில மக்களின் முக்கியப் பிரச்சினையில் மாநில அரசு தலையிட அதிகாரமில்லை. மக்களை ஒடுக்குகின்ற காவல்துறை அதிகாரங்கள் பற்றிய அதிகாரங்கள்தான் கூடுதலாக உள்ளது. மாநிலத்தின் தொழில் துறை பற்றி மாநில அரசு தீர்மானிக்க உரிமையில்லை எல்லாம் மைய அரசின் கட்டுப்பாட்டிலேயே உள்ளது. மாநில அரசின் சட்டமியற்றும் அதிகாரம் 66 வகைகளில், 30 வகைகள் காவல்துறை பற்றியது. 22

வகைகள் வரிவிதிப்பது சம்பந்தப்பட்டது. 14 வகைகள் மட்டும் தொழில்துறை பற்றியது. இந்த உரிமைகள்கூடத் 'தேசப் பாதுகாப்பு' என்ற பெயரிலோ, 'பொதுநலன்' என்ற பெயரிலோ, மைய அரசினால் எடுத்துக்கொள்ளப்பட இந்திய அரசியல் சட்டத்தில் வழி வகை செய்யப்பட்டிருக்கிறது. மாநில அரசுக்கும் மைய அரசுக்கும் பொதுவாக இருதரப்புகளும் தலையிட வாய்ப்புள்ள சட்டமியற்றும் அதிகார வரம்புகள்கூட இறுதியில் ஏதோ ஒரு காரணம் சொல்லி எல்லாவற்றிலுமே மைய அரசு தலையிட வழிவகை உள்ளது. மாநில மக்களின் முக்கியப் பிரச்சினைகளைத் தீர்மானிக்க உரிமையற்ற நிலையில் உள்ள மாநிலச் சட்டமன்றமாவது சுதந்திரமாகச் செயல்படுகிறதாவெனில் அதுவும் இல்லை. இந்திய அரசின் தலைவரான ஜனாதிபதியின் ஏஜெண்டுகளாக மாநிலங்களில் உள்ள கவர்னர்கள் அனுமதித்தால்தான் சட்ட மன்றமே இயங்க முடியும். அவருக்குத் திருப்தியில்லையெனில், சட்ட மன்றத்தைக் கலைக்கும் அதிகாரம் உண்டு. இப்படித் தமிழ்நாட்டில் தமிழக மக்களால் தேர்ந்தெடுக்கப்பெற்ற சட்டமன்றத்தை மைய அரசு கலைத்திருக்கிறது. இந்தியாவில் பல்வேறு மாநில மக்களின் சட்டமன்றங்களை இதுவரை [1984 வரை] 64 தடவைகளுக்கும் மேலாகக் கலைத்துள்ளது. அன்றியும், சட்டமன்றத்தால் இயற்றப்படும் சட்டங்கள் கவர்னர் ஒப்புதல் பெற்றால்தான், ஜனாதிபதி ஒப்புதல் அளித்தால்தான் சட்டமாகும். அன்றியும் கவர்னரோ, சட்டமன்றங்களைக் கலைக்காமலேயே அவசரச் சட்டம் கொண்டு வர இயலும். மாநில அரசின் அனுமதியின்றியே மாநிலத்தின் எந்த ஒரு பகுதியையோ (அ) முழுவதையுமோ 'கலவரப் பகுதியாக' அறிவிக்கலாம். மாநிலங்களுக்குள் இராணுவத்தை அனுப்பலாம்.

மாநில அரசின் நிர்வாக அதிகாரத்திலும் மைய அரசுத் தலையிட உரிமை உள்ளது. மாநில அரசு நிர்வாகத்தில் தீர்மானிக்கும் சக்தி வாய்ந்த உயர் அதிகாரிகள் யாவரும் மைய அரசுக்குக் கட்டுப்பட்டவர்களேயொழிய மாநில அரசுக்குக் கட்டுப்பட்டவர்களல்ல. நிர்வாகத்தின் அனைத்துத் துறைகளிலும் மாநில நிர்வாக மட்டத்திலிருந்து, மாவட்ட நிர்வாக மட்டம் வரை IAS, IPS படித்த மத்திய அரசின் ஆள்களாக இருந்து கொண்டு மாநில மக்களின் நலன்களை அடகு வைக்கின்ற கைக்கூலிகளே இருக்கின்றனர். மாநில அரசுக்கு நிர்வாகத்தில் எந்தவித உரிமையுமே இல்லை. மாநிலங்களின் நிதிப் பொறுப்புகள் யாவுமே மாநிலங்கள் கையில் இல்லை. அரசியல் சட்டப்படி ஏற்படுத்தப்படாமல் மைய அரசு தன்னிச்சையாக உருவாக்கிக்கொண்ட 'திட்டக் கமிஷன்', 'தேசிய திட்டக் கவுன்சில்' போன்றவற்றை வைத்துக்கொண்டு மாநில மக்களின் வளர்ச்சிக்கேற்றபடி 'திட்டங்களையோ, நிதி ஏற்பாடுகளையோ'

ஏற்படுத்தாமல் அந்நிய ஏகாதிபத்தியக் கொள்ளையர்களுக்கும், இந்தியத் தரகு முதலாளி நிலப்பிரபுத்துவக் கொள்ளையர்களுக்கும் ஏற்றபடி 'நிதிப்பொறுப்பை' வைத்துக்கொள்கிறது. 'தமிழ்நாட்டிற்கு மைய அரசின் உதவி' கடந்த கால கட்டங்களிலிருந்து படிப்படியாகக் குறைந்து வந்துள்ளதே தவிர தமிழ் மக்களின் தேவையையொட்டி வழங்கப்பட்டவை அல்ல.

முதல் ஐந்தாண்டுத் திட்டத்தில் 10.8%
இரண்டாவது ஐந்தாண்டுத் திட்டத்தில் 9.0%
மூன்றாவது ஐந்தாண்டுத் திட்டத்தில் 7.4%
1966 முதல் 1969 வரை 6.8%
நான்காவது ஐந்தாண்டுத் திட்டத்தில் 4.7% ஆக உள்ளதைக் காணலாம். (1984 முன்பான காலக்கட்டக் கணக்கின்படி)

நீதித்துறையைப் பொருத்தவரையில் கூட அந்தந்த மாநில மக்களின் நீதிமன்றங்களே உச்ச அதிகாரம் கொண்டதன்று. மாநிலங்களில் உள்ள உயர்நீதிமன்றம் உச்சநீதிமன்றத்தின் ஒரு கீழ்க் கிளையாகவே செயல்பட்டு வருகிறது. உயர்நீதிமன்ற நீதிபதிகளை நியமிக்கும் பொறுப்பும் மாநில அரசுக்குக் கிடையாது. மைய அரசே தீர்மானிக்கும் விதத்தில் அரசியல் சட்டம் வரையப் பெற்றுள்ளது. அண்மையில் மாநில உயர்நீதிமன்ற நீதிபதிகளில் 1/3 பங்கினரும் தலைமை நீதிபதியும் வெளி மாநிலத்தவராக இருக்க வேண்டும் என நிர்ணயம் செய்யப்பெற்றுள்ளது. இருக்கின்ற கொஞ்ச நஞ்ச நீதிமன்ற உரிமைகள்கூடப் பறிக்கப்படும் முயற்சியே இது.

ஒவ்வொரு தேசிய இனத்திலுமுள்ள தரகு முதலாளித்துவ நிலப் பிரபுத்துவ வர்க்கங்கள் தங்கள் தேசிய இன மக்கள் எழுச்சியைக் கண்டஞ்சி இந்தி தரகு முதலாளித்துவ நிலபிரபுத்துவ வர்க்கங்களின் மையப்படுத்தப்பட்ட அதிகாரத்தை ஏற்றுக்கொள்வதால் அந்தந்த தேசிய இனங்களிலும் (மாநிலங்களில்) அவர்களைப் பிரதிநிதித்துவப்படுத்துகின்ற அரசியல் கட்சிகள் இந்திய அரசின் இந்த மத்தியத்துவப்பட்ட தன்மையை அப்படியே ஏற்றுக்கொள்கின்றன. பெயருக்கு மாநில சுயஆட்சி என்று போலிக்கூச்சல் போடுகின்றன.

மொழிப் பிரச்சினை

பிரிட்டிஷ் இந்தியாவின் ஒரே ஆட்சிமொழி இந்தி மட்டுமே என 1917இலேயே காங்கிரஸ் தலைமை அறிவித்திருந்தது. 1937 வாக்கில் அதை நடைமுறைப்படுத்தவும் முயற்சித்தது. அரசியலதிகாரம் கைமாறியவுடன் அரசியலமைப்பிலேயே அதை நிர்ணயம் செய்து கொண்டது. அரசியலமைப்புப்பிரிவு 17இல் 343 - 348 வரையிலான

விதிகளில் 343 - 344 விதிகள் ஆங்கிலம் பயன்படும் அனைத்துத் துறைகளிலும் இந்தி பயன்படுத்தப்பட வேண்டும் என்கிறது. பிராந்திய மொழிகளென்ற தலைப்பில் 345, 346, 347 விதிகளின்படி எட்டாவது அட்டவணையில் உள்ள 15 மொழிகளில் (1984 நிலவரப்படி) வழக்கற்றுப் போன சமஸ்கிருதமொழி ஒரு மொழியாகிறது.

'விதி 346' ஒரு மாநிலச் சட்டமன்றம் அந்த மாநிலத்தில் வழக்கத்திலுள்ள ஏதாவதொரு மொழியையோ அல்லது ஒன்றுக்கு மேற்பட்ட மொழிகளையோ அல்லது இந்தியையோ எல்லா அலுவலக நடைமுறைகளுக்குமோ அல்லது ஏதாவதொரு அலுவலக நடை முறைக்குமோ உரியமொழி எனச் சட்டம் இயற்றலாம் என்கிறது. அப்படிச் சட்டமியற்றும் போதும் 346, 347 விதிகள் கூறுவதென்ன? இந்தியையல்லாமல் பிராந்திய மொழிகள் ஒன்றோ, பலவோ ஆட்சி மொழிகளாக்கப்படுமானால் ஆங்கிலமும் தொடர்ந்தாக வேண்டுமென்பதே.

இந்தியை ஆட்சி மொழியாக்கும் மாநிலங்களுக்கு ஆங்கிலமும் அவசியமில்லை, எம்மொழியும் அவசியமில்லை. மேலும் தொடர்பு கொள்ளும் அலுவல்களுக்கு இந்தியைப் பயன்படுத்தலாமென்றும், இரண்டு அல்லது இரண்டுக்கு மேற்பட்ட மாநிலங்கள் ஒப்புக் கொண்டால் அதன்படி இந்தியைப் பயன்படுத்தலாமென்றும் கூறுகிறது.

அதாவது, மாநில அரசு செயல்படவும் இந்தி, மாநில அரசும் மத்திய அரசும் தொடர்புகொள்ளவும் இந்தி, மாநில அரசும் மாநில அரசும் தொடர்பு கொள்ளவும் இந்தி, மத்திய அரசு செயல் படவும் இந்தி. இத்தகைய, இந்தி ஒன்றே ஆட்சிமொழி என்ற அரசியல் சட்டத்தை அரசியல் அமைப்பிலிருந்து இரத்து செய்யும்படி கோர மார்க்சிஸ்ட் லெனினிஸ்டுகள் உட்பட எவருமே தயாரில்லை. அரசியலமைப்பிலிருந்தே நீக்க முயலாமல் இந்தியைத் திணிக்காதே என்று மக்களை ஏமாற்றும் கூச்சல் போட மட்டும்தான் தயாராயுள்ளனர். இப்படி அரசியலமைப்பே, மைய அரசே, இந்தி தேசிய இனத்துத் தரகு முதலாளித்துவ நிலப்பிரபுத்துவ சக்திகளுக்குச் சேவை செய்வதையே மையமாகக் கொண்டது.

ஒவ்வொரு தேசிய இனத்தையும் கொள்ளையடிக்க அந்தந்த தேசிய இனத்திலுமுள்ள தரகு முதலாளித்துவ நிலப்பிரபுத்துவச் சக்திகளுக்குச் சுரண்டலில் கொஞ்சம் பங்களிக்கிறது. அத்தேசிய இன மக்களின் தாக்குதலிலிருந்து பாதுகாப்பு தருகிறது. தொழில் உற்பத்தி, மூலதனம், சந்தை, கச்சாப்பொருள் யாவற்றையும் தனது கட்டுப்பாட்டிற்குள்ளேயே வைத்துக்கொள்வதில் கவனமாக இருக்கிறது.

தேசிய இன விடுதலைப் போராட்டங்கள்

30 ஆண்டுகளுக்கும் மேலாகத், 'தனிநாடு' கோரி ஆயுதப் போராட்டம் நடத்தி வரும் நாகா மக்கள் வடகிழக்கு இந்தியாவில் பழங்குடி மக்கள் ஆவர். பிரிட்டிஷார் இந்தியா முழுமையும் வென்று அடிமைப்படுத்தினாலும் நாகர்களை முழுமையாக அடிமைப்படுத்த இயலவில்லை. நாகர்களின் எதிர்ப்பைச் சமாளிக்க இயலாமல் அவர்களுடன் ஓர் ஒப்பந்தம் செய்துகொண்டு அவர்கள் வாழ்வில் குறுக்கிடவில்லை. பிரிட்டிஷார் இந்தியாவை விட்டு வெளியேறும்போது நாகர்கள் 'தங்களைச் சுதந்திரமாக விட்டுச் செல்லவேண்டும்' என்று கோரினர். பிரிட்டிஷார் இந்திய ஆளும் வர்க்கங்களிடமே பிரச்சினையை விட்டுச் செல்கின்றனர். இவர்கள் நாகர்களின் 'தனிநாடு' கோரிக்கையை மறுத்ததால் ஒரு சமரசத் திட்டத்தை நாகர்கள் வைத்தனர். '10 ஆண்டு இடைக்கால அரசு தாங்கள் அமைத்துக்கொள்ளவும், பாதுகாப்பிற்காக இந்திய அரசு, நாகாலாந்தில் ஒரு படைப்பிரிவு வைத்துக்கொள்ள அனுமதிப்பதாகவும், 10 ஆண்டுகளுக்குப் பின்னர் தங்களுடைய பிரச்சினையைப்பற்றி தாங்களே முடிவு செய்துகொள்ள விட்டுவிட வேண்டும்' என்பதே அத்திட்டமாகும். இந்திய அரசால் இத்திட்டம் ஏற்றுக்கொள்ளப்படவில்லை.

1952 முதல் பொதுத் தேர்தலை நாகா மக்கள் முழுமையாகப் புறக்கணித்தனர். பின்னர் நாகா மக்களின் அரசியல் கட்சியான நாகா தேசிய கவுன்சில் 'நாகாலாந்து தனி அரசு' 'தனிநாடு' என்று அறிவிக்கிறது. 1950களின் மத்தியில் நாகா மக்களை நசுக்க இந்திய ராணுவம் ஏவப்படுகிறது. அன்று 3.5 லட்சம் மக்கள் தொகையாக இருந்த நாகாவை அடக்க 50,000 இந்தியச் சிப்பாய்கள் அனுப்பப்படுகின்றனர். இந்திய இராணுவத்தால் நாகர்களின் எழுச்சியை அடக்க இயலவில்லை. பின்னர் சமாதானத் தூதுக்குழு ஒன்று அனுப்பப் படுகின்றது. அக்குழு நாகா மக்களின் 'தனிநாடு' கோரிக்கை நியாயமானது என அறிவிக்கிறது. ஆனால் இந்திய அரசு நாகர்களின் வசதி படைத்த பிரிவினரை, சலுகைகள் வழங்கி இந்திய அரசோடு ஒத்துழைக்க ஒப்ப வைத்துத் தனி மாநிலம் தருகின்றது. ஆனால் நாகா மக்களும் புரட்சியாளர்களும் விட்டுக்கொடுக்காமல் தனிநாடு கோரிக்கைக்காக இன்றுவரை ஆயுதப் போராட்டம் நடத்தி வருகின்றனர்.

இந்திய அரசு சமஸ்தானங்களை வலுக்கட்டாயமாக இணைத்த சமயத்தில் காஷ்மீரையும் இணைத்தது. காஷ்மீர் மன்னன் இந்து, மக்களில் பெரும்பான்மை முஸ்லீம். முதலில் இணைய மறுத்த காஷ்மீர் மன்னன் பாகிஸ்தானில் பட்டாணியர் பழங்குடி மக்களின் படையெடுப்பின்

போது இணைந்தார். ஆனால் காஷ்மீர் மக்கள் தனித்து இருக்கவே விரும்பினர். காஷ்மீரிகளின் தனிநாடு கோரிய சக்திகளை நசுக்கி, தங்கள் ஏஜெண்டுகளை வைத்துக்கொண்டு இதுநாள்வரை இணைத்து வைத்திருக்கின்றனர். தனிநாடு அந்தஸ்து கோரிய ஷேக் அப்துல்லாவை 12 ஆண்டுகாலம் அதாவது நேரு இறக்கும் வரை சிறை வைத்திருந்தார். பின்னர்கூடக் காஷ்மீரானது தனி அரசியல் நிர்ணயச் சட்டத்தின் படிதான் பிணைக்கப்பட்டுள்ளது. காஷ்மீர் விடுதலை முன்னணி, காஷ்மீர் விடுதலைப் படை அமைத்துக்கொண்டு காஷ்மீர் தனிநாடு கோரிப் போராடி வருகின்றது. அண்மையில் இவர்களின் ஸ்தாபகரான மக்பூல்பட்டை இந்திய அரசு தூக்கில் ஏற்றியுள்ளது.

வடகிழக்கு இந்தியாவில் கடந்த ஐந்தாண்டுகளுக்கும் [1979 - 1984] மேலாக நடைபெற்று வரும் அசாம் மக்களின் ‘அந்நியரை வெளியேற்றுக’ எனும் உரிமைப் போராட்டம் இந்திய மக்களின் தேசிய இன விடுதலைப் போராட்டத்தை முன்னுக்குத் தள்ளுவதில் பெரும்பங்கு வகிக்கிறது. இந்திய அரசியல் நடத்தைகளை ஏற்றுக்கொள்ள முடியாதெனக் கடந்த இரு பாராளுமன்றப் பொதுத்தேர்தல்களையும் புறக்கணித்துவிட்டுத் தொடர்ந்து போராடி வருகின்றனர். பிரிட்டிஷ் ஏகாதிபத்தியவாதிகள் இந்தியாவை அடிமைப்படுத்தியதில் ஒரு குறிப்பிடத்தக்க பாதகமான விளைவு என்னவெனில் ஏற்றத்தாழ்வான பிராந்திய வளர்ச்சியே. இதில் அசாம் மாநிலமும் வெகுவாகப் பாதிக்கப்பட்டது. இந்திய ஆளும் வர்க்கங்களின் கையில் அரசியல் அதிகாரம் வந்த பின்னரும் அசாம் புறக்கணிக்கப்பட்டும் சுரண்டப்பட்டுமே வந்தது. அதன் விளைவே அசாம் போராட்டம்.

முதலில் வளர்ச்சிப் பெற்ற வங்காளி தேசிய இனத்தின் படித்த மத்திய தரப் பிரிவினரும் வணிகர்களும் பிறரும் வளர்ச்சியற்றிருந்த அசாமில் குடியேறி அசாமியரின் பொருளாதார, கலாச்சாரத் துறைகளில் ஆதிக்கம் செலுத்தலாயினர். இந்தக் குடியேற்றம் தொடர்ந்து இன்றுவரை நடந்து வருகிறது. பாகிஸ்தான் பிரிவினையின் போதும், வங்காள தேசம் உருவான போதும் பெருவாரியான வங்கதேச மக்கள் குடியேறினர். இந்தியத் தரகு முதலாளிகளும் ஏகாதிபத்திய வாதிகளும் அசாமில் பெருமளவில் சுரண்டி வருகின்றனர். பிரிட்டிஷாரின் காலத்திலேயே அசாமில் வங்காள மொழி, ஆட்சி மொழியானது; 1837லிருந்து 60 ஆண்டுகளுக்கும் மேலாக இருந்துள்ளது. அசாமியரின் போராட்டத்தினால்தான் அசாமி ஆட்சி மொழியானது. அசாமில் வேலை வாய்ப்பில் வங்காளியர் ஆதிக்கம் நிறைந்துள்ளது. இரயில்வேயில் 83% வங்கித் துறையில் 60% வெளி மாநிலத்தவரே. இந்திய மக்களின் வளர்ச்சி விகிதம் தேசிய அளவில் சராசரியாக ஒரு மடங்கு எனில் அசாம் மக்களின் வளர்ச்சி விகிதம் மூன்று

மடங்காக உள்ளது. 1901லிருந்து 1971 வரை (129.67% - 344.87%) அசாம் தேயிலைத் தொழிலில் ஆதிக்கம் செலுத்துவோர் வெளியாரே.

பெட்ரோலிய எண்ணெய் மத்திய அரசின் கட்டுப்பாட்டில் உள்ளது. இந்தியாவில் அதிக எண்ணெய் வளம் உள்ள அசாமில் எண்ணெய்ச் சுத்திகரிப்பாலை இல்லை. ஆக , அரசியல் பொருளாதாரக் கலாச்சாரத் துறைகளில் தங்கள் மண்ணிலேயே உரிமையற்று இருப்பதால்தான் அசாமியர் போராடுகின்றனர்.

பஞ்சாப் மக்களின் போராட்டம் இன்று இந்திய ஆளும் வர்க்கங்களையே, அவற்றின் அரசையே கதிகலங்க வைக்கிறது. மாநில அரசுக்கு அதிக அதிகாரம் வேண்டும் எனவும், பஞ்சாபி மொழிப்பேசும் பகுதிகளை பஞ்சாப்போடு இணைக்க வேண்டும் எனவும், பஞ்சாபிற்கு பியாஸ் நதிநீர் நியாயமாகப் பகிர்ந்தளிக்கப்பட வேண்டும் எனவும் தங்கள் மத உரிமைகள் மதிக்கப்பட வேண்டும் எனவும் கோரி இந்திய அரசை எதிர்த்துப் போராடுகின்றனர். இதுவரை 2 இலட்சத்திற்கும் மேற்பட்ட பஞ்சாபியர்கள் சிறை சென்றுள்ளனர். 300க்கும் மேற்பட்ட சீக்கியப் போராளிகள் உயிரிழந்துள்ளனர். கடந்த ஒரு வருடமாய் 3 மாவட்டங்களை கலவரப் பகுதியாகவும் இன்று பஞ்சாப் முழுமையையும் கலவரப் பகுதியாகவும் அறிவித்து பஞ்சாபில் இராணுவ சர்வாதிகாரம் நடத்தி வருகிறது இந்திய அரசு. (இந்திராகாந்தி மரணத்திற்கு முந்தைய நிலவரம்)

தமிழ்நாட்டிலும் (1938, 1965) கடுமையான இந்தி எதிர்ப்புப் போராட்டங்களும், கடந்த 50 ஆண்டுகாலமாகத் தேசிய எழுச்சியும் இருந்து வந்துள்ளன. ஆக, இந்திய சமுதாயத்தில் தேசிய இனங்கள் தேசிய உரிமைகள் கோரியும் விடுதலை கோரியும் போராட்டங்கள் தொடர்ந்து நடத்தி வருகின்றன.சமூகத்தில் ஒவ்வொரு வர்க்கமும் தங்கள் தங்கள் நலனுக்கேற்ப இப்பிரச்சினையை அணுகுகின்றன.ஒவ்வொரு தேசிய இனத்திலும் உள்ள தரகு முதலாளித்துவ நிலப்பிரபுத்துவச் சக்திகள் ஆளும் வர்க்கத்திடம் பேரம் பேச, சலுகைகள் கோரத் தங்கள் தங்கள் தேசிய இன எழுச்சியைப் பயன்படுத்திக் கொள்கின்றன.

பிரிட்டீஷார் இருக்கும்போதே தமிழ்நாட்டில் முகிழ்த்த முதலாளித் துவக் கூறுகள் தேசிய விடுதலை இயக்கத்தை எடுத்தது. அவர்கள் ஏகாதிபத்தியவாதிகளை எதிர்ப்பதில் கொஞ்சம்கூட அக்கறை செலுத்த வில்லை; மாறாக, ஏகாதிபத்தியவாதிகளுடன் இணைந்துகொண்டு தமது மூலதனத்தைப் பெருக்கிக்கொள்ள இயலுமா என்பதே அதன் கவலையாக இருந்தது. வட இந்திய தரகு முதலாளிகளை எதிர்ப்பதற்காக ஏகாதிபத்தியவாதிகளுடன் துணை சேர்ந்து கொள்ளலாமா என்பதே

அதன் அவா. இதற்குத் தென்னிந்திய நிலப்பிரபுகளையும் தரகு முதலாளிகளையும் தன் பக்கம் இணைப்பதில் முயற்சித்தது.ஆனால் தென்னிந்தியாவின் நிலப்பிரபுத்துவ, தரகு முதலாளித்துவ வர்க்கங்கள் வட இந்தியத் தரகு முதலாளிகளைக் கண்டு அதிகம் அஞ்சியது. எனவே தமிழ்த் தரகு முதலாளித்துவ, நிலப்பிரபுத்துவ சக்திகள் தனிநாடு கோரிக்கையை வைத்தன. பிற வர்க்கங்களைப் பொருத்தவரை நிலப்பிரபுத்துவ எதிர்ப்பு முழக்கங்களைக் கண்டு மயங்கி தங்களுக்கு உண்மையான சேவகர்கள் என்று நம்பி வந்தன. இவர்கள் தரகுத் தன்மை உடையவர்களானதால் போராட்டத்தைத் தொடர்ந்து முன்னெடுத்துச் செல்லவில்லை.

ஆரம்பத்தில் சீக்கியர்களைப் பொருத்தவரையும் கிட்டத்தட்ட இதே நிலைமைதான்.வடகிழக்கு மாநிலத்தைப்பொருத்தவரை ஆரம்பமுதல் தேசிய முதலாளித்துவச் சக்திகளும் குட்டி முதலாளியச் சக்திகளும்தான் தேசியப் போராட்டத்தை முன்னெடுத்து நிற்பவர்கள். இந்தியாவின் பிறபகுதிகள் கடந்த காலங்களில் சிற்சில அளவில் முற்போக்காக இருந்த சக்திகள் உட்பட, அவர்கள் போராட்டத்தை ஆதரிக்காததும் (சொல்லளவில் ஆதரவு என்பதும் நடைமுறையில் இம்மியளவு கூட ஆதரவு நல்காததுமே உண்மை) இந்திய ஆளும் வர்க்கம் என்ற மிகமிகப் பெரிய எதிரியை மிகமிகச் சிறிய சக்தி எதிர்த்து நின்றதுமே இதுவரை வெற்றியடையாமைக்கு உண்மைக் காரணம். ஆனால், இந்திய அரசு என்னும் வலிமையான எதிரியை எதிர்த்து இவ்வளவு காலம் நீடித்து நிற்பதே அவர்களின் போராட்ட உணர்வினையும், தேசியப் பிரச்சினையின் முக்கியத்துவத்தையும் வலியுறுத்துகிறது.

அசாம் பிரச்சினையைப் பொருத்த வரை சமீபத்தில் குட்டி முதலாளித்துவச் சக்திகள்தான் (தேசிய முதலாளிகள் உட்பட) போராட்டத்தை முன்னெடுத்துச் செல்கின்றன. பஞ்சாப் பிரச்சினையைப் பொருத்தவரை தரகுச் சக்திகளும் தேசிய முதலாளித்துவச் சக்திகளும் பிரச்சினையை எடுக்க முனைகின்றன. தேசிய முதலாளித்துவ சக்திகள் காஷ்மீர் விடுதலைக்குப் போராடுகின்றன. இன்றைய உலகச் சூழ்நிலையைப் பொருத்தவரை தேசிய முதலாளித்துவச் சக்திகளும் குட்டி முதலாளித்துவச் சக்திகளும் இப்பிரச்சினையைத் தீர்க்குமா? இறுதிவரை வெற்றிக்கு இட்டுச்செல்ல முடியுமா? என்பது கேள்விக்குரிய ஒன்று.

பாட்டாளி வர்க்கத்தைப் பொருத்தவரை அது ஆரம்பித்ததிலிருந்தே தன்னை ஒரு வர்க்கச் சக்தியாகவும், அரசியல் சக்தியாகவும் உருத்திரட்டிக் கொள்ளவில்லை.பாட்டாளி வர்க்க இயக்கத்தைப் பொருத்தவரை ஆளும்

வர்க்கத்திற்கு வால் பிடிக்கும் தன்மை கொண்டாகவும், திருத்தல் வாதத் தன்மை கொண்டதாகவும், சீர்குலைவுத் தன்மை கொண்டதாகவும்தான் இருந்திருக்கிறது என்பதே வரலாறு.

பாட்டாளி வர்க்க இயக்கம் உடனடியாகத் தன்னை ஓர் அரசியல் சக்தியாக உருப்பெறச் செய்துகொள்வதும், சமூகத்தின் எல்லாப் பிரச்சினைகளையும் தன் கையில் எடுப்பதும் அவசியம். சமூக வளர்ச்சியின் நலன்களுக்கேற்பவும் தனது வர்க்க நலனுக்கேற்பவும் தேசிய இனப் பிரச்சினையையும் பாட்டாளி வர்க்கம் எடுக்க வேண்டியுள்ளது. ஏனெனில், இந்திய சமுதாய வளர்ச்சியில் சமீபக் காலங்களில் தொடர்ந்து வளர்ந்து வரும் ஒரு பிரச்சினையாக இது காணக் கிடக்கிறது. சமுதாயத்தில் இதற்கான அடிப்படைக் காரணங்கள் இன்றி இவை தொடர்ந்து வளர்ச்சி பெற்று வர இயலா. ஓரளவு முதலாளித்துவ உற்பத்திச் சக்திகளின் வளர்ச்சியும், ஏகாதிபத்தியங்களின், மற்றும் அவர்களது ஏஜெண்டுகளின் கூட்டுக்கொள்ளையும்தான் இதற்கான அடிப்படை. உற்பத்தியின் வளர்ச்சிக்கும் சமூக வளர்ச்சிக்கும் ஏகாதிபத்தியங்களும் அவர்களது ஏஜெண்டுகளும் தடையாக இருப்பதன் விளைவே இப்போராட்டங்கள்.

சுரண்டப்படுகின்ற, ஒடுக்கப்படுகின்ற தேசிய இனங்களுக்கும் (தேசிய முதலாளி உட்பட அனைத்து வர்க்கங்களுக்கும்) ஏகாதிபத்தியங்களின் ஏஜெண்டுகளாக இருந்துகொண்டு அவற்றை அடக்கி ஒடுக்குகின்ற இந்திய ஆளும் வர்க்கங்களுக்கும் இடையில் ஓர் அடிப்படைப் பிரச்சினையாக ஓர் அடிப்படை முரண்பாடாக வளர்ந்து வந்திருக்கிறது.

இந்தியாவில் மத்திய அரசுக்கும் அதாவது, இந்தித் தரகு முதலாளித்துவ நிலப்பிரபுத்துவ வர்க்கங்களை மையமாகக்கொண்ட இந்திய அரசுக்கும் தேசிய இனங்களுக்கும் இடையில் ஓர் அடிப் படை முரண்பாடு நிலவுகிறது. சமூக வளர்ச்சியின் சாரத்தைத் தீர்மானிக்கும் அடிப்படை முரண்பாடுகளில் ஒன்றாகவும் இது உள்ளது. தேசிய இனங்களுக்கிடையில் சமத்துவத்தைச் சாதிக்கும் புதிய ஜனநாயக சாரம் உடையதாக உள்ளது. இதற்குரிய தீர்வு இன விடுதலையே. அந்நிய ஆதிக்கத்தையும் சுரண்டலையும் ஒழித்துக் கட்டுவதே இனவிடுதலை என்கிறோம். அதாவது, இன்றைய உலகில் அந்நிய அமெரிக்க, ரஷ்ய சமூக ஏகாதிபத்தியங்களும் அவற்றுக்குத் துணை நிற்கும் தரகு முதலாளித்துவ நிலப்பிரபுத்துவ வர்க்கங்களதுமான சுரண்டலாதிக்கத்தை ஒழித்துக் கட்டுவதே.

இந்த இன விடுதலையைச் சாதிப்பதென்பது இரு வழிகளில் சாத்தியப்படும். ஒரு தேசிய இனம் எப்போது வேண்டுமானாலும் விரும்பும் போது தனிநாடாகிக் கொள்ளலாம் என்னும் தனிநாட்டுரிமையை சாதித்து

சேர்ந்து வாழ்வதும் இனவிடுதலையே.அதற்குப் பதிலாக இனவிடுதலை யுத்தம் நடத்தி அந்நிய ஆதிக்கச் சுரண்டலை ஒழித்துத் தனிநாடாகவே பிரிந்து வாழ்வதும் இனவிடுதலையே. ஆனால் ஆதிக்கச் சுரண்டலை ஒழிக்காமல் ஏகாதிபத்தியங்கள் தங்களுக்கிடையிலான சுரண்டலாதிக்கப் போட்டியினால் தங்கள் தங்கள் தரகர்களைக் கொண்டு யுத்தம் நடத்தி பிரதேசத்தையும் மக்களையும் இன அடிப்படையில் தனி நாடுகளாகப் பிரித்துக் கொள்வதுமுண்டு. இது எவ்விதத்திலும் இனவிடுதலையாகாது.

அமெரிக்க அடிவருடிகளின் கையிலிருந்த பாகிஸ்தானை ரஷ்யாவும் இந்தியாவும் தங்களது அடிவருடியான முஜிபுர் ரஹிமானுடன் சேர்ந்து வங்கதேசமென்ற பெயரில் துண்டாடினர். ஏகாதிபத்தியங்களின், அவர்களின் ஏஜெண்டுகளின் சுரண்டலை நீடிக்கும் முயற்சியே இது என்பதால் இனவிடுதலையாகாது. எனவே, அந்நிய ஆதிக்கத்திலிருந்தும் சுரண்டலிலிருந்தும் இந்தியாவின் எல்லாத் தேசிய இனங்களும் விடுதலை பெற வேண்டும் என்பதே நமது கொள்கை. எல்லாத் தேசிய இனங்களும் அரசியல் சுதந்திரம் பெறவேண்டும், அரசியல் சுதந்திரத்துடன் கூடிய ஒரு கூட்டாட்சி அமைத்துக்கொள்ளவும், விரும்பினால் தனிநாடாக்கிக் கொள்ளலாம் என்பதே நமது நிலை. இதற்காக ஒடுக்கப்படுகின்ற தேசிய இனங்களின் விடுதலைப் போராட்டத்தை முன்னெடுப்போம்.

ரஷ்யத் தீர்வே இந்தியத் தீர்வாக முடியாது. ஏன்?

இந்தியாவின் தேசிய இனப்பிரச்சினையையும் ரஷ்யாவின் தேசிய இனப் பிரச்சினையையும் வறட்டுத்தனமாக ஒப்பிட்டுப் பேசுகின்றனர் இங்குள்ள திருத்தல்வாதிகளும் சரி, ஒரு சில மார்க்சிஸ்ட் லெனினிஸ்டுகளாயினும் சரி. ஒரு நாட்டின் சமூகப் பிரச்சினையை இன்னொரு நாட்டின் சமூகப் பிரச்சினையோடு ஒப்பிடும்போதே இரண்டினதும் உள்ளடக்கம் ஒப்பிடும் தன்மை கொண்டதா என்பதை முதலில் கவனிக்கவேண்டும். அதைக் கவனிக்காமல் வறட்டுத் தனமாகப் பேசுவது முட்டாள்தனம் என்கிறார் லெனின்.

ரஷ்யச் சமூகத்தன்மை என்ன? ரஷ்யச் சமூகம் ஏறக்குறைய முழுமையாக வளர்ச்சி பெற்றுவிட்ட ஒரு முதலாளித்துவ நிலப்பிரபுத்துவச் சமூகம். உற்பத்தி உறவுகளில் மட்டும் நிலப்பிரபுத்துவ உற்பத்தி உறவு மேலோங்கி நிற்கிறது. நிலப்பிரபுத்துவ அரசு சமூக வளர்ச்சிக்குத் தடங்கலாக இருக்கிறது.

பாட்டாளி வர்க்க இயக்கம் தன்னை ஓர் அரசியல் சக்தியாகத் திரட்டிக் கொண்டு முதலாளித்துவத்தையும் நிலப்பிரபுத்துவ அரசையும் எதிர்த்து ஜனநாயக சோசலிசப் புரட்சிக்காகப் போராடியது. அரசியல்

சுதந்திரம் உடனடியாகப் பெறுவதும், சோசலிசப் புரட்சியைத் தொடர்ந்து வெற்றி பெறச் செய்வதும் பாட்டாளி வர்க்கத்தின் இலட்சியங்களாக இருந்தன. இச்சமூக நிலைமைகளில் பாட்டாளி வர்க்கத்திற்கு தேசிய இனப் பிரச்சினை ஒரு பிரச்சினையாக எழவில்லை.எல்லாத் தேசிய இனங்களுக்கும் சுயநிர்ணய உரிமை உண்டு என்னும் பொதுப்படையான முழக்கத்தில் அனைவரையும் திரட்டி எதிரிக்கு எதிராகப் போராட முடிந்தது.

ஆனால் இந்தியாவின் நிலைமை என்ன? இது அரைக்காலனி, அரைநிலப்பிரபுத்துவச் சமூக அமைப்பு கொண்ட நாடு. இங்குப் பாட்டாளி வர்க்கம், சோசலிசப் புரட்சி உடனடி சாத்தியம் என்று கருதவுமில்லை. சோசலிசம் அதன் இறுதிக் குறிக்கோள் எனினும், ஒரு ஜனநாயகப் புரட்சியின் மூலம்தான் அந்தக் குறிக்கோளை எட்ட முடியும் என்பதால் பிரதானமான சாராம்சத்தில் முதலாளித்துவப் புரட்சிதான் இன்றைய உடனடிக் குறிக்கோளாக உள்ளது. முதலாளித்துவத்தில் தேசிய இனப்பிரச்சினையும் உயிர்நாடியானது. எப்படி விவசாயப் பிரச்சினை, விவசாயப் புரட்சி உயிர்நாடியானதோ அப்படி. எனில், தேசிய இனப் பிரச்சினை இந்திய ஜனநாயகப் புரட்சியில் ஒரு முக்கிய அடிப்படைப் பாத்திரத்தை வகிக்கிறது. அடிப்படை அம்சமற்ற ரஷ்ய தேசிய இனப்பிரச்சினையையும் வெவ்வேறு வழிகள் மூலம்தான் தீர்க்க இயலும். குறிப்பாக, இரு நாடுகளினதும் தேசிய இனப் பிரச்சினையைக் கவனிப்போம்.

முதலாவதாக, ரஷ்யா ஒரு சுதந்திரமான நாடாகும். எந்த நாட்டுக்கும் காலனியாக இருந்ததில்லை. மாறாக, தோழர் மாவோ குறிப்பிடுவது போல ஒரு இராணுவ - நிலப் பிரபுத்துவ ஏகாதிபத்தியமாக இருந்தது. மற்ற நாடுகளை அடிமைப்படுத்துவதாகவும் இருந்தது. அப்படிப்பட்ட ஒரு சுதந்திர நாட்டில் அந்நிய ஏகாதிபத்தியத்தின் பெரும் மூலதனப் போட்டியைச் சந்திக்கவேண்டிய தேவையில்லை. மாறாக, உள்நாட்டு ஒடுக்கும் தேசிய இன, மற்றும் ஒடுக்கப்படும் தேசிய இன மூலதனங்களுக்கிடையேகூடப் பெருத்த போட்டியிட முடியாத வித்தியாசம் இல்லை. ஏனெனில், தேசிய இன வளர்ச்சி ரஷ்ய தேசிய இனத்தைவிடப் பிற தேசிய இனங்களில் கூடுதலாகவே இருந்தது. எனவே, தனிநாடு கோரும் அவசியம் எழவில்லை.

ஆனால் இந்தியா போன்ற அரைக்காலனி நாடுகளில் ஓர் ஏகாதிபத்திய மூலதனத்தையல்ல பல ஏகாதிபத்தியங்களின் பன்னாட்டு மூலதனத்தை, பிறவி முதலே அருகி வளர்ந்த மிகச் சிறிய அற்ப தேசிய முதலாளியின் மூலதனம் சந்திக்க முடிவதில்லை.போட்டியிடவே முடிவதில்லை.

மலைக்கும் மடுவுக்குமான வித்தியாசம் இருப்பதால் தன்னைத் தற்காத்துக் கொள்ள, வாழ்வா சாவா போராட்டத்தில் வெற்றியடைய தனக்கு மட்டும் உத்தரவாதமான, நிரந்தரமான சொந்தச் சந்தையைச் சாதித்துக் கொள்வதைத் தவிர வேறு வழியில்லை. இதனால் மத்திய அரசுக்கும் தேசிய இனங்களுக்கும் இடையிலான மோதல் கூர்மை அடைகிறது.

அன்றியும் ஏகாதிபத்தியங்களின், தரகு முதலாளிகளின் சுரண்டலால் பாதிக்கப்படுவது தேசிய முதலாளிகள் மட்டுமல்ல; அந்தந்த தேசிய இனங்களிலும் உள்ள குட்டி முதலாளித்துவ வர்க்கம், விவசாயிகள், பாட்டாளிகள் என அனைத்துத் தரப்பு மக்களுமே பாதிக்கப்படுகின்றனர். இன்னும் சொல்லப்போனால், இவர்கள்தான் அதிகம் பாதிக்கப் படுகின்றனர். காலனி நாடுகளில் தேசியப் பிரச்சினை என்பது சாராம்சத்தில் விவசாயப் பிரச்சினைதான். ஏனெனில் ஏகாதிபத்தியங்களால் அதிகம் சுரண்டப்படுவோர் விவசாயிகளே என ஸ்டாலின் குறிப்பிடுவதைக் காணலாம். காலனி நாடுகளின் முதலாளிகள் பாதிக்கப்படுவதைவிட விவசாயிகளே அதிகம் பாதிக்கப்படுகின்றனர் என்ற அர்த்தத்தில் குறிப்பிடுகிறார். ஓர் அரைக்காலனி நாட்டில் ஏகாதிபத்தியங்களின், அந்நாட்டுத் தரகு முதலாளிகளின் நிலப்பிரபுகளின் கூட்டுச் சுரண்டலால் ஒவ்வொரு தேசிய இனமும் கடுமையாகப் பாதிக்கப்படுகின்றது. இதன் விளைவாகத்தான் இங்கே தேசிய இன எழுச்சி, ஒரு தேசிய இனத்தின் மக்கள் பிரச்சினையாக மாறுகிறது.

இரண்டாவதாக, ரஷ்யாவில் ஒடுக்கும் தேசிய இன மற்றும் ஒடுக்கப்படும் தேசிய இன முதலாளிகள், நிலப்பிரபுக்களின் ஆட்சியைத் தூக்கியெறிவதை நோக்கமாகக் கொண்டவர்களல்லர். மாறாகக் கட்டிக் காப்பதையே நோக்கமாகக் கொண்டவர்கள்.எனவே, ரஷ்ய ஜனநாயகப் புரட்சியில் முதலாளி வர்க்கம் எதிரியாகவே நிற்கிறது எனத் தோழர் லெனின், ஸ்டாலின், மாவோ மூவருமே குறிப்பிட்டுச் சென்றுள்ளனர். மற்ற நாடுகளுக்கு எதிராக ஆக்கிரமிப்பை நடத்திய ஓர் இராணுவ நிலப்பிரபுத்துவ ஏகாதிபத்தியமாக ஜாரின் ரஷ்யா இருந்ததால் ரஷ்ய முதலாளித்துவம் முழுக்கவும் புரட்சிகர குணாம்சம் இல்லாமலிருந்தது. அங்குப் பாட்டாளியின் கடமை, முதலாளியை எதிர்ப்பது அதனுடன் சேர்வதல்ல. ஆனால் ஆக்கிரமிப்புக்குப் பலியாகியிருக்கின்ற ஒரு காலனிய அரைக்காலனிய நாடாக சீனா இருக்கிற காரணத்தால் சீனத்தின் தேசிய முதலாளித்துவம் ஒரு குறிப்பிட்ட அளவு குறிப்பிட்ட சமயங்களில் புரட்சிகர குணாம்சமுடையதாக இருக்கின்றது என்கிறார் தோழர் மாவோ.

மேற்கு ஐரோப்பியப் ஜனநாயக புரட்சிகளின் அனுபவத்தைக் கிரகித்து ரஷ்ய முதலாளித்துவம், ஆட்சியில் உள்ள நிலப்பிரபுக்களைக் கண்டு

அஞ்சுவதை விட தொழிலாளிகளையும் மக்களையும் கண்டே அதிகம் அஞ்சியது. நிலப்பிரபுத்துவ ஆட்சியைக் கட்டிக் காக்கவே பாடுபட்டது. எனவே, ரஷ்யாவில் ஒடுக்கப்படும் தேசிய இன முதலாளி முன்வைத்த தனிநாடு கோரிக்கை நிலப்பிரபுத்துவ ஆட்சியைத் தூக்கியெறிவதை நோக்கமாகக் கொண்டதல்ல.

மாறாகப் பல்வேறு தேசிய இனத் தொழிலாளிகளையும் பிளவுபடுத் துவதை மட்டுமே ஒரே நோக்கமாகக் கொண்டது. அக்காரணத்தினாலேயே தோழர் லெனின் ஒடுக்கப்படும் தேசிய இனங்களின் 'தனிநாடு' கோரிக்கையை எதிர்த்தார். தேசிய இனப் பிரச்சினை பாட்டாளி வர்க்கத்திற்கு முக்கியமானது அல்ல என்று வலியுறுத்தினார். தேசிய இனங்களின் சுயநிர்ணய உரிமை என்ற பொதுவான உத்திரவாதமே போதுமானதென்றார்.

ஆனால் நமது வறட்டுச் சூத்திரவாதிகள் ரஷ்யாவுக்காகச் சொல்லப் பட்டதைப் பிடித்துத் தொங்கிக்கொண்டு இந்தியாவிலும் அதையே ஒப்பிக்கின்றனர். அதனை எதிர்த்துத்தான் தோழர் மாவோவும் ஸ்டாலினும் சீனத் தேசிய முதலாளிக்குப் புரட்சியில் பங்கெடுக்கும் புரட்சிகரப் பாத்திரமிருக்கிறதெனக் கூறிச் சீனப் புரட்சியின் வெற்றிக்கு காரணமான மூன்று மந்திரக் கோல்களில் ஒன்றான ஐக்கிய முன்னணியை வலியுறுத்தினர்.

இந்தியாவிலோ ஒடுக்கப்பட்ட தேசிய இனங்களின் தேசிய முதலாளிகள் பிற்போக்கு வர்க்கங்களைக் கட்டிக் காக்கவில்லை. மாறாக, முப்பதாண்டிற்கும் மேலாக உறுதியாக நின்று ஆயுதப் போராட்டத்தை விடாப் பிடியாக நடத்திக்கொண்டிருக்கின்றனர். அன்மையில் 1984 பிப்ரவரியில் காஷ்மீர் தேசிய விடுதலை முன்னணியின் தலைவர் மக்பூல்பட் தூக்குமேடை செல்லவும் தயங்கவில்லை. 60 ஆண்டுகளுக்கும் மேலாக வறட்டுச் சூத்திரம் பேசித் துரோகமிழைக்கும் திரிபுவாதத் தத்துவவாதிகளைவிடக் கூடுதலாகவே தேசிய முதலாளிகள் ஆயுதப் போராட்டம் நடத்தி அர்ப்பணித்திருக்கின்றனர். எனவே, மாவோ சிந்தனையிலும் சீனப்பாதையிலும் நாம் செல்வது உண்மையெனில், ஐக்கிய முன்னணி மந்திரக்கோலை செயற்படுத்துவது உண்மையெனில், நாமும் இந்த ஜனநாயகச் சக்திகளுடன் சேர்ந்து ஐக்கிய முன்னணி கட்ட வேண்டும். தேசிய இன விடுதலையில் அல்லாது வேறெந்த வழியிலும் இந்தியாவில் ஐக்கிய முன்னணி கட்ட இயலாது.

மூன்றாவதாக, ரஷ்யச் சமூகம், ஒடுக்கும் தேசிய இனத்திலும் சரி, ஒடுக்கப்படும் தேசிய இனத்திலும் சரி தொழில், வியாபாரத்தில் வளர்ச்சிப் பெற்றிருந்தது. பலவீனமான ஏகாதிபத்தியம் என்னும்

அளவிற்கு இருந்தது. இத்தகையை முதலாளித்துவ வளர்ச்சி பெற்ற ஒரு நாட்டில் முதலாளித்துவ உற்பத்தியின் நெருக்கடி காரணமாக ஒருசில ஆண்டுகளுக்கு ஒருமுறை நெருக்கடி தோன்றுவதும், நாடு தழுவிய ரீதியில் மக்களைப் புரட்சிக்கு உந்தித் தள்ளுவதும் இயல்பானவை. எனவே, ரஷ்ய ஜனநாயகப் புரட்சி ஒரே நேரத்தில் நாடு தழுவிய ரீதியில் மக்கள் எழுச்சி, ஆயுத எழுச்சியாக வளர்ந்து மக்கள் ஆட்சி அதிகாரத்தைக் கைப்பற்றியது நடந்தேறியது.

பின்தங்கிய அரைக்காலனித்துவ நாடான இந்தியாவில் புரட்சியென்பது ஒரே நேரத்தில் நாடு தழுவிய ரீதியில் ஏற்படக்கூடிய ஒன்றல்ல. ஏனெனில் ஏற்றத்தாழ்வான வளர்ச்சியின் காரணமாக பொருளாதார ரீதியிலும், அரசியல் ரீதியிலும் ஒருபகுதி மக்களின் வளர்ச்சியும் இன்னொரு பகுதி மக்களின் வளர்ச்சியும் சமமாக இருக்காது. எனவே அரசியல் எழுச்சியும் ஏற்ற இறக்கமாக, முன் பின்னாகத்தான் இருக்கும். எனவே நீண்டகால ஆயுதப் போராட்டம் பகுதி பகுதியான விடுதலை என்பதால், சீனத்தில் தேசிய இனப் பிரச்சினை சாராம்சத்தில் இல்லாததால் அதன் வழிப்படி இல்லாமல் இந்தியாவில் தேசிய இனப் பிரச்சினை ஒரு முக்கியப் பிரச்சினையாகவும் ஒடுக்கப்படும் தேசிய இனங்களின் விடுதலைப் போராட்டம் முன்னுக்குச் செல்வதாலும் ஒரு தேசிய இனமோ சில தேசிய இனங்களோ தனித்தோ, சேர்ந்தோ விடுதலை பெறுவது சாத்தியம்.

இவ்விடுதலை நாடு தழுவிய ரீதியில் புரட்சியைத் துரிதமாக அபிவிருத்தியடையச் செய்து இறுதியில் இந்தியா முழுமையும் ஏகாதிபத்தியங்களின் இந்திய ஆளும் வர்க்கங்களின் பிடியிலிருந்து விரைவாக விடுதலை பெற உதவும். கிராமப்புறப் பகுதியிலிருந்து நகர்ப்புறங்களை நோக்கியும், ஒடுக்கப்படும் தேசிய இனங்களிலிருந்து ஒடுக்கும் தேசிய இனம் நோக்கியும் புரட்சியின் திசை செல்வது இந்தியாவில் தவிர்க்க முடியாதது. முதலில் விடுதலை பெறும் தேசிய இனங்கள், பிற தேசிய இன விடுதலைக்குத் தளமாக அமைந்து நாடு தழுவிய புரட்சிக்குத் தூண்டுகோலாக அமையும். ஏகாதிபத்திய ஆட்சியின் விளைவாகத் தேசிய இனங்களுக்கு இடையேயும், தேசிய இனங்களுக்குள்ளும் ஏற்றத்தாழ்வான வளர்ச்சி ஏற்பட்டுள்ளதனால் பரஸ்பர சந்தேகம் கொள்ளுதல் பரஸ்பர நம்பிக்கையின்மை என்பது அடிப்படை அம்சமாக ஆகியுள்ளது. அதைப் போக்குவது என்பது அத்தேசிய இனத்தின் நியாயமான ஜனநாயகக் கோரிக்கைகளை (தனிநாடு கோரிக்கை உட்பட) அங்கீகரிப்பதன் மூலமும், அதன் மீதான ஒடுக்குமுறைகளை எதிர்த்து பரஸ்பரம் போராடுவதன் மூலமும் மட்டுமே முடியும். சந்தேகம் நீங்கி நம்பிக்கை வளர வளரவே விருப்பப்பூர்வமாக ஒன்றுபட்டு போராடுவதும், புரட்சிக்குப் பின்னரும் ஒன்றுபட்ட

ஜனநாயக ஆட்சியை ஏற்படுத்துவதும் சாத்தியம். புரட்சிக்கு முன்னரோ பின்னரோ எந்தத் தேசிய இனமும் பிரிவதற்கும் உத்திரவாதம் அளிப்பதன் மூலமே இது சாத்தியம்.

நான்காவதாக, ரஷ்யப் புரட்சியில் பிரதான போராட்டச் சக்தியான பாட்டாளி வர்க்க இயக்கம், பிரதானமாக ஒடுக்கும் தேசிய இனத்தில்தான், ரஷ்ய தேசிய இனத்தில்தான் இருந்தது. பிற தேசிய இனத்திலிருந்த பாட்டாளி வர்க்கத்திற்கு முன்னோடியாக நின்று, பிற தேசிய இனங்களை ஒடுக்கும் ஜார் அரசை எதிர்த்துப் போராடியது. இன ஒடுக்குமுறையை எதிர்த்துத் தீவிரமாகப் போராடிய ஒரே சக்தி ருஷ்ய தேசிய இனப் பாட்டாளி வர்க்கம்தான். அதனால்தான் பிற தேசிய இனங்களின் பிரச்சினைக்குச் சரியான தீர்வையும் வைத்தது. எல்லாத் தேசிய இனங்களுக்கும் சுயநிர்ணய உரிமை உண்டு என்று வாதாடியது. ஜார் அரசைத் தூக்கியெறிந்த பின்னர் அந்தந்தத் தேசிய இனங்கள் தங்கள் விருப்பப்படி பாட்டாளி வர்க்க ரஷ்யக் குடியரசில் இணைந்து வரவோ, தனித்துப் பிரிந்து செல்லவோ செய்யலாம் என்ற உத்தரவாதம் தந்தது. அன்றைய சர்வதேசக் கம்யூனிஸ்டு இயக்கத்திலும் சரி, ரஷ்யக் கம்யூனிஸ்டு இயக்கத்திலும் சரி இதனைக் கடுமையாக எதிர்த்த எதிர்/ சக்திகளும் இருந்தன. புரட்சிக்குப் பின்னர் சோசலிச சமூகத்தில் தேசிய இனங்கள் பிரிந்து செல்லக் கூடாது என்றனர், தேவையில்லை என்றனர். ரஷ்ய கம்யூனிஸ்ட் கட்சியின் வழிகாட்டுதல்தான் இன்றைய ரஷ்ய தேசிய இனங்களின் ஒன்றுபட்ட கூட்டாட்சிக்கு வழிகோலியது.(சோவியத் ரஷ்யா உடையும் முன்பு மற்ற கூட்டாட்சி)

ஆனால் இந்தியாவில் பாட்டாளி வர்க்க இயக்கம் என்பது ஒடுக்கப்படும் தேசிய இனங்கள் மத்தியில்தான் உள்ளது. ஒடுக்கும் தேசிய இனமான இந்தி தேசிய இனத்தில் பாட்டாளி வர்க்க இயக்கம் குறிப்பிடத்தக்க நிலையில் இல்லை. ஒடுக்கப்படும் பல்வேறு தேசிய இனங்கள் நீண்ட காலமாக விடுதலை கோரி, உரிமைகள் கோரிப் போராடுகின்றன. இந்திய அரசின் ஒடுக்குமுறையினால் இறந்து மடிகின்றன. இனப் படுகொலைகள் நடந்து வருகின்றன. ஆனாலும் இன்றுவரை ஒடுக்கும் இந்தி தேசிய இனத்திலுள்ள ஜனநாயக சக்தியோ சோசலிச சக்தியோ எதுவும் கண்டனமோ, எதிர்ப்போ தெரிவித்தது இல்லை. இந்நிலையில், ஒடுக்கும் இந்தி தேசிய இனத்திலிருந்து வலுவான ஜனநாயக சோசலிச சக்தி தோன்றி வலுப்பெற்று இன ஒடுக்குமுறையை எதிர்க்கும் வரை, தடுக்கும் வரை ஒடுக்கப்படும் தேசிய இனங்கள் இறந்து மடிய வேண்டுமா? போராடுவதை நிறுத்திக் கொள்ள வேண்டுமா? அவர்கள் போராடி விடுதலை பெறுவது இந்திய அரசைப் பலவீனப்படுத்தவே செய்யும். பிற தேசிய இனங்கள் விரைவில் விடுதலை பெறுவதற்கு அது உதவியாக இருக்குமே தவிர எதிராக இருக்காது.

இந்திய நிலைமைகளில் சரியானதும் சாத்தியமானதும் இவ்வழிதான். எல்லாத் தேசிய இனங்களும் சேர்ந்து போராடுவதை நாம் எவ்விதத்திலும் எதிர்க்கவில்லை. சேர்ந்து போராடும் போதே தேசிய இன விடுதலைப் போராட்டங்களை முன்னெடுக்க வேண்டும் என்பதையும், ஒரு தேசிய இனமோ சில தேசிய இனங்களோ விடுதலை பெறுவது சாத்தியமெனில் அதை நடைமுறைப் படுத்தவேண்டும் என்பதே. ஒரு தேசிய இனமோ சில தேசிய இனங்களோ தனித்தோ சேர்ந்தோ விடுதலையடையும் வாய்ப்புகளே அதிகம். இவற்றின் வெற்றி நாடு முழுவதின் விடுதலையை விரைவுபடுத்தும். அப்படிப்பட்ட விடுதலைக்காக விருப்பபூர்வமாக ஒன்றுபட்டுப் போராடுவோம். ஒன்றுபட்ட இந்தியக் கூட்டாட்சி அமைத்துக்கொள்வோம். ஏகாதிபத்தியங்கள் உள்ள சூழ்நிலைமையில், இந்தியாவின் பல்வேறு தேசிய இனங்கள் ஒன்றுபட்டு ஒரு கூட்டாட்சியில் நிற்க வேண்டியதன் அவசியத்தைப் பிரச்சாரம் செய்வதை இது தடுத்துவிடவில்லை. ஆனால் ஆளும் வர்க்கங்களின் ஐக்கிய தேசம் என்ற முழக்கத்தை நாம் எதிர்க்கிறோம். பாட்டாளி வர்க்கத் தலைமையில் இல்லாமல் பிற வர்க்கங்களின் தலைமையில் தேசிய இனங்கள் பிரிந்து சென்றால் எதிர்காலத்தில் ஒன்று சேரவும் மறுக்கலாம். எனவே,பாட்டாளி வர்க்கம் தேசிய விடுதலைக்குத் தலைமை தாங்கும்போது மட்டுமே எதிர்காலத்தில் ஒன்றுபட்ட இந்தியா சாத்தியம். விரைவில் இந்திய மக்களின் விடுதலை சாத்தியம். இல்லையெனில், இன்னும் நீண்ட காலத்துக்கு மக்களின் விடுதலை இயக்கம் முன்னுக்குச் செல்லப்போவதும் இல்லை. விடுதலையும் சாத்தியமில்லை. ஒன்றுபட்ட இந்தியாவும் எதிர்காலத்தில் இல்லை.

ஐந்தாவதாக, மகாபீட்டர் காலத்திலிருந்து ரஷ்யாவில் பல்வேறு தேசிய இனங்களும் ஒன்றுபட்ட நிலப்பிரபுத்துவப் பேரரசின் கீழ் வாழ்ந்து வந்தவை. இந்தியாவில் ஒன்றுபட்ட ஒரே அரசின் கீழ் எப்பொழுதுமே இருந்ததில்லை. வெள்ளை ஏகாதிபத்தியம்தான் பெரும்பான்மை இந்தியப் பகுதிகளை இணைத்து ஒரே அரசு நிர்வாகத்தின்கீழ்க் கொண்டு வந்தது.

1947க்குப் பின்னர்தான் வலுக்கட்டாயமாகப் பல்வேறு மொழி, கலாச்சார மக்களும் ஒன்றுபடுத்தப்பட்டனர்.இன்றைய இந்தியா பிரிட்டன் ஏகாதிபத்தியத்தாலும்,இந்திய ஆளும் வர்க்கங்களினாலும் மக்களின் விருப்பத்திற்கெதிராக ஒருங்கிணைக்கப்பட்டிருக்கிறது.தேசிய இன எழுச்சிகளும், போராட்டங்களும் வீறு கொண்டெழுவதற்கு இது ஒரு முக்கியக் காரணியாக இருக்கிறது. பல்வேறு மொழி, கலாச்சாரம் கொண்ட மக்களின் உணர்வுகளை மதிக்கிறோமா அல்லது ஏகாதிபத்தியவாதிகள் போல் இந்திய ஆளும் வர்க்கங்கள் போல் வறட்டுத்தனமாக மார்க்சியம் பேசி மறுக்கப்போகிறோமா?

தோழர் ஸ்டாலின் ரஷ்யாவில் உள்ள தேசிய இனங்கள் பற்றிக் குறிப்பிடும்போது, 'ஆஸ்திரியாவில் தேசியப் பிரச்சினை என்பது அரசியல் வாழ்க்கையில் பிரதானமான அம்சமாகவும் முக்கியப் பிரச்சினையாகவும் உள்ளது.ரஷ்யாவில் நிலைமை அதுமாதிரி இல்லை. முக்கியமானதாக உள்ள விசயம் என்னவென்றால், தேசிய இனப் பிரச்சினையென்பது ரஷ்ய அரசியல் வாழ்க்கையின் பிரதான அம்சமாக இல்லை' (மார்க்சியமும் தேசிய இனப் பிரச்சினையும் பக். 39) எனவும் 'ரஷ்யாவின் வளர்ச்சியின் ஒவ்வொரு கட்டத்தையும் நிர்ணயிப்பது தேசிய இனப் பிரச்சினையல்ல (அதே நூல் 41) எனவும் குறிப்பிடுகிறார். எனவே, தேசியப் பிரச்சினை ஒரு முக்கியமான பிரச்சினையாகக்கூட அரசியல் வாழ்வில் இல்லாத ரஷ்ய நாட்டுக்காகக் கூறப்பட்ட ஒருமைப்பாடு, தேசிய இனங்களுக்குத் தீர்வாகும் என்பது எப்படிப் பொருந்தும்? எனவே, ரஷ்ய நிலைமையும் இந்திய நிலைமையும் வெவ்வேறு. தீர்வுகளும் வெவ்வேறானவையாகவே இருக்கும்.

சீனத் தீர்வே இந்தியத் தீர்வாக முடியுமா?

சீன இந்திய நிலைமைகளை ஒப்பிட்டால், முதலாவதாகச் சீன மக்களில் ஏகப் பெரும்பான்மையும், 94 சதவீதம் ஒரே சீன மொழியைப் பேசும், ஒரே ஹான் தேசிய இனத்தைச் சார்ந்தவர்கள்.

இரண்டாவதாகச், சிறுபான்மை இனங்களை ஒடுக்கும் ஹான் தேசிய இனத்திலேயே பாட்டாளி வர்க்கக் கட்சி தோன்றி வலுவாக வளர்ந்த நிலையில் சிறுபான்மை இனங்களை ஒடுக்கும் தன் இன ஒடுக்குமுறையாளர்களை எதிர்ப்பவர்களாகிவிட்டார்கள். தடுப்பவர்களாகிவிட்டார்கள். ஒடுக்கும் இன மக்களே இன ஒடுக்கு முறையைத் தடுக்கும் நிலையிலிருக்கும் பொழுது ஒடுக்கப்படும் இனங்கள் அதற்காகத் தனி முயற்சிகள் எடுக்க வேண்டிய அவசியம் இல்லாமல் போய்விடுகிறது.

மூன்றாவதாக, சீனச் சமுதாயத்தில் தேசிய இன விடுதலைப் போராட்டங்கள் ஒரு முக்கியப் பிரச்சினையாக வளரவில்லை. ஏனெனில் அன்றைய சூழ்நிலைகளில் முதலாளித்துவ உற்பத்திச் சக்திகள் மிகவும் அருகியே வளர்ச்சி பெற்றிருந்ததால் தேசிய இன உருவாக்கம் ஏற்படவோ தேசிய இனங்களின் சுதந்திரமான வளர்ச்சிக்குத் தடங்கலாக இருக்கின்ற அரசை, ஆளும் வர்க்கங்களைத் தூக்கியெறிய வேண்டும் என்ற அவசியமோ சிறுபான்மைத் தேசிய இனங்களுக்கு ஏற்படவில்லை.மேலும் சீனத்தின் 6% சிறுபான்மைத் தேசிய இனங்கள்,மிகப் பலவாக இருந்தன என்பது குறிப்பிடத் தக்கது. (1) மங்கோல், (2) ஹீஐ, (3) திபெத்தியன், (4) உய்குர், (5) மியாவோ, (6) யி, (7) சுஆங், (8) சுங்தியா, (9) கொரியன் என எண்ணற்ற

பல்வேறு மிகமிகச் சிறுசிறு சமூகங்களாகவே பரவிக் கிடந்தனர்.மிகச் சிறு அளவிலான பல்வேறு மக்கள் சமூகங்கள் மிகவும் பின்தங்கிய உற்பத்தி முறையில் இருந்து கொஞ்சமும் வளராத நிலையில் தேசிய உணர்வுகளோ தேசிய விடுதலைப் போராட்டங்களோ வளர்வதற்கு வழியில்லை. சீனச் சமூகத்தைக் குலுக்கும் ஒரு பிரச்சினையாகத் தோன்றவே இல்லை.

மூவாயிரம் ஆண்டுகளுக்கு முன் முதல் சின் பேரரசர் ஒன்றிணைத்த காலத்திலிருந்து சீன வரலாறு என்பது பாரம்பரியமாக ஒன்றிணைந்த நிலைத்த நீடித்த வரலாறு உடையது.

இந்தியாவின் நிலைமை என்ன?

1947 துவக்கம் முதலே அண்டை சமஸ்தான சிறுநாடுகள், தேசிய இனங்கள் இந்திய ஆளும் வர்க்கங்களால், அவர்களது அரசால் ஆக்கிரமிக்கப்பட்டு, இன்றளவும் படுகொலை செய்யப்பட்டு வருகின்றன. காஷ்மீரும் நாகா மக்களும் அன்றிலிருந்து இன்றுவரை படுகொலை செய்யப்பட்டு வருகின்றனர். அப்பகுதிகள் இன்றளவும் யுத்தக்களங்களாகவே நீடிக்கின்றன. இந்திய ஆளும் வர்க்கங்களின், ஏகாதிபத்தியவாதிகளின் சுரண்டலால் வளர்ச்சி குன்றி தேசிய உரிமைகளுக்காகத் தொடர்ந்து போராட்டங்கள் நடந்து வருகின்றன. மிஜோ, மணிப்புரி மக்கள் 1960களில்தான் 'தனிநாடு' கேட்குமளவுக்கு நிர்ப்பந்திக்கப்பட்டனர். தமிழ், அசாமி, திரிபுரி, பஞ்சாபி மக்கள் உரிமை கேட்டுப் போராடும்படி தள்ளப்பட்டனர்.ஆந்திரர்,கர்நாடகர் மத்தியில் எழுச்சிகள் தலைதூக்குகின்றன. பிராந்திய விடுதலைப் போராட்டங்களும் நடந்து வருகின்றன. இந்த தேசிய இனங்கள் உரிமைகள் கேட்டுப் போராடும்போது நீண்டகாலமாகப் படுகொலை செய்யப்பட்டு வருகின்றன.இவற்றைக் கண்டித்து - ஒடுக்கும் இந்தி இனத்திலிருந்து எந்த ஜனநாயகச் சக்தியாவது எதிர்ப்புக் குரல் கொடுத்ததுண்டா? அவர்கள் உணர்வு பெற்று வரும்வரை மற்ற ஒடுக்கப்படுகின்ற தேசிய இனங்கள் செத்து மடிய வேண்டுமா?அவர்கள் விடுதலை பெறுவதைத் தடுப்பது நியாயமாகுமா? ஒடுக்கப்படும் தேசிய இனங்கள் சேர்ந்தோ தனித்தோ இனவிடுதலை பெற ஒன்றுபடுவதற்கும், விருப்பபூர்வமாக இணைந்து போராடுவதற்கும்,வெற்றிக்குப் பின்னால் கூட்டாட்சி அமைக்கவும்,தடையேதுமில்லையே!. சமூக வளர்ச்சி, உற்பத்திச் சக்திகளின் வளர்ச்சி எப்பொழுதுமே தனித்த நிலையிலிருந்து ஒன்றுப் படுத்தும் நிலைக்குத்தான் மக்களைக் கொண்டு வருகிறது. இது புறநிலை சமூக வளர்ச்சியின் அவசியம். இதற்கு எதிராக மக்களைப் பிளவுபடுத்தல் இயலாது. பல்வேறு தேசிய இனங்களும் விருப்பப்பூர்வமாக ஒன்றிணைவதுதான் தேசிய இனங்களின் தனிப்பண்புகள் குறைந்து சர்வதேச உணர்வுகள் வளர வழிவகுக்கும். இன்றிருப்பதோ பல்வேறு

தேசிய மக்களின் விருப்பத்திற்கு எதிரான ஐக்கியமே. இந்த ஐக்கியத்தைச் சிதையாமல் அப்படியே திருப்பிப் பெற வேண்டும் என நினைப்பது எதார்த்தத்திற்கு முரணானது.அவர்களின் உரிமைகளுக்காகப் போராட முன்வராவிடில் நாளைக்கு ஐக்கியப்படுத்த நம்மால் முடியாது. நாம் ஐக்கியப்படுத்துவது என்பது மக்களின் உணர்வுகளுக்கு மதிப்பளிப்பதாக இருந்தால் மக்கள் நம்பிக்கையை நாம் பெற்றிருக்க வேண்டும்.

இந்தியாவின் 70 சதவிகிதத்திற்கும் அதிகமான பிற சிறு தேசிய இனங்களை அவர்களின் நியாயமான பிரச்சினைக்குத் தீர்வு காணாமல் புறக்கணித்து விட இயலாது.

நான்காவதாக, 1911க்குப் பின்னர் சீன அரசு என்பது சிறுசிறு படைகளை உடைய பிரபுகளும், அவர்களுக்கிடையில் இடைவிடாத யுத்தங்களும் நடந்த நிலையில் பலவீனமாக இருந்தது. சாலை, இரயில் பாதைகளோ, நவீன போக்குவரத்துச் சாதனங்களோ, நவீன தகவல் தொடர்பு வசதிகளோ, நவீன ஆயுதங்களோ இல்லை. முதலாளித்துவ ஒன்றிணைக்கப்பட்ட தொழில் வியாபாரப் பொருளுற்பத்தி மேலோங்கி இல்லாமல் விவசாயப், பொருளுற்பத்தியே நீடிக்கையில் நாடு முழுவதும் சமச்சீரான இயக்க வளர்ச்சி ஏககாலத்தில் ஏற்படாமல் முன் பின்னாகவே ஏற்பட்டது.இருந்துமே ஒரே மொழி இன கலாச்சாரமுடைய மக்களென்பதால் தளப் பிரதேசம் சுற்றி வளைக்கப்படுகையில் 7000 மைல் பின்வாங்கி நீண்ட பயணம் நடத்தி தப்பிக்க முடிந்தது. ஆனால் இந்திய அரசோ புரட்சிக்கு முந்திய சீன அரசை விட மிகப் பலமானது. நவீன ஆயுதங்களுடன், எல்லா வசதிகளுடன் ஒன்றிணைக்கப்பட்டு ஒருமுகப்படுத்தப்பட்டுள்ளது.சீனத்தைப் போன்றே இந்தியாவும் விவசாயப் பொருளுற்பத்தி மேலோங்கியிருப்பதாலேயே சீனத்தின் நீண்ட யுத்தப் பாதையை நாம் கைக்கொண்டிருக்கிறோம். சீனத்தைப் போன்றே இந்தியாவிலும் சமச்சீரற்ற ஏற்றத்தாழ்வான வளர்ச்சி நிலைமையில் இயக்க வளர்ச்சி, நாடு முழுவதும் ஏகக் கட்டத்தில் சமமாக ஏற்பட முடியாதென்பதற்கு 1967இல் துவங்கிய நக்சல்பாரி எழுச்சியால் ஒருவர் கூட இன்றுவரை ஈர்க்கப்படாத குஜராத், ராஜஸ்தான் மாநிலங்களே நிரூபணங்களாக உள்ளன.

இந்நிலையில், பலமொழி இன கலாச்சாரத்தால் குறுக்கப்பட்டுள்ள நிலையில் பலமான அரசை முறியடிப்பதென்பது தேசிய இனத்தை ஒட்டுமொத்தமாகத் திரட்டி நிறுத்துவதன் மூலம் மட்டுமே முடியும். சீனாவைப் போல் கட்சி இல்லாத பகுதிகளுக்கும் பின்வாங்கித் தப்பிப்பது சாத்தியமில்லை. பலமொழி இன கலாச்சார நிலைமையில் பல்லாயிரவர், பல்லாயிரம் மைல் பின்வாங்கி மக்களுடன் மீனும் நீரும் போல் இரண்டறக் கலப்பது சாத்தியமில்லை. எனவே, தேசிய இனங்களைத் திரட்டி நிறுத்தியே எதிரியின் பல இனப் படைகளிலும் பிளவை உண்டாக்க முடியும். ‘தாய்நாட்டைக் காப்போம்’ என்ற முழக்கம் சீனப்

புரட்சியை எளிதாக்கியது போன்று 'தேசிய இனத்தை விடுவிப்போம்' என்பதே இந்தியப் புரட்சியை எளிதாக்கும்.

இருவேறு தவறான போக்குகள்

ஒரு போக்கினர் ஒவ்வொரு தேசிய இனத்தையும் ஒரு காலனியாகவும் மத்திய அரசை ஒரு துணை வல்லரசாகவும் பார்க்கின்றனர். எனவே, தேசிய இனம் முழுவதையும் திரட்டி தேச விடுதலை யுத்தம் நடத்துவது ஒன்றே அனைத்திற்கும் தீர்வு எனப் பார்க்கின்றனர். அதாவது, நிலப் பிரபுத்துவத்துக்கும் பரந்துப்பட்ட மக்களுக்கும் இடையிலான முரண்பாடோ அந்நிய ஏகாதிபத்தியங்களுக்கும் இந்திய மக்களுக்கும் இடையிலான முரண்பாடோ தேசிய இனத்துக்கும் மத்திய அரசுக்கும் இடையிலான முரண்பாட்டில் உள்ளடங்கிவிட்டது என்கின்றனர். அதாவது, இம்முரண்பாட்டைத் தீர்த்தாலே அவை தீர்ந்துவிடும் என்கின்றனர். உழவர் புரட்சி நடத்தியே தீர வேண்டியதன் கட்டாய அவசியத்தைக் காண மறுக்கின்றனர்.

ஓர் அடிப்படை முரண்பாட்டின் தீர்வு எப்போதுமே மற்ற அடிப்படை முரண்பாட்டின் தீர்வாகிவிட முடியாது. தனித்தும் அடிப்படை முரண்பாட்டைத் தீர்த்துவிட முடியாது.

முதன்மை முரண்பாட்டின் தீர்வு மற்ற அடிப்படை முரண்பாட்டின் தீர்வுக்கு வழியுண்டாக்கும். எளிதாக்கும், சாத்தியமாக்கும். ஆனால் அதுவே தீர்த்துவிடாது. உழவர் புரட்சி இணைக்கப்படாத ஒரு ஜனநாயகப் புரட்சி இன்றைய நிலையில் சாத்தியமில்லை. காரணம் பின்தங்கிய நாடுகள் எல்லாவற்றிலுமே பெரும்பான்மையோர் விவசாயிகள். அப்படியிருக்க, விவசாயிகள் பிரச்சினையான நிலப்பிரச்சினை சாராம்சத்தில் தீர்க்கப்படாமல், உழவர் புரட்சி நடந்தேறாமல் ஒரு சமூக மாற்றம் என்பது சாதிக்க இயலாது. அதை ஓர் அடிப்படை முரண்பாடாகவும், அகில இந்திய ரீதியில் தீர்க்கப்பட வேண்டியதாகவும் பார்க்காமல் தேசிய இனப் பிரச்சினை ஒன்றை மட்டுமே இப் போக்கு ஒரே பிரச்சினையாகப் பார்க்கிறது. எனவே இது உழவர் புரட்சியின் முக்கியத்துவத்தைப் புறக்கணிக்கும் போக்காகவே தென்படுகிறது.

மேற்கு ஐரோப்பிய முதலாளித்துவ ஜனநாயகப் புரட்சிகளிலிருந்து பாட்டாளி வர்க்கத் தலைமையிலான ரஷ்ய ஜனநாயகப் புரட்சியை வேறுபடுத்தும் அம்சமாக உழவர் பிரச்சினையை லெனின் கூறுகிறார். "கடுமையான உழவர் பிரச்சினையே இந்தப் புரட்சியை வேறுபடுத்திக் காட்டும் முக்கியமான அம்சமாகும். இக்காரணத்தினாலேயே உழவர் பிரச்சினை அதாவது, நிலத்துக்காக நிலவுடைமையாளர்களை

எதிர்த்து உழவர்கள் நடத்தும் போராட்டம், இப்போதைய புரட்சியின் உரைகற்களில் ஒன்றாக நிரூபிக்கப்பட்டுள்ளது" என்கிறார். (லெ.தொ.நூ. 12, பக். 458) இதைப் போன்றே இப்போக்கினர் மத்திய அரசை ஒரு துணை ஏகாதிபத்தியம் எனக் கூறுவது தவறானது. இந்தி தேசிய இனம் சுதந்திரமாக ஆளும் இனமல்ல என்பதைக் காணத்தவறுகின்றனர். அதன் பின்னால் உள்ள ரஷ்ய அமெரிக்க ஏகாதிபத்தியங்கள், பிற இரண்டாந்தர ஏகாதிபத்தியங்கள் இந்தியாவைக் கொள்ளையடிப்பதையும் அந்த அடிப்படை முரண்பாட்டைத் தீர்த்தாக வேண்டியுள்ளது என்பதையும் காண மறுக்கின்றனர். இந்த இரண்டு முரண்பாடுகளே இன முரண்பாட்டிற்கு உட்பட்டது எனக் கூறி மத்திய அரசுக்கும் தேசிய இனத்துக்கும் இடையிலான முரண்பாடு ஒன்றை மட்டுமே தீர்க்க வேண்டுமென்றனர். இது ஒன்றையே தீர்க்கவேண்டுமென்றதால் அகில இந்தியக் கம்யூனிஸ்டு கட்சி கட்ட வேண்டியதன் அவசியத்தையே மறுக்கின்றனர். இது தனது விடுலையை மட்டுமே நோக்காகக்கொண்ட தேசிய முதலாளிகளின் தேவைகளுக்கேற்ப பாட்டாளி வர்க்கக் கட்சியை வெட்டிக் குறைப்பதாகும். இது ஓர் அரசின் எல்லைக்குள் வாழ்வதால் பல்வேறு தேசிய இனங்களையும் ஒன்று திரட்டிப் போராடுவதன் அவசியத்தை உணர்த்த வேண்டுமெனவும் பல்வேறு தேசிய இனங்களையும் ஒன்றுபடுத்த, ஒன்றுபட்ட ஒரு புரட்சிகரக் கட்சி அவசியமெனவும் லெனின் சுட்டிக்காட்டுவதை மறந்துவிடக் கூடாது.

மறுபோக்கினர், இது ஒரு பிரச்சினையே தவிர ஓர் அடிப்படை முரண்பாடே அல்ல என்கின்றனர். இந்தப் பிரச்சினையும் தற்காலிக மானதே நீடித்ததல்ல என்கின்றனர். அதுவும் இலங்கைக்கு மட்டும் உரியது, இந்தியாவுக்கு அல்ல என்கின்றனர். வேறு சிலர் இது வர்க்கப் போராட்டமே அல்ல என்கின்றனர். இது தேசிய முதலாளிகளது பிரச்சினை என்பதால் பாட்டாளி வர்க்கம் தலைமை தாங்கக் கூடாது, மற்றவர்கள் நடத்தினால் ஆதரிக்க மட்டுமே செய்யலாம் என்கின்றனர். இவர்கள் அனைவருமே ஸ்தூலமான மூன்றாம் உலக நாடுகளில் உலகந்தழுவிப் பல தேசிய இனங்கள் உள்ள நாடுகள் பலவற்றிலும் நடந்து கொண்டிருக்கும் இதன் முக்கியத்துவத்தை மறுக்கின்றனர். அரைக்காலனி அரை நிலப்பிரபுத்துவ சமூக அமைப்பு இருக்கையில் ஜனநாயகப் புரட்சி என்பது விவசாயிகள் புரட்சி என்ற ஒரு வடிவத்தை மட்டுமே எடுக்கும் என இவர்கள் கருதுவதால் சீனத்தின் விவசாயப் புரட்சி வடிவம் மட்டுமே இவர்களுக்குத் தெரியும் என்பதால் ரஷ்யாவின் தேசிய இன ஒருமைப்பாடு வாய்ப்பாட்டையும் சீனத்தின் விவசாயப் புரட்சியின் வாய்ப்பாட்டையும் மட்டுமே ஒப்பிடக் கூடிய வறட்டுச் சூத்திரவாதிகள் இவர்கள்.

ரஷ்ய ஜனநாயகப் புரட்சியிலிருந்து வேறுபட்டு, ‘தேசிய விடுதலை யுத்தம்’ என்ற தனித்தன்மையை எப்படிச் சீன ஜனநாயகப் புரட்சி எடுத்ததோ அதைப் போலச் சீன ஜனநாயகப் புரட்சியிலிருந்து வேறுபட்டு ‘தேசிய இனவிடுதலை யுத்தம்’என்ற தனித்தன்மையை இந்திய ஜனநாயகப் புரட்சி எடுப்பதை இவர்கள் அனைவருமே காணமறுக்கின்றனர். முதல் போக்கினர் எப்படி இன முரண்பாடுகளுக்கும் உட்பட்டதாக இரு அடிப்படை முரண்பாடுகளையும் பார்க்கின்றனரோ அதைப் போல இவர்களும் சீனத்திலிருந்த அந்த இரண்டு அடிப்படை முரண்பாட்டிற்கும் உட்பட்டதாகவே இதைப் பார்க்கின்றனர். உட்பட்டது எனில் அடங்கிப் போய்விட்டது என்கின்றனர். இந்த இரண்டின் தீர்வு இன முரண்பாட்டைத் தீர்த்துவிடும் என்கின்றனர்.

அடிப்படைத் தன்மையுள்ள இன முரண்பாட்டின் தீர்வு மற்ற இரண்டு அடிப்படை முரண்பாடுகளையும் தீர்த்துவிடும் என்பதோ, இரண்டு அடிப்படை முரண்பாடுகளின் தீர்வு அடிப்படைத் தன்மையுள்ள இன முரண்பாட்டைத் தீர்த்துவிடும் என்பதோ தவறானது. எந்த முரண்பாட்டின் தீர்வும் எதையும் தீர்த்துவிடக்கூடிய நிலையில் உள்ளவை அல்ல. இவற்றைத் தீர்த்தால் அது தீரும் என்பதோ, அதைத் தீர்த்தால் இவை தீரும் என்பதோ அல்ல பிரச்சினை. அப்படித் தீர்க்கவும் முடியாது. தீரவும் தீராது. “குணாம்ச ரீதியில் வேறுபட்ட முரண்பாடுகளைக் குணாம்ச ரீதியில் வேறுபட்ட முறைகளின் மூலம்தான் தீர்க்க முடியும். உதாரணமாகப் பாட்டாளி வர்க்கத்திற்கும் முதலாளித்துவத்திற்கும் இடையிலான முரண்பாடு சோசலிசப் புரட்சி வழிமூலம்தான் தீரும். நிலப்பிரபுத்துவத்திற்கும் பரந்துப்பட்ட மக்களுக்கும் இடையிலான முரண்பாடு ஜனநாயகப் புரட்சி வழி மூலம்தான் தீரும். ஏகாதிபத்தியத்திற்கும் காலனிக்கும் இடையிலான முரண்பாடு தேசிய புரட்சியுத்த வழி மூலம்தான் தீரும்.” என (முரண்பாடு பற்றி) தோழர் மாவோ குறிப்பிடுவதைக் கவனித்தால் இது நன்கு தெரிய வரும்.மூன்றுமே அடிப்படை முக்கியத்துவமுடைய சம முக்கியத்துவமுடைய நமது இந்தியாவின் இன்றைய மூன்று அடிப்படைப் பிரச்சினைகள். இந்த மூன்று அடிப்படைப் பிரச்சினைகளும் ஜனநாயக சாரத்தை உடையவையே. எந்த ஒன்றையும் தனித்துப் பிரித்துத் தீர்க்க இயலாது. மூன்றும் ஒன்றோடொன்று இணைந்தவை. ஒன்றிலிருந்து மற்றொன்று பிரிக்க முடியாதது.இம்மூன்றுமே இந்திய சமுதாய வளர்ச்சியின் ஜனநாயக சாரத்தைத் தீர்மானிக்கும் மூன்று அடிப்படை முரண்பாடுகள். இந்த மூன்றின் தீர்வே இந்திய ஜனநாயகப் புரட்சியின் மூன்று உள்ளடக்கங்கள். எனவே, தேசிய இனங்கள் போராடுவதில் உள்ள நியாயத் தன்மையையும் ஜனநாயகத் தன்மையையும், இந்திய புதிய

ஜனநாயகப் புரட்சியில் வகிக்கும் முக்கியத்துவத்தையும் அங்கீகரித்து உழவர் புரட்சியுடன் இணைப்போம். வறட்டுச் சூத்திரவாதிகளை முறியடிப்போம்.

தோழர் மாவோ கூறியுள்ளது போல், 'தேசியத் தன்மை வாய்ந்த ஒரு போராட்டத்தில் வர்க்கப் போராட்டம், தேசியப் போராட்டம், இரண்டுக்கும் உள்ள ஒத்த தன்மையை மெய்ப்பிக்கின்றது". (மா.தொ.நூ. 2, பக். 215) என்பதைக் கவனித்தால் தேசிய இன விடுதலைப் போராட்டம் ஒரு வர்க்கப் போராட்டம் தழுவிய விஷயந்தான் என்பது தெரிய வரும். மேலும் தோழர் மாவோ குறிப்பிடும் மாபெரும் சீன தேசத்தின் பகுதியாகவும், அதன் சதையின் சதையாகவும் இரத்தத்தின் இரத்தமாகவும் உள்ள சீனப்பொதுவுடைமையாளர்களைப் பொருத்தவரை சீனாவின் சிறப்பியல்புகளில் இருந்து தனிமையாக்கப்பட்ட மார்க்சியம் பற்றிப் பேசுவது எல்லாமே அருவமான மார்க்சியம் மட்டுமே ஆகும். எனவே, சீனத்தில் மார்க்சியத்தைத் திட்டவட்டமாகப் பிரயோகிப்பது அதன் ஒவ்வொரு வெளிப்பாடும் ஐயத்துக்கிடமில்லாத சீனத் தன்மையைப் பெறுவது அவசியம். அதாவது, சீனாவின் குறிப்பிட்ட சிறப்பியல்புகளின் ஒளியில் மார்க்சியத்தைப் பிரயோகிப்பது ஒரு பிரச்சினையாகி உள்ளது. கட்சி முழுவதும் இதை விரைவாகப் புரிந்து தீர்வு காண வேண்டியுள்ளது. அந்நிய நாட்டு மாதிரிகள் ஒழித்துக் கட்டப்பட வேண்டும். பொருளற்ற அருவமான மெட்டுகளில் பாடுவதை நிறுத்தவேண்டும். வறட்டுவாதம் புதைக்கப்பட வேண்டும். அவற்றுக்குப் பதிலாகச் சீனாவின் சாதாரண மக்கள் விரும்புகின்ற புத்தம் புதிய உயிருள்ள சீனப்பாங்கும் சீன உணர்வும் கொண்டுவரப்பட வேண்டும்" (மா.தொ.நூ.2, பக்கம் 209) என்பதையே திரும்பவும் சொல்ல விழைகிறோம். இந்தியாவின் ஸ்தூலமான யதார்த்த நிலைமைகளைக் கவனியுங்கள். அதற்கேற்ப மார்க்சியத்தைப் பிரயோகியுங்கள்.வறட்டுத்தனமாகப் பிறநாட்டு மாதிரிகளைக் காப்பியடிக்காதீர்கள் என்பதே நமது நிலை.

முன்னேறும் இனவிடுதலைப் போராட்டங்களும் நம் கடமையும்

இந்தியாவின் வடகிழக்குப் பிராந்தியம் முழுவதிலும் தேசிய இன விடுதலைப் போராட்டங்களும், உரிமைகளுக்கான போராட்டங்களும் வெற்றிகரமான முறையில் நடந்து வருகின்றன. பாட்டாளி வர்க்கச் சிந்தாந்தத்தை ஏற்ற கட்சிகளின் தலைமையில் அம்மக்கள் விடுதலை யுத்தம் நடத்தி வருகின்றனர். இந்திய அரசு அம்மாநிலங்களை யுத்தக்களமாக்கி அம்மக்களைப் படுகொலை செய்து இராணுவ ஆட்சி நடத்திக் கொண்டிருக்கிறது. அச்செய்தியை வெளிமாநில மக்களுக்குத் தெரிய விடாமல் பத்திரிகைத் தணிக்கைகள் செய்து வருகிறது. பிறபகுதி

மக்களோடு தொடர்புகள் இன்றித் துண்டிக்கப்பட்டுள்ளது. அம்மக்களைக் கிராமங்களை விட்டுத் துரத்தி இராணுவக் குடியிருப்புகளில் வாழும்படி கட்டாயப்படுத்தி வருகிறது. ஒவ்வொருவருக்கும் அடையாள அட்டை கொடுத்து பகலில் மட்டுமே, குறித்த நேரத்தில் மட்டுமே முகாமை விட்டு வெளியே செல்ல அனுமதிக்கிறது. இந்திய அரசுக்கு அவை நிரந்தரமான கலவரப் பகுதிகளாகவே உள்ளன. இராணுவக் கட்டுப்பாட்டில் அப்பகுதிகள் நீடித்து இருந்துகொண்டிருக்கின்றன. எந்தவித விசாரணையுமின்றி சந்தேகப்படும் எவரையும் இராணுவம் படுகொலை செய்துகொண்டிருக்கிறது. எனவே அந்நாடுகளின் தனிநாடுக் கோரிக்கையை அங்கீகரிக்கும்படி கோருவதும் அங்குள்ள இராணுவத்தை வாபஸ் வாங்கும்படி கோருவதுமே உண்மையான சோசலிசவாதிகளின், ஜனநாயகவாதிகளின் கடமை.

காஷ்மீர் மக்களின் சுயநிர்ணய உரிமையை மறுத்து இந்திய ஆளும் வர்க்கம் அவர்களையும் அடிமைப்படுத்தி வைத்துள்ளது. அவர்களும் தொடர்ந்து காஷ்மீர் விடுதலை கோரிப் போராடி வருகின்றனர். அவர்களது மொழி இனக் கலாச்சாரத்தையும் மதத்தையும் காப்பாற்றிக் கொள்ள அவர்களும் தனிநாடு கோரிப் போராடி வருகின்றனர். இந்த ஆண்டு [1984] பிப்ரவரியில் காஷ்மீர் தேசிய விடுதலை முன்னணியின் தலைவர் மக்பூல்பட்டை இந்திய ஆளும் வர்க்கம் தூக்கில் போட்டுள்ளது. ஆனாலும் அவர்களின் ஆயுதப் போராட்ட வெற்றியை எந்தச் சக்தியாலும் தடுக்க முடியாது. அசாம், பஞ்சாப் தேசிய இன மக்கள் தங்களது நியாயமான கோரிக்கைக்காகப் போராடி வருகின்றனர். இந்திய மக்களின் விடுதலைக்கு இப்போராட்டங்கள் முக்கியமான பாத்திரத்தை வகிக்கின்றன. அப்போராட்டங்கள் வெற்றி பெற உதவுவோம். மற்றும் 'ஜார்கண்ட்', 'சதீஸ்கர்', 'விதர்பா' பகுதி மக்கள் தனி மாநிலம் கேட்டுப் போராடுகின்றனர். அம்மக்களின் நியாயமான கோரிக்கைகள் நிறைவேற உதவுவோம்.

தமிழ்த்தேசிய இனம்

தமிழ்த் தேசிய இனம் தொன்மையும் வரலாற்றுச் சிறப்பும் மிக்க ஒன்று. இந்திய மக்கள் சமூகம் பல்வேறு வெளிநாட்டு ஆக்கிரமிப்பிற்கும் மொழி, கலாச்சார ஆதிக்கத்திற்கும் அதிகமாக உட்பட்டதுபோல தமிழ்த் மொழி பேசும் மக்கள் சமூகம் உட்பட்டதில்லை. வட இந்தியக் கலாச்சாரத்திற்கும் ஆதிக்கத்திற்கும் நீண்ட காலமாகத் தென்னிந்திய மக்கள் சமூகம் இலக்காகி மொழி, கலாச்சாரம் ஆகியவற்றில் கணிச அளவில் மாறுதல் ஏற்படுத்திக் கொண்டிருந்தாலும், தமிழ் மக்கள் சமூகம் மட்டும்தான் பெருத்த மாறுதலுக்கு இலக்காகவில்லை; தன்னுடைய தனித்தன்மையைப்

பாதுகாத்து வந்திருக்கிறது. குறுகிய தனித்தன்மைகளை உயர்த்திப் பிடிக்கும் நோக்கில் இதைக் குறிப்பிடவில்லை. ஒரு மக்கள் சமூகம் தனது மொழி,கலாச்சாரத்தில் எவ்வளவு பின்னிப் பிணைந்திருக்கிறது என்பதன் முக்கியத்துவத்தையே குறிப்பிடுகின்றோம். தமிழ் மக்கள் சமூகத்தின் உயிராக இருந்த பெரும்பான்மை மக்களே இந்த மொழி, கலாச்சாரத்தைக் காத்து வந்தவர்கள். ஏனெனில் தமிழ் மக்களின் எதிர்ப்பைச் சமாளிக்க வேண்டி, தமிழ் மக்களை ஆதிக்கம் செய்து வந்த நிலப்பிரபுத்துவ அரசர்கள்தான், பரிவாரங்கள்தான் வட இந்திய நிலப்பிரபுத்துவக் கும்பலுடன் மதக் குருக்களுடன் இணைந்துகொண்டு சமஸ்கிருத மொழியையும் மதக் கலாச்சாரத்தையும் பயன்படுத்தி வந்தனர். தங்களுடைய மொழியையும் கலாச்சாரத்தையும் பாதுகாக்க தமிழ் பேசும் மக்கள் போராடி வந்துள்ளனர். தமிழ் நிலப்பிரபுத்துவ அரசுகள் சிதைந்து நிலை குலைந்த காலத்தில்தான் ஆங்கிலேயர்கள் இந்தியா முழுமையையும் அடிமைப்படுத்தியது போல் தமிழகத்தை அடிமைப்படுத்தினர். தமிழ் மக்கள் ஆங்கிலேயர்களை எதிர்த்துப் போராடினாலும் தமிழ் நிலப் பிரபுக்கள், தரகு வியாபாரிகள், தரகு முதலாளிகள் ஆங்கிலேயர்களோடு கூடிக் குலாவிக்கொண்டுதான் இருந்தனர். தமிழ் மக்களைச் சுரண்டுவதற்காக அவர்களும் கூட்டுச் சேர்ந்தே நின்றனர். சர், திவான், பகதூர் போன்ற பட்டங்களைப் பெற்றுக்கொண்டு ஆங்கில மொழி, கலாச்சாரத்தில் திளைத்தனர். இவர்கள் தலைமையில்தான் 'தென்னிந்திய நலவுரிமைச் சங்கம்' நீதிக்கட்சி என வழங்கிக்கொண்டு பிரிட்டீஷாரிடம் சலுகைகள் கோரித் தேச விடுதலைப் போராட்டத்திற்கு எதிராக நின்றனர்.

வட இந்தியத் தரகு முதலாளி நிலப்பிரபுக்களுக்கும் போட்டியாகத்தான் அதிகாரத்திலும் சுரண்டலிலும் பங்கு கோரினர். தென்னிந்திய நிலபிரபுத்துவத் தரகு முதலாளித்துவச் சக்திகள் திராவிட நாடு கோரிக்கைக்கு ஒத்துழைக்கவில்லை. ஏனெனில், தமிழ்த் தரகு முதலாளித்துவ நிலபிரபுத்துவச் சக்திகளின் மேலாதிக்கம் தங்களை விழுங்கிவிடும் என்பதால்தான்.

பின்னர் காங்கிரசில் தங்களுக்குச் செல்வாக்கு இல்லை, ஆங்கிலம் படித்த அரசு அதிகாரத்தில் நிறைந்து இருந்த பார்ப்பனர்களுக்கும் வட இந்தியச் சுரண்டல் வர்க்கத்திற்குத்தான் ஆதிக்கம் என்பதை அறிந்த பெரியார், தேசிய முதலாளித்துவ வலதுசாரி சக்தி, சுயமரியாதை இயக்கம், கடவுள் எதிர்ப்பு, பகுத்தறிவு இயக்கமென வளர்ந்து, 1932 -இல் ரஷ்யா சென்று வந்தவர் பொதுவுடைமைக் கருத்துகளைப் பேசத் தொடங்கி,பிறகு ஆங்கிலேய ஏகாதிபத்தியத்தின் கடும் எதிர்ப்பைக் கண்டஞ்சி பின்வாங்கி சீர்திருத்தவாதத்தில் மூழ்கினார். திராவிடநாடு

கோரி 1944 - இல் சேலம் மாநாட்டில் பிரிட்டன் ஏகாதிபத்தியத்தின் நேரடிக் கட்டுப்பாட்டில் தனிநாடு கோரினார். திராவிடப் பாரம்பரியங்கள் பின்னாளில் தனித் தமிழ்நாடு கோரி தி.மு.க.வானது. 1963 - இல் நேரு பிரிவினைத் தடைச்சட்டம் கொண்டு வந்தபோது தனித்தமிழ்நாடு கோரிக்கையைக் கைவிட்டுவிட்டு தேர்தலில் மந்திரிசபைகளில் அமர்வதோடு நின்றுகொண்டது.

தி.மு.க., அ.தி.மு.க. யாவருமே தமிழகத் தரகு முதலாளிகளின், நிலப்பிரபுக்களின் சேவகர்களாகவே ஆரம்பம் முதல் இன்று வரை இருந்து வருகின்றனர். தனிநாடுக் கோரிக்கையைக் கைவிட்டவர்கள் மாநில அரசில் உட்கார்ந்து இருந்தபொழுது தமிழ்மொழி, கலாச்சாரத்தைப் பாதுகாக்காதவர்கள், தமிழ் மக்களின் பெரும்பான்மையோரின் நலனுக்காக ஏதும் முயலாதவர்கள் இன்று இலங்கைப் பிரச்சினை முன்வந்துள்ளபோது இந்தப் பிரச்சினையை வைத்துக்கொண்டு, இன்னும் கொஞ்ச காலத்திற்கு அரசியல் பதவிகளைத் தக்க வைத்துக்கொள்ள பேயாய் அலைகின்றனர். இங்குள்ளத் தமிழனை 'தனிநாடு கேட்கக்கூடாது' என பிரிவினைத் தடைச்சட்டம் கொண்டு வந்த மத்திய அரசு ஈழத்தமிழரின் விடுதலைக்கு உதவும் என இந்திய இராணுவத்தை அனுப்பு என்கின்றனர். வட இந்திய முதலாளிகளுடன் நிலப்பிரபுக்களுடன் கூடிக் குலாவிக்கொண்டுள்ள தமிழ்த் தரகு முதலாளி நிலப்பிரபுக்களின் சேவகர்களே இவர்கள். தமிழ் மக்களின் எதிரிகளே இவர்கள். தமிழ்மொழிக் கலாச்சாரம் என்ற பெயரால் தமிழ் மக்களை ஏய்ப்பவர்களே இவர்கள்.

தனது சுதந்திரமான வளர்ச்சி தடை செய்யப்படுவதை, சூறையாடப் படுவதைக் கண்டு தமிழ்த்தேசிய இனம் எழுச்சி பெற்றது. பல்வேறு முறைகளிலும் போராடியது. அதனுடைய நியாயமான போராட்டங் களையும், மொழிவெறி, இனவெறி, பிரதேச வெறி என கொச்சைப்படுத்தி, இந்தி மொழி இன கலாச்சார ஆதிக்கத்தை எதிர்க்காமல் இங்கிருந்த திரிபுவாதக் கம்யூனிஸ்ட் தலைமை துரோகம் செய்ததால் வேறு வழியின்றித் தமிழ் மக்களின் தலைமை வேறு வர்க்கங்களின் கைக்குப் போனது. தமிழ்ச் சிறு நிலப்பிரபுக்களையும், சிறு முதலாளிகளையும் வலது தேசிய முதலாளிகளையும் கொண்ட திராவிட இயக்கங்களின் தலைமை தமிழினத்தைக் காட்டிக் கொடுத்தது. பேரம் பேசுவதையும் காட்டிக் கொடுப்பதையும்,தமிழ் மக்களின் விடுதலையைத் தடுப்பதையும் குறிக்கோளாகக் கொண்டு செயல்பட்டு வருகிறது.

ஆரம்பத்தில் நாகா, மிஜோ, மணிப்புரி, காஷ்மீர் போராளிகள் எவருமே கம்யூனிஸ்ட்டல்ல. தேசிய முதலாளி பிரிவினரே ஆயினும் அவர்கள் தன் இனம், சுதந்திரமாக வளர்வது தடை செய்யப்படுவதைக்

கண்டு உண்மையான அக்கறையோடு துப்பாக்கி வைத்துள்ள எதிரியைத் துப்பாக்கி மூலம் மட்டுமே துரத்த முடியுமென முடிவுக்கு வந்து இரகசியக் கட்சி அமைத்து, படைகட்டி, ஆயுதப் போராட்டம் நடத்தி வருகையில் தமிழகத் திராவிடத் தலைமைகளோ, தங்களின் வர்க்க நிலைக்கேற்ப தமிழின எழுச்சியைக் காட்டி, வட இந்தியத் தரகு முதலாளிகளுடன் பேரம் பேச வெளிப்படையான கட்சி அமைத்து, தேர்தல் பாதையைப் பின்பற்றி இலங்கையின் தமிழர் கூட்டணித் தலைவர்கள் காட்டிக் கொடுப்பது போன்றே அமைதி வழி பேசித் தமிழ் மக்களின் எழுச்சியைத் திசை திருப்பியது. தமிழீழ மக்கள் தமிழினத்தைக் காட்டிக் கொடுத்த அமிர்தலிங்கம் போன்ற துரோகிகளைத் தூக்கியெறிவதைப் போன்று தமிழ் மக்களும் திராவிடப் பாரம்பரியத் துரோகக் கும்பலைத் தூக்கியெறிவர். அவர்களின் பின்னால் உள்ள தமிழ்த் தரகு முதலாளித்துவ நிலப்பிரபுத்துவக் கும்பலையும் தூக்கியெறிவர்.

நீதிக்கட்சி காலம் தொடங்கி ஒரு ஏகாதிபத்தியத்தின் நேரடி அடிவருடியாய் இருக்கவேண்டும் என்று இவர்களுக்குக் கனவுகள் உண்டு. ஆனால் எந்த ஏகாதிபத்தியமும் இவர்களை மதித்துத் தலைமையளிக்க இன்னும் தயாரில்லை என்பதே நிலை. எல்லா ஏகாதிபத்தியங்களும் இன்று வரை இந்திய ஒருமைப்பாட்டைக் கட்டிக் காக்கவே விழைகின்றன. எனவே இக்கும்பல்களின் ஆசை நிறைவேறாதிருக்கின்றது. எந்த ஏகாதிபத்தியமும் இந்திய ஒருமைப்பாட்டை உடைக்கத் தலைமை தாங்கினாலும் அடுத்த கணமே இவர்கள் அதன் அடிவருடிகளாகி விடுவார்கள். ஏனெனில்,இவர்களின் நோக்கம் தரகுத் தனிநாடே தவிர உண்மையான, தமிழ்த்தேசிய இன விடுதலையல்ல.

ஆக , மத்திய காலத்திலாயினுஞ் சரி, இன்றைய காலத்திலாயினுஞ் சரி தமிழ் மக்களுக்கும் தமிழ்மொழி இன கலாச்சாரத்திற்கும் தமிழ் மக்களிலேயே எதிரிகள் உள்ளனர். இந்த எதிரிகளைத் தூக்கியெறியாமல் வெளி எதிரிகளை வெல்ல முடியாது. எனவே, தமிழ்த் தேசிய இனத்திற்குத் தமிழ்த் தரகு முதலாளி, நிலப்பிரபு உட்பட இந்தியத் தரகு முதலாளித்துவ நிலப்பிரபுத்துவச் சக்திகளும், அமெரிக்க, ரஷ்ய ஏகாதிபத்தியங்களும் எதிரிகளே. இவர்களைத் தூக்கியெறியாமல் தமிழ்த் தேசிய இன விடுதலை என்பது சாத்தியமில்லை.

கிட்டத்தட்ட 50 ஆண்டு காலமாகத் தமிழ் மக்கள் தங்கள் தேசியப் பண்பைப் பாதுகாக்கும் இயக்க நடைமுறை இருப்பதாலும், இலங்கைத் தமிழர்களின் பிரச்சினை தீரும் வரை தமிழ் மக்கள் மத்தியில் தங்கள் தேசிய மொழிக், கலாச்சாரத்தைப் பாதுகாக்கும் உணர்வுகள் அதிகரிக்கவே செய்யும் என்பதாலும், பொதுவாக இன்றைய உலகச்

சூழலிலும் இந்தியாவின் குறிப்பான சூழ்நிலைகளினாலும் தேசிய இன விடுதலைப் போராட்டங்களுக்குப் பாட்டாளி வர்க்கம் தலைமை ஏற்க வேண்டுவது அவசியம் என உணர்வதாலும் தமிழ்த்தேசிய இன விடுதலைப் போராட்டத்தை முன்னெடுக்கிறோம் என்பதை அறிவிக்கிறோம். இந்தி தேசிய இனம் உட்படப் பிற தேசிய இனங்களின், விடுதலைப் போராட்டங்களையும் முன்னெடுக்கிறோம் என்பதையும் அறிவிக்கிறோம்.

தோழர் ஏங்கல்ஸ் ஜெர்மனியில் விவசாயிகளின் போராட்டத்தைப் பற்றிக் கூறுகையில் விவசாயிகள் பிரச்சினை என்பது முதலாளித்துவப் பிரச்சினை என விவரிக்கிறார். ஆனால் திரிபுவாதிகளோ விவசாயிகள் பிரச்சினையை மட்டும் பாட்டாளி வர்க்கப் பிரச்சினையாகவும், தேசிய இனப் பிரச்சினையை முதலாளித்துவப் பிரச்சினையாகவும் சொல்லி, தொடர்ந்து இந்திய ஆளும் வர்க்கங்களுக்கும், அந்நிய ஏகாதிபத்தியங்களுக்கும் பயன்படும் ஒருமைப்பாட்டைக் கட்டிக் காத்துச் சேவை செய்து வருகின்றனர். ஆனால் நம்மைப் பொறுத்தவரையில் தேசிய இனவிடுதலைப் பிரச்சினை மட்டுமல்ல, விவசாயிகள் பிரச்சினை, ஜனநாயக உரிமைப் பிரச்சினை, தேச விடுதலை அனைத்துமே முதலாளித்துவ அம்சமுடையதே.

பாட்டாளி வர்க்கம் ஒடுக்கப்பட்ட சகல வர்க்கங்களுக்கும் தலைமையளித்தாக வேண்டிய கட்டாயத் தேவையில் இன்றிருப்பதால் முதலாளித்துவ அம்சமுடைய உழவர் புரட்சிக்குத் தலைமையளிப்பது போலத் தேசிய இன விடுதலைக்கும் தலைமையளிப்போம். உழவர் புரட்சியுடன் தேசிய இன விடுதலையை ஒன்றிணைப்போம். இந்தியாவை விடுவிப்போம். முதலாளித்துவத் தலைமையிலான தேசிய இன விடுதலை என்பது என்றும் தனிநாடு நோக்கமுடையது. ஆனால் பாட்டாளி தலைமையிலான தேசிய இன விடுதலை என்பது தனிநாடு வடிவமே எடுத்தாலும்கூட எதிர்காலத்தில் சர்வதேச நிலைக்குப் போகக் கூடியது. தேசிய இனங்களின் மீதான ஒடுக்குமுறையை எதிர்த்துச் சம உரிமைகளைச் சாதிப்போம். தேசிய இனக் கொள்ளையைத் தடுப்போம்.

இந்திய தேசிய இனங்களின் விடுதலை வெல்க!
தமிழ் இன விடுதலை மலர்க!

[05/06 - 05 - 1984 பெண்ணாடம் மாநாட்டு அறிக்கை]

தமிழ்த்தேசியமே தீர்வு

தெய்வத்திரு.இராசேந்திரசோழன்
தமிழ்த்தேசிய அறிஞர், எழுத்தாளர்.

இந்தியா ஒரு தேசம் அல்ல

இந்தியா ஒரு தேசம் அல்ல. அது பல தேசங்களைக் கொண்ட ஒரு நாடு என்பதே உண்மை. இதையே பல்வேறு வரலாற்று ஆய்வாளர்களும் சமூகவியலாளர்களும் நிறுவியுள்ளனர், ஒப்புக்கொண்டுள்ளனர். இந்தியாவை ஒரு தேசம் எனக் கொள்வதானால் இந்தத் தேசத்திற்கென்று ஒரு பொது மொழி இருக்கவேண்டும். பொது வாழ்க்கைப் பகுதி இருக்கவேண்டும். பொதுவான பொருளாதார வாழ்க்கை, பொது உளவியல் உருவாக்கம் இருக்கவேண்டும்.

இதில் எதுவுமே இந்தியாவுக்கு இல்லை. இதனால் இது பல மொழி பேசும், பல தேசிய இனங்களைக் கொண்ட ஒரு நாடாகவே இருந்து வருகிறது. இப்படியிருக்க, இந்தியாவை எப்படி ஒரு தேசமாகக் கொள்ள முடியும்?

"இந்திய" என்றொரு மொழியும் இல்லை; "இந்தியன்" என்றொரு தேசிய இனமும் இல்லை. எனவே இந்தியா என்றொரு தேசமும் இல்லை; இருக்க முடியாது.

மேலும், இந்தியாவில் மொழி மட்டும் வேறுபாடு இல்லை. நாகரிகம், பண்பாடு, பழக்கவழக்கம், பாரம்பரியம், உளவியல் உருவாக்கம் எல்லாமே வேறு வேறுதான். வேறுபாடுதான்.

பார்ப்பதற்கு ஒன்று போலத் தோற்றமளிக்கும் ஐரோப்பியர்களிடையேயே ஆங்கிலேயர், பிரஞ்சுக்காரர், இத்தாலியர், செர்மானியர் என பல வேறுபாடுகள், வேறுபட்ட மொழிகள், தனித்தன்மைகள். இதனாலேயே அவர்கள் தனித் தனித் தேசங்களாக வாழ்கிறார்கள்.

ஆனால் இந்தியாவில் உள்ளவர்கள் - "இந்தியர்கள்" என அடையாளம் காட்டப்பட்டவர்கள் - தோற்றத்திலேயே பல்வேறு வேறுபாடுகளைக் கொண்டவர்களாக இருக்கிறார்கள். இப்படிப் பார்வையிலேயே பளிச்சென்று வேறுபட்டவர்களாகத் தெரியும் இவர்களை எப்படி ஒரு தேசமாகக் கொள்ள முடியும்?

ஒரு தமிழனும், ஒரு பஞ்சாபியும், ஒரு மலையாளியும், ஒரு வங்காளியும் பார்த்த மாத்திரத்திலேயே, எடுத்த எடுப்பிலான தோற்றத்திலேயே பல வேறுபாடுகள் கொள்ளத் தெரிய வருபவர்களாயிற்றே. வேறுபட்ட மொழிகளைப் பேசுபவர்களாயிற்றே. இவர்கள் அனைவரையும் எப்படி ஒரு தேசமாகக் கொள்ள முடியும்? எப்படி ஒரு தேசத்தைச் சேர்ந்தவர்கள் என்று சொல்ல முடியும்? முடியாது.

அத்துடன், நாடு என்கிற நோக்கிலோ, தேசம் என்கிற நோக்கிலோ இந்தியா என்கிற புவியியல் பரப்பிற்கு நிரந்தரமாக வரையறுக்கப்பட்ட எல்லைகள் என்று எப்போதும் எதுவும் இருந்திருக்கவில்லை.

இந்தியா என்கிற புவியியல் நிலப்பரப்பைப் பொருத்தமட்டில், அதன் அதிகார வரம்பெல்லையைப் பொருத்த மட்டில் இது ஒவ்வொரு ஆட்சிக் காலத்திலும் ஒவ்வோர் விதமாக இருந்து வந்திருக்கிறது. அதே சமயம் அது எப்படிப்பட்ட பரப்பெல்லையைக் கொண்டிருந்த போதிலும் அதற்கு இந்தியா என்று பெயரிட்டு அழைக்கப்பட்டு வந்திருக்கிறது. எடுத்துக்காட்டாக பாகிஸ்தான், பங்களாதேஷ் ஒன்றாக இருந்தபோது, அது உள்ளிட்ட புவியியல் பரப்பும் இந்தியாதான். தற்போது அவை நீங்கலான பரப்பும் இந்தியாதான். காஷ்மீர் சேர்க்கப்படாத போதும் இந்தியாதான். அது சேர்க்கப்பட்டபோதும் இந்தியாதான். சிக்கிம் இணைக்கப்படாத போதும் இந்தியாதான். அது இணைக்கப்பட்ட பிறகும் இந்தியாதான்.

இதேபோலப் பண்டைக்கால பேரரசுகளின் படையெடுப்பு களுக்குட்பட்ட இந்தியாவும், அலெக்சாந்தர் கால இந்தியா, கனிஷ்கர் கால இந்தியா, பாபர் கால இந்தியா, ஔரங்கசீப் கால இந்தியா என்றுதான் நோக்கப்படுகிறதேயொழிய இந்தியா எந்தக் காலத்திலும் நிரந்தரமான பொதுவானதொரு எல்லையைக் கொண்டதாகவோ, நிரந்தரமானதொரு ஆட்சிப் பரப்பைக் கொண்டதாகவோ இருந்திருக்கவில்லை.

சுதந்திரத்திற்கு முந்தைய தருணத்தில் கூட இந்தியா, பிரிட்டிஷ் இந்தியா, பிரஞ்சு இந்தியா, டச்சு இந்தியா, சமஸ்தான இந்தியா என்று தனித்தனி ஆதிக்கத்திற்குட்பட்டதாகத் தனித்தனி எல்லைகளைக்

கொண்டதாகத்தான் அமைந்திருந்ததே தவிர பொதுவான எல்லைகளைக் கொண்ட ஏக இந்தியாவாக எப்போதும் இருந்ததில்லை.

இருந்தாலும் ஆதிக்க சக்திகள் "இந்தியா", "இந்தியா" என்று அப்படி ஒரு கருத்தை நமக்கு ஊட்டி வளர்த்து உருவாக்கிவிட்டிருக்கின்றன. இன்றும் அக்கருத்தைப் பத்திரமாகப் போற்றிப் பாதுகாத்தும் வருகின்றன.

இதுதான் இந்தியாவுக்குள்ள பொதுவான வாழ்வெல்லையின் வரலாறு. ஒரு தேசத்தின் வாழ்வெல்லை இப்படியெல்லாம் இருக்க முடியாது. இதையெல்லாம் வைத்து இந்தியாவை ஒரு தேசம் என்றும் சொல்லமுடியாது.

நாம் இந்தியர் என்ற ஓர் உளவியல் உருவாக்கத்திற்கான முயற்சிகள் தொடர்ந்து மேற்கொள்ளப்பட்டு வருகின்றன என்பதுதான் உண்மையே தவிர, இப்படி ஓர் உருவாக்கம் இயற்கையாகவே நிலவுகிறது என்பதாக, அதாவது இந்திய மக்களின் வாழ்வியலில் இது இயல்பாகவே நிலவி, அந்த அடிப்படையில் இப்படிப்பட்ட உருவாக்கம் ஏதும் ஏற்பட்டிருக்கிறது என்பதாகக் கூறமுடியாது.

அதோடு வரலாற்றுப் பூர்வமாக அமைந்த இயல்பான புறநிலை இருந்தாலன்றி இப்படி ஓர் உளவியல் உருவாக்கத்தை மேலிருந்தும் வலிந்து திணித்து விடமுடியாது. இந்தியாவில் உள்ள பல்வேறு தேசிய இன மக்களுக்கும் அவரவர்களுக்கான வரலாறு வேறு, பாரம்பரியம் வேறு, பண்பாடு வேறு. எனவே உளவியல் உருவாக்கம் என்பதும் வேறு வேறு.

நீண்ட நெடிய தொன்மைமிக்க பண்டையத் தமிழர்களின் சங்க இலக்கியப் பாரம்பரியமும், பத்தாம் நூற்றாண்டிற்குப் பிறகே அறியப்படும் வங்க இலக்கியப் பாரம்பரியமும் வேறு வேறு. கன்னட மக்களின் பாரம்பரியமும் காஷ்மீர் மக்களின் பாரம்பரியமும் வேறு வேறு.

சிலம்பு கண்ட கண்ணகியின் பாரம்பரியம் வேறு. பாரதம் கண்ட பாஞ்சாலியின் பாரம்பரியம் வேறு. குறள் காட்டும் நெறி வேறு. மனு காட்டும் நெறி வேறு.

குன்றுதோறும் குமரன் குடி கொண்டிருப்பதாகக் கொண்டு, அழகையும் அறிவையும் வீரத்தையும் போற்றிய முருக வழிபாட்டுப் பாரம்பரியம் வேறு. யாகங்கள் வளர்த்துப் பசுக்களைப் பலியிட்டுச் சோமபானம், சுராபானம் அருந்திக் களித்த இந்திர வழிபாட்டுப் பாரம்பரியம் வேறு.

இப்படிப்பட்ட வெவ்வேறுபட்ட மொழி, இலக்கியம், தத்துவம், வரலாற்றுப் பாரம்பரியம் கொண்ட மக்களிடம் "இந்தியர்" என்கிற உளவியல் உருவாக்கம் இருப்பதாகக் கூறுவது அபத்தமானது. அறிவியலுக்கும் முரணானது. அப்படி உருவாக்கவும் முடியாது. அப்படி உருவாக்க முனைவதும் விபரீதமானது. ஆபத்தானது. எனவே வேற்றுமையில் ஒற்றுமை என்ற கூற்றே ஏமாற்று வேலை என்பது தெளிவாகிறது. வேற்றுமையில் ஒற்றுமை என்பது, ஒரு புதிய கோட்பாடோ, புதிய தத்துவமோ அல்ல. உலகம் முழுவதும் வாழும் மக்கள் சமூகம் பல்வேறு வேற்றுமைகளைக் கொண்டவர்களாகவே இருக்கிறார்கள். இதற்காக அவர்கள் எந்த நேரமும் அடித்து மோதிக்கொண்டிருக்கவில்லை. பெருமளவும் ஒற்றுமையாகவேதான் வாழ்ந்து கொண்டிருக்கிறார்கள். எனவே, இதில் புதிய அதிசயம் ஏதும் இல்லை.

ஆனால் இது ஏதோ புதிய கண்டுபிடிப்புப்போல இங்கே முழங்கப் படுகிறது. வேற்றுமையில் ஒற்றுமை இருக்கவே முடியாது என்றோ, அப்படி இருக்கவே கூடாது என்றோ எவரும் சொல்லவில்லை. ஆனால் இங்கு முன்வைக்கப்படும் "ஒற்றுமை" அந்தந்தச் சமூக மக்களின் வேற்றுமைகளை அங்கீகரித்துக் கொண்ட சமத்துவ அடிப்படையிலான ஒற்றுமையாய் இருந்தால் பரவாயில்லை.

ஆனால், இது வேற்றுமைகளைப் படிப்படியாக ஒழித்துக்கட்டி, அந்தந்த தேசிய இனங்களின் அடையாளங்களையும் தனித் தன்மைகளையும் சாதுர்யமாக அழித்து அனைத்து அடையாளங்களையும் ஒரே அடையாளமாக, ஒற்றைத் தன்மை கொண்டதாக ஆக்கும் முயற்சி.

ஒற்றுமை (Unity) வேறு. ஒற்றைத் தன்மை (Singularity) என்பது வேறு. இவர்கள் சொல்வது ஒற்றைத் தன்மை. இனத்தால் 'இந்தியர்', மொழியால் 'இந்தி', பண்பாட்டால் 'இந்து' என்று இல்லாத ஒன்றால் ஒருமையை உருவாக்கி, அதை நோக்கி அனைத்துத் தேசிய இனங்களையும் வளைத்து எல்லாவகை வேற்றுமைகளையும் அழிக்கும் முயற்சி. அவர்களை இந்தியத் தேசியம் என்கிற அபாய விளக்கை நோக்கி ஈர்த்து விழ வைக்கும் விட்டில் பூச்சிகளாக ஆக்கும் முயற்சி.

இந்தியத் துணைக் கண்டத்துள் வாழும் எல்லாத் தேசிய இனங்களையும் அதன் தனித் தன்மைகளையும் அதன் புறத்தோற்றத்தில் அங்கீகரிப்பது போலக் காட்டி, அகில இந்தியக் கலை விழா முதலானவற்றை எல்லாம் நடத்தி, அக ரீதியில் அவையனைத்தையும் அழித்து ஒற்றைப் பண்புள்ள தாக ஆக்க முயல்வது. அதாவது புறத்தோற்றத்தால் மக்கள் எப்படியிருந்த போதிலும் அக ரீதியில் அவர்கள் 'இந்தியர்' என்பதாக உணரத் தூண்டுவது.

காலப்போக்கில் இது தேசிய இனங்களின் எல்லா அடையாளங்களையும் தனித் தன்மைகளையும் அழித்து அம்மக்களின் எல்லா சனநாயக உரிமைகளையும் பறித்து அவர்களை இந்திய தேசியத்தில் கரைத்துவிடும் நோக்கில் மேற்கொள்ளப்படுவது.

எனவே, "வேற்றுமையில் ஒற்றுமை" என்கிற இம்முழக்கம் போலியானது, வஞ்சகமானது, ஏற்க இயலாதது.

இந்திய தேசியம் என்கிற இக்கருத்தாக்கத்தின் உருவாக்கத்திற்கான காரணங்களை அறிய வரலாற்றைச் சற்றுப் பின்னோக்கிப் பார்க்க வேண்டுயது அவசியம். அப்படி நோக்க "இந்திய தேசியம்" என்கிற கருத்தாக்கத்திற்கு நான்கு முக்கியக் காரணிகள் செயல்பட்டு வந்துள்ளதை அறியலாம்.

அ) பல்வேறு சிற்றரசுகளாலும், பேரரசுகளாலும் ஆளப்பட்டு வந்த இந்தியத் துணைக் கண்டப் பகுதிக்குள் பரவத் தொடங்கிய ஆங்கில ஆதிக்கத்திற்குத் தன் நிர்வாக வசதிக்காகத் தன் ஆதிக்கத்திற்குட்பட்ட பகுதிகள் அனைத்தையும் ஒருங்கிணைக்க வேண்டிய தேவை எழுந்தது.

ஆ) வெள்ளை ஏகாதிபத்தியத்தின் தாக்கத்தில் அதன் துணையோடு அதன் நிழலில் இந்தியாவில் வளரத் தலைப்பட்ட பெரு முதலாளிகளுக்கு ஓர் அகில இந்தியச் சந்தை தேவைப்பட்டது. அதற்கு வெள்ளை விதேசிக் கருத்தாக்கத்திற்கு எதிராக ஒரு சுதேசி கருத்தாக்கத்தை, "இந்திய தேசியம்" என்கிற கருத்தாக்கத்தை முன் வைத்தனர்.

இ) வெள்ளையர் வருகைக்கு முன்பிருந்தே இந்திய சமூக அமைப்பில் காலம் காலமாக ஆதிக்க நிலையிலிருந்த பார்ப்பனர்கள், வெள்ளையர் வருகையால் ஆங்கிலக் கல்வியைக் கற்றதும், அதன்வழி இந்தியா முழுமையும் வேலைவாய்ப்பு பெற்றுக் கூடுதல் பலன்களை அடைந்ததுமான சூழலில், அவர்கள் அப்பலன்களைப் பாதுகாத்துக் கொள்ளவும், தங்கள் ஆதிக்கத்தைத் தொடர்ந்து தக்க வைத்துக்கொள்ளவும் அவர்களுக்கு ஓர் 'அகில இந்தியம்' தேவைப்பட்டது.

ஈ) இவை தவிர, இவ்வெள்ளை ஏகாதிபத்தியத்தை இந்தியாவில் உள்ள எந்த ஒரு தேசிய இனமும் தனித்து நின்று போராடி வெற்றிகொள்ள முடியாது என்கிற சூழல், கருத்து, இத்தேசிய இனங்கள் அனைத்தும் ஒன்றுபட்டு நிற்க வேண்டிய

தேவை இவையனைத்தும் இயல்பாகவே அவற்றுக்குள் ஓர் ஒருங்கிணைப்பை ஏற்படுத்த அதனடிப்படையில் ஓர் 'அகில இந்தியம்' உருவாயிற்று.

இப்படிப் பல்வேறு புறக் காரணங்களால் தேவைப்பட்ட "அகில இந்தியம்" ஆதிக்க சக்திகளால் "இந்தியத் தேசியமாக" முன் வைக்கப்பட்டது. இதுவே "இந்து தேசியமாகவும்", "இந்தி தேசியமாகவும்" பிறகு கட்டமைக்கப்பட்டது.

இது மிக விரிவாக ஆழ்ந்து நோக்கப்பட வேண்டிய ஒரு பிரச்சனை என்ற போதிலும் மேலோட்டமாகவேனும் ஒவ்வொன்றிற்கும் சில சான்றுகளைப் பார்ப்போம்.

அ) வெள்ளை ஆட்சியின்போது 1773இல் கொண்டுவரப்பட்ட "ஒழுங்குமுறைச் சட்டம்" தொடங்கி அதைத் தொடர்ந்து வந்த பல்வேறு சட்டங்கள் அவ்வாட்சி தன் நிர்வாக வசதிக்காக எவ்வாறு அகில இந்திய ஒருங்கிணைப்பை ஏற்படுத்தியது என்பதைப் புலப்படுத்தும்.

ஆ) வெள்ளைஞ "விதேசிக் கருத்துக்கு" எதிராக இந்திய முதலாளிகளால் முன் வைக்கப்பட்ட "சுதேசிக் கருத்து" அந்நியத் துணிகள், பொருள்கள் புறக்கணிப்பு எரிப்பு முதலான போராட்டங்களை நடத்தி இந்தியப் பொருள்களையே வாங்குவீர், இந்தியப் பொருள்களையே பயன்படுத்துவீர் என்னும் கருத்தைப் பிரச்சாரம் செய்து, தன் சுதேசிக் கருத்தாக்கத்திற்கும், சந்தைத் தேவைக்கும் பரந்துபட்ட இந்தியாவை முன் வைத்தது.

இ) வெள்ளை ஏகாதிபத்தியத்தின் ஒப்புதலோடும் ஆதரவோடும் 1885இல் அகில இந்திய அளவில் உருவாக்கப்பட்ட "இந்தியத் தேசியப் பேராயக் கட்சி" - ஆங்கிலம் கற்ற மேல் தட்டுப் பேரறிவாளர்களால் தலைமை தாங்கப்பட்டதோடு, இந்தியா முழுவதுமுள்ள உயர்தட்டுக் கல்வியாளர்கள் பலரையும் உள்வாங்கி ஓர் ஒருங்கிணைப்பை நிகழ்த்தியது.

ஈ) இந்திய மக்கள் இக்கட்சியின் ஊடேதான் வெள்ளை ஏகாதிபத் தியத்திடமிருந்து விடுபட்டுச் சுதந்திரம் பெறமுடியும் என்கிற நம்பிக்கையை ஊட்டி, அதன்வழி விடுதலை வேட்கை கொண்ட மக்களையெல்லாம் தன்பால் ஈர்த்து "அகில இந்தியத்தை" வலியுறுத்தியதோடு, தன் தலைவர்களையெல்லாம் அகில இந்தியத் தலைவர்களாக, அதாவது இந்திய தேசியத் தலைவர்களாகவும் நிலை நிறுத்தியது. அவ்வாறே செயல்படுத்தியது.

உ) இவ்வெல்லா வகை ஒருங்கிணைப்பிற்கும் இவர்களுக்கு “இந்து மதமே” குவி மையமாக இருந்தது. இதன் தலைவர்களும் பெருமளவுக்கும் இந்துக்களாக இருந்தனர். இதனால் இந்து மதம் சார்ந்து இந்திய தேசத்தை முன்னிறுத்துவதும், இதன்வழி இந்திய தேசியத்தை இந்துத் தேசியமாகக் கட்டமைப்பதுமான பணி எளிதில் நிகழ்ந்தேறியது.

விநாயகர் விழாவையும், காளி பூசையையும் இவர்கள் இந்தியத் தேசிய விழாவாகச் சித்திரித்தனர். வங்க தேசத்தில் எழுந்த வந்தே மாதரத்தையும், மராட்டியத் தேசிய எழுச்சியின் சின்னமாக விளங்கிய வீர சிவாஜியின் விழாவையும், இந்து மத அடிப்படையைக் கொண்ட இவ்விரண்டையுமே இவர்கள் இந்திய தேசிய எழுச்சியின் சின்னமாக அடையாளப்படுத்தினர். எல்லாவற்றிற்கும் மேலாகத் “தேசப் பிதா அண்ணல் காந்தி அஹிம்சா மூர்த்தி” தன்னைப் பகிரங்கமாகவே ஓர் இந்து “சனாதனி” என்று அறிவித்துக் கொண்டார்.

இது ஒருபுறமிருக்க இவ்வொருங்கிணைப்பிற்கான பொது மொழியாக இவர்கள் இந்தி மொழியை முன்னிறுத்தினர். இதனால் பேராயக் கட்சி “மும்மொழிக் கொள்கையை”த் தன் மொழிக் கொள்கையாக அறிவித்து இந்தி மொழியை இந்திய தேசியத்திற்கான மொழியாக அடையாளப்படுத்தியது. இதற்காக இந்தியா முழுமையும் இந்தியைப் பரப்பத் திட்டமிட்டு கிட்டத்தட்ட இந்திய சுதந்திரத்திற்கு முப்பது ஆண்டுகளுக்கு முன்பிருந்தே அதற்கான காரியங்களில் முழு மூச்சோடு செயல்பட்டது.

இவ்வாறே, இந்திய தேசியமும் இந்து மதமும் இந்தி மொழியும் தம்முள் ஓர் ஒருங்கிணைப்பைக் கொண்டு விளங்குகின்றன. இவையேதான் இந்திய தேசியக் கட்டமைப்பிற்கான மூலத் தூண்களாகவும் நிலவுகின்றன. அதாவது, “தேசிய நீரோட்டம்” என்கிறார்களே அதற்கான தலையூற்றுக்களாக விளங்குகின்றன.

இப்படி வலிந்து உருவாக்கப்பட்ட இந்தியத் தேசியம் என்கிற கருத்தாக்கத்தில் இந்திய ஆளும் வர்க்கங்களின் நலன் அடங்கியிருக்கிறது. எனவே அச்சக்திகள் சகல வழி முறைகளையும் கையாண்டு இக் கருத்தாக்கத்தைத் தொடர்ந்து பாதுகாத்து வருகின்றன.

இந்திய அரசு என்பதே பெருமுதலாளிகளின் தலைமையிலான முதலாளிய, பார்ப்பனிய, இந்து ஆதிக்க அரசு என்பது வெளிப்படை.

எனவே, இதன் நலன்கள் பாதுகாக்கப்பட முதலாவதாகவும், அடிப்படையாகவும் இந்திய தேசியம் என்கிற கருத்தாக்கம் கட்டிக் காக்கப்பட வேண்டுவது மிகவும் முக்கியம்.

இதற்காகக் சகல வழிமுறைகளையும் கையாண்டு தொடர்ந்து இக்கருத்தாக்கத்தைப் பிரச்சாரம் செய்து வருகின்றனர். இதன்வழி இந்திய தேசியம் என்கிற புரட்டும் நயவஞ்சகமாக மக்களுக்குப் புகட்டப் படுகிறது. பலவந்தமாக வலிந்து திணிக்கப்படுகிறது.

"இந்திய தேசியம்" என்பதன் நோக்கம் இந்திய ஆளும் வர்க்கங்களின் விரிவடைந்த சந்தையும், அதைத் தன் கட்டுக்குள் வைத்திருக்க அதிகாரங்கள் குவிக்கப்பட்டதும் மையப்படுத்தப் பட்டதும், வலுவானதும் நிலையானதுமான அரசும் அதன் ஆதிக்கமுமே ஆகும்.

இத்தேவைகளையொட்டியே சுதந்திரம் பெற்ற கையோடே காஷ்மீர் இணைக்கப்பட்டது. சமஸ்தான ஆட்சிக்கு உட்பட்ட பகுதிகள் தில்லியின் ஆதிக்கச் சங்கிலிக்குள் பிணைக்கப்பட்டன. சிக்கிம் சேர்க்கப்பட்டது. இந்துப் பண்பாடே இந்தியா முழுமைக்குமான ஒரே பண்பாடு. அதுவே பாரதப் பண்பாடு என்பதான கருத்துச் சாமரம் வீசப்பட்டு மக்களை இந்திய தேசியத் தொட்டிலிலே துயில் கொள்ளவைக்கும் முயற்சி மேற்கொள்ளப் பட்டது.

இவ்வாறு பொய்யாகப் புனையப்பட்டு, வலிந்து ஒன்றிணைக்கப் பட்டு உருவாக்கப்பட்ட "இந்திய தேசியம்", இந்தியாவிலுள்ள தேசிய இனங்களின் உரிமைகளை ஒடுக்கி, அவற்றைச் சிறைப்படுத்தி வைத்திருப்பதால்தான் இச்சிறைக் கூடத்திலிருந்து விடுபட வேண்டி, விழிப்படைந்த மக்கள் காஷ்மீரில், பஞ்சாபில், அஸ்ஸாமில், நாகாலாந்தில் தங்கள் உரிமைகளுக்காகப் போராடி வருகிறார்கள்.

இந்தியா முழுக்கவும் ஆங்காங்கே இப்படித் தேசிய இனப் போராட்டங்கள் வெடித்தெழுந்து வருவதும், தில்லி அரசு இராணுவ நடவடிக்கைகள் மூலம் அவற்றைக் கொடூரமாக ஒடுக்கி வருவதும் இதற்குக் கண்கூடான சான்றுகளாகும்.

எனவே, இந்தியத் தேசியம் நிலைத்திருக்கிறது என்பதை விடவும் அந்நிலைப்பு ஆட்டங்கண்டு, கருத்தியல் ஒடுக்குமுறை மூலமும் செயலியல் ஒடுக்குமுறை மூலமும் கவனத்தோடு பாதுகாக்கப்பட்டு செயற்கையாக நீட்டிக்கப்பட்டு வருகிறது என்று கொள்வதே பொருத்தமாக இருக்கும்.

சுருக்கமாகச் சொன்னால், இந்திய தேசியம் என்பது வன்முறை மூலம் கட்டிக் காப்பாற்றப்பட்டு வருகிறது எனலாம்.

ஆளும் வர்க்கங்கள், ஆதிக்க சக்திகள், தங்கள் நலனுக்கான இந்திய தேசியம் என்னும் கருத்தாக்கத்தைக் கட்டமைத்து, குடும்பம், கல்விக் கூடங்கள், மருத்துவமனைகள், சிறைச்சாலைகள், வானொலி, தொலைக்காட்சி, திரைப்படம், வார, மாத, நாளிதழ்கள், இன்ன பிற நிறுவனங்கள், மக்கள் தொடர்புச் சாதனங்கள் வழி இடைவிடாது பிரச்சாரம் செய்து அதைப் பாதுகாத்து வருகின்றன. இதன்வழி இந்திய தேசியம் என்பதே இயல்பானதும் நியாயமானதும் போலப் பெரும்பாலான மக்களை நம்பச் செய்து அவர்கள் உண்மையை அறியவொட்டாமல் தடுத்து வருகின்றன. அதாவது, கருத்தியல் ரீதியில் ஒரு வன்முறையைக் கையாண்டு வருகின்றன.

இந்தக் கருத்தியல் வன்முறை செல்லுபடியாகிற வரைக்கும், அதாவது "இந்திய தேசியம்" குறித்த நம்பகத் தன்மை மக்களிடையே நீடிக்கிற வரைக்கும் ஆளும் வர்க்கங்கள் நேரடியான அடக்கு முறை நடவடிக்கைகள் எதிலும் ஈடுபடுவதில்லை. தங்கள் கருத்தியல் வன்முறையின் வெற்றியில் தங்கள் ஆதிக்கம் நிலைப்பட்டு நீடித்து வரும் நிறைவில் தங்களது முகத்தைச் சாத்விகத் தன்மைகொண்டதாகவே காட்டி, தங்களது அரசு சனநாயக அரசு என்பதாகவே தோற்றம் தந்து கொண்டிருக்கின்றன.

எனில், மக்கள் "இந்திய தேசியம்" என்கிற கருத்தாக்க மாயையிலிருந்து விடுபட்டு அவரவர் தேசியம் சார்ந்த, அதாவது தமிழ்த்தேசியம், தெலுங்கு தேசியம், கன்னட தேசியம், மலையாளத் தேசியம் என்கிற கருத்தாக்க நோக்கில் விழிப்புற்று அதனடிப்படையில் கிளர்ந்தெழுந்து போராடத் தொடங்கும்போதுதான் அரசு நேரடியான வன்முறைகளில் ஈடுபட்டுத் தன் அசல் முகத்தைக் காட்டுகிறது. தான் ஓர் அடக்குமுறைக் கருவிதான் என்பதை மெய்ப்பித்து, தன் வர்க்கத் தன்மைகளை வெளிப்படுத்துகிறது.

எனவே, மக்கள் கருத்தியல் வன்முறைக்கு அடிமைப்பட்டுக் கிடக்கும் வரை நேரடி வன்முறையில் இறங்காமலும், அவர்கள் கருத்தியல் வன்முறையிலிருந்து விடுபட்டு, விழிப்படைந்து போராடத் தொடங்கும் போது நேரடி வன்முறையில் இறங்கியும் தில்லி அரசு "இந்தியத் தேசியம்" என்கிற கருத்தாக்கத்தைப் பாதுகாத்து வருகிறது. இப்படிப்பட்ட வன்முறை நடவடிக்கைகள் மூலமே "இந்தியத் தேசியம்' என்கிற இக்கருத்தாக்கமும் காப்பாற்றப்பட்டு வருகிறது.

நம்மைப் பொருத்தவரை 'இந்திய தேசியம்' என்பது பொய்யானது. சமூக அறிவியல் நோக்கிற்குப் புறம்பானது. புனைவானது. ஆதிக்கச் சக்திகளைத் தங்கள் நலன் காக்க முன் வைப்பது. அதன்வழி கட்டமைக்கப்பட்டுக் கட்டிக் காப்பாற்றப்பட்டு வருவது.

'இந்தியத் தேசியம்' என்பது இந்தியப் பெரு முதலாளிகளின் சந்தைத் தேவைகளிலிருந்தும் பார்ப்பனிய மேலாதிக்க நிலைகளிலிருந்தும் எழுவது, அதைப் பாதுகாப்பது, அவற்றுக்குச் சேவை செய்வது.

'இந்தியத் தேசியம் 'என்பது சாரத்தில் இந்துச் சனாதனப் பார்ப்பனிய தேசியமாக, பார்ப்பனியப் பண்பாட்டை உயர்த்திப் பிடித்துப் பிற தேசிய இனங்களின் பண்பாட்டைச் சிறுமைப் படுத்துவது, சீரழிப்பது, அதன் தனித் தன்மைகளையும் அடையாளங்களையும் அழித்து 'இந்தியா இந்து நாடுதான்' என்று நிறுவ முற்படுவது.

'இந்திய தேசியம்' இந்தி மொழியை முன்னிறுத்தி அதை வளர்ப்பதையும், பரப்புவதையுமே குறிக்கோளாகக் கொண்டது. இந்தியாவில் உள்ள பல்வேறு தேசிய இனங்களின் மொழிகள் அனைத்தையும் படிப்படியாக ஒடுக்கி அழித்து அந்த இடத்தில் இந்தியை நிறுத்த, நிலைநாட்ட முற்படுவது என்கிற புரிதல் வேண்டும்.

எனவே, அனைத்திந்தியச் சந்தை, பார்ப்பனிய மேலாதிக்கம், இந்தி ஆதிக்கம் இவற்றைக் கட்டிக் காப்பதற்கேற்ப முன் வைக்கப்படும் கருத்தாக்கமே "இந்திய தேசியம் "எனவும், ஆகவே இது எதிர்க்கத் தக்கது எனவுமான மதிப்பீட்டிற்கும் புரிதலுக்கும் நாம் வரலாம்.

தவிர, இந்த மூன்றும் ஒன்றொடொன்று தொடர்புடையது. எனவே, இந்த மூன்றையும் தனித்தனியே ஒவ்வொன்றாக அவற்றை வெற்றிகொள்ள முடியாது. அதிலிருந்து விடுபட முடியாது. ஆகவே இம்மூன்றையும் ஏக காலத்தில் எதிர்க்கிற ஒருங்கிணைந்த நடவடிக்கைகள் மூலமே இது சாத்தியம் என்கிற முடிவுக்கும் நாம் வரலாம்.

அதோடு வெறும் அருவத் தளத்திலே நின்று இந்த இந்தியத் தேசியத்தை நாம் எதிர்க்க முடியாது எனவும், இந்திய தேசியத்தை எதிர்க்க வேண்டுமானால் தமிழர்களாகிய நாம் "தமிழ்த்தேசியத்" தளத்தில் காலூன்றி நின்று அப்பின்னணியிலேயே அதை எதிர்க்க வேண்டும் எனவும், இது ஒன்றே இந்தியத் தேசியத்திற்கு மாற்றாக முடியும், இந்தியத் தேசியத்தை எதிர்த்து நின்று அதன் ஆதிக்கத் தளையிலிருந்து விடுபட வழிகாட்ட முடியும் என்பதான புரிதல்களுக்கும் நாம் வரவேண்டும்.

திராவிடத் தேசியம்: சமூக அறிவியலுக்குப் புறம்பானது.

போலியான இந்தியத் தேசியம் போலவே "திராவிடத் தேசியம்" என்று ஒன்று கிடையாது. நேரடியாக அதற்கு ஒரு வரையறுப்பும் முன் வைக்கப்பட்டதாகவும் சொல்ல முடியாது.

இப்படி எந்த வரையறுப்பும் இல்லாமலேயே, திராவிட நாடு, திராவிடத் தேசியம் என்னும் கருத்தாக்கம் முன் வைக்கப்பட்டது. இப்படி வரையறுக்கப்பட்ட இலக்கணம் ஏதும் இல்லாததோடு, புற நிலையிலும் அப்படி ஏதும் நிலவாததால் அதுவும் காலப்போக்கில் படிப்படியாகத் தேய்ந்து காலாவதியாகிவிட்டது. என்றாலும், அப்போது எழுந்த திராவிடநாடு என்னும் கருத்தாக்கமே தற்போது திராவிடத் தேசியம் என்பதாக விவாதத்திற்கு எடுத்துக்கொள்ளப்படுகிறது. அப்போது முன் வைக்கப்பட்ட "திராவிட நாடு" என்பது தற்போதைய தமிழகம், கேரளம், ஆந்திரம், கருநாடகம் ஆகிய நான்கு தேசிய இனத் தாயகங்களை உள்ளடக்கியதாக இருந்தது. இந்நான்கு தேசிய இனத் தாயகங்களைக் கொண்ட நிலப்பரப்பே திராவிட நாடு எனப்பட்டது.

இதுவும் இந்திய; த தேசியம் போலவே சமூக அறிவியல் நோக்கிலான பார்வைக்குப் புறம்பாக இருந்ததாலும், இதன் தோற்றக் கர்த்தாக்களே காலப்போக்கில் இதைக் கைவிட்டுப் படிப்படியாக ஆதிக்கச் சக்திகளோடு சமரசமாகிப் போனதாலும், இக் கருத்தாக்கம் தற்போது களத்திலிருந்து மறைந்து அவரவர் அரசியல் ஆதாயத்திற்குப் பயன்படும் வகையில் தேவைப்படும் போது தொட்டுக்கொள்ளும் ஊறுகாய் போல, காட்சிப் பொருளாகிக் காலாவதியாகிப் போன சிந்தனையாக அருங்காட்சியகத்துள் அடைக்கலமாகி விட்டது. ஆகவே, தற்போது "திராவிடத் தேசியம்" என்று ஏதும் நடப்பில் இல்லை.

தேசம் குறித்த புரிதலில் இதுவரை நாம் பார்த்த வரையறைகளுக்குச் சற்றும் பொருத்தமற்றதாகவும், முற்றிலும் புறம்பானதாகவும் இருப்பது திராவிடத் தேசியம்.

இதற்குப் பொதுமொழி என்று எதுவும் கிடையாது. தனித் தனியான நான்கு மொழிகளைக் கொண்டதாக உள்ளது. இந்நான்கு மொழிபேசும் மக்களும் பொதுவான ஒரே வாழ்நிலத்தைக் கொண்டிருக்கவில்லை; தனித்தனியான நான்கு வாழ்வெல்லைகளைக் கொண்டுள்ளார்கள்.

இந்நான்கு இன மக்களுக்குள்ளும் பொதுவான பொருளாதார வாழ்வு நிலவுவதாகவும் சொல்ல முடியாது. செய்தொழில் என்ற முறையில்

பெருமளவு விவசாயம் இருப்பதாகச் சொல்லப்பட்டாலும் கணிசமான அளவில் வேறு பல பாகுபாடுகளும் நிலவவே செய்கின்றன.

அதே போல இவர்களுக்குள்ளே வரலாற்றுப் போக்கில் வளர்ந்து உருவான பொதுவான உளவியல் உருவாக்கம் என்பதும் எதுவும் கிடையாது. ஒவ்வொன்றிற்கும் தனித்தனி வரலாறு, தனித்தனிப் பாரம்பரியம், மரபே நிலவுகிறது. இதனால் தனித்தனி உளவியல் உருவாக்கத்தைக் கொண்டவர்களாகவே உள்ளார்கள். இதனால்தான் 'திராவிடத் தேசியம்' என்பதும் சமூக அறிவியல் நோக்கிற்குப் புறம்பானது.

வெள்ளையர் ஆட்சியின்போது வடக்கே வளர்ச்சி பெற்று வந்த மார்வாரி, குசராத்தி பெரு முதலாளிகளால் தங்கள் நலன் பாதிக்கப்படுவதை உணர்ந்த தென்னிந்திய சமீன்தார்கள், தாங்கள் அப்படி வளர வாய்ப்பின்றி நெருக்குதலுக்குள்ளாகிய நிலையில் தங்கள் நலன் காக்க உருவாக்கிய அமைப்பின்வழி முன் வைக்கப்பட்ட கருத்தாக்கமே "திராவிட நாடு", "திராவிடத் தேசியம்" என்பதாகும்.

1916-க்கு முன்பே பனகல் அரசரும், டாக்டர் நடேச முதலியாரும் சேர்ந்து "திராவிட மன்றம்" என்றோர் அமைப்பை உருவாக்கியிருக்கிறார்கள். இவ்விருவரும் பல சமீன்தாரர்களுடன் சேர்ந்து ஒரு லட்ச ரூபாய் மூலதனத்தில் "தென்னிந்திய மக்கள் மன்றம்" என்கிற கூட்டுப் பங்கு நிறுவனத்தை ஏற்படுத்தியுள்ளனர். இதன் அரசியல் அமைப்பாகத்தான் 1916இல் "தென்னிந்திய நல உரிமைச் சங்கம்" தொடங்கப்பட்டுள்ளது.

இப்படித் "தென்னிந்திய" என்பதை முன் வைத்து உருவான அமைப்புதான் காலப்போக்கில் "திராவிட" என்கிற கருத்தாக்கத்தை முன்னிறுத்தியது. பின்னாளில் நீதிக் கட்சியின் தலைவராயிருந்து, பிறகு அதற்கு திராவிடர் கழகம் என்று பெயர் மாற்றிய பெரியார் "திராவிட" என்னும் சொல்லுக்கான விளக்கமாகக் கீழ்வரும் கருத்தைச் சொன்னார். "இந்தியர் என்பதை மறுக்கிறபடியாலும், இன உணர்ச்சியும் எழுச்சியும் பெற வேண்டுவதாலும் திராவிட என்கிற பெயரைக் கொண்டோம்."

எனவே இந்தியத் தேசியத்திற்கு மாற்றாக எதிராக, தென்னிந்திய சமீன்களின் நலன் காக்கும் நோக்கிலான ஒரு கருத்தாக்கமாகவே 'திராவிடத் தேசியம்' என்னும் கருத்தாக்கம் உருப்பெற்றது, முன் வைக்கப்பட்டது என்பது தெளிவு.

காலாவதியான இத்திராவிடத் தேசியம் சமூக அறிவியல் நோக்கிற்குப் பொருத்தமற்றது. அதாவது, இது சமூக இருத்தலின் புறநிலை

யதார்த்தத்திலிருந்து முகிழ்த்தெழுந்ததாக அல்லாமல் புனையப்பட்ட கருத்தாக்கமாக இருந்ததால் இயல்பாகவே இது எல்லாப் பகுதிகளிலும் வேர் கொள்ள முடியவில்லை.

தமிழகத்தில் தோற்றுவிக்கப்பட்ட இத்திராவிடத் தேசியக் கருத்தாக்கம், எவ்வெப் பகுதி மக்களை உள்ளடக்கியதாகச் சொல்லப் பட்டதோ, அந்தப் பகுதி மக்களாலேயே அது ஏற்றுக் கொள்ளப்படாமல் போய்விட்டது. அதாவது, தமிழர்கள்தாம் தங்களைத் திராவிடர்கள் என்று சொல்லிக் கொண்டார்களேயொழிய ஒரு தெலுங்கரோ, மலையாளியோ, கன்னடரோ எவரும் தங்களைத் திராவிடர் என்று சொல்லிக்கொள்ளவில்லை.

மாறாக, தமிழகத்தில் உள்ள பட்டியல் வகுப்பைச் சேர்ந்த ஆதி திராவிடர் என அழைக்கப்பட்டனர். “ஆதித் தமிழர்” என அழைக்கப்படவில்லை. ஆந்திரத்தில் உள்ள ஒடுக்கப்பட்ட மக்கள் “ஆதி ஆந்திரர்” என்றே அழைக்கப்பட்டனர். அதேபோலச் சென்னையில் தொடங்கப்பட்ட பல்கலைக் கழகத்திற்கு “மெட்ராஸ் யுனிவர்சிட்டி” என்று பெயரிட்டனர். தெலுங்கு மண்ணில் துவங்கப்பட்ட பல்கலைக் கழகத்திற்கு “ஆந்திரா யுனிவர்சிட்டி” என்றே பெயரிட்டனர்.

இவ்வாறு “திராவிட” என்னும் கருத்தாக்கம் தமிழகத்தில் மட்டும் தான் நிலவி “தமிழ் நாடு” என்கிற தமிழ்த்தேசிய சிந்தனை இன்றி இருந்ததே தவிர, பிற மூன்று தேசிய இன மக்களும் திராவிடக் கருத்தாக்கத்தை ஏற்கவில்லை. அதோடு அவர்கள் மிகத் தெளிவாகவே அவரவர் தேசிய இனம் சார்ந்து சிந்தித்து அதற்கான கருத்தாக்கங்களையே முன் வைத்தும் வந்துள்ளனர்.

“திராவிடத் தேசியம்” என்பதன் செயல் களம் தமிழகத்தோடு சுருங்கிக் கட்டுண்டு கிடந்தது என்ற போதிலும், இது தமிழகத்திற்குரிய தமிழ்த்தேசியத்தையாவது முன் வைத்திருக்க வேண்டும். அதுவுமில்லை.

சமூக அறிவியல் நோக்கிலான வரையறைகளின்படி, தேசிய இனம் குறித்த பார்வைகளின் அடிப்படையில் தமிழ்த்தேசியத்தை முன்னிறுத்தாமல் வெறும் இனவாதத்தை மட்டுமே அடிப்படையாகக் கொண்டு திராவிட தேசியத்தை முன்வைத்தது. இதற்குப் பெரியார் சொன்ன காரணம், ‘தமிழர் என்றால் பார்ப்பனரும் தன்னைத் தமிழர் என்று கூறிக் கொண்டு நம்மோடு இணைந்து விடலாம் என்பதே.

அதாவது, திராவிடர் என்றால் பார்ப்பனர் வந்து இணைய முடியாது என்று பெரியார் கருதியிருக்கிறார். இதன்படி தமிழ்த்தேசியத்தில் தமிழ்ப் பார்ப்பனர்களுக்கு இடமில்லை என்பது பொருள். அதாவது, தமிழ்ப் பார்ப்பனர்களை நீக்கிய தேசமே தமிழ்த் தேசம் என்பது பொருள்.

இது விவாதத்துக்கும் சர்ச்சைக்கும் உரிய ஒரு கருத்து என்பதோடு, இது சமூக அறிவியல் நோக்கிற்கும் முரணானது.

என்றாலும், வளர்ச்சியடைந்த தற்போதைய சமூகத்தை இக் கருத்தாக்கம் ‘தமிழர்’ என்கிற ‘தேசிய இன’ அடிப்படையில் நோக்காது பார்ப்பன அல்லது ஆரிய எதிர் ‘திராவிட’ மரபின்வழி நோக்கியதில், இது தமிழ்த்தேசியத்திற்கான தெளிவான செயல் திட்டங்கள் எதையும் முன்வைத்துத் தொடர்ந்து போராட முடியாது போயிற்று.

திராவிட தேசியத்தின் தோற்றக் கர்த்தாக்களும் தலைவர்களும்கூட இதில் போதுமான அழுத்தம் கொடுத்து இதில் உரிய அக்கறை காட்டவில்லை. திராவிடம் அவர்களுக்குப் பிழைப்புவாதமாயிருந்ததே தவிர மற்றபடி இதற்காக அவர்கள் உழைக்கவோ எதையும் அர்ப்பணிக்கவோ தயாராக இல்லை.

தமிழ்த்தேசிய இனம்

எந்த ஒரு மனித குலமும் தான் தோன்றிய அல்லது நிலைகொண்டு வாழ்ந்த இயற்கை நிலம், புவியியல் தன்மைகள், தட்பவெப்ப நிலைகளுக்கேற்ப அது அதற்குமான நிறம், தோற்றம், உடலமைப்பு ஆகியவற்றைப் பெறுகிறது. மனித குலத்தை இப்படிப்பட்ட உடலமைப்பை மட்டும் அடிப்படையாக வைத்து வகைப்படுத்துவதே மரபினம் எனப்படுகிறது. இதை ஆங்கிலத்தில் *Race* என்பர். காட்டாக ஆரிய இனம், நீக்ரோ இனம், மங்கோலிய இனம் என்பவை மரபினங்கள்.

இப்படி உலகின் வெவ்வேறு பகுதிகளிலும் தோன்றிய மரபினங்கள் காலப்போக்கில் வளர்ச்சியுற்று, வரலாற்று நிகழ்ச்சிப் போக்குகள் காரணமாக, வாணிபம், படையெடுப்பு, பண்டமாற்று உட்பட பல்வேறு காரணங்களால் ஒன்றோடொன்று சங்கமித்துப் பல்வேறு இரத்தக் கலப்பால் அடுத்தடுத்த தலைமுறைகளில் பெருமளவு தன் மரபின அடையாளங்களை இழந்து கலப்பு இனமாக மாற்றமடைகின்றன.

இப்படிக் கலப்பு அடையும் புதிய இனம் இதே வரலாற்று வளர்ச்சிப் போக்கின் விளைவாக அந்தந்தப் பகுதிகளிலும் குடிகொண்டு வாழும் நிலைத்த ஒரு சமூகமாக மாற, அது பேசும் மொழி சார்ந்தும், வாழும் நிலம் சார்ந்தும் அடையாளப்படுத்தப்படுகின்றன. இப்படிப்பட்ட அடையாளமே தேசிய இன *(Nationality)* அடையாளமாகக் கொள்ளப்படுகிறது.

எடுத்துக்காட்டாக பிரஞ்சு இனம், ஜெர்மானிய இனம், வங்க இனம், மராட்டிய இனம், தமிழ் இனம் என உலகில் வாழும் எண்ணற்ற இனங்கள்

இவ்வாறு மொழி சார்ந்தும் அதன் வாழ்விடம் சார்ந்துமே அடையாளப் படுத்தப்படுகின்றன. இதனாலேயே இவை தேசிய இனங்களாகவும் ஆகின்றன. இத்தேசிய இனங்களில் பல்வேறு மரபினங்களும் கலந்து அதன் அடையாளம் இழந்தே இருக்கும். காரணம், தேசிய இனம் என்பது மரபின அடையாளத்தின் அழிவிலிருந்து உருவாவது. அதன் அழிவு தவிர்க்க முடியாதது. எனவே இந்த அடிப்படையிலேயே மரபினத்தின் தன்மையையும் தேசிய இன உருவாக்கத்தையும் புரிந்து கொள்ள வேண்டும்.

உருவாகிவரும் இத்தேசிய இன மக்கள் திரளில் எங்காவது ஒரு சிறு தொகுதி, அது மிக உயர்ந்த வாழ்நிலை கொண்ட தொகுதியாகவோ அல்லது மிகத் தாழ்ந்த வாழ்நிலை கொண்ட தொகுதியாகவோ இக்கலப்பில் சங்கமிக்காமல் ஒதுங்கி நின்று இன்றும் தன் மரபின அடையாளத்தோடு நிலவலாம். மறுப்பதற்கில்லை.

ஆனால் அது ஒரு தேசிய இன உருவாக்கத்தின் நிர்ணயகரமான சக்தி அல்ல. அது ஒரு சிறு பகுதி. அவ்வளவே. என்றாலும், இச்சிறு மக்கள் பகுதியும் கூட அது தற்போது நிலைகொண்டிருக்கும் தேசிய இனத் திரளோடே அடையாளப்படுத்தப்படுமேயல்லாது மரபின அடிப்படையில் அல்ல. இதுவே தேசிய இனத்திற்கும் மரபினத்திற்கும் உள்ள வேறுபாடு.

திராவிடத் தேசியத்தை முன் வைத்தவர்களுக்கு மரபினம், தேசிய இனம் பற்றிய புரிதல் இல்லை. இதனால் சமூக அறிவியலுக்குப் பொருத்தமான, யதார்த்தத்தைச் சரியாகப் பிரதிபலிக்கக் கூடிய ஒரு தேசியத்தை அவர்களால் முன்னிறுத்த முடியவில்லை.

திராவிடத் தேசியம் என்பது அதற்குச் சொல்லப்பட்ட பொருளைத் தாண்டி, அதன் செயல் களமும் பெருமளவும் தமிழகமாகவே இருந்தது.

இரண்டாவதாக, தேசிய இனம் பற்றிய புரிதல்களோடு அதன் உரிமைகளை மீட்க அதற்கான செயல் திட்டங்களை வகுத்துப் போராட முன்முயற்சி எடுக்காமல், வட இந்திய முதலாளிகளுக்கு எதிராகத் தென்னிந்திய சமீன்களின் நலன்களைப் பாதுகாப்பதற்கான நடவடிக்கைகளிலேயே இவர்கள் அதிகம் கவனம் செலுத்தினார்கள்.

அறிவியல் நோக்கோடு கூடிய பார்ப்பனிய எதிர்ப்பை முன்னிறுத்தி அதற்கான செயல் திட்டங்களிலோ, அதை நோக்கிய அணி திரட்டல்களிலோ அக்கறை காட்டாமல், வறட்டுத்தனமான பார்ப்பன எதிர்ப்பை முன்னிறுத்தி, தாங்கள் அறிந்தோ அறியாமலோ ஒரு புதிய பார்ப்பனியத்திற்கு வழி கோலினர்.

எல்லாவற்றுக்கும் மேலாக, இந்திய தேசியக் கருத்தாக்கத்தோடு சமரசமாகி, அதன் நலனுக்குட்பட்டதாகவே மாற்றப்பட்டது.

கூர்ந்து நோக்கினால், 'திராவிடத் தேசியம்' வடவர் எதிர்ப்பு, பார்ப்பன எதிர்ப்பு, இந்தி எதிர்ப்பு நிலைகளை முன்வைத்துச் செயல்பட்ட போதிலும், இதற்கான அறிவியல் பூர்வமான தத்துவப் பின்னணியைக் கொண்டிருக்கவில்லை.

இந்திய தேசியத்தை எதிர்த்த போதிலும், அதற்கு மாற்றாக, தமிழ் தேசியத்தை முன்னிறுத்தவோ, அதில் காலூன்றவோ இல்லை. திராவிடத் தேசியம் என்கிற மாயையிலேயே சிக்கி உழன்றது.

இதன் காரணமாகவே இதன் "இந்திய தேசிய எதிர்ப்பு" தமிழ்த்தேசியக் கருத்தாக்கத்தை முன் வைக்கவில்லை. இந்தி எதிர்ப்புப் போராட்டமும் தாய்த் தமிழை முன்னிறுத்தி, அதன் தளத்தில் நின்று இந்தியை எதிர்க்காமல் ஆங்கிலத்துக்கு ஆதரவாகத் துணை போனது. இந்தியை நீக்கிய இடத்தில் ஆங்கிலத்தை முன்வைத்தது. அதாவது தேசம் பற்றிய வரையறையில் மிக அடிப்படையான மொழி, நிலம் - தாயகம் - இரண்டிலுமே திராவிடத் தேசியம் கோட்டைவிட்டது என்பதே இதன் பொருள்.

'அடைந்தால் திராவிட நாடு, அடையாவிட்டால் சுடுகாடு' என்னும் வீர முழக்கத்தோடு வெளிப்பட்ட இந்தத் திராவிடத் தேசியக் கருத்தாக்கம் படிப்படியாகத் தேய்ந்தது.

1962இல் இந்திய - சீன எல்லைப் பிரச்சனையின்போது "இந்திய ஒற்றுமையின் அவசியத்தையுணர்ந்து" பிரிவினைக் கோரிக்கையைக் கைவிட்டதாகச் சொன்ன இக்கருத்தாக்கம் நாங்கள் பிரிவினைக் கோரிக்கையைத்தான் கைவிட்டோமேயன்றி பிரிவினைக்கான காரணங்களைக் கைவிடவில்லை என்று கௌரவத்தை விடாமல் கூறிக் கொண்டது.

பிறகு, இது "மாநில சுயாட்சி" என்கிற வடிவம் பூண்டது. இதற்குச் சொல்லப்பட்ட விளக்கம். "பிரிவினையை முற்றிலும் ஒருமித்த முடிவாகக் கைவிட்ட பிறகு அந்த இலட்சியங்களை அரசியல் சட்டத்திற்கு உட்பட்ட முறையில் இந்திய ஒற்றுமைக்குச் சிறிதும் குந்தகம் ஏற்படாத வகையில் அரசியல் சட்டத்தைத் திருத்தி - அடைவதற்குத் தி.மு.க. பின்னர் ஏற்றுக்கொண்ட மார்க்கம்தான் மாநில சுயாட்சி" என்றது.

இந்த மாநில சுயாட்சிக் கோரிக்கையை வலியுறுத்தி அதற்கேற்ப இந்திய அரசமைப்புச் சட்டத்தைத் திருத்தவேண்டும் என்கிற கோரிக்கையை

1967ஆம் ஆண்டு பொதுத் தேர்தலிலும் 1971 ஆம் ஆண்டு பொதுத் தேர்தலிலும் தி.மு.க. முன்வைத்தது.

இடையில் 1968 இல் அண்ணா மறைவுக்குப் பிறகு 1970 பிப்.21, 22 தேதிகளில் நடைபெற்ற திருச்சி தி.மு.க. மாவட்ட மாநாட்டில் "மத்தியில் கூட்டாட்சி, மாநிலத்தில் சுயாட்சி" என முழங்கப்பட்டது. "அன்று முதல் மாநில சுயாட்சிக் கோரிக்கை திராவிட முன்னேற்றக் கழகத்து வீர மறவர் பாசறையின் சிந்தை அணு ஒவ்வொன்றிலும் குடியிருக்கும் போர் முழக்கமாகிவிட்டது" என்று வர்ணிக்கப்பட்டது.

திராவிட நாடு என்பதில் தொடங்கி மாநில சுயாட்சி என்பதாகத் திரிந்த அல்லது தேய்ந்த இந்தத் திராவிடத் தேசியக் கருத்தாக்கம், தற்போது பெருங்காய டப்பா வாசனை போல் அவ்வப்போது மணந்து, தேவைக்கும் சந்தர்ப்பத்திற்கும் ஏற்ப பேரம் பேசவும், பின்வாங்குவதற்குமான தரகுப் பொருளாக மட்டுமே மாறிக் காலப்போக்கில் மலிந்து நீர்த்துப் போனது.

தமிழ்த்தேசியம்

தமிழ்நாட்டில் உள்ள தமிழர்களை, தமிழக மக்களைக்கொண்டு அமையும் தேசியமே தமிழ்த்தேசியம் ஆகும்.

தேசம் என்னும் வரையறைக்குப் பொருத்தமானது. சமூக நோக்கிலும், அறிவியல் நோக்கிலும் எந்த வகையிலும் முரணற்றதாக எல்லா வகையிலும் சரியான அர்த்தத்தில் நிலவுவது.

அதாவது, தேசம் என்பதற்கான ஒரு பொது மொழி, வாழ்வெல்லை, பொருளாதார வாழ்க்கை, உளவியல் உருவாக்கம் என்கிற இந்த நான்கு அம்சங்களையும் நிறைவு செய்வது.

இது இந்திய தேசியக் கருத்தாக்கத்திற்கு மாற்றானது, அதை மறுத்துத் தமிழ்த்தேசியம் என்கிற அடையாளத்தை முன்னிறுத்துவது.

அதே போல இது திராவிடத் தேசியத்தையும் மறுப்பது. மரபின அடிப்படை வாதத்தை முன்னிறுத்திச் சமூக அறிவியலுக்கு முரணாக முன் வைக்கப்படும் திராவிடத் தேசியக் கருத்தாக்கத்தை நிராகரித்துத் தேசிய இன அடிப்படையிலான அறிவியல் கோட்பாட்டை நிலைநாட்டுவது.

இதனால்தான் 'இந்தியத் தேசியமும் பொய், திராவிடத் தேசியமும் பொய். தமிழ்த்தேசியம் என்பதே மெய்' எனக் கூறப்படுகிறது.

தமிழ்நாட்டின் மொழியைப் பொருத்த அளவில், தமிழக எல்லையோரப் பகுதிகளில் அந்தந்த எல்லை சார்ந்து வாழும் மொழிச் சிறுபான்மையினரான பிற தேசிய இன மக்கள், உள்நாட்டில் அங்கங்கே வீட்டில் மட்டுமே குடும்ப மொழியாகத் தங்கள் பூர்வீக தேசிய இன மொழியைப் பேசி, பிற எல்லா சமூக உறவுகளுக்கும், அதாவது கல்வி வேலைவாய்ப்பு முதலான அனைத்திலும் தமிழால் வாழ்ந்து வரும் மொழிச் சிறுபான்மையினரான மக்கள். உள்ளிட்ட குறிப்பான சில மக்கள் பிரிவினரைத் தவிர பிற தமிழக மக்கள் அனைவரும் தமிழைத் தாய் மொழியாகக் கொண்டவர்கள்தாம். ஒரு பொது மொழியைக் கொண்டவர்கள்தாம். இதில் யாருக்கும் எந்தச் சந்தேகமும் எழ முடியாது.

சுமார் இரண்டாயிரம் ஆண்டுகளுக்கு முன்பே தொல்காப்பியத்திற்குப் பாயிரம் பாடிய பனம்பாரனார் "வடவேங்கடம் தென்குமரி ஆயிடைத் தமிழ் கூறும் நல்லுலகத்து" என்று பாடியுள்ளார்.

இதனால், "தமிழ்த்தேசியம்" குறித்துப் பனம்பாரனார் நன்குணர்ந் திருந்தார் என்று வாதிடுவதாகப் பொருள் கொள்ளக்கூடாது. மாறாகத் தமிழ் பேசும் மக்கள் வாழும் தாயகம் அப்போதே குறிப்பிட்ட வரையறுக் கப்பட்டதொரு நிலப்பகுதியாக எல்லைக் கோட்டுக்குள் இருந்துள்ளதாகச் சுட்டிக் காட்டப்படுகிறது என்பதுதான்.

இப்படி 'வடவேங்கடம் தென்குமரி ஆயிடை' விளங்கிய தமிழ் கூறும் நல்லுலகம், தொடர்ச்சியான பல்வேறு படையெடுப்புகளுக்கும் ஆதிக்கங்களுக்கும் ஆட்பட்டு காலத்துக்குக் காலம் சிதைந்தும், சின்னாபின்னப்பட்டும், பின் ஒருங்கிணைந்தும், அவ்வொருங்கிணைவின் போக்கிலேயே சிலவற்றை இழந்தும், பல்வேறுபட்ட பாதிப்புகளுக்கு உள்ளானாலும், இப்பாதிப்புகளின் ஊடேயும் தமிழகம் ஒரு நிலையான வாழ்விடத்தைக் கொண்டு விளங்குகிறது.

சொல்லப்போனால் பனம்பாரனார் பாடிய வடவேங்கடம், - இன்று நம்மிடையே இல்லை. சித்தூர் இல்லை. இவை தவிர, தேவிகுளம், பீர்மேடு, பாலக்காடு நம்மிடம் இல்லை. கோலார் தங்கவயல் இல்லை. இதையெல்லாம் மீட்க எதிர்காலத்தில் போராட்டம் வெடிக்குமா வெடிக்காதா என்பதையெல்லாம் இப்போதைக்கு நாம் உறுதியிட்டுச் சொல்ல முடியாது.

இப்போதைக்கு, இத்தனை இழப்புகளுக்குப் பிறகும் தமிழகம் - தமிழ்த் தேசம் - தனக்கென வரலாற்றுப் பூர்வமான நிலையானதொரு வாழிடத்தை, தாயகத்தைக் கொண்டு விளங்குகிறது என்பதே முக்கியம்.

பண்டைக் காலம் முதலே வாழ்நிலத்தை இயற்கை அமைப்புக்கேற்ப வகைபிரித்துக் குறிஞ்சி, முல்லை, மருதம், நெய்தல், பாலை எனப் பெயரிட்டு அது அதற்குரிய வாழ்முறைகளையும் - திணைகளையும் - வகுத்து வாழ்ந்தவர்கள் தமிழர்கள்.

ஐவகை நிலங்களுக்குரிய வாழ்க்கை முறை வெவ்வேறாக இருந்தாலும் இவற்றுக்குள்ளே ஓர் ஒருங்கிணைப்பும் இருந்தது. இவ்வொருங்கிணைப்பே தமிழக மக்களுக்கிடையேயான பொதுவான பொருளாதார வாழ்க்கையை உருவாக்கியும் வந்திருக்கிறது.

இன்னும் கடலோரப் பகுதி மீன்பிடித் தொழில் சமவெளிப் பகுதிகளில் விவசாயத் தொழில், வனப் பகுதிகளில் தோட்டத் தொழில், மலைப் பகுதிப் பயிர்கள் காய், கனி, கிழங்கு உற்பத்திகள் என இவ்வொருங்கிணைப்பு நீடித்து வருகிறது.

அதேபோல நெசவு, பாண்டங்கள் செய்தல், பாய் முடைதல், மரச் சாமான்கள் அணிகலன்கள் செய்தல் முதலான பல்வேறு சிறு தொழில் வாயிலாகவும் இவ்வொருங்கிணைப்பு நிகழ்ந்து வருகிறது.

வளர்ச்சியடைந்து வரும் எல்லாத் தேசிய இனங்களிலும் இருப்பது போலவே இப்பொதுவான பொருளாதார வாழ்க்கைக்கு உட்படாத தனிப் பிரிந்த ஒரு சில மக்கள் பிரிவுகள் விதிவிலக்காக ஆங்காங்கே இங்கொன்றும் அங்கொன்றுமாக இருக்கலாம்.

எனில், அது எந்த வகையிலும் தமிழக மக்களின் இந்தப் பொதுவான பொருளாதார வாழ்வு என்னும் ஒருங்கிணைப்புக்கு ஊறு விளைவித்து விடமுடியாது. அல்லது அதை மட்டுமே வைத்து இப் பொருளாதார வாழ்வைத் தீர்மானித்துவிடவும் முடியாது. எனவே, தமிழக மக்களுக்கு ஒரு பொதுவான பொருளாதார வாழ்வு உண்டு என்பது கண்கூடு.

பண்டைத் தமிழ் இலக்கியங்கள் காட்டும் அக, புற வாழ்முறைகள், பொதுவாகத் தமிழ் மக்களால் போற்றப்பட்ட பண்புகளான காதல், வீரம், கொடை, நட்பு, விருந்தோம்பல், தன்மரியாதை, கழிவிரக்கம் முதலானவை சார்ந்த சித்திரிப்புகள், எந்த ஒரு மண்ணின் வரலாற்றுப் பாரம்பரியத்திலும் அதனதன் சிறப்புகளை வெளிப்படுத்துவது போலத் தமிழ் மண்ணின் பாரம்பரியத்திலும் வெளிப்பட்டிருக்கின்றன.

இது ஏதோ பழம்பெருமை பேசுவது போல என்று கருதி அந்த வரிசையிலே வைத்து எண்ணத்தக்கதல்ல; மாறாக, நமது முன்னோர்கள், நமது பாரம்பரியம், நமது வரலாறு என்கிற பெருமையோடு உணரத்தக்கது. இதன் ஊடேதான் தமிழர்களுக்கான உளவியல் உருவாக்கம்

கட்டமைக்கப்பட்டுள்ளது. தொடக்கக் காலங்களில் சமத்துவம் நிலவிய தமிழ்ச் சமூகத்தின் வளர்ச்சிப் போக்கில், பின்னால் ஏற்றத் தாழ்வுகள் உருவாகி ஒடுக்குவோரும், ஒடுக்கப்படுவோரும் என்கிற பிளவுகள் தோன்றிய பிறகு ஏற்பட்ட மதிப்பீடுகளை நோக்க வேண்டிய முறை தனி.

பொதுவாக, வாழ்க்கை பற்றிப் பண்டைய தமிழர்கள் கொண்டிருந்த மதிப்பீடுகள் ஆழ்ந்து நோக்கத்தக்கவை. வேறு எந்த மண்ணிலும் இல்லாத அளவு தமிழில் காணப்படும் அறநூல்கள் தமிழ்ச் சமூகத்துக்குப் பெருமை சேர்ப்பவை.

இன்றைய தமிழகத்தின் பெருமளவும் சீரழிந்த, சிதிலமடைத்த வாழ்விலும், அவ்வப்போது இப்பாரம்பரியப் பண்புகள், உளவியல் உருவாக்கங்கள் வெளிப்பட்டு வருவதைக் காணமுடியும். பொத்தாம் பொதுவான மனிதப் பண்புகள்தானே இவை என்று இவற்றைப் புறந்தள்ளிவிட முடியாது. புறத் தோற்றத்துக்கு இவை பொத்தாம் பொதுவானவை போல் தோன்றினாலும் அந்தந்தத் தேசிய இனத்தின் தனித் தன்மை வரலாற்றுச் சூழல்களுக்கேற்பவே இவை கருக்கொள்கின்றன. வெளிப்படுகின்றன. இந்த வகையில், இதன் அடித்தளத்தில் தமிழர்களுக்கென்று நிச்சயம் வரலாற்றுப் பூர்வமான உளவியல் உருவாக்கம் என்பது உண்டு.

சாதிகளாகப் பிளவுண்டு கிடக்கும் தமிழர்களில், ஏற்றத்தாழ்வான நிலைகளில் வாழும் தமிழர்களில், எந்தத் தமிழனின் உளவியல் உருவாக்கத்தைத் தமிழ்த்தேசிய இன உருவாக்கத்திற்கான உளவியலாக எடுத்துக்கொள்வது என்ற வினாவும் எழலாம்.

எல்லாத் தேசிய இனங்களும் சமூக வளர்ச்சிப் போக்கில் ஆதிக்கம் செலுத்துகிறவர்கள், அடக்கப்படுபவர்கள் என்கிற நிலையில், உள்ள அந்நிலையைக் கடந்து வந்த, அல்லது கடந்துகொண்டிருக்கிற ஒன்றுதான்.

ஆனால், சாதியக் கட்டமைப்பு, அதையொட்டிய ஏற்றத் தாழ்வுகள், அதன் உச்சபட்சமாக மனித நாகரிகத்திற்கே இழுக்கானதும் கொடுமை மிக்கதுமான தீண்டாமை.

இத்தீண்டாமைக் கொடுமைக்குட்பட்ட மக்களது உளவியல் உருவாக்கமும், இத்தீண்டாமையைக் கடைப்பிடிக்கும் பிற்படுத்தப்பட்ட மற்றும் உயர் சாதி மக்களின் உளவியல் உருவாக்கமும் ஒன்று போல் இருக்கமுடியுமா என்றால் நிச்சயம் இருக்காதுதான்.

என்றாலும், வேறுபட்ட இச்சாதிகளுக்குள்ளும் பொது மொழி என்று ஒன்று நிலவுவதால், பொதுவான கல்வியறிவு, விழிப்புணர்வு, சமூகம், வரலாறு, பாரம்பரியம் பற்றிய புரிதல், பெருமிதம் இச்சாதிகள்

கடந்து நிற்பதுடன் இதனடிப்படையில் பொதுவான தேசிய இன அடையாளத்தையும் அவ்வடையாளம் சார்ந்ததொரு உளவியல் உருவாக்கத்தையும் நிச்சயம் கட்டமைக்கவே செய்திருக்கிறது.

அதோடு, வளர்ந்து வரும் ஒரு தேசிய இனத்தில் படிப்படியாக நிகழ்ந்து வரும் தீண்டாமையை ஒழித்த, சாதிய ஏற்றத்தாழ்வை ஒழித்த நடவடிக்கைகளின் வளர்ச்சிப் போக்கில் முகிழ்ந்து வரும் இவ்வுளவியல் உருவாக்கம் நிச்சயம் ஒரு பொதுப் பண்பைக் கொண்டதாகவே, தமிழர் என்கிற அடையாளத்தைக் கொண்டதாகவே உருப்பெறும். கடந்த காலங்களில் அப்படி உருப்பெற்று இருப்பதும் கண்கூடு.

இந்த வேறுபாடுகளையெல்லாம் கடந்துதான் தமிழன் என்கிற ஓர் உளவியல் உருவாக்கம் கட்டமைக்கப்பட்டிருக்கிறது. இந்த வேறுபாடும் நீங்க, ஏற்றத் தாழ்வுகளும் களையப்பட, இதன் வளர்ச்சிப் போக்கில் படிப்படியாக அந்த உளவியல் உருவாக்கம் மேலும் வலுப்படவே செய்யும். அதுவே தமிழ்த்தேசிய இன எழுச்சிக்கான உளவியல் உருவாக்கமாகவும் அமையும்.

தமிழகத்தில் எத்தனை சாதிகள் இருந்தாலும், எந்தச் சாதியும் ஒரு தனித் தேசிய இனம் ஆக முடியாது.

இச்சாதிகள் ஒன்று கலந்த அதாவது பேசும் மொழியால், வாழும் எல்லையால், பொருளாதார வாழ்வால், வரலாற்று உளவியல் உருவாக்கத்தால் பின்னிப் பிணைந்த இந்த அனைத்துத் சாதி மக்களையும் ஒன்று திரட்டிக்கொண்டுதான் தமிழ்த்தேசிய இனம் தன்னை அடையாளப் படுத்திக் கொள்ள முடியும். இப்படித்தான் பல சந்தர்ப்பங்களில் அடையாளப்படுத்திக் கொண்டும் வந்திருக்கிறது. இப்படிப்பட்ட அடையாளப்படுத்தல் மூலமேதான் அதன் விடுதலையும் சாத்தியம்.

இதில் எவ்வளவுதான் இடர்ப்பாடு இருந்தாலும், எவ்வளவுதான் சிக்கல் இருந்தாலும், தமிழ்த்தேசிய இனம் உய்ய இது ஒன்றே வழி. இதை விட்டால் வேறு மாற்று வழியோ, மாற்றுப் பாதையோ கிடையாது. தமிழ்த்தேசிய இனத்திற்கு விடிவோ, விமோசனமோ, சுதந்திர வாழ்வோ எதுவும் கிடையாது.

தமிழகச் சாதிகள் அகில இந்திய ரீதியில் சங்கம் சேரலாம். ஆனால் அதன் மூலம் அச்சாதிய அடையாளத்திலிருந்து விடுபட முடியாது. இச்சாதிய அடையாளத்திலிருந்து விடுபடாமல் எந்தச் சமூகமும் விடுதலை பெறமுடியாது. எனவே எந்தச் சாதியும் அது வாழும் தேசிய இனம் சார்ந்தே எந்தத் தளையிலிருந்தும் விடுபட முடியும். மேலாதிக்கம் செலுத்தும் சாதிகளின் ஆதிக்கத் தளைகளை அறுக்கவும் இது ஒன்றுதான் வழி. வேறு மாற்றுப் பாதை குறுக்குவழி எதுவும் கிடையாது.

மேலோட்டமாக நோக்க இது மிகவும் சிக்கலானதாக, சாத்தியமற்றது போலத் தோன்றலாம். ஆழ்ந்து யோசிக்க தமிழ்த்தேசியத்தின் விடுதலைக்கு அதன் முன்னுள்ள ஒரே வழி இதுவே என்பது புலப்படும்.

காரணம், ஒரு தேசிய இன உருவாக்கத்தின் போக்கில் எந்த ஒரு சாதியும் தனித்து நின்று தன் அடையாளத்தையோ ஆதிக்கத்தையோ பாதுகாத்துக்கொண்டிருக்க முடியாது. எந்தச் சாதியாக இருந்தாலும் தன் நிலைகளைக் கடந்து இதில் சங்கமித்தே தீரவேண்டும்.

“ஒரு பைசா தமிழன்” இதழ் நடத்திய அயோத்திதாசப் பண்டிதர் தொடங்கி, 1938இலும்,1965இலும் நடந்த மொழிப் போராட்டமும் சரி மற்றும் அவ்வப்பகுதியிலும் நடந்த இன்ன பிற போராட்டங்களும் சரி, சாதிகள் கடந்த இந்த ஒற்றுமையை நன்கு உணர்த்தும். எனவே இந்த நோக்கில் சிந்திப்பதே பொருத்தம்.

அதை விடுத்து, சாதிகள் தடையாய் இருக்கின்றன. ஆகவே எதுவும் செய்ய முடியாது என்று கையைக் கட்டிக்கொண்டு சும்மாயிருக்க முடியுமா? முடியாது. நாம் சும்மாயிருந்தாலும் வரலாறு சும்மாயிருக்காது. மக்களைச் சும்மாயிருக்க விடாது. அப்படிச் சும்மாயிருந்தால் ஒரு தேசிய இனம் தன் உரிமைகளை ஒருக்காலும் மீட்கவும் முடியாது.

தேசிய இன உரிமைகளை மீட்க வேண்டுமானால், தமிழ்த்தேசிய இனம் சுதந்திரமாக வாழ வேண்டுமானால், எப்பாடுபட்டாலும் சரி, எவ்வளவு சிரமப்பட நேர்ந்தாலும் சரி, அனைத்துச் சாதிகளும் கட்டாயமாக ஒன்றுபட்டே தீரவேண்டும். இதற்கு நிச்சயம் வேறு மாற்றுப்பாதை குறுக்குப் பாதை எதுவும் கிடையாது என்று எதிரும்பத் திரும்பச் சொல்லியாகிவிட்டது.

இவ்வளவுக்குப் பிறகும், இதில் எந்தச் சாதியாவது, ‘நாளைக்குப் பெற இருக்கும் உரிமையில் எங்களுக்கு என்ன பங்கு கிடைக்கப் போகிறது? எந்த உரிமை வந்தாலும் அதை ஆதிக்;சக சக்திகள்தானே அனுபவிக்கப் போகின்றன? நாங்கள் காலா காலத்திற்கும் இதே அடிமை நிலையில் கிடக்க வேண்டியதுதான்’ என்று வாதிட்டு வாளாயிருப்பதாக ஒரு பேச்சுக்கு வைத்துக்கொள்வோம். அப்படி வாதிடும் அந்தச் சாதிக்குத் தன் விமோசனத்திற்கான மாற்றுப் பாதைதான் என்ன என்று யோசித்துப் பாருங்கள். எந்த விடையும் கிட்டாத வெறுமைதான் மிஞ்சும்.

ஒரு சாதி மட்டும் தனித்து நின்று போராடி உரிமை பெற முடியுமா? விடுதலை பெற முடியுமா? என்று யோசித்தாலும் அதுவும் நடைமுறையில் சாத்தியப்படாது என்பதே அனுபவம். எனவே எத்தனை தடைகள் இருந்தாலும் அவை எல்லாவற்றையும் கடந்து எல்லாச் சாதிகளும்

ஒன்றுபட்டாக வேண்டும் என்பதே வரலாற்றுக் கட்டாயம். இவ்வாறு இது ஒன்றுபடும் என்பதே, வரலாறு நமக்கு உணர்த்தும் படிப்பினையாகும்.

இதிலிருந்து நாம் முடிவாகப் புரிந்துகொள்ள வேண்டியது என்னவென்றால்,

1. இந்தியாவில் உள்ள எந்தச் சாதியும் அகில இந்திய ரீதியில் அணி திரள முடியாது. தற்காலிகமாகச் சில அமைப்புகள் கூட்டலாம். மாநாடுகள் நடத்தலாம். மற்றபடி விடுதலை நோக்கில் அவை நீடிக்க முடியாது.

2. இந்தியாவில் உள்ள எந்தச் சாதியும் தனித்து நின்று விடுதலை பெற முடியாது. ஆதிக்கச் சாதியின் மேலாதிக்கத்தையும் தகர்க்க முடியாது.

3. இந்தியாவில் உள்ள எல்லா சாதிகளும் அனைத்திந்திய அளவில் ஒன்றுபட்டு, இந்திய அளவில் ஒன்றாகவும் விடுதலை பெற முடியாது.

4. அதே போல இந்தியாவில் உள்ள சாதிகள் எதுவும் இந்திய அளவில் அணி திரண்டு சாதிய அடிப்படையில் தனித்தனித் தேசிய இனமாகவும் உருப்பெற முடியாது.

5. சாதிய அமைப்புகள் எதுவும், அது எந்தச் சாதியாக இருந்தாலும் அதுமட்டும் தனித்து நின்று போராடித் தங்கள் உரிமைகளைப் பெற முடியாது. அப்படியே பெறுவதாக ஒரு வாதத்துக்கு ஒப்புக் கொள்வதானாலும் சாதியச் சங்கங்களின் கோரிக்கை சாதிய நலன்களோடே முடங்கிப் பிற சாதிகளைப் பகைமையாக்கி, அவற்றை எதிர் நிறுத்தி, தமிழக மக்களுக்குள் கலவரத்தைத் தூண்டி விடுமேயல்லாது, தமிழ்த்தேசிய நலனை முன்னிறுத்தாது.

எனவே, எந்த நோக்கில் பார்த்தாலும் முடிவாக, சாதிய அடிப்படை மட்டுமே கொண்ட எல்லா வழிகளையும் நிராகரித்து, தமிழ்த்தேசிய நோக்கில் அணி திரள்வதே இதற்கு முற்றான, முழுமையான தீர்வு.

எனவே எத்தகைய ஆதிக்கத்திலிருந்தும் தமிழர்கள் விடுபட தமிழ்த்தேசியம் மட்டுமே தீர்வு.

தழைத்தோங்கும் தமிழ்த்தேசியம்

தமிழ்த்திரு.பழ.நெடுமாறன்
தலைவர், உலகத்தமிழர் பேரமைப்பு

உலகில் வாழும் மக்கள் பல்வேறு தேசிய இனங்களாகப் பகுக்கப்பட்டுள்ளனர்.

தேசிய இனம் என்பதற்குரிய இலக்கணம் என்ன? மரபினம், நாடு, மதம், மொழி ஆகியவற்றில் எதன் அடிப்படையில் தேசிய இனம் தீர்மானிக்கப்படுகிறது என்பதை நாம் அறிந்துகொள்ள வேண்டும்.

1. மரபினம் (Race) என்பது உயிரியலை அடிப்படையாகக் கொண்டதாகும். உடல் அளவு, மண்டை ஓடுகளின் நீள, அகல, பருமன், மூளையின் கன அளவு, இரத்த உறவு ஆகியவற்றின் அடிப்படையில் மரபினத்தைப் பொதுவாக நான்கு பெரும் பிரிவுகளாக மானிட இயலார் பிரித்துள்ளனர். இவை மரபினங்கள் என அழைக்கப்படுகின்றன.

2. **நாடு:** ஒரு நாட்டில் வாழும் மக்கள் அனைவரும் ஒரே தேசிய இனத்தைச் சேர்ந்தவர்களா என்ற கேள்வி எழுகிறது. எடுத்துக்காட்டாக சுவிட்சர்லாந்தில் செர்மானியர், பிரஞ்சுக்காரர், இத்தாலியர் வாழ்வதால் சுவிட்சர்லாந்தியர் என்ற புதிய தேசிய இனமாக அவர்கள் ஒன்றுபட்டுவிட வில்லை. மேற்கண்ட மூன்று இனத்தவரும் அவரவர்கள் மொழியின் அடிப்படையில் தனித்தனி தேசிய இனங்களாகத் தனித்தனிப் பகுதிகளில் சுயாதிக்க உரிமையுடன் வாழ்ந்து வருகிறார்கள்.

3. **மதம் :** ஒரு தேசிய இனத்திற்கு அடிப்படையாக மதம் இருக்க முடியுமா? என்ற கேள்விக்கான விடையையும் நாம் ஆராய்வோம்.

மேற்கே அல்ஜீரியாவிலிருந்து கிழக்கே இந்தோனேசியா வரை உள்ள பல நாடுகளில் இசுலாம் மதத்தைப் பின்பற்றுபவர்கள் வாழ்கிறார்கள். அடிப்படையில் ஒரே மதத்தைப் பின்பற்றுபவர்களாக இருந்தாலும்

அவர்களை ஒரே தேசிய இனமாகக் கருத வாய்ப்பில்லை. அவர்களும் அப்படி உருவாகவில்லை.

அரேபிய மொழி பேசும் முசுலீம்கள் அரேபியர் என்றும், துருக்கி மொழி பேசும் முசுலீம்கள் துருக்கியர் என்றும், பாரசீகம் பேசும் முசுலீம்கள் பாரசீகர் (ஈரான்) என்றும், புஷ்டு மொழி பேசும் முசுலீம்கள் புஷ்டுக்கள் என்றும், சிந்தி மொழி பேசும் முசுலீம்கள் சிந்திகள் என்றும், வங்காள மொழி பேசும் முசுலீம்கள் வங்காளியர் என்றும், இந்தோனேசிய மொழி பேசும் முசுலீம்கள் இந்தோனேசியர்கள் என்றும், மலாய் மொழி பேசும் முசுலீம்கள் மலேசியர் என்றும் அழைக்கப்படுகிறார்கள்.

அந்தந்த மொழி பேசும் முசுலீம்கள் அவரவர் மொழிகளின் அடிப்படையில் அமைந்த தேசிய இனங்களாகத்தான் தங்களைக் கருதுகிறார்கள்.

4. மொழி : மரபினம், நாடு, மதம் ஆகிய மூன்றின் அடிப்படையில் தேசிய இனம் உருவாக முடியாது. மொழியின் அடிப்படையில்தான் ஒரு தேசிய இனம் உருவாக முடியும். ஒரு தேசிய இன உருவாக்கத்திற்குக் கீழ்க்கண்ட 6 அம்சங்கள் காரணங்களாக உள்ளன.

1. நில எல்லை 2. அரசு, 3. ஒருபடித்தான வாழ்க்கைத் தன்மை, 4. இலக்கிய உடைமை, 5. பொதுப் பழக்க வழக்கங்கள், 6. சமூக மரபு நிலை.

இந்த வரையறுப்பின் அடிப்படையில் தமிழர்கள் தனித்தேசிய இனத்தவரா? என்ற வினாவிற்கான விடையை ஆராய்வோம்.

1. நில எல்லை : இந்த அடிப்படையில் பார்த்தால் தமிழர்கள் வாழும் நாட்டிற்குத் திட்டவட்டமான எல்லைகள் தொல்காப்பியர் கால முதலே வரையறுக்கப்பட்டுள்ளன. தொல்காப்பியத்தின் சிறப்பாயிரத்தில் "வட வேங்கடம், தென்குமரி ஆயிடைத் தமிழ் கூறும் நல்லுலகம்" என்று குறிப்பிடப்பட்டுள்ளது. தொல்காப்பியர் காலம் முதல் பாரதி காலம்வரை தோன்றிய தமிழ் இலக்கியங்கள் அனைத்திலும் தமிழ் நாட்டின் எல்லைகள் பற்றிய குறிப்புகள் காணப்படுகின்றன. வேங்கடம் முதல் குமரிவரை தமிழர்கள் வாழும் நிலப்பரப்பு சிற்சில மாறுதல்களுடன் அன்று முதல் இன்றுவரை அப்படியே நிலவி வருகிறது.

2. அரசு : சங்க காலத்திலிருந்து தமிழ்நாட்டில் சேர, சோழ, பாண்டிய அரசுகளும் பிற மன்னர்களின் அரசுகளும் ஆட்சி செலுத்தி வந்துள்ளன. தமிழர்கள் தங்களுக்கெனத் தனியான அரசுகளை அன்று தொட்டு அமைத்து வாழ்ந்தனர் என்பது புலனாகிறது.

தமிழ்நாட்டை வெவ்வேறு அரசுகள் ஆண்ட போதிலும் சோழ நாட்டுத் தேசியம், பண்பாடு; சேரநாட்டுத் தேசியம், பண்பாடு; பாண்டிய நாட்டுத் தேசியம், பண்பாடு; எனத் தனித் தனி தேசிய உணர்வுகளும் தனித்தனிப் பண்பாடுகளும் உருவாகிவிடவில்லை. பல்வேறு அரசர்கள் ஆண்ட பகுதிகளில் வாழ்ந்த தமிழர்கள் அனைவரையும் தமிழ் மொழியும், பண்பாடும், பழக்க வழக்கங்களும் இணைத்து வைத்தன. மக்கள் அனைவரும் தமிழர்களாகவே வாழ்ந்தார்கள். அரசுகளும் தமிழர் அரசுகளாகவே இருந்தன.

3. *ஒருபடித்தான வாழ்க்கைத் தன்மை* : தமிழ்நாடு பல மன்னர்களால் ஆளப்பட்டாலும்கூட அவர்களின் கீழிருந்த பகுதிகளில் வாழ்ந்த மக்களின் வாழ்க்கை முறை என்பது எத்தகைய வேறுபாடும் இல்லாமல் ஒருபடித்தானதாக அமைந்திருந்தது. தமிழ் இலக்கியங்களில் குறிக்கப்படும் தமிழர்களின் அக, புற வாழ்க்கை முறைகளும் கடைப்பிடித்த பழக்க வழக்கங்களும் ஒரே மாதிரியாகத்தான் அமைந்திருந்தன.

4. *இலக்கிய உடைமை* : மொழி ஒரு தேசிய இனத்தை உருவாக்கியதைப்போல அந்த மொழியின் இலக்கியங்களும் அந்தத் தேசிய இனத்திற்குரிய பண்பாடுகளை உருவாக்குகின்றன. பிற இனப் பண்பாடுகளின் ஊடுருவலின் விளைவாக சங்கப் புலவர்களின் பாடல்கள் அழிந்துபடும் நிலை தோன்றிய போது அவற்றைத் தொகுத்துப் பேணிய மூவேந்தர்களின் செயல்களில் தேசியத் தன்மை உண்டு. இதைப் பற்றித் தமிழறிஞர் திரு.தெ.பொ. மீனாட்சி சுந்தரனார் "உண்மையில் சங்க இலக்கியங்கள் தேசியக் கவிதைகளே; தேசியக் கவிதைகள் என்பது நாட்டு மக்களிடம் செல்வாக்குப் பெற்றவை என்ற பொருளில் அல்ல; ஒரு வலுவான தேசிய இனத்தின் குரல் அக்கவிதைகளின் கருவில் அமைந்து கிடக்கிறது" என்ற பொருளில்தான் என்று குறிப்பிட்டுள்ளார்.

5. *பொதுப் பழக்க வழக்கங்கள்* : தென்புலத்தாரைத் தெய்வமாகக் கருதி வழிபடும் வழக்கம், நடுகல் நாட்டி வணங்கும் வழக்கம் போன்ற தமிழர்களின் பொதுப் பழக்கங்கள் ஒரு தேசியத் தன்மையின் அடிப்படையில் அமைந்தவையாகும். இது போன்ற பழக்க வழக்கங்கள் தமிழர்களை ஒன்றுபடுத்தியுள்ளன.

6. *சமூக மரபு* : தமிழர்கள் மரபுவழியில் நிலையான தன்மை கொண்டிருந்தனர். உடல் அமைப்பு, பண்பாட்டுக் கூறுகள், ஒழுக்க நியதிகள் ஆகியவற்றில் அவர்களிடம் ஒன்றுபட்ட தன்மை

இருந்தது. எனவே தமிழர்கள் தனித்தேசிய இனத்தவரே என்பது இதன்மூலம் உறுதியாகப் பெறப்படும்.

ஒரு தேசிய இனத்திற்கு மொழியே அடிப்படையாக அமைகிறது. உலகில் பெரும்பாலான மக்கள் மொழியின் அடிப்படையிலேயே தங்கள் தேசிய இனத்தை அறிமுகப்படுத்திக் கொள்கின்றனர். ஒரு தேசிய இனத்தைச் சுட்டிக் காட்டும் சிறந்த அடையாளமாக மொழியே விளங்குகிறது.

தமிழர்களும் மொழியின் மூலமாகவே தங்களை அடையாளப் படுத்திக்கொண்டனர். தமிழர்களைப் போலவே தொன்மையான இனத்தவரான கிரேக்கரும் மொழியின் அடிப்படையிலேயே தங்களை அடையாளப்படுத்திக்கொண்டனர். சீனர், பாரசீகர், ஆங்கிலேயர், பிரஞ்சுக்காரர், அராபியர் போன்ற பலரும் அவ்வாறே அழைக்கப்பட்டனர்.

"தமிழ் எனும் சொல் மக்கள் கூட்டத்தையும் நாட்டையும் குறிக்க வந்திருக்கலாம்" எனக் கே. சிவராசப்பிள்ளை கருதுகிறார்[1]

தமிழ் இனத்தைப் பொருத்தவரை அகச் சான்றுகளை வைத்து நோக்கின் மொழியைக் கொண்டே தமிழினம் பெயர் பெற்றுள்ளமை தெளிவாகும். மொழியைச் சார்ந்தே இனம், நாடு, பண்பு ஆகியவற்றைக் கண்டனர். தமிழர் – தமிழ் - தமிழகம் - தமிழ்நாடு, தமிழ் உலகம் என்பன மொழி, இனம், பண்பு ஆகியவற்றின் கருத்தைக் குறிக்க எழுந்த பிற வடிவங்களேயாகும்.

"பழந்தமிழ் நூற்களில் பயின்றுவரும் திணை, குடி, குலம், கணம், இனம் ஆகிய சொற்கள் ஒன்றுக்கொன்று தொடர்புடைய பொருள்களை உடையனவாக விளங்குகின்றன. விழுத்திணை, தொல்குடி, நல்லினம் போன்ற சொற்கள் தொடக்கத்தில் கால்வழி என்ற பொருளைத் தந்தன. காலப் போக்கில் இனம் என்ற சொல் மட்டும் மிகுந்த பொருளைத் தரும் சொல்லாக மாறிவிட்டது.

தமிழில் வழங்கும் தேசிய இனம் என்ற சொல் ஆங்கிலத்திலுள்ள Nation என்ற சொல்லுக்குரிய நேரடியான தமிழ் மொழிபெயர்ப்பாகும். நாட்டினம் என்ற சொல்லோ, தேசிய இனம் என்ற சொல்லோ 19ஆம் நூற்றாண்டுவரை தமிழ் இலக்கியங்களில் கையாளப்படவில்லை என்பது குறிப்பிடத்தக்கதாகும். தேசிய இனம் பற்றிய சிந்தனை ஏதாவது ஒரு வடிவில் தொன்மைக் காலம் தொட்டே தமிழகத்தில் இருந்து வந்துள்ளது. எனினும், அதை விளக்குவதற்குரிய கலைச் சொல் உருவாகவில்லை."[2]

"நாட்டவர், நாட்டகம் எனப் பழந்தமிழில் வழங்கிய சொற்களை இன்று வழங்கும் நாட்டினம் என்ற சொல்லுக்கு இணையானவையாகக் கருதலாம்"

நாடு என்ற சொல்லே நாட்டினத்தைக் குறிக்க வருவதாகத் தமிழறிஞர் தெ.பொ. மீனாட்சி சுந்தரனார் கருதுகிறார்.[3]

Nation என்ற சொல்லுக்கு ஆங்கிலப் பேரகராதி பின்வரும் பொருள் தருகிறது. "பொது மரபினாலோ, பொது மொழியாலோ, பொது வரலாற்றாலோ பரந்து விரிந்துபட்ட மக்கள் ஒரு குழுவாக இணைந்து தங்களுக்கென்று வரையறுக்கப்பட்ட எல்லைக்குள் அரசை நிறுவி வாழ்பவர்."

"அந்த மண்ணிலேயே பிறந்து அந்த மண்ணிலேயே வாழ்ந்து மடியும் கூட்டம்" என்ற பொருள்களோடு வேறு பல பொருள்களையும் தருகிறது. இந்த இரு பொருள்களே Nation என்ற சொல்லுக்கு நெருங்கிய தொடர்புடையன. "நாடு' என்ற சொல் நாட்டினத்தைக் குறிக்கும் என்று முனைவர் தெ.பொ.மீ. முன்னே கூறிய கருத்து இங்கே வலுப்பெறுகிறது.

"பொறையொருங்கு மேல் வருங்கால் தாங்கி இறைவர்க்கு
இறையொருங்கு நேர்வது நாடு' (குறள் 733)

என்ற குறள் விளக்கும் கருத்தில் நாட்டினம் என்ற பொருளே தொக்கி நிற்கிறது.

மேலும், நாடு என்ற அதிகாரத்தில் வள்ளுவர் கூறும் கருத்துகள் அனைத்தும் ஒரு நாட்டினத் தன்மையை (தேசிய இனப்பான்மை) அல்லது ஒரு நாட்டினம் பெற்றிருக்க வேண்டிய சிறப்புக் கூறுகளை விளக்கிக் காட்டும் போக்கிலேயே அமைந்துள்ளன.

'வரையறுக்கப்பட்ட எல்லை' (குறள் 737)
'(அதில்) ஒரே அரசு' (குறள் 735)
'வேந்தமைவுடைய தன்மை' (குறள் 740)
'தன்னிறைவுடைய நிலைமை (நாடாவளம்)' (குறள் 739)
'மக்களின் அரசப்பற்று'
'மக்களின் ஒருமைப்பாட்டுணர்வு' (குறள் 733)
'இன்ப வாழ்வு காணும் மக்கள்' (குறள் 738)

ஆகியன ஒரு நாட்டுக்கு இன்றியமையாதன" என்று வள்ளுவர் கூறுகிறார். ஒரு நாட்டினத்தை வரையறுப்பதற்கும் மேற்கண்ட கூறுகள் இன்றியமையாதன என்று இன்றைய சமூகவியலாளர் கருதுகின்றனர்.

மொழியே உயிர்க்கூறு

தமிழ் உணர்வு வெறும் மொழியுணர்வு மட்டுமல்ல; இன உணர்வையும் நாட்டுணர்வையும் சேர்த்தே வெளிப்படுத்துகிறது என்பதை முனைவர் ப. கிருஷ்ணன் பின்வருமாறு விளக்குகிறார். "மொழி, இனம், நாடு ஆகிய மூன்றுணர்வுகளும் தனித்தனியானவை போல் தோன்றினும், நாட்டு (தேசிய) உணர்வு என்ற கோணத்தில் நோக்கும்போது இவை ஒன்றுடன் ஒன்று இணைந்தும் பிணைந்தும் வருபவையே ஆகும். தமிழ்நாட்டுணர்வைப் (தேசியத்தை) பொருத்த வரையில் இவ்வுணர்வைத் தோற்றுவிப்பதற்கு மொழியே உயிர்க் கூறாக (Vital Criteria) இருந்திருக்கிறது. மொழியின் மூலமே இனமும் நாடும் பெயர் பெறுவதாலும் மொழி மக்களின் வாழ்வோடும் இடங்களோடும் ஒன்றி வருவதாலும் ஒன்றிலிருந்து ஒன்று பிரிக்க இயலாத அளவிற்கு இம்மூன்றுணர்வுகளும் பிணைந்திருக்கின்றன. எனவே தமிழ் நூல்களில் காணப்பெறும் தமிழுணர்வை வெறும் மொழி நோக்கில் மட்டும் காணாமல் தமிழர் வாழ்வின் உள்ளியக்கமாகவும் காண்பதே மிகவும் பொருத்த முடையது.

தமிழ் நாட்டுணர்வு மொழி வழியே உருப்பெற்றதெனினும் ஒவ்வொரு காலத்திலும் முதன்மை பெற்றிருந்த உணர்வுகள் கலந்தே வந்திருக்கின்றன. குறிப்பாக அரசு, மொழி, மதம், பண்பாடு, சமூகம் ஆகியன தமிழ்நாட்டுணர்வில் கலந்திருக்கின்றன.

நில எல்லைகளை வற்புறுத்தியும் அரசியலுணர்வுக்கு (கோனுணர்வுக்கு) முதன்மை தந்தும் இரட்டைக் காப்பியங்களின் காலம் வரையில் வளர்ந்து வந்த தமிழ்நாட்டுணர்வு (Territorial and Political Nationalism) சமய காலத்தில் மாற்றம் பெறுகிறது. சங்க இலக்கியங்களில் காணப்படும் இடப்பற்றும் (Soil Attachment) கோனாட்சி உணர்வும் சமயங்களின் செல்வாக்கால் சமயகால இலக்கியங்களில் வெகுவாக மறைந்துவிட்டன. சமய இலக்கியங்களில் தமிழ்நாடு என்ற ஒருமை நோக்கில் பாடப்பட்ட பாடல்கள் பல இருப்பினும் அவை அரசியல் நோக்கில் பாடப்பட்டவை அல்ல; சமய/பண்பாட்டு நோக்கில் பாடப்பட்டவையாகும். அதே நிலை சமயக் காலத்தையடுத்த சிற்றிலக்கியக் காலத்திலும், அதனையடுத்த காலங்களிலும் தொடர்கிறது. "தமிழ் மக்களின் வாழ்க்கையில் பழமையுணர்வு மரபு வழிப்பட்ட தன்மை பேரிடம் பெற்றதைப் போலவே, இலக்கியங்களிலும் பழமையுணர்வு காலந்தோறும் வலுப்பெற்று வந்தது. இலக்கியங்களில் பழமையை நினைவு கூர்வதில் இலக்கிய இலக்கண மரபுகள், பழந்தமிழ் இலக்கியங்கள்,

புலவர்கள், சமய கால நிகழ்வுகள், பெருமைகள் ஆகியன இடம்பெற்ற அளவிற்குப் பழந்தமிழ் அரசியலோ, இனப் பழமையோ, நாட்டு எல்லைகளோ இடம் பெறவில்லை. எனவே தமிழ்நாட்டு (தேசிய) உணர்வு பண்பாட்டு வழிப்பட்டதாக மலர்ந்தது. இவ்வரலாற்றைத் தொகுத்துக் காணும்போது தொல்காப்பியர் காலத்திலிருந்து பேராசிரியர் சுந்தரம் பிள்ளை காலம் வரையில் வளர்ந்து வந்திருக்கும் தமிழ் நாட்டுணர்வைப் "பண்பாட்டு வழிப்பட்ட நாட்டுணர்வு என்று கூறலாம்.''[5]

பண்பாட்டுத் தேசியம்

"பண்டைய தமிழ்நாட்டில் சேர, சோழ, பாண்டிய வேந்தர் களுடன், வேளிர்கள், குறுநில மன்னர்கள் ஆகியோரும் தத்தமக்கே உரிய நிலப்பகுதிகளில் தனியாட்சி செலுத்தி வந்தனர். அக்குறுநில மன்னர்களின் எண்ணிக்கை 12 என வரலாற்றாசிரியர் ஸ்மித் கூறுகிறார். சங்க இலக்கியங்களில் 300க்கு மேற்பட்ட அரசர்களின் பெயர்கள் காணப்படுகின்றன.''[6]

தொல்காப்பியப் பாயிரத்தில் "வடவேங்கடந் தென்குமரி யாயிடைத் தமிழ் கூறு நல்லுலகத்து'' எனத் தமிழகத்தின் எல்லை தெளிவாகக் குறிக்கப்பட்டுள்ளது. அகண்ட இந்த நிலப்பரப்பு சங்க காலத்திலிருந்து வெள்ளையர் வரும் காலம்வரை ஒரு ஆட்சியின் கீழ் ஒருபோதும் இருந்ததில்லை. களப்பிரர், பல்லவர், பிற்காலச் சோழர், பிற்காலப் பாண்டியர் போன்ற தமிழ் மன்னர் குலங்களின் ஆட்சியிலும், அதற்குப்பின் அன்னியர்களான முசுலீம்கள், நாயக்க மன்னர்கள், மராட்டியர்கள் போன்றவர்களின் ஆட்சிக் காலங்களிலும் ஒரு பேரரசு உருவாகவில்லை.

பிற்காலச் சோழரின் ஆட்சியில் சோழப் பேரரசை உருவாக்கும் முயற்சி ஓரளவு வெற்றி பெற்றது. சோழப் பேரரசு வடக்கே கிருஷ்ணா நதி முதல் தெற்கே இலங்கை வரை விரிந்து பரந்திருந்தது. முதலாம் இராசராசன், இராசேந்திரன், முதலாம் குலோத்துங்கன் காலம்வரை நீடித்த இந்தப் பேரரசைப் பிற்காலப் பாண்டியர்கள் தகர்த்துவிட்டனர். அவர்கள் உருவாக்க முயன்ற பாண்டியப் பேரரசும் கி.பி. 1311ஆம் ஆண்டு மாலிக்காபூர் படையெடுப்பினால் தகர்ந்தது. இதன் விளைவாக, அன்னியர் படையெடுத்துத் தமிழகத்தைக் கைப்பற்றும் நிலை ஏற்பட்டது.

பல்வேறு மன்னர் குலங்கள் தமிழ்நாட்டின் பல பகுதிகளை ஆண்டுவந்த போதிலும் அனைத்துப் பகுதித் தமிழரையும் இணைக்கும் அம்சமாகத் தமிழ்மொழி திகழ்ந்தது. தமிழர்களை அடையாளப்படுத்தி ஒன்றுபடுத்தும் கருவியாக மொழி விளங்கிற்று.

பாணர்களும், புலவர்களும் எல்லைகளைத் தாண்டிப் பல நாடுகளுக்குச் சென்று அந்தந்த மன்னர்களிடம் தங்கள் புலமைத் திறனைக் காட்டிப் பரிசில் பெற்றனர். அரச குலங்கள் ஒன்றுடன் ஒன்று திருமண உறவு பூண்டன. வெவ்வேறு நாட்டு மக்களும் தமக்குள் திருமண உறவு கொண்டனர். வணிகர்கள் எந்தவிதமான தங்குதடையுமின்றி அனைத்து நாடுகளுக்கும் சென்று வாணிகம் செய்து பொருளீட்டினர். சமண, பௌத்த, சைவ, வைணவத் துறவிகளும் அவ்வாறே அனைத்து நாட்டு மன்னர்கள், மக்களின் ஆதரவு பெற்றுத் தொண்டு புரிந்தனர்.

அப்பர், சுந்தரர், சம்பந்தர், மாணிக்கவாசகர் ஆகிய சைவ சமயக் குரவர்களும், பன்னிரு ஆழ்வார்களும் எல்லை கடந்து எல்லா நாடுகளுக்கும் சென்று பக்தி நெறியைப் பரப்பினார்கள்.

ஆக மொத்தத்தில் பல்வேறு மன்னர்களின் ஆட்சியின் கீழ் தமிழ்நாட்டின் பலபகுதிகள் இருந்தாலும் மொழி, பண்பாடு ஆகியவற்றின் அடிப்படையில் தமிழர்கள் ஒன்றுபட்டிருந்தனர். இனவழித் தேசிய உணர்வு அந்தந்தக் காலக் கட்டத்தில் உருவாகாமல் இருந்தாலும், பண்பாட்டு அடிப்படையில் உருவான உணர்வு பரவியிருந்தது. மொழி அடிப்படையில் அமைந்த இந்தப் பண்பாட்டுத் தேசிய உணர்வுதான் மொழிக்கும் மக்களுக்கும் அரணாகத் திகழ்ந்தது.

கி.பி. 14ஆம் நூற்றாண்டுவரை தமிழ்நாடு வடநாட்டுப் பேரரசு எதற்கும் உட்படாமல் தனித்தே திகழ்ந்தது. அசோகர் பேரரசு முதல் அக்பர் பேரரசுவரை அவர்களின் ஆளுகைக்குட்படாத ஒரு நாடாகத் தமிழகம் விளங்கிற்று. ஆனால் அன்னியரின் வாள்முனைக்கு அடிமைப்படாத தமிழகம் வடமொழிப் பண்பாட்டிற்கு அடிமைப்பட்டது. சமற்கிருதம் பேசிய பார்ப்பனர் தங்களின் உடல் வலிமையால் தமிழ்நாட்டை வெல்லவில்லை; மாறாக, பண்பாட்டுப் படையெடுப்பு நடத்தி நமது மொழியையும், இனத்தையும், நாட்டையும் சீரழிக்க முயன்றனர். அவர்களின் இந்த முயற்சியைத் தொல்காப்பியர் காலம் முதல் தமிழர்கள் எதிர்த்துப் போராடி வந்திருக்கின்றனர்.

தொல்காப்பியம், திருக்குறள், எட்டுத்தொகை, பத்துப்பாட்டு, கீழ்க்கணக்கு நூல்கள் முதலியன தொகுக்கப்பட்டதற்கு அடிப்படையே தமிழ்மொழியையும், இலக்கியங்களையும் அழியாது பாதுகாக்க வேண்டும் என்கிற தமிழ்த்தேசிய உணர்வுதான் காரணமாகும். பழந்தமிழ் நூல்கள் இவ்வாறு தொகுக்கப்படாமல் போயிருந்தால், நமது இலக்கியங்கள் முற்றாக அழிந்து போயிருக்கும் என்பதில் ஐயமில்லை. இலக்கியங்கள் அழிந்திருப்பின் மொழி அழிந்திருக்கும்; தமிழ் இனத்தின் தனித்தன்மை அழிந்திருக்கும். நல்லவேளையாக, வடமொழியின் பண்பாட்டுப் படையெடுப்பிலிருந்து சில சேதாரங்களுடன் நாம் தப்பினோம்.

இத்தொகுப்பு நடவடிக்கைகளில் மன்னர்கள் காட்டிய ஆர்வமானது இதற்கு ஒரு சமூக - பொருளாதார - அரசியல் இயைபு, அன்றைய தேவையாக இருந்தது என்பதைக் காட்டுகிறது."

வடமொழிப் பண்பாட்டுப் படையெடுப்பிலிருந்து தமிழ் இலக்கியங்களைப் பாதுகாக்க வேண்டும் என்ற உணர்வே அந்தத் தேவையாகும். இத்தொகை நூல்கள் தொகுக்கப்படாமல் போயிருந்தால், ஆயிரக்கணக்கான தமிழ்ப் பாடல்கள் அழிந்து போயிருக்கும் என்பதில் சந்தேகமில்லை. சங்கப் பாடல்கள் தொகுப்பு என்பதை அடிப்படையில் இலக்கிய வரலாற்றில் முக்கிய ஒரு நிகழ்வாக நாம் கருத வேண்டும்.

சைவத் திருமுறைகளும் வைணவர்களது நாலாயிரத் திவ்வியப் பிரபந்தமும் அண்மையில் தொகை நூல்கள் என்று கருதப்பட்டன. நாயன்மார்கள் மற்றும் ஆழ்வார்களது பாடல்கள் திருமுறைகளாகவும் நாலாயிரத் திவ்வியப் பிரபந்தமாகவும் தொகுக்கப்பட்டதற்குச் சமூகப் பொருளாதார நிர்ப்பந்தங்கள் - மதப் பண்பாட்டுத் தேவைகள் ஆகியவை அடிப்படையாக அமைந்திருந்தன. இவை தொகுக்கப்படாமல் போயிருந்தால், சீரிய செந்தமிழ் இசைக் கருவூலங்கள் அழிந்திருக்கும்.

சைவத் திருமுறைகளைத் தொகுத்தவர் நம்பியாண்டார் நம்பி. வைணவ ஆழ்வார்ப் பாசுரங்களைத் தொகுத்தவர் நாதமுனி. இவற்றைத் தொகைப்படுத்திய இருவரும் பாடல்களைச் சேகரித்த அதே வேளையில் அவை படைக்கப்பட்ட இசைமுறைகளையும் அறிந்துகொள்வதில் கவனம் செலுத்தினர். இப்பாடல்களில் இசைக்குக் கொடுக்கப்பட்ட முக்கியத்துவம் தொகைகளின் பயன்பாட்டை வெளிக்காட்டுவதாக அமைந்தது. திருமுறைகளும் நாலாயிரத் திவ்வியப் பிரபந்தமும் தொகுக்கப்படாமல் போயிருந்தால், பழந்தமிழ்ப் பண்களையும் இசையையும் நாம் இழந்திருப்போம் என்பதில் ஐயமில்லை.

நமது புலவர்கள் தமிழின் தனித்தன்மையைக் காக்க இடைவிடாது போராடி வந்துள்ளனர். தொல்காப்பியர், திருவள்ளுவர், சங்கப்புலவர்கள், இளங்கோ அடிகள், சேக்கிழார், திருத்தக்கதேவர், கம்பர், தேவாரம் பாடிய மூவர், மாணிக்கவாசகர், ஆழ்வார்கள் போன்றவர்கள் வடமொழிக் கலப்பு இல்லாத தமிழில் எழுதினார்கள். வடசொற்களைத் தமிழ்ப்படுத்தியும், தமிழ்ப்பண்பாட்டிற்கு ஏற்பவும் நூல்கள் படைக்கப்பட்டன. இந்தப் போக்கு 20ஆம் நூற்றாண்டு வரை தொடர்ந்தது; இன்னமும் தொடர்கிறது.

வடமொழிக் கலாச்சாரத்தின் விளைவாக மணிப்பிரவாள நடை, சாதியப் பிரிவுகள், தீண்டாமை போன்ற வேண்டாதவை தமிழ்நாட்டில்

புகுந்து மொழி, சமுதாயச் சீரழிவுகளை ஏற்படுத்தின. தமிழர்கள் வணங்கி வந்த தெய்வங்கள் ஆரியத் தெய்வங்களுடன் இணைக்கப்பட்டன. கோயில்களில் சமற்கிருத வழிபாட்டு முறைகள் திணிக்கப்பட்டன. மன்னர்கள், கடவுள்கள், ஊர்கள், மலைகள், ஆறுகள் ஆகியவற்றின் பெயர்கள் வடமொழியில் மாற்றப்பட்டன. தமிழிசையும், பண்களும் வடமொழிப் பெயர் பெற்றன. தமிழர்களுக்கேயுரிய ஆடற்கலை பரதநாட்டியமாயிற்று. தொன்மையான தமிழிசை கர்நாடக சங்கீதமாயிற்று. தமிழ்ப் பண்கள் இராகங்களாக உருமாற்றம் பெற்றன. சுருக்கமாகக் கூறினால் தமிழ்நாட்டில் வடமொழிப் பண்பாட்டின் தாக்கம் சகல துறைகளிலும் ஆதிக்கம் செலுத்த இடைவிடாது முயன்றது. ஆனால் அதற்குத் தொடர்ந்து எதிர்ப்பையும் தமிழர் தெரிவித்தே வந்தனர்.

“தமிழ்த்தேசியத்திற்கு அடித்தளம் அமைத்துக்கொடுத்த அறிஞர் பெருமக்கள் ஆற்றிய அரிய தமிழ்ப் பணிகளும் செறிந்த பங்களிப்பும் வியப்பை அளிக்கின்றன; விம்மிதம் மீதூர்கிறது.

பத்தொன்பதாம் நூற்றாண்டு - தமிழ் மொழியின் வரலாற்றில் தனித்தன்மை கொண்டது. வித்தக விளைச்சலுக்கு வீரிய உரமளித்தது. நூற்றுக்கும் மேற்பட்ட தமிழறிஞர்கள் தோன்றி, தமிழின் வளர்ச்சிக்கும் தமிழின விழிப்புக்கும் ஊட்டம் தந்தனர். அவர் தம் சிந்தனைகள் மற்றும் சீரிய பணிகளின் விளைவுகள், இருபதாம் நூற்றாண்டிலும் நீண்டு படர்ந்தன.’’

19ஆம் நூற்றாண்டில் இராமலிங்க வள்ளலார், நீதிபதி வேதநாயகர், பேராசிரியர் சுந்தரனார், கோபால கிருஷ்ண பாரதியார் போன்றவர்கள் தோன்றித் தமிழ் மறுமலர்ச்சிக்கும், சமய மறுமலர்ச்சிக்கும் வித்திட்டனர்.

18, 19ஆம் நூற்றாண்டுகளில் பெஸ்கி (எ) வீரமாமுனிவர், கால்டுவெல், ஜி.யு.போப் போன்ற மேனாட்டு அறிஞர்கள் தமிழின் தொன்மையையும் பெருமையையும் உலகம் உணரச் செய்தனர்.

20ஆம் நூற்றாண்டின் தொடக்கத்தில் மறைமலையடிகள், பரிதிமாற்கலைஞர் ஆகியோர் வட மொழியின் மரணப் பிடியிலிருந்து தமிழை மீட்டனர். அவர்களைத் தொடர்ந்து தேவநேயப் பாவாணர் முதல் சாலையார், சாலினியார், இலக்குவனார், பெருஞ்சித்திரனார் வரை எண்ணற்ற தமிழறிஞர்கள் தனித்தமிழை வளர்த்தனர்.

சி.வை.தாமோதரனார், உ.வே. சாமிநாத ஐயர் போன்றோர் ஏட்டுச் சுவடிகளிலிருந்த பழம் தமிழ் நூற்களை அச்சு வடிவத்தில் கொண்டுவந்து உயிர்ப்பித்தனர்.

பாண்டித்துரைத் தேவர் மதுரைத் தமிழ்ச் சங்கத்தையும், உமா மகேசுவரனார் கரந்தைத் தமிழ்ச் சங்கத்தையும் தோற்றுவித்துத் தமிழ்க் கல்வியிலும் தமிழ் ஆராய்ச்சியிலும் மறுமலர்ச்சி ஏற்படுத்தினர்.

பாரதி முதல் பாரதிதாசன் வரை எண்ணற்ற கவிஞர்கள் தமிழின் சிறப்புக் குறித்தும், தமிழரின் மேன்மை குறித்தும் கவிதைகள் பாடி தமிழ்த்தேசியத்தை வளர்த்தார்கள்.

மேற்கண்ட அறிஞர் பெருமக்கள் ஒரு நூற்றாண்டு காலத்திற்கும் மேலாக எடுத்துக்கொண்ட அரிய முயற்சிகளின் விளைவாகத் தமிழ்த்தேசிய உணர்வுக்கு வலுவான அடித்தளம் இடப்பட்டது.

"தமிழ்த்தேசியம் உருவாவதற்குரிய தமிழ்ப் பண்பாட்டின் சிந்தனைக் கருவூலங்களைத் தமிழ்ப் பெருமக்களுக்கு வழங்கி, தமிழின வரலாற்றுப் போக்கில் திருப்புமுனையைப் படைத்த இப்பெருமக்களையும், அத்துறையில் தம்மை ஈகம் செய்து கொண்ட மற்ற அறிஞர்களையும் தமிழ் உலகம் என்றென்றும் ஏற்றிப் போற்றக் கடமைப்பட்டது.

பழஞ்சுவடிகள் சிலவற்றை, தாமோதரனாருக்கும் முன்னரே, அச்சாக்கி வெளியிடும் அரிய பணியில் ஈடுபட்ட சில தமிழ்ப் பெருமக்களில் தமிழீழம் ஆறுமுக நாவலர், முகவை இராமானுசக் கவிராயர், களத்தூர் வேதகிரி முதலியார், புதுவை நயனப்ப முதலியார், திருவேங்கடாசல முதலியார், சரவணப் பெருமாளய்யர், திருமயிலை சண்முகம் பிள்ளை, தொல்காப்பிய எழுத்ததிகாரத்தை, நச்சினார்க்கினியார் உரையுடன் பதிப்பித்த மழவை மகாலிங்கய்யர், சிலப்பதிகாரத்தைப் பதிப்பித்த சோடாசாவதானம் சுப்புராயுலு செட்டியார் ஆகியோர் குறிப்பிடத்தக்கவராவர்.

1937 ஆம் ஆண்டில் கட்டாய இந்தித் திணிப்பை எதிர்த்துத் தமிழ்நாட்டில் பெரும் போராட்டம் வெடித்தது. தமிழறிஞர்களான கி.ஆ.பெ. விசுவநாதம், மறைமலையடிகள், நாவலர் சோமசுந்தர பாரதியார், கா. சுப்பிரமணியபிள்ளை, தா.வே. உமாமகேசுவரனார் போன்றவர்களும் பெரியார், அறிஞர் அண்ணா, அண்ணல் தங்கோ, சி.டி. நாயகம், பட்டுக்கோட்டை அழகிரிசாமி போன்ற தமிழர் தலைவர்களும் ஒன்றுகூடி இந்தி ஆதிக்கத்திலிருந்து தமிழைக் காக்கப் போராடினார்கள். இந்தப் போராட்டத்தில்தான் "தமிழ்நாடு தமிழருக்கே' என்ற முழக்கம் பிறந்தது. இந்த முழக்கம் தமிழ்த்தேசிய உணர்வுக்கு உரமிட்டது.

1965ஆம் ஆண்டு தமிழக மாணவர்கள் இந்தித் திணிப்புக்கு எதிராகக் கொதித்தெழுந்து தமிழக வரலாறு காணாத பெரும் போராட்டத்தை நடத்தினர். பல இளைஞர்கள் தீக்குளித்து உயிர்த் தியாகம் செய்தனர்.

காவல்துறையின் துப்பாக்கிச் சூட்டுக்கு ஏராளமானவர்கள் பலியானார்கள். ஆனால், தமிழ் அரியணையில் அமர முடியவில்லை. மாறாக, ஆங்கிலம் கல்வி மொழியாக இன்றைக்குத் தமிழகத்தில் ஆட்சி செய்கிறது. இதற்காகவா இத்தனை பேர் உயிர்த் தியாகம் செய்தார்கள்? போராடினார்கள்?

தமிழீழப் படுகொலை

1983ஆம் ஆண்டு சூலை மாதம் இலங்கையில் 3000 தமிழர்கள் படுகொலை செய்யப்பட்ட கொடூரம் தமிழ்நாட்டை உலுக்கியது. தமிழகம் ஆவேசம் அடைந்தது. சிற்றூர்களிலிருந்து பெரு நகரங்கள் வரை மக்கள் கொதித்தெழுந்து போராடினார்கள். இயற்கையாகப் பீறிட்டு எழுந்த இந்த உணர்வு தமிழ்த்தேசியமாக உருவெடுத்தது. தமிழீழ விடுதலைப் போராட்டம் வீறுகொண்டு வெற்றியை நோக்கிச் செல்லத் தொடங்கியது. இதைக் கண்டு இந்திய அரசு அதிகக் கலக்கமடைந்தது. இந்திய – இலங்கை உடன்பாடு என்ற பெயரால் இந்தியப் படை அனுப்பப்பட்டு ஈழத் தமிழர்களின் விடுதலைப் போராட்டத்தை ஒடுக்கும் முயற்சி நடைபெற்றது. தமிழ்நாட்டில் தமிழ்த்தேசிய உணர்வாளர்களுக்கு எதிராகக் கடுமையான அடக்குமுறைச் சட்டங்கள் ஏவப்பட்டன. ஆனாலும், தமிழ்த்தேசிய எழுச்சி மேலும் வளர்ந்ததே தவிர, குன்றவில்லை.

2009ஆம் ஆண்டில் இந்தியா உள்பட 20 நாடுகள் ஒன்றுகூடி சிங்கள அரசுக்கு ஆயுதங்களை அள்ளிக்கொடுத்தும், நிதியை வாரிக் கொடுத்தும் தமிழீழ விடுதலைப் போராட்டத்தை ஒடுக்குவதற்குத் துணை நின்றன. முள்ளிவாய்க்கால் பகுதியில் ஏறத்தாழ ஒரு இலட்சத்திற்கும் மேற்பட்ட மக்கள் படுகொலை செய்யப்பட்டார்கள். மூன்று இலட்சம் தமிழர்கள் முள்வேலி முகாம்களில் அடைக்கப்பட்டார்கள். வரலாறு கண்டறியாத இந்தக் கொடுமையை ஏன் என்று தட்டிக்கேட்க உலக நாடுகள் எதுவும் முன்வரவில்லை. தமிழ்நாட்டில் உள்ள 8 கோடித் தமிழ் மக்களும் அன்று ஒன்றுபட்டு நின்று போராடியிருந்தால், இந்திய அரசு பணிந்திருக்கும். பல்லாயிரக்கணக்கான ஈழத் தமிழர்களின் உயிர்களை நாம் காப்பாற்றியிருந்திருக்க முடியும். ஆனால், நமது ஒற்றுமைக் குறைவினால் ஈழத் தமிழர்கள் பெரும் இழப்பிற்கு ஆளானார்கள்.

தமிழீழத்தில் நமது இளைஞர்களும் இளம் பெண்களும் வாழ வேண்டிய வயதில் தாயகம் மீட்புப் போரில் சாவை இன்முகத்துடன் அணைத்துக்கொண்டிருக்கிறார்கள். புதிய புறநானூறு அங்கே எழுதப்பட்டு வருகிறது. புலிகளின் போராட்டம் தமிழீழ மண்ணை மீட்கும் போராட்டம்

மட்டுமல்ல, உலகத் தமிழர்களின் விடிவுக்கான முதல் கட்டப் போராட்டமாகும். இந்தக் காலக்கட்டத்தில் தமிழ்த்தேசிய எழுச்சியைக் கட்டிக் காக்கவும், வளர்க்கவும் நாம் தவறுவோமானால், வருங்காலத் தலைமுறை நம்மை ஒருபோதும் மன்னிக்காது. காலம் அற்புதமாகக் கனிந்துள்ளது. இப்போது உருவாகியிருப்பதைப் போன்ற சிறந்த வாய்ப்பு மீண்டும் வரப்போவதில்லை. கிடைத்தற்கரிய வாய்ப்பை நழுவ விடுவோமானால் நம்மைப் போன்ற ஏமாளிகள் வேறு யாரும் இல்லை.

கடந்த 20ஆம் நூற்றாண்டில் வாழ்ந்த எண்ணற்ற தமிழறிஞர்களும், கவிஞர்களும், தலைவர்களும் கண்ட கனவை நனவாக்குவது நமது கடமையாகும். அவர்கள் நமக்கு ஊட்டியிருக்கிற தமிழ்த்தேசிய உணர்வு என்னும் பதாகையை உயர்த்திப் பிடித்து நமது இலக்கை நோக்கி நாம் முன்னேறியாகவேண்டும்.

அரசியல், சமூகவியல், பொருளியல் ஆகிய துறைகளில் தமிழ்த் தேசியத்தை நிலைபெறச் செய்வதும், இந்த அடிப்படையில் புதிய தமிழகத்தைக் கட்டமைப்பதும் நமது ஒரே குறிக்கோளாக இருக்க வேண்டும். சுருங்கக் கூறின், நமது வாழ்வியல் நெறியாகத் தமிழ்த்தேசியமே விளங்கவேண்டும்.

அதேவேளையில், தமிழ்த்தேசியம் என்பது குறுந்தேசிய வாதமாகிவிடக் கூடாது. “யாதும் ஊரே யாவரும் கேளிர்” என்ற உன்னதமான நோக்கத்தினை உலகிற்கு அளித்தவர்கள் தமிழர்கள். எனவே, அதை மறந்துவிடாமல் தமிழ்நாட்டில் வாழும் சிறுபான்மைத் தேசிய இனமக்களை நம்முடன் அரவணைத்துக்கொண்டு நாம் செல்லவேண்டும்.

ஒரேயொரு மொழியைப் பேசும் தேசிய இன மக்களைக் கொண்ட நாடு உலகத்தில் எங்கும் கிடையாது என்பதை எண்ணிப் பார்க்கவேண்டும். எந்த நாடாக இருந்தாலும் அந்த நாட்டில் சிறுபான்மைத் தேசிய இனத்தவர் வாழ்வது தவிர்க்க முடியாததாகும்.

இந்தியாவின் பிற மாநிலங்களில் இலட்சக்கணக்கான தமிழர்கள் பன்னெடுங்காலமாக வாழ்ந்து வருகிறார்கள். இலங்கை, பர்மா, மலேசியா, கம்போடியா, இந்தோனேசியா, வியட்நாம், மொரீசியசு, தென்னாப்பிரிக்கா போன்ற நாடுகளில் பெரும் எண்ணிக்கையிலும், மற்றும் 70க்கும் மேற்பட்ட நாடுகளில் சிறு எண்ணிக்கையிலும் ஏராளமான தமிழர்கள் வாழ்ந்து வருகிறார்கள். மேற்கண்ட நாடுகள் பலவற்றில் தமிழர்கள் குடியரசுத் தலைவர்களாகவும், தலைமையமைச்சர்களாகவும், அமைச்சர்களாகவும் நாடாளுமன்ற உறுப்பினர்களாகவும், அதிகாரிகளாகவும், படைத்தளபதிகளாகவும் பொறுப்புகள் வகித்து,

அந்தந்த நாட்டிற்குப் பெருமை தேடித் தந்திருக்கிறார்கள். தமிழினம் இன்று உலகம் தழுவிய இனமாகும். எனவே குறுந்தேசியவாதம் பேசி வெளிமாநிலங்களிலும், வெளிநாடுகளிலும் வாழும் தமிழர்களைச் சிறுமைப்படுத்திவிடக் கூடாது.

தமிழ்த்தேசிய உணர்வை நமது தலைமுறையிலேயே நிலை நிறுத்தி ஆகவேண்டும். இந்தத் தலைமுறையைச் சேர்ந்த நாம் நமது தொண்டினாலும், தியாகத்தினாலும் இதை நிறைவேற்றுவோமானால், வரப்போகிற நமது தலைமுறையினர் உரிமை கொண்ட மக்களாக வாழ்ந்து தமிழர்களின் பொற்காலத்தைப் படைப்பார்கள் என்பது திண்ணம்.

அடிக்குறிப்பு

1. தமிழ் நூற்களில் தமிழ்மொழி - தமிழ் இனம் - தமிழ்நாடு
   முனைவர் ப. கிருஷ்ணன்   - பக்கம் - 16
2.   ,,   ,,   ,,   - பக்கம் - 78
3.   ,,   ,,   ,,   - பக்கம் - 28
4.   ,,   ,,   ,,   - பக்கம் - 216
5.   ,,   ,,   ,,   - பக்கம் - 216
6. இந்தியாவில் தேசிய இனங்களும் – தமிழ்த்தேசியமும்
   – கு.ச. ஆனந்தன்   - பக்கம் - 174
7.   ,,   ,,   ,,   - பக்கம் - 266
8.   ,,   ,,   ,,   - பக்கம் - 275

காலந்தோறும் தமிழ்த்தேசியம்

தமிழ்த்திரு.பெ.மணியரசன்
தலைவர், தமிழ்த்தேசியப் பேரியக்கம்

"தேசம்" என்பதன் கருத்தியலே தேசியம். "தேசம்" *(Nation)* என்பதற்கும் "நாடு" *(Country)* என்பதற்கும் வரையறுப்பு வேறுபாடுகள் உண்டு. 'தேசம் என்பது ஒரு தேசிய இனத் தாயகத்தைக் குறிப்பது. நாடு என்பது ஓர் ஆட்சி எல்லைக்குள் உள்ளது.

ஒரு தேசம் ஒரு நாடாக இருப்பதும் உண்டு. ஒரு நாட்டில் பல தேசங்கள் அல்லது பகுதித் தேசம் இருப்பதுமுண்டு.

இந்தியாவில் தமிழ்த்தேசம், தெலுங்கு தேசம், மராட்டி தேசம் (மகாராஷ்ட்ரா) போன்ற பல தேசங்கள் உண்டு.

ஓர் ஆட்சி அதிகாரத்துக்குள் இருப்பதால் இந்தியா ஒரு நாடு *(Country)*. ஆனால், இந்தியா ஒரு தேசமன்று. பலதேச நாடு. ஒரே கொரியன் தேசிய இனத்தின் தாயகமான கொரியா உள்இனச் சண்டையால் வடகொரியா, தென் கொரியா என்று இரு நாடுகளாக இருக்கின்றன.

இவ்வாறு, தெற்கு வியட்நாம் – வடக்கு வியட்நாம் என்றிருந்த இரு நாடுகள் பின்னர் இன அடிப்படையில் ஒருங்கிணைந்து ஒரே வியட்நாம் ஆயின. மேற்கு செர்மனி - கிழக்கு செர்மனி என்று பிரிந்திருந்த இரண்டும் பின்னர் இன அடிப்படையில் ஒரே செர்மனி ஆகிவிட்டன!

சோவியத் ஒன்றியம் என்ற ஒரே நாட்டில் சேர்ந்திருந்த இரசியா, ஜார்ஜியா, எஸ்தோனியா போன்ற 15 தேசங்கள் 1991 - இல் தேசிய இன அடிப்படையில் பிரிந்தன. செக்கஸ்லோவியா இரு தேசங்களாகவும் யூகோஸ்லோவியா ஆறு தேசங்களாகவும் பிரிந்தன.

அண்மையில், இந்தோனேசியாவிலிருந்து கிழக்குத் திமோர் பிரிந்தது. எத்தியோப்பியாவிலிருந்து எரித்திரீயா பிரிந்தது.

பிரிட்டனிலிருந்து பிரிந்து செல்ல ஸ்காட்லாந்தும், அயர்லாந்தும் போராடிக்கொண்டுள்ளன. ஸ்பெயினிலிருந்து பிரிவதற்கு கட்டலோனியாவும், பாஸ்க்கும் போராடிக்கொண்டுள்ளன. கனடாவிலிருந்து பிரிவதற்குக் கியூபெக் கோரிக்கை வைக்கிறது. பாக்கித்தானிலிருந்து பிரிவதற்குப் பக்தூனிஸ்தான், சிந்து போன்றவை கோரிக்கை எழுப்புகின்றன. சீனாவிலிருந்து பிரிவதற்குத் திபேத்தும், உய்கூர் துர்க்கிஸ்தானும் தனிநாடு கோருகின்றன. இந்தியாவிலிருந்து பிரிவதற்குப் பஞ்சாப், நாகாலாந்து, அருணாச்சலப் பிரதேசம் போன்ற பல தேசிய இனங்கள் கோரிக்கை வைக்கின்றன.

இவ்வாறு தனிநாடு கேட்பவை எல்லாம் தனித்தனித் தேசிய இனங்கள்! இவை தங்கள் தேசங்களைக் கேட்கின்றன.

இந்தியா ஒரு நாடு, ஆனால் இது ஒரு தேசமன்று. இந்தியாவில் பல தேசங்கள் இருக்கின்றன. ஒரு தேசம் என்பது ஒரு தேசிய இன வழியில் – ஒரே மொழி, ஒரே பண்பாடு, ஒரே தொடர்ச்சியான தாயக நிலப்பகுதி முதலியவற்றைக் கொண்ட வடிவம் ஆகும்.

இந்தியா என்ற ஓர் ஆட்சி வடிவம் – ஒரு நிர்வாக வடிவம் பிரித்தானிய வணிக வேட்டையாடிகளின் பீரங்கிகளால் உருவாக்கப்பட்டது! இந்தியாவை உருவாக்கிய தந்தைமார் இராபர்ட் கிளைவ், வாரன் ஹேஸ்டிங்ஸ் போன்றவர்களே!

ஆனால், இந்த வரலாற்று உண்மைகளை மறைத்துவிட்டு, காலம்காலமாக இந்தியத் தேசம் – பாரதம் என்ற புராணப் புனைவுப் பெயரில் இருந்ததாக வட ஆரிய - இந்தி ஆதிக்கவாதிகளும் அவர்களின் தமிழ்நாட்டுப் பங்காளிகளும், பக்கவாத்தியங்களும் கூறிவருகின்றனர். இவ்வாறான அவர்களின் பாரதத் தேசக் கட்டுக் கதைகளுக்கு வரலாற்றுச் சான்றுகள் எதுவும் இல்லை.

தமிழர்களின் தேசம் பண்டைக் காலத்திலிருந்து இன்றுவரை தமிழகம், தமிழ்நாடு என்பதே! இப்போது இதன் எல்லைகள் சுருங்கி இருக்கலாம். ஆனால், இப்போதுள்ள தமிழ்நாடு, தமிழகம், ஐயாயிரம் ஆண்டுகட்கு முன்பும் இதே பெயரில்தான் இருந்தது.

இத் தாயகப் பகுதி ஒரே காலத்தில் பல மன்னர்கள் ஆட்சியில் இருந்திருக்கலாம். அப்போதும் இது தமிழ்நாடே!

கி.பி. பதினொன்றாம் நூற்றாண்டில் தொல்காப்பியத்திற்கு உரை எழுதிய இளம்பூரணர், “செப்பும் வினாவும் வழாஅல் ஓம்பல்” என்ற நூற்பாவிற்கு

விளக்கம் கூறும்போது, வினாவும் விடையும் குழப்பமில்லாமல் இருக்கவேண்டும் என்று சொல்லிவிட்டு, குழப்பமில்லாத தெளிவான வினாவுக்கும் விடைக்கும் ஓர் எடுத்துக்காட்டு கூறினார். "நும்நாடு யாது என்று கேட்டால், 'தமிழ்நாடு என்றல்" என்றார். சோழநாடு, பாண்டியநாடு என்று சொல்லக் கூடாது. அவை ஆட்சிசெய்யும் அரசுகளின் பெயர்கள்.

ஐரோப்பாவில் தொழிற்புரட்சி ஏற்பட்ட பிறகே, தேச அரசு *(Nation State)*க் கோட்பாடு உருவானது என்பர், ஐரோப்பிய மையவாத வரலாற்றாளர்கள். அங்கு அவ்வாறு இருக்கலாம்; ஆனால், உலகம் எங்கும் அப்படித்தான், 16, 17 - ஆம் நூற்றாண்டுகளில் அல்லது அதற்குப் பிறகுதான் தேசம் குறித்த சிந்தனை உருவானது என்று சொல்ல முடியாது. ஒரு தேசத்தில் ஒற்றைத் தேச அரசுக் கோட்பாடு உருவாவது, மறுமலர்ச்சிக் காலத்தை ஒட்டியும், எந்திரத் தொழில் உற்பத்தி முறையின் வளர்ச்சியிலும் வந்தது என்பது சரி. ஆனால், தேசியத்தை முதலாளிகள் சந்தையில்தான் கண்டடைந்தனர் என்று ஜே.வி. ஸ்டாலின் கூறுவது பொருத்தமாக இல்லை.

நம்முடைய தமிழ் இலக்கியங்களில் சங்க காலத்திலேயே தமிழ்நாடு, தமிழகம் என்று தமிழர் தாயகம் அழைக்கப்பட்டுள்ளது. தொல்காப் பியத்திற்கு அணிந்துரை (பாயிரம்) எழுதிய தொல்காப்பியரின் சமகால நண்பர் பனம்பாரனார், முதல்வரியிலேயே "வடவேங்கடம் தென்குமரி ஆயிடைத் தமிழ் கூறும் நல்லுலகம்" என்று தொடங்குகிறார்.

வடவேங்கட மலையிலிருந்து தென்குமரி முனைவரை ஒரே தமிழ் பேசும் மக்களின் நாடாகத் – தமிழ்நாடாக விளங்கியது என்று கூறுகிறார். கிழக்கிலும் மேற்கிலும் கடல்! இந்தத் தாயக நிலப்பரப்பில் அப்போது ஒரே மன்னராட்சியா இருந்திருக்கும்? பல மன்னர்கள் அரசு நடத்தியிருப்பார்கள். ஆனால், தாய்நாடு - தமிழ்நாடு ஒன்று என்ற வரையறை அப்போதே இருந்தது.

கடைச்சங்க இலக்கியம் என்று போற்றப்படும் பரிபாடல்,

"தண்டமிழ் வேலித் தமிழ்நாட்டு அகமெல்லாம்
நின்று நிலையிற் புகழ்பூத்தல் அல்லது
குன்றுதல் உண்டோ மதுரைக் கொடித்தேரான்"

- பரிபாடல் 418

என்று கூறுகிறது.

"வையக வரைப்பில் தமிழகம் கேட்பப்
பொய்யாச் செந்நா நெளிய ஏத்தி"

- புறநானூறு (பாடல் எண். 168)

"தமிழகப் படுத்த விமிழிசை முரசின்
வருநர் வரையாப் பெருநாள் இருக்கை"

- அகநானூறு (பாடல் எண் 227)

"இமிழ்கடல் வேலியைத் தமிழ்நாடு ஆக்கிய
இதுநீ கருதினையாயின் ஏற்பவர்
முதுநீர் உலகு முழுவதும் இல்லை"

- சிலப்பதிகாரம்

பெரியபுராணம், கம்பராமாயணம் போன்ற பெரு நூல்களிலும் "தமிழ்நாடு" என்று கூறப்பட்டுள்ளது.

தமிழன் என்ற சொல்லைத் திருநாவுக்கரசர் பயன்படுத்தினார்.

"ஆரியன் கண்டாய் தமிழன் கண்டாய்" என்றார்.

பூதத்தாழ்வார் தன்னைப் "பெருந்தமிழன்" என்று கூறிக்கொண்டார்.

ஆனால், நம் பழந்தமிழ் இலக்கியங்களில் எதிலும் திராவிடநாடு, திராவிடன், பாரத நாடு, பாரத், பாரத்தீயன் என்ற நாட்டுப் பெயரும், இனப் பெயரும் கூறப்படவில்லை. தமிழ் என்பது தாய்மொழிப் பெயர், தமிழர் என்பது இனப் பெயர், தமிழ்நாடு என்பது நாட்டுப்பெயர் என்று மூன்றும் ஒரே சொல்லில் தொடங்குவது வரலாறு நமக்கு வழங்கிய வாய்ப்பு!

அக்காலத்தில் இன அரசியல்

பழந்தமிழ் இலக்கியங்கள் தெளிவாக இன அரசியல் பேசுகின்றன. ஆரிய அயல் இன மன்னரைத் தோற்கடித்து இமயமலையில் வில்கொடி, புலிக்கொடி ஏற்றிய செய்திகளைக் கூறுகின்றன. ஆரியப்படையைத் தோற்கடித்து விரட்டியடித்த பாண்டியன் நெடுஞ்செழியனுக்கு ஆரியப்படை கடந்த நெடுஞ்செழியன் என்று சிறப்புப் பட்டம் கொடுத்துள்ளார்கள். அதுபோல், அக்காலத்தில் வடக்கே இருந்த வடுகர்கள் ஆரியப் படையோடு சேர்ந்து தமிழ்நாட்டின் மீது படையெடுத்ததையும் தமிழ் மன்னர்கள் அவர்களை முறியடித்ததையும் புறநானூறு கூறுகிறது.

ஆனால், சங்கம் மருவிய பிற்காலத்தில், வடுகர்கள் போன்ற அயல் இனத்தார் தமிழ்நாட்டைத் தாக்கி வென்று அவர்கள் தங்கள் ஆட்சியை நிலைநாட்டினர்.

சோழர்களும், பாண்டியர்களும் மீண்டும் எழுச்சி பெற்றுத் தமிழ் அரசுகளை நிறுவினர். ஆனால் பிற்காலச் சோழர்களும், பாண்டியர்களும் தங்களுக்குள் படையெடுத்துக்கொண்டு அழிந்த பின்னர், தில்லிச் சுல்தான்களும் பின்னர், விசயநகர - நாயக்கத் தெலுங்கு மன்னர்களும் பாண்டிய நாட்டையும் சோழநாட்டையும் கைப்பற்றினர்.

சேரநாட்டில் ஆரிய ஆதிக்கம் மேலோங்கி, சமற்கிருதம் மிக அதிகமாகத் தமிழ்மொழியில் கலந்து மலையாளம் என்ற புதுமொழி பிறந்தது. தமிழ்ச் சேரநாடு அழிந்தது.

பின்னர் ஆங்கிலேயக் கிழக்கிந்தியக் கம்பெனி வேட்டையாடிகள் பீரங்கி, துப்பாக்கிகளுடன் வந்து தமிழ்நாட்டைக் கைப்பற்றினர். அதேவேளை, நவீனத் தொழில்களும், நவீனக் கல்வி முறையும், அச்சு எந்திரமும் வந்தன. ஓலைச் சுவடிகள், அச்சிட்ட தாள் நூல்கள் *(Printed paper books)* ஆயின. மேற்கத்தியப் பாணிக் கல்வி முறையும் வந்தது.

தமிழர் மறுமலர்ச்சி

இப்பின்னணியில், 19 - ஆம் நூற்றாண்டில் தமிழர் மறுமலர்ச்சிச் சிந்தனைகள் தோன்றின. ஒன்றை நினைவில் கொள்ளவேண்டும். ஐரோப்பாவில் 15, 16 - ஆம் நூற்றாண்டுகளில் மறுமலர்ச்சிக் காலம் தொடங்கியதாக ஆய்வாளர்கள் கூறுகிறார்கள். தமிழர்களாகிய நாம் 12 - ஆம் நூற்றாண்டிலேயே அயலார்க்கு – முதலில் தில்லி சுல்தான்களுக்கும், பின்னர் விசயநகர - நாயக்க மன்னர்களுக்கும், தஞ்சைப் பகுதியில் மராத்தியர்களுக்கும் அடிமையாகிப் போனதால் நமக்கு வரலாற்றின் போக்கில் நேர்வகையில் எழவேண்டிய அறிவியல் வளர்ச்சியும், சமுதாய மறுமலர்ச்சியும் ஐரோப்பிய மறு மலர்ச்சிக் காலத்தோடு சேர்ந்து ஏற்படாமல் பின்தங்கிவிட்டது.

பத்தொன்பதாம் நூற்றாண்டில்தான் தமிழர் மறுமலர்ச்சி *(Renaissance)* ஏற்பட்டது. தமிழர் மறுமலர்ச்சித் தொடக்கத்தின் நாயகராக வள்ளலார் திகழ்கிறார்!

1. *Renaissance* – என்ற பிரெஞ்சு மூலச் சொல்லுக்கு மறுபிறவி என்று பொருளாம். வரலாற்றில் வந்து சேர்ந்துவிட்ட கசடுகளைக் கழித்துவிட்டு சமகாலப் புத்தெழுச்சிக்கான உளவியலை உருவாக்குவது.

2. பாகுபாடின்றிச் சமூகத்தில் உள்ள அனைவருக்குமான புதிய அறிவார்ந்த சிந்தனைகளை வெளிப்படுத்துவது.

3. கலை, இலக்கியம், ஆன்மிகம் ஆகியவற்றில் புத்தாக்கப் படைப்புகள் - புதுவடிவங்களில் - புது உள்ளடக்கங்களுடன் வருவது. கடவுள் மறுப்பு – பகுத்தறிவுக் கருத்துகளும் இக்காலத்தில் ஐரோப்பாவில் வந்தன.

தமிழர் மறுமலர்ச்சியின் முதல்வராக 19 - ஆம் நூற்றாண்டில் விளங்கிய வள்ளலார் குறித்துப் பெரும்பாவலர் பாரதியார் பின்வருமாறு கூறுகிறார்:

"எம்மதமும் சம்மதம் என்றார் ராமலிங்க ஸ்வாமி. உலகத்தில் உள்ள மத பேதங்களை எல்லாம் வேருடன் களைந்து ஸர்வ ஸமய ஸமரஸக் கொள்கையை நிலைநாட்ட வேண்டுமானால் அதற்குத் தமிழ்நாடே சரியான களம்! உலகம் முழுவதும் மதவிரோதங்கள் இல்லாமல் ஒரே தெய்வத்தைத் தொழுது உஜ்ஜீவிக்கும்படி செய்ய வல்ல மகான்கள் இப்பொழுது தமிழ்நாட்டில் தோன்றி இருக்கிறார்கள். அது பற்றியே பூமண்டலத்தில் புதிய விழிப்பு தமிழகத்தில் தொடங்கும் என்கிறோம்.

"தமிழ்நாடு இன்று புதிதாக அன்று – நெடுங்காலமாகத் தலையொளி வீசி வருதல் எல்லோருக்கும் தெரிந்த விஷயம்.

"பூமண்டலம் முழுவதும் புதிய விழிப்பொன்று வரப் போகிறது. அதற்காதாரமாக ஹிந்துஸ்தானம் கண்ணை விழித்து இருபதாண்டுகளாயின. ஹிந்துஸ்தானத்துக்குள் தமிழ்நாடு முதலாவது கண்விழித்தது.

"ராமலிங்க ஸ்வாமிகள் போன்ற மகான்களும் தமிழ்நாட்டின் புதிய விழிப்புக்கு ஆதிகர்த்தர்களாக விளங்கினர்."

- பாரதி கட்டுரைகள்
(தலைப்பு: "தமிழ்நாட்டின் விழிப்பு")

வர்ண - சாதி எதிர்ப்பை முதன்மைப் படுத்தினார் வள்ளலார். சமற்கிருத வேத உபநிடத ஆன்மிகத்தை மறுத்தார்.

"வேத ஆகமங்கள் என்று வீண்வாதம் ஆடுகின்றீர்
வேத ஆகமங்களின் விளைவறியீர்
சூதாகச் சொன்ன அலால் உண்மை

வெளிதோன்ற உரைக்க வில்லை
என்ன பயனோ இவை?"
என்றார் வள்ளலார்.
"எத்துணையும் பேதமுறாது எவ்வுயிரும்
தம்முயிர்போல் எண்ணிஉள்ளே
ஒத்துரிமை உடையவராய்
உவக்கின்றோர் ஆகவேண்டும் அனைவரும்" என்றார்.

நிகரமை (சோசலிச) அமைப்புப் போல் சமரச சுத்த சன்மார்க்க சங்கத்தை 1865 - இல் நிறுவினார் வள்ளலார். சாதி - சமய - மத வேறுபாடின்றி ஆண் - பெண் வேறுபாடின்றி அனைவரும் அந்தச் சங்கத்தில் உறுப்பினராகலாம். ஒரே ஒரு நிபந்தனை புலால் மறுப்பு என்றார்.

துறவிகளுக்கானது காவி ஆடை என்ற வழக்கத்தை மாற்றி வெள்ளாடை அணிந்தார். கோயில் என்பதைச் சபை என்று மாற்றினார். சங்கத்திற்கென்று தனிக் கொடியை உருவாக்கினார். சிலை வழிபாட்டைத் தவிர்த்து ஒளிவழிபாட்டைக் கொண்டுவந்தார். பிராமணப் புரோகிதர்கள் – அர்ச்சகர்கள் – சமற்கிருதம் முதலிய வர்ணாசிரம ஆதிக்கச் சடங்குகளை - நடைமுறைகளை முற்றிலுமாக மறுத்தார். "கண்மூடி வழக்கமெல்லாம் மண்மூடிப் போக" என்றார்.

தமிழ்மொழியை – திருக்குறளை முதன்மைப்படுத்தினார். திருக்குறள் வகுப்புகள் நடக்கச் செய்தார். வள்ளலார் காலம் 1823 - 1874.

பத்தொன்பதாம் நூற்றாண்டின் பிற்பாதியில் தமிழ்நாட்டில் மறுமலர்ச்சிச் சிந்தனைகள் வெடித்துக் கிளம்பின. மேற்குலகின் பகுத்தறிவு வாதத்தைப் பின்பற்றி, சென்னையில் பிராமணர்கள் அல்லாத தமிழர்கள் சென்னை லௌகிக சங்கம் (Madras Secular Society) என்ற அமைப்பை 1878 - இல் தொடங்கி 1888 வரை நடத்தினர். கடவுள் மறுப்பு, மூடநம்பிக்கைகள் – அவற்றின் வழிசெய்யும் சடங்குகள் எதிர்ப்பு, பிராமணிய எதிர்ப்பு, பெண்ணுரிமை முதலிய சிந்தனைகள் அச்சங்கத்தின் கொள்கைகள்.

மேற்கண்ட சிந்தனைகளைப் பரப்புவதற்கு "தத்துவ விவேசினி" என்ற இதழ் தமிழிலும் (1882 - 1888), The Thinker (சிந்தனையாளர்) என்ற இதழ் (1882 - 1884) ஆங்கிலத்திலும் நடத்தினர். இச்சங்கத்தின் முதன்மைச் சிந்தனையாளர்களில் ஒருவரான அறிஞர் மாசிலாமணி எழுதிய "வருணபேதச் சுருக்கம்" என்ற நூலை இந்த அமைப்பு வெளியிட்டது. தத்துவ விவேசினி இதழின் ஆசிரியராக பு. முனுசாமி நாயகர் முன்னின்று நடத்தினார். (தத்துவ விவேசினி, The Thinker இதழ்களை

ஆறு தொகுதிகளாக என்சிபிஎச் வெளியிட்டுள்ளது. தொகுப்பாசிரியர் (முனைவர் வீ. அரசு)

அத்திப்பாக்கம் வெங்கடாசல நாயகர் (1800 - 1897) சிறந்த பகுத்தறிவுவாதி; சாதி மறுப்பாளர்; பார்ப்பன எதிர்ப்பாளர்! "இந்து மத ஆபாசதரிசினி" என்ற நூலை எழுதி வெளியிட்டார். நமது இயக்கம் இப்போது பேசும் கருத்துகளை நமக்கும் முன்பே பேசியவர் அ.வேங்கடாசல நாயகர். நமது காலத்துப் பேரறிஞர் அவர்" என்று ஈ.வெ. ரா. குறிப்பிட்டுள்ளார்.

இங்கிலாந்தில் நாத்திகச் சங்கம் உருவான இரண்டு ஆண்டுகளில் சென்னையில் நாத்திகச் சங்கத்தை உருவாக்கினார், அத்திப்பாக்கம் வெங்கடாசல நாயகர்.

("அத்திப்பாக்கம் வெங்கடாசலனார் ஆக்கத்திரட்டு" என்ற தலைப்பில் அவரது படைப்புகள் தொகுக்கப்பட்டு, என்.சி.பி.எச் நிறுவனத்தால் வெளியிடப்பட்டுள்ளது. இதன் தொகுப்பாசிரியர் முனைவர் வீ. அரசு)

பிராமணிய வர்ண - சாதி எதிர்ப்பை முன்வைத்து அறிஞர் அயோத்திதாசப் பண்டிதர் (1845 - 1914) பல படைப்புகள் வழங்கினார். ஒரு பைசா தமிழன், தமிழன் என்ற பெயர்களில் இதழ் நடத்தினார். பௌத்த மதத்தை ஏற்றுக்கொண்டார். ("அயோத்திதாசர் சிந்தனைகள்" என்ற தலைப்பில் மூன்று தொகுதிகளை பாளையங்கோட்டை தூய சவேரியார் கல்லூரியின் நாட்டார் வழக்காற்றியல் ஆய்வு மையம் வெளியிட்டுள்ளது. தொகுப்பாசிரியர் ஞான. அலாய்சியஸ்)

பத்தொன்பதாம் நூற்றாண்டில் தோன்றிய இயக்கங்களும், முற்போக்குச் சமூகச் சமநிலைச் சிந்தனைகளும் - தமிழ் இனத்தின் தமிழ்த்தேசியத்தின் வேர்களில் இருந்து வெடித்துக் கிளம்பிய புதிய – மறுமலர்ச்சிக் குருத்துகள்!

இந்தத் தமிழர் மறுமலர்ச்சியின் அடுத்த பாய்ச்சலாக 20 - ஆம் நூற்றாண்டில் கிளம்பியவர் பெரும்பாவலர் பாரதியார்!

"செந்தமிழ் நாடென்னும் போதினிலே - இன்பத்
தேன்வந்து பாயுது காதினிலே" என்றார்.
"யாமறிந்த மொழிகளிலே தமிழ்மொழிபோல்
இனிதாவ தெங்கும் காணோம்" என்றார்.

பார்ப்பனியத்தை எதிர்த்தும் பல பாடல்கள் எழுதினார். ஆனால் போகப் போக, ஆரியத்துடன் – வேதங்களுடன் ஒருங்கிணைந்தார். அப்போதும் அவர் சாதி வேறுபாடுகளை எதிர்த்தார் என்பது குறிப்பிடத்தக்கது.

காலத்துக்கேற்ற பன்முகப் பொருத்தங்களுடன் கவிதைகள் படைத்தார் பாரதியார். தமிழில் கவிதை இலக்கியத்தை சமகாலத்திற்கேற்ப வளர்த்தார்.

திருவள்ளுவராண்டு

மறைமலை அடிகளார் தமிழ்த்தேசியத்தின் புதிய பாய்ச்சலாக வந்தார். அவர் 1916 - இல் தொடங்கிய "தனித்தமிழ் இயக்கம்" சமற்கிருதச் சொற்களைத் தவிர்த்தும், பிற மொழிச் சொற்களைத் தவிர்த்தும் தனித் தமிழில் பேசுவது எழுதுவது என்ற நடைமுறையைக் கொண்டு வந்தது. பிராமணப் புரோகிதர்களைத் தவிர்த்து, சமற்கிருதத்தைத் தவிர்த்து, தமிழ் ஆன்மிகச் சடங்குகளையும், கோயில் விழாக்களையும், வழிபாட்டையும் நடத்தவேண்டும் என்றார்.

வள்ளலாரின் சமரச சுத்த சன்மார்க்க சங்கத்திற்குப் பொதுநிலைக் கழகம் என்று தனித்தமிழில் பெயர் சூட்டி அதைச் சிறப்பாக நடத்தினார் மறைமலை அடிகளார்.

திருவள்ளுவர், வள்ளலார் இருவரையும் முன்னிறுத்தி, தமிழர் எழுச்சியைத் தட்டி எழுப்பத் திட்டம் வகுத்தார் மறைமலைஅடிகள்! பேராசிரியர் நமசிவாய முதலியார் இதே கருத்தில் இருந்தார். சென்னைப் பச்சையப்பன் கல்லூரியில் 1921 - ஆம் ஆண்டு தமிழறிஞர்கள், தமிழ் உணர்வாளர்கள் கூட்டத்தைக் கூட்டினார் நமசிவாயர். கூட்டத்திற்கு மறைமலை அடிகள் தலைமை வகித்தார்.

பிராமணிய மயப்பட்ட சமற்கிருதப் பெயர்கள் தாங்கி, சுழற்சி முறையில் மீண்டும் மீண்டும் வரும் தமிழாண்டுகள் அறுபதை மாற்றி, திருவள்ளுவராண்டு முறையைக் கொண்டுவர அக்கூட்டத்தில் தீர்மானம் நிறைவேற்றினார்கள். கிறித்து பிறப்பதற்கு 31 ஆண்டுகளுக்கு முன் திருவள்ளுவர் பிறந்தார் என்று கணக்கிட்டுத் திருவள்ளுவராண்டை வரையறுத்தார்கள். அறுபதாண்டு முறையில், ஆண்டுப் பிறப்பு சித்திரை 1 என்ற கணக்கைக் கைவிட்டு, தைத்திங்கள் ஒன்றாம் நாள் தொடங்கும் திருவள்ளுவராண்டைப் பின்பற்றுமாறு தமிழ்நாட்டு மக்களை மேற்படி கூட்டம் கேட்டுக்கொண்டது.

அந்தத் திருவள்ளுவராண்டைத்தான் தமிழ் உணர்வாளர்கள், தமிழாண்டு என்று பயன்படுத்தி வருகிறோம்.

இவையெல்லாம் கடந்த காலத் தமிழ்த்தேசிய முயற்சிகள் ஆகும்!

தமிழ்நாடு தமிழர்க்கே முழக்கம்!

வெள்ளையரின் காலனி ஆதிக்கத்தை எதிர்த்துப் போராடி வந்த காங்கிரசு, இந்தியாவின் பொது ஆட்சி மொழியாக இந்தி இருக்க வேண்டும் என்று வலியுறுத்தி வந்தது. அனைத்திந்தியக் காங்கிரசு மாநாடுகளில், இந்தியை இந்தியாவின் ஆட்சிமொழியாக்கிட வலியுறுத்தித் தீர்மானம் நிறைவேற்றினார்கள். சென்னையில் 1919 - ஆம் ஆண்டு தென்னிந்திய இந்திப் பரப்புரை அவையைத் தொடங்கி வைத்தார் காந்தி.

இவ்வாறான இந்தித் திணிப்பு நிகழ்வுகளைக் காங்கிரசுக் கட்சி செய்யும் போதெல்லாம் 1920 களில் தமிழ்நாட்டில் தமிழறிஞர்களும், உணர்வாளர்களும் எதிர்த்து வந்தனர்; கண்டன ஊர்வலங்கள் நடத்தினர்.

1937 தேர்தலில் வென்று இராசாசி தலைமையில் காங்கிரசுக் கட்சி சென்னை மாகாணத்தில் ஆட்சி அமைத்தது. திருச்சியில் மிகப் பெரிய அளவில் இந்தி எதிர்ப்பு மாநாடு 1937 - இல் நடந்தது. மறைமலை அடிகள், நாவலர் சோமசுந்தர பாரதியார், முத்தமிழ்க் காவலர் கி.ஆ.பெ. விசுவநாதம் முதலியவர்கள் கலந்து கொண்டு இந்தி எதிர்ப்பு உரையாற்றி தமிழ் மொழி, தமிழ் இன உணர்ச்சியை மக்களுக்கு ஊட்டினர். “தமிழ்நாடு தமிழர்க்கே” தீர்மானத்தை அம் மாநாட்டில் நிறைவேற்றினர்.

அப்போது, ஆந்திரமும் இணைந்திருந்த சென்னை மாகாணம் ஆங்கிலேயரால் அமைக்கப்பட்டிருந்தது. அதை மாற்றி – தமிழ்மொழி – தமிழ் இன மாநிலமாகத் தமிழ்நாடு என்ற பெயரில் உருவாக்கவேண்டும், தமிழர்கள் தங்களைத் தாங்களே ஆண்டுகொள்ளும் அரசியல் உரிமை வேண்டும், இந்தி மொழி கூடவே கூடாது என்ற கோரிக்கைகளைக் கொண்ட தீர்மானம் அது!

இந்தி எதிர்ப்பில் தமிழ்த்தேசிய இலட்சியம் இணைக்கப்பட்டு அரசியல் தீர்மானம் நிறைவேற்றினார்கள். அதன் பிறகு ஈழத்து அடிகளார் ஒருங்கிணைப்பில் 1938 செப்டம்பர் 11 - இல் சென்னை கடற்கரையில் மறைமலை அடிகள் தலைமையில் நாவலர் சோமசுந்தர பாரதியார் போன்றவர்கள் சிறப்புரை ஆற்றிய மாபெரும் இந்தி எதிர்ப்புப் பொதுக்கூட்டம் நடந்தது.

மாநாடுபோல் நடந்த அந்தக் கடற்கரைக் கூட்டத்தில், மறைமலை அடிகள் முன்மொழிய ஈ.வெ.ரா.வும் நாவலர் சோமசுந்தர பாரதியாரும் வழிமொழிய “தமிழ்நாடு தமிழர்க்கே” தீர்மானம் நிறைவேற்றப்பட்டது.

முதல்முதலாகக் காந்தி தலைமையிலான காங்கிரசுக் கட்சி சட்டமன்றத் தேர்தலில் 1937 - இல் போட்டியிட்டது. சென்னை மாகாணத்தில் பெரு வெற்றி பெற்றது. நீதிக்கட்சி தோற்றுப் போனது.

நீதிக்கட்சியின் நிரந்தரத் தலைவர்கள் ஆந்திரத் தெலுங்கர்கள்! அத் தேர்தலில் பொப்பிலி அரசர் (ஆந்திர சமஸ்தான மன்னர்) உள்ளிட்ட நீதிக்கட்சியினர் போட்டியிட்டனர். நீதிக் கட்சி படுதோல்வி அடைந்து, காங்கிரசு வென்றது.

1921லிருந்து தேர்தலைப் புறக்கணித்து வந்த காங்கிரசு, 1937 தேர்தலில் போட்டியிட்டதால் நீதிக்கட்சியை மக்கள் தோற்கடித்தனர். காங்கிரசை வெல்லச் செய்தனர். எனவே, இனிமேல் வெல்ல முடியாது என்று உணர்ந்த ஆந்திரத்து நீதிக்கட்சித் தலைவர்கள் பதவி விலகி, அக்கட்சியை ஈ.வெ.ரா. - விடம் ஒப்படைத்தனர். 1939 - இல் நீதிக்கட்சியைப் பெற்ற ஈ.வெ.ரா., தமிழ்நாடு, தமிழர் என்ற முழக்கங்களையும் கைவிட்டு, திராவிடநாடு, திராவிடர் என்ற தெலுங்கர் ஆதிக்க முழக்கத்திற்கு மாறினார். அதற்கு முன்பாக "தமிழ்நாடு தமிழர்க்கே" என்ற முழக்கத்தைத் தமிழர்கள் தங்கள் கைகளில் பச்சை குத்திக் கொள்ள வேண்டும், தங்களின் வீடுகளில் கல்வெட்டுகளாகப் பதித்துக் கொள்ள வேண்டும்" என்று வேண்டுகோள் வைத்தவர் ஈ.வெ.ரா.!

1939இலிருந்து தீவிரத் திராவிடப் பரப்புரையில் ஈடுபட்ட ஈ.வெ.ரா., 1944 - இல் நீதிக்கட்சிக்குத் திராவிடர் கழகம் என்று பெயர் மாற்றினார். "தமிழர்கள் "என்று பேசிவந்த தமிழர்களைத் தாங்கள் "திராவிடர்கள்" என்று பேசவைத்தார். தமிழ்நாடு என்று பேசி வந்தவர்களைத் திராவிடநாடு என்று பேசவைத்தார். அவருடைய தாய்மொழி கன்னடம்; நேசமொழி தெலுங்கு. இதனால் இம்மாற்றங்களைச் செய்தார்.

இவ்வாறெல்லாம் இந்தியத்தாலும், திராவிடத்தாலும் தமிழ்த் தேசியத்திற்கு ஏற்பட்ட இழப்புகளையும், பாதிப்புகளையும் தொடர்ந்து கவனத்தில் கொள்ளவேண்டும். இன்றுவரை இந்திய, திராவிடத் தாக்குதல்கள் தமிழ் இனத்தின் மீதும், தமிழ்த்தேசியத்தின் மீதும் தொடர்ந்துகொண்டுதான் உள்ளன.

ம.பொ.சி யின் தமிழரசுக் கழகம்
சி.பா. ஆதித்தனாரின் நாம் தமிழர் இயக்கம்

ம.பொ.சி. அவர்கள் காங்கிரசில் இருந்துகொண்டே, தமிழ்த்தேசியம் பேசினார். இந்தியத் தேசியத்திற்கு உள்ளடங்கியதாகத் தமிழ்த்தேசியத்தை முன்வைத்தார். காங்கிரசின் பொறுப்புகளில் இருந்துகொண்டே, ஒரு

பண்பாட்டு இயக்கமாகத் தமிழரசுக் கழகம் என்ற அமைப்பை 1946 - இல் தொடங்கினார். பொங்கல் விழாவைத் தமிழர் திருநாள் விழாவாக முன்னெடுத்தார். திராவிடர் கழகப் பொதுச் செயலாளராக இருந்த அண்ணாவும் மற்ற தமிழ் உணர்வாளர்களும் பொங்கல் விழாவைத் திராவிடர் திருநாளாகக் கொண்டாட வேண்டும் என்றனர். பின்னர் அண்ணா தமிழர் திருநாள் என்று மாற்றிக்கொண்டார். ஆனால், இதுவரை (2024 வரை) திராவிடர் கழகத் தலைவர் வீரமணி அவர்கள் தமிழர் திருநாளைத் திராவிடர் திருநாள் என்று கூறி அயல் இன விழாவாக்கி வருகிறார்.

ம.பொ. சி. நடத்திய தமிழர் திருநாள் கருத்தரங்குகளில் சென்னை மாகாணத்திற்குத் தமிழ்நாடு எனப் பெயர் சூட்ட வேண்டும், இந்தியாவை உண்மையான கூட்டாட்சியாக மாற்ற வேண்டும் என்ற தீர்மானத்தைப் போட்டார். சோவியத் ஒன்றிய அரசமைப்புச் சட்டத்தில் உள்ளது போல் சுயநிர்ணய சோசலிசத் தமிழ் நாடாகத் தமிழ் மாநிலம் தன்னாட்சி பெற வேண்டும் என்றார்.

சென்னை மாகாணத்திலிருந்து மொழி அடிப்படையில் ஆந்திரம் தனிமாநிலமாகப் பிரிக்கப்பட்டபோது, தமிழ்நாட்டுத் தாயகப் பகுதிகளான திருப்பதி, சித்தூர், திருக்காளத்தி போன்ற பல பகுதிகள் ஆந்திரத்துடன் சேர்க்கப்பட்டன. அவற்றைத் தமிழ்நாட்டுடன் சேர்க்கவேண்டும் என்று மங்கலம் கிழார் தொடங்கிவைத்த வடக்கெல்லை மீட்புப் போராட்டத்தை மக்கள் திரள் போராட்டமாக வளர்த்து முன்னெடுத்தனர் ம.பொ.சி.யும் கே. வினாயகம் போன்ற தோழர்களும்! திருத்தணி வரை மீட்கப்பட்டது. எஞ்சியவை மீட்கப்படவில்லை. அதேபோல் ம.பொ.சி. தலைமையிலான போராட்டம் இல்லை என்றால் சென்னை ஆந்திராவுக்குப் போயிருக்கும்.

அதே காலத்தில் திருவிதாங்கூர் சமஸ்தானத்தில் கேரளத்தில் சிக்கிக்கொண்ட இன்றைய கன்னியாகுமரி மாவட்டம் மற்றும் தேவிகுளம் பீர்மேடு , செங்கோட்டை உள்ளிட்ட தமிழர் தாயகப் பகுதிகளைத் தமிழ்நாட்டுடன் இணைக்கும் போராட்டத்தை, மார்சல் நேசமணி, ஈகி பி.எஸ்.மணி, குஞ்சன் நாடார், தாணுலிங்க நாடார் போன்ற பெருமக்கள் ஒருங்கிணைந்து எடுத்தனர். அப்போதைய கேரள முதலமைச்சர் பட்டம் தாணுப்பிள்ளை காவல்துறையை ஏவி, போராடும் தமிழர்களைச் சுட்டுத் தள்ளினார். பதினொரு பேர் துப்பாக்கிச் சூட்டில் கொல்லப்பட்டார்கள். பலர் படுகாயம் அடைந்தார்கள்.

இன்றைக்குள்ள கன்னியாகுமரி மாவட்டமும் செங்கோட்டை நகரமும் மீட்கப்பட்டன. இன்னும் ஏராளமான பகுதிகள் மீட்கப்படவில்லை.

வடக்கெல்லை - தெற்கெல்லை மீட்புப் போராட்டங்களை முன்னெடுத்தவர்கள் காங்கிரசுக்காரர்களே! ஆனால் இவர்கள் அந்நாளைய அதிகாரப்பூர்வமாக காங்கிரசால் போராட அனுமதிக்கப்படவில்லை. காங்கிரசுத் தலைமையின் கட்டுப்பாட்டை மீறி, காமராசரின் கட்டளையை மீறி தமிழக எல்லை மீட்புப் போராட்டத்தில் கலந்துகொண்டனர். தி.க. தலைமையும், தி.மு.க. தலைமையும் எல்லை மீட்புப் போராட்டங்களில் பங்கேற்கவில்லை. தெற்கெல்லை, வடக்கெல்லை மீட்புப் போராட்டங்களில் அப்பகுதிகளைச் சேர்ந்த திமுகவினர் உள்ளூர் அளவில் பங்கேற்றனர். தெற்கெல்லை மீட்புப் போராட்டத்தில் கம்யூனிஸ்ட்டுக் கட்சித் தலைவர் ஜீவாவுடன், தென்பகுதிக் கம்யூனிஸ்ட்டுத் தோழர்கள் பங்கேற்றனர்.

வடக்கு - தெற்கு எல்லை மீட்புப் போராட்டங்கள் வீரஞ்செறிந்த தமிழ்த்தேசியப் போராட்டங்கள்! இப்போராட்டங்களில் பங்கேற்காமல், இரண்டகம் செய்தன இந்திய தேசியக் காங்கிரசும், திராவிடர் கழகமும். திமுக தலைமை ஆதரவாகப் பேசிவிட்டு ஒதுங்கிக்கொண்டது. கம்யூனிஸ்ட்டுத் தலைமை - இந்தியத் தேசியப் பக்தியில் மூழ்கி, தமிழ்த்தேசியத்தைப் புறக்கணித்தது.

இளையோர் புரிந்து கொள்ள வேண்டியது: இந்தியத் தேசியமும் திராவிடத் திரிபுவாதமும் என்றும் தமிழ் இனத்திற்கு, தமிழ்த்தேசியத்திற்கு எதிரானவையே! தமிழ்த்தேசியத்திற்கு ஆதரவு போல் நடிக்கும் தி.மு.க. நடைமுறையில் இந்தியத் தேசிய முகாமின் ஏவலையே செயல்படுத்தும்! ஆந்திரத் தெலுங்கர், கர்நாடகக் கன்னடர், கேரள மலையாளிகள் மனங்கோணாமல் நடந்துகொள்ளும். அவர்களின் தமிழின உரிமைப் பறிப்புகளுக்குத் துணைபோகும் திராவிடம்!

தமிழ்த்தேசியம் எழுச்சிகொள்ளாமல் சீர்குலைப்பவைதாம் இந்தியத் தேசியமும், திராவிடத் திரிபுவாதமும்!

இந்தி எதிர்ப்புப் போராட்டக் களத்தில் உருவான தமிழ்த்தேசிய எழுச்சியை – “தமிழ்நாடு தமிழர்க்கே” என்ற முழக்கத்தை – சீர்குலைத்து “திராவிடநாடு திராவிடர்க்கே” முழக்கத்தை உருவாக்கினார் ஈ.வெ. ரா. அவரிடமிருந்து பிரிந்த அவரின் தளபதி அண்ணாதுரையும் அவர் தம்பிகளும், “அடைந்தால் திராவிடநாடு, இல்லையேல் சுடுகாடு” என்ற போலி உறுமலை எழுப்பி “தமிழ்நாடு தமிழருக்கே” என்ற அசல் முழக்கத்தை சீர்குலைத்தனர்.

பின்னர் ம.பொ.சி. காங்கிரசிலிருந்து விலகித் தமிழரசுக் கழகத்தை நடத்தினார். ஆனால் அவரது பாரதமாதா பக்தி அவரை முழுமையான

தமிழ்த்தேசியராகச் செயல்பட விடவில்லை. பின்னர்ப் பதவி அரசியலுக்குப் பலியாகித் திமுகவுடன், அஇஅதிமுகவுடன் கூட்டணி வைத்தார் ம.பொ.சி.! கடைசியில் காங்கிரசில் இணைந்தார்.

நாம் தமிழர் இயக்கத்தை 1950 களில் தொடங்கி நடத்திய சி.பா. ஆதித்தனார் இயற்கைக்கு முரணான இந்தியத் தேசியத்தையும், திராவிட இனவாதத்தையும் கடுமையாக எதிர்த்தார். தமிழ்ப் பேரரசு நிறுவ வேண்டும் என்றார். பின்னர் தி.மு.க.வில் நாம் தமிழர் இயக்கத்தைக் கரைத்தார்!

திமுகவிலிருந்து பிரிந்த ஈ.வெ.கி. சம்பத், கவிஞர் கண்ணதாசன் முதலியோர் முன்னெடுப்பில் "தமிழ்த்தேசக்கட்சி" அமைக்கப்பட்டது. திராவிட இனத் திரிபு வாதத்தைக் கைவிட்டு, தமிழ்த்தேசியத்தை முன்னெடுத்து, கட்சிக்குப் பெயர் சூட்டியது சிறப்பு! ஆனால், 1962 பொதுத்தேர்தலில் போட்டியிட்டுத் தோற்றபிறகு அவர்கள் தங்கள் கட்சியைக் கலைத்துவிட்டு, இந்திய ஏகாதிபத்தியவாதக் கட்சியான காங்கிரசில் சேர்ந்துவிட்டார்கள்.

பாவலரேறு பெருஞ்சித்திரனார் - தமிழரசன்

"தென்மொழி" என்ற தனித்தமிழ்த் திங்கள் இதழின் ஆசிரியராக உலகத் தமிழ்க் கழகத்தின் பொதுச் செயலாளராக, உலகத் தமிழின முன்னேற்றக் கழகத்தின் தலைவராக விளங்கிய பாவலரேறு பெருஞ்சித்திரனார், 1960களில் இருந்து தமிழ்நாடு விடுதலைக் கருத்துகளைத் தமது இதழ்வழியும் சொற்பொழிவுகள் வழியும் விதைத்தார்.

நான் 1964 - இல் இருந்து தென்மொழி வாசகனாகி, பின்னர் 1968 - இல் மொழிஞாயிறு தேவநேயப் பாவாணர் அவர்களைத் தலைவராகக்கொண்ட உலகத் தமிழ்க் கழகத்தில் சேர்ந்து செயல்பட்டேன்.

தமிழ்நாடெங்கும் பல்வேறு ஊர்களில் கிளைகள் பரப்பி உ.த.க. செயல்பட்டது. தமிழ்நாட்டு விடுதலைக் கோரிக்கையை முன்வைத்துச் செயல்பட்டதால் இந்தியப் பாதுகாப்புச் சட்டம் (DIR), தேசியப் பாதுகாப்புச்சட்டம் போன்றவற்றில் சிறைப்பட்டார் பெருஞ்சித்திரனார். தனித்தமிழ் மற்றும் தமிழ்நாட்டு விடுதலைக் கருத்துகளைப் பரப்பினார். தமிழ்நாடு விடுதலை மாநாடு நடத்தினார்.

நக்சல்பாரி புரட்சியாளர்களாகச் சிறைபட்டு, பின்னர்த் தமிழ்நாடு விடுதலை கோருவோராக வளர்ச்சி பெற்றவர்கள் புலவர் கலியபெருமாள் அவர்களும் தமிழரசன் அவர்களும். தமிழரசன் அவர்கள் "தமிழ்நாடு விடுதலைப்படை" அமைத்து ஆயுதப் போராட்டம் நடத்தியவர். 1987

செப்டம்பர் 1ஆம் நாள் அவர் காவல் துறையினரால் சுற்றி வளைத்துக் கொல்லப்பட்டு ஈகியானார்.

தமிழீழ விடுதலைப் போராட்டமும், தமிழீழ விடுதலைப் புலிகள் நடத்திய ஆயுதப் போரும் தமிழீழ மக்கள் அதற்குக் கொடுத்த ஆதரவும் தமிழ்நாட்டில் தமிழ்த்தேசிய உணர்வுகளை மீண்டும் எழுச்சி பெறச் செய்தன.

தமிழ்த்தேசியப் பேரியக்கம்

சிபிஎம் கட்சியில் செயல்பட்டு, அக்கட்சியின் இந்தியத் தேசிய ஆதிக்கவாதம், தமிழின மறுப்பு, தமிழீழ விடுதலை எதிர்ப்பு, பிற்படுத்தப்பட்டோர் இட ஒதுக்கீடு எதிர்ப்பு, மாறிமாறிக் கூட்டணி சேரும் தேர்தல் சந்தர்ப்பவாதம் போன்றவற்றில் வெறுப்படைந்து அக்கட்சியிலிருந்து விலகிய நாங்கள் (பெ.மணியரசன், கி.வெங்கட்ராமன், தணிகைச் செல்வன், இராசேந்திரசோழன், அ.பத்மநாதன் உள்ளிட்ட பலர்) 1985 - இல் தனிக் கட்சி தொடங்கினோம்.

அதன் முன்னெடுப்பில், 1990 பிப்ரவரி 25 அன்று சென்னை பெரியார் திடலில் “தமிழ்த்தேசியத் தன்னுரிமை மாநாடு” முழுநாள் நிகழ்வாக நடத்தினோம். பேராசிரியர் சுப. வீரபாண்டியன், கவிஞர் இன்குலாப், கவிஞர் அறிவுமதி போன்றவர்களெல்லாம் ஒருங்கிணைந்து குறிப்பிட்ட அமைப்பின் சார்பின்றிப் பொதுத் தன்மையில் அம்மாநட்டை நடத்தினோம். அதற்கான வரைவுத் தீர்மானத்தை ஒரு மாதத்திற்கு முன்பே அணியம் செய்து, தமிழ்நாட்டின் பல பகுதிகளிலும் அதை முன்வைத்து விவாதித்தோம்.

சென்னைப் பெரியார் திடலில் முழுநாள் நடந்த அந்த மாநாட்டில் மாலையில் என் தலைமையில் நடந்த நிறைவரங்கத்தில், பாவலரேறு பெருஞ்சித்திரனார், தமிழறிஞர் சாலை. இளந்திரையனார், ஈழவேந்தன், திராவிடர் கழக முன்னணிப் பொறுப்பாளர்களில் ஒருவரான வழக்கறிஞர் அருள்மொழி, நகைமுகன் முதலியோர் சிறப்புரை ஆற்றினர். ஐயா பழ. நெடுமாறன் அவர்கள் தமிழீழம் சென்றிருந்ததால் அவரால் எழுதப்பட்ட உரையை அவர்கள் கட்சியின் (தமிழ்நாடு காமராஜ் காங்கிரசு) தலைமைப் பொறுப்புகள் ஒன்றில் இருந்த ஐயா பரந்தாமன் மாநாட்டில் படித்தார்.

சுப.வீ., கி. வெங்கட்ராமன், இராசேந்திரசோழன், கவிஞர் தணிகைச் செல்வன், கவிஞர் இன்குலாப் உள்ளிட்ட பலரும் கருத்தரங்குகளில் உரையாற்றினர். கவிஞர்கள் ஈரோடு தமிழன்பன், அறிவுமதி இருவரும் கவிதைகள் வழங்கினர்.

அந்த மாநாட்டிற்கு அப்போது திமுக ஆட்சியில் சட்டப் பேரவைத் தலைவராக இருந்த முனைவர் தமிழ்க்குடிமகன் வாழ்த்துச் செய்தி அனுப்பினார். முதன்மையான தன்னுரிமைத் தீர்மானத்தை முன்மொழிந்து நான் பேசினேன். பிரிந்து போகும் உரிமையுடன் கூடிய தன்னுரிமை, தமிழ்த்தேசத்திற்கு வேண்டும்; இந்தியாவில் எல்லாத் தேசிய இனங்களுக்கும் (மாநிலங்களுக்கும்) தன்னுரிமை வேண்டும் என்பது தீர்மானத்தின் சாரம்!

தமிழ்நாட்டின் பல பகுதிகளிலிருந்து உணர்வாளர்களும் கற்றறிந்தோரும் திரளாக வந்திருந்தனர். தமிழீழ விடுதலைப் போராட்டத்தின் தாக்கம் பெருந்திரளைக் கூட்டுவதற்குத் துணைநின்றது எனலாம்.

“இலக்குப் பிரிவினை - வழி வன்முறை” என்று தலைப்பிட்டு துக்ளக் ஏடு மாநாட்டைச் சாடி 3 பக்கக் கட்டுரை வெளியிட்டது. எங்கள் பேச்சுகளின் சில வரிகளையும் வெளியிட்டது.

அப்போதைய முதலமைச்சர் கருணாநிதி தலைமையிலான அரசு என்மீது பிரிவினைத் தடைச் சட்டத்தின் (UAPA) கீழ் வழக்குப் பதிவு செய்து சில மாதங்கள் கழித்துக் கைது செய்து சென்னை நடுவண் சிறையில் அடைத்தது. பின்னர்ப் பிணையில் வெளிவந்து, எட்டு ஆண்டுகள் வழக்கு நடத்தி விடுதலையானேன். கவிஞர் அறிவுமதியின் கவிதைக்காகத் தேசியக் கொடி அவமதிப்புச் சட்டத்தின் கீழ் வழக்குப் போட்டது. எட்டாண்டுகள் நீதிமன்றத்திற்கு அலைந்து விடுதலை ஆனார்.

மாநாடு நடத்துவதற்கு முன்பே நாங்கள் உறுதி எடுத்ததுபோல் எத்தனை ஒடுக்குமுறை வந்தாலும் தமிழ்த்தேசியத் தன்னுரிமைக் கோரிக்கையை விடாமல், தமிழ்த்தேசியத்தைத் தொடர்ந்து முன்னெடுத்து வருகிறோம்.

தமிழ்த்தேசியத்திற்குத் தத்துவ வரையறைகள் வழங்கியதில், எமது தமிழ்த்தேசியப் பேரியக்கம் முதற்பெரும் பங்களிப்பு செய்துள்ளது. காவிரி உரிமை மீட்பு, வெளியாரை வெளியேற்றல் போன்ற போராட்டங்களில் தனித் தடம் பதித்துள்ளது தமிழ்த்தேசியப் பேரியக்கம்.

பின்னர்ப் பல்வேறு அமைப்புகள் தமிழ்த்தேசியத்தை ஏற்றன. தமிழ்த்தேசிய அமைப்புகள் பல உள்ளன.

நாங்களெல்லாம் முன்னெடுத்ததைவிட, இந்திய அரசு, இலங்கை சிங்கள இனவெறியர்களின் தமிழ் இனப்படுகொலைக்குத் துணைநின்று,

மறைமுகமாகப் பங்கெடுத்த தமிழினப்பகை நடவடிக்கைகள் தமிழ்நாட்டுத் தமிழர்களுக்குப் பாடம் ஆகிப் போனது. அதுபோல் திமுகவும், செயலலிதா தலைமையிலான அதிமுகவும், ஈழத் தமிழர் விடுதலைக்கு எதிராக இந்திய அரசுடன் இணைந்துகொண்டு, தமிழ்நாட்டு ஈழ ஆதரவாளர்களை ஒடுக்கின. ஈழத் தமிழர்களை இனப் படுகொலை செய்து அழிக்க சிங்கள இனவெறியர்களுக்கு எல்லா உதவிகளையும் செய்தது இந்தியா! இவ்வாறான இந்திய தேசியத்தின் இனப்பகைச் செயல்பாடுகளும் – திராவிடத்தின் இனத்துரோகச் செயல்பாடுகளும் தமிழர்களைத் தமிழ்த்தேசியத்தின் பக்கம் விரட்டின.

ஈழத்தில் 2009 - இல் நடந்த இனப் பேரழிவு, பல்லாயிரக் கணக்கான ஈழத் தமிழர்களைச் சிங்கள அரசு அன்றாடம் இனப்படுகொலை செய்து குவித்த பேரழிவு, கொடுமையிலும் கொடுமையாக முள்ளிவாய்க்கால் இனப் படுகொலை முதலியவை – காங்கிரசு உள்ளிட்ட இந்திய தேசியக் கட்சிகள் அனைத்தும் தமிழினப் பகை ஆற்றல்கள் என்பதை அடையாளம் காட்டின. திமுக, தி.க. முதலிய திராவிடக் கட்சிகளைத் துரோகிகள் என்று அம்பலப்படுத்தின.

இந்தப் பின்னணியில், சீமான் அவர்கள் தொடங்கிய நாம் தமிழர் கட்சி மிக வேகமாக வளர்ந்தது. தமிழ்த்தேசியத்தை மக்கள் திரளிடம் கொண்டுபோய்ச் சேர்த்ததில் சீமானுக்கும் அவர் தம்பி - தங்கைகளுக்கும் பெரும் பங்கு இருக்கிறது.

நாளைக்கான பாடம்
கடந்த காலச் சாதனைகளில் இருந்து வீரம் பெறுவோம்!
கடந்த காலத் தவறுகளில் இருந்து பாடம் பெறுவோம்!

கடந்த 20 - ஆம் நூற்றாண்டின் முற்பாதியில் தமிழ்த்தேசியத்தை முன்னெடுத்தவர்கள் மக்களின் பேராதரவின்றித் தடுமாறினார்கள்; தடம் மாறினார்கள். திராவிடமும் இந்தியமும் அவர்களை விழுங்கின. தேர்தல் அரசியல் மாயையை முழுதுமாக நம்பி, அதில் இறங்கி மூழ்கினர். இன்னொரு பக்கம் படைகட்டி – அரசின் ஒடுக்கு முறைக்கு உள்ளாகி ஈகம் செய்தும் மக்கள் திரள் ஆதரவின்றித் தனிமைப்பட்டனர்.

தமிழ்த்தேசியத்தின் அடிமை நிலை தொடர்கிறது.

இந்தப் படிப்பினைகளைக் கணக்கில் கொண்டு - தேர்தலை முதன்மைப்படுத்தாத - இலட்சியத் தெளிவும் அதற்கான ஒப்படைப்பும்

உள்ள மக்கள் திரள் தமிழ்த்தேசிய அமைப்பே இலட்சியக் களத்தில் பகைவர்களை வெல்லும் என்ற புரிதல் இக்காலத் தலைமுறையினருக்கு வேண்டும்.

இந்தியா ஒரு தேசமன்று; இதில் பல தேசங்கள் இருக்கின்றன. இறையாண்மையுள்ள தேசங்களின் கூட்டமைப்பாக இந்தியாவை மாற்றி அமைக்க வேண்டும். மாநில சுயாட்சி என்பது மயிலிறகு பொறுக்கும் வேலை; மயில் பிடிக்கும் வேலை அன்று.

இறையாண்மையுள்ள தமிழ்த்தேசம் நமது இலக்கு!

இந்தியாவில் பல்வேறு மாநிலங்களில் இன உரிமை முழக்கங்களும், கோரிக்கைகளும் முன்னுக்கு வந்து கொண்டுள்ளன. இந்தியத் தேசியக் கட்சிகளான காங்கிரசு, பாசக போன்றவைகூட அம்மாநிலங்களின் மாநில உரிமைகளை எழுப்புகின்றன. காலப்போக்கில், இந்திய ஏகாதிபத்திய எதேச்சாதிகாரக் கட்டமைப்பு தன்னைத்தானே சிதைத்துக்கொள்ளும்.

மற்ற மாநிலங்கள் நம்மோடு இணைகின்றனவா என்று எதிர்பார்த்துக் காத்திருக்கக் கூடாது. நம் தமிழ்நாட்டு மொழி, இன, தாயக உரிமைகளுக்காக மக்கள்திரள் போராட்டங்களை நடத்த வேண்டும். ஆயுதப் போராட்டம் தமிழ்நாட்டில் பயன்தராது. தேர்தல் வாக்குச்சாவடி இறுதித் தீர்வைத் தராது. தேர்தல் அரசியலில் பங்கெடுப்போர் இந்தப் புரிதலோடு, பதவி, பணம், விளம்பரம் மூன்றுக்கும் ஆசைப்படாமல், இலட்சியப் பற்றோடு மக்கள் திரள் போராட்டம் நடத்தும் தமிழ்த்தேசியரை அணுக வேண்டும்.

தெருவில் இறங்கி மக்கள் வெள்ளம் போராடும்போதுதான் தீர்வு வரும்!

இளையோர் அதற்கு அணியமாக வேண்டும்!
அப்போதுதான் தமிழ்த்தேசியம் வெல்லும்!

இனம், மொழி காக்கும் அரண்: தமிழ்த்தேசியம்!

தமிழ்த்திரு.செந்தமிழன் சீமான்
தலைமை ஒருங்கிணைப்பாளர், நாம் தமிழர் கட்சி

மொழி என்பது ஒரு தொடர்புக்கருவி மட்டுமல்ல; அது ஒரு தேசிய இனத்தின் உயிர்! மொழிதான் ஓர் இனத்திற்கு முகமாக, முகவரியாக, அடையாளமாக, பண்பாடாக, வாழ்வியலாக இருக்கிறது. உலகில் பல மொழிகளுக்கு வேர்ச்சொற்களையும், உயிர்ச்சொற்களையும், கலைச்சொற்களையும் அள்ளித் தந்தது நம் உயிர்மொழி தமிழ். இவ்வாறு உலகத்தவரின் தாய்மொழிகளுக்கெல்லாம் தாய் மொழியாக விளங்குவது நம் தாய்மொழி தமிழாகும்.

இந்தித்திணிப்பினால் நமதருமைத் தாய்மொழித் தமிழ் செத்துவிடுமோ என அஞ்சி, அதனைத் தடுப்பதற்காக உயிரைக் கொடையாகத் தந்து படையாகத் திரண்டு போரிட்டு வென்ற மொழிப்போர் ஈகியர்களின் உணர்வில் பெருக்கெடுத்தது தமிழ்த்தேசிய உணர்வுதான். அவர்களைப் போற்றுவதும், வணங்குவதும் மொழிப்பற்றையும், இனப்பற்றையும் இரு மடங்காக்கும். 'தமிழ் எங்கள் உயிருக்கு நிகர்' என்கிறார் புரட்சிப்பாவலர் பாரதிதாசன். 'உயர்மதிற் கூடலின் ஆய்ந்த ஒண்தீந் தமிழின் துறைவாய் நுழைந்தனையோ' என்று பாடுகிறார் மாணிக்கவாசகப் பெருந்தகை. 'நிழற்பொழி கணிச்சிமணி நெற்றியுமிழ் செங்கண் தழற்புரை சுடர்க்கடவுள் தந்தமிழ்' என்று தமிழின் தொன்மத்தை கவிச்சக்கரவர்த்தி கம்பன் போற்றுகிறார். 'செந்தமிழைவிடச் செறிவு, சொல்வளம், எக்கருத்தையும் வெளியிடும் ஆற்றல், இனிமை உலகில் வேறு மொழிக்கு இல்லை' என்கிறார் ஹென்றி ஹாய்ங்ஸ்டன்.

'அறம்சார்ந்து வாழ்கிற உலக இலட்சிய வாழ்வை மிகத் தீர்மானமாகத் திருக்குறள் விளக்குகிறது. அதனைப் போன்று உலக இலக்கியங்களில்

அறநெறி சார்ந்த கருத்துகளைக் கொண்ட ஒரு நூல் இல்லை' என்கிறார் ஆல்பர்ட் சுவிசர். 'இந்திய மொழிகளின் இலக்கியங்களிலே தமிழின் இலக்கியம் மட்டும்தான் செம்மொழி இலக்கியமாகவும், நிகழ்காலத்திற்கு ஏற்ற இலக்கியமாகவும் இருக்கிறது; அந்தச் சிறப்பு தமிழுக்கு மட்டுமே உண்டு' என்கிறார் ஒரு பேரறிஞர். உலகப்பெரும் அறிஞர்களெல்லாம் போற்றிக் கொண்டாடுகிற ஒரு மொழியாக நம் தாய்மொழி இருக்கிறது. சீர், சந்தம், அசை, யாப்பு, தொடை என எல்லாமும் அமையப்பெற்று நன்கு கட்டமைக்கப்பட்ட மொழி தமிழாகும்.

நாயன்மார்களும், ஆழ்வார்களும் ஓதித் தமிழ் வளர்த்தார்கள். 'திருவாசகத்துக்கு உருகாதார் ஒருவாசகத்துக்கும் உருகார்' என்று போற்றுகிறார்கள். ஆனால் இப்போது தமிழில் வேதம் ஓதினால் புரியாது என்று சொல்கிறார்கள். நாமும் அதனை நம்பிக்கொண்டிருக்கிறோம். தமிழில்தான் எல்லா மதங்களுக்குமான காப்பியங்களும், காவியங்களும் இருக்கின்றன. தமிழானது நிறை மொழி. அதுவும் இறை மொழி.

உலகின் முதல் மொழி தமிழ்; முதல் மாந்தன் தமிழன் எனத் தனது ஆய்வில் நிறுவுகிறார் மொழிஞாயிறு தேவநேயப்பாவாணர். அமெரிக்காவின் மொழியியல் அறிஞர் அலெக்ஸ் கோலியர், 'மனிதர்கள் முதன்முதலாகப் பேசிய மொழி தமிழ்' என்றறிவிக்கிறார். ஜப்பானிய மொழியியல் அறிஞர் சுஸ்மகோனோ, 'இரண்டாயிரம் ஆண்டுகளுக்கு முன்பு எங்கள் நாட்டிற்குத் தமிழர்கள் வேளாண்மை கற்றுத்தர வந்தார்கள். அவர்கள் தாய்மொழியிலிருந்து பல வேர்ச்சொற்கள், கலைச்சொற்களை எடுத்து நாங்கள் எங்கள் தாய் மொழியினை உருவாக்கிக்கொண்டோம்' என்கிறார். ஹார்வேர்டு பல்கலைக்கழகத்தினுடைய பேராசிரியப் பெருந்தகைகள் ரிச்சார்டு மார்ட்டினும், டோனி ஜோசப்பும், 'தெற்காசியப் பிராந்தியம் முழுமைக்கும் பரவி வாழ்ந்த தொல்குடிச் சமூகம் தமிழர்கள்தான்' என்று குறிப்பிடுகிறார்கள். இந்திய அரசியலமைப்புச் சாசனத்தைத் தந்த அண்ணல் அம்பேத்கர் அவர்கள், 'இந்திய நிலப்பரப்பு முழுவதும் தமிழைத் தாய்மொழியாகக் கொண்ட நாகர்கள்தான் பரவி வாழ்ந்தார்கள். எனது மூதாதையர்களின் மொழிகூடத் தமிழ்தான்' என்று கூறுகிறார். மேற்கு வங்கத்தை ஆண்ட ஜோதிபாசு இதனை ஆமோதித்து வழிமொழிகிறார். இயேசு கிறிஸ்து பிறந்து பல நூற்றாண்டுகளுக்குப் பின்புதான் ஆங்கிலம் தோன்றியது. இயேசு கிறிஸ்து பிறப்பதற்கு 5,000 ஆண்டுகளுக்கு முன்பே தமிழின் தொன்ம இலக்கண இலக்கிய நூலான தொல்காப்பியம் இருந்தது என்பதன் மூலம் தமிழின் தொன்மையை அறியலாம். பல இலட்சக்கணக்கான

உயிர்ச்சொற்களையும், வேர்ச்சொற்களையும், கலைச்சொற்களையும் கொண்ட உலகின் ஒரே மொழி தமிழ் மட்டும்தான். பிறமொழியின் உதவியில்லாது தனித்தே இயங்க வல்ல பேராற்றல் கொண்ட உலகின் உயர்தனிச்செம்மொழி தமிழாகும்.

உலகத்துக்குப் பொதுமறை தந்த மொழி நம் தாய்த்தமிழாகும். ரசிய எழுத்தாளர் லியோ டால்ஸ்டாய் தேசப்பிதா காந்திக்குக் கடிதம் எழுதுகிறார். அதில் அதிக அளவில் அன்பு, இரக்கம், கருணை, பரிவு போன்ற வார்த்தைகள் இருப்பதைக் கண்டு, 'இந்த மாற்றத்திற்கு என்ன காரணம்?' எனக் கேட்கிறார் காந்தி. 'திருக்குறள்தான் என்னை மாற்றியது' என்கிறார் லியோ டால்ஸ்டாய். அதன்பிறகு திருக்குறளைப் படித்த காந்தி, ' எனக்கு இன்னொரு பிறவியென்று ஒன்று இருக்குமானால் அப்பிறவியில் தமிழனாகப் பிறந்து திருக்குறள் எழுதப்பட்ட மொழியிலேயே அதனைப் படிக்க விரும்புகிறேன்' என்று விருப்பம் தெரிவித்தார்.

மொழி மனித முயற்சியிலிருந்து உருவானது. அம்மொழியைப் பேசுகிற மக்களின் கூட்டம் இனம் என வரையறுக்கப்படுகிறது. அவ்வாறு ஆதியில் தோன்றிய முதல் மொழி தமிழாகும். 15ஆம் நூற்றாண்டில் மலையாளம் என்ற மொழியே இல்லை.

முகலாயர்களின் தாய்மொழியான பாரசீக மொழியோடு அரபு மொழி கலந்து உருது மொழி உருவாகிறது. வல்லூசி என்பவர் சிதைந்து அழிந்த பிராக்கிருத மொழியிலிருந்து சில சொற்களை எடுத்து, சமஸ்கிருதச் சொற்கள் கலந்து இந்தி எனும் புதிய மொழியை உருவாக்குகிறார். 467 ஆண்டுகளுக்கு முன்பு இராமானந்தர் என்பவரால் இயற்றப்பட்ட பாடல்தான் இந்தியில் இயற்றப்பட்ட முதல் பாடலாக இருக்கிறது. இந்தி தோன்றி வெறும் 467 ஆண்டுகள்தான் ஆகிறது. ஆனால், நம் தாய் மொழி தமிழ் தோன்றி ஐம்பதாயிரம் ஆண்டுகளுக்கு மேலாகிறது. இதனை மொழிஞாயிறு தேவநேயப் பாவாணர் நிறுவினார். மதம் பரப்ப வந்த கால்டுவெல், 'ஆதியில் மனிதன் காடுகளில் வாழ்ந்து பிறகு, நகரத்திற்கு நகரத் தொடங்கும்போது கிடைக்கும் ஒலி வடிவமும், எழுத்து வடிவமும் தமிழில் காணக்கிடைக்கிறது' என்கிறார். அவர் எண்பதாயிரம் ஆண்டுகளுக்கு மூத்த மொழி தமிழ் என்கிறார்.

இமயத்தில் கொடியை நட்டான் நம் பாட்டன் இமயவரம்பன் நெடுஞ்சேரலாதன். இமயத்திலிருந்து கல்லெடுத்து வந்து பெரும்பாட்டி கண்ணகிக்குக் கோயில் கட்டினான் பெரும்பாட்டன் சேரன் செங்குட்டுவன். இமயம்வரை பரவியிருந்த தமிழர்கள் எவ்வாறு குறுகிச் சிதைந்தார்கள்

என்ற வரலாற்றைப் படிக்கவேண்டும். தாழ்ந்து வீழ்ந்து கிடக்கிற ஒரு தேசிய இன மக்கள் வரலாற்றின் வழியேதான் எழுச்சியுற வேண்டும். இதனைத்தான் புரட்சியாளர் லெனின், 'வரலாற்றில் தெளிவுபெறாத எந்தவோர் இனமும் எழுச்சி பெறாது' என்கிறார். ஐம்பதாயிரம் ஆண்டுகளுக்கு முன்பிலிருந்து நாம் தமிழர்களாக இருக்கிறோம். ஆனால், சாதி இடையில் வந்தது. இதனைத் தான், 'கடவுள்வெறி, சமயவெறி கன்னல் நிகர் தமிழுக்கு நோய்! நோய்! நோயே! இடைவந்த சாதியெனும் இடர் ஒழிந்தால் ஆள்வது நம் தாய்! தாய்! தாயே!' என்று பாடுகிறார் புரட்சிப்பாவலர் பாரதிதாசன். அவரேதான், சாதி ஒழித்தல் ஒன்று! நல்ல தமிழ் வளர்த்தல் மற்றொன்று! பாதியை நாடு மறந்தால் மற்றபாதி துலங்குவதில்லை' என்கிறார். தமிழை உயிருக்கு நிகர் என்று பாடிய பாரதிதாசன் முதலில் சாதியைத்தான் ஒழிக்க வேண்டும் என்றார்.

நிலத்தைவிட மொழியே பெரிது

அயர்லாந்தின் விடுதலைக்காகப் போராடிய புரட்சியாளர் டிவேலராவிடம், 'உனக்கு உன் தாய்நிலம் அயர்லாந்து வேண்டுமா? இல்லை! உன் தாய்மொழி ஐரீஸ் வேண்டுமா?' எனக் கேட்கிறார்கள். 'என் தாய் நிலத்திற்கு நிகரான ஓர் இடத்தை உலகில் எங்கேனும் அடைந்துகொள்ளலாம். ஆனால், என் தாய்மொழிக்கு நிகரான பிறிதொரு மொழியை ஒருநாளும் பெற முடியாது. எனவே, எனக்கு ஐரீஸ் மொழிதான் வேண்டும்' என்கிறார். இதனையேதான், நாவலர் சோமசுந்தரபாரதி, 'தாய் மொழியைத் தொலைத்துவிட்டுப் பெறுகிற சுதந்திரம் சுதந்திரமே இல்லை. என் தாய் மொழிக்காக என்னுயிரையும் கொடுப்பேன்' அந்த உணர்வுதான் தமிழ்த்தேசியம் என்கிறார்.

முதல், இடை, கடை என முச்சங்கம் வைத்துத் தமிழ் வளர்த்தவர்கள் நம் முன்னோர்கள். ஆனால், இன்று தமிழகத்தின் தெருக்களில்கூடத் தமிழ் இல்லை. இதனைத்தான், 'மணக்கவரும் தென்றலிலே குளிரா இல்லை? மாந்தோப்பில் நிழலா இல்லை தணிப்பரிதாம் துன்பமிது! தமிழகத்தின் தமிழ்த்தெருவில் தமிழ்தான் இல்லை!' என்று மனம் வருந்திப் பாடுகிறார் புரட்சிப்பாவலர் பாரதிதாசன். பிரிட்டனின் அருகாமையில் இருக்கின்றன ஜெர்மனியும், பிரான்சும். ஆனால், அந்த நாடுகளில் ஆங்கில மோகமில்லை. அவர்களது நாட்டின் மொழிக்குத்தான் அங்கு முன்னுரிமை அளிக்கப்படுகிறது.

தமிழில் படித்தவர்களுக்கு 20 விழுக்காடாவது வேலைவாய்ப்பினை வழங்குங்கள் என்று பரிந்துரை செய்கிறது சென்னை உயர் நீதிமன்றம்.

இதன்மூலம், இங்கு 20 விழுக்காடுகூட மண்ணின் மைந்தர்களுக்கு வேலைவாய்ப்பில்லை என்பது தெளிவாகத் தெரிகிறது. ஆனால், பிற மாநிலங்களில் அந்தந்த மொழிவழித் தேசிய இன மக்களுக்கே முன்னுரிமை அளிக்கப்பட்டு வருகிறது; பிறகுதான் மற்ற மொழிவழித் தேசிய இனங்களுக்கு வழங்கப்படுகிறது. இதனைத்தான் மண்ணுரிமை என்கிறார்கள். இதனைப் பெறத்தான் ஜீவானந்தமும், சிங்காரவேலரும், இரட்டைமலை சீனிவாசனும், அயோத்திதாசப் பண்டிதரும் போராடினார்கள்.

மொழி அழிந்தால் நாடழியும்!

மொழியை இழந்துவிட்டால் பிறகு எதுவும் இருக்காது. மொழியைத் தொலைத்ததனால்தான் நம்மைப் போலச் சக மனிதர்களான நரிக்குறவ மக்கள் அரசியல் அங்கீகாரமில்லாது திரிகிறார்கள். நாமும் அதனைப்போல மொழியைத் தொலைத்துவிட்டு நாடோடிகளாக அலையப் போகிறோமா? ஒரு நாட்டை அழிக்க வேண்டுமென்றால், அந்நாடு மீது போர் தொடுக்கவேண்டும் என்றில்லை. அந்நாட்டின் மொழியைச் சிதைத்து அழித்துவிட்டால் போதும். மொழி சிதைந்து கலை, இலக்கியம், பண்பாடு எல்லாம் அழியும். அவை அழிந்தால் இனம் அழிந்து நாடழியும். இனமும் மொழியும் அழிந்துவிடாது காக்கின்ற அரணாக தமிழ்த்தேசியம் பேரெழுச்சி பெறவேண்டும்.

தாய்மொழியும், தேசிய இனமும்!

அன்பிற்குரிய சொந்தங்களே! மொழி என்பது நமது விழி; நாடு என்பது வீடு. தமிழர்களுக்கு மொழிப்பற்று, இனப்பற்று என்பது உயிரும், உணர்வும் போல! தாத்தா பாவலேறு பெருஞ்சித்திரனார் அவர்கள், "மொழிப்பற்று, நாட்டுப்பற்று என்பது உலக ஒற்றுமைக்கு விதையும், உரமும்" என்கிறார். உலகம் முழுமைக்கும் மொழி, இனமென்றுதான் அரசியல் கட்டமைப்பு இருக்கிறது. எல்லாத் தேசிய இனங்களும் அவ்வாறுதான் அரசியல் செய்கின்றன. "இருக்கும் நலன்களில் இனநலம் பெரிதென எந்தமிழ் நல்லினம் நினைத்திடல் வேண்டும்" என்கிறார் பாவலரேறு பெருஞ்சித்திரனார்.

இனநலம் போற்றுவது, மொழியுணர்வு கொள்வது பிரிவினை வாதமென்றால், உலகின் இத்தனை நாடுகள் பிளந்து பிரிந்தது எப்படி? பாகிஸ்தானிலிருந்து வங்காளதேசம் பிரிந்தது பிரிவினைவாதமா? விடுதலைப்போராட்டமா? என்ன பதில் வைத்திருக்கிறீர்கள்? ஐரோப்பிய நாடுகள் முழுமைக்கும் ஒரே மதம்தான். அப்புறம், எதனால் ஒரே

நாடாக இல்லாமல் பல நாடுகளாக அவை பிரிந்திருக்கின்றன? நார்வே, சுவிட்சர்லாந்து, டென்மார்க், ஜெர்மனி, பிரான்சு என இத்தனை நாடுகள் தனித் தனியாகப் பிரிந்து போனதற்குக் காரணம் என்ன? ஒரே காரணம், மொழிதான். அம்மொழி வழியேதான் தேசிய இனங்களும், நிலங்களும் கட்டமைக்கப்படுகின்றன. அதனால், சாதி, மதத்தோடு மொழி, இனத்தை வைத்து, அதனைப் பிரிவினைவாதம் எனப் பேசுவது அரைவேக்காட்டுத்தனம்; அறியாமை.

திராவிடம் அயன்மை! தமிழ்த்தேசியம் பேருண்மை!

இப்போது திராவிடமும், தமிழ்த்தேசியமும் ஒன்றெனப் புதிதாகச் சிலர் கிளம்பியிருக்கிறார்கள். திராவிடமும், தமிழ்த்தேசியமும் எப்படி ஒன்றாக இருக்க முடியும்? இதனைத்தான் தமிழ்த்தேசியப் பேராசான் ஐயா மணியரசன் அவர்கள், "ஒன்று சாம்பார் எனக் கூறு! இல்லையென்றால், கருவாட்டுக்குழம்பு எனக் கூறு! இரண்டையும் சேர்த்துக் கருவாட்டுச்சாம்பார் எனச் சொல்லாதே!" என்றார். இப்போது, "காட்டுப்பூனையும், நாட்டுக்கோழியும் ஒன்றா?" எனக் கேட்கிறார். எதற்குத் திராவிடம் வேண்டும்? இதற்குப் பதில் கூறுவார்களா? 75 ஆவது ஆண்டை அடைந்து பொன்விழாக் காணும் திமுகவுக்கே திராவிடமென்றால், என்னவென்று தெரியவில்லை.

திராவிடமும், தமிழ்த்தேசியமும் ஒன்றா?

தமிழ்த்தேசியர்கள் நாங்கள் மொழிவாரியாக மாநிலங்கள் பிரிக்கப்பட்ட நாளை, 'தமிழ்நாடு நாள்' எனக் கொண்டாடுகிறோம். திராவிடர்கள், 'தமிழ்நாடு' எனப் பெயர் சூட்டப்பட்ட நாளைக் கொண்டாடுகிறார்கள். இரண்டும் ஒன்றா? இந்த நிலத்தையும், வளத்தையும் கெடுக்கும் மீத்தேன் எடுத்தல், ஹைட்ரோ கார்பன் எடுத்தல், ஸ்டெர்லைட் ஆலை, அணு உலை என நாசகாரத் திட்டங்களைத் திராவிடம் அனுமதிக்கும். தமிழ்த்தேசியம் நிலத்தையும், வளத்தையும் காக்கத் துடிக்கும்; எதிர்த்துப் போராடும். இரண்டும் ஒன்றா? 'எங்கும் தமிழ்! எதிலும் தமிழ்' எனும் முழக்கத்தை முன்வைத்து, எல்லா இடங்களிலும் தமிழ்மொழி இருக்க வேண்டுமெனத் தமிழ்த்தேசியம் துடிக்கும்; போராடும். திராவிடம் தமிழைத் திட்டமிட்டு அழிக்கும். இரண்டும் ஒன்றா? எம்மினப் பிள்ளைகள் நன்றாகப் படிக்க வேண்டும்; கல்வி என்பது மானுட உரிமை; கொடுக்க வேண்டியது அரசின் கடமை எனக் கூறுவது தமிழ்த்தேசியம். பள்ளி, கல்லூரி செல்பவர்கள், உழைக்கும் மக்கள் என யாவரும் மது குடிக்க வேண்டுமெனக் கருதுவது திராவிடம். இரண்டும்

ஒன்றா? 'காவிரி நதிநீர் எமது நிலத்தின் உரிமை' எனக் கூறி, அதனைப் பெற வேண்டுமெனப் போராடும் தமிழ்த்தேசியம். அவ்வுரிமையைப் பறிகொடுக்கும் திராவிடம். இரண்டும் ஒன்றா? தமிழர்களின் சொந்த நிலமான கச்சத்தீவை எடுத்துக் கொடுக்கும்போது, பதவி நாற்காலிக்காகச் சகித்துக்கொண்டு இருந்தது திராவிடம். கச்சத்தீவு எமது தாய்நிலமெனக் கூறி, அதனை மீட்டெடுக்கப் போராடுவது தமிழ்த்தேசியம். இரண்டும் ஒன்றா? எமது மீனவர்களின் சாவைக் கண்டும் காணாதிருக்கும் திராவிடம். ஒவ்வொரு மீனவரின் சாவின்போதும் குமுறி அழும் தமிழ்த்தேசியம். இந்திய இராணுவம் எமது மீனவச் சொந்தங்களைக் காக்கவில்லையென்றால், நாங்கள் எம்மின மக்களைக் காக்க, 'நெய்தல் படை' கட்டுவோம் என்பது தமிழ்த்தேசியம்.

தமிழ்படித்தால் வேலை கிடைக்குமா? சோறு கிடைக்குமா? எனக் கேட்கப்படுகிறது திராவிடர்களின் ஆட்சியில். தமிழ் படித்தால் எங்கள் ஆட்சியில் வேலை என்பது தமிழ்த்தேசியம். இரண்டும் ஒன்றா? நீட், சி.ஏ.ஏ., என்.ஆர்.சி., என்.ஐ.ஏ.,ஜி.எஸ்.டி. என எல்லாவற்றையும் கொண்டு வந்தது இந்தியம்; துணைநின்றது திராவிடம். கூட்டுப்பங்காளிகள்! கொள்ளைக்கூட்டாளிகள்! இவை யாவற்றையும் எதிர்த்து நிற்பது தமிழ்த்தேசியம்; தமிழ்த்தேசியர்கள். இரண்டும் ஒன்றா? முல்லைப்பெரியாறு அணைக்கு அருகேயிருக்கும் பேபி அணையை ஆழப்படுத்த அங்குள்ள மரங்களை வெட்டுவதற்கு அனுமதிக்காத கேரள அரசு, மலைகளை வெட்டிக் கனிமவளக்கொள்ளையில் ஈடுபடுகிறது. அனுமதிப்பது திராவிடம்; தடுத்துப் போராடுவது தமிழ்த்தேசியம். மலையை வெட்டிக்கொண்டு போகிற கேரள அரசு, அவர்களது குப்பைகளைத் தமிழ்நாட்டுக்குள் கொட்டுகிறது; வேடிக்கைப்பார்க்கும் திராவிடம். தமிழ்நாடென்ன கேரளாவின் குப்பைமேடா? எனக் கேட்டுத் துடிக்கும் தமிழ்த்தேசியம். எமது மலைகளை, மணலை விற்கும் திராவிடம்; காக்கும் தமிழ்த்தேசியம். இரண்டும் ஒன்றா? தம்பி பாலச்சந்திரன் நெஞ்சிலே குண்டுகளைத் தாங்கி, செத்து விழுந்து கிடக்கிற படத்தைக் கண்டும் இரங்காதது திராவிடம்; அழுது துடித்தது தமிழ்த்தேசியம். எனது தங்கை இசைப்பிரியா வன்கொடுமைக்கு ஆளாக்கப்பட்டுக், கொல்லப்பட்டுக் கிடந்தபோது துடித்தது தமிழ்த்தேசியம்; சிரித்து இரசித்தது திராவிடம். இரண்டும் ஒன்றா? உடம்பிலே நெருப்பைக் கொட்டி வெந்து நொந்துச் செத்தான் தம்பி முத்துக்குமார். அது தமிழ்த்தேசியப் பெருநெருப்பு! கடற்கரையில் குளிரூட்டிகளை வைத்துக்கொண்டு, மனைவி, துணைவியோடு உண்ணாவிரதப் போலி நாடகம் நடத்தியது திராவிடம். இரண்டும்

ஒன்றா? காவிரியிலே தமிழர்களுக்குத் தண்ணீர் தர மறுக்கும் காங்கிரசு கட்சிக்கு வாக்குக் கேட்பது திராவிடம்; தண்ணீர் தர மறுக்கும் காங்கிரசுக்கு வாக்கில்லை எனக் கூறுவது தமிழ்த்தேசியம்.

“கோயிலுக்குள் வராதே; தீட்டு!” எனக் கூறுவது ஆரியம்; “கோயிலுக்குள் போகாதே! வழிபடாதே! வழிபட்டால், நீ முட்டாள்” எனக் கூறுவது திராவிடம். “கோயில்கள் வழிபாட்டுத்தலம் மட்டுமல்ல; அது வரலாற்றுப் பேராவணம்” என்று முழங்கும் தமிழ்த்தேசியம். வழிபாட்டிலிருந்து தமிழை வெளியேற்றினால் வேடிக்கை பார்க்கும் திராவிடம்; தாய்மொழியில் வழிபாடு வேண்டுமெனத் துடிக்கும் தமிழ்த்தேசியம். இரண்டும் ஒன்றா? எங்கள் பாட்டன் அருள்மொழிச்சோழன் கட்டிய தஞ்சைப் பெருவுடையார் கோயிலில் தமிழிலேயே குடமுழுக்கை நடத்த வேண்டுமெனப் போராடி, வழக்குத் தொடுத்து உரிமையை நிலைநாட்டியது தமிழ்த்தேசியம். தமிழிலே குடமுழுக்கு நடத்த இசைவு தராதிருந்தது திராவிடம். இரண்டும் ஒன்றா? இலட்சக்கணக்கில் எம்மின மக்கள் கொன்றொழிக்கப்படும்போது, அதற்கு உடன்நின்று இனப்படுகொலையைச் செய்து முடித்தது இந்தியம்; துணை நின்றது திராவிடம். எம்மினச் சொந்தங்கள் ஈழ நிலத்தில் செத்து விழுந்தபோது அற்பப்பதவிக்காக அதனைச் சகித்துக்கொண்டு நின்றது திராவிடர்கள்; கத்திக் கதறி, வெடித்துத் துடித்து வீதிக்கு வந்து போராடி, தமிழ்த்தேசிய இனத்தின் விடுதலையின் நீட்சியாக இன்றுவரை நிற்பது தமிழ்த்தேசியர்கள். ‘எனதருமைத் தமிழ் மக்களே! என் உடன்பிறந்தார்களே! நம் இரத்தச்சொந்தங்களைக் கொன்றுகுவிக்கும்போது அதற்கெதிராகப் போராடாது மதுக்கடைகளிலும், திரையரங்குகளிலும் கூடி நிற்கிறீர்களே!’ என வெகுண்டெழுந்து, உள்ளத்தில் எரிந்த பெருநெருப்பை உடலில் கொட்டி வெந்துச் செத்த தம்பி முத்துக்குமாருக்கு ஒரு வணக்கம் செலுத்தத் துப்பில்லாதது திராவிடம்; நாம் தமிழர் கட்சியினுடைய இளைஞர் பாசறையின் குறியீடாக முத்துக்குமாரை ஏந்தி நிற்பது தமிழ்த்தேசியம். தூக்குக் கயிற்றுக்கு முன்னால் இருந்த தனது அண்ணன்மார்கள் மூவரின் உயிரையும் காக்கத் தன்னுயிர் ஈந்த தங்கை செங்கொடியை நாம் தமிழர் கட்சியினுடைய மகளிர் பாசறையின் குறியீடாக ஏந்திப் போற்றுகிறது தமிழ்த்தேசியம்; மறந்துவிட்டுச் செல்கிறது திராவிடம். ஈழத்தாயக விடுதலைக்காக உடலிலே நெருப்பைக் கொட்டிச் செத்த தம்பி அப்துல் ரவூப்பை நாம் தமிழர் கட்சியினுடைய மாணவர் பாசறையின் குறியீடாக வைத்திருக்கிறது தமிழ்த்தேசியம்; மறந்து கடந்துசெல்கிறது திராவிடம். ஆரம்பக்கல்வி முதல் ஆராய்ச்சிக்கல்வி வரை இலவசமாகக் கொடுக்க வேண்டுமெனத் துடிப்பது தமிழ்த்தேசியம். கள்ளச்சாராயம் குடித்துச்

செத்தவர்களுக்கு 10 இலட்சம் கொடுப்பது திராவிடம். திராவிடமும், தமிழ்த்தேசியமும் எப்படி ஒன்றாகும்? அடிப்படையே தவறு! ஒருபோதும் திராவிடமும், தமிழ்த்தேசியமும் ஒன்றாக இருக்க முடியாது.

திராவிடம் என்பது வேறு! தமிழ்த்தேசியம் என்பது வேறு! ‘தமிழருக்குத் திராவிடம் என்பது அயன்மை! தமிழர்க்குத் தமிழமே பொருந்தும் இயன்மை! தமிழ்த்தேசியமே பேருண்மை!’ எனப் பாடிவிட்டுச் சென்றிருக்கிறார் பாவலரேறு பெருஞ்சித்திரனார். “திராவிடம் தமிழருக்குத் தீது” என்கிறார் மொழிஞாயிறு பெருஞ்சித்திரனார். நாங்களும் திராவிடரென நம்பித் திரிந்தோம். இலட்சணக்கணக்கான மக்களின் சாவுக்குப் பிறகுதான், நாம் ஏமாற்றப்பட்டது தெரிந்தது. நமது மரண ஓலத்தை இரசிக்கும் இவர்கள் வரலாற்றுப்பகைவர்கள் என்பதை உணர்ந்தோம். திராவிட இயக்கத்தில் முன்னோடித்தளபதி எங்கள் தாத்தா பாரதிதாசன். ‘வென்று வருவான் திராவிடக் காளை’ எனப் பாடியவர் அவர். பல காலம் திராவிடம் திராவிடமென்று பாடியவர், ஒருகாலக் கட்டத்தில் விழித்துக்கொண்டார். அதனைப் போலத்தான், அவர்களது பிள்ளைகளும் விழித்துக்கொண்டிருக்கிறோம். எங்களுக்கு இந்தியம் அயன்மை; திராவிடம் எதிர்மை. திராவிடம் என்பது தமிழ், தமிழர், தமிழ்த்தேசியத்துக்கு நேர்எதிரானது. இதுதான் எங்களது கோட்பாடு!

இனத்தின் விடுதலையே இலக்கு!
தமிழ்த்தேசிய அரசியலே அதற்கான துவக்கு!!

தமிழ்த்தேசியத்தின் திசைவழி!

தமிழ்த்திரு.கி.வெங்கட்ராமன்
பொதுச்செயலாளர், தமிழ்த்தேசியப் பேரியக்கம்.

தமிழ்த்தேசியம் என்றால் என்ன?

தமிழ்த்தேசியம் குறித்துப் பார்ப்பதற்கு முன் தேசியம் என்றால் என்ன என்பது குறித்துப் புரிந்துகொள்வது நல்லது.

தேசியம் என்பது தேசம் குறித்த கொள்கை - கோட்பாடு ஆகும். தேசம் என்பது ஒரு தேசிய இனத்தின் அதாவது, ஒரு மொழி இனத்தின் தாயகத்தைக் குறிப்பதாகும்.

தங்களுக்குள் ஒரு பொது மொழியைத் தேசிய மொழியாகக் கொண்டு, வரலாற்று வழிப்பட்ட தாயகத்தில் ஒரு பொதுப் பண்பாட்டோடு, தமக்கென்ற தனித்த வரலாற்று மரபோடு, சமூக வளர்ச்சியின் போக்கில் நிலைத்துவிட்ட ஒரு மக்கள் கூட்டம் தேசிய இனம் என வரையறுக்கப்படும்.

அந்த வகையில், ஒரு தேசிய இனம், அதன் தேசிய மொழி, அதன் வரலாற்றுத் தாயகம் ஆகியவை இயற்கையான சமூக வளர்ச்சிப் போக்கில் உருவாகி நிலைத்துவிட்டவையாகும். இவை எந்த அறிஞராலும், சிந்தித்து உருவாக்கப்படுவதில்லை. இவை இயற்கையின் படைப்புகள். மலை, மண், செடி, கொடி போல மொழி, இனம், தாயகம் என்பவை இயற்கையானவை; யாருடைய உருவாக்கமும் அல்ல.

மொழி, இனம், தாயகம் ஆகியவற்றின் ஒருங்கிணைப்பான தேசம் என்பதும் இயற்கையானது.

ஆனால், தேசம் (Nation) என்பதும் நாடு (Country) என்பதும் ஒன்றல்ல.

இங்கே ஒரு சொல்விளக்கம் தேவைப்படுகிறது. சில நண்பர்கள் "தேசம்" என்பது "தேஷ்" என்பதன் தமிழ் எழுத்து வடிவம் எனத் தவறாகப் புரிந்துகொள்கிறார்கள். தேசம் என்பது தமிழ்ச் சொல்தான். பண்டைய

இலக்கியங்களில் தேளம் – தேயம் என்ற சொற்களால் குறிக்கப்பட்டன. தமிழ் மரபில் 'ய', 'ச' வாக மாறுவது இயல்பு. எடுத்துக் காட்டாக, உயரம் - உசரம், முயல் - முசல்; வியாழன் - விசாலன், புயல் - புசல் என்று மருவுவதைப் பார்க்கிறோம். அதே போல் தேளம் என்பது தேயம் ஆகிய தேசம் ஆனது. தமிழ்த்தேசம் அல்லாதவற்றை "மொழிபெயர்த் தேயம்" எனத் தொல்காப்பியம் குறிக்கிறது. தமிழில் விளங்கிய தேசம் என்பதுதான் வடமொழிக்குச் சென்று "தேஷ்" ஆனது.

இனிச் செய்திக்குச் செல்வோம். நாம் மேலே விளக்கியவாறு தேசம் என்பது, இயற்கையாக உருவாகி நிலைத்துவிட்ட ஒன்றாகும். ஆனால், நாடு என்பது ஒரு ஆட்சிப்பகுதியை (territory)க் குறிப்பதாகும். ஆட்சிப் பகுதியான நாடு என்பது மன்னர்களின் அல்லது ஆட்சியாளர்களின் ஆயுத வலுவையும் பொருளியல் வலுவையும் பொறுத்து அமைவது. வரலாற்று ஓட்டத்தில் ஆட்சிப் பகுதியான நாடு என்பது தற்காலிகமானது, எல்லை மாறக்கூடியது.

வரலாற்றின் நிகழ்ச்சிப் போக்கில் பலமொழிவழித் தேசங்கள் ஒரு ஆட்சிப் பகுதியின் கீழ் ஒரு நாட்டில் அமைந்திருப்பதும், ஒரே தேசம் வெவ்வேறு ஆட்சிப்பகுதியின் நாடுகளாகப் பிரிந்திருப்பதும், ஒரு மொழி வழித்தேசமே தனக்கான ஆட்சிப் பகுதியோடு ஒரு நாடாக அமைவதும் நடக்கிறது.

ஒரு தேசமே ஒரு நாடாக ஆட்சி உரிமையோடு விளங்கினால் அதனைத் தன்னதிகாரம் உள்ள அதாவது, இறையாண்மை கொண்ட தேசம் என வரையறுக்கிறோம்.

வெவ்வேறு தேசங்களோடு கட்டிப்போடப்பட்டுள்ள தேசங்கள், தமக்கான இறையாண்மையுள்ள தேச அரசை அமைத்துக்கொள்ள முயல்வது, இயல்பானது. அதேபோல், சில வரலாற்றுக் காரணங்களால் தனித்தனி நாடுகளாகப் பிரிந்திருக்கிற ஒரு தேசம் தங்களுக்குள் மீண்டும் இணைந்து ஓர் ஒற்றைத் தேச அரசை உருவாக்கிக்கொள்ள முயல்வதும் இயல்பானது.

ஏனெனில், ஒரு தேசிய இனத்தின் விருப்பத்திற்கு மாறாக அதன் தேசம் வேறு தேசங்களோடு கட்டிப்போடப்பட்டிருப்பது இயற்கைக்கு முரணானது. எவ்வாறு இயற்கை என்பது செயற்கைக் குறுக்கீடுகளை முறியடித்து தனது இயல்பு நிலையை மீட்டுக்கொள்ளப் போராடுகிறதோ அதுபோல், இயற்கையான தேசம் என்பது செயற்கையான ஆட்சிப்பகுதி நாட்டிலிருந்து தன்னை மீட்டுக்கொண்டு இறையாண்மை உள்ள தேச அரசு அமைத்துக்கொள்ள முயல்வது இயற்கையானது.

இந்த இயற்கை நியதிக்கு ஏற்பவே வரலாற்று வழிப்பட்ட தமிழ்த்தேசம் தனக்கான இறையாண்மையுள்ள தேசத்தைப் படைத்துக்கொள்ள முனைகிறது. அதற்கான கருத்தியலே தமிழ்த்தேசியம் (Thamizh Nationalism) என்பதாகும்.

மனிதச் சமூகத்திற்கு அக வாழ்க்கை, புற வாழ்க்கை ஆகிய இரண்டும் எவ்வாறு இன்றியமையாதவையோ, அதுபோல் தமிழ்த்தேசிய இனத்திற்கும் தனது அகவாழ்வையும் புறவாழ்வையும் மீட்டுக்கொள்ள முனைவது இயல்பானது.

எனவே, தமிழ்த்தேசியம் என்பது இறையாண்மையுள்ள தேசஅரசு அமைத்துக்கொள்வது மற்றும் அதற்கான பொருளியல் வாழ்வை நிறுவிக்கொள்வது என்பதை மட்டும் குறிக்காது; அது தனது மொழியை, பண்பாட்டு வாழ்வை, தனது தனித்த வரலாற்றை மீட்டுக் கொள்வதையும் குறிப்பதாகும்.

அந்த வகையில் தமிழ்த்தேசியம் என்பது வெறும் அரசியல் கொள்கை அல்ல; தமிழ் இனத்தின் அனைத்தும் தழுவிய முழுமீட்சியைக் குறிப்பதாகும். வரலாற்றின் போக்கில் வேற்று இன ஆதிக்கத்தாலும், கலப்பாலும் அதன் அற மரபுக்கு மாறாக, தமிழ்ச் சமூகத்தில் கலந்துவிட்ட வர்ண - சாதி ஆதிக்கம், பெண்ணொடுக்கு முறை, சூழல் பேரழிப்பு போன்ற அக அழுக்குகளை நீக்கும் போராட்டம் இணைந்த அறம் சார்ந்த கருத்தியலே தமிழ்த்தேசியம் என்பதாகும்.

அறம்சார்ந்த அகவாழ்வையும் புறவாழ்வையும் தமிழ்த்தேசிய இனம் மீட்டுக்கொள்ள வேண்டுமென்றால், இறையாண்மை உள்ள தமிழத்தேசம் அமைத்துக்கொள்வது அதற்கு முன்தேவையாகும். எனவே, தமிழ்த்தேசத்தின் இறையாண்மை மீட்பு என்ற முயற்சி தமிழ்த்தேசியக் கொள்கையின் முதன்மைக் கூறாக விளங்குகிறது.

இன்றைய நிலையில், ஓர் ஆட்சிப் பகுதியாக இருக்கும் இந்தியா என்ற நாட்டில் சிறைப்பட்ட இனமாக தமிழ்த்தேசிய இனம் விளங்குகிறது. அடிமைப்பட்ட தேசமாக தமிழ்த்தேசம் தத்தளிக்கிறது.

இந்திக்காரர்கள் உட்பட இந்தியாவின் எல்லா மொழி இன மக்களுக்கும் உள்ளதுபோல் தமிழர்களுக்கும் வாக்குரிமை, எந்தப் பதவிக்கும் தேர்ந்தெடுக்கப்படும் உரிமை ஆகியவை இருப்பதனாலேயே தமிழ்த்தேசிய இனம் ஆட்சி உரிமையுள்ள அதாவது, இறையாண்மையுள்ள இனம் எனக் கருதிவிடக் கூடாது.

ஏனெனில் இறையாண்மை என்பது தனிமனிதரைச் சார்ந்த உரிமை அல்ல. ஒரு தேசிய இனம் சார்ந்த ஒட்டுமொத்த உரிமை. ஒரு தேசிய

இனம் தனக்குரிய இறையாண்மை தேசத்தில் வாழ்வதென்றால் அதன் தேசியமொழி ஆட்சி அதிகாரத்திலும், அனைத்து நிலையிலும் இடம் பெற்றிருக்க வேண்டும். அதன் தாயக உரிமை அதன் கையில் இருக்க வேண்டும். தனது மரபுப் பண்பாட்டைத் தங்கு தடையின்றிப் பின்பற்றுவதற்கு முழு உரிமை இருக்க வேண்டும். இவை எதுவுமே தமிழ்த்தேசிய இனத்திற்கு இல்லை.

தமிழ்மொழி இந்தியாவின் ஆட்சிமொழியாகவோ, தொடர்பு மொழியாகவோ, பண்பாட்டு மொழியாகவோ இல்லை.

தமிழ்த்தேசம் என்ற அதன் வரலாற்றுத் தாயகம் அதன் வரலாற்று எல்லைகள் சுருக்கப்பட்டு மாநிலம் என்ற பெயரால் இந்தியப் பேராதிக்கத்தின் பாளையப்பட்டாகச் சுருங்கியிருக்கிறது. இருக்கிற தமிழர் தாயகமும் இந்திய நாடாளுமன்றத்தால் எப்போது வேண்டுமானாலும் எப்படி வேண்டுமானாலும் மாற்றியமைக்கப்படலாம், அல்லது சிதைக்கப்படலாம் என்ற சட்ட நிலையிலேயே வைக்கப்பட்டிருக்கிறது.

ஜல்லிக்கட்டு விளையாட்டு உரிமை என்ற தமிழினத்தின் இயல்பான, எளிய பண்பாட்டு உரிமையைத் தக்கவைத்துக் கொள்ளவே இந்திய அரசுக்கு மிகப் பெரும் அழுத்தம் கொடுக்க நேர்ந்ததை வரலாறு கண்டது.

வெள்ளைக்காரர்கள் ஆட்சியில் 1920 - இலிருந்தே இந்தியத் துணைக் கண்டத்து மக்களுக்கு வாக்குரிமை வழங்கப்பட்டது. இந்தியர்கள் சிலர் மாகாண முதலமைச்சர்களாகவும், அமைச்சர்களாகவும் தேர்ந்தெடுக் கப்பட முடிந்தது. ஆயினும், அதனைச் சுதந்திரம் எனக் கருதி யாரும் மயங்கிவிடவில்லை. இன்னும் சொல்வதென்றால், 1920 - க்குப் பிறகுதான் இந்திய விடுதலைப் போராட்டம் பேரெழுச்சியோடு எழுந்தது.

விடுதலை என்ற பெயரால் தமிழ்த்தேசத்தின் அடிமைநிலை வடிவமாற்றம் பெற்றதே தவிர அடிமைநிலை தொடர்ந்தது.

இந்த நிலையில்தான், ம.பொ.சி. தொடங்கி ஆதித்தனார், தமிழரசன், பாவாணர், பெருஞ்சித்திரனார் எனத் தொடர்ச்சியாக இந்த அடிமை நிலையிலிருந்து தமிழர்களையும் தமிழ் மொழியையும் மீட்கும் முயற்சிகள் தொடர்ந்தன. ஈகங்கள் செய்யப்பட்டன.

இவற்றின் சாதனைகளையும் பலவீனங்களையும் கற்றுத் தெளிந்து இன்று தமிழ்த்தேசியம் என்ற கருத்தியல் புது வலுவோடு எழுந்து நிற்கிறது. இளையோரின் எழுச்சி முழக்கமாக மலர்ந்திருக்கிறது.

இறையாண்மையுள்ள தமிழ்த்தேசம் படைப்பதே தமிழ்த்தேசியக் கருத்தியலின் அடிப்படைச் சாரம் என்ற உறுதியோடு அது இன்னும் வேகமாகப் பரவ வேண்டிய வரலாற்றுத் தேவை உள்ளது.

இன்று உலகமயம் என்ற பெயரால் உலகமே ஒற்றை ஆதிக்கத்தின் கீழ் ஒருங்கிணைக்கப்படும்போது அதிலிருந்து நம்மைத் தற்காத்துக்கொள்ள இந்தியம், இந்தியத்தேசியம் என்பதுதானே தேவை? தமிழ்த்தேசியம் என்பது அந்த முயற்சியைப் பலவீனப் படுத்திவிடாதா? என்ற வினா எழலாம்.

உலக மயத்தோடு சேர்ந்து ஒரு தொழில்நுட்ப வளர்ச்சியும் வந்திருக் கிறது. அதுபற்றிப் பின்னால் பேசலாம். உலகமயம் வந்ததற்குப் பிறகு, அதோடு இணையாத நாடு கிடையாது. பெரும்பாலும் எல்லா நாடுகளும் பின்பற்றுகின்றன. ஒரு சில சிறியநாடுகள் விதிவிலக்காகப் பின்பற்றாதிருக்கலாம். இந்தியா பின்பற்றுகிறது.

உலகமயம், தாராளமயம், தனியார் மயம் என்ற இந்தச் சூழல் வந்தபிறகு தனித்தனித் தேசங்களின் இறையாண்மை மட்டுப்படுத்தப் பட்டுவிட்டன. அந்தந்தத் தேசிய இனங்களுடைய சந்தை என்பது முடிந்துவிட்டது. உலகமயம், தாராளமயம், தனியார்மயம் என்பதோடு சேர்ந்து ஒற்றை முனை உலகம் (*Uni Polar World*) உருவாகிவிட்டதாகப் பல அறிவாளர்கள் கொக்கரித்தனர். அமெரிக்கா கொக்கரித்தது. அமெரிக்க வல்லரசின் மேலாதிக்கத்தில் உருவாகிவிட்ட ஒற்றைமுனை உலகமே இனி வரலாறு என்று கூறினார்கள். வரலாறு முடிந்துவிட்டது, தத்துவங்கள் செத்து விட்டன, இனிமேல் ஒரே உலகம் ஒற்றைச் சந்தை எனப் பேசினார்கள்.

ஆனால், சில ஆண்டுகளுக்கு முன்பு அதே அமெரிக்க வல்லரசின் குடியரசுத் தலைவராக இருந்த ஒபாமா சொன்னார், உலகமயம் நீக்கம் (*DeGlobalisation*)தான் இன்றைக்குத் தேவை என்று! இனிமேல் உலகமயத்திலிருந்து பின்வாங்க வேண்டும், அந்தந்தத் தேசிய மயமாக வேண்டும் என்று உலகமயத்தை முன்வைத்த அமெரிக்க நாட்டின் குடியரசுத் தலைவர் ஒபாமாவே சொன்னார். அவரது எதிர்க்கட்சியான குடியரசுக் கட்சியின் சார்பில் அடுத்து வந்த டொனால்டு ட்ரம்ப்பும், அவரையடுத்து வந்த ஜோ பைடனும் இதே முழக்கத்தை வைத்தார்கள்.

இன்று உலகம் முழுவதும் இருக்கக் கூடிய பல்வேறு நாடுகள் பல்வேறு மண்டலப் பொருளியல் கூட்டமைப்புகளை உருவாக்கி வருகின்றன. உலகமயத்திற்குப் பதிலாக தனித்தனியான கூட்டமைப்புகளை உருவாக்குவது, தத்தம் சந்தையைப் பாதுகாத்துக்கொள்வது என்பதை நோக்கிப் போய்க்கொண்டிருக்கிறார்கள்.

இந்த உலகமயக் கொள்கை ஒற்றைச் சந்தையை உருவாக்கவில்லை; ஒரு முனை உலகத்தை உருவாக்கவில்லை. உலகமயம் என்பது இன்று

தடுமாறிக்கொண்டிருக்கிறது. இன்றிருப்பது பல முனை உலகம்! பல தேசிய இனங்களுக்கான சந்தையின் தேவையை உருவாக்கியிருக்கிறது.

இந்தியா ஒரு துணைக்கண்டம். அதுவே உலகமயத்தின் ஒரு கூறு. இந்தியமயம் என்பதே ஒரு குட்டி உலகமயம்தான்.

இந்தியா என்பது பிரித்தானியத் தொழில் - வணிகக் குழுமங்களின் சுரண்டலுக்காக, வெள்ளை இன ஆதிக்கத்திற்காகத் துப்பாக்கி முனையில் உருவாக்கப்பட்ட ஆட்சிப் பகுதி (territory)யாகும். தனித்தனி மன்னராட்சிப் பகுதிகள் வீழ்த்தி அழிக்கப்பட்டு வெள்ளையர் ஆதிக்கத்திற்காகக் கட்டமைக்கப்பட்ட பேராட்சிப் பகுதிதான் (bigger territory) இந்தியா.

பல்வேறு மொழியினங்கள் அவர்களது வரலாற்று வளர்ச்சிக்கேற்ப தங்களது மரபுவழித் தொழில்நுட்பத்தையும், வேளாண்மை உபரி வருவாயையும் பயன்படுத்தி உருவாக்கிய சிறுசிறு பட்டறைகள், உற்பத்திக் கூடங்கள், கைவினைத் தொழில்கள் ஆகியவை வெள்ளை ஆட்சியின் அதிகார பலத்தோடும், பணவலுவோடும் ஈவிரக்கமின்றித் துடைத்தழிக்கப்பட்டன.

சந்தையின் பன்மைத் தன்மையை ஒழித்து வெள்ளை முதலாளிகளின் ஒற்றைச் சந்தையாக இந்தியா உருவாக்கப்பட்டது.

வெள்ளை முதலாளிகள் இருக்க முடியாத இடைவெளிகளிலும், வெள்ளைத் தொழில் மூலதனத்திற்குத் துணைநிலை மூலதனமாகவும் அனைத்திந்தியச் சந்தையில் மார்வாடிகளும், குசராத்தி சேட்டுகளும் இடம் பிடித்தார்கள். இவர்களுக்கும் மொழி கடந்த இந்தியா என்ற பெரும் சந்தை தேவைப்பட்டது. அவர்கள் ஓரளவுக்கு வளர்ந்தபின், அவர்களே இந்தியத் தேசியத்தின் குரலாக ஒலித்தார்கள்.

இன்னொரு புறம், வெள்ளையர் ஆட்சி இயந்திரத்தில் வெள்ளையர் உயர் அதிகாரிகளுக்குக் கீழ் இயல்பான நிலையில் இருந்த பிராமண அறிவாளர்களில் ஒரு பிரிவினர் ஐரோப்பியக் கல்வி கற்று, விழிப்புற்று இந்திய விடுதலை என்ற நோக்கத்தை முன்னெடுத்தனர்.

ஏற்கெனவே, வடஇந்தியப் பகுதியில் நீண்ட நாள் நிலைத்திருந்த இசுலாமியர் ஆட்சிக்கு எதிராக மக்களைத் திரட்டுவதற்கு, புராணங்களையும், இதிகாசங்களையும் சனாதனக் கருத்துகளையும் பயன்படுத்திய பிராமண அறிவாளர்களுக்கு, வெள்ளையர் ஆட்சிக்கு எதிராக மக்களைத் திரட்டுவதற்கு அதுவே முதன்மையாகப் பயன்பட்டது.

வெள்ளையர் ஆட்சி மக்கள்தொகைக் கணக்கெடுப்பில் பல்வேறு பண்பாட்டு மரபு உள்ளவர்களை ஒருங்கிணைத்து "இந்து" என்ற

ஒற்றை அடையாளத்தில் கொண்டுவந்ததானது இந்திய விடுதலைப் போராட்டத்தை முன்னெடுத்த பிராமண அறிவாளிகளுக்கு வாய்ப்பான கருவியாக அமைந்தது.

மதம் என்ற வகையில் இந்துவாக ஒருங்கிணைத்துக் கொள்வதற்கும், அதன் சனாதனக் கொள்கை என்ற வகையில், வர்ண - சாதியாகப் பிரித்து வைத்துக்கொள்ளவும், இந்து என்ற இந்த வகைப்பாடு பெருவாய்ப்பாக அமைந்தது.

இந்து - இந்துத்துவம் என்ற அடிப்படையிலேயே இந்தியத்தேசியம் என்ற கருத்தியலும் கட்டமைக்கப்பட்டது. இந்துமத வழிபாடுகளும், கதைகளும் வெள்ளையராட்சிக்கு எதிராகப் பெரும்பகுதி மக்களைத் திரட்டிக்கொள்ளப் பயன்படுத்தப்பட்டது. மராட்டியத்தில் தொடங்கிப் பரப்பப்பட்ட கணபதி வழிபாடும், அதற்குப் பிறகு தோன்றிய பாரதமாதா வழிபாடும் அரசியல் சொல்லாடல்களாக மாறின.

வெள்ளையர் ஆதிக்கத்திற்காக உருவாக்கப்பட்ட இந்திய ஆட்சிப் பகுதியை என்றென்றும் நிலவிவரும் "பாரதம்" என்பதாக புனைதலும் நிகழ்ந்தது.

இவ்வாறு ஆரிய - பிராமண மேலாதிக்கமும், மார்வாடி - குசராத்தி குழுமங்களை முதன்மையாகக் கொண்ட இந்தியப் பெருமுதலாளிகளின் சந்தை வேட்டையும் இணைந்து "இந்தியம்", "இந்தியத் தேசியம்" ஆகிய புனைவுகள் நிலைப்படுத்தப்பட்டன.

வெள்ளையராட்சி போய் இந்தியா விடுதலை அடைந்தபோது எந்தப் பெரிய சேதமுமில்லாமல் இந்தியா என்ற பெரிய சந்தை மார்வாடி - குசராத்திகள் தலைமையிலான இந்தியப் பெருமுதலாளிகளுக்குக் கிடைத்தது. பல்வேறு தேசிய இனச் சந்தைகள் இந்தியா என்ற ஒற்றைச் சந்தைக்குள் சிக்கின. காலப்போக்கில், அடையாளம் தெரியாமல் அழிக்கப்பட்டன.

இன்னொரு புறம், தமிழினம் உள்ளிட்ட பல்வேறு இன அடையாளங்கள் புறக்கணிக்கப்பட்டு, ஆரிய அடையாளங்களும் வரலாறும் இந்திய அடையாளமாக வரலாறாக இயல்பாக்கப்பட்டன (Naturalized).

ஆயினும், இயற்கையான தேசங்களையும் தேசிய இன விருப்பங் களையும் ஆதிக்கப் புனைவான இந்தியத்தால் ஒழித்துவிட முடியவில்லை. மொழிவழி மாநிலக் கிளர்ச்சியாகவும், தமிழ்நாட்டில் இந்தி எதிர்ப்புப் பேரெழுச்சியாகவும், அசாமில் வெளியாருக்கு எதிரான முயற்சியாகவும்,

பஞ்சாபில் காலிஸ்தான் போராட்டமாகவும் வெடித்தன. 1967க்குப் பின் தேர்தல் அரங்கத்திலும் மாநிலக் கட்சிகள் வலுப்பெற்றன.

இன்று என்ன நடக்கிறது? இந்தியாவில் ஒரு பக்கம் பாரதிய சனதா கட்சி இருக்கிறது, அதன் மறுமுனையாக இருந்த காங்கிரசுக் கட்சி கிட்டத்தட்ட சிறுத்திருக்கிறது. மீண்டும் அதற்குப் புத்துணர்வு ஏற்படுத்த முயல்கிறார்கள்; இண்டியா என்ற கூட்டணியை ஏற்படுத்தியிருக்கிறார்கள். ஆனால், வளர்ச்சிப்போக்கு என்பது மாநிலக் கட்சிகளின் வளர்ச்சிப்போக்குதான்.

இனி, அனைத்திந்தியக் கட்சிகளைவிட மாநிலக்கட்சிகளின் வளர்ச்சியே பெருகும். ஏனென்றால் ஒற்றைச் சந்தை, ஒற்றை இந்தியா என்பது ஒரு இறுக்கப்பட்ட நிலையில் இருப்பதற்கு ஆட்சியாளர்கள் விரும்பலாம்; பெரு முதலாளிகள் விரும்பலாம். ஆனால், நடைமுறையில் அது சாத்தியமன்று. ஏனெனில், இந்தியா என்ற புனைவு செயற்கையானது. அதுமட்டுமின்றி, அது ஆதிக்கத்துக்கானது. இயற்கையான தேச வளர்ச்சிக்கு எதிரானது.

வெறும் சந்தை ஊடாட்டம் மட்டுமல்ல, பண்பாட்டு ஊடாட்டங்கள், மொழி ஆதிக்கங்கள் எல்லாம் இணைந்துதான் வருகிறது. ஆங்கில ஆதிக்கமும் உலகமயமும் இணைந்தே வருகின்றன; இந்தி ஆதிக்கமும், இந்தியமும் இணைந்து வருகின்றன. ஆரியமும் சமற்கிருதமும் இணைந்தே வருகின்றன. எனவே இந்த ஆதிக்கத்தையும் எதிர்த்து பல்வேறு தேசிய இன மக்கள் மொழி அடிப்படையில் தேசிய இன அடிப்படையில் போராட்டங்களை நடத்த வேண்டிய தேவையில் இருக்கிறார்கள், நடத்திக் கொண்டிருக்கிறார்கள்.

இன்னொரு பக்கம் ஒற்றைச் சந்தை என்பது மிகப் பெரும்பாலான தொழில் முனைவோர்களை, முதலாளிகளைச் சந்தையிலிருந்து வெளியேற்றிவிட்டது. அரசின் கொள்கை ஒற்றைச் சந்தையை நோக்கித்தான் சென்றுகொண்டிருக்கிறது. ஆனால், மக்கள், தொழில் முனைவோர், தேசிய முதலாளிகள் ஆகியோரின் முயற்சி என்பது, இந்தியாவின் சந்தையை பன்முகத் தன்மை கொண்டதாக மாற்ற வேண்டும்; ஒவ்வொரு தேசிய இனமும் தன்னுடைய சந்தையைத் தானே பாதுகாத்துக்கொள்ள வேண்டும் என்ற திசையில் பயணிக்கிறது.

எனவே, உலகமயம், அதோடு சேர்ந்துவரும் இந்தியமயம் தேசிய இன மயத்தை விரைவுபடுத்துமே தவிர, - அதை நோக்கித் தேசிய இனங்களைத் தள்ளுமே தவிர, நீடித்து இருக்க முடியாது.

வளர்ந்திருக்கிற தொழில் நுட்பத்தில் ஒரு கிராமத்துக்குள் உலகத்தை அடக்கிவிட முடியும். ஒரு கிராமத்துக்குள் எந்த வகைச் செய்தியையும் கொண்டுவர முடிம்!

தொழில் நடத்துவது என்றால், சில இடங்களில் மட்டும்தான் முடியும் என்றநிலைமை இருந்தது. ஆனால் இப்போது, தமிழகத்தின்தென்கோடியில் இருக்கும் தென்காசியில் மிகப் பெரிய தகவல் தொழில்நுட்ப நிறுவனத்தை நடத்திவிட முடியும்; நடத்திக்கொண்டிருக்கிறார்கள். இந்த இடத்தில்தான் நடத்தமுடியும் என்ற கட்டுப்பாட்டுச் சிக்கல்கள் இல்லை.

தகவல் தொழில் நுட்பம் தேசியமயத்தை விரைவுபடுத் தியிருக்கிறது; உள்ளூர்மயத்தை விரைவுபடுத்தியுள்ளது.

ஒருபக்கத்தில் பார்த்தால், மிகப்பெரும் ஆட்சி அதிகாரமும், தகவல் மையப்படுதலும் இருக்கின்றன, எனவே தேசியமய நடவடிக்கைகள் முடிவுபெறும் என்று நினைப்பார்கள். ஆனால், உண்மையில் தேசியமய நடவடிக்கைகள்தான் வளர்ந்துகொண்டிருக்கின்றன. ஒரு மூலையில் இருந்துகொண்டு உலகத்தைப் பார்த்துவிட முடியும், உலகத்தோடு உறவாட முடியும், உலகத்தோடு உரையாட முடியும், உலகச் சந்தையைப் பயன்படுத்த முடியும் என்ற வாய்ப்பு வளர்ந்திருக்கிறது.

ஆகவே, இந்தக் காலத்தில்தான் தேசிய இனங்களுக்கான பொருளியல் வாய்ப்பு, தற்சார்புக்கான வாய்ப்புப் பெருகியிருக்கிறது.

அதனால்தான் 90 களுக்குப் பிறகு புதிய புதிய நாடுகளும் உருவாகிக் கொண்டிருக்கின்றன. 1990 இலேயே சோவியத் ஒன்றியம் பிளவுபட்டு 15 நாடுகள் உருவாகின. அந்த 15 நாடுகளுக்குள்ளும் பல்வேறு நாடுகள் உருவாகிக்கொண்டிருக்கின்றன. அதற்குப் பிறகு செசனியா உருவானது, யூகோசுலேவியா பிரிந்து 6 நாடுகள் உருவாகின. இப்படி 90 களுக்குப் பிறகுதான் பல நாடுகள் உருவாகின; மேற்சொன்ன தொழில்நுட்ப வளர்ச்சி அதற்கு வாய்ப்பு வழங்குகிறது.

தற்சார்பாக இருந்துகொண்டு, பொருளாதார இறையாண்மை, அரசியல் இறையாண்மை, பண்பாட்டு இறையாண்மை போன்ற எல்லாவற்றையும் பாதுகாத்துக்கொண்டே, ஒருவருக்கொருவர் பல இறையாண்மையுள்ள நாடுகளோடு உறவாட முடியும், ஒரு நாட்டைச் சார்ந்து மற்றொன்று என உலக நாடுகளோடு இணைந்த ஓர் உலகத்தை (*Interdependent world*) உருவாக்க முடியும் என்ற வாய்ப்பு இன்றைக்குத்தான் உருவாகியிருக்கிறது.

உலகமயம் என்பது உண்மையில் உலக வேட்டைமயம்தான். இயற்கையான தேசிய இனச் சந்தைகளை ஆக்கிரமிக்கும் வேட்டை மயம்தான். எனவே, அது தனது எதிர்முனையான தேசிய இனச் சந்தை விடுதலைக்கு வழிவிட்டே ஆக வேண்டும். அதுதான் சமூக இயங்கியல்! அதுதான் வரலாற்றின் வளர்ச்சிப் போக்கு!

உலகமயத்திற்குப் பிறகு தமிழ்த்தேசிய இலக்கை அடைவதற்கான வாய்ப்பு வளர்ந்திருக்கிறதே தவிர, குறையவில்லை.

இந்திய விடுதலைப் போராட்ட காலத்தில் இந்தியத்தின் உள்கூறாகவும், அதன்பிறகு திராவிடத்தின் உள்கூறாகவும் வளர்ந்தது தானே தமிழ்த்தேசியம்? இந்தியத்தையும் திராவிடத்தையும் எதிர்நிலையில் வைக்காமல், அவற்றோடு இணக்கமாகவே தமிழ்த்தேசியத்தை முன்னெடுக்க முடியாதா? என்று சிலர் கேட்கிறார்கள்

தமிழினம், பல்லாயிரம் ஆண்டு வரலாறு உள்ள பழமையான இனம் என்பதை அனைவரும் அறிவர்.

ஆனால், கடந்த சில நூற்றாண்டுகளாக அது தன்போக்கில் கட்டற்று வளரமுடியவில்லை. முதலில் ஆரிய ஆதிக்கத்துக்கு எதிராகவும், அதன்பின் வேற்றின ஆட்சி அதிகாரங்களுக்கு எதிராகவும் தனது தனித்தன்மையைப் பாதுகாத்துக் கொள்ள தொடர்ந்து போராடியே வந்திருக்கிறது. ஆரியம் முதன்மையாக சமற்கிருத மொழி ஆதிக்கத்தோடும் அதற்கடுத்த நிலையில் பாலிமொழி ஆதிக்கத்தோடும் உள்நுழைந்தபோது தமிழினச் சான்றோர்கள், தமிழ் மன்னர்கள் ஆகியோர் அனைத்துத் தளங்களிலும் சமராடித்தான் தமிழினத்தைப் பாதுகாத்திருக்கிறார்கள்.

ஆரிய இன ஆதிக்கம் தமிழினத்தின் மீதான இன ஆக்கிரமிப்பாக மட்டுமின்றி சமற்கிருத மேலாதிக்கத்தைத் திணிப்பதாகவும் இருந்தது. எனவே, தமிழ் மொழியைப் பாதுகாக்கும் போராட்டம் சமயச் சான்றோர்கள் தலைமையில் வீறுகொண்டது.

ஆரிய ஆதிக்கம் மொழி - இன ஆதிக்கமாக மட்டுமின்றி வர்ணாசிரமக் கொள்கையோடும் தமிழினத்தைத் தாக்கியது. எனவே, தமிழினத்தின் தற்காப்புப் போராட்டம் வர்ணாசிரமத்தை எதிர்த்த போராட்டமாகவும், மனிதச் சமத்துவத்தைப் பாதுகாக்கும் போராட்டமாகவும் மலர்ந்தது.

ஆரிய பிராமணியத்தோடு உயிர்களை அழிக்கும் வேள்விப் பண்பாடு திணிக்கப்பட்டபோது உயிர்ம நேயத்தைப் பாதுகாக்கும் போராட்டமாகவும் வளர்ந்தது.

இவற்றின் தொடர்ச்சியாகவே தமிழ்த்தேசியம் தலைப்பட்டது.

தமிழினத்தின் மறுமலர்ச்சி வள்ளலாரின் வேதமத எதிர்ப்போடு, உயிர் இரக்கக் கோட்பாட்டோடு தலையெடுத்தது.

ஆனால், வெள்ளையர் ஆட்சிக்கு எதிரான கருத்தியல் என்பதாக இந்தியம் முளைத்துப் பரவியபோது அதன் உட்கூறாகவே தமிழர் மறுமலர்ச்சி சிந்தனைகள், செயல்பாடுகள் வளர்ந்தன. எவ்வாறு வெள்ளையர் ஆட்சி காலத்திலேயே தலைப்பட்ட இந்தியம் தமிழர் தொழில் முனைவுகளை அழித்து, மார்வாடி - குசராத்தி ஆதிக்கத்தோடு தலைப்பட்டதோ, எவ்வாறு ஆரிய ஆதிக்க விழுமியங்களோடு பரப்பப்பட்டதோ அதே போல் இந்தியம் என்ற நிலையில் பரப்பப்பட்டபோது, தற்சார்பாக வளர்ந்திருக்க வேண்டிய தமிழ்த்தேசியம் கட்டுப்படுத்தப்பட்டு இந்தியத்தின் கூறாக உள்ளடங்கியே வளர்ந்தது.

இவ்வாறு, இந்தியத் தேசியம் என்பது தமிழ்த்தேசியம் என்ற தற்சார்பான விடுதலைக் கருத்தியலைக் குறுக்கிட்டு மட்டுப்படுத்தியதே தவிர, தமிழ்த்தேசியத்தின் வளர்ச்சிக்குத் துணை செய்யவில்லை.

வ.உ.சிதம்பரனார், பாரதியார் போன்றோரின் வாழ்வும் போராட்டங்களுமே இந்த வரம்புகளுக்குச் சான்று கூறும்.

அதே போல், திராவிடம் என்பதும் ஆரியத்தை எதிர்ப்பது போல் மேம்போக்கான சில போக்குகளைக்கொண்டிருந்தாலும், தமிழ்மொழி அழிப்பு, தமிழின மறைப்பு என்பதைச் சாரமாகக்கொண்டிருந்தது.

ஆரியத்தின் அரசியல் முகமாக, இந்தியத்தோடு எல்லாக் கட்டங்களிலும் சமரசம் செய்துகொண்டு, அதன் துணைப்படையாகத் தொடர்ந்து செயல்பட்டதே திராவிடத்தின் வரலாறு ஆகும்.

மொழியியல் துறையில் மூல மொழியைக் குறிக்க “தமிழி” (*Tamili*), “தமுழி” (*Tamulic*) போன்ற சொற்களை 1700 களிலிருந்தே மேற்குலக ஆய்வாளர்கள் பயன்படுத்தி வந்த நிலையில், அதனைப் புறந்தள்ளி சமற்கிருத மூலத்திலிருந்து எடுத்த “திராவிடம்” என்ற சொல்லாடலை இராபர்ட் கால்டுவல் அறிமுகம் செய்தார். ஆய்வுலகில் அது வேகமாகப் பரவி நிலைகொண்டது.

அரசியல் தளத்தில், தமிழினத்தின் அறம் சார்ந்த மரபின்மீது மேற்கத்திய வாதக் குறுக்கீடாகப் பெரியாரின் “திராவிடம்” என்ற சொல்லாடல் அமைந்தது. தமிழ்மொழியையும், தமிழினத்தின் மரபு விழுமியங்களையும் முற்றிலும் மறுக்கும் வரலாற்றுக் குறுக்கீடாகத் திராவிடம் அமைந்தது.

அதுவும், தமிழ்த்தேசியத்தின் இயல்பான வளர்ச்சிக்குத் தடைக்கல்லாக அமைந்ததே அன்றித் தமிழ்த்தேசியத்தின் வரலாற்று வளர்ச்சிக்குத் துணை செய்யவில்லை.

இந்தியம், திராவிடம் ஆகிய மயக்கங்களை எதிர்கொள்ளாமல் தமிழ்த்தேசியத்தை முன்னெடுத்துச் செல்வது இயலாத ஒன்றாகும்.

இந்தியம் என்பதும், திராவிடம் என்பதும் தமிழ்த்தேசியத்துக்கு எதிரான ஆற்றல்கள் என்பதை 2008 - 2009 இல் நடந்த ஈழத்தமிழர் இன அழிப்பு எல்லோருக்கும் மிகத் தெளிவாக விளக்கியது.

இந்தியச் சிறைக்குள்ளும், திராவிட மயக்கத்திலும் சிக்கி இருக்கிற தமிழினத்தைத் தமிழ்த்தேசியம் என்ற வெளிச்சம் பாய்ச்சி மீட்டால் தவிர, இறையாண்மையுள்ள தமிழ்த்தேசம் படைக்க முடியாது.

இதனால்தான் இந்தியத்தையும் திராவிடத்தையும் எதிர்நிலையில் வைக்கவேண்டிய நிலைமையில் தமிழ்த்தேசியம் இருக்கிறது.

தமிழ்த்தேசியத்தின் எதிர்காலத் திசைவழி என்ன?

தமிழ்த்தேசியம் என்பது திடீரென்று வானத்தில் இருந்து குதித்ததல்ல; நீண்ட வரலாறு கொண்ட தமிழினத்தின் தொடர்ச்சியான போராட்டப் பயணத்தில், அந்த வரலாற்றின் விளைபொருளே தமிழ்த்தேசியம்!

எனவே, தமிழினத்தின் இந்த நீண்ட போராட்ட வரலாற்றுப் பயணத்தில் நிகழ்த்தப்பட்ட சாதனைகளிலிருந்து வீரம் பெறுவதும், நடைபெற்ற தவறுகளிலிருந்தும், தடுமாற்றங்களிலிருந்தும் பாடம் பெறுவதும்தான் தமிழ்த்தேசியத்தை அடுத்த கட்டம் முன்னெடுத்துச் செல்லப் பயன்படும்.

தமிழர்கள் தங்கள் இன வரலாற்று முன்னோடிகளை மறந்துவிடக் கூடாது. அதே நேரம், தொடர்ந்து வந்த தமிழின வரலாற்றை கண்ணை மூடிக்கொண்டு மறுப்பதோ, வரலாற்றை அப்படியே வழிபடுவதோ, இரண்டுமே தவறாகப் போகும்.

தொல்காப்பியர் - திருவள்ளுவர் தொடங்கி வள்ளலார், மறை மலையடிகள், பாவாணர், பாவேந்தர், பாவலரேறு போன்ற சான்றோர்களின் நீண்ட நெடிய முன்னெடுப்புகளின் தொடர்ச்சியாக இன்றைக்குக் களத்தில் நிற்கிறோம் என்ற பொறுப்புணர்ச்சி தமிழ்த்தேசியர்களின் இன்றியமையாத பண்பாடாகும்.

அதே நேரத்தில், இன்றைக்குள்ள புதிய சூழலில், வாய்ப்புகளையும் வரம்புகளையும் புரிந்துகொண்டு முன்னெடுத்துச் செல்லும் தெளிவும் தேவை.

இந்திய அரசமைப்புச் சட்டம்தான் தமிழினத்தை அடிமைப்படுத்தி வைத்திருக்கும் முதன்மை முறி என்ற தெளிவு மிகமிக அவசியம்! சனநாயகத் தோற்றம் காட்டும் இந்திய நாடாளுமன்றம்தான் தமிழின உரிமைகளை விழுங்கும் முதன்மைப் பலிபீடம் என்பதை ஐயமின்றிப் புரிந்துகொள்ள வேண்டும்.

மிக நீண்ட வரலாறு கொண்ட தமிழ்த்தேசிய இனம், எட்டுக் கோடிக்கும் மேலான மக்கள் தொகையும், குறையாத இயற்கை வளமும் கொண்ட தாய் மண்ணையும் பெற்றிருக்கிற தமிழினம் மாநிலம் என்றும், சிறுபான்மை என்றும் செயற்கையாகச் சுருக்கப்பட்டு வாக்குரிமை பெற்ற அடிமைகளாக வைக்கப்பட்டிருக்கிறோம். இந்த உண்மையை மறந்துவிடக் கூடாது.

வாக்குச் சீட்டும், தேர்தலும் தேவைதான் என்றாலும், அது தமிழர்களை இறையாண்மையுள்ள தமிழ்த்தேசம் என்ற இலக்கை நோக்கிப் பயணப்பட விடாமல், சுற்றிய வட்டத்துக்குள்ளேயே சுற்றவைக்கும் மாயவலை என்பதையும் புரிந்துகொள்ள வேண்டும்.

தமிழ்த்தேச இறையாண்மை மீட்பு என்பது மக்கள் போராட்டக் களத்தில் பிறக்குமே தவிர, தேர்தல் வரம்புக்குள் கிடைக்காது என்பது வரலாற்றுப் படிப்பினை.

இந்தித் திணிப்பிற்கு வரம்பு கட்டப்பட்டிருப்பதும், உழவர்களுக்குக் கட்டணமில்லா மின்சாரம் கிடைத்திருப்பதும், ஈகம் மிகுந்த மக்கள் போராட்டங்களின் வழியேதானே தவிர சட்டமன்ற, நாடாளுமன்றங்களின் தயவால் அல்ல!

அண்மைக் காலத்தில் முல்லைப் பெரியாறு உரிமை மீட்பு, ஜல்லிக்கட்டு உரிமை மீட்பு, ஸ்டெர்லைட் நச்சாலை மூடல், மீத்தேன் திட்டத்தில் இருந்து காவிரிப் படுகை மீட்பு போன்றவை, கட்சிகடந்த தமிழின எழுச்சிப் போராட்டங்களின் வெற்றிகள் என்பதை அனைவரும் அறிவர்.

முன்னெப்போதையும்விட அனைத்து முனைகளிலும் தமிழினத்தின் மீது தாக்குதல்கள் தீவிரப்பட்டிருக்கும் காலம் இது. அரசமைப்புச் சட்டத்திற்குள் இருந்து கொண்டுதான் இவ்வளவு தாக்குதல்களும்

நடந்திருக்கின்றன. வடநாட்டுக் கட்சிகளிடையே இந்தத் தமிழினப் பகைத் திட்டங்களில் எவ்விதக் கருத்து வேறுபாடும் கிடையாது.

எனவே, இந்திய அரசமைப்புச் சட்டத்தைப் பாதுகாப்போம் என்று முழங்குவதோ, இன்றுள்ள பாசிச பாசகவை வீழ்த்த எதிர்க்கட்சிக் கூட்டணிக்கு வாக்களிக்க வேண்டும் என்று கோருவதோ தமிழ்த்தேசியக் கருத்தியலுக்கு நிழல் அளவுகூடத் தொடர்பில்லாத திரிபுகளாகும்; தமிழ்த்தேசியம் என்ற பெயரால் இந்தியப் பலிபீடத்தில் தமிழினத்தை நிறுத்துவதாகும். அதே போல், திராவிடத்தைத் தற்காலிகமாக ஆதரித்துக் கொண்டு ஆரியத்தின் கோரப்பிடியிலிருந்து தமிழினத்தை ஓரளவுக்காவது பாதுகாத்துக்கொள்ளலாம் எனக் கூறுவதும் தமிழ்த்தேசியம் என்ற பெயரால் தெரிந்தோ தெரியாமலோ நடத்தும் தமிழின அழிப்பேயாகும்.

கடந்த 30 ஆண்டுகளில், குறிப்பாக 2009 ஈழத்தமிழர் இன அழிப்புக்குப் பிறகு தமிழ்நாட்டில் தமிழ்த்தேசியக் கருத்தியல் இளையோரின் கருத்தியலாக வேகமாக வளர்ந்து வருகிறது. இந்தியம், திராவிடம் ஆகிய புனைவுகளைக் கிழித்துக்கொண்டு தமிழ்த்தேசியம் முன்னேறிவருகிறது.

அதே நேரம், திராவிடத் திரிபுகளுக்குள்ளோ, தேர்தல் பதவி அரசியல் வரம்புக்குள்ளோ சிக்கிவிடாமல் தெளிவான பாதையில் கருத்தியல் சோர்வு ஏதுமின்றி முன்னேறிச் செல்லவேண்டிய கடமையும் இருக்கிறது.

மிக நீண்ட வரலாற்றுக் காத்திருப்புக்குப் பிறகு தமிழ்த்தேசியத்துக்கான வாசல் அகலத் திறந்திருக்கிறது. இறையாண்மை உள்ள தமிழ்த்தேசம் என்ற இலக்கு நோக்கி உறுதியாகப் பயணப்படுவதுதான் இன்றைய தேவை.

ஏனெனில், தமிழினத்தின் எதிர்காலம் தமிழ்த்தேசியத்தின் வெற்றியில் மட்டுமே தங்கியிருக்கிறது!

அறிவன்தேயம்: தமிழ்நாடு

தமிழ்த்திரு.**தக்கார் ம.சோ.விக்டர்**

உலகில் பல நாடுகள், தங்கள் எல்லைகளை மாற்றிக்கொண்டு வந்துள்ளன. தங்களுடைய மொழி, பண்பாடு வழிபாட்டு முறைகளில் தங்கள் உரிமைகளைக் காக்கப் போராடியும் வருகின்றனர். எந்த நாட்டிலும் இலக்கியங்கள் உண்டு. புலவர்களும் இலக்கியப் படைப்பாளர்களும் தங்கள் நாட்டையும் மக்களையும் புகழ்ந்துரைக்கத் தவறியதில்லை. நீர்வளம், நிலவளம், காடுகளின் வளம், மொழி வளம், பழமை பற்றியெல்லாம் தங்கள் நாடுகளைப் புகழ்ந்து பேசியுள்ளனர். தமிழர்களும் தங்கள் நாட்டைப் புகழ்ந்து பாடியுள்ளனர். சோழ வளநாடு சோறுடைத்து, வேழமுடைத்து சேரநாடு, பாண்டிய நாடு முத்துடைத்து, தொண்டைநாடு சான்றோருடைத்து என்றெல்லாம் புகழ்ந்துள்ளனர். ஆனால் உலகில் எவருமே கூறாத பெருமையைத் தமிழ்நாட்டுக்குத் தொல்காப்பியம் சூட்டியுள்ளது. தமிழ்நாட்டை, அறிவாளிகளின் நாடு என்று கூறுகிறது. உலகில் எந்த நாட்டுக்கும் சூட்டப்படாத பெயரிது.

அறிவன் தேயம்

தமிழ்நாட்டை, அறிவன் தேயம் என்று, தொல்காப்பியம் சுட்டுகிறது. தேயம் என்ற தமிழ்ச்சொல்லே, தேசம் - தேச - தேஷ் என்று சமற்கிருதத்தில் திரிந்தது. ஒரு நாட்டில் வாழும் மக்கள் பேசும் மொழியால், அந்தநாட்டின் இனம் அழைக்கப்படும். மொழியும் இனமும் இணைந்த பெயராகவே, அந்த நாட்டின் பெயர் அமையும். அந்த வகையில், தமிழ்நாடு என்ற பெயர், தனித்தன்மை பெற்ற உரிமையுள்ள நாடாகச் சங்ககாலத்தில் விளங்கியது. தமிழ் பேசும் மக்களைக் கொண்ட நாட்டை, தமிழ்நாடு என்று அழைக்காமல், வேறு எந்தப் பெயரால் அழைக்க முடியும்?

இன்று சிலர், தமிழ்நாடு என்பது, இப்போதுள்ள தமிழர்களால் சூட்டிக்கொள்ளப்பட்ட பெயர் என்றும், அவ்வாறு பழைய இலக்கியங்கள் எவையும் குறிப்பிடவில்லையென்றும் கூறி வருகின்றனர். தமிழ்நாடு என்பது, இந்தியத் தேசியத்துக்குள் அடக்கம் என்றும், இந்திய தேசியமே போற்றப்படவேண்டும் என்றும் சொல்லப்படுகின்றது. தமிழ்நாடு என்று சொல்லப்பட்ட காலத்தில், இந்தியா என்ற ஒரு தேசம் இருந்ததில்லை. 100 ஆண்டுகளுக்கு முன்பு, இந்தியா என்று சொல்லப்பட்ட நாட்டின் பல பகுதிகள் இன்று இந்தியாவில் இல்லை. வேற்றுமையில் ஒற்றுமை என்று சொல்லிக்கொண்டு வருவதால், இந்தியா வேற்றுமைகள் நிறைந்த நாடு என்பதை அறியலாம்.

இந்திய அரசியல் சட்டம், நாட்டின் பாதுகாப்பு, நிதி, வெளியுறவு போன்ற துறைகளை மைய அரசுக்கும், கல்வி, நல்வாழ்வு, காவல்துறை, வேளாண்மை, தொழில்கள் போன்றவற்றை மாநில அரசுகளுக்கும் ஒதுக்கியது. மாநிலப் பட்டியலில் கண்டுள்ள அதிகாரங்கள், பையப் பைய, மைய அரசின் அதிகாரங்களுக்கு மாற்றப்படுவது, மக்களாட்சிக் குறிக்கோளுக்கு முரணானது. கல்வியை மைய அரசு எடுத்துக்கொள்வதும், சமற்கிருதத்தையும், இந்தியையும் மாநிலங்களில் திணிப்பதும், மாநில மக்களின் உணர்வுகளைத் தூண்டக் கூடியவை. இதுவரையிலும் கூட, மைய அரசின் பொறுப்பிலிருந்தவர்கள், தமிழ்நாட்டையும், தமிழ் மக்களையும் வஞ்சித்தே வந்துள்ளனர். தமிழ்நாட்டு அரசியல் கட்சிகள், மைய அரசில் இடம் பெறும்போது, மாநில உரிமைகளை விட்டுக்கொடுப்பதும், இடம் பெறாத காலங்களில் மாநிலச் சுயாட்சி பற்றிப்பேசுவதும், கடந்த கால நடைமுறையாக உள்ளது.

தமிழ்நாடு என்ற சொல், சங்க இலக்கியங்களில் காணப்படவில்லை என்பது தவறான சிந்தனையாகும். இந்திய தேசியவாதம் பேசுவோர், இந்திய வரலாற்றையும், தமிழ்நாட்டின் வரலாற்றையும் ஊன்றிப் படித்ததாகத் தெரியவில்லை. தமிழர்களின் தாயகம், குமரிக்கண்டமே என்பதை, ஆரியக் கொள்கையாளர்கள் ஏற்பதில்லை. தமிழர்களும் தம்மைப்போல், வெளிநாட்டிலிருந்து இந்தியாவில் குடியேறியவர்களே என்று கூறிவருகின்றனர். மேலும் சிலர், தமிழர்களின் தாயகம் மெசபத்தோமியாவே என்றும், அங்கிருந்து பஞ்சாப்பில் குடியேறிய தமிழர்களை, ஆரியர்கள் போரில் வென்று தென்னிந்தியாவுக்குத் துரத்திவிட்டதாகவும் பதிவுசெய்துள்ளனர். ஆரியர்கள் போரிட்டதாக, அவர்களுடைய இலக்கியங்கள் எவற்றிலும் செய்திகள் இல்லை. வரலாற்றுப் புரிதலும், நிலவியல் உண்மைகளும் அறியாதவர்களே, குமரிக்கண்டமும்

இலெமூரியா கண்டமும் ஒன்றெனக் கூறி வருகின்றனர். குமரிக்கண்டம், தமிழர்களின் கொள்கை. அது நிலை பெற்றிருந்ததற்கான சான்றுகள், இன்று பல்வேறு நிலைகளில், துறைகளில் மெய்ப்பிக்கப்பட்டுள்ளன. இலெமூரியக் கொள்கை, ஐரோப்பியருடையது. இன்றைய அறிவியல், அக்கொள்கையை ஏற்றுக் கொள்ளவில்லை. ஆரியர்களின் தாயகம், சிந்துவெளி அல்லது இந்தியாவே என்றும், சப்த சிந்து என்பதே அவர்களில் தாயகம் என்றும், ஆரியர்கள் எந்த வெளிநாட்டிலிருந்தும் புலம்பெயர்ந்து வரவில்லையென்றும், இலெமூரியக் கொள்கையில் உள்ள குறிப்புகளைக் காட்டி, ஆரியச் சார்பு ஆய்வாளர்கள் வாதிடுகின்றனர்.

ஆரியர்கள் இந்தியாவுக்கு, கி.மு. 1500 ஆண்டுகளில் வந்ததாக, ஆய்வாளர்கள் உறுதி செய்துள்ளனர். தாங்கள் இந்தியாவின் தொன்மக் குடிகளே என்பதை ஆரியர்களில் ஒரு பிரிவினர் தற்போது கூறிவந்தாலும், வரலாற்று ஆய்வாளர்கள். அதனை ஏற்கவில்லை. தேசியம் பற்றிப் பேசுகிற சிலர், தமிழர்கள், இந்தியாவெங்கும் பரவி வாழ்ந்திருந்தனர் என்பதை ஏற்றுக்கொள்கின்றனர். குமரிக்கண்ட அழிவின்போது மாண்டவர் போக, மீண்டவர்களை பாண்டிய மன்னன் நிலந்திரு திருவிற் பாண்டியன், கங்கை வரை அழைத்துச்சென்று குடியமர்த்தினான் என்று தமிழ் இலக்கியங்கள் கூறுகின்றன. சிந்துவெளி நாகரிகம், தமிழர் நாகரிகமே என்று உறுதி செய்யப்பட்டுள்ளது. வட இந்தியப் படையெடுப்பை நிகழ்த்தி வெற்றிகண்ட பாண்டியன், ஆரியப் படைகடந்த நெடுஞ்செழியன் என்று போற்றப்படுகிறான்.

ஆரியரைத் தொடர்ந்து இந்தியாவுக்குள் நுழைத்த வெளிநாட்டினரால் வட இந்தியாவில் தோன்றிய கலப்பினங்கள் பற்றி ஏற்கெனவே விளக்கப்பட்டுள்ளது. கடந்த ஈராயிரம் ஆண்டுகளாக, தமிழர் வாழிடமாகத் தமிழ்நாடு மாறிப்போயிற்று. எந்த வெளிநாட்டவர் கலப்பும் இல்லாத தனித்தன்மையுடன் தமிழகம் விளங்கியது. கடந்த ஈராயிரம் ஆண்டுகளாக, இந்தியா, தமிழர் நாடாக இல்லை. நிலப்பரப்பும் குறைந்து, வேங்கடம் முதல் குமரி வரையிலான நிலப்பகுதியே தமிழ்நாடெனப்பட்டது. தமிழ்நாடு பிற்காலத்தில், ஆட்சியாளர்களின் வசதிக்கேற்ப, பல மண்டலங்களாகப் பிரிக்கப்பட்டிருந்தன என்றாலும், அவை தமிழ்நாட்டைச் சார்ந்திருந்தவையே.

"குமரிக்கண்டக் காலத்திலும், தொல்காப்பியர் காலத்திலும், சங்கம் மருவிய காலத்திலும் பக்தி இலக்கிய காலத்திலும், தமிழ்நாடு என மொழியின் பெயரில், ஒரு தனிநாடு, ஒரு தனி தேசிய இனம், இருந்ததாகக் குறிப்புகள் எவையும் இல்லை. நாடு என்பது நிலப்பரப்பைக் குறிப்பது.

தேசியம் என்பது அந்நிலப் பரப்பில் பன்னெடுங்காலமாக வாழும் மக்களின் கலாச்சாரம், பண்பாடு, வாழ்வியல், வழிபாட்டு முறை, சம்பிரதாயம் ஆகியவற்றில் அடிப்படையில், இயற்கையாக உருக்கொள்வது, வெறும் மொழியின் அடிப்படையில் மட்டும் எந்தத் தேசிய இனமும் அடையாளம் காணப்படுவதில்லை. உலகில் எந்தத் தேசிய இனமும் பேசும் மொழி வழியில் மட்டும் உருவாக்கப்பட்டதில்லை. தமிழரின் அடையாளம் என்றும், உலகப் பொது மறை என்றும் கருதப்படும் திருக்குறளில், தமிழன், தமிழ், தமிழ்நாடு என்று எங்கும் குறிப்பிடவில்லை." என்கிற வாதங்கள் மொழி, இனம், நாடு பற்றிய முதிர்ச்சியில்லாத, வலுவில்லாத வாதங்களாகும்.

வரலாற்றைத் தாங்கிப் பிடிக்கும் தூண்கள், இந்தியத் தேசியத்துக்கு இல்லை. செயற்கையாக, குறிப்பிட்ட நலன்களைக் கருதி இணைக்கப்பட்ட நாடுகள் கொண்ட கூட்டமைப்புகள், குறுங்கால அமைப்புகளே. சோவியத் கூட்டமைப்பு, ஒரு காலத்தில் வலுவாக இருந்து, இனம், மொழி அடிப்படையில் சிதறிப் போனது. சோவியத் கூட்டமைப்பு, பிரிந்து செல்லும் உரிமைகளோடு கட்டமைக்கப்பட்டது; சோவியத் தேசியம் என்று தன்னை அழைத்துக்கொள்ளவில்லை. பரப்பளவில் மிகப்பெரிய நாடான சீனம், தற்போதும் உடைந்து போகாமல் இருப்பதற்கான காரணம் யாதெனில், அவர்களின் மொழியே. மாண்டரின் என்ற மொழி 100 கோடி மக்களால் பேசப்படுகிறது.

நாடு என்பதும் தேசம் என்பதும், தமிழ் மற்றும் சமற்கிருதச் சொற்களாகும். வளமான இடங்களாக நாடப்படுவது நாடு, தே + அம் என்பது, இனிமை, மகிழ்வு, களிப்பு, வளமை ஆகிய பொருளை உள்ளடக்கிய சொல்லாகும். அவ்வாறான நாடே, தேயம் எனப்படும். தேஷ் என்ற சமற்கிருதச் சொல்லுக்கான வேர்ச்சொல், அம்மொழியில் இல்லை. தமிழில் யகரம், சமற்கிருதத்தில் ஷகரமாகத் திரியும். தேயம் - தேஷ், காயம் - காஷ், போயம் - போஷ் என்றவாறு.

நாடு என்பது இனத்தைத் தழுவியது. இனம் என்பது மொழியால் அறியப்படுவது. பேசப்படும் மொழியால், அவ்வினமும், நாடும் அறியப்படும் என்பது உலக நடைமுறை. தமிழ் பேசும் இனம், தமிழினம், தமிழினம் வாழும் நாடு தமிழ்நாடு. உலகின் பெரும்பாலான நாடுகள், அந்நாட்டு மக்கள் பேசும் மொழியால் அறியப்படுவன. இந்தியா என்ற சொல்கூட, தமிழ் மூலத்தைக் கொண்டது. சிந்து ஆற்றின் திரிபு அது. பாரசீகர்கள், இந் – த் - ஊ என்று, சிந்து ஆறு பாயும் பகுதிகளைக் கூறினர். சிந்து என்பதற்கு, நீர் என்ற பொருள் தமிழில்

உண்டு. சிந்து தமிழ்ச்சொல்லே. சிந்து - விந்து எனவும் விரிந்தது. இதன் அடிப்படையிலேயே, ஆங்கிலேயர்கள், இந்நாட்டுக்கு இந்தியா என்ற பெயரை வைத்தனர். இந்து என்ற சொல்லும், சிந்து என்ற சொல்லின் நீட்சியே. இந்து இந்தியா - இந்துத்தான் ஆகியவை, தமிழ் மூலத்தைக் கொண்ட சொற்களே. ஒரு காலத்தில், இந்தியாவெங்கும் தமிழர்களே வாழ்ந்திருந்தனர் என்பதற்கு, இந்தியா என்ற சொல்லே சான்றாக உள்ளது.

இந்தியக் கூட்டமைப்பில், வட்டார மக்களின் பண்பாட்டுக் கூறுகளைப் பேணிக்காக்கவும், வட்டார மொழிகளை வளர்க்கவும் என்ற நோக்கத்திலேயே, மொழி வாரி மாநிலங்கள் பிரிக்கப்பட்டன. அதன் நோக்கம் தற்போது நிறைவேறவில்லை; வட்டார உணர்வுகள் மேலோங்கி, கூட்டமைப்பின் நிலைப்பாட்டை அசைத்துக்கொண்டிருக்கின்றன. வட்டாரச் சிக்கல்களை, அரசியல் கண்ணோட்டத்தில் அணுகியதால் ஏற்பட்ட விளைவுகள் இவை. மாநிலங்களைப் பிரித்தாளும் நடவடிக்கைகளில், மைய அரசுகள் நடந்துகொண்டதும், அவை தொடர்ந்து வருவதும், ஆட்சியாளர்களின் நடுநிலை பிறழ்ந்ததே காரணமாகும். புண் புரையோடிவிட்டால் புனுகு எண்ணெய் பயன்படாது.

தமிழைப் பற்றிய தமிழ் இலக்கியங்கள் :

1. தமிழ் : தமிழ்நாட்டு மக்கள் பேசும் மொழி.

தமிழ் கெழு மூவர் காக்கும்

- *அகநானூறு, 3:14.*

தமிழ் அகப்படுத்த இமிழ் இசை முரசின்

- *மேலதே, 227:14.*

அருந்தமிழ் ஆற்றல் அறிந்திலர்

- *சிலப்பதிகாரம், 26:151.*

தண் தமிழ் வினைஞர் தம்மொடு கூடி,

- *மணிமேகலை, 19:109.*

தமிழ் தழீஇய சாயலவர்,

- *சீவக சிந்தாமணி, 9:35.*

இனிமையும் நீர்மையும் தமிழ் எனல் ஆகும்,

- *பிங்கல நிகண்டு, 10:580*

2. தமிழ்க்கால்: தென்றல்

மலையத் தமிழ்க்கால் வாவியில் புகுந்து,

- *கல்லாடம், 53:5.*

3. தமிழ்க்குடிகள் : தமிழைத் தாய்மொழியாகக் கொண்ட பெருமக்கள்

தாதின் அனையர் தண்தமிழ்க்குடிகள்,

- *பரிபாடல் திரட்டு, 8:5.*

தமிழ்க் கூத்தர்: தமிழகக் கூத்து ஆடுபவர்

வாயிலோர் தமிழ்க் கூத்தர்,

- *திவாரக நிகண்டு, 2:55.*

5. தமிழ்ச்சங்கம் : நக்கீரனார் முதலானோர் ஆராய்ந்தது

தமிழ்ச் சங்கமதிற் கபில பரணர் நக்கீரர்,

- *நம்மாழ்வார், 3:49.*

6. தமிழ்நாடன் : தமிழ்நாட்டு வேந்தன்

துறைவன் பொறையன் தமிழ்நாடன்,

- *ஒட்டக்கூத்தர், 1:189.*

7. தமிழ் மறை : தேவாரம் உள்ளிட்ட தமிழ் திருமுறைகள்

பன்னு தமிழ் மறையாம் பதிகம் பாடி,

- *பெரிய புராணம், 2222.*

8. தமிழ்மாருதம்: தென்றல்

மறம் பயின்றது எங்கோ தமிழ் மாருதம்

- *மேலதே,313.*

9. தமிழ் முனிவன் : அகத்தியன்

இது தமிழ்முனிவன் வைகும் இயல்தரு குன்றம்,

- *யுத்த காண்டம், 41:25*

10. தமிழ் மூன்று : மூவகைத் தமிழ்

இயல் தமிழ் இசைத்தமிழ் நாடகத் தமிழ் என
வகைபடச் சாற்றினர் மதியுணர்ந் தோரே

- *பிங்கலம், 6:231.*

11. தமிழ் வாணர்: தமிழ்ப் புலவர்

தமிழ் வாணர் தெய்வக் கவி,

- *ஒட்டக் கூத்தர், 3:324.*

12. தமிழகம் : தமிழ்நாடு

வையக வரைப்பில் தமிழகம் கேட்ப,

- *புறநானூறு, 168:18.*

13. தமிழச்சேரி: தமிழ்நாட்டு வீரர்களின் குடியிருப்பு.

தலைப் பெருஞ்சேனைத் தமிழச் சேரியும்,

- *பெருங்கதை, 82.11.*

14. தமிழர் : தமிழைத் தாய் மொழியாகக் கொண்டவர்.

செந்தமிழர் தெய்வ மறை நாவர் செழு

நற்கலை தெரிந்தவர்,

- சம்பந்தர், 80:4.

15. தமிழன்: தமிழைத் தாய் மொழியாகக் கொண்டவன்.

ஆரியன் கண்டாய், தமிழன் கண்டாய்,

- நாவுக்கரசர், 6:23:4.

தமிழைப் பேசுபவன் தமிழன், தமிழர்களின் இனம் தமிழினம், தமிழினம் வாழும், வாழ்ந்த நாடு, தமிழ்நாடு, தமிழகம் என்பதை மேற்கண்ட இலக்கியங்கள் எடுத்துக்காட்டுகின்றன. தெவிட்டாத அமுதை எந்தப் பெயரிட்டு அழைத்தாலும், அது அமுதுதான். தமிழ்நாடு என்ற சொல் காணப்படவில்லை, இலக்கியங்களில் அறியப்படவில்லையென்பது, சிறுபிள்ளைத்தனமானது.

தேசியம், இந்து என்ற சொற்கள், சங்க இலக்கியங்களில் காணப் படுகின்றனவா? அவர்களின் கூற்றுப்படியே, தமிழ் இலக்கியங்கள் கூறாத, தேசியம், இந்து என்ற சொற்களை மட்டும் ஏற்க இயலுமா? வேதங்கள், புராணங்களில் கூட இந்து என்ற சொல் காணப்படவில்லையே! கண்ணாடி வீட்டிலிருந்து கொண்டு கல்லை எறியக் கூடாது. அடிப்படையான மொழி வளமோ, இனமூப்போ, பண்பாட்டு நாகரிகக் கூறுகளோ இல்லாதவர்கள், தமிழ் மொழியைப் பற்றியும், இனத்தைப் பற்றியும், நாட்டைப் பற்றியும் பேசாமல் இருப்பது நல்லது. தமிழ்நாடு அறிவன் தேயம். அரைகுறையான, உண்மைக்குப் புறம்பான, அரைவேக்காட்டு ஆராய்ச்சிகளுடன், தமிழை அணுக வேண்டாம். பொதுமறையான திருக்குறள், தமிழருக்காக மட்டும் எழுதப்பட்டதன்று; அது உலக மக்களுக்காக எழுதப்பட்டது. திருக்குறளில் தேசியம், பாரதம் என்று சொல்லப்பட்டுள்ளதா?

மொழி இனத்தைப் பற்றியும் பேசுவதெல்லாம், இந்திய ஒருமைப் பாட்டுக்கு எதிரானது என்றால், கர்நாடகத்திலும், மராட்டியத்திலும், வங்காளத்திலும் பொங்கி எழும் மொழியுணர்வுகளும், ஒருமைப் பாட்டுக்கு எதிரானவைதானா? இம்மாநிலங்கள், ஆரியத்தையும், சமற்கிருதத்தையும் உள்வாங்கிக்கொண்டவை. அண்மைக் காலங்களில், கர்நாடகத்தில் இந்தித் திணிப்பை எதிர்த்து, போரட்டங்கள் நடைபெற்றன. கன்னட மொழியைக் காப்போம் என்ற உணர்வுகள் மேலிட்டன. கன்னட மக்களுக்கெனவும், மாநிலத்துக்கெனவும் தனிக் கொடியைக்கூட உருவாக்கிக்கொண்டனர்.

தென்னிந்திய மாநிலங்களான மராட்டியம், தெலுங்கானா, ஒடிசா, ஆந்திரா, கர்நாடகா, கேரளா, தமிழ்நாடு ஆகிய மாநிலங்கள் முன்னேறியுள்ள அளவில், வடஇந்திய மாநிலங்கள் முன்னேற்றமடையவில்லை. இந்திய தேசியம் பேசுகிறவர்கள் எல்லாம், வட மாநிலங்களிலேயே உள்ளனர். மேற்கு வங்காளம், பீகார் போன்ற மாநிலங்களில், வட்டத் தலைநகர்களைக்கூடத் தார்ச்சாலைகள் இணைக்கவில்லை. மாநிலத்தின் உட்பகுதிகளில், இப்போதும் மண் சாலைகளே உள்ளன. எழுத்தறிவு, தென் மாநிலங்களைவிட குறைவாகவே உள்ளது. நாட்டின் மொத்த வருவாயில், தென் மாநிலங்கள் அளிக்கும் பங்குத் தொகையில், வடமாநிலங்களில் நலத்திட்டப் பணிகள் நடைபெறுகின்றன. மைய அரசு அளிக்கும் மாநிலங்களுக்கான பங்குத்தொகை குறைந்துகொண்டே வருகிறது என்றும் கர்நாடகத்தின் பங்குத் தொகை, உத்திரப் பிரதேசத்துக்குத் திருப்பப்படுகிறது என்றும் அம்மாநில முதல்வரே, புள்ளிக் கணக்குடன் தெரிவித்தார்.

இந்திய மொழிகளில், வட்டார மொழிகள் மைய அரசால் புறக்கணிக்கப்படுகின்றன. வடமாநிலங்களில் பேசப்படும் இந்தியை, தென் மாநிலங்களில் திணிக்க, விடுதலை பெற்ற நாளிலிருந்தும் முயற்சிகள் மேற்கொள்ளப்பட்டு வருகின்றன. எவருமே பேசாத சமற்கிருத மொழியை வளர்க்க ஆண்டுக்கு 1000 கோடி வரையில், மைய அரசு செலவிடுகிறது. சமற்கிருதத்தைப் பரப்புவதால், தென்மாநிலங்களுக்கு எந்தப் பயனும் இல்லாத போதும், ஆதிக்க மனப்பான்மையுடன் மைய அரசு செயல்பட்டு வருகிறது. தமிழைச் செம்மொழியாக மைய அரசு அறிவித்ததற்கு, வெற்றி விழாக்கள் கொண்டாடப்பட்டன. இப்போதும் ஒற்றை இலக்கத்தில்தான், மைய அரசு, தமிழுக்கு நிதி ஒதுக்கி வருகிறது. 140கோடி இந்திய மக்கள் தொகையில், சில ஆயிரம் பேர்களே, சமற்கிருதத்தைப் பேசி வருகின்றனர். தென் மாநிலங்களில் இந்தியையும் சமற்கிருதத்தையும் திணிப்பது என்பது, தென்னிந்திய மொழிகளின் வளர்ச்சியைத் தடுக்கும். குறிப்பாக, தமிழ் நாட்டுப் பண்பாட்டுக் கூறுகளுக்கு, சமற்கிருதத் திணிப்பு, முரண் பட்டிருப்பதோடு, எதிர்வினைகளையும் தோற்றுவிக்கும்.

அண்மையில், இஸ்ரேல் நாட்டின், தெல் அவிவ் பல்கலைக் கழகப் பேராசிரியர், டாக்டர் டான் (Dr. Dan) அவர்களைச் சந்தித்து உரையாடிக் கொண்டிருந்தேன். இஸ்ரேல் நாட்டு யூத இனம், தங்கள் தாய்மொழியான எபிறேய மொழியை, உயிரெனப் போற்றி வளர்ப்பவர்கள் என்ற கருத்தை அவர் தெரிவித்தார். தமிழ்மொழி மீது தமிழர்கள் கொண்டிருக்கும் பற்றுக்குச் சற்றும் குறையாத அளவில், அவர்களின் தாய்மொழிப் பற்று

உள்ளது. அந்நாட்டிலேயே மைய அரசு, சமற்கிருத மொழியைப் பரப்ப, நிறுவனங்களை அமைத்துள்ளதாக, பேராசிரியர் டான் கூறினார். உலகின் பல நாடுகளில், குறிப்பாக, ஐரோப்பாவில் உள்ள பல்கலைக்கழகங்களில் சமற்கிருத இருக்கை அமைக்க, மைய அரசு நிதியளித்து அவை இன்று செயல்பட்டு வருகின்றன.

சமற்கிருதத்தை உலக அளவில் பரப்ப, மைய அரசு எடுக்கும் முயற்சிகளில் சிறுபங்களிப்பையாவது, தென்மாநில மொழிகளுக்குத் தருவதில்லை. தேசியம் பல்லாயிரம் ஆண்டுகளாக, தென்னிந்திய மாநிலங்களில் கடைப்பிடிக்கப்பட்டு வந்த பல நிகழ்வுகளுக்கு, தற்காலத்தில் சிக்கல்கள் தோன்றியுள்ளன. முல்லை நிலத்தின் வீர விளை யாட்டான ஏறுதழுவுதலை, விலங்குகள் வதைச் சட்டத்தின் பெயரால் நிறுத்த முயற்சிகள் மேற்கொள்ளப்பட்டன. கடந்த 40 ஆண்டுகளாகத் தமிழகத்தில் வேளாண்மை முடக்கப்பட்டது. ஈராயிரம் ஆண்டுகளாக காவிரியில் பெற்றிருந்த தமிழரின் உரிமைகள் மறுக்கப்பட்டன. அனைத்திந்தியக் கட்சிகள் இரண்டும், தங்கள் அரசியல் நலனைக் கருதி, தமிழ்நாட்டை வஞ்சித்தன. இங்குள்ள திராவிடக் கட்சியும், அதற்குத் துணைபோனது. வேளாண்மை முடக்கப்பட்டதோடு, வேளாண் நிலங்களும், பல்வேறு தொழில்களின் அடிப்படையில் பறிக்கப்படும் சூழ்நிலைகள் உருவாகி வருகின்றன. காலம் காலமாக, தமிழக மீனவர்கள், மீன்பிடித்துக்கொண்டிருந்த கச்சத் தீவு உள்ளிட்ட கடற் பகுதிகள், இலங்கைக்குத் தாரை வார்க்கப்பட்டன. இவையெல்லாம் இந்தியத் தேசியம் என்ற பெயரில் தமிழ்நாட்டில் அரங்கேற்றப்படுகின்றன. கடந்த 50 ஆண்டுக்கால அளவில் அனைத்திந்தியக் கட்சிகள் இரண்டும் ஏன் தமிழகத்தில் காலூன்ற முடியவில்லை என்பதைச் சிந்திக்க வேண்டும். இந்த இரண்டு கட்சிகளின் தமிழ்நாட்டுப் புறக்கணிப்பால்தான், திராவிடக் கட்சிகள் தமிழ்நாட்டில் வளர்ந்தன.

தமிழகம் தொடர்ந்து வஞ்சிக்கப்பட்டு வரும் சூழலில், இந்திய தேசியம், பாரதமாதா என்றெல்லாம் சிலர் பேசியும் எழுதியும் வருகின்றனர். தமிழ் மக்களின் உள்ளங்களை, உணர்வுகளை வெல்லாத வரையில், அகில இந்தியக் கட்சிகள் பேசும் இந்திய தேசியம், தமிழ்நாட்டில் எந்தப் பயனையும் விளைவிக்கப் போவதில்லை. இனிமேலாவது, தமிழ்நாட்டின் மீது தனிக்கவனம் செலுத்துமாறு, அகில இந்தியக் கட்சிகளை, தேசியம் பேசுவோர் வற்புறுத்த வேண்டும். இப்போதும் கூட, இந்தியக் கூட்டாட்சித் தத்துவத்தில், தமிழகம் நம்பிக்கை இழந்துவிடவில்லை.

காமராசர், ம.பொ. சிவஞானம் போன்றோர் இந்திய தேசியத்தை ஆதரித்தவர்களின் பட்டியல் தமிழ்நாட்டு அரசியலில் நீளமானது; அதைவிட, தேசியத்தை எதிர்த்தவர்களின் பட்டியலும் நீளமானதுதான். இந்தி திணிக்கப்படுவதை எதிர்த்து, 1965இல் நடைபெற்ற மாணவர் போராட்டத்துக்கு ஆதரவாக, திராவிடக் கட்சிகள், ஓர் அறிக்கைகூட விடவில்லை. ஆனால், அதன் விளைவுகளை, ஆட்சி மாற்றமாக அறுவடை செய்துகொண்டன. தன் பிடிவாதப் போக்கால், காங்கிரஸ் இயக்கம், 1967இல் ஆட்சியை இழந்தது. தமிழ்நாட்டில் இன்று வரை அக்கட்சியால், மீண்டும் ஆட்சியைக் கைப்பற்ற இயலவில்லை. வடக்கு வாழ்கிறது, தெற்கு தேய்கிறது என்று கூறி ஆட்சியைப் பிடித்த திராவிடக் கட்சி, பண்டாரங்கள், பரதேசிகள் என்றும் இந்து சமயவாதிகள் என்றும் முழங்கி, பின்னர் அவர்களுடனே கூட்டணி வைத்துக்கொண்டு, டில்லியில் ஆட்சியில் இடம்பிடித்துக் கொண்டது. தேசியக் கட்சியான காங்கிரசுடனும் கூட்டணி வைத்துக்கொண்டது. இவையெல்லாம், அண்மைக்காலத்தில் நிகழ்ந்த, நிகழ்ந்து வரும், அரசியல் அவலங்களாகும்.

அண்மைக் காலங்களில், தமிழையும் தமிழ் இனத்தையும் கொச்சைப்படுத்தும் வகையிலான பல செய்திகளை, இந்துத்துவக் கொள்கையுடையவர்கள் கூறியும், எழுதியும் வருகின்றனர். அப்பகைவர்களை ஊக்குவிப்பவர்கள், அதற்குச் சன்மானமாகப் பதவிகள், விருதுகள் என அள்ளி வீசி வருகின்றனர். பரதன் என்பவன், இந்தியா முழுமையையும் ஆண்டதாகச் சொல்லப்படுவதற்கு, வரலாற்றுச் சான்றுகள் இல்லை. பரதன் என்பதே தமிழ்ச் சொல்லாகும். பர என்பது, பரந்திருத்தல், அகன்றிருத்தல், விரிந்திருத்தல் என்றவாறு அறியப்படும். விரிந்த கடல், பரவை என்று சொல்லப்படும். பரதன் வழியில், பாரத் என்றானது என்பர். பாரதம், பாரதமாதா என்பதெல்லாம் இக்காலத்தில் விளம்பரப்படுத்தப்படுகின்றன. ஒரு நாட்டை, நாட்டிலுள்ள ஆறுகளைப் பெண்ணாக உருவகப்படுத்துவதும் தமிழர் மரபே. கங்குதல் என்பதற்குக் கருத்திருத்தல் என்பது பொருள். கை என்பது நீளமானவற்றைக் குறிக்கும், பொதிகை என்பது, பெருத்த நீண்ட மலைத் தொடர் என்க. கங்கு கை, நீளமான, நீலமான அல்லது கருமை நிறம் கொண்ட நீரைக் கொண்ட ஆறு எனப் பொருள்படும். கங்கை என்பது. தமிழ்ச்சொல்லே. கங்கா எனத்திரித்துக் கொண்டனர். தென் திசையில் ஓடி, கங்கையுடன் கலக்கும் இடம், தென் முனை அல்லது யாமுனை எனப்படும். யா என்பது தென்திசையைக் குறிக்கும் தமிழ்ச் சொல்லாகும். யாமுனை என்பதே யமுனா எனத் திரிந்தது.

இம் என்பது, மிகச்சிறிய, மீக்குறுகிய பொருளைக் குறிக்கும். இம். இம்மி என விரியும். கம் என்பதும் அப்பொருளைத் தருவதே. கம் - கம்மி என விரியும். மிக நுணுக்கமான பொருள்களைக் கையாள்பவர், கம்மியர் எனப்பட்டனர். கம்மி + ஆளர் அல்லது கம்மாளர் என்ற சொல்லை ஒப்பு நோக்குக. அயம் என்பது, நீர் விரிந்து, ஏரி, கடல் ஆகியவற்றைக் குறிக்கும் தமிழ்ச் சொல்லாகும். இமம் என்பது, பனித்துளியைக் குறித்த தமிழ்ச் சொல்லே. இமம் - அயம் என்பதே இமயம் என்றானது. செல் என்பது நகர்தலையும், அசெல் என்பது நகராத தன்மையையும் குறித்த தமிழ்ச் சொற்களாகும். நகராதது மலை என்றவாறு, அசெல் - அச்செல் - அச்செல் என, சமற்கிருதத்தில் திரிந்தது. இமம் + அசெல் என்பதே, இமாச்சல் என்று திரிந்தது. இந்தியாவின் பழைய வரலாறுகளைப் புரட்டிப் பார்த்தால், ஊர்கள், மலைகள், ஆறுகள், கடல்கள் ஆகியவற்றிற்கான பெயர்கள் தமிழ்ப் பெயர்களாகவே, இந்தியாவெங்கும் அறியப்படுவதை உணரலாம். இந்தியாவெங்கும், தமிழ் தம் முத்திரைகளைப் பதித்துள்ளது. அகப் பகையாலும், புறப் பகையாலும், தமிழ் நசுக்கப்பட்டது, மறைக்கப்பட்டது. தமிழ்நாட்டின் எல்லையும் சுருங்கிப் போயிற்று. மிச்சமுள்ள தமிழ்நாட்டையும் கைப்பற்றவும், தன்வயமாக்கிக் கொள்ளவும், முயற்சிகள் மேற்கொள்ளப்பட்டு வருகின்றன.

பல்லாண்டுகளாகத் தமிழ்நாட்டைத் தமிழர்கள் தொடர்ச்சியாக ஆள முடியவில்லை. புறத்தவரே தமிழ்நாட்டை நெடுங்காலம் ஆண்டு வந்ததால், தமிழருக்குக் கல்வி மறுக்கப்பட்டது. இத்தனை இடர்ப் பாடுகள், தமிழுக்கும் தமிழருக்கும் தரப்பட்ட போதிலும், தமிழை அழிக்க முடியவில்லை; தமிழ் வாழ்ந்துகொண்டு, வளர்ந்துகொண்டு வந்துள்ளது. கிரேக்கர்கள் அரசியல் மேலாண்மை பெற்றபோது, கிரேக்க மொழி உலக மொழியாயிற்று. கிரேக்க மொழியைக் கற்றவர்களே அறிவாளிகள் எனப் போற்றப்பட்டனர். கிரேக்கர்களின் அரசியல் ஆளுமை வீழ்ந்தபோது, அம்மொழியும் வீழ்ந்தது. அடுத்து, பெருநிலப் பரப்பை ஆண்ட உரோமானியர்கள் ஆட்சியில் இலத்தீன் மொழி உலக மொழியாயிற்று. உரோமப் பேரரசு வீழ்ந்துபட்டவுடன், அம்மொழியும் தன் தகுதியை இழந்தது. ஒரு மொழியை வளர்க்க, அரசியல் அதிகாரம் துணை நின்றது என்பது உலக வரலாறு. இந்திய மன்னர்களின், ஆட்சியாளர்களின் உதவிகளால்தான் சமற்கிருதம் வளர்ந்தது. கடந்த ஈராயிரம் ஆண்டுகளாக, தமிழ், இன்றும் வாழ்ந்து கொண்டிருக்கிறதென்றால், தமிழ் மொழியின் வளமையும், மூப்பும், தமிழ் மக்களின் நாடி நரம்புகளில் பதிந்துவிட்டதுமே காரணமாகும். இந்த வரலாறுகள் எல்லாம் இந்தியத் தேசியம் பேசுபவர்களுக்குத் தெரியாது. வளமற்ற, கொச்சையான, கலப்பு

மொழிகளைத் தன்னகத்தே கொண்ட, காலத்தால் மிகவும் பிற்பட்ட மொழிகளைப் பேசுவோர், மொழியென்பது ஓர் ஊடகமே என்றும், அதில் புனிதமோ, உயர்வோ கிடையாது என்றும் கூறிவருகின்றனர். ஒரு மொழியின் மூப்புத் தன்மை, அம்மொழியில் காணப்படும் எண்ணற்ற இலக்கியங்களால் அம்மொழிக்குப் பெருமை கிடைத்துவிடாது என்று ஆங்கிலேய மொழியியல் அறிஞர்கள் கூறி வருகின்றனர். இவையெல்லாம் தங்கள் மொழியில் சிறப்பின்மை, உலகிற்குத் தெரிந்துவிடக் கூடாது என்பதற்காக, உலகை ஏமாற்றும் விளக்கங்களாகும். தமிழர்கள், தமிழ்மொழியை ஓர் ஊடகமாகக் கருதுவதில்லை; மாறாக, தங்கள் உயிராகவே கருதினர், இப்போதும் கருதி வருகின்றனர்.

இந்தியாவில், தமிழுக்கும் மூத்த மொழி எதுவுமில்லை என்பதை, தமிழ்ப் பகைவர்கள் அறிவார்கள். தமிழர் வரலாற்றைப் போன்று, நீண்ட நெடிய வரலாறு எவருக்கும் இல்லையென்பதையும் அறிந்துள்ளார்கள். தமிழ்நாட்டின் தகுதியைப் பற்றியோ, தமிழ்நாட்டை ஆள்பவர்களைப் பற்றியோ அவர்கள் கவலைப்படுவதில்லை. அவர்கள் அச்சப்படுவதெல்லாம், தமிழ்மொழியை பற்றியும், தமிழரின் நீண்ட நெடிய வரலாற்றைப்பற்றியுமே. அதனால்தான், தமிழ்மொழியைச் சிதைக்கவும், தமிழரின் வரலாற்றை மறைக்கவும் முயற்சி செய்து வருகின்றனர். இதற்குச் சில அகப் பகைகள் துணை போகின்றன. புத்தம் தமிழ்நாட்டில் நுழைந்தது. மணிமேகலை போன்ற இலக்கியங்களைத் தந்தது சமணம் தமிழ்நாட்டில் தழைத்தது. சிலப்பதிகாரம், நாலடியார் போன்ற நற்றமிழ் நூல்களைத் தந்தது. கிறிஸ்துவம் தேம்பாவணியையும், இசுலாம் சீறாப் புராணத்தையும் தந்து அணி செய்தன. இந்திய தேசியம் பேசுபவரின் முன்னோர்களே, தமிழை அழிக்க நினைத்தனர். தமிழ்நாட்டுப் பெயர்களை மாற்றினர். தமிழன் கட்டிய ஆலயங்களில், தமிழை அகற்றினர். தமிழ்மொழியில் தம்மொழியைக் கலந்து, தமிழைக் கலப்பு மொழியாக்கினர்.

தமிழரின் பண்பாடும் நாகரிகமும், வாழ்க்கை முறைகளும், பல்வேறு படையெடுப்புகளாலும், கலாச்சாரத் திணிப்புகளாலும், சமயங்களாலும் மாறிவிடவில்லை. தமிழரின் பண்பாடும் நாகரிகமும் இன்றும் தமிழ்நாட்டில் ஆழமாக வேரூன்றியிருக்கிறது. உலக நாடுகளில் ஒரு மொழி பேசுபவர்களே, பல கலாச்சாரங்களைக் கொண்டுள்ளனர். தென் அமெரிக்க நாட்டில், ஸ்பானிய மொழியே பலராலும் பேசப்பட்டாலும், பெரு, பிரேசில், கயானா போன்ற நாடுகள், தம் தனித்தன்மைகளைப் பாதுகாத்து வருகின்றன. ஐரோப்பாவெங்கும் கிறித்துவ சமயமே பொதுவாக உள்ளது. எனினும் தங்களுக்கென்று தனி மொழிகளையும்,

நாடுகளையும் கொண்டுள்ளனர். ஐரோப்பிய யூனியன் அமைப்பில், 28 நாடுகள் உள்ளன. அந்நாடுகளில், தங்கள் தாய்மொழிகளைத் தவிர்த்த பிற மொழிகளைப் பேசுவதுமில்லை; பள்ளிகளில் கற்பிப்பதுமில்லை. இவ்வாறான உலக வரலாறுகளை எல்லாம் மறந்து விட்டு, இந்திய தேசியம் என்ற பெயரில், இனங்களின் தனித்தன்மைகளை அழிக்க முற்பட்டு வருகின்றனர்.

இந்தியத் தேசியம் பேசுபவர்களே! இந்திய வரலாற்றையும், தமிழ்நாட்டு வரலாற்றையும் தெளிவாகப் படித்துத் தெரிந்து கொள்ளுங்கள். தமிழ் உணர்வுகளைச் சீண்டிப் பார்க்காதீர்கள். அண்மைக் காலங்களில், இளைஞர்கள் எல்லாம், தமிழ் உணர்வால் எழுச்சி பெற்றுவருகின்றனர். அதன் வெளிப்பாடுகளை அண்மைக்கால நிகழ்வுகள் தெரிவிக்கின்றன. எதிரிகள் தோள் தட்டி வந்தால் தமிழ்த்தேசிய எழுச்சியின் முன்னால் தோற்றுப் போக நேரிடும்.

தமிழ்த்தேசியம்: வரலாற்றில் இருந்து இன்று வரை

இரா.மன்னர் மன்னன்
வரலாற்று ஆய்வாளர், எழுத்தாளர்.

தமிழர்கள் தங்கள் அறிவியலைப் பேசினால், திட்டமிட்டு அதை இழிவுபடுத்துவது, தமிழர்கள் பொது இடங்களில் தங்களின் தாய்மொழியான தமிழில் பேசினால் அதைக் கல்வி அறிவின்மை என்று கேலியாகக் குறிப்பிடுவது, தமிழர்களின் மருத்துவ முறையை மருத்துவ அறியாமை என்று வன்மத்துடன் பரப்புவது, தமிழர்களின் மொழிப்பற்றை மொழி வெறி என்று சித்தரிப்பது, தமிழர்கள் தங்களின் பண்பாட்டைக் கடைப்பிடித்தால் அதைப் பிற்போக்குத்தனம் என்பதாகக் கட்டமைப்பது என்று ஒரு கும்பல் நீண்ட காலமாகத் தமிழர்களைக் குறி வைத்துத் தொடர்ச்சியாகத் தாக்குதல் தொடுத்து உளவியல் ரீதியாகச் சிதைத்துத் தாழ்வு மனப்பான்மையைத் தமிழர்களுக்குள் விதைத்துக்கொண்டே இருக்கிறது.

பல ஆண்டுகளாக இச்சதி அரங்கேற்றப்படுகிறது.இனியும் நாம் விழிப்புணர்வு பெறவில்லை என்றால் இச்சதி இன்னும் பெரிய அளவில் அரங்கேறும். இந்த உளவியல் தாக்குதல்களை எதிர்கொள்ள ஓர் எளிய வழி என்னவென்றால் தமிழர்கள் அனைவரும் தமது வரலாற்றைத் தெரிந்து கொள்ளவேண்டும் என்பதுதான்.

தனது இனத்தின் வரலாறு தெரியாத மனிதன் வாழும் பிணம் என்கிறார் வியட்நாமின் தலைவரான ஹோசிமின். கடந்த 700 ஆண்டுகளாக அப்படித்தான் இருக்கிறது தமிழர்களின் நிலை.

பொருளாதாரச் செய்திகளைத் தரும் 247வால்ஸ்ட்.காம் (*www.247wallst. com*) எனும் ஆங்கில இணையதளம் மற்றும் பல ஆங்கில ஊடகங்களும், இந்த உலகில் மிக நீண்ட காலம் நிலைத்த அரச வம்சங்கள் என்று 25 அரச வம்சங்களின் பட்டியலை வெளியிட்டுள்ளன.அந்தப் பட்டியலில் முதல்

ஐந்து இடங்களில்,முதல் இடத்தில் பாண்டியர்களும் இரண்டாம் இடத்தில் சோழர்களும் நான்காம் இடத்தில் சேரர்களும் இடம்பெற்றுள்ளனர்.

ஆனால் தமிழ்நாட்டில் தமிழர் வரலாற்றின் மீதும், முடியாட்சி காலத்தின் மீதும் குறிப்பாக சோழர்கள் மீதும் எத்தனை விதமான பொய்ப் பரப்புரைகள்?

தமிழர்களுக்குக் கல்வியே கிடையாது.ஆங்கிலேயர்கள் வந்துதான் கல்வி கொடுத்தார்கள் என்று சொல்கிறார்களே, ஆனால் உண்மை என்ன?இங்கிலாந்து இன்றைக்கு கல்விவளம் மிக்க நாடாக இருப்பதற்குக் காரணமான கல்வி முறைக்கு மெட்ராஸ் சிஸ்டம் என்றுதான் பெயர் என்பது இவர்களுக்குத் தெரியுமா? இங்கிருந்து சென்ற கல்வி முறைதான் இங்கிலாந்தில் இன்று பொதுக் கல்வி கிடைப்பதற்கான காரணம்.

1900ஆம் ஆண்டு வரை இங்கிலாந்தில் பொதுக் கல்வி கிடையாது. ஆனால் கிமு ஆறாம் நூற்றாண்டிலேயே தமிழ்நாட்டில் பொதுக் கல்வி முறை இருந்திருக்கிறது.சாமானிய மனிதன் பானை ஓடுகளில் தனது பெயரைக் குறித்து உள்ளான் என்றால், அந்தச் சாமானியனுக்கும் எழுத்தறிவு இருந்துள்ளது என்பதற்கான சான்றுதான் அது.

எந்த இழிவுகளையும் குற்றச்சாட்டுகளையும் பொய்யான நச்சுப் பரப்புரைகளையும் இன எதிரிகள் நம் மீது திணிக்கும்போது அதை ஆய்வு செய்யாமல் அப்படியே ஏற்றுக்கொள்கிற இனமாக நாம் இருக்கிறோம். இந்த அவலம் துடைத்தெறியப்பட வேண்டும்.நம் மீது வீசப்படும் காழ்ப்புணர்ச்சிக் கருத்துகள் உண்மைதானா? என்று அவற்றை உரசிப் பார்த்துத் தெளியும் அறிவைத் தமிழர்கள் பெற வேண்டும்.

13 ஆம் நூற்றாண்டு வரை தமிழ்நாட்டில் வர்ணாசிரமப் படிநிலையே இல்லை என்று ஜப்பானிய அறிஞர் நொபுரு கரோஷிமா குறிப்பிடுகிறார்.13ஆம் நூற்றாண்டு வரையிலான கல்வெட்டுகளில் சாதியப் படிநிலை பற்றியோ வர்ணாசிரமத்தைப் பற்றியோ சான்றுகள் இல்லை என்கிறார்.

ஏறத்தாழ கிபி 625ஆம் ஆண்டளவில் குப்தர்களின் தலைநகரமான பாடலிபுத்திரத்திற்கு (பாட்னா) வந்த சீனப்பயணி யுவான் சுவாங், “சாதிப் பிரிவினைகளைப் பொருத்தவரை இங்கு நான்கு வகுப்புகள் உள்ளன. முதலாவது பிராமணர், அடுத்தது சத்திரியர், மூன்றாவது வைசியர், நான்காவது சூத்திரர் என்கிற நான்கு வகுப்புகளாக உள்ளனர். இந்த

நான்கு வகுப்பாருக்குள் கலப்பு ஏற்படும்போது வேறு சில சாதிகள் உருவாகின்றன. நகரங்களைப் பொருத்தவரை இறைச்சி விற்பவர்கள், மீனவர்கள், கூத்தாடிகள், மரண தண்டனை நிறைவேற்றுபவர்கள், துப்புரவுப் பணியாளர்கள் போன்றோர் நகரத்திற்கு வெளியே தங்களது குடியிருப்புகளை அமைத்துக்கொண்டு நகரத்திற்குள் வந்து போய்க்கொண்டு இருந்தார்கள்" என்று குறிப்பிடுகிறார்.

கிபி ஐந்தாம் நூற்றாண்டில் குப்தப் பேரரசுக்கு வந்த பாஹியான், "சூத்திரர்கள் நகரத்திற்கு வெளியே வாழ்ந்தனர்.அவர்கள் நகரத்துக்குள் வரும்போது ஒரு குச்சியை வைத்துக்கொண்டு சத்தம் எழுப்பியபடியே வர வேண்டும். இவர்கள் இறைச்சி விற்பவர்கள், மீனவர்கள் மற்றும் வேட்டைக்காரர்கள் ஆகியோர் ஆவர்" என்று குறிப்பிடுகிறார்.

ஐந்து மற்றும் ஆறாம் நூற்றாண்டுகளில் குப்தப் பேரரசில் தீண்டாமை இருந்ததற்கான சான்றுகளாக இவர்களது குறிப்புகள் உள்ளன.ஆனால் அதே சீனப் பயணி யுவான் சுவாங் அதே காலகட்டத்தில் தமிழ்நாட்டில், காஞ்சிபுரத்திற்கு வந்தபோது,

"காஞ்சி மாநகரில் வாழும் மக்கள் வீரர்களாகவும், பக்திமான்களாகவும், நீதியின்மேல் பற்றுக்கொண்டவர்களாகவும், கற்பதில் பக்தி கொண்டவர்களாகவும் இருந்தனர் என்று குறிப்பிட்டுள்ளார். தமிழ் நாட்டில் வர்ணாசிரமமும் தீண்டாமையும் இருந்ததன என்று யுவான்சுவாங் தனது பயணக் குறிப்புகளில் எங்குமே குறிப்பிடவில்லை.கல்வெட்டுகளிலும் காணப்படவில்லை.

சோழர்களின் ஆட்சிக் காலத்தில் தஞ்சைக்கு வந்த சீனப்பயணியோ இத்தாலியப் பயணியோ கூடச் சோழர் ஆட்சியில் சாதிப்படிநிலை இருந்தது, தீண்டாமை இருந்தது, மனிதர்கள் கீழ்மையாக நடத்தப் பட்டார்கள் என்று எங்கும் ஒரு குறிப்பும் பதியவில்லை. மாறாக, போர்த்துக்கீசிய பயணிகள் விஜயநகரப் பேரரசின் இலட்சணங்களைத் தெளிவாகக் குறிப்பிட்டுள்ளனர். அதைப்பற்றி மேலும் மிகத் தெளிவாக, ஈ.வெ.ராமசாமி அவர்களின் தனிச் செயலாளராக இருந்த கோ. இமயவரம்பன் எழுதிய "பார்ப்பனர் சூழ்ச்சியும் மன்னர்கள் வீழ்ச்சியும்" என்ற நூலில் அறியலாம்.

குப்தப் பேரரசு, மகதப் பேரரசு,விஜயநகரப் பேரரசு காலத்தில் சாதிப்படிநிலையும் வர்ணாசிரமமும் தீண்டாமையும் இருந்ததற்கான சான்றுகளாக மேற்கண்ட வெளிநாட்டுப் பயணிகளின் குறிப்புகள் உள்ளன.

ஆனால் தமிழ்நாட்டில் வர்ணாசிரம முறை இருந்தது, தீண்டாமை இருந்தது என்பதற்கு வரலாற்று ரீதியாகவும் அயல்நாட்டுப் பயணிகளின் குறிப்புகள் வழியாகவும் எந்தச் சான்றுகளும் இல்லை.இருந்ததாக சொல்பவர்களும் எந்தச் சான்றுகளையும் இதுவரை தரவில்லை. வாய்ப்புக் கிடைக்கும்போதெல்லாம் வாய் வழியாக மட்டும் நஞ்சைக் கக்கிக்கொண்டே இருக்கிறார்கள்.

எத்தனை எத்தனை திரிப்புகள் நம் வரலாற்றின் மீது திணிக்கப் பட்டுள்ளன என்பதைத் தமிழர்கள் ஆராய்ந்து புரிந்துகொள்ள வேண்டும். அதுதான் தமிழ்த்தேசியத்தின் அடிப்படைத் தேவையாக இருக்கிறது.

சோழர்கள் மீதான விமர்சனங்கள்: வரலாறா? வன்மமா?

தமிழ்நாட்டின் வரலாற்றில் அதிகம் விமர்சிக்கப்படும் காலகட்டமாக பிற்காலச் சோழர்களின் கால கட்டம் உள்ளது. நூல்கள், மேடைப் பேச்சுகள், சமூக வலைத்தளப் பதிவுகள் ஆகியவற்றில் சோழர்களுக்கு எதிரான பல செய்திகள் காணப்படுகின்றன. அடிமை முறை, தேவதாசி முறை, அதிக வரி விதிப்பு, பிராமண ஆதரவுப் போக்கு, விவசாயிகளின் நிலங்களைப் பிடுங்கிப் பிராமணருக்கு அளித்தல், சமஸ்கிருத ஆதரவு, தீண்டாமை, சகோதரக் கொலை - உள்ளிட்டவை சோழர் காலத்தில்தான் தொடங்கியவையாகத் தொடர்ந்து கூறப்படுகின்றன.

இதில் கவனிக்க வேண்டியது என்னவென்றால், வரலாற்றில் பொதுவாக அண்மைக் காலக் காயங்கள்தான் ஆறாமல் இருக்கும். ஆனால் தமிழக வரலாற்றின் மோசமான பக்கங்களைக் கோடிடும் போது அண்மையில் இருந்த நாயக்கர் காலத்தைப் பற்றிப் பேசுவது மிக கவனமாகத் தவிர்க்கப்படுவதோடு, அங்கெல்லாம் சோழர் காலத்தைக் கட்டாயம் குறிப்பிடும் போக்கும் தொடர்கிறது. உண்மையில் எப்படி இருந்தது சோழர் காலம்? ஏன் எழுகின்றன விமர்சனங்கள்?

வரலாற்றை ஆதாரங்களின் அடிப்படையில் அணுகுவதுதான் முறை. ஆனால் அப்படி ஆதாரங்களின் அடிப்படையில் அணுகப் போனால் சோழர் காலம் குறித்து சொல்லப்படும் மேற்குறிப்பிட்ட எந்த ஒரு குற்றச்சாட்டுக்கும் ஏற்கத் தகுந்த ஆதாரங்கள் இதுவரை காட்டப்படவில்லை. இந்தக் குற்றச்சாட்டுகளில் எதுவும் சோழர் வரலாற்றை ஆதாரங்களைக் கொண்டு ஆய்வு செய்தவர்களாலும் முன்வைக்கப்படவில்லை. இவற்றில் பெரும்பாலான குற்றச்சாட்டுகள் பிராமண ஆதரவாளர்கள், கம்யூனிஸ்டுகள், திராவிட இயக்கத்தைச்

சேர்ந்தவர்கள் ஆகிய மூன்று தரப்பினரால், ஆதாரங்களை ஆய்வு செய்யாமல் முன்வைக்கப்பட்டும், பரப்பப்பட்டும் உள்ளன. சற்று விரிவாகவே பார்ப்போம்...

தமிழ்நாட்டில் சோழர் குறித்த வரலாற்று ஆய்வுகள் கி.பி.1887ஆம் ஆண்டு முதல்தான் வேகமெடுத்தன (இந்த ஆண்டில்தான் தஞ்சைப் பெரிய கோவில் கல்வெட்டு படிக்கப்பட்டது!). தொடர்ந்து வந்த கி.பி.1931ஆம் ஆண்டில் உடையார்குடி அனந்தீஸ்வரம் கோவிலில் கிடைத்த ஒரு கல்வெட்டை நீலகண்ட சாஸ்திரியார் அவர்கள் படித்து இந்தியக் கல்வெட்டுகள் (தொகுதி 21) நூலில் வெளியிட்டார். அப்படி வெளியிட்டபோது அந்தக் கல்வெட்டில் இருந்த சோழ அரசன் ஆதித்த கரிகாலனின் கொலைச் செய்தியை 'இராஜராஜனின் மூத்த சகோதரர் ஆதித்த கரிகாலன் சோழ அரசில் உயர் பதவியில் இருந்த பிராமணர்களால் படுகொலை செய்யப்பட்டார்' - என்றே அவர் கூறினார். பிராமணர்கள் புனிதப் பிறவிகளாகக் கருதப்பட்ட காலகட்டம் அது என்பதை நாம் மறந்துவிடக் கூடாது. மேலும் அந்தக் கல்வெட்டுப் பதிப்பிக்கப்படும் 1940கள் வரை சோழர்கள் மீது இப்போதுள்ள கடும் குற்றச்சாட்டுகளில் எதுவும் முன்வைக்கப்படவும் இல்லை என்பதையும் நாம் கவனிக்க வேண்டும்.

பின்னர் அதே நீல கண்ட சாஸ்திரியார் 1935 மற்றும் 1937ஆம் ஆண்டுகளில் சோழர்களின் வரலாற்றை விரிவாக எழுதி 'சோழர்கள் (The cholas)' - என்ற பெயரில் இரண்டு பாகங்களைக் கொண்ட ஆங்கில நூலாக வெளியிட்டார். இதில் இருந்துதான் சிக்கல்கள் தொடங்கின.

ஏற்கெனவே 1931ஆம் ஆண்டில் நீலகண்ட சாஸ்திரியார் வெளியிட்ட ஆதித்த கரிகாலன் கொலையாளிகள் பற்றிய செய்தி இந்தப் புதிய நூலில் மாற்றப்பட்டது. இந்நூலில் 'ஆதித்த கரிகாலன் சிலரால் (some persons) கொல்லப்பட்டார்' - என்று எழுதி ஆதித்த கரிகாலன் கொலையில் பிராமணரின் பங்களிப்பை மறைத்து சோழர் வரலாற்றின் முதல் திரிப்பை நீலகண்ட சாஸ்திரியார் செய்தார். அத்தோடு சோழர்களின் வரலாற்றை எழுதும்போது, கல்வெட்டுகளை ஒதுக்கிவிட்டு செப்பேடுகளைக் கொண்டு எழுதும் முறையையும் அவர் பின்பற்றினார். இதன் மூலம் கல்வெட்டு ஆதாரத்தின்படி பிராமணர்களுடன் மோதல் போக்கை மேற்கொண்ட சோழர்களின் வரலாற்றை ஒரு பிராமண ஆதரவுக் கதையாக அவர் மாற்றினார். அது எப்படி ஒரு வரலாறு அதன் ஆதாரத்தைப் பொறுத்து மாறும்?

எடுத்துக்காட்டாக, நாளைக்கு உலகின் அத்தனை நூலகங்கள், செய்தித்தாள்கள், இணையம் எல்லாம் அழிந்துவிடுகின்றன என்றும், ஒரு வலதுசாரி இதழ், ஒரு இடதுசாரி இதழ் மற்றும் ஒரு வெகுஜன இதழ் என மூன்று இதழ்களின் சில பிரதிகள் மட்டும் உங்களுக்குக் கிடைக்கின்றன என்றும், அப்போது கடந்த காலத்தின் வரலாற்றை எழுதும் பணி உங்களுக்கு வழங்கப்படுகின்றது என்றும் வைத்துக்கொள்வோம். அந்த நேரத்தில் அந்த மூன்று வகை ஆவணங்களில் எதைப் பிரதானமாகப் பயன்படுத்துவது? - என்ற உங்களின் தேர்வு எவ்வளவு முக்கியமானது? - அதேதான் இங்கும் நடந்தது!

பொதுமக்களும் அரசும் ஆவணங்களாக ஓலைச் சுவடிகளைப் பயன்படுத்துவது சங்ககாலம் முதல் தமிழகத்தில் நிலவிய வழக்கம் ஆகும். அப்போது சொத்து ஆவணங்களும் ஓலைகளாகவே இருந்தன. அவற்றை ஆவணக் களரி, அரண்தரு காப்பகம் - போன்ற அரசுக் கருவூலங்கள் பாதுகாத்தன. குறிப்பிட்ட ஆண்டுகளுக்கு ஒருமுறை இவை மீண்டும் படியெடுக்கப்பட்டன. பிற்காலத்தில் ஆவணங்களின் ஒரு பிரதியாக கல்வெட்டுகளும் இருந்தன.

ஆனால் கல்வியறிவு குறைவான வடக்கில் பூர்ஜபத்திரங்களை (தென்னிந்தியாவில் ஓலைகள் பயன்படுத்தப்பட்டதைப்போல வட இந்தியாவில் மரப் பட்டைகள் பயன்பட்டன, அவற்றின் பெயர்) பாதுகாக்க விரிவான அரசு அமைப்புகள் இல்லை. இதனால் பவுத்த சமயத்தினர் சொத்து விவரங்களைச் செம்புத் தகட்டில் எழுதும் வழக்கத்தைத் தொடங்கினர், பின்னர்ச் சமணரும் இதைப் பின்பற்றினர்.

ஒரு கட்டத்தில் பவுத்த, சமண சமயங்களால் வளர்க்கப்பட்ட சமஸ்கிருதத்தை (பவுத்த மதத்தின் புனித நூலான திரிபீடகமே சமஸ்கிருதத்தில்தான் எழுதப்பட்டது!) பிராமணர்கள் தங்கள் மொழியாக்கிக் கொண்டதோடு, செப்பேடு வெட்டும் வழக்கத்தையும் எடுத்துக்கொண்டனர். ஒரு கட்டத்தில் பவுத்தரும் சமணரும்கூட செப்பேடு எழுத வேண்டுமென்றால் பிராமணரிடம்தான் வர வேண்டும் என்ற நிலை ஏற்பட்டது. செப்பேட்டை வெட்டும் வழக்கம் வட இந்தியாவில் இருந்து சாதவாகனர் காலத்தில் ஆந்திராவுக்கு வந்து, பாலாற்றின் கரையில் குடியேறிய ஆந்திர பிராமணர்களால் பிற்காலப் பல்லவர் காலத்தில் தமிழகத்திற்குள் நுழைந்தது (அதற்கு முந்தைய காலங்களில் பல்லவர் ஆட்சியின் கீழ் செப்பேடுகள் கிடைத்தாலும் அவை அனைத்தும் ஆந்திரா, கர்நாடகா பகுதிகளின் ஆவணங்களாகவே உள்ளன, தமிழக

ஆவணங்களாக இல்லை). எனவே செப்பேடுகள் அடிப்படையில் பல்லவர் காலத்தில் தமிழகத்திற்குள் நுழைந்த ஒரு பிராமணிய வழக்கம்.

செப்பேட்டை எப்படி எழுதுவது? - என்பதற்கான எந்த இலக்கணமும் தமிழில் கிடையாது, பிற்காலப் பல்லவர் காலத்திற்கு முன்பு தமிழகத்தில் செப்பேடு என்ற வழக்கமும் கிடையாது (வேள்விக்குடிச் செப்பேட்டின்படி சங்ககாலப் பாண்டியர்கள் செப்பேடு கொடுத்தார்கள் என்பார்கள். ஆனால் வேள்விக்குடிச் செப்பேட்டில் அப்படி இல்லை!). அதனால் இந்தியா முழுக்கச் செப்பேடுகளை உருவாக்குவதில் பிராமண முறைகளே பயன்படுத்தப்பட்டன. இதற்கான அடிப்படை இலக்கணத்தை பிராமணர்களால் வேதகால ரிஷியாகப் போற்றப்படும் யாக்ஞவல்கியரின் 'யாக்ஞவல்கிய சுமிருதி' நூலே கொடுக்கின்றது.

இந்த முறையில் ஒவ்வொரு செப்பேட்டிலும் பிரஸ்தி (புகழ்ச்சி) - என்ற பகுதி இருக்கும். அந்தப் பிரஸ்தி பகுதியில் அப்போது அதிகாரத்தில் உள்ள அரசரும் அவரது மரபும் முன்னோர்களும் புகழப்படுவார்கள். குறிப்பாக, அவர்கள் பிராமண ஆதரவாளர்கள் - என்று சொல்லியே புகழ்ச்சி இருக்கும். ஏனெனில், இந்தப் பாடல்களின் நோக்கம் வரலாற்றைப் பதிவு செய்வது அல்ல, மாறாக இப்போது உள்ள அரசரிடமும் அடுத்து வரும் அரசர்களிடமும் காரியம் சாதித்துக்கொள்ளவே இவை எழுதப்பட்டன.

இடைக்காலப் பல்லவர் காலத்தில் இந்த பிரஸ்தி பகுதியில் நிலையாக 3 பாடல்கள் இருக்கும். அவற்றில் அரசனின் தாத்தா பிராமணருக்கு இப்படிச் செய்தார், அரசனின் அப்பா பிராமணருக்கு அப்படிச் செய்தார், அரசன் பிராமணனுக்கு வேண்டியவர் - என இருக்கும். இந்தப் பாடல்கள் பல்வேறு செப்பேடுகளில் அரசர்களின் பெயர் மட்டும் மாற்றப்பட்ட நிலையில் பயன்படுத்தப்பட்டு உள்ளன. அதாவது, அரசன் யாராக இருந்தாலும் அவனுக்கும் அவன் முன்னோருக்கும் ஒரே துதிதான், இதை ஆய்வாளர்கள் 'இட்டு நிரப்புதல்' என்று அழைக்கின்றனர். பிற்காலப் பல்லவர் காலம் முதல் இவை ஆளுக்குத் தக்கபடி எழுதப்பட்டன, ஆனால் பிராமண ஆதரவுப் போக்கு இதில் தவறவில்லை.

இந்தப் பிரஸ்திகள் பொதுவாகத் தான் நிலத்தை வைத்திருப்பவரால் ஒரு பிராமணக் கவிஞருக்குப் பணம் கொடுத்து எழுதப்பட்டவை. இவை அரசராலோ அரசு அதிகாரிகளாலோ எழுதப்பட்டவை அல்ல (பல செப்பேடுகளில் பிரஸ்தி எழுதியவரின் பெயர் இருக்கும்). இம்முறை சோழர் காலத்திலும் தொடர்ந்தது.

சோழர் செப்பேடுகளில் காணப்பட்ட இந்தப் பிரஸ்திகளை அடிப்படையாகக் கொண்டுதான் நீலகண்ட சாஸ்திரியார் சோழர் வரலாற்றின் பெரும் பகுதியை எழுதினார். அதன் விளைவாகவே சோழர்கள் பிராமண ஆதரவாளர்கள் - என்ற தோற்றம் உருவானது. இவ்வாறாக, 1931இல் உண்மை சொல்லியதன் மூலம் தனது சொந்தச் சமூகத்திற்கு, தான் ஏற்படுத்திய இக்கட்டான பரிகாரத்தை 1937இல் நீலகண்ட சாஸ்திரியார் செய்து முடித்தார். அதன் மூலம் மாபெரும் வரலாற்றுத் திரிப்புக்கு அவர் தொடக்கமாகவும் இருந்தார்.

பிற்காலப் பல்லவர் காலத்தின் சில செப்பேடுகளில் 'கோனோலை, அறையோலை' - ஆகிய தமிழ்ப் பகுதிகள் அரிதாக இடம்பெற்ற நிலையில், இராஜராஜன் காலம் முதல் இவை கட்டாயம் இடம்பெற்றன, இவை அரசு அதிகாரிகளால் எழுதப் பட்டவை, நிறையச் செய்திகளைக் கொடுப்பவை. ஆனால் செப்பேட்டின் சமஸ்கிருதப் பிரஸ்தியை தனது பிரதான ஆதாரமாக எடுத்துக்கொண்ட நீலகண்ட சாஸ்திரியார் அவர்கள் செப்பேட்டின் தமிழ்ப் பகுதிகளை அதிகம் பயன்படுத்தவில்லை. இப்படியாக அவர் சோழர் வரலாற்றை மிகவும் ஒருதலைப்பட்சமான மூலங்களைக் கொண்டு எழுதினார். இதனால் வரலாற்றை எழுதுவதில் முரண்பாடு ஏற்படும் இடங்களில் தனக்கு விருப்பமான பொருளை கல்வெட்டு வரிகளுக்குக் காட்டினார் (உடையார்குடிக் கல்வெட்டில் 'பிராமணர்' என்ற சொல்லையே மறைத்தது போல!).

உடையார்குடிக் கல்வெட்டு உள்ளிட்ட கல்வெட்டுகளில் இருந்த சோழர் காலத் தமிழைப் படித்து ஆய்வு செய்ததாகக் கூறிய நீலகண்ட சாஸ்திரியாருக்கு நடைமுறைத் தமிழ்கூடத் தெரியாது என்பது இங்கு கவனிக்கத் தக்கது. அவர் தெலுங்கு, சமஸ்கிருதம், ஆங்கிலம் ஆகிய மொழிகளில் மட்டுமே தேர்ந்திருந்தார். தனது ஆய்வுகளையும் அவர் ஆங்கிலத்தில்தான் எழுதினார். அத்தோடு தனக்குத் தமிழ் தெரியவில்லை என்பதை அவர் ஒரு குறையாகவும் கருதவில்லை, தமிழைத்தான் அவர் குறைபாடு உடைய மொழியாகக் கருதினார்.

கி.பி.1915ஆம் ஆண்டில் வங்காள வரலாற்றாளரான ஜாதுநாத் சர்க்கார் என்பவர் 'மாடர்ன் ரிவ்யூ' என்ற இதழில் 'கன்ஃபஷன்ஸ் ஆஃப் ஹிஸ்டரி டீச்சர்' என்ற தலைப்பில் ஒரு கட்டுரை எழுதினார். அதில் ”வட்டார மொழிகளில் வரலாற்றுப் படைப்புகள் அதிகம் இல்லை, வட்டார மொழிகளில் வரலாற்று நூல்கள் கட்டாயம் வெளியாக வேண்டும், வரலாற்றுப பாடம் வட்டார மொழிகளில் கற்பிக்கப்பட

வேண்டும்" என்றெல்லாம் சர்க்கார் வலியுறுத்தினார். சர்க்காரின் கூற்றை மறுத்த நீலகண்ட சாஸ்திரியார் தமிழைவிட ஆங்கிலமே கருத்துகளை எழுதத் தனக்கு வசதியாக இருப்பதாகவும், வட்டார மொழிகள் (தமிழ் உள்ளிட்டவை) அந்த அளவுக்கு வளமானதாக இல்லாததுதான் அதற்குக் காரணம் எனவும் எழுதினார். சாஸ்திரியின் இந்த மறுப்பைப் பாரதியார் வன்மையாகக் கண்டித்தார். அவ்வகையில் 'ஆங்கிலமே முக்கியம் தமிழில் ஒன்றும் இல்லை' - என்ற இன்றைய திராவிடக் கருத்தியலின் முன்னோடி என்று நாம் நீலகண்ட சாஸ்திரியாரைக் கூறலாம்.

தமிழ் தெரியாத, தமிழை விரும்பாத நீலகண்ட சாஸ்திரி எப்படி தமிழ்க் கல்வெட்டுகளைப் படித்தார்? - என்று பார்த்தால் அவர் ச.வையாபுரிப் பிள்ளை அவர்களின் உரைகளைக் கொண்டு சங்க இலக்கியங்களைப் படித்தும், மேலும் பல அகராதிகளையும் கொண்டுமே கல்வெட்டுகளையும் படித்து உள்ளார். நீலகண்ட சாஸ்திரியார் குறித்த இந்தச் செய்திகளை 'இருபதாம் நூற்றாண்டில் தமிழ்நாட்டின் சிறந்த வரலாற்றாளர் நீலகண்ட சாஸ்திரி' - என சாஸ்திரிக்குச் சான்று கொடுக்கும் ஆய்வாளர் ஆ.இரா. வேங்கடாசலபதி அவர்களே தனது நூலில் *(In Those Days There was No Coffee: Writings in Cultural History)* பதிவு செய்து உள்ளார்!.

இவ்வாறாகத் தனக்கு என்ன புரிந்ததோ அதைக்கொண்டு, தனக்கு எப்படி வேண்டுமோ அந்த வகையில் நீலகண்ட சாஸ்திரியார் சோழர் வரலாற்றை எழுதினார்.

நீலகண்டசாஸ்திரியாரின் இந்தப் போக்கைப் பிற ஆய்வாளர்கள் கவனிக்காமலும் இருந்துவிடவில்லை. தேவநேயப் பாவாணர் நீலகண்ட சாஸ்திரியாரை இனவெறியர், மொழிவெறியர் என்று நேரிடையாகவே விமர்சித்து உள்ளார். மயிலை சீனி வேங்கடசாமி அவர்கள் முதல் குடவாயில் பாலசுப்பிரமணியன் வரை ஆய்வாளர்கள் பலரும் நீலகண்ட சாஸ்திரியரை விமர்சித்து உள்ளனர்.

சாஸ்திரியாரின் ஆய்வுகளில் உள்ள பிழைகளைப் பலரும் வெளிப்படுத்தியிருந்தாலும், அவரது பிம்பத்தைப் பலமாக அடித்து நொறுக்கியவர் ஆய்வாளர் தி.வை.சதாசிவ பண்டாரத்தார் அவர்களே ஆவார். 1949ஆம் ஆண்டில் 'பிற்காலச் சோழர் சரித்திரம்' நூலை எழுதிய சதாசிவ பண்டாரத்தார் அவர்கள் நீலகண்ட சாஸ்திரியார் உடையார்குடிக் கல்வெட்டைத் திரித்துப் படித்ததையும், உண்மையில் சோழர்களால் ஆதித்த கரிகாலன் கொலைக்காகத் தண்டிக்கப்பட்டவர்கள் பிராமணர்களே என்பதையும் விளக்கினார். இதனால் 'சோழர் காலத்தில் பிராமண எதிர்ப்பு'

- என்ற பேச்சு மீண்டும் பலமாக எழுந்தது. பெரியார் உள்ளிட்டோர் பண்டாரத்தாரை இதற்காகப் பாராட்டினார்கள்.

புதிய பிழைகள்!:

சாஸ்திரியின் சோழர்கள் நூலும் பண்டாரத்தாரின் பிற்காலச் சோழர் சரித்திரம் நூலும் எழுதப்பட்ட பின்னர்தான் கல்கி 'பொன்னியின் செல்வன்' புதினத்தை எழுதினார். இந்நூலுக்கு அடிப்படை ஆதாரங்களாக சாஸ்திரியார், பண்டாரத்தார் ஆகிய இருவரின் நூல்களையும் கல்கி எடுத்துக்கொண்டாலும், அவர் ஆதித்த கரிகாலன் கொலை விவகாரத்தில் சாஸ்திரியாரின் கூற்றை ஒட்டியே தனது படைப்பை எழுதினார். சோழர்களைக் கொன்றவர்கள் பாண்டிய ஆபத்து உதவிகள் என்ற கற்பனைக் கதையையும், நந்தினி என்ற கற்பனைக் கதாப்பாத்திரத்தையும் அவர் உருவாக்கினார். இதனால் சோழர்களின் பிராமணிய எதிர்ப்பு பற்றிய பேச்சுகள் அடங்கின; ஆனால் ஒரே பக்கமாக முட்டுக் கொடுத்ததால் சோழர்கள் பிராமண ஆதரவாளர்கள் என்ற பிம்பம் புதியதாக உருவானது.

இந்நிலையில் சோழர் வரலாற்றை அனைத்து அவலங்களும் கொண்ட வரலாறாகக் கட்டமைக்கும் பணியை மார்க்சியர்கள் கையில் எடுத்தார்கள் (இதில் மே.து.ராசுகுமார் போன்ற சில விதிவிலக்குகளும் உண்டு). இவர்களின் தொடக்கப் புள்ளி நா.வானமாமலை ஆவார். நீலகண்ட சாஸ்திரியாரைப் போலவே தெலுங்கைத் தாய்மொழியாகக் கொண்ட நா.வானமாமலை அவர்களுக்கு தமிழ்க் கல்வெட்டுகளை வாசிப்பதில் போதிய பயிற்சி இருந்ததாகத் தெரியவில்லை. இருந்தும் அவர் நீலகண்டசாஸ்திரியார் படித்த சில கல்வெட்டுகளை ஆதாரமாகக் கொண்டு 'சோழர் ஆட்சியில் அறப் போர்கள்' - என்ற கட்டுரையை எழுதினார்.

'(சில குறிப்பிட்ட கல்வெட்டுகளைப் பார்க்கும்போது) சோழர் காலத்தில் வரி விகிதம் வரலாறு காணாத வகையில் உயர்த்தப்பட்டதும், அதனால் விவசாயிகள் அரசை எதிர்த்துப் போராடியதும் தெரிய வருகின்றன' - என்பதுதான் சோழர் ஆட்சியில் அறப் போர்கள் கட்டுரையின் மைய இழை ஆகும். அந்தக் கட்டுரை விவசாயிகளுக்கு எதிரானவர்களாகச் சோழர்களைக் கட்டமைத்தது. இன்றுவரை மார்க்சியர்களால் நிறைய இடங்களில் அது மேற்கோளும் காட்டப்படுகின்றது.

ஆனால் ஆய்வு செய்து பார்க்கும்போது நா.வானமாமலை அவர்கள் மேற்கோள் காட்டிய விவசாயிகள் கிளர்ச்சி பற்றிய கல்வெட்டுகளில் எதுவும் சோழர் காலத்தைச் சேர்ந்தவை அல்ல!. ஆய்வாளர் நொபுரு

கராஷிமா அந்தக் கல்வெட்டுகள் அனைத்தையும் ஆய்வு செய்து அவை விஜயநகர அரசனான இரண்டாம் தேவராயனின் காலத்தைச் சேர்ந்தவை என்றும், விஜயநகர ஆட்சியில், தமிழகத்திற்குள் பிற மாநில அதிகாரிகள் கொண்டு வரப்பட்ட நிலையில் தமிழக மக்கள் அதிக வரிவிதிப்பால் பாதிக்கப்பட்டு அதற்கு எதிராகவே கிளர்ச்சி செய்தார்கள் என்றும் விளக்கி உள்ளார். நா.வானமாமலையின் கட்டுரையை மேற்கோள் காட்டுபவர்கள் இந்த உண்மையை அடியோடு மறைக்கின்றனர் என்பதோடு, விஜயநகர் காலத்தில்தான் தமிழகத்தில் உச்சபட்ச வரி விதிக்கப்பட்டது என்பதையும் அவர்கள் பேசுவது இல்லை. அவ்வகையில் விவசாயிகளின் தோழர்களாக தங்களைக் கூறிக்கொள்ளும் மார்க்சியர்கள் உண்மையில் விஜயநகரின் தோழர்களாகவே இங்குக் காட்சி தருகின்றனர்.

இப்படியாக விவசாயிகளுக்கு எதிரான அரசு சோழ அரசு என்று உருவாக்கப்பட்ட பிம்பத்தின் நீட்சிதான் 'சோழர்கள் விவசாயிகளின் நிலங்களைப் பிடுங்கிப் பிராமணர்களுக்குக் கொடுத்தார்கள்' - என்பது. பல்லவர் ஆட்சி முதல் சோழர் ஆட்சி வரையிலான செப்பேடுகள், கல்வெட்டுகள் எதிலும் அரசர்கள் விவசாயக் குடிமக்களிடம் இருந்து நிலத்தைப் பிடுங்கியதற்கான எந்தக் குறிப்பும் இல்லை. மாறாக, அரசர்கள் தங்களுக்கு மக்களின் நிலம் தேவைப்படும்போது சந்தை விலைக்குக் காசு கொடுத்து வாங்கினார்கள் என்பதற்கும், மக்களுக்கு அவர்கள் விரும்பும் மாற்று இடங்களைப் பல காலமாகக் கொடுத்துத் தங்களுக்குத் தேவையான நிலங்களைப் பெற்றனர் என்பதற்கும் நிறையக் குறிப்புகள் உள்ளன. எனவே நிலம் பிடுங்கப்பட்டது - என்பதே முழுப் பொய் ஆகும்.

இந்தப் பொய்யை வரலாறாக்க, இல்லாத ஆதாரங்களை உருவாக்கும் முயற்சிகளும் தொடர்ந்து நடந்து உள்ளன. அதற்கான உதாரணம், குந்தவையின் கரந்தை (வசிஷ்டேஸ்வரர் கோவில்) கல்வெட்டு. இந்தக் கல்வெட்டைக் காட்டி 'இராஜராஜனின் சகோதரி குந்தவை விவசாயிகளின் நிலங்களைப் பிடுங்கிப் பிராமணர்களுக்குக் கொடுத்தார்' - என்ற வதந்தி பரப்பப்பட்டது. ஆனால் இந்தக் கல்வெட்டை ஆய்வாளர் குடவாயில் பாலசுப்பிரமணியன் அவர்கள் தனது தஞ்சாவூர் நூலுக்காகப் படித்தபோது அதன் செய்தி தலைகீழாக இருந்தது.

அந்தக் கல்வெட்டின்படி, பிராமணர்களுக்கு உரிமையான ஆனால் விவசாயம் செய்ய ஆளில்லாத நிலங்களைப் பிராமணர்களின் அனுமதியோடு உரிய தொகைக்கு வாங்கிக் கோவிலுக்குத் தானமாகக் கொடுக்கும் செயலையே குந்தவை செய்திருந்தார். அதைத்தான் கரந்தைக் கல்வெட்டு கூறியது. இதைத் 'தஞ்சாவூர் வட்டக் கல்வெட்டுகள்' நூலில்

தலைகீழாக்கிப் படித்து இருந்தார்கள்; அதைச் சிலர் வதந்தியாகப் பரப்பினார்கள். இப்படியாக, இல்லாத மற்றும் பொய்யான ஆதாரங்களின் அடிப்படையில்தான் சோழரின் ஆட்சி ஒவ்வொரு முறையும் விமர்சிக்கப்படுகிறது. ஆய்வுத் தளத்தில் அதற்கான மறுப்புகள் எழுந்தாலும், அரசியல் தளத்தில் பழைய பொய்கள் தொடர்ந்து உலவுகின்றன.

பிரம்மதேயங்களும் சோழர்களும்:

இராஜராஜ சோழன் பிராமணர்களுக்கு 250 பிரம்மதேயங்களைக் கொடுத்தார் என்பது மேடைதோறும் பேசப்பட்ட பிரபலமான புரளி ஆகும். சோழர் காலத்தில் இருந்த ஒட்டுமொத்த பிரம்மதேயங்களின் எண்ணிக்கையை அப்படியே இராஜராஜன் கணக்கில் எழுதி அந்தப் பொய் உருவாக்கப்பட்டது.

இதுவரை இராஜராஜன் பிராமணருக்கு நிலதானம் வழங்கியதைச் சொல்லும் ஒரு கல்வெட்டோ ஒரு செப்பேடோ கிடைக்கவில்லை. ஆனால் இராஜராஜன் ஆனைமங்கலம் பவுத்த விகாரத்திற்கு நிலதானம் கொடுத்ததற்கு மட்டும் செப்பேடு உண்டு. இந்நிலையில், புத்தமே தீர்வு என்று சொல்லும் அமைப்புகளும் ஒரு பொய்யை நம்பிச் சோழர்களைக் கடுமையாக விமர்சித்து வருகின்றன. ஆனால் அப்படிக் குற்றம் சாட்டுபவர்கள் மீது வழக்குத் தொடுக்கப்பட்டு நீதிமன்றமே 'இதற்கெல்லாம் என்ன ஆதாரம்?' - என்று கேட்கும்போது வதந்தி பரப்பிய வாய்கள் மவுனமாகின. ஆனால் மீண்டும் இன்னொரு மேடையில் இன்னொருமுறை அதே வதந்தி பரப்பப்பட்டது.

இன்னொருபக்கம், இராஜேந்திர சோழன் காலத்தில் ஆந்திராவில் இருந்து 1083 பிராமணர்கள் தமிழகத்தில் வந்து குடியேற்றப்பட்டனர் என்றும் அதன் ஆதாரம் கரந்தைச் செப்பேடு என்றும் ஒரு வதந்தி உள்ளது. இது எப்படி உருவானது என்றால், பட்டர் ஸ்டெயின் என்ற ஆங்கில ஆய்வாளர் 'கரந்தைச் செப்பேட்டில் உள்ள 1083 பிராமணர்களில் 775 பிராமணர்கள் ஆந்திராவைச் சேர்ந்தவர்கள்' - என்ற கருத்தை முன்வைத்தார். இது ஓர் அடிப்படை ஆதாரமற்ற கருத்து ஆகும். அதன் திரிந்த வடிவம்தான் இந்த வதந்தி.

கரந்தைச் செப்பேட்டில் அந்தத் தானத்தைப் பெற்றவர்களின் பெயர்கள், ஊர்கள் ஆகிய விவரங்கள் முழுமையாக உள்ளன. அந்த விவரங்களின்படி தானத்தைப் பெற்றவர்கள் மொத்தம் 1084 பேர் (ஸ்டெயின் சொன்னபடி 1083 பேர் அல்ல!) அவர்கள் அனைவரும் தமிழகத்தைச் சேர்ந்தவர்கள்,

எனவே சோழர்கள் யாரையும் குடியேற்றவில்லை. இதற்கு மாறாக சோழர் காலத்தில் ஆந்திராவில் தமிழக பிராமணர்களுக்கு பிரம்மதேயம் கொடுக்கப்பட்டதற்கான ஆதாரங்கள் மிகத் தெளிவாக உள்ளன; அதை யாரும் பேசுவது இல்லை .

இப்படித் திரிக்கப்பட்ட ஆதாரங்களை முன்வைத்துச் சோழர்கள் காலத்தில் குடியேற்றப்பட்டதாக இவர்கள் குறிக்கும் ஆதாரமற்ற எண்ணிக்கையைவிடப் பல மடங்குகள் அதிகமான எண்ணிக்கையில் அயல் மாநில பிராமணர்கள் பிறர் ஆட்சியில்தான் குடியேற்றப்பட்டனர். இதை மார்க்சிய ஆய்வாளர் கோ.கேசவன் தனது 'தமிழ்: மொழி - இனம் - நாடு' நூலில் "விஜயநகர் ஆட்சியின்பொழுதும் ஹொய்சளர், மராத்தியர் ஆட்சிகளின் பொழுதும் இங்கு நடந்த கணிசமான குடியேற்றங்கள் சோழர் காலத்தில் எப்போதும் இல்லை" எழுதி உள்ளார். ஆனால் அந்த ஆட்சிகள் குறித்து யாரும் பேசுவது இல்லை. அத்தோடு பிராமணருக்கு பொதுமக்களின் நிலங்களைப் பிடுங்கி பிரம்மதேயங்களாகக் கொடுத்ததும் விஜயநகர் மற்றும் நாயக்கர் காலங்களில்தான் இதையும் யாரும் பேசுவது இல்லை. இது என்ன மாதிரியான பிராமண எதிர்ப்பு என்பதும் புரியவில்லை.

சிலர் நாயக்கர் கால வரலாற்று அவலங்களைக்கூடச் சோழர் காலம் என்று திரித்துப் பரப்பியுள்ளனர். அவர்களில் ஒருவர் திமுகவின் முன்னாள் மத்திய அமைச்சர் ஆ.ராசா அவர்கள்!. சமீபத்தில் ஆ.ராசா அவர்கள், 'உ.வே.சாமிநாதரின் முன்னோருக்கு பிரம்மதேயம் கொடுத்தவர்கள் சோழர்கள்' - என்று ஒரு மேடையில் கூறினார். வழக்கம் போல அதைப் பல்வேறு திராவிட, கம்யூனிச அறிஞர்கள் எதிரொலித்தனர். இதுவும் ஓர் அடிப்படையற்ற பொய் ஆகும்.

உ.வே.சா. அவர்கள் தனது சுய சரிதையான 'என் சரித்திரம்' நூலில் தனது முன்னோர் உத்தமதானபுரம் என்ற ஊரை ஒரு தஞ்சை அரசரிடமிருந்து வாங்கியதாகக் கூறி இருக்கிறார். அந்தத் தஞ்சை அரசர்களைத்தான் ஆ.ராசா அவர்கள் 'சோழர்கள்' என்று புரிந்துகொண்டு பேசினார்.

ஆனால் உவேசா நில தானத்தின் கதையை மிகத் தெளிவாக, 'சற்றேறக்குறைய 200 வருஷங்களுக்கு முன்பு...' என்றுதான் ஆரம்பிக்கிறார். உ.வே.சா.வுக்கு 200 ஆண்டுகள் முன்பாகத் தஞ்சை நாயக்க மன்னர்களால்தான் ஆளப்பட்டது, சோழர்களால் அல்ல. இதனால் சோழர்களைத் திட்டிய வாய்கள் நாயக்கர்களைத் திட்டினவா என்று பார்த்தால் இல்லை, வழக்கம் போல மவுனமாகின. இப்படியாகச்

சோழர்களை இல்லாத காரணங்களைச் சொல்லித் திட்டுவதும், நாயக்கர்களைத் திட்டக் காரணமே கிடைத்தாலும் அமைதியாக இருப்பதும் தமிழகத்தில் ஒரு வெளிப்படையான இனவெறிப் போக்கைக் காட்டுகின்றன. இதன் இன்னோர் அங்கமாக, சோழர்களைத் திட்டப் புதிய புதிய காரணங்கள் தொடர்ந்து கண்டுபிடிக்கப்படுகின்றன.

அடிமைமுறையும் கொத்தடிமை ஆய்வாளர்களும்:

ஐரோப்பிய நாடுகளில் இருந்து இந்தியாவுக்கு வந்தபிறகு, அசோகர் உள்ளிட்ட வட இந்திய அரசர்களால் கடைபிடிக்கப்பட்ட ஒரு முறை ‘அடிமை முறை’ ஆகும். தமிழகத்தில் பல்லவர் காலம் முதலே அடிமை முறை காணப்படுகின்றது. சிவ பெருமான் சம்பந்தரை அடிமையாகக் கேட்டார் என்ற திருத்தொண்டர் கதையே பல்லவர் காலத்தைச் சேர்ந்ததுதான். அந்த நீண்ட நெடிய அடிமை முறையின் வரலாற்றில் சோழர் காலத்திலும் அடிமை முறை இருந்ததற்கு அரிதாக சில ஆதாரங்கள் கிடைத்து உள்ளன. அவற்றை வைத்துச் ‘சோழர் காலத்தில்தான் அடிமைமுறை வந்தது’- என்ற கோணத்தில் வதந்திகள் பரப்பப்படுகின்றன. சிலர் தஞ்சைப் பெரிய கோவிலே அடிமைகளால் கட்டப்பட்டதுதான் - என்று எந்த ஆதாரமும் இல்லாமல் பேசி வருகின்றனர்.

சோழர் நாகரிகம் கீழானது, மேற்கத்திய நாகரிகம் மேலானது - என்று பேசியும் எழுதியும் வரும் திராவிட, கம்யூனிசக் கூட்டத்தினர் தங்கள் வாதத்திற்கு வலு சேர்க்க இது போன்ற வதந்திகளைப் பயன்படுத்துகின்றனர். ஆனால் மேலை நாடுகளின் வரலாற்றில் கிரேக்க நாகரிகத்தின் சில நகரங்களில் சுமார் 2600 ஆண்டுகளுக்கு முன்பாகவே பொதுமக்களின் தொகையைவிட அடிமைகளின் எண்ணிக்கை அதிகமாக இருந்தது என்பதையும், இங்கிலாந்து, அமெரிக்கா உள்ளிட்ட பல ஐரோப்பிய நாடுகளின் பொருளாதாரமே அடிமை வர்த்தகத்தை அடிப்படையாகக்கொண்டது என்பதையும், அவற்றோடு சோழர் கால அடிமை முறையை ஒப்பிட்டால் கடுகைப் பூசணிக்காயோடு ஒப்பிடுவது போலாகும் என்பதையும் அவர்கள் அறிந்திருக்கவில்லை. தமிழகத்தில் அடிமைச் சமுதாயம் என்ற ஒன்று இருந்ததே இல்லை, ஆனால் மேலை நாடுகளில் அம்முறை நிலையாக உண்டு. இந்நிலையில், அவர்களைப் பாராட்டும் முற்போக்குகள் சோழர் வரலாற்றைக் கேலி பேசுவதைப் புரிந்து கொள்ள இயலவில்லை.

அடிமை முறை பற்றிய புரளியைவிட மோசமானது சோழர் காலத்தில்தான் தேவதாசி முறை வந்தது, பெண்கள் பாலியலுக்காகப் பயன்படுத்தப்பட்டனர் - என்பது. வரலாற்றின்படி இதுவும் தமிழகத்தில் தோன்றியது அல்ல. பெண்களை மதப்பரப்பு வேலைகளுக்குப் பயன்படுத்தும் உத்தியை மகதப் பேரரசில் புத்த மதம் தொடங்கியது. புத்தர்

காலம் முதல் பிக்குணிகள் உண்டு. புத்த சமயத்தில் இருந்தே 'கோவில் பெண்கள்' என்ற முறை பிற மதங்களுக்குப் பரவியது. ஒரு காலத்தில் புத்த, சமண சமயங்கள் தமிழகத்தில் வீழ்ச்சியடைந்தபோது, குடும்பமற்ற கோவில் பெண்களும் கோவிலோடு மதம் மாறினார்கள். இப்படித்தான் தமிழகத்திற்குள் கோவில் பெண்கள் என்ற முறை வந்தது. பல்லவர் காலத்தில் இவர்கள் கணிகையர் என்றும், சோழர் காலத்தில் இவர்கள் தேவரடியார்கள் என்றும், பிற்காலத்தில் இவர்கள் தேவதாசிகள் என்றும் அழைக்கப்பட்டனர். அப்படியானால் மூன்று கட்டத்திலும் இம்முறை ஒரேமாதிரியாக இருந்ததா? - என்று பார்த்தால் இல்லை!.

பல்லவர் சோழர் காலங்களில் கோவில் பெண்கள் திருமணம் செய்யவும், சொத்து வைத்துக்கொள்ளவும் அனுமதிக்கப்பட்டனர். படிப்பிலும் நாட்டியத்திலும் தேர்ந்தவர்களாக, சமூக மரியாதைக்கு உரியவர்களாக அவர்கள் இருந்தனர், அவர்கள் ஒருபோதும் பாலியலுக்காகப் பயன்படுத்தப்படவில்லை. இதனால் பல்லவர் சோழர் காலத்தில் பிராமணர்கள் உள்ளிட்ட பல சமூகத்தினரும் தங்கள் பெண்களைத் தேவரடியாராக அனுப்பி வைத்தனர். சோழர்களின் வீழ்ச்சிக்குப் பின்னர் தேவரடியார் முறை தேவதாசி முறையாக்கப்பட்டது. கர்நாடகாவில் இருந்து வந்த 'தேவதாசி' - என்ற சொல்லால் அவர்கள் அழைக்கப்பட்டு, பிற மாநிலங்களைப் போலப் பாலியலுக்குப் பயன்படுத்தப்பட்டனர்.

தமிழகக் கோவில் பெண்கள் குறித்து ஆய்வு செய்து முனைவர் பட்டம் பெற்ற கனடா நாட்டு ஆய்வாளர் லெஸ்லி சி.ஓர் அவர்கள் தனது ஆய்வு நூலில் சோழர் காலம் வரை தேவரடியார் பற்றிக் கிடைத்த எந்தக் கல்வெட்டிலும் அவர்கள் பாலியலுக்குப் பயன்படுத்தப்பட்டதற்காக ஆதாரம் இல்லை என்பதையும், அதே காலகட்டத்தில் ஆந்திரா உள்ளிட்ட பிற மாநிலங்களில் அந்த அவலம் நடந்து வந்தது என்பதையும் பட்டியலிட்டு விளக்கி உள்ளார். ஆக, சோழர்கள் தேவதாசி முறையைத் தொடங்கவும் இல்லை, பெண்களைத் தவறாகப் பயன்படுத்தவும் இல்லை.

சோழர் காலத் தீண்டாமை எனும் புரளி!:

அடுத்ததாகச், சோழர்கள் மீது வைக்கப்படும் குற்றச்சாட்டு 'தீண்டாமையைக் கொண்டுவந்தவர்கள் சோழர்கள்' - என்பது ஆகும். இதற்கு ஆதாரமாக இராஜராஜன் காலத்தில் இருந்து சில கல்வெட்டுகளில் காணப்படும் 'தீண்டாச்சேரி' - என்ற ஒரு பகுதியைக் குறிக்கும் வார்த்தையையும், ஊர் நீர்நிலைகளை சரிசெய்யும் பணியில்

தீண்டாச்சேரியின் மக்களுக்கு விலக்கு அளிக்கப்பட்டதையும் காட்டுகின்றனர். அதாவது, தீண்டாச் சேரியில் இருந்தவர்கள் தீண்டத்தகாதவர்கள். அதனால் ஊரின் பொது நீர்நிலை தொடர்பான விவகாரங்களில் அவர்கள் ஈடுபடுத்தப்படவில்லை - என்று கூறுகின்றனர்.

இங்கு, தீண்டாச்சேரி - என்பதை தீண்டாமைச் சேரி என்று புரிந்து கொள்ள எந்தக் காரணமும் இல்லை!. சோழர் காலத்தில் தீண்டாமை என்ற சொல்லே இல்லை!. மேலும் தீண்டாச்சேரியில் எந்தச் சாதி மக்கள் மீது தீண்டாமை கடைப்பிடிக்கப்பட்டது? - என்பதற்கும் இதுவரை பதில் இல்லை. ஏனெனில் சோழர் காலத்தில் பறையர், குடும்பர், சக்கிலியர் ஆகிய மக்கள் சமூக மரியாதையோடு நடத்தப்பட்டதற்கு நிறைய கல்வெட்டு ஆதாரங்கள் உள்ளன. குறிப்பாகப் பறையர்கள் சதுர்வேதி மங்கலங்களில் வசித்ததோடு உயர்ந்த செல்வாக்கோடு இருந்துள்ளனர். இதனால் அவர்கள் மீது சோழர் காலத்தில் தீண்டாமை கடைப்பிடிக்கப்பட்டது - என்று சொன்னால் வரலாறு நகைக்கும்.

அடிப்படையில் தீண்டாச்சேரி - என்பது பிறருக்குத் தொற்றும் அபாயமுள்ள நோயாளிகளுக்கான மருத்துவப் பகுதி ஆகும். தீண்டாமல் மருத்துவம் பார்த்தவர்கள் 'தீண்டார்' என்றும், நாடி பிடித்து மருத்துவம் பார்த்தவர்கள் 'தீண்டுவார்' என்றும் சோழர் காலத்தில் அழைக்கப்பட்டனர். இவர்களில் தீண்டார் மருத்துவர்கள் பிறருக்குத் தொற்றும் அபாயம் உள்ள நோய்களைக் கையாண்டதால், அவர்கள் பொது வேலைகளில் ஈடுபட விலக்கு அளிக்கப்பட்டது, அதைத்தான் தீண்டாமை - என்று மாற்றி உருட்டி இருந்தார்கள். இப்படி நிறைய வன்மத் திரிப்புகள் சோழர் வரலாற்றின் மீது மேற்கொள்ளப்பட்டு உள்ளன.

தனிப்பட்ட வாழ்க்கை மீதும் சேறு!:

இப்படியாகத் தமிழ்ச் சமூகத்திற்கு எதிரானவர்களாக சோழர்களைச் சித்தரிக்கும் போக்கு ஒருபக்கம் என்றால், மறுபக்கம் சோழ அரசர்களின் தனிப்பட்ட வரலாற்றைத் தங்கள் விருப்பத்திற்கேற்ப இழிவுபடுத்துவதும் நடக்கின்றது. அதில் மிகப் பிரபலமாகப் பரப்பப்படும் இழிவு இராஜராஜ சோழன் தனது அண்ணன் ஆதித்த கரிகாலனைக் கொன்று அரியணை ஏறினார் என்பது.

தஞ்சைப் பெரியகோவில் கல்வெட்டு முதன்முதலாகப் படிக்கப்பட்ட போதோ, உடையார்குடி கல்வெட்டு சாஸ்திரியாரால் படிக்கப்பட்டபோதோ சோழர்கள், பிற்காலச் சோழர் சரித்திரம் உள்ளிட்ட புத்தகங்கள் எழுதப்பட்ட போதோ எந்த ஆய்வாளர்களாலும் முன்வைக்கப்படாத கருத்து 'ஆதித்த

கரிகாலனைக் கொன்றது இராஜராஜன்' - என்பது. இந்தக் கருத்தை யார் உருவாக்கியது என்று பார்த்தால்...

1971ஆம் ஆண்டில் சென்னை விவேகானந்தா கல்லூரியின் ஆண்டு மலரான 'விவேகா'வில் ஆர்.வி.சீனிவாசன் என்பவர் எழுதிய ஒரு இனவெறிக் கட்டுரையில்தான் இந்தக் கருத்து முன்வைக்கப்பட்டது. அந்தக் கட்டுரையானது 'இராஜராஜ சோழன், அவனுடைய இனத்தின் பெருமைக்கும் சிறப்பிற்கும் உரிய பேரரசனாகவும் தென்னிந்தியாவின் புகழ்மிக்க பெருவேந்தனாகவும் போற்றப்படுகிறான். ஆனால், அவனிடமிருந்த எதிர்மறைப் பண்புகளைச் சுட்டிக்காட்டுவதே என் நோக்கம் ஆகும்' - எனத் தெளிவான வன்மத்தோடு தொடங்குகிறது. அந்தக் கட்டுரையில் எந்த ஆதாரமும் இல்லாமல் புழுதி வாரித் தூற்றும் நோக்கத்தோடு வைக்கப்பட்ட கருத்தே 'ஆதித்த கரிகாலனை இராஜராஜன் கொன்றார்' - என்பது. அந்த வன்மம் இன்றுவரை பரப்பப்பட்டு வருகின்றது. சோழர்கள் மீது யார் எந்த வதந்தியைக் கூறினாலும் அது வரலாறாக ஏற்கப்படும் - என்ற நிலையையே இது காட்டுகின்றது.

இன்னொரு பக்கம் 'ஆதித்த கரிகாலனைக் கொன்றது மதுராந்தகன்' - என்ற நீலகண்ட சாஸ்திரியின் பொய்யும் இன்னும் உலவி வருகின்றது. இந்தப் பொய்க்கு ஆதாரமாக உடையார்குடிக் கல்வெட்டையே நீல கண்ட சாஸ்திரியார் திரித்துப் பயன்படுத்தி உள்ளார். "ஆதித்த கரிகாலனின் ஆட்சி முடிந்து, உத்தம சோழனின் ஆட்சி தொடங்கி அதுவும் முடிந்து, இராஜராஜ சோழனின் இரண்டாவது ஆட்சியாண்டில்தான் ஆதித்த கரிகாலனைக் கொன்றவர்கள் தண்டிக்கப்பட்டனர். உத்தம சோழன் தனது 16 ஆட்சியாண்டுகளில் ஆதித்த கரிகாலன் கொலையாளிகளைத் தண்டிக்கவில்லை" - என்ற பிம்பத்தை உடையார்குடிக் கல்வெட்டு மூலம் உருவாக்கிக் கொலைக்கு உத்தம சோழனும் உடந்தை என்ற கதையை அவர் எழுதினார். இதன் நோக்கமும் ஆதித்த கரிகாலனைக் கொன்றது பிராமணர்கள் என்பதை மறைப்பது மட்டுமே ஆகும்.

ஆனால் சமீபத்திய துல்லியத் தரவுகள் ஆதித்த கரிகாலன் சுந்தர சோழர் பேரரசராக இருந்தபோது இணையரசராக (இன்னொரு சோழ அரசராக) இருந்தவர் என்பதையும், ஆதித்த கரிகாலன் கி.பி.971ஆம் ஆண்டில் இறந்தபின்பு அடுத்த 8 அண்டுகளுக்கு (கி.பி.979வரை) தொடர்ந்து பேரரசராக சுந்தர சோழரே இருந்தார் என்பதையும் காட்டுகின்றன. எனவே ஆதித்த கரிகாலன் இறந்த பின்பு உடனடியாகச் சுந்தர சோழரும் இறந்து அதனால் உத்தம சோழன் ஆட்சிக்கு வந்தார் என்ற கணிப்பே தவறானது. இங்கு ஆதித்த கரிகாலனின் கொலையாளிகளைத் தண்டிக்கும் பொறுப்பு அவரது தந்தையிடம்தான் இருந்துள்ளது.

மேலும் உடையார்குடிக் கல்வெட்டானது ஆதித்த கரிகாலனின் கொலையாளிகள் தொடர்புடைய கல்வெட்டு கிடையாது. அது ஒரு சொத்துப் பரிமாற்றக் கல்வெட்டு. அது இராஜராஜன் வெட்டிய கல்வெட்டும் அல்ல, அத்தோடு அதன் பொருளும் மிகத் தவறாக விளக்கப்பட்டு உள்ளது.

அந்தக் கல்வெட்டில் உள்ள வாசகங்கள் உண்மையில், "ஆதித்த கரிகாலனின் கொலையாளிகள் மூவருக்கும் சகோதரனான மலையனூரான் அவனது தாய் மற்றும் மகன் ஆகிய மூவரின் நிலங்கள் இவர்கள் தாயத்தார் (குற்றவாளியின் உறவினர்கள்) என்பதால் ஊர் சபையால் பிடுங்கப்பட்டு இருந்த நிலையில், அவற்றை விற்கும் உத்தரவு இராஜராஜனிடமிருந்து வந்தது" - என்றுதான் தொடங்குகின்றன. ஆனால் அதை 'இராஜராஜன் குற்றவாளிகளின் நிலங்களைப் பிடுங்க உத்தரவிட்டார்' என்று தவறாக விளக்கி உள்ளனர். இந்த விளக்கமும், அந்தத் தவறான ஆண்டுக் கணிப்புமே உத்தம சோழன் மீது பழிவரக் காரணங்களாகி உள்ளன. உண்மையில், இந்தக் கல்வெட்டு இராஜராஜன் ஆட்சிக்கு வரும் முன்பே ஆதித்த கரிகாலன் கொலையின் குற்றவாளிகள் தண்டிக்கப்பட்டனர் - என்பதற்குத்தான் ஆதாரம்.

இவ்வாறாகச் சோழர் வரலாற்றில் நடக்காத பதவிப் படுகொலையைக் கொண்டு சோழர் வரலாற்றை இழிவுபடுத்துபவர்கள் அசோகரும், கிருஷ்ண தேவராயரும் பிறப்பால் தங்களின் தந்தைகளுக்கு மூத்த வாரிசுகளாக இல்லாத நிலையில் எப்படி அரசுக்கு வந்தனர் என்பதையும், அசோகர் தன் சகோதரர்களை என்ன செய்தார் என்பதையும் மறந்தும் பேசுவது கிடையாது. இது அவர்களின் நோக்கம் பதவிப் படுகொலைகள் பற்றிய உண்மையான கரிசனம் அல்ல என்பதைக் காட்டுகின்றது.

அவதூறுகளும் அங்கீகாரங்களும்...

இப்படியாகச் சோழர் வரலாற்று ஆய்வு என்பது சோழர்களைப் பற்றிய உண்மைகளை அறிவதற்கான ஆய்வாக இல்லாமல், அவர்கள் மீது ஆதாரமற்ற வதந்திகளைப் பரப்பும் முயற்சியாகவே பலகாலமாக இருந்துள்ளது. இந்த அவதூறுகளில் பலவற்றை ஆதாரங்களோடு சதாசிவ பண்டாரத்தார், திருநாவுக்கரசு, குடவாயில் பாலசுப்பிரமணியன், நொபொரு கராசிமா உள்ளிட்டோர் மறுத்து இருந்தாலும், இன்னும் அரசுப் பாட நூல்கள் முதல் மேடைகள் வரை பழைய பொய்களே மீண்டும் உலவவிடப்படுகின்றன. அரசும் உண்மைகளைப் பரப்ப நடவடிக்கைகள் எடுப்பது இல்லை. ஒரு காலத்தில் பண்டாரத்தாரைக் கொண்டாடிய திராவிட இயக்கங்களின் ஆட்சிகளில் வடிவமைக்கப்படும் பாடத் திட்டங்களில்கூட சாஸ்திரியார் இருக்கிறார் ;பண்டாரத்தார் இல்லை.

அதுபோக அரசின் விருதுகளும் சோழர்கள் மீது ஆதாரமற்ற சேறுகளை வாரிப் பூசியவர்களுக்கே தாராளமாக வழங்கப்படுகின்றன. உண்மையை எழுதுபவர்கள் இருட்டடிப்பு செய்யப்படுகின்றனர். இந்தியாவின் எந்த மாநிலத்திலும் உலகின் எந்த நாட்டிலும் மண்ணின் அரசர்களுக்கும் அவர்களை ஆய்வு செய்பவர்களுக்கும் இப்படி ஓர் அநீதி இழைக்கப்பட்டது இல்லை.

அவதூறுகளின் பரிணாம வளர்ச்சியாகச் சோழர் வரலாற்றில் வதந்தி பரப்பியதுபோக, அந்த வதந்திகளை மறுப்பவர்கள் மீதும் வதந்திகள் பரப்பப்படுகின்றன. உதாரணமாக, எனக்கு நடந்தையே பார்ப்போம்.

இராஜராஜ சோழன் காலத்தில் கடல் போர்களில் மின்சார ஈல் மீன்கள் பயன்படுத்தப்பட்டதைப் பற்றிய ஒரு குறிப்பு பண்டைய ஐரோப்பிய நூலில் உள்ளதாகவும் அதைத்தான் படித்ததாகவும் மின்சாரத்தின் தோற்றம் குறித்து ஆய்வு செய்தவரும் பேஸ்மேக்கர் கருவியைக் கண்டறிந்த மெட்ரோனிக்ஸ் நிறுவனத்தின் நிறுவனர்களில் ஒருவருமான ஏர்ல் பேக்கன் என்பவர் ஆக்ஸ்போர்டு தமிழ் இருக்கையின் தலைவரான ஜானகிராமன் அவர்களிடம் பகிர்ந்துகொண்டார். அதை ஜானகிராமன் தன் அமெரிக்க நண்பர்களிடம் பகிர்ந்துகொண்டதால், அமெரிக்காவில் உள்ள ஏர்ல் பேக்கனின் ஆய்வு நூலகத்திலும் பிற நூல்களிலும் அந்தக் குறிப்பை பல ஆய்வாளர்கள் தேடி வருகின்றனர்.

இந்தச் செய்தியை நான் ஒரு நேர்காணலில் தெரிவித்தேன். அந்த நேர்காணலைத் திராவிட, கம்யூனிசக் கூட்டத்தினர் கேலியும் கிண்டலும் செய்து ‘வதந்தி’ என்று சொல்லிச் சமூக வலைத்தளங்களில் பரப்பினர். உண்மையில் அந்தப் பேச்சுக்கு ஆதாரம் ஏதும் உள்ளதா? - என்று என்னையோ, பிற ஆய்வாளர்களையோ அவர்கள் கேட்கவில்லை. சோழர் வரலாறு குறித்து ஒரு வெளி நாட்டவருக்கு இருந்த ஆர்வமோ மதிப்போ கூட இந்தக் கூட்டத்தினருக்கு இல்லை. சோழர்களைக் கிண்டல் செய்வது மட்டுமே அவர்களின் நோக்கமாக இருந்தது.

இத்தனைக்கும் தமிழக அரசின் உதவியோடு, 2019இல் சிகாகோவில் நடந்த 10ஆவது உலகத் தமிழாராய்ச்சி மாநாட்டின் மலரில் ஏற்கெனவே இந்தச் செய்தி ஒரு கட்டுரையாக வெளியாகி உலகத் தமிழர்களுக்கு அறிமுகமாகி இருந்தது - அதுவும் இந்த தற்குறிக் கூட்டத்திற்குத் தெரியவில்லை!.

இதில் தமிழக மக்கள் கவனிக்கவேண்டிய செய்தி என்ன என்றால், ‘சோழர்கள் காலத்தில் இந்தக் கீழ்மைகள் எல்லாம் இருந்தன’ - என்று பல வதந்திகள் பரப்பப்பட்டபோது, எந்த ஆதாரங்க

50

உலகில் கப்பற்படைக்கெல்லாம் முன்னோடி தமிழர்கள்

ஆனந்து சு ஆனந்தன்
முன்னாள் செயற்குழு உறுப்பினர், சிகாகோ தமிழ்ச்சங்கம்

நம் ஹார்வர்ட் தமிழ் இருக்கையை உருவாக்கிய Tamil Chair Inc நிறுவனத்தின் தலைவர் மருத்துவர் ஜானகிராமன் அவர்கள், ஏர்ல் பேக்கன் (Earl Bakken) எனும் விஞ்ஞானி மற்றும் தொழில் அதிபரைச் சந்திக்க நேர்ந்தது. ஏர்ல் பேக்கன் எனும் இந்த விஞ்ஞானி, உலகப் புகழ் பெற்றவர். இதய மருத்துவச் சிகிச்சைக்கான பேஸ் மேக்கர் (Pace makers for the heart) எனும் கருவியைக் கண்டுபிடித்த மெட்ரானிக்ஸ் (Biomedical Company called Medtronix) நிறுவனத்தின் நிறுவனர்களில் ஒருவர். அவர் ஜானகிராமன் எனும் பெயரைக் கேட்டவுடன், "நீ இந்தியாவில் தமிழ்நாடா?" என்று கேட்கிறார்.

ஜானகிராமன் அவர்கள், "ஆமாம் நான் தமிழ்நாடு தான்" என்கிறார்.

அவ்வாறு அவர் சொன்னவுடன், "உனக்கு இராஜ இராஜ சோழனைத் தெரியுமா?" என்று அந்த அமெரிக்க விஞ்ஞானி கேட்கிறார். மருத்துவர் ஜானகிராமனுக்கோ ஆச்சரியம்! இவருக்கு எப்படி இராஜ இராஜ சோழனைத் தெரியும் என்று.

ஏர்ல் பேக்கன் (Earl Bakken) எனும் புகழ்பெற்ற அமெரிக்க விஞ்ஞானி,

"நான் இராஜ இராஜ சோழன் செய்த பெரும் சாதனைகளை எண்ணி எண்ணி வியக்கிறேன். அவரை எனக்கு மிகவும் பிடிக்கும். உலகிலேயே மின்சாரத்தை முதன் முதலில் பயன்படுத்தியவர் இவராகத்தான் இருக்கும். கடற்படையில் சிறந்து விளங்கியது அவர் கப்பற்படை. அவர் போருக்குச் செல்லும் கப்பலில் மின்சார விலாங்கு மீன்களை (Electric Eel fish) பெரிய அண்டாக்களில் ஆயிரக்கணக்கில் எடுத்துச் செல்வாராம். தொலை தூரத்திலிருந்து வரும் எதிரிக் கப்பல்கள், தூரத்தில் வரும்போதே, தன் கப்பலில் உடன் வரும் பயிற்சி பெற்ற ஒரு சில வீரர்களை, அந்த மின்சார விலாங்கு மீன் அண்டாவுடன் இறக்கி விடுவார். அவர்கள் எதிரி கப்பல் அருகில் சென்றவுடன் அந்த மின்சார விலாங்கு மீன்களை, அண்டாவிலிருந்து அந்தக் கப்பலுக்கருகில் விடுவிப்பார்கள். சற்று நேரத்திற்கெல்லாம் அவை ஒவ்வொன்றும் 600 - 900 வோல்ட் மின்சாரத்தை வெளியிடும். அந்த எதிரிக் கப்பல்களின் ஆணிகள் அந்த மின்சாரத்தால் தாக்குண்டு, அந்தக் கப்பல் ஓரிரு மணி நேரத்திற்கெல்லாம் பல துண்டுகளாகத் தகர்ந்து விடும். இவ்வாறு மாபெரும் கப்பல்களை எல்லாம் இராஜ இராஜ சோழனின் படை வீழ்த்தியுள்ளது".

இத்தகைய வியக்கத்தக்க சாதுர்யமான சாகசத்தை, பழந்தமிழரின் சாதனையை அமெரிக்கர் ஒருவர் மூலம் நாம் அறிவது மிகப் பெருமைக்குரியதும் நெகிழ்வூட்டக் கூடியதும் ஆகும்.

மேலும், "சோழர் படைக் கப்பல்கள் இரும்பாலான ஆணிகளைப் பயன்படுத்தவில்லை. அக்கப்பல்களின் வெளிப்புறம் முழுதும் மரத்தால் ஆனதே. ஆதலால் எதிரிப் படைகள் அதே மின்சார விலாங்கு மீன்களைக் கொண்டு சோழர் கப்பல்களை யாரும் தகர்த்துவிட முடியாது" என்பதையும் அவர் கூறியுள்ளார்.

உலகில் கப்பற்படைக்கெல்லாம் முன்னோடி நம் தமிழர்கள்தான் என்பதை நாம் அறிய வேண்டும்! உலகெங்கும் பயன்படுத்தப்படும் கப்பற்படை சார்ந்த சொல்லாடலில் தமிழ் வேர்ச் சொற்கள் அதிகம். அதனால் தான் தமிழில் நாவாய் எனும் சொல்லிலிருந்து நேவி (Navy) எனும் சொல் பிறந்தது. நம் நங்கூரம் எனும் சொல்லிலிருந்து anchor எனும் சொல் பிறந்தது. நம் கட்டுமரம், catamaran என்று அவ்வாறே பயன்படுத்துகிறது.

198 | ஜூலை 2019: பேரவையின் 32 ஆம் தமிழ் விழா | சிகாகோ தமிழ்ச்சங்கப் பொன்விழா | 10 ஆம் உலகத்தமிழ் ஆராய்ச்சி மாநாடு

ளையும் தேடாமல் அதை அப்படியே நம்பிய பொதுமக்கள்தான், சோழர் காலம் இந்த வகைகளில் உயர்வாக இருந்தது - என யாராவது ஆதாரத்தோடு பேச வருவதைக்கூடச் சிலர் வதந்தி என்று சொல்லும்போது அதையும் நம்புகின்றனர் என்பது. இந்த மனநிலை ஒருவகைத் தாழ்வு மனப்பான்மை மனநோய். இது அகற்றப்பட வேண்டும், இல்லையேல் யாரோ எங்கிருந்தோ வந்துதான் தமிழருக்கு எல்லாம் கொடுத்தார்கள் - என நம்பியே தமிழர்கள் அனைத்தையும் இழக்கும் நிலை ஏற்படும்.

சோழர் வரலாற்றில் ஒரு வதந்தியை மறுத்தால் அடுத்த வதந்தி என்று தொடர்ந்து வதந்திகள் பரப்பப்படும் சூழலில், அவற்றை நிறுத்த வேண்டும் என்றால், அந்த வதந்திகளின் பின்னே உள்ள உள்நோக்கத்தை அம்பலப்படுத்த வேண்டியது அவசியமாகின்றது. அதுதான் இந்தக் கட்டுரையின் நோக்கமும் கூட. உள்நோக்கமுள்ள வதந்திகளைத் தோலுரிக்காமல் நாளைய தமிழ்ச் சமுதாயம் மானத்தோடு வாழ முடியாது என்பதால் இது தமிழக மக்களின் கடமையும்கூட.

தமிழகத்தில் யார் யார் தரப்பிலிருந்தோ அவதூறு வழக்குகள் போடப்படுகின்றன. சோழர்கள் தரப்பில் அவதூறு வழக்குப் போடுவதாக இருந்தால் 50க்கும் மேற்பட்ட பிரபலங்கள் மீது துல்லியமான வழக்குகளைத் தொடுக்கலாம்; அவ்வளவு மோசமாக இருக்கிறது களநிலவரம். அத்தோடு பல புதிய வதந்திகள் சோழர்களுக்கு எதிராக வந்துகொண்டே இருக்கின்றன.

சோழர்கள் மீதான இந்த வதந்திகளை தவறான ஆய்வு அடிப்படையிலானவை - என்று மட்டுமே பார்க்க முடியவில்லை. ஏனென்றால் ஒரு குற்றத்தைச் சோழர்கள் செய்ததாக நம்பும்போது வீதிக்கு வீதி அதைப் பேசுபவர்கள், அந்தக் குற்றத்தைச் செய்தவர்கள் சோழர்கள் அல்ல விஜயநகரினர் - என்று தெரிய வரும்போது ஒன்று அதைக் கவனமாகப் பேசாமல் கடக்கின்றனர், அல்லது பழைய பொய்களையே மீண்டும் பரப்புகின்றனர். விவசாயிகள் கிளர்ச்சியாகட்டும், தேவதாசி முறையாகட்டும், உ.வே.சா.வின் முன்னோருக்கான நிலதானமாகட்டும் இவற்றை விஜயநகர ஆட்சியாளர்களின் தவறுகளெனப் பேச யாருமே முன்வருவது இல்லை.

சோழர்கள் விவசாயிகளின் நிலங்களைப் பிடுங்கி பிராமணர்களுக்குக் கொடுத்தார்கள் என்று பொங்கும் அதே கூட்டம், தமிழகத்தில் தாழ்த்தப்பட்ட மக்களுக்குக் கொடுக்கப்பட்ட 12.5 லட்சம் ஏக்கர் பஞ்சமி நிலங்களில் இன்று சுமார் 10 லட்சம் ஏக்கர்களுக்கும் அதிகமான பஞ்சமி நிலங்கள் அபகரிக்கப்பட்டு உள்ளதையோ, தமிழக அரசின் குடிசை மாற்று வாரியம் சென்னையின் பூர்வீக மக்களிடம் இருந்து நிலங்களைப் பிடுங்கியது பற்றியோ, இப்போது பரந்தூரில் என்ன நடக்கிறது என்பதைப் பற்றியோ பேசுவது இல்லை.

எனவே இவர்கள் ஒரு குற்றத்தைத் தடுக்க முயலாமல், 'இந்தக் குற்றங்களுக்குப் பழகிக் கொள்ளுங்கள். ஏனெனில், இவை பழமையானவை' - என்றே கூறுகிறார்கள். இவர்கள் மிக மிக ஆபத்தானவர்கள். இவர்கள் செய்வது ஆய்வு அல்ல; மூளைச் சலவை. இனியாவது தமிழர்கள் தங்கள் வரலாற்றைப் பிறர் பேசும்போதும், கொச்சைப்படுத்திச் சொல்லும்போதும் அதற்கான ஆதாரங்களைக் கோர வேண்டும். இல்லை என்றால், தமிழர்களின் கடந்த காலம் இருட்டடிக்கப்பட்டு எதிர்காலம் அவமானத்திற்கு ஆளாகும். இந்தச் செய்தியை நீங்கள் முழுதும் உள்வாங்கிக் கொள்ள இயன்றால், அதுவே இந்தக் கட்டுரையின் வெற்றியாகும்.

குறிப்பு: எளிய வாசிப்பு அனுபவத்திற்காக இந்தக் கட்டுரையில் அதிக மேற்கோள்களைப் பயன்படுத்தவில்லை. இக்கட்டுரை கூறும் செய்திகளை இன்னும் விரிவாகத் தெரிந்து கொள்ள கட்டுரை ஆசிரியரின் இராஜராஜ சோழன், ஆதித்த கரிகாலன் கொலை - ஆகிய நூல்களை வாசிக்கலாம்.

தமிழ்த்தேசியத்தின் உள்ளீடும் மொழியின் வகிபாகமும்.

முனைவர் தமிழ்த்திரு.**மகாராசன்**,
சமூகப் பண்பாட்டியல் ஆய்வாளர்,
மக்கள் தமிழ் ஆய்வரண்.

உயிர்வாழ் சூழலைக் கொண்டிருக்கும் இப்பெருநிலப் பரப்பில் பல்வேறு உயிரினங்கள் வாழ்ந்திருக்கின்றன; வாழ்கின்றன; இன்னும் வாழப்போகின்றன. உயிர்வாழும் ஒவ்வோர் உயிரினமும் தமக்கான வாழிடச் சூழலை உருவாக்கிக் கொண்டிருக்கின்றன. காடு, கூடு, குகை, வளை, செலவு, பொந்து, புற்று, குளம், குட்டை, கடல் எனப் பல்வேறு வடிவங்களில் ஒவ்வோர் உயிரினமும் தமக்கான குடியிருப்பைத் தகவமைத்துக் கொண்டுள்ளன.

அதேபோலத்தான், மனித இனமும் வேறுவேறு நிலப்பரப்புகளில் வாழ நேர்ந்தாலும், அந்தந்த நிலப்பரப்பின் சூழலுக்கும் வாழ்வியல் முறைகளுக்கும் தகுந்தாற்போல வாழிடக் கட்டமைப்பை உருவாக்கி வந்திருக்கின்றது. கூட்டம், குழு, குடும்பம், குடி, இனம் எனப் பரிணமித்திருக்கும் மனித வாழ்வியலானது, தமக்கு உகந்த நிலப்பரப்பையும் தாம் பேசும் மொழியாலும், பண்பாட்டாலும், உற்பத்தி உறவுகளாலும் கட்டமைத்து வந்திருக்கிறது. இத்தகைய சமூகக் கட்டமைப்பிற்கு மொழி எனும் ஓர் அடையாளக்கூறு பெரும்பங்காற்றியிருக்கிறது.

ஒரு சமூகத்தின் இயங்கியல் என்பது மனிதர்களை மையமிட்டுத்தான் அமைந்திருக்கின்றது. அதனால்தான், "மனித வரலாற்றின் முதல் நிபந்தனையாக உயிருள்ள தனி மனிதர்கள் இருக்க வேண்டும்" என்கின்றனர் சமூகவியல் அறிஞர்கள். அத்தகைய மனித சமூகத்தின் இயங்கியல் என்பதும் மொழி எனும் உயிர்ப்பான வடிவத்திலேயே இயங்கி வந்திருக்கிறது என்பது குறிப்பிடத்தக்கது.

சமூக இணைப்புக் கருவி:

எந்தவொரு மனிதரும் சமூகத்தில் தனித்து வாழ்ந்திட முடியாது. ஒவ்வொரு மனிதரும் பிற மனிதரோடு ஏதாவது ஒரு தேவையின் பொருட்டுச் சேர்ந்து வாழ வேண்டிய அவசியம் இருக்கிறது. அதன் பொருட்டே மொழிதல் நிகழ்கிறது. ஆகவே, மொழிதல் எனும் நிகழ்வினைக்கு மனிதர்கள்தான் காரணமாக அமைகிறார்கள். இந்நிலையில் "தன்னைச் சார்ந்த சமுதாயத்துடன் உறவாட, தன் எண்ணங்களைப் பகிர்ந்துகொள்ள, தன் சமுதாயத்துடன் தன்னைப் பிணைத்துக்கொண்டு ஒரே சமூகமாக இயங்கத் துணையாகும் கருவியாக மொழி அமைகிறது" எனலாம்.

ஒரு மொழியைக் கையாண்டு பேசும் மனிதர்கள், அம்மொழி வழியாக ஒரு குழுவாக இணைந்து கொள்கிறார்கள். அக்குழுவில் உள்ள மனிதர்கள் யாவரும் தங்களுக்கான மொழிப் பாரம்பரியத்தை உருவாக்கிக் கொள்கிறார்கள். ஒரு குழு மனிதர்கள் வாழ்கிற சமூகச் சூழலாலும், அவர்கள் மேற்கொள்கிற வாழ்க்கைத் தகவமைப்புகளாலும், ஒரு மொழியின் பாரம்பரியமும் அவற்றுக்குத் தகுந்தாற்போல அமைகின்றது. எனவே, மொழியானது "மரபணுப் பாரம்பரியத்தால் அல்ல; அம்மனிதர் வாழும் சமூகச்சூழலின் பண்பாட்டுப் பாரம்பரியத்தால் மட்டுமே அவருக்குக் கிடைக்கின்றது" எனலாம்.

ஒரே மாதிரியான வாழ்க்கை முறைகளை அமைத்துக்கொள்கிற மனிதர்கள் ஒரு குழுவாகவோ அல்லது சமூகக் கூட்டமாகவோ அமைகின்றபோது, அவர்களுக்கிடையிலான பண்பாட்டுத் தொடர்புகள் மொழியால்தான் ஏற்படுகின்றன. ஆகவே, ஒரு குழுவின் பண்பாட்டு இயக்கத்திற்கு மொழியின் பங்கு குறிப்பிடத்தக்கதாக அமைந்திருக்கிறது எனலாம்.

மொழியே ஒரு குழுவின் ஒட்டுமொத்த மன அமைப்பாகவும் இருக்கின்றது. மொழியே "ஒரு குழுவிற்குள் நிலவும் அறிதல் முறையை, அர்த்தப்பாடுகளை, பொருள் விளக்கங்களை, சப்த ஒழுங்கை, அதன் அடிப்படையில் அமைந்த புனைவுகளை, அழகியலை உருவாக்கி, அக்குழுவிற்கான நினைவுகளை, எண்ணங்களை, உணர்வுகளை, அக்குழுவின் மன அமைப்பாக மாற்றி இருத்துகிறது".

மேலும், "சமூகமாக, குழுக்களாக, கூட்டமாக வாழும் மனித இனத்தின் நிலை, முன்னேற்றம், வரலாறு, பண்பாடு வாழ்வியல்,

சமுதாய நிலை, பொருளாதார நிலை, சமய நிலை, நம்பிக்கைகள் போன்ற பலவற்றை அவர்கள் பயன்படுத்தும் மொழி பதிவு செய்கின்றது; வெளிப்படுத்துகின்றது".

இதனால், ஒரு குழு அல்லது சமூகத்திற்கும் மொழிக்கும் உள்ள மிக நெருக்கமான தொடர்பும் உறவும் நுட்பமான தன்மையிலே அமைந்திருக்கின்றன. அதோடு, குழுப்பேச்சு நிகழ்வாக மட்டுமே மொழிதல் அமைவதில்லை. அம்மொழிதல் நிகழ்வு ஒரு சமூகச் செயலாகவும் அமைகின்றது. இந்நிலையில், ஒரு மனிதர் மொழியைக் கையாள்கிறார் எனும்போது அம்மொழியில் உறைந்துள்ள மன அமைப்பையும் ஏற்கிறார் என்றாகிறது. மேலும், ஒரு குழுவில் உள்ள மனிதர்களின் அறிதல் முறைகளுக்கு ஏற்பவே அக்குழு மொழிதல்களுக்குப் பொருள் உருவாக்கப்படுகிறது.

பல மனிதர்களின் பேச்சுகளே ஒரு குழுப்பேச்சாக (Collective Utterance), அக்குழு புரிந்து வைத்திருப்பதையும் / புரிந்துகொள்வதையும் இறக்கி வைக்கும்போது அக்குழுவின் எண்ணங்கள், சிந்தனைகள், அனுபவங்கள் யாவும் மொழியில் படிகின்றன. மொழியில் படிந்த இவை யாவும் சொல்லாடல்களாகப் புழக்கத்திற்கு வருகின்றன.

இவ்வாறான பொருள் பொதிந்த வகையிலே அமைகின்ற சொல்லாடல்கள் குழு மனிதர்களின் பொதுமொழி வெளிக்குள் உலவுகின்றன. இத்தகைய பொதுமொழி வெளியைக் கையாளும் குழு மனிதர்கள் அம்மொழியாலே தங்களை அடையாளப்படுத்திக் கொள்ளவும் செய்கின்றனர். தாங்கள் கையாளும் மொழி வெளியை வைத்துக்கொண்டே பிற மனிதக் குழுக்களிடமிருந்து வேறுபடுத்திக் காட்டிக்கொள்கின்றனர். இப்படியாகவே, ஒவ்வொரு மனிதக் குழுவும் தமது மன அமைப்பை மொழி வெளியிலே பதிவுறுத்தி வந்திருக்கின்றன எனலாம்.

குறியீட்டு அடையாளம்:

பல மனிதர்கள் ஒன்றிணைந்து குழுவாக அமைவதும், அவ்வாறமைந்த மனிதக் குழுக்கள் இனக்குழுவாக மாறுவதும், பல இனக்குழுக்களின் தொகுப்பமைவுகள் இனங்களாக மாறுவதும் காலப்போக்கில் நிகழ்ந்து கொண்டே இருக்கின்றன. இந்நிகழ்ச்சிப் போக்கில் பல்வேறு இனங்கள் தங்களை அடையாளப்படுத்திக் கொள்வதும், அடையாளம் பெறுவதுமாகத் தொடர்கின்றன. இவ்வடையாளப்படுத்தலுக்கு மிக முக்கியமான காரணியாக இருப்பது மொழிதான் என்பது குறிப்பிடத்தக்கது.

அதாவது, "ஒரு சமூக அமைப்பு என்பது மொழியின் விளைபொருள் அல்லது சமூகம் என்பதே ஒரு குறியீட்டு அமைப்பால் கட்டப்பட்டுள்ள அல்லது பொதுவான பொருள் கொள்ளும் முறையைக்கொண்ட மக்கள் கூட்டத்தினைக் குறிக்கும்". அதாவது, மொழிக் கூறுகளால் கட்டியெழுப்பப்பட்டிருக்கும் அறிதல் முறைகளை வைத்தே அச்சமூகத்தில் உலவும் மனிதர்கள் புரிதல் தளத்தை உருவாக்கிக் கொள்கிறார்கள். இந்தத் தளம்தான் அம்மனிதர்களை மேலும் மேலும் ஒருங்கே கூடிவரச் செய்து, அதன் மூலம் ஓர் அடையாளப்படுத்துதலை நிகழ்த்தி நிற்கிறது.

மொழியால் கூடிவரப்பெற்ற மனிதர்கள் ஒரு சமூகமாக மாறுகிறபோது அச்சமூகத்தை அடையாளப்படுத்திக்கொள்ள மொழி பயன்படுகிறது. இந்நிலையில், "ஓர் இனத்தை, ஒரு சமூகத்தை வகைப்படுத்திக் காட்டும் குறியீடாக மொழி" அமைகிறது. இவ்வாறு, மொழி அடிப்படையில்தான் உலகில் உள்ள தேசிய இனங்கள் தங்களை வரையறை செய்துகொள்கின்றன. அவ்வாறு தேசிய இனத்தை / இனத்தை அடையாளப்படுத்தும் மொழிதான் 'தாய்மொழி' என்பதாகக் குறிக்கப்படுகிறது. ஆக, ஓர் இனத்தின் / தேசிய இனத்தின் அக அடையாளமாகத் தாய்மொழி எனும் உயிர்ப்பான மொழி வடிவமே திகழ்கிறது எனலாம்.

கருத்தியல் கிடங்கு:

மொழியானது ஓர் இனத்திற்கான அல்லது தேசிய இனத்திற்கான தொடர்புநிலைக் கருவியாகவோ அல்லது குறியீட்டு அடையாளமாகவோ மட்டும் இருப்பதில்லை. அது ஒரு மொழிக்கிடங்காகவும் அமைந்திருக்கிறது. சசூர், மொழியினை மொழிக்கிடங்கு (Langu), பேசுமொழி (Parrole) என்ற இரு தன்மைகளை ஒருங்கே கொண்டிருக்கும் வடிவம் எனக் கூறுகிறார்.

சசூர் குறிப்பிடும் "மொழிக்கிடங்கு என்பது, மரபு வழியாகச் சமூகத்தினரால் ஏற்றுக்கொள்ளப்பட்டதோடு மட்டுமல்லாமல், பின்பற்றப்பட்டும் வருகிற மொழி அமைப்பினைக் குறிப்பதாகும்." ஒரு சமூக அமைப்பில், எல்லோராலும் ஏற்றுக்கொள்ளப்பட்ட மொழி அமைப்பின் வழியாகத்தான் எல்லாச் செயல்களும் நடக்கின்றன. ஒரு மொழியைப் பேசும் இனத்தின் மனப்பதிவுகள், பண்பாடுகள், சிந்தனைகள், அனுபவங்கள், வாழ்க்கை முறைகள், மரபுகள், சமய நெறிகள், சமூக அமைப்பு விதிகள், எண்ணங்கள், ஒழுங்கமைப்புகள், தொன்மங்கள், கருத்துக்கள், கலை வெளிப்பாடுகள், அழகியல் உணர்வுகள், வரலாறு

போன்ற அனைத்தையும் அவ்வினத்தின் மொழியானது சுமந்து கொண்டிருக்கிறது.

அதாவது, ஓர் இனச் சமூகத்திற்குத் தேவையான கருத்துகளை உருவாக்கியும், அவற்றைப் பிற மனிதர்களுக்குப் பரிமாறவும் மொழியே மிகச்சிறந்த ஊடகமாகப் பயன்படுகின்றது. மேலும், ஓர் இனச் சமூகத்தின் கருத்தியல்கள் யாவும் குவிந்துகிடக்கும் கிடங்காகவும் மொழி ஒரு பெரும் பரப்பை விரித்து வைத்திருக்கிறது எனலாம்.

“மொழிக்கிடங்கு என்பது ஓர் உடலின் வாழும் காலம் மட்டுமின்றி வரலாற்றுக் காலத்தையும், ஆதிநிலைத் தொல்மனப் படிவுகளையும் கொண்டது. இது பேச்சின் வழியாக விலக்கப்பட்டவை; பிரித்து ஒதுக்கப்பட்டவை ஆகியவற்றைப் பொதுமைப்படுத்தியும் சேகரித்து வைக்கப்பட்டுள்ள ஒரு வடிவமற்ற அமைப்பாகும்”. இவ்வாறாக, இனச் சமூகத்தின் வாழ்வோடும் வளர்ச்சியோடும் மொழியானது இரண்டறக் கலந்துவிடும் தன்மை கொண்டதாக அமைந்திருக்கின்றது.

சமூகத்தில் உயிர் வாழும் மனிதர்களிடம் மட்டுமே மொழி இருந்து கொண்டிருப்பதில்லை. உயிர் வாழும் ஒரு தலைமுறைக்கு மட்டுமே மொழி சொந்தமானதில்லை. கடந்த காலத் தலைமுறையின் பதிவுகள் நிகழ்காலத் தலைமுறைக்குப் பயன்படுவதும், நிகழ்காலத் தலைமுறை எதிர்காலத்தலைமுறைக்குப் பதிவுறுத்துவதும் மொழி வழிதான் நடக்கிறது. எத்தனையோ தலைமுறைகளாக வளர்ந்து வந்த அறிவுப்பெருக்கம் மொழியில் பொதிந்து கிடக்கின்றது.

மொழியானது முக்காலத் தலைமுறைக்கும் பயன்படுவதோடு, அம்மொழி பேசும் இனம் உருவாக்கிய புனைவுகளையும் கருத்துகளையும் வெளிப்படுத்தும் தன்மை கொண்டிருக்கிறது. அதாவது, “மொழி என்பது உயிர் வாழ்தலுக்கான புனைவுகளை உற்பத்தி செய்வதன் மூலம் ஓர் இனக் கூட்டத்திற்கான வாழ்தல் பரப்பாகச் சமூக அமைப்பை உருவாக்கித் தருகிறது. வேறு வார்த்தைகளில் கூறினால், சமூகம் என்பது மொழியின் புனைவுகளால் உருவான ஒன்று”. ஆகவே, ஒரு சமூகத்தின் உள்ளார்ந்த கருத்துப் புனைவுகள், அதாவது கருத்தியல் களஞ்சியங்கள் மொழியிலேதான் உள்ளடங்கிக் கிடக்கின்றன. இக்கருத்துப் புனைவுகள் / கருத்தியல்கள்தான் சமூகக் கட்டுமானத்திற்குப் பயன்படக்கூடிய வகையிலே கையாளப்படுகின்றன எனலாம்.

மொழியானது, வெறும் சொற்கோவைத் தொகுதியாக மட்டுமே இருப்பதில்லை. அது கருத்தைச் சுமந்து நிற்கிறது. “மொழியை ஒரு

கருத்தைச் சுமந்து செல்லும் கருவி எனும்போதே, கருத்து என்கிற மொழிக்கு அப்பாற்பட்ட அல்லது புலனறிவிற்கு அப்பாற்பட்ட ஒரு மெய்மை பற்றிய ஆழமான நம்பிக்கை வெளிப்பட்டு விடுகிறது". அதாவது, மொழி என்னும் வடிவத்தில் கருத்தியல் என்னும் அரூபத்தன்மையானது மொழியில் தங்கியிருக்கிருக்கிறது. கருத்தியல்கள் மொழியில் புதைந்து கிடக்கின்றன.

இவ்வாறான பல்வேறு கருத்தியல்கள்தான் சமூகத்திற்கான அறங்களாகப் பேணப்படுகின்றன. இவ்வறங்கள் யாவும் சமூகத்திற்கான கட்டுமானங்களுக்கு உதவக்கூடிய தன்மையைப் பெறுகின்றன.

சமூகக் கட்டுமானத்திற்கு உள்ளார்ந்த வகையிலே உதவக் கூடியதாக அமைகின்ற இவ்வறங்கள்தான் அரசியல், சட்டம், தத்துவம், சமயம், பண்பாடு, இலக்கியம், அறிவியல் என்பனவாகக் கிளைத்துச் செல்கின்றன.

சமூகத்தில் உருவான அறங்கள் யாவும் அச்சமூகத்தில் உள்ள பிற மனிதர்களுக்கும் கற்பிக்கப்படுவதற்கு ஏதுவாக மொழி பயன்படுகின்றது. இங்கு "மொழி என்பதை ஒரு சமூக நடவடிக்கை" என்கிறார் வோலோசினோவ் எனும் அறிஞர். மனிதர்களைச் சமூக வயப்படுத்துவதே மொழிதான். இத்தகைய "சமூகவயமாக்கம் என்பது, குழந்தைகளுக்கு மொழி வழியாகவே கற்பிக்கப்படுகின்றது. இவ்வாறு நடைபெறும் சமூகவயமாக்கத்தைத் தலைமுறைக்குக் கடத்திக்கொண்டு செல்வதும் மொழிதான்". ஆகையால், மொழிவழிக் கடத்தல் என்பது அம்மொழியின் அறங்களை ஏதோ ஒரு வகையில் ஏற்றுக்கொள்ளுதல் அல்லது ஏற்றுக்கொள்ளச் செய்தல் எனும் பொருளாகிறது.

மொழிவழிக் கற்பிக்கப்பெறும் அறங்கள் யாவும் அம்மொழி நிலவுகிற சமூக அமைப்பைப் பிரதிபலிக்கும் தன்மை கொண்டவை. மொழிக் கூறுகள்கூட ஒரு சமூகத்தின் தன்மையை வெளிக்காட்டும் வகையில் அமைகின்றன. அதனால்தான் "நாம் பயன்படுத்தும் மொழிக் கூறுகள் எல்லாம் சமூகச் செயல்பாடுகளின் ஓர் அங்கமாகவும் அவற்றின் விளைவாகவுமே அமைகின்றன" என பௌலர் கூறுகிறார்.

அந்தந்தக் காலக்கட்டத்தில் நிலவுகிற சமூக அமைப்பானது அதற்கேற்றவாறு மொழிக் கூறுகளையும் மொழிவழி அறங்களையும் உருவாக்கிக்கொள்கிறது. எனவே, மொழி அமைப்பு என்பது சமூக அமைப்போடு தொடர்புடைய ஒன்று எனவும், ஒரு சமூக அமைப்பு என்னவாக இருக்கிறதோ அதையேதான் மொழியும் தன்னகத்தே கொண்டிருக்கும் எனவும் கூறலாம். ஏனெனில், மொழி என்பது மனிதச்

செயலின் வெளிப்பாடு. மனிதர்களின் சிந்தனையானது மொழியிலே வெளிவரக்கூடியது. ஆகவே, ஒரு சமூக அமைப்பின் சிந்தனையையே அச்சமூகத்தின் மொழி கொண்டிருக்கிறது எனலாம்.

ஒரு சமூகத்தின் சிந்தனையானது எல்லாக் காலகட்டத்திலும் ஒரே மாதிரியாக இருந்ததில்லை; இருப்பதில்லை. கால மாற்றத்தில் சமூகம் வெவ்வேறு வளர்ச்சி நிலைகளை அடைகிறபோது சிந்தனைத் தளத்திலும் மாற்றங்கள் நிகழ்கின்றன. நிலவுகிற சமூக அமைப்பைப் பொருத்தே அச்சமூகத்தின் சிந்தனைத்தளம் செயலூக்கம் பெறுகின்றது. ஒவ்வொரு காலகட்டத்திலும் எம்மாதிரியான சமூக அமைப்பு நிலவுகின்றதோ அதற்கேற்பவும் இசைந்தும் மொழிவழிப் பிறக்கும் சிந்தனையும் அமைகின்றது.

இவ்வாறாகத்தான், ஒவ்வொரு காலகட்டத்தின் சமூக அமைப் பிற்குத் தகுந்தாற்போல் மொழிக்கூறுகள் இயக்கம் கொள்கின்றன. ஏனெனில், சமூக அமைப்பின் சூழலுக்கேற்றவாறுதான் மனிதர்கள் வாழ்க்கை முறையை அமைத்துக் கொள்கிறார்கள். மனிதர்களின் வாழ்க்கை நிலைதான் மனிதர்களின் சிந்தனையைத் தீர்மானிக் கிறது. ஆகவே, சமூக அமைப்பின் சூழல் தேவைகளை நிறைவேற்றும் வகையில்தான் மொழி பயன்படுகிறது எனலாம்.

சமூக அமைப்பும் கருத்தியல் உருவாக்கமும்:

ஒவ்வொரு காலகட்டத்திலும் மாறிவரக்கூடிய மனிதசமூக அமைப்பின் போக்கையும் சிந்தனையையும் தீர்மானிப்பதாக அமைந்திருப்பது உற்பத்தி அரங்குதான். மனிதச் சமூகத்தில் நடைபெறக்கூடிய உற்பத்தி முறைகளை வைத்துத்தான் இச்சமூக அமைப்பினை வரையறை செய்கின்றனர் சமூகவியல் அறிஞர்கள். மனிதர்கள் உற்பத்தியில் ஈடுபடும்போதுதான் மனித வாழ்வு என்பது அமைகின்றது. ஆகவே, எந்தவொரு சமூக அமைப்பும் உற்பத்தி நடவடிக்கையில் ஈடுபடாமல் இருக்க முடியாது.

பொருளை ஈட்டும் மனித உழைப்பு நடவடிக்கைதான் உற்பத்தி. வெறும் உயிரற்ற பொருளை மனிதர்கள் உற்பத்தி செய்கிறார்கள். இத்தகைய "உயிரற்ற மூலதனமே மக்களை ஆட்சி செலுத்துவதாக உள்ளது. அது வளர்ச்சியடைவதற்கே உற்பத்தி - மறுஉற்பத்தி நடைபெற்றுக் கொண்டிருக்கிறது". மனித வாழ்நிலையைத் தீர்மானிப்பது உற்பத்தி அரங்குதான். அதனால்தான், "மனித வரலாற்றில் இறுதியாகத் தீர்மானிக்கும் அடிப்படை அம்சம் யதார்த்த வாழ்வின் உற்பத்தி'" என்கிறார் எங்கெல்ஸ்.

ஒரு சமூக அமைப்பானது தொடர்ந்து நிலவிக்கொண்டிருப்பதற்கு உற்பத்தி என்பது தொடர்ச்சியாக நடைபெற்றுக்கொண்டிருக்க

வேண்டும். மனித வாழ்வின் தேவைகளும் உற்பத்தி நடவடிக்கைகளும் பிறவற்றைச் சாராமல் இயங்க முடியாது. ஒன்றைச் சார்ந்து ஒன்று இயங்க வேண்டியிருப்பதால், அவற்றின் தேவைகளை ஒட்டிய வேறோர் உற்பத்தி நடவடிக்கை தேவையாகின்றது. "இச்சங்கிலித் தொடரான உற்பத்தியை மறு உற்பத்தி என்பர்". அவ்வகையில், உற்பத்தி மற்றும் மறு உற்பத்தி நடைபெறக்கூடிய உற்பத்தி அரங்கம்தான் மனிதச் சமூக அமைப்பைத் தீர்மானிக்கின்றது எனலாம்.

சமூக அமைப்பின் கட்டுமானங்கள்:

சமூக வரலாற்றை வகைப்படுத்திக் கூறிய மார்க்ஸ், அச்சமூக அமைப்புகளின் கட்டுமானங்கள் குறித்தும் கூறுகிறார். "சமூகத்தை ஒரு கட்டுமானமாக வளர்த்து, அதன் இரு தளங்களாக அடிக்கட்டுமானம் (*Basic Structure*), மேல் கட்டுமானம் (*Super Structure*) என்பவை அமைவதாக விளக்குகிறார். அடிக்கட்டுமானம் என்பது பொருளியல் உற்பத்தி உறவுகளால் ஆனது". பொருளாதார உற்பத்தித்தளமே ஒரு சமூகத்தின் அடிக்கட்டுமானம். எந்தவொரு சமூக அமைப்பும் இத்தகைய பொருளாதார அடித்தளம் இல்லாமல் இயங்க முடியாது.

மனிதச் சமூக வரலாற்றில் காணலாகும் தொன்மைப் பொதுவுடைமைச் சமூகம், அடிமை உடைமைச் சமூகம், நில உடைமைச் சமூகம், முதலாளித்துவச் சமூகம், பொதுவுடைமைச் சமூகம் என வகைப்படுத்தப் படும் சமூக அமைப்புகள், உற்பத்தி முறையைக் கொண்டும் - உற்பத்தி உறவுகளைக் கொண்டும்தான் வரையறுக்கப்பட்டுள்ளன. மேற்குறித்த ஐவகைச் சமூக அமைப்புகளும் உற்பத்தி அரங்கம் எனும் அடிக்கட்டுமானத்திலேதான் நின்று நிலவும் தன்மை கொண்டவையாக அமைந்திருக்கின்றன. அடிக்கட்டுமானத்தை 'அடிப்படை அமைப்பு' என்றும், மேல்கட்டுமானத்தை 'மேல் அமைப்பு' என்றும் கூறுவர்.

மார்க்ஸ் வகைப்படுத்தும் சமூகக் கட்டுமானங்கள் குறித்து ஜே.வி. ஸ்டாலினும் குறிப்பிடுகிறார். அதாவது, "அடிப்படை அமைப்பு சமுதாய வளர்ச்சியின் ஒரு குறிப்பிட்ட கட்டத்தில் நிலவுகின்ற பொருளாதார அமைப்பே ஆகும்" என்கிறார் அவர். இதன் மூலம் மனிதச் சமூக வாழ்வின் அடிப்படையானது பொருள் உற்பத்தி என்பது தெளிவாகிறது.

மார்க்சியர் குறிப்பிடுகிற மேல்கட்டுமானம் என்பது, அடிக் கட்டுமானத் தைச் சார்ந்து இருப்பனவும் அதன் விளைவுகளாக இருப்பனவும் ஆகும். மேல்கட்டுமானம் எனப்பெறும் "மேல் அமைப்பு என்பது அரசியல், நீதி, மதம், கலை, தத்துவம் ஆகியவை பற்றிய சமூகத்தின் நோக்குகளும், அவை தொடர்பான அரசியல், நீதி முதலிய நிறுவனங்களும் ஆகும்".

இவற்றோடு குடும்பம், சாதி, பண்பாடு, கல்வி, சட்டம், நிர்வாக அமைப்புகள் போன்றனவும் மேல்கட்டுமானத்தில் சேர்வனவாகும்.

மேல் கட்டுமானத்தில் உள்ளவற்றின் செயல்பாடுகளும் அவற்றின் தாக்கங்களும் சமூகத்தில் குறிப்பிட்ட வகையில் செயலூக்கம் கொண்டவையாக இருந்தாலும், அவற்றை முற்றும் முழுதாகத் தீர்மானிக்கும் ஆற்றல் கொண்டிருப்பது அடிக்கட்டுமானம்தான்.

ஒவ்வோர் அடிக்கட்டுமானமும் தமக்குப் பொருத்தமான மேல்கட்டுமானத் தளங்களைக் கொண்டிருக்கின்றன. இம்மேல்மட்ட அமைப்பை இரு மட்டங்களாகப் பிரித்துப் பின்வருமாறு விளக்குகிறார் கணேசலிங்கன். அவையாவன: “1.அரசியல் - சட்டம் சார்ந்தவை: அரசும் சட்டவிதிகளும். 2.கருத்தியல்கள்: கல்வி, மதம், ஒழுக்கங்கள், கலை, இலக்கியம் முதலியன மேல்கட்டுமான அமைப்பின் இருமட்டங்களாகும்.

அதாவது, ஒரு சமூகக் கட்டுமானத்தை நிர்வகிக்கும் நிர்வாக அமைப்புகள், அரசுகள், எந்திரங்கள் சட்ட விதிகள் ஒருபுறமும், அவற்றின் செயல்பாடுகளை வழிமொழிந்து வலியுறுத்தி - சமூக அமைப்பின் விதிகளோடு ஒத்திசைந்து செல்வதற்கான கருத்தியல்கள் இன்னொரு புறமுமாக அமைந்திருப்பனவற்றைக் கொண்டதே மேல்கட்டுமானம் எனக் குறிப்பிடலாம்.

ஒரு குறிப்பிட்ட காலகட்டத்தில் நிலவக்கூடிய ஒரு சமூக அமைப்பின் அடிக்கட்டுமானமும் மேல்கட்டுமானமும் தொடர்ந்து எல்லாக் காலகட்டத்திலும் நிலைத்திருப்பதில்லை. “அடிப்படை அமைப்பு மாறினாலோ அல்லது தூக்கியெறியப்பட்டாலோ அதைத் தொடர்ந்து அதன் மேல் அமைப்புகளும் மாறும்; அல்லது தூக்கியெறியப்படும், ஒரு புதிய அடிப்படை அமைப்பு உருவானால், அதைத்தொடர்ந்து அதற்குப் பொருத்தமான மேல் அமைப்பும் உருவாகிறது”. இவ்வாறு, அடிக்கட்டுமானம் என்பதைச் சார்ந்தும், அதன் விளைவுகளாகவும் பிரதிபலிப்பாகவும் மேல் கட்டுமானத்தில் வெளிப்படும் உணர்வுகளும் நிகழ்வுகளும் அமைகின்றன.

சமூக அமைப்பின் கருத்தியல் உருவாக்கம்:

ஒவ்வொரு காலகட்டத்திலும் நிலவுகிற சமூக அமைப்பானது தன் அடிக்கட்டுமானத்தோடு நின்று நிலவ வேண்டுமானால், மேல்கட்டுமானத் தளங்கள் முடிந்த அளவு தம் பங்களிப்பைச் செலுத்தியாக வேண்டும். மேல்கட்டுமானத் தளங்கள் நிலவுகிற சமூக அமைப்பைப் பேணிப்பாதுகாத்து வளர்ப்பதற்காகக் கருத்தியல்களை

உருவாக்கிக்கொண்டே இருக்கும். கருத்துகளின் அடிப்படையில் தோன்றிய இக்கருத்தியல்கள் நின்று நிலவுகிற போதுதான் ஒரு சமூக அமைப்பு எவ்விதச் சேதாரங்களும் ஏற்படாத வகையில் இயங்க முடியும்.

ஒரு சமூக அமைப்பிற்குப் பொருளாதார உற்பத்தி உறவுகள் கொண்ட அடிக்கட்டுமானம் முக்கியமானது. அடிக்கட்டுமானத்தைச் செயல்படுத்துவதற்கு மனிதர்கள் அவசியம். ஒருவகை உற்பத்தி முறையில் ஈடுபடுவதற்கான மன அமைப்பையும் தயாரிப்புகளையும் கொண்ட மனிதர்களாலேதான் அடிக்கட்டுமானம் இயக்கம் கொள்கிறது. ஆகவே, மனிதர்களின் மன அமைப்பையும் தயாரிக்கும் வகையில் கருத்தியல்கள் விதையூன்றப்படுகின்றன. இக்கருத்தியல்கள் சமூக உற்பத்தி ஒழுங்கு நடைபெறுவதற்குத் தேவையான விதிமுறைகளைக் கற்பிக்கின்றன.

மேல்கட்டுமானத் தளங்கள் கருத்தியல்களை உருவாக்கிக்கொண்டே இருக்கின்றன. மேல்கட்டுமானத் தளங்களால் உருவாக்கப்படுகிற இத்தகைய "கருத்தியல், மனிதனது அல்லது சமூகக் குழுவினது சிந்தனையை ஆக்கிரமிப்பதன் பிரதிபலிப்பு" என்கிறார் மார்க்ஸ்.

ஒரு சமூக அமைப்புதனக்குத்தகுந்தாற்போல நிர்வாக அமைப்புகளையும் எந்திரங்களையும் கருத்தியல்களையும் கொண்டிருப்பதை 'அரசு எந்திரம்' எனக் குறிப்பிடுவர். அரசு எந்திரத்தையே இரண்டாகப் பிரிப்பர். "ஒன்று, ஒடுக்குமுறை சார்ந்த அரசு எந்திரம், மற்றது கருத்தியல் சார்ந்த அரசு எந்திரம்". இத்தகைய ஒடுக்குமுறை சார்ந்த எந்திரத்தாலும் கருத்தியல்களாலுமே ஒரு சமூகத்தின் உற்பத்தி உறவுகளின் மறு உற்பத்தியானது உறுதியாக்கப்படுகின்றது.

கருத்தியல் சார்ந்த அரசு எந்திரங்களாகச் சமயம், கல்வி, சட்டம், அரசியல், கலை, இலக்கியம், குடும்பம், சாதி, தத்துவம், ஊடகங்கள் போன்றவற்றைக் குறிப்பிடலாம். மேல்மட்டக் கூறுகளைச் சார்ந்த இவை யாவும் கருத்தியல்களை உள்ளடக்கிக் கொண்டிருப்பவை. இவை யாராலும் உருவாக்கப்படாமல் தாமே சுயம்புவாக எழுந்தவையும் அல்ல; யாருக்கும் புலப்படாமல் உலாவிக்கொண்டிருப்பவையும் அல்ல. மாறாக, இவை மனிதர்களால் உருவாக்கப்படுபவை; மனிதர்களால் உள்வாங்கப்படுபவை. அவ்வகையில், கருத்தியல் சுமக்கும் மேல்மட்டக்கூறுகள் யாவும் மொழி வடிவம் இன்றி வெறுமனாய் இயக்கம் கொள்ள முடியாது. மேலும், அக்கருத்தியல்கள் யாவும் மொழிவழிப் புனைவுகளாக ஆகி நிற்கின்றன எனலாம்.

மனிதச் சிந்தனை மொழியால் நிகழ்கிறது. சிந்தனை கருத்தாக வெளிவருவதும் மொழியால்தான். மொழியாலே வெளிப்பட்ட அக்கருத்துகள் நின்று நிலவுகிறபோது கருத்தியல்களாக ஆகின்றன. ஆக,

கருத்தியல் என்பது மொழியால் நடைபெறும் ஓர் உருவாக்கம் என்றும், ஒரு சமூகத்தின் கருத்தியல் கிடங்காக மொழியே இருந்துகொண்டிருக்கிறது என்றும் வரையறுக்கலாம்.

சமூகக் கட்டுமானத்தில் மொழியின் இடம்:

ஒரு சமூகத்தின் ஆளும் வர்க்கத்தால் உருவாக்கப்படும் கருத்தியல்கள் மொழியில் படிகின்றன என்பதற்காக, அம்மொழியையும் ஆளும் வர்க்க மொழியாகக் கருதிட முடியாது. பலவகைக் கருத்தியல்களைக் கொண்டிருக்கும் மேல்கட்டுமானக் கூறுகள், நிலவுகிற சமூக அமைப்பைப் பாதுகாப்பதற்காக உருவாக்கப்பட்டவை. ஆனால், மொழியானது அந்நோக்கத்தை மட்டுமே கொண்டிருப்பதில்லை.

மேல்கட்டுமானக் கூறுகளின் கருத்தியல்களை வெளிப்படுத்துகின்ற மொழியை மேல்கட்டுமானமாக வரையறுக்க முடியாது. அடிக்கட்டுமானம் பொருளியல் உற்பத்தி உறவுகளால் ஆனது. எனவே, மொழியை அடிக்கட்டுமானம் எனவும் வரையறுத்துச் சொல்லிட முடியாது. இந்நிலையில், மொழியானது மேல்கட்டு மானம் சார்ந்ததா? அல்லது அடிக்கட்டுமானம் சார்ந்ததா? என்கிற விவாதங்கள் இருந்து கொண்டிருக்கிறன.

சமூகக் கட்டுமானத்தில் மொழியின் இடம் குறித்து விளக்கப்படுத்தும் ஜே.வி.ஸ்டாலின் விரிவான விளக்கத்தை முன் வைத்திருக்கிறார். மொழியானது மேல்கட்டுமானத்திலிருந்து முற்றிலும் மாறுபடுவதாக அவர் குறிப்பிடுகிறார். மேல் கட்டுமானமானது, “அடிப்படை அமைப்பிற்குப் பணி செய்வதற் கென்றே, அடிப்படை அமைப்பு வடிவம் பெற்று நிலைகொள்வதற்குத் தீவிரமாக உதவுவதற்கென்றே, பழைய உளுத்துப்போன அடிப்படை அமைப்பை - அதன் பழைய மேல் அமைப்புடன் சேர்த்து அகற்றப்படுவதற்குத் தீவிரமாகப் போராடுவதற்கென்றே அடிப்படை அமைப்பினால் உருவாக்கப்படுகிறது” என்கிறார் அவர்.

இந்நிலையில், மொழியை மேல்கட்டுமானமாகவே பார்த்திட முடியுமா? அடிக்கட்டுமானத்தையும் பாதுகாத்திடும் நோக்கத்திற்காக மட்டுமே பயன்படக்கூடிய ஒன்றா? எனப் பார்க்கும்போது, மொழியின் இயங்கு தளமானது வேறுபட்டு நிற்கிறது.

“மொழியானது ஒரு குறிப்பிட்ட சமூகத்தின் ஏதாவது ஓர் அடிப்படை அமைப்பின் பழைய அல்லது புதிய அடிப்படை அமைப்பின் படைப்பல்ல; மாறாக, சமூகத்தின் வரலாறு முழுவதாலும் பல நூற்றாண்டுகளாக இருந்துவந்த பல அடிப்படை அமைப்புகளின் வரலாறு முழுவதாலும் உருவாக்கப்பட்டதாகும்”.

குறிப்பிட்ட காலகட்டத்தில் நிலவுகிற மேல்கட்டுமானக் கூறுகள் வேறோர் அடிக்கட்டுமானம் அமைந்த பிறகு மறைந்து போகலாம்; மாற்றமடையலாம். ஆனால், சமூகத்தின் அடிக்கட்டுமானம் மாறிக்கொண்டேயிருப்பினும் மொழி தொடர்ச்சியாக வந்து கொண்டிருப்பதும், நிலைத்திருக்கும் தன்மை கொண்டதுமாகும்.

குறிப்பிட்ட சமூக அமைப்பில் காணலாகும் மேல்கட்டுமானக் கூறுகள், அச்சமூக அமைப்பில் வாழ்கின்ற மனிதர்களால் உருவாக்கப்படுபவை. மொழியானது ஒரு குறிப்பிட்ட காலகட்டத்தில் நிலவும் சமூக அமைப்பு மனிதர்களால் மட்டும் உருவாக்கப்பட்டது அல்ல. "மொழி ஏதோ ஒரு குறிப்பிட்ட வர்க்கத்தால் உருவாக்கப்பட்டதல்ல. மாறாக, சமூகம் முழுவதினாலும் சமூகத்தின் எல்லா வர்க்கங்களாலும் உருவாக்கப்பட்டது. பல நூற்றுக்கணக்கான தலைமுறைகளின் உழைப்பினால் உருவாக் கப்பட்டது". எனவே, சமூகத்தில் காணலாகும் பிற மேல்கட்டுமானங் களைப் போன்று மொழி அடிக்கட்டுமானத்தின் உருவாக்கம் அல்ல எனலாம்.

மேலும் "மொழியானது பல்வேறு காலகட்டங்களின் உற்பத்தியாகவும் அமைந்து, இந்தக் காலகட்டங்களின் ஊடே அது வடிவம் பெற்றுச் சீரமைந்து, முன்னேறி எளிமையாகிறது. எனவே மொழியானது எந்த அடிப்படை அமைப்பையும் மேலமைப்பையும் விட நீண்ட காலம் உயிர் வாழ்கிறது" எனலாம்.

மொழியானது பொருளாதார அடிக்கட்டுமானத்திற்குத் தேவையான சிந்தனை வடிவங்களையும் அடையாளங்களையும் கருத்தியல்களையும் தருகிற அதேவேளையில், மேல்கட்டுமானத்தின் உணர்வு நிலைகளுக்குரிய குறியீடுகளும் வடிவங்களும் மொழியாலே அமைந்திருக்கின்றன.

மேலும், "உணர்வு நிலையின் சமுதாயப் பண்பு என்பது, மொழியோடு கூடிய அதன் ஒருங்கிணைவில்தான் இருக்கிறது. உணர்வு நிலையை நடைமுறைப்படுத்த உதவுகின்ற மொழி, மனிதச் சிந்தனையின் பொருள் சார்ந்த வெளிப்பாடாக இருக்கின்றது" என யு.அ.காரின் எனும் அறிஞர் குறிப்பிடுகிறார்.

அதாவது, மேல்கட்டுமானக் கூறுகள் குறிப்பிட்ட உற்பத்தி முறைக்கானதாக இருக்கும் அதேவேளையில், அவை உற்பத்தி முறையோடு நேரிடையாகத் தொடர்பு கொண்டவை அல்ல. அவை "அடிப்படை அமைப்பின் ஊடாக, பொருளாதாரத்தின் ஊடாக உற்பத்தியுடன் மறைமுகமாக மட்டும்தான் தொடர்பு கொண்டுள்ளன". ஆனால், மொழி அப்படிப்பட்டதல்ல. அது மனிதனின் உற்பத்திச் செயலோடு நேரிடையாகத் தொடர்பு கொண்டுள்ளது.

"மனிதனின் உற்பத்திச் செயலோடு மட்டுமல்ல, அவனது வேலை முறைகளின் எல்லாப் பகுதிகளிலும் உற்பத்தியிலிருந்து அடிப்படை அமைப்பு வரையிலும், அடிப்படை அமைப்பிலிருந்து மேலமைப்பு வரையிலுமாக மொழி தொடர்பு கொண்டுள்ளது". இதனால், குறிப்பிட்ட உற்பத்தி முறையைக் கொண்ட சமூகத்தின் உற்பத்தி உறவுகளின் தேவைக்கு ஏற்றாற்போல மொழியும் தனது ஆழ அகலமான வளர்ச்சிகளையும் ஆற்றல்களையும் கொண்டமைகின்றது. ஆகவே, ஒரு மொழி அடிக்கட்டுமானத்திலும் இயங்குகின்றது. அதேவேளையில் மேல் கட்டுமானக் கூறுகள் இயங்கவும் துணைபுரிகின்றது எனலாம்.

சமூகத்தில் காணலாகும் எல்லாக் கூறுகளும் மேல்கட்டுமானம் சார்ந்தவை அல்லது அடிக்கட்டுமானம் சார்ந்தவை என்பதை வகைப்படுத்திக் கூறுகின்ற வேளையில், மொழி என்பது இன்ன வகைக் கட்டுமானம் சார்ந்தது எனத் திட்டவட்டமாக வரையறுத்துச் சொல்வதில் கருத்து மாறுபாடுகள் நிலவுகின்றன. மொழியானது அடிக்கட்டுமானத்திற்கும் மேல்கட்டுமானத்திற்கும் இடைப்பட்ட ஓர் இடைக்கட்டுமானம் சார்ந்தது எனவும் சொல்லிட முடியாது. ஏனெனில் அப்படிப்பட்ட இடைக்கட்டுமானம் என்ற ஒன்றே இல்லை.

இந்நிலையில், மொழியின் தளத்தை எவ்வாறு வரையறுப்பது என்பது குறித்து யு.அ.காரின் பின்வருமாறு விளக்கும்போது, "அரசியலோ, தத்துவமோ, சமயமோ, கலை இலக்கியமோ தனித்தனிக் கட்டமைப்பு களுடன் அவற்றிற்குரிய இயல்புகளுடன் இயங்குவனவாகி இருக்கலாம். மொழிக்கும் அத்தகையதொரு கட்டமைப்பு உண்டெனும் அதேநேரத்தில், பிறவற்றோடு கரைந்து போகவும், பிறவற்றிற்குச் சாதனமாக இருக்கவும், மனிதனின் உணர்வுகளையும் செயல்வடிவங்களையும் சிந்தனைகளையும் வகுத்துத் தொகுத்து, தொடர்ந்துவரும் தலைமுறைகளுக்குத் தருகிறதாக அமையும் மொழிக்கே இயங்கியல் நிலையில் சாத்தியமும் தேவையும் அதிகம் இருக்கின்றது. மேலும், மேல் கட்டுமானத்திலுள்ள எல்லா உணர்வு நிலைகளும் ஒரே மாதிரியானவையல்ல; ஒரே வகையான செயல்பாடுகள் கொண்டவையோ அல்ல என்ற நிலையில், மொழி என்பது மேல் கட்டுமானத்தில் 'தனித்துவம் கொண்ட ஒரு சிறப்புத் தளம்' (*Special Super Structure*) என்று கருதப்படுவதற்குரியது" என்கிறார்.

மொழி குறித்து வரையறுத்துச் சொல்வதில் ஜே.வி.ஸ்டாலினுக்கு வேறொரு கருத்து உண்டு. அதாவது, "மொழி சமூகக் கட்டமைப்பின் அடித்தளத்தில் வருகிறதா, மேல்தளத்தில் வருகிறதா என்ற வினாவிற்கு இரண்டிற்கும் வெளியே ஒட்டு மொத்தச் சமூகத்திற்கும் பொதுவாக அது இருக்கிறது" என்கிறார் அவர்.

இந்நிலையில், சமூகக் கட்டுமானத்தில் மொழியின் பங்கைக் குறித்து நோக்கும்போது, மொழியானது மேல்கட்டுமானத்தின் பல தளங்களுக்கிடையில் இயங்கும் ஒரு சிறப்புத்தளம் என்பதாகவும், அடிக்கட்டுமானத்தையும் மேல் கட்டுமானத்தையும் கொண்டிருக்கும் சமூக அமைப்பிற்குப் பொதுவாகவும் அடிப்படையாகவும் இருக்கும் ஒரு சிறப்புக்கூறு என்பதாகவும் வரையறுக்கலாம்.

மொழி – ஒருவகை உற்பத்திக் கருவி:

மனிதர்கள் உற்பத்திக்கான உழைப்பில் ஈடுபடும் மிக முக்கியமான நிலைதான் விலங்கினத்திலிருந்து பிரித்துக் காட்டுகின்றது. அவ்வாறு, உற்பத்திக்கான உழைப்பைச் செலுத்த மனிதர்களுக்குக் கிடைத்த முதல் இருபெரும் கருவிகளுள் ஒன்று கைகள், மற்றொன்று மொழி ஆகும்.

மனிதர்களுக்கிடையில் கருத்துப்பரிமாற்ற ஊடகமாக மொழி பயன்படுவதோடு, ஒருவகை உற்பத்திக் கருவியாக இருக்கும் தகுதியைப் பெற்றிருக்கிறது. ஒரு சமூகத்தில் உள்ள மனிதர்களுக்குச் "சிந்தனைப் பரிமாற்றம் நிலையான தேவை; உயிரான தேவை. சிந்தனைப் பரிமாற்றம் இல்லாமல் இயற்கைச் சக்திகளுக்கெதிரான மக்களின் கூட்டுப் போராட்டத்தை ஒருங்கிணைக்க முடியாது. சிந்தனைப் பரிமாற்றம் இல்லாமல் சமூகத்தின் உற்பத்திச் செயல்பாடுகளில் வெற்றி ஈட்ட முடியாது. ஆகவே, சமூக உற்பத்தியின் இருப்பே இல்லாமல் போய்விடும். அதனால் சமூகத்தால் புரிந்துகொள்ளக்கூடிய சமூக உறுப்பினர்கள் அனைவர்க்கும் பொதுவான ஒரு மொழி இல்லாமல் சமூக உற்பத்தி நின்றுபோகும். அந்தச் சமூகம் சிதறி உருக்குலைந்து போகும்.

இந்தப் பொருளில், மொழியானது சமூகம் ஒன்று கலப்பதற்கான ஊடகமாகவும், அதே சமயம் சமூகத்தின் போராட்டத்திற்கும் வளர்ச்சிக்குமான கருவியாகவும் இருக்கிறது". இவ்வகையில், சமூகம் முழுவதற்கும் தொடர்ந்து வரக்கூடிய கருவியாக மொழி இருக்கின்றது எனலாம்.

மனிதரின் கைகள் உழைப்புக் கருவியாக இருக்கும் அதே வேளையில், கருவிகளின் பங்களிப்புகள் துணையாகவும் பயன்பாடாகவும் அமைகின்றன. இத்துணைக் கருவிகள் ஒவ்வொரு சமூகக் கட்டத்திற்கும் தகுந்தவாறு மாறிக்கொண்டிருப்பன. ஆனால், மொழி அப்படிப்பட்டதல்ல; சமூகச் சூழலுக்குத் தக்கவாறு தன்னைப் புலப்படுத்திக் கொள்ளும் தன்மை கொண்டது.

மொழியைக் கொண்டுதான் உற்பத்தியில் ஈடுபடும் மனிதர்கள் தங்களுக்குள் பரிவர்த்தனை செய்து கொள்கிறார்கள். எனவே, மொழியானது, சமூக உற்பத்தித் தேவைகளின் அடிப்படைக் கூறுகளில் ஒன்றாகவும், சமூகம் ஒருங்கிணைந்த அமைப்பாக இயங்குவதற்கு அடிப்படைத் தேவையாகவும் இருக்கிறது எனலாம்.

எந்தவோர் உற்பத்தியும் உற்பத்திச் சக்திகளின் இணைவில்லாமல் நடைபெற முடியாது. உற்பத்திச் சக்திகள் என்பவற்றைப் பின்வருமாறு குறிப்பிடலாம். அதாவது,

1. உற்பத்திக் கருவிகள் - கலப்பை, எந்திரங்கள் முதலியன.
2. உழைப்புக்கான பொருள்கள் - நிலம், தொழிற்கூடம் முதலியன.
3. மனிதர்கள் - உற்பத்திக் கருவிகளையும் உழைப்புப் பொருட்களையும் செயல்படுத்தக் கூடியவர்கள்.

இத்தகைய "உற்பத்திக் கருவிகள், உழைப்புப் பொருள்கள், அவற்றைச் செயல்படுத்தும் மனிதர்கள் ஆகிய மூன்றும் சேர்ந்ததே உற்பத்திச் சக்திகள். உற்பத்திச் சக்திகளின் இயக்கமே சமூக இயக்கம்". அப்படியானால், மொழியைச் சமூகத்தின் உற்பத்திச் சக்திகளின் வரிசையிலோ, உற்பத்திக் கருவிகளின் வரிசையிலோ வைப்பதில் கருத்து மாறுபாடுகள் உண்டு.

ஏனெனில், மொழி மனிதரால் நிகழ்த்தப்படுவது. மனிதர்கள் உற்பத்திச் சக்திகளுள் ஒன்றாக வந்துவிட்ட பிறகு, தனியான ஒரு கருவியாக மொழி இருக்கிறதா? மனிதருக்கு அப்பாற்பட்டு மொழி எவ்வாறு உற்பத்திக் கருவியாகச் செயல்பட முடியும்? எனும்போது, "மொழியானது உற்பத்திக்கான தொழில் நுட்பங்களைச் சேமித்து வைக்கிறது. அத்தொழில்நுட்பத்தை நிகழ்காலத்திலும் எதிர்காலத்திலும் மனிதர்களுக்குக் கையளிக்கிறது". ஆகவே, உற்பத்தி நடவடிக்கைக்குப் பயன்படும் மொழியானது மற்ற கருவிகளைப் போல் ஓர் உற்பத்திக் கருவியாகவே பயன்படுகிறது எனலாம்.

உற்பத்தி நடவடிக்கைக்குப் பயன்படும் மொழியானது, மற்ற கருவிகளிலிருந்து வேறுபட்டும் நிற்கிறது. அதாவது, உற்பத்திக் கருவிக்கும் மொழிக்கும் இடையே மிகப்பெரிய வேறுபாடு ஒன்று இருப்பதாக ஜே.வி. ஸ்டாலின் குறிப்பிடுகிறார். "உற்பத்திக் கருவியானது பொருட்செல்வத்தை உற்பத்தி செய்கையில், மொழியானது எதையும் உற்பத்தி செய்யவில்லை. அல்லது, சொற்களை மட்டுமே உற்பத்தி செய்கின்றது என்பதில்தான் இந்த வேற்றுமை அடங்கியுள்ளது. இதை மேலும் தெளிவாகக் கூறுவதானால், உற்பத்திக் கருவிகளைக் கொண்டுள்ள மக்கள் பொருட்செல்வத்தை

உற்பத்தி செய்ய முடியும். ஆனால், அதே மக்கள் உற்பத்திக் கருவிகள் இல்லாமல் மொழியை மட்டுமே கொண்டவர்களாக இருப்பின் பொருட் செல்வத்தை உற்பத்தி செய்ய முடியாது" என்கிறார் அவர்.

ஆகவே, மொழியானது மற்ற கருவிகளைப்போல அல்லாமல், உற்பத்திக் கருவிக்கு இணையான அதேசமயம் சமூகம் முழுவதற்கும் பயன்படும் ஒருவகைத் தனிச்சிறப்புக் கருவியாக அமைகிறது எனலாம். ஏனெனில், உற்பத்தியில் மனிதர்களின் உற்பத்தி உறவுகளை இணைப்பதற்கு ஒரு கருவியாக நின்று செயல்படுவதும் மொழிதான். மேலும், மேல்கட்டுமானக் கூறுகள் தமது கருத்தியல்களை உள்ளடக்கி வைத்திருப்பதற்கு மொழியை ஒரு கருவியாகத்தான் பயன்படுத்துகின்றன. ஆகையால், உற்பத்திச் சக்திகளுள் ஒன்றாகவும் மொழியைக் கருத வேண்டும் எனவும் வலியுறுத்தப்படுகிறது.

தேசம் என்பதற்கான மார்க்சிய வரையறை:

மார்க்சியத் தத்துவமானது, உலகில் உள்ள எல்லாத் தேசிய இனங்களும் விடுதலை அடைய வேண்டும் என்பதை வலியுறுத்துகிறது. தேசிய இனங்களின் விடுதலைக் கோட்பாட்டை அரசியல் கோட்பாடாக முன்வைத்தவர் லெனின் ஆவார். அத்தகைய அரசியல் கோட்பாட்டிலிருந்து தேசிய இனங்களின் விடுதலை குறித்த மார்க்சிய அறக்கோட்பாடாகவும் அறிவியல் கோட்பாடாகவும் வடிவமைத்து வலியுறுத்தியவர் ஜே.வி. ஸ்டாலின் ஆவார்.

தேசிய இனங்களின் விடுதலை என்பது, தேசங்களின் விடுதலையில் தான் அடங்கியிருக்கிறது. ஒரு தேசிய இனத்தைப் பரவலாகக் கொண்டிருப்பதுதான் ஒரு தேசம் என்பதாகும். அவ்வகையில், ஒரு தேசம் என்பதற்கான மார்க்சியக் கண்ணோட்டத்தில் ஜே.வி.ஸ்டாலின் முன்வைத்திருக்கும் வரையறை மிக முக்கியமானது. அவர் கூறும் பகுதிகள் பின்வருமாறு:

"தேசம் என்பது முதலாவதாக ஒரு சமுதாயம், குறிப்பிட்ட மக்களைக் கொண்ட சமுதாயம் ஆகும். இந்தச் சமுதாயம் நிற அடிப்படையிலானதோ அல்லது பழங்குடிகள் என்பது போன்றதோ இல்லை; மாறாக, வரலாற்று அளவிலே அமையப்பெற்ற மக்கள் சமுதாயமாகும். தேசம் என்பது சாதாரண முறையிலோ அல்லது நிலையற்ற முறையிலோ அமைந்திருக்கக் கூடிய சேர்ப்பு அல்ல; மாறாக தேசம் என்பது 'நிலையான மக்கள் சமூகம்' ஆகும்.

ஆனால், ஒவ்வொரு நிலையான சமூகமும் தேசமாகிவிட முடியாது. ஆஸ்திரியாவும் ரஷ்யாவும் நிலையான மக்கள் சமூகங்கள்தாம். ஆனால், அவற்றை யாரும் தேசங்கள் என்று அழைப்பதில்லை. ஒரு தேசியச் சமூகத்திற்கும் ஓர் அரசு சமூகத்திற்கும் அடிப்படையில் என்ன வித்தியாசம் இருக்கிறது? தேசியச் சமூகம் என்பது ஒரு பொதுவான மொழி இல்லாமல் இருக்க முடியாது. ஆனால் அரசு சமூகத்திற்கு அவ்வாறு பொதுமொழி என்ற ஒன்று அவசியம் இருந்தாக வேண்டியதில்லை. ஆஸ்திரியாவும் ரஷ்யாவும் ஆஸ்திரியாவில் உள்ள செக் தேசமும், ரஷ்யாவில் உள்ள போலந்து தேசமும் தங்களுக்கென்று ஒரு பொதுமொழியை வைத்திருக்காவிடில் அவை தேசங்களாக இருக்க முடியாதவை ஆகும். அதேநேரத்தில் ரஷ்யாவிலும் ஆஸ்திரியாவிலும் பல்வேறு மொழிகள் பேசப்படுகின்றன என்ற காரணத்தால் அவைகளின் ஒருமைப்பாடு பாதிக்கப்படுவதில்லை. இங்கே பல்வேறு மொழிகள் என்று குறிப்பிடுவது மக்களின் பேச்சு மொழிகளையே ஆகும்; அரசின் உபயோகத்தில் இருக்கும் மொழிகளை அல்ல. இவ்வாறு 'பொதுமொழி' என்பது ஒரு தேசத்தின் பிரதான அம்சமாகும்.

ஒரு தேசம் என்பது மக்கள் தலைமுறை தலைமுறையாக ஒன்றாக வாழ்ந்து, அதன் மூலம் ஏற்படும் ஒரு நீண்ட நெடிய மற்றும் முறையான கலப்பின் மூலமாகவே உருவாகிறது. தங்களுக்கென்று ஒரு பொதுவான பகுதி இல்லாத வரையில் மக்கள் நீண்ட காலம் ஒன்றாகச் சேர்ந்து வாழ முடியாது. ஆங்கிலேயர்களும் அமெரிக்கர்களும் ஆரம்பத்தில் ஒரே பகுதியில் வாழ்ந்தனர். இங்கிலாந்து என்ற ஒரே தேசத்தைச் சேர்ந்தவர்களாகத்தான் இருந்தனர். பின்னர் இங்கிலாந்தில் இருந்து ஒரு குறிப்பிட்ட பகுதியினர் வெளியேறி அமெரிக்கா என்று அழைக்கப்படும் புதிய பகுதியை அடைந்தனர். நாளடைவில் அந்தப் புதிய பகுதி அமெரிக்கா என்ற புதிய தேசமாயிற்று. எல்லைப் பகுதிகளில் ஏற்படும் மாறுதல்கள் புதிய தேசங்களுக்கு வழி வகுக்கக் காரணமாயிற்று. இவ்வாறு 'பொதுவான வாழ்க்கைப் பகுதி' என்பது ஒரு தேசத்தின் பிரதான அம்சமாகிறது.

ஆனால், இது இருந்தால் மட்டும் ஒரு தேசம் உருவாகி விடுவதில்லை. பொதுவான வாழ்க்கைப் பகுதி என்பது மட்டும் ஒரு தேசத்தை உருவாக்கிட முடியாது. இதற்கும் மேலாகத் தேசத்தின் பல்வேறு பகுதிகளை ஒன்றிணைத்து, அவற்றை முழுமையாக்கும் அளவிற்கு உள்நாட்டுப் பொருளாதாரப் பிணைப்பு இருக்க வேண்டும். இவ்வாறு 'ஒரு பொதுவான பொருளாதார வாழ்வு - ஒன்றிணைப்பு' என்பவை ஒரு தேசத்திற்கான பிரதான அம்சங்களாகும்.

மேலே சொன்னவை மட்டுமே ஒரு தேசத்திற்குப் போதுமானவை அல்ல. இவை மட்டுமின்றி, இன்னொன்றையும் நாம் கவனத்தில் எடுத்துக்கொள்ள வேண்டும். அதாவது, ஒரு தேசமாக உருவாகின்ற மக்களின் குறிப்பிட்ட ஒழுக்கநிலைப் பண்பை மனத்தில் கொள்ள வேண்டும். தேசங்கள் வாழ்க்கை நிலையில் மட்டும் மாறுபடவில்லை; இந்த ஒழுக்கநிலைப் பண்பிலும் மாறுபடுகிறது. இந்த ஒழுக்கநிலைப் பண்பே அவர்களின் தேசியக் கலாச்சாரத்தின் குறிப்பிட்ட தன்மைகளாக விளங்குகின்றன. இங்கிலாந்து, அமெரிக்கா, அயர்லாந்து ஆகிய மூன்று நாடுகளும் ஒரே மொழியைப் பேசினாலும் அவை தனித்தனி மூன்று தேசங்களாக விளங்குகின்றன. அவர்கள் தமது வாழ்க்கை நிலைமையில் உள்ள சீரற்ற நிலைமைகளினால், தலைமுறை தலைமுறையாகத் தங்களுக்குள் உருவாக்கிக்கொண்ட மனோபாவத்தினால் குறிப்பிட்ட மூன்று தேசத்தினராக இருக்கின்றனர் என்பது சாதாரண ஒன்று அல்ல.

இந்த மன இயல்பு அல்லது வேறு விதமாகச் சொன்னால் 'தேசியத் தன்மை' என்று சொல்லக்கூடிய ஒன்று, தனியாகப் பார்க்கும் பட்சத்தில் அவ்வளவாக விளக்க முடியாததாக இருக்கலாம். ஆனால், இதுவே ஒரு தேசத்திற்கு ஒரு தனித்தன்மை வாய்ந்த பொதுக் கலாச்சாரத்தைத் தருகின்ற பட்சத்தில் இது விளக்கப்பட முடிந்ததாகவும் தவிர்க்க முடியாததாகவும் ஆகிறது.

இந்தத் தேசியத்தன்மை என்பது, எல்லாக் காலத்திலும் ஒரே மாதிரியாகவே இருக்க வேண்டும் என்பது அவசியம் இல்லை. இது வாழ்க்கை நிலையில் அவ்வப்போது ஏற்படுகின்ற மாறுதலுக்கு ஏற்ப மாறுகிறது. ஆனால், ஒரு குறிப்பிட்ட தேசியத்தன்மை ஒரு குறிப்பிட்ட காலத்தில் இருப்பதால் அது தனது முத்திரையை அந்த தேசத்தின் புற இயல்பில் பதித்து விடுகிறது.

இவ்வாறு ஒரு பொதுவான கலாச்சாரத்தை தரக்கூடிய ஒரு 'பொதுவான மன இயல்பு' என்பது ஒரு தேசத்தின் பிரதான அம்சமாகும்.

"ஒரு தேசம் என்பது, ஒரு பொதுவான மொழி, ஆட்சிப் பகுதி, பொருளாதார வாழ்வு மற்றும் மன இயல்பு ஆகியவற்றை அடிப்படையாகக் கொண்டு, வரலாற்று ரீதியாக உருவாகிய நிலையான மக்கள் சமூகமாகும்" என, ஒரு தேசம் என்பதற்கான விரிவான வரையறையை முன்வைத்திருக்கிறார் ஜே.வி.ஸ்டாலின்.

அவ்வகையில், மார்க்சியக் கோட்பாட்டின் அடிப்படையில் ஒரு தேசம் என்பது, 1. ஒரு பொதுவான மொழி, 2. அம்மொழி வழங்கும்

நிலவியல் எல்லைகள், 3. அந்நிலப் பரப்பில் நடைபெறக் கூடிய உற்பத்தி முறைகளால் ஏற்படும் பொருளியல் வாழ்வு, 4. அப்பொருளியல் வாழ்வில் காணப்படும் பொதுமைப் பண்பாட்டுக் கூறுகள், 5. அப்பண்பாட்டுக் கூறுகளை வழக்கப்படுத்திக்கொள்கிற மன இயல்பைக் கொண்ட மக்கள் சமூகம் என இவை அனைத்தையும் பெற்றிருக்க வேண்டும் என்பது தெளிவாகும்.

மேற்குறித்த வரையறையின்படி நோக்கும்போது, வடவேங்கடம் தென்குமரி ஆயிடைத் தமிழ்கூறும் நல் உலக நிலப்பரப்பில் நிலையான மக்கள் சமூகம் என்பதாகத் தமிழ் இனம் வாழ்ந்திருக்கிறது. அவ்வகையில், நிலையான மக்கள் சமூகத்தின் பொதுவான மொழியாகத் தமிழ் மொழி அமைந்திருக்கிறது. ஆதி காலம் முதற்கொண்டு இப்போது வரையிலும் வாழ்ந்து வந்த நிலையான மக்கள் சமூகத்தின் வாழ்நிலப் பரப்பு சிற்சில மாற்றங்களைக் கொண்டிருந்தாலும், நிலையான மக்கள் சமூகத்தின் பெருநிலப்பரப்பாகத் தமிழ்நாடு அமைந்திருக்கிறது.

தமிழ்நாட்டு நிலப்பரப்பில் மக்களின் பொருளாதார வாழ்வு மற்றும் உற்பத்திச் செயல்பாடுகள் ஐந்திணை வகைப்பாடாய் நடைபெற்று வந்திருக்கின்றன. ஐந்திணைத் தொழில்பாடுகளும் வாழ்க்கை முறைகளும் தமிழ் நிலத்தின் பொருளாதார உற்பத்திச் செயல்பாட்டிற்கான இணைவைக் கொண்டிருக்கின்றன. ஐந்திணைச் சூழலில் - தமிழ் நிலப்பரப்பில் தமிழைத் தாய்மொழியாகக் கொண்டிருக்கும் தமிழர்கள் தங்களுக்குள் ஒத்திசைவான மன இயல்பையும், பண்பாட்டு ஒருங்கிணைப்பையும் கொண்டவர்களாக இருந்து வருகின்றனர். ஒரு தேசிய இனத்திற்கான - ஒரு தேசத்திற்கான அத்தனை வரையறைகளும் ஒருங்காகவும் முழுமையாகவும் பெற்றதாகப் பன்னெடுங்காலமாக வரலாற்றுவழியில் நிலைத் திருக்கக் கூடிய வல்லமையைத் தமிழ்த்தேசிய இனம் பெற்றிருக் கிறது; தமிழ்த் தேசமும் பெற்றிருக்கிறது. தேசிய இனம் - தேசம் என்பதற்கான இத்தகைய தகுதிப்பாட்டிற்கு மொழியின் வகிபாகம் தான் மிக முக்கியத்துவம் வாய்ந்ததாக அமைந்திருக்கிறது என்பது குறிப்பிடத்தக்கது.

தமிழ்த்தேசிய அரசியல் முன்னெடுப்பின் தேவை:

இந்நிலையில், ஒரு தேசம் என்பதற்கான வரையறைகளை இந்தியச் சமூகத்தில் பொருத்திப் பார்க்கும்போது, இந்தியா ஒரு தேசமல்ல என்பது புலனாகும்.

ஒரு தேசத்திற்கான வரையறையை வைத்துக்கொண்டு இந்தியச் சமூகத்தைப் பார்க்கிறபோது, இங்கே தொன்மை வாய்ந்த பல மொழிகள்

வழக்கில் இருந்து வருகின்றன. பல பண்பாட்டுக் கூறுகளைக் கொண்ட மக்கள் சமூகங்கள் சுய உற்பத்திப் பொருளாதாரத்தைக் கொண்டிருக்கும் சூழலைப் பெற்றிருக்கின்றன. அவ்வகையில், பல தேசிய இனங்கள், பல தேசங்கள் இந்தியக் கட்டமைப்புக்குள் வலுக்கட்டாயமாகவும் செயற்கையாகவும் கட்டமைக்கப்பட்டிருக்கின்றன.

ஆங்கிலேயர்களின் வருகைக்கு முன்பிருந்த இந்தியச் சமூக அமைப்பு களும் நிலவியல் எல்லைகளும் வேறு வேறான தனித்தன்மைகளோடே இருந்திருக்கின்றன. ஆங்கிலேயர்களின் வருகைக்குப் பின்புதான் இந்தியாவின் பல பகுதிகள் நிர்வாக வசதிகளுக்காக ஒருங்கிணைக்கப்பட்டு 'ஒரு நாடாக' உருவாக்கப்பட்டிருக்கிறது; ஒரு தேசமாக அமைக்கப் படவில்லை.

இந்நிலையில், தேசிய இனங்களின் - தேசங்களின் உண்மையான வாழ்வென்பது, தேசிய இனத்தின் - தேசங்களின் இறையாண்மை விடுதலையில்தான் அடங்கியிருக்கிறது. அவ்வகையில், தமிழ்த்தேசிய இனத்தின் - தமிழ்த் தேசத்தின் இறையாண்மை விடுதலையை மீட்டெடுப்பதில்தான் தமிழ்மொழியின் வாழ்வும், தமிழ் இனத்தின் வாழ்வும், தமிழ் நிலத்தின் வாழ்வும், பொருளாதார வாழ்வும், பண்பாட்டு வாழ்வும் உள்ளடங்கி இருக்கின்றன. அத்தகைய தேசிய இன - தேசிய விடுதலைப் போராட்டத்தை முன்னெடுக்கும் தமிழ்த்தேசிய விடுதலைப் போராட்டத்தின் திசைவழியைச் சமைப்பது இக்காலத்திய அரசியல் தேவையுமாகும்.

இது குறித்து லெனின் கூறும்போது "எவரொருவர் தேசிய இனங்கள், மொழிகளின் சமத்துவத்தை அங்கீகரித்து அதற்காகப் போராடவில்லையோ; எல்லாத் தேசிய இனங்கள் மீதான ஒடுக்குமுறையையும் சமத்துவமின்மையும் எதிர்த்துப் போராடவில்லையோ அவர் ஒரு மார்க்சியவாதியே அல்ல; அவர் ஒரு ஜனநாயகவாதியே அல்ல; அதில் சந்தேகமில்லை" என்கிறார்.

இந்தியச் சமூக அமைப்பில், தேசிய இனங்களுக்கிடையில் சமத்துவம் நிலவியிருக்கவில்லை. மொழிகளுக்கிடையில் சமத்துவம் நிலவியிருக்கவில்லை; பல தேசிய இனங்கள் மீதான ஒடுக்குமுறைகள் இன்னும் நீடித்துக்கொண்டிருக்கின்றன. ஆகவே, தேசிய இனங்கள் - மொழிகள் மீதான ஒடுக்குமுறைகளுக்கு எதிராகவும், சமத்துவமின்மைக்கு எதிராகவும் போராடுவதுதான் மார்க்சியப்பூர்வமானது மட்டுமல்ல; சனநாயகப்பூர்வமானதும் ஆகும். இத்தகைய சனநாயகப் போராட்டத்தின் போக்கைத் தீர்மானிக்கும் சக்திகளைக் காலமும் களமும் வரலாறும்தான் அடையாளப்படுத்தும்.

பார்வை நூல்கள்

- மார்க்ஸ், எங்கெல்ஸ்.பி, மார்க்ஸ் எங்கெல்ஸ் தேர்வு நூல்கள் - தொகுதி 1, 1983.
- ஜே.வி.ஸ்டாலின், மார்க்சியமும் மொழியியல் - தேசிய இனப் பிரச்சினைகளும், மகாராசன் (தொகு), 2022.
- தமிழ் வளர்ச்சித்துறை இயக்குநர் (பதி), தமிழ் மொழி வரலாறு, 1999.
- அன்னிதாமஸ், மொழியியல் - புதிய கோட்பாடுகள், 2000.
- ஜமாலன், மொழியும் நிலமும், 2003.
- ந.ம.வீ.ரவி, குறியியலும் அரங்கக் குறியியலும், 1992.
- பக்தவத்சல பாரதி, இரா.சம்பத் (பதி), பெண்ணிய ஆய்வுகள், 1998.
- செ.கணேசலிங்கன், குமரனுக்குக் கடிதங்கள், 1995.
- பெ.மணியரசன், கி.வெங்கட்ராமன், மொழி கருத்துப் பரிமாற்றக் கருவியா? உற்பத்திக் கருவியா?, 2004.
- மகாராசன், மொழி இயங்கியல், 2008.
- சமூக விஞ்ஞானம் இதழ், ஏப்ரல் - ஜூன் 2003.

தமிழராய் இருப்போம்!

தெய்வத்திரு.இராசேந்திரசோழன்
தமிழ்த்தேசிய அறிஞர் எழுத்தாளர்.

'தமிழராய் இருப்போம்' என்கிற முழக்கத்தை நாம் முன்வைக்கும் போது தமிழர் என்று எவரைச் சொல்ல முடியும் என்பது முக்கியக் கேள்வியாகிறது.

தமிழ்நாட்டில் வாழ்பவர்களை முக்கியமாக நான்கு வகைகளாகப் பிரிக்கலாம்.

1. தமிழைத் தாய்மொழியாகக் கொண்டு காலம் காலமாகத் தமிழகத்தில் வாழ்ந்து வருபவர்கள்.

2. தமிழ் தாய்மொழியாக அல்லாமல் தெலுங்கு, கன்னடம், மலையாளம், மராத்தி போன்றவற்றை வீட்டில் பேசும் மொழியாகக்கொண்டிருந்தாலும், தமிழைச் சமூக மொழியாக, வாழ்மொழியாகக் கொண்டு தமிழ்நாட்டில் பல காலம் வாழ்ந்து வருபவர்கள்.

3. தமிழ்நாட்டின் எல்லைப் பகுதிகளில் தொடர்ச்சியாகவும் அடர்த்தியாகவும் வசிக்கும் பிறமொழியினர், அதாவது பிற தேசிய இனத்தவர்.

4. தொழில் நிமித்தமாகவோ பணி நிமித்தமாகவோ தமிழ்நாட்டில் வந்து தங்கி, தமிழைச் சமூக மொழியாக ஏற்று வாழ்ந்தாலும், இன்னமும் தங்கள் தாய் மண்ணோடும் மரபோடும் தொடர்பு வைத்திருக்கும் பிற மொழி பேசுவோர். பிற தேசிய இனத்தவர்.

இதில் முதல் பிரிவினர் தமிழர் என்பதில் எந்தவிதமான சர்ச்சைக்கோ சந்தேகத்திற்கோ இடமில்லை.

இரண்டாம் பிரிவினர் தலைமுறை தலைமுறையாகத் தங்கள் மொழி அடையாளத்தையும், தேசிய இன அடையாளத்தையும் இழந்து தமிழ்ச் சமூகத்தோடு சங்கமமாகிவிட்டவர்கள். தமிழோடும் தமிழர்களோடும் ஐக்கியமாகிப்போனவர்கள், ஆகி வருபவர்கள். இதனால் இவர்களும் தமிழர்களே, தமிழர்களாக ஏற்கத்தக்கவர்களே.

மூன்றாம் பிரிவினர் தங்கள் மொழி, தேசிய இன அடையாளத்தோடும், சிறுபான்மை உரிமையோடும் வாழ்ந்து வருபவர்கள். இவர்கள் மொழிச் சிறுபான்மையினர் என்று அழைக்கத்தக்கவர்களே அன்றி தமிழர்கள் என்று கருதத்தக்கவர்கள் அல்லர். இதனால் இவர்கள் தமிழர்கள் ஆகமாட்டார்கள்.

நான்காம் பிரிவினர் பிழைப்புக்கும் வாழ்விற்கும் மட்டுமே தமிழை, தமிழர்களை, தமிழ்நாட்டைப் பயன்படுத்திக்கொள்பவர்கள். இவர்கள் ஒருபோதும் தமிழர்கள் ஆகமாட்டார்கள். எனவே இவர்கள் எச்சரிக்கையோடு கவனிக்கத்தக்கவர்கள்.

மற்றபடி, முதல் இரண்டு பிரிவுகளிலும் அடங்கும் மக்கள் அவர்கள் எம்மதம், எந்த சாதிச் சார்ந்தவர்களானாலும், எந்த மொழி பேசி வந்தாலும், சாதி, மத வேறுபாடின்றித் தமிழர்கள் என்று அழைக்கத்தக்கவர்களே, தமிழர்கள் என்று ஏற்கத்தக்கவர்களே.

அதாவது, தமிழைத் தாய்மொழியாகக் கொண்டோ, சமூக மொழியாக ஏற்றோ தமிழ்நாட்டின் தேசிய இனத்தோடு சங்கமித்து வாழும் அனைவரும் சாதி, மதப் பாகுபாடின்றித் தமிழர்கள் என்று ஏற்கத் தக்கவர்களே.

இசுலாமியர், கிறித்துவர்

முஸ்லீம்கள், கிறித்துவர்கள் சிலர் தங்களைத் தங்கள் மதத்தின் பெயரால் அடையாளப்படுத்திக்கொண்டு மற்றவர்களைத் தமிழர்கள் என்று அழைத்துக்கொள்கிறார்களே என்கிற கேள்வி எழலாம்.

இது அறியாமையால் அல்லது பழக்கக் கோளாறால் நேர்வது. இவர்கள் அண்டைப் பக்கத்தில் குடியிருக்கும் இசுலாமியர், கிறித்துவர் அல்லாதோரை அடையாளப்படுத்த மற்றவர்களைத் தமிழர்கள் என்று குறிப்பிடுகின்றனர். இது கிறித்துவர்களிடையே உள்ளதைவிடவும் இசுலாமியர்களிடமே அதிகம் உள்ளது. மத, பண்பாட்டு ரீதியில் கிறித்துவர்களைவிடவும் இசுலாமியர்களிடம் வேறுபாடு அதிகம் இருப்பதால் இப்படி நிகழலாம்.

எப்படியானாலும் இப்படிச் சொல்வதன் மூலம் இவர்கள் தாங்கள் அறியாமலேயே தங்களைத் தமிழர் அல்லாதோர் எனக் கருதிக் கொள்கின்றனர். இது தவறு.

இசுலாமியரோ, கிறித்துவரோ, இந்துவோ எம்மதம் சார்ந்தவரானாலும், அவர் உலகம் முழுக்க எங்கு வாழ்ந்தாலும் அவரவர் தேசிய இனம் சார்ந்துதான் அடையாளப்படுத்தப்படுவார்களேயன்றி வெறும் மதம் சார்ந்து அல்ல. அப்படி அடையாளப்படுத்துவது சாத்தியமும் இல்லை. இதைப் பல்வேறு சந்தர்ப்பங்களில் திரும்பத் திரும்ப நாம் வலியுறுத்தியுள்ளோம்.

இந்த அடிப்படையில் தமிழ்நாட்டில் வாழும் இசுலாமியர்களோ கிறித்துவர்களோ எவரானாலும் அவர்கள் தமிழர்களே. அவர்கள் இன்னும் தங்களைத் தமிழர்களாகக் கருதிக்கொள்ளும் பக்குவம் பெறவில்லை என்பதனால் அவர்கள் தமிழர் அல்லாதவராகி விடமாட்டார்கள்.

அதாவது, ஒரு தொழிலாளி தன்னைத் தொழிலாளி வர்க்கமாக உணரவில்லை என்பதனாலேயே அவர் தொழிலாளி அல்லாதவராகி விடமாட்டார். இதே போலவேதான் பார்ப்பனர்களும்.

எனவே, புறநிலை இருப்பை வைத்துத்தான் இதைத் தீர்மானிக்க வேண்டுமேயன்றி வெறும் அக நிலையை மட்டுமே வைத்து அல்ல.

தமிழராக இருப்பது

தமிழர் என்பது சரி, தமிழராக இருப்பது என்பதன் பொருள் என்ன?

மக்கள் உலகம் முழுவதும் விரவி வாழ்ந்து வந்தாலும், அவரவரும் அவரவர் தேசிய இனம் சார்ந்தே அறியப்படுகின்றனர், அடையாளப்படுத்தப்படுகின்றனர்.

இத்தேசிய இனம் ஒவ்வொன்றுக்கும் ஒரு மொழி உண்டு, வாழிடம் தாயகம் உண்டு; தனக்கென்று தனித்தன்மையோடு கூடிய வரலாறு, பண்பாடு, பழக்க வழக்கம், பாரம்பரியம் உண்டு. இந்தத் தனித்தன்மையே ஒரு தேசிய இனத்திலிருந்து மற்றொரு தேசிய இனத்தைப் பிரித்துக் காட்டுவது. இந்தத் தனித்தன்மையே ஒரு தேசிய இனத்தின் அடையாளமாகவும் விளங்குகிறது. இந்த அடையாளம் தனித்தன்மை இல்லையேல் தேசிய இனம் இல்லை.

எனவே இந்த அடையாளத்தைக் காப்பதே ஒவ்வொரு தேசிய இனத்தின் அடிப்படைக் கடமையுமாக விளங்குகிறது.

இந்த அடிப்படையில் தமிழராக வாழ்வது என்பது, தமிழர்களுக்கு என்று உள்ள தனித்தன்மையோடும் அடையாளத்தோடும் வாழ்வது. அந்த

உரிமைகளைப் பாதுகாப்பது, அவற்றைக் கடைப்பிடிப்பது என்பதாகவே பொருள்படும். அதாவது தமிழ் மொழியை, தமிழ் மண்ணை, தமிழர்தம் வரலாற்றை, பண்பாட்டை, பழக்க வழக்கங்களைப் பேணுவது, பாதுகாப்பது. அந்த அடையாளத்தோடு வாழ்வது என்பதே தமிழராக இருப்பது என்பதன் பொருள். இதில் இங்கு நமக்குத் தேவைப்படும் எச்சரிக்கை, இதையெல்லாம் பாதுகாப்பது என்பதன் பெயரால் பழமைவாதத்திற்கு நாம் பலியாகிவிடக்கூடாது என்பதுதான்.

அதாவது சாதியப் பாகுபாடுகள், ஏற்றத்தாழ்வுகள், பெண்ணடிமைத் தனம் போன்றவற்றையெல்லாம் இவை தமிழ் மரபில் பண்பாட்டில் இருந்தவை என்று அவற்றை நியாயப்படுத்தாமல், இப்பழமைவாதக் கருத்தோட்டங்களைத் தகர்த்த சமத்துவ அடிப்படையிலான நவீன நோக்கில் தமிழர் அடையாளத்தைப் பாதுகாக்க வேண்டும் என்பதுதான்.

மொழி!

ஒரு தேசிய இனத்தின் அடையாளத்தில் மிக முக்கியமானதும் அடிப்படையானதும் மொழியே ஆகும்.

ஒரு தேசிய இனத்தின் அடையாளத்தை அழிக்க வேண்டும் என்றால் முதலில் அதன் மொழியை அழிக்கவேண்டும் என்பார்கள். மொழி அழிந்தால் இனம் அழியும், மொழி வாழ்ந்தால் இனம் வாழும் என்பது இதன் பொருள். எனவே ஒரு தேசிய இனத்தைக் காக்க முதலில் அதன் மொழியைக் காக்க வேண்டும். இந்த அடிப்படையில் தமிழ்த்தேசிய இனத்தைச் சார்ந்தவர்களாகிய நாம் முதலில் நம் தாய்மொழியாம் தமிழ் மொழியைக் காக்க வேண்டும்.

இம் மொழிக் காப்பில் அரசு செய்ய வேண்டியவை, அதற்காக நாம் முன்வைக்கும் கோரிக்கைகள், அதற்கான போராட்டங்கள் என்பது ஒருபுறமிருந்தாலும் முதலில் இதில் நம் வாழ்வில் நம்மாலான, நாம் கடைப்பிடிக்கக்கூடிய, செய்யக் கூடிய செயல்கள்பற்றிச் சிந்தித்து அவற்றை நடைமுறைப்படுத்த முயல்வது மிகவும் முக்கியம்.

அதாவது, தமிழ் எனது தாய் மொழி. எனவே தமிழிலேயேதான் பேசுவேன், தமிழிலேயேதான் எழுதுவேன், தமிழிலேயேதான் கையொப்பமிடுவேன், தமிழ் வழியிலேயேதான் பயிலுவேன் என நம் தாய்த் தமிழ் காக்க, தமிழிலேயே பேசுதல், தமிழிலேயே எழுதுதல், தமிழிலேயே கையொப்பமிடுதல், தமிழிலேயே கற்றல் முதலான தமிழ் வழிப்பட்ட நடைமுறைகளை நம் அன்றாட வாழ்வில் உறுதியோடு கைக்கொண்டு அவற்றைச் செயலாக்க வேண்டும்.

தமிழில் பேசுதல்

நம் அன்றாடப் பேச்சில் நம்மை அறியாமலேயே நாம் பல ஆங்கிலம் மற்றும் பிறமொழிச் சொற்களைப் பயன்படுத்துகிறோம். ரேடியோ, டி.வி., டெலிஃபோன், பஸ், டிக்கெட், ட்ரெயின், சீட்டு, ரிசர்வேஷன், லெட்ரின், பாத்ரும்,டாக்சி, ஆட்டோ, வேன், புக் போஸ்ட், ரைட், லெஃப்ட், மார்னிங், ஈவினிங், நைட் என இப்படிக் கணக்கற்ற சொற்களைச் சற்று நிதானித்து யோசித்துப் பார்த்தால் இவ்வளவு சொற்களா என்று மலைக்கும் அளவுக்கு நாம் நாள்தோறும் பயன்படுத்திக் கொண்டிருக்கிறோம்.

இவையனைத்துக்கும் கூடுமானவரை தமிழ்ச் சொற்களையே பயன்படுத்த வேண்டும். பல சொற்கள் ஏற்கெனவே புழக்கத்திற்கு வந்துள்ளன. அவற்றை நமது நாவும் உச்சரிக்கப் பழகிக்கொள்ள வேண்டும்.

இதற்காக எல்லாவற்றையும் மிகச் செயற்கையான பண்டிதத்தனமாகத் தமிழாக்கிப் பேசி சாதாரண மக்களிடமிருந்து அந்நியப்படவேண்டும் என்று சொல்லவில்லை.மொழி பற்றிய உணர்வே இல்லாமல், பழகிப்போன காரணத்தினாலேயே பிறமொழிச் சொற்களைக் கண்டமேனிக்கும் பேசிக்கொண்டிருக்காமல் முடிந்தவரை தமிழிலேயே பேச முயற்சிக்க வேண்டும் என்பதே இதன் பொருள்.

சிலர் வெளியில் நன்றாகத் தமிழ் பேசிவிடுவார்கள், வீட்டில் பேச மட்டும் கூச்சப்படுவார்கள். தமிழர்களாக வாழ வேண்டும் என்று முடிவு செய்கிற நாம் இதில் எந்தக் கூச்சத்திற்கும் தயக்கத்திற்கும் இடம் வைத்துக்கொள்ளக் கூடாது. தன் சொந்த மொழியிலேயே பேச உலகத்தில் வேறு எந்த மொழிக்காரனாவது கூச்சப்படுகிறானா? தமிழனுக்கு மட்டும் ஏன் இந்தக் கூச்சம், தயக்கம் என்று சிந்தித்துப் பார்த்து இக்கூச்சத்தையும் தயக்கத்தையும் உதற வேண்டும்.

இந்தப் பழக்கத்தை நம் குடும்ப உறுப்பினர்களிடமிருந்தும், குறிப்பாக குழந்தைகளிடமிருந்துமே முதலில் தொடங்க வேண்டும்.

தமிழிலேயே எழுதுதல்

பேசுவது போலவேதான் எழுதுவதிலும். எழுத்திலும் கூடுமான அளவு தமிழ்ச் சொற்களையே பயன்படுத்த வேண்டும்.இதிலும் பண்டிதத்தனமான மொழியைக் கைக்கொண்டு சாதாரண மக்களிடமிருந்து அந்நியப்பட்டுப் போகாமல், மக்கள் தமிழைப் பயன்படுத்த முயல வேண்டும். பண்டிதத் தமிழுக்கும், கண்மூடித் தனமான பிறமொழிக் கலப்புத் தமிழுக்கும் இடைப்பட்ட ஒரு மக்கள் தமிழை உருவாக்க வேண்டும்.

முதல் கட்டமாக ஆதிக்க நிலையிலுள்ள மொழிகளான ஆங்கிலம் மற்றும் வடமொழிச் சொற்களை நீக்கிய அம் மொழிக் கலப்பற்ற தமிழை எழுதப் பழகுவோம். பிறகு படிப்படியாகப் பிறமொழிச் சொற்களை தமிழில் எழுதப் பழகுவோம்.

பிறகு படிப்படியாகப் பிறமொழிச் சொற்களையும் நீக்கிய, செம்மையான தமிழை வளப்படுத்தும் முயற்சியில் இறங்குவோம்.

இப்படியல்லாமல், எடுத்த எடுப்பிலேயே "தூய", "தமிழ்க் காப்பு" என்பதன் பேரால் எப்போதோ வந்து தமிழில் கலந்துபோன சன்னல், சாவி, பயணம், வாய்தா, வக்காலத்து போன்ற பிற மொழிச் சொற்களை எல்லாம் உடனடியாகத் தமிழ்ப்படுத்த வேண்டும் என்று இறங்கி, முற்றிலும் மக்களுக்கு அந்நியப்பட்ட மொழியைக் கையாளுவது இப்போதைக்கு வேண்டாம். இது மொழி வளர்ச்சிக்கு உதவாது என்றே தோன்றுகிறது. காரணம், சமூக வரலாற்று நிகழ்ச்சிப் போக்கில் எந்த மொழியும் உலகின் பிற மொழிகளோடு கலப்பதும், கடன் வாங்குவதும், செல்வாக்கு செலுத்துவதும் தவிர்க்க முடியாமல் இயல்பாக நிகழ்பவைதான். எனவே இது முற்றாகக் கூடவே கூடாது என நாம் வாதிட முடியாது. அது இயலக்கூடியதும் அல்ல.

எனவே நாம் இதில் கவனிக்க வேண்டுவது, நம் தாய்த் தமிழில் ஏற்கெனவே வந்து கலந்துவிட்ட, அல்லது புதிதாக வந்து கலக்கிற பிறமொழிச் சொல், இது சார்ந்து தமிழில் ஏற்கெனவே புழக்கத்தில் உள்ள அல்லது புதிதாக உருவாக்கத்திற்கான சொற்களுக்குத் தடையாக இருந்து அதன்மேல் ஆதிக்கம் செலுத்துகிறதா, அல்லது தமிழில் இல்லாத புதிய சொற்களை அறிமுகம் செய்து அதற்கு வளம் சேர்க்கிறதா என்பதுதான்.

இந்த நோக்கில் அப் பிறமொழிச் சொல் ஆதிக்கம் செலுத்தினால் அதை எதிர்ப்போம், வளம் சேர்த்தால் அனுமதிப்போம் என்று இம் மாதிரியான அணுகுமுறையைக் கடைப்பிடிப்பதே பொருத்தமாக இருக்கும் என்று தோன்றுகிறது. துறைசார் அறிவியல் சொற்களை நோக்க இந்த அணுகுமுறையின் பொருள் புரியும். எனவே, இந்தப் புரிதலில் கூடுமான வரை தமிழிலேயே எழுதப் பழகுவோம்.

நண்பர்களுக்கு எழுதும் சாதாரணக் கடிதமோ, பரிந்துரைக் கடிதமோ முகவரியோ எதுவானாலும் ஆங்கிலத்தில் எழுதினால்தான் மதிப்பு, சிறப்பு என்கிற மனப்போக்கிற்குப் பலியாகாமல் எல்லாவற்றையுமே தமிழிலேயே எழுதுவோம்.

தமிழில் கையொப்பம்

தமிழர்களில் பெரும்பாலோர் இன்னும் தங்கள் கையொப்பத்தை ஆங்கிலத்திலேயே போட்டு வருகின்றனர். அல்லது தலைப்பெழுத்தை ஆங்கிலத்தில் போட்டுக் கையொப்பத்தைத் தமிழில் இடுகின்றனர்.

நாம் கோருவது தமிழராக உள்ள ஒவ்வொருவரும் தம் கையொப்பத் தைத் தலைப்பு எழுத்து உள்ளிட்டுத் தமிழிலேயே போடவேண்டும் என்பதுதான்.

இப்படி யோசித்துப் பாருங்கள். பள்ளியில் பெயர் சேர்க்கும் போது பெரும்பாலான ஆசிரியர்கள், பிள்ளைகளின் பெயரைத் தமிழில் எழுதினாலும் தலைப்பு எழுத்தை மட்டும் ஆங்கிலத்தில் போட்டு விடுகின்றனர். அந்தப் பிள்ளை இந்த ஆங்கிலத் தலைப்பு எழுத்தோடு அழைக்கப்பட்டு வளர்ந்து, ஆளாக வளர்ந்த அம்மனிதன் தமிழில் கையொப்பமிட்டாலும், அவனும் தலைப்பு எழுத்தை ஆங்கிலத்திலேயே போட்டுவிடுகிறான்.

அவன் திருமணமாகிப் பிள்ளை குட்டிகள் பெற்றால் அவனுக்குப் பிறக்கும் குழந்தை பெரிதாகிப் பள்ளியில் சேர்க்கும்போதும் அக்குழந்தையின் பெயர் தமிழில் எழுதப்பட தந்தை பெயருக்கான தலைப்பு எழுத்து மட்டும் ஆங்கிலத்தில் இடம் பெற்றுவிடும். அதாவது, தமிழில் கையொப்பமிட்டு வந்த தந்தையின் பெயர் ஆங்கிலத் தலைப்பெழுத்துக்கு ஆளாகிவிடும்.

எடுத்துக்காட்டாக, தமிழில் கையொப்பம் இட்டு வந்த முனுசாமி மகன் மு. காத்தவராயன் என்பதற்குப் பதில் எம். காத்தவராயன் ஆவான். காத்தவராயன் மகன் ஏழுமலை கா. ஏழுமலையாவதற்குப் பதிலாக கே. ஏழுமலையாகிவிடுவான். சற்று யோசித்துப் பார்த்தால், எவ்வளவு பெரிய கொடுமை இது என்பது புரிய வரும். தமிழை மேலும் மேலும் வளர்ப்பதற்குப் பதிலாக, தமிழில் கையொப்பம் இட்டு வந்த தந்தையை ஆங்கிலத்திற்குத் தள்ளும் கொடுமை இது. தலைமுறைக்கும் இதுவே நடந்தால் அப்புறம் தமிழ்த் தலைப்பு எழுத்து எப்படி நடைமுறைக்கு வரும்.

ஆகவே, இதை உணர்ந்து கையொப்பத்தைத் தமிழில் போடுவதுடன் தலைப்பு எழுத்தையும் தமிழிலேயே இடவேண்டும்.சாதாரணமாகப் பெயர் குறிப்பிடும்போதும் இவ்வாறே குறிப்பிடவேண்டும்.முக்கியமாக, முகவரி எழுதும் போதும், கையொப்பமிடும்போதும் இதைக் கவனிக்க வேண்டும்.

வங்கிக் கணக்கு, மற்ற பிற ஏதாவது நிறுவனத் தொடர்புகளில் ஏற்கெனவே ஆங்கிலத்தில் கையொப்பமிட்டுவிட்டிருந்தால் என்ன செய்வது என்று யோசிக்க, தயங்க வேண்டியதில்லை. எழுதிக் கொடுத்து மாற்றிக் கொள்ளலாம், மாற்றிக் கொள்ள வேண்டும்.

தமிழ்ப் பெயர் வைத்தல்

பெரும்பாலான தமிழ்ப் பெற்றோர்கள், தங்கள் குழந்தைகளுக்கு மேல்தட்டு மோகம், திரைப்பட மோகம் காரணமாகத் தமிழ் அல்லாத பிறமொழிப் பெயர்களான ரமேஷ், சுரேஷ், ஸ்ரீப்ரியா, லாவண்யா, கணேஷ் என வைக்கும் போக்கு இருக்கிறது. சாதாரண மக்கள் மத்தியில் மட்டுமின்றித் தமிழ் அறிஞர்கள் எனப்படுவோர் இல்லங்களிலும், அவர்களது குழந்தைகளுக்கோ பேரப்பிள்ளைகளுக்கோ இது நிகழ்கிறது.

இதற்குப் பல்வேறு சூழல்களும் காரணங்களாய்ச் சொல்லப்பட்டாலும் இம்மாதிரிப் போக்குகளிலிருந்தெல்லாம் நாம் விடுபட வேண்டும். ரமேஷ், சுரேஷ் என்கிற பெயர்கள் இந்தியா முழுக்க எங்குமிருக்கலாம். அதில் தமிழ் அடையாளத்தைத் தேட முடியாது. தமிழ்ப் பெயரானால் அது தமிழ்நாட்டில் அல்லது தமிழர்களிடத்தில் மட்டுமே நிலவும் பெயராக இருக்கும். அது தமிழ் அடையாளத்தையும் பாதுகாக்கும்.

ஆகவே தமிழர்களாக உள்ள அனைவரும் தமிழ் அடையாளத்தைப் பாதுகாக்கும் வகையில் தங்கள் குழந்தைகளுக்குத் தமிழ்ப் பெயரையே வைக்க வேண்டும்.எடுத்துக்காட்டாக, பத்துப்பாட்டு, எட்டுத்தொகை நூல்களில் பாடல்களை ஆக்கியோர் பெயரோ பாட்டுடைத் தலைவன் பெயரோ எதிலுமே மதச்சார்பைக் காண முடியாது. இதுதான் உண்மையான நமது தமிழ். எனவே இந்த அடிப்படையிலான மதச்சார்பற்ற பெயர்களையே நாம் வைக்க வேண்டும்.

மதச்சார்புப் பெயர்கள்

பொதுவில் இது சரிதான் என்றாலும் இதில் இசுலாமியர், கிறித்துவர்கள் வைக்கும் பெயர் என்ன என்கிற கேள்வி எழலாம். அவர்கள் தங்கள் மத அடையாளம் கருதி அப்பெயர்களை வைக்கிறார்கள். இது அவர்களின் மதம் சார்ந்த உரிமை என்றாலும், இதை அப்படியே நூற்றுக்கு நூறு சரி என்று ஏற்றுக்கொள்ள முடியாது. அப்படி ஏற்றுக்கொள்வதனால், அதாவது ஜார்ஜ், ஜோசப், இப்ராஹிம், கௌஸ்பாஷா போன்ற பெயர்களை எல்லாம் ஏற்றுக்கொள்ளலாம் என்றால், இந்துக்கள் நாங்கள் கணேஷ், விக்னேஷ், ஈஸ்வரி என்று பெயர் வைப்பதில் என்ன தவறு என்கிற வாதமே வரும்.

இதற்கு இசுலாமியர், கிறித்துவர் அல்லாத தமிழர்களெல்லாம் இந்துக்கள் அல்லர் என்கிற வாதம் அங்கே எடுபடாது. விழிப்புணர்வு

இல்லாத தமிழர்கள் பலரும் தங்களை இந்துக்களாகவேதான் கருதிக் கொண்டிருக்கிறார்கள். விழிப்புணர்வுள்ள தமிழர்களது சான்றிதழ்களிலும் இந்து என்றே போட்டிருக்கிறது. இந்தப் புறநிலையை நாம் மறுத்து நிராகரித்துவிடமுடியாது.

ஆகவே நாம் கோருவது, எவரும் எம்மதம் சார்ந்தும் எப்பெயரையும் வைத்துக்கொள்ளட்டும். அது அவரவர் உரிமை. ஆனால் அவர்கள் அப் பெயரோடு அவர் வாழும் தேசிய இன அடையாளத்துக்கான பெயரையும், அதாவது தமிழ் நாட்டில் தமிழ்த்தேசிய இன அடையாளத்திற்கான பெயரையும் சேர்த்து வைத்துக்கொள்ள வேண்டும் என்பதுதான்.

எடுத்துக்காட்டாக டேவிட் முனுசாமி, ஜார்ஜ் செல்வம் என்பது போல அமுதன் காதர், செழியன் பாஷா என்று வைத்துக்கொள்ளலாம்.

ஐரோப்பிய நாடுகளில் வாழும் மக்கள், பெரும்பகுதியும் கிறித்துவர்களாக இருந்தாலும் அவர்களது பெயர்கள் நம் பார்வைக்குப் பொதுவானவையே போலத் தோற்றமளித்தாலும் அவர்கள் வைக்கும் பெயர்களில் அந்தந்தத் தேசிய இனம் சார்ந்து சற்றே வேறுபாடு உண்டு. எடுத்துக் காட்டாக, ஓர் ஆங்கிலேயர் பெயரும் பிரஞ்சுக்காரர், ஜெர்மானியர், இத்தாலியர் பெயரும் ஒன்றே போல் இருக்காது. அதேபோல இசுலாமியர் பெயரும் மேற்கு ஆசியத் தேசிய இனங்கள், ஐரோப்பியத் தேசிய இனங்கள் சார்ந்து சற்றே வேறுபடவே செய்கின்றன.

எனவே இதேபோலவே தமிழ்த்தேசிய இனம்சார்ந்தவர்களும் அவர்கள் எம்மதம் சார்ந்தவராயினும் தமிழ்த்தேசிய இன அடையாளத்தோடு பெயர் வைக்க வேண்டும்.

இதில், தமிழர்களாக உள்ள இசுலாமியர்கள், கிறித்துவர்கள் எந்தப் பெயரையும் வைத்துக்கொள்ளலாம். தமிழர்களாக உள்ள இந்துக்கள் மட்டும் இந்து சாமிப் பெயர்கள் அல்லாத வடமொழிக் கலப்பற்ற பெயர்களை வைக்க வேண்டும் என்றால் அந்த வாதம் எடுபடாது. தருக்கபூர்வமாகவும் நிற்காது. ஆகவே சம்பந்தப்பட்டவர்கள் இது குறித்துச் சிந்திக்க வேண்டும்.

இது ஒரு புறம் இருக்க, சில அரசியல்வாதிகள், முற்போக்குச் சிந்தனையாளர்களும் கூட தங்கள் கொள்கை, ஈடுபாடு அல்லது கவர்ச்சி காரணமாக மார்க்ஸ், லெனின், ஸ்டாலின், லிங்கன், மண்டேலா போன்ற பெயர்களை வைக்கிறார்கள்.

இவர்களுக்கு நாம் கூறும் ஆலோசனை உங்கள் ஈடுபாடு காரணமாக நீங்கள் எந்தப் பெயரையும் வைத்துக்கொள்ளுங்கள், தவறில்லை. ஆனால் அத்துடன் தமிழ் அடையாளம் காக்கத் தமிழ்ப் பெயரையும் சேர்த்து

வைத்துக்கொள்ளுங்கள் என்பதுதான். அதாவது ஸ்டாலின் குணசேகரன், அமுதன் மார்க்ஸ், எழிலன் ஏங்கல்ஸ், மாறன் லெனின் இப்படி.

தமிழ்வழிக் கல்வி

தமிழர்களாகிய நாம் நம் குழந்தைகளைத் தமிழ் வழியிலேயே படிக்க வைக்கவேண்டும். எக்காரணம் கொண்டும், எந்தச் சமாதானத்தைச் சொல்லியும் வேற்று மொழியில், ஆங்கில வழியில் படிக்க வைக்கக் கூடாது.

இதனால் தமிழ் தவிர வேறு எந்த மொழியையுமே பயிலக்கூடாது என்று சொல்வதாகத் தவறாகப் புரிந்துக்கொள்ளக் கூடாது. காரணம் மொழிக் கல்வி என்பது வேறு, மொழிவழிக் கல்வி என்பது வேறு. தமிழர்களாகிய நாம் நம் தாய்த் தமிழை மொழியாகப் பயில்வது என்பது ஓர் அம்சம். தாய்த் தமிழிலேயே அனைத்து உலக அறிவையும் பெறுவது என்பது மற்றொர் அம்சம். இந்த இரண்டு அம்சங்களையும் தமிழர்களாகிய நாம் ஒவ்வொருவரும் நிறைவேற்ற வேண்டும்.

தரமான தமிழ்ப் பள்ளிகள் இல்லை, வீட்டில் ஒப்பமாட்டேன் என்கிறார்கள், உயர்கல்வியெல்லாம் ஆங்கிலத்தில்தான் இருக்கிறது என்று எந்தச் சாக்குப்போக்கு சொல்லியும் குழந்தைகளை ஆங்கில வழிப் பள்ளிகளுக்கு அனுப்பாமல் "தமிழ் வழிக் கல்வி" என்கிற இந்தக் கோட்பாட்டில் உறுதியோடு அதைச் செயலாக்க வேண்டும்; குடும்பத்தில் எந்த எதிர்ப்பு வந்தாலும் நின்று சமாளிக்க வேண்டும். முதலில் கொஞ்சம் சிரமமாய் இருந்தாலும் சில வம்பு தும்புகள் வந்தாலும் போகப் போக எல்லாம் சரியாகவிடும் என்கிற நம்பிக்கையோடும் துணிவோடும் இக்கொள்கையைப் பற்றி நிற்க வேண்டும்.

தாய்த் தமிழை மொழியாகப் பயின்று, தமிழ் வழியிலேயே கற்று உலகின் பிற அறிவு வளத்தையும் பெற்று, மேலும் அதை வளர்த்துக்கொள்ள ஒருவர் தனக்குத் தேவைப்படும், தான் விரும்பும் பிற எந்த மொழியையும் எத்தனை மொழிகளையும் அவரவர் திறன், ஆற்றல்களுக்கு ஏற்பக் கற்றுக் கொள்ளலாம். அதில் எந்தத் தவறுமில்லை. சொல்லப்போனால் அது தேவையும்கூட. ஆனால் பயில்வது மட்டும் தமிழ் வழியில் இருக்க வேண்டும் என்பதே முக்கியம். இதில் தமிழ் வழியில் பயின்றால் வேலை கிடைக்குமா, எதிர்காலம் சிறக்குமா என்றெல்லாம் கேள்வி கேட்டுத் தயங்கிக்கொண்டிருக்கக் கூடாது. தங்கள் நடவடிக்கைகளுக்கு நியாயம் கற்பிக்கவும் கூடாது.

தற்போது தமிழகத்தில் பல தமிழ் அமைப்புகள் "பள்ளிக் கல்வி முதல் பல்கலைக்கழகம் வரை அனைத்துக் கல்வியையும் தமிழில் வழங்கு",

“தமிழ் நாட்டில் தமிழ் வழியில் படித்தவர்க்கே வேலை வாய்ப்பில் முன்னுரிமை வழங்கு” என்பது போன்ற கோரிக்கைகளை முன் வைத்துப் போராடி வருகின்றன. இக்கோரிக்கைகள் வலுப்பெற்று நடைமுறைக்கு வரும்போது இன்று நமக்குப் பிரச்சனையாகத் தெரியும் பல செயல்பாடுகள் நாளை எளிமையானதாய் இயல்பாய் ஆகிவிடும். அப்படிப்பட்டதொரு நிலையை உருவாக்குவதே தமிழராய் இருப்பதன் அர்த்தமும்.

தமிழில் வழிபாடு

ஒரு தேசிய இன மக்கள் தாங்கள் எந்த இறைவனையும் விரும்பலாம், வழிபடலாம். ஆனால் தாங்கள் விரும்பும் எந்த இறைவனையும் அவர்கள் தங்கள் தாய்மொழியிலேயே வழிபட வேண்டும். இதுவும் தேசிய இன அடையாளக் காப்பின் ஓர் அம்சமாகும்.

ஆனால், இன்று தமிழ்நாட்டின் பல ஆலயங்களிலும் வட மொழியான சமஸ்கிருதத்திலேயே வழிபாடுகள் அர்ச்சனைகள் நிகழ்த்தப்படுகின்றன. எவரும் விரும்பினால் தமிழிலும் நிகழ்த்திக்கொள்ளலாம் என்பதற்கான வாய்ப்பும் ஒருபுறம் வழங்கப்பட்டுள்ளது.அதாவது, தமிழ் “உரிமை” என்பதாக அதற்கு முக்கியத்துவம் முதலிடம் தராமல் சமஸ்கிருதத்தை முதலிடத்தில் வைத்து தமிழை இரண்டாம் பட்சமாக்கி, தமிழுக்கு அது ஏதோ “சலுகை” போல ஆக்கப்பட்டிருக்கிறது.இதனால் வழிபடச் செல்பவர்கள், முன்பிருந்தே வழக்கப்பட்டுப்போன வடமொழிக்கே முதலிடம், தமிழ் இரண்டாம் பட்சமே என்பதான கருத்தில் தமிழில் அர்ச்சனை செய்ய வாய்ப்பிருந்தும் அதைக் கோராமல் வட மொழியிலேயே வழிபாடு நடத்திவிட்டு வருகின்றனர். இந்த நிலை மாற்றப்பட வேண்டும். தமிழர்களாகிய நாம் தமிழிலேயே அர்ச்சனை செய்யக் கோர வேண்டும். தமிழிலேயே வழிபாடு வேண்டும்.

இன்று கிறித்துவ மதம் உலகம் முழுவதும் பரவியிருந்தாலும், தேவாலயங்களில் அது உலகப் பொதுமொழியாக எதையும் கொள்ளாமல் அந்தந்தத் தேசிய இனமொழியிலேயே வழிபாடு நடத்துகிறது. அதேபோலவே தமிழகத்தில் உள்ள தேவாலயங்களிலும் தமிழ் மொழியிலேயே வழிபாடு பிராத்தனை நடத்தப்படுகிறது. இது பாராட்டத்தக்கது; வரவேற்கத்தக்கது.

ஆனால், இசுலாமியர்கள் மட்டும் தங்கள் தொழுகை இடங்களில், பள்ளி வாசல்களில் இன்னமும் தங்கள் மதத்திற்கான உலகப் பொது மொழியாக அரபியைக்கொண்டு அரபி மொழியிலேயே ஓதுகின்றனர். இது சரியல்ல. அவர்கள் தாங்கள் எம்மதமானாலும் தேசிய இன அடிப்படையில் தமிழ்த்தேசிய இனம் என்பதை உணர்ந்து தமிழ் வழியிலேயே ஓத, தொழுகை நடத்த முன்வர வேண்டும்.

தமிழகத் திருக்கோயில்களில் வடமொழி ஆதிக்கம் செலுத்துகிறதே என்று சொல்லித் தமிழில் வழிபாடு கோரினால் இந்து அடிப்படைவாதிகள் என்ன சொல்கிறார்கள்? தமிழகப் பள்ளி வாசல்களில் அரபி மொழி ஒலிக்கிறதே, இது மட்டும் நியாயமா இதைக் கேட்கமாட்டீர்களா என்கிறார்கள். இந்தக் கேள்வியை அவ்வளவு எளிதாகப் புறக்கணித்துவிட முடியாது.

எனவே எவர் எம்மதம் சார்ந்து இருந்தாலும் தாம் ஒரு தேசிய இனம் என்கிற வகையில் அத்தேசிய இனத்தின் மொழியிலேயே வழிபாடு நடத்த வேண்டும். இந்த அடிப்படையில் தமிழர்களாகிய நாம் இந்துக்களோ கிறித்தவர்களோ இஸ்லாமியர்களோ யாரானாலும் சரி, எம்மதத்தைச் சார்ந்தவர்களாக இருந்தாலும் சரி, நாம் தமிழர்கள் என்பதை உணர்ந்து இறைவழிபாட்டைத் தமிழிலே நடத்த வேண்டும். தமிழிலேயே ஓதி வழிபட வேண்டும். தமிழிலேயே தொழுகை நடத்திப் பிரார்த்திக்க வேண்டும்.

அதேபோல இறைவழிபாட்டில் உள்ளூர்க் கடவுளர்களுக்குத்தான் முதலிடம் முக்கியத்துவம் தரவேண்டும். அல்லாது பிற வெளித்தேசக் கடவுளர்களுக்கு, குறிப்பாகச் சபரிமலை, திருப்பதிக்குப் போய்த் தமிழர்கள் எந்தக் காணிக்கையும் செலுத்தக்கூடாது. தமிழர் வளத்தைப் பலியிடக் கூடாது.

சாதி மத மறுப்பு

தமிழ்த்தேசிய இனத்தில் இன்று பல்வேறு சாதிகள் நிலவினாலும் இச்சாதிகளையெல்லாம் கடந்த தமிழராகத் தன்னை நிலைப்படுத்திக் கொள்வதும், தமிழராயிருப்பதும் தமிழர்களின் தலையாய கடமையாகும்.

இன்று நடப்பில் சாதி மனிதனை அடையாளப்படுத்தும் பல்வேறு கூறுகளில் ஒன்றாக இருந்து வருகிறது. ஆனால், மனித அடையாளங்களை இன்றியமையா அடையாளங்கள், இன்றியமை அடையாளங்கள், முற்போக்கான வளர்ச்சிக்கு உதவும் அடையாளங்கள், பிற்போக்கான, வளர்ச்சிக்குத் தடையான அடையாளங்கள் எனப் பிரித்து நோக்க சாதி என்பது தேவையற்ற பிற்போக்கான சமூக வளர்ச்சிக்குத் தடையான அடையாளமாகவே இருக்கிறது.

எடுத்துக்காட்டாக, மனிதனுக்குத் தோற்ற அடையாளம், மொழி அடையாளம், முகவரி இருப்பிட அடையாளம் ஆகியவை இன்றியமையாதவை. இவை இல்லாமல் மனிதன் வாழ முடியாது. ஆனால், சாதி அடையாளம் இல்லாமலேயே மனிதன் வாழமுடியும். உலகின் மக்கள் தொகையில் பெரும்பாலோர் அப்படித்தான் வாழ்கிறார்கள். உலக

மக்களில் 6 பேரில் 5 பேர் சாதியில்லாமல்தான் வாழ்கிறார்கள். எனவே தமிழர்களாகிய நாமும் சாதி அடையாளத்தையும் விட்டொழித்து சாதியின்றி வாழ முயல வேண்டும்; பயில வேண்டும். இதற்கு முதலாவதாகவும், அடிப்படையாகவும் சாதியம் வேர்கொண்டிருக்கும் சொந்த சாதி அகமண முறையை விட்டொழித்து சாதி மறுப்புத் திருமணங்கள் செய்ய வேண்டும். அதை ஆதரிக்கவேண்டும். அப்போக்கை வளர்க்கவும், ஊக்குவிக்கவும் வேண்டும். எக்காரணம் கொண்டும், எந்த வடிவிலும் தீண்டாமையைக் கடைப்பிடிக்காது, சாதியப் பாகுபாடுகள் பார்க்காது, அனைத்து மக்களையும் சமமாகப் பாவித்து சமத்துவமாக நடத்த வேண்டும்.

சாதியை முன்வைத்து எவரையும் துதிக்கவும் மாட்டோம், எவரையும் பழிக்கவும் மாட்டோம் எனச் சமத்துவக் கோட்பாட்டைக் கடைப்பிடிக்க வேண்டும். இக்கோட்பாட்டை நடைமுறைப்படுத்த, சாதிய ஏற்றத்தாழ்வுகள் கடந்த சமத்துவச் சமுதாயம் படைக்கச் சொந்தச் சாதியில் பெண் எடுக்கக் கூடாது. பெண் தரக் கூடாது. சாதியச் சங்கங்களில் அங்கம் வகிக்கக் கூடாது. அதன் நிகழ்ச்சிகளில் கலந்து கொள்ளக்கூடாது. பாராட்டுவிழாவே நடத்தினாலும் போகக்கூடாது. பொது வாழ்விலோ, இல்ல நிகழ்வுகளிலோ சாதிய அடையாளங்களைப் பின்பற்றக்கூடாது. சாதியச்சடங்குகளை நடத்தக்கூடாது. இல்லத்தவர்களையும் இப்படிப்பட்ட அடையாளங்களைக் கடைப்பிடிக்கவொட்டாமல் பழக்க வேண்டும்.

அலுவலகங்களில், பணியிடங்களில், பொதுநிகழ்வுகளில், அமைப்புகளில் எதிலும் சாதிய உணர்வுடன் பழகக்கூடாது. சாதிய ரீதியில் அணி சேரக்கூடாது. சாதிய ரீதியில் நியாயம் பேசி அதற்கோ, அது சார்ந்த அநீதிகளுக்கோ துணை போகக் கூடாது.இல்ல நிகழ்வுகளில் பார்ப்பனச் சடங்குகளுக்கு இடம் வைக்கக் கூடாது. தமிழராக வாழ்பவர்கள் இல்லங்களில் இதற்கு இடமில்லை என்கிற நிலையை உருவாக்க, அப்படிப்பட்ட நிலையை இயல்பாக்க முயலவேண்டும்.இவ்வாறே மத அடையாளங்களையும் தவிர்த்து, மதச் சார்பற்று வாழப் பழக வேண்டும். இவையெல்லாம் பேசுவது போன்று செயலாக்குவது அவ்வளவு எளிதான காரியம் இல்லை என்ற போதிலும் இதற்கான திசையிலாவது நம் சிந்தையைச் செலுத்த வேண்டும்.

பெண்ணுரிமை

நம்மில் பெரும்பாலானவர்கள் பெண் சார்ந்து கொண்டுள்ள கருத்து, பழமைவாத நோக்குடையதாகவே இருக்கிறது. அதாவது தான் குழாய் மாட்டிக்கொள்ளலாம், பெண் சுடிதார் அணியக் கூடாது, தான் ஊர் சுற்றலாம், சக நண்பர்களுடன் கூடி அரட்டை அடிக்கலாம், ஆனால் பெண் அப்படியிருக்கக் கூடாது. கட்டுப்பெட்டித்தனமாக அச்சம், மடம்,

நாணம், பயிர்ப்போடு இருக்கவேண்டும். தான் எப்படியும் இருக்கலாம். ஆனால் பெண் கற்போடு இருக்கவேண்டும். விவாகரத்தோ மறுமணமோ ஆண் செய்துவிடலாம். ஆனால் பெண் செய்யக்கூடாது என ஆணுக்கு ஒரு நீதி, பெண்ணுக்கு ஒரு நீதி என்பதாகவே வலியுறுத்தி வருகிறார்கள். இது சரியல்ல, இந்த நிலையை நாம் மாற்ற வேண்டும்.

ஆண் பெண் சமத்துவ அடிப்படையில் ஆணுக்கும் பெண்ணுக்கும் சம நீதி வழங்கப்பட வேண்டும். தொல்காப்பியர் காலச் சமூகமும், சிலப்பதிகாரக் காலத்துச் சமூகமும் "பெண்", "கற்பு" சார்ந்து கொண்டிருந்த மதிப்பீடுகள் வேறு. இதுபற்றித் தற்போதுள்ள நவீன காலம் கொண்டுள்ள மதிப்பீடுகள் வேறு.

எனவே, தமிழ்ச் சமூகம், பண்பாடு, பழக்க வழக்கம், மரபு என்பதன் பேரால் பெண்ணடிமைத்தனமான கருத்துகளைக் கடைப்பிடித்துக் கொண்டிருக்கக் கூடாது. மாறி வரும் சமூகம், அதன் மதிப்பீடுகள் சார்ந்து, நவீன காலத்திற்கேற்ற சனநாயகச் சமத்துவ நோக்கிலான கருத்தாக்கங்களைக் கைக்கொண்டு பெண்களின் நிலையையும் அவர்களது உரிமைகளையும் பாதுகாக்கக் குரல் கொடுக்கவேண்டும்.

மக்கள் தொகையில் பாதிக்கும் நெருக்கமாகவே உள்ள பெண்கள் விழிப்படையாமல், அவர்கள் விடுதலை பெறாமல் எந்தச் சமூகமும் விடுதலை பெற முடியாது என்கிற அடிப்படையில் பெண்களை இது நோக்கிய சிந்தனைக்கு உட்படுத்த ஆண்கள் முயல வேண்டும்.

பொதுவாகப் பெண்களை மதித்தல், சமத்துவமாக நடத்துதல், குடும்பப் பணிகளில் பெண்களுக்கு உதவுதல், பெண்களின் சனநாயக உரிமைகளைப் பாதுகாத்தல், பாலுறவு, குழந்தைப் பேறு உள்ளிட்டு பூ, பொட்டு வைத்துக்கொள்ளுதல் முதல் பெண் சார்ந்த எல்லா நடவடிக்கைகளிலும் அவர்களது உணர்வுகளுக்கும், விருப்பத் தேர்வுக்கும், மதிப்பளிக்க வேண்டும், பெண்களைச் சமூக நிகழ்வுகளில் அக்கறை செலுத்தவும், சமுக நடவடிக்கையில் ஈடுபடுத்தவுமான முயற்சிகளிலும் ஆண்கள் ஈடுபட வேண்டும்.

தமிழராயிருத்தல், தமிழ்ச் சமூகத்துக்கு உழைத்தல் என்பது ஏதோ தனக்கு மட்டுமேயான உரிமை போலவும், இப்படிப் பாடுபடும் தங்களுக்குச் சேவை செய்யும் கடமை மட்டுமே பெண்களுக்கு என்பது போலவும் பெண்களை ஏதோ இரண்டாம் தர உதவியாளர்கள் போல் கருதும் போக்கு மாற்றப்பட வேண்டும்.

பெண் கேலி, பெண் வதை, பாலியல் வன்முறை இவற்றுக்கு எதிரான விழிப்புணர்வையும் பரவலாக ஏற்படுத்திப் பெண்கள் சமூகத்தில் அச்சமற

இயங்கவும் சமூக நடவடிக்கைகளில் சம பங்கு ஆற்றவும் ஆண்கள் வாய்ப்பு ஏற்படுத்தித் தந்து ஊக்குவிக்கவேண்டும். அதே போல் சக அமைப்புகள், நிறுவனங்களிலும் பொறுப்புகளில் அவர்களுக்குச் சமபங்களித்து அவர்கள் மனத் திண்மையை,நிர்வாக ஆற்றலை, செயலூக்கத்தைத் தமிழ்த் தேச நலன் சார்ந்து வளர்த்தெடுக்க வேண்டும்.

பெண்களும் தாங்கள் ஏதோ வீட்டில் உள்ளவர்களுக்குச் சோறாக்கிப் போட்டு, புருஷனுக்கு போகப் பொருளாய் இருந்து, புடைவைக் கதை, நகைக் கதை பேசி, தொலைக்காட்சித் திரைப்படம் பார்த்துப் பொழுது போக்கவே பிறந்தவர்கள் என்பதான மனப்பான்மையைக் கைவிட்டுச் சமூக நலனில் அக்கறை எடுத்துக்கொண்டு அதுபற்றிச் சிந்திக்கவேண்டும்.

மருத்துவம்

உலகில் வேறு எந்தத் தேசிய இன மக்களிடத்தும் இல்லாத அளவு “உணவே மருந்தாகவும், மருந்தே உணவாகவும்” ஆன வாழ்முறையைக் கொண்ட சமூகம் நம் தமிழ்ச் சமூகம். எனில், இப்பழக்கம் முறையாகக் கடைபிடிக்கப்படாமல் நவநாகரிகம் என்பதன் பேரால் அந்நிய மோகத்துக்கும், மேல்தட்டுப் பழக்க வழக்கங்களுக்கும் ஆட்பட்டு நாம் நமது சொந்த மருத்துவத்தைக் கைவிட்டு, பெருமளவும் ஆங்கில மருத்துவத்திற்கு அடிமையாகி இருக்கிறோம்.இந்நிலையில், இந்த அந்நிய மோகத்திலிருந்து விடுபட்டு மீண்டும் நம் உள்நாட்டு மருத்துவத்திற்கு, சித்த மருத்துவத்திற்குத் திரும்புவது தமிழராக உள்ள ஒவ்வொருவரது தலையாய கடமையாகும்.

இதற்கு, சாதாரண அற்ப உடல் பிரச்சனைகளுக்கெல்லாம், ஆங்கில மருத்துவத்தை நாடி, மருத்துவர்க்கும் மருந்துகளுக்கும் கொட்டி அழும் பழக்கத்தை நிறுத்தவேண்டும்.தற்போது பொடிகள், பாகுகள், வடிவுடன் வில்லைகள், பொதிகள் முதலான வடிவங்களில் கிடைக்கும் தமிழ் மூலிகை மருந்துகளைப் பயன்படுத்த வேண்டும். முற்றாக மறந்து, மறைந்து போன கைவிடப்பட்டுவிட்ட “பாட்டி வைத்தியம்”, “குழந்தை வைத்தியம்” முதலானவற்றை மீண்டும் புத்துயிரூட்டி அதை நிலைநாட்ட வேண்டும்.

இன்று ஆங்கில மருத்துவர், மருந்துக்கடை, மருந்துத் தயாரிப்புக் கம்பெனிகள், பன்னாட்டு நிறுவனங்கள் இவற்றுக்கிடையேயான வலைப்பின்னலை, கமிஷன் வியாபாரத்தை, மருத்துவத்துறையே இன்று வணிகமாகிப் போய் அற்பக் காரணங்களுக்காகவெல்லாம் வரும் நோயாளிகளைப் படுக்க வைத்து, அந்தச் சோதனை, இந்தச் சோதனை

என்றெல்லாம் எடுத்துப் பணம் பிடுங்குவதை எல்லாம் கவனத்தில் கொண்டு இதிலிருந்து மீளும் விழிப்புணர்வை நாம் பெற வேண்டும், மற்றவர்களுக்கும் ஏற்படுத்த வேண்டும்.

இப்படிச் சொல்வது ஆங்கில மருத்துவர்களே, மருந்துகளே, மருத்துவமே மோசம் என்கிற பொருளில் அல்ல. ஆங்கில மருத்துவர்களிலும் நேர்மையான பலர் இருக்கின்றனர். அந்த மருத்துவத்திலும் அற்புதமான உயிர் காக்கும் மருந்துகளும் இருக்கின்றன. அறுவைச் சிகிச்சை என்பது வியக்கத்தக்க அளவு நன்கு வளர்ச்சியடைந்துள்ளது. ஒவ்வொரு மருத்துவத்திலும் ஏதோ சில சிறப்பம்சங்கள் இருப்பது போலவே ஆங்கில மருத்துவதிலும் பல சிறப்பு அம்சங்கள் இருக்கின்றன. அதையெல்லாம் புறக்கணித்தோ புறம் தள்ளியோ நாம் இதைச் சொல்லவில்லை.

ஒரு தேசிய எழுச்சியில் உள்நாட்டு அறிவு வளத்தை தொழில் நுட்பத்தை மீட்டெடுப்பது, பயன்படுத்துவது, அதைப் பரவலாக்கிக் கைக்கொள்ள வைப்பது என்பது அத்தேசிய இனப் போராட்டத்தின் பிரிக்க முடியாத ஒரு கூறு. அந்த வகையில் தமிழ் மருத்துவத்தில் என்னெவெல்லாம் உண்டோ அதை எல்லாம் சமகால நவீன சூழலுக்கேற்ப மீட்டுருவாக்கம் செய்து அதைப் பயன்படுத்த முயல வேண்டும். இதன்மூலம் மருத்துவத்துறையில் அந்நிய ஆதிக்கத்தை வடநாட்டு, மற்றும் பன்னாட்டு ஆதிக்கத்தை அகற்ற முயல வேண்டும்.

விளையாட்டு

தமிழ் மரபில் இருந்து வந்த பல்வேறு விளையாட்டுகள், அது சிறுவர் விளையாட்டானாலும் சரி, இளைஞர் விளையாட்டானாலும் சரி, அவற்றுள் பல அருகி வருகின்றன. பல முற்றாக மறைந்து போய்விட்டன.

மரபு வழிப்பட்ட இந்த விளையாட்டின் இடங்களை இன்று மட்டைப் பந்தாட்டம் ["கிரிக்கெட்"] பெருமளவும் ஆக்கிரமித்துக் கொண்டுள்ளது.

கிராமப்புறங்களில் ஆடும் கிட்டிப்புள், பேப்பந்து, பாரி, உசுக்கும்பாரி, சடுகுடு முதலான ஆட்டங்கள் பெருமளவு காணாமல் போய்விட்டன. சடுகுடு, உசுக்கும்பாரி மட்டும் விளையாட்டுப் போட்டிகளின் அங்கீகாரம் பெற்றுள்ளதால் இந்த மட்டத்திலேனும் ஏதோ நிலைத்திருக்கின்றன. மற்றபடி மேல்சட்டை, கால்சட்டை போடுமளவு வசதியில்லாமல் கோமணம் கட்டிய நிலையில், கடைநிலை வாழ்க்கை வாழும் சிறுவர்கள் கூட கையில் கிடைக்கும் கட்டையை மட்டையாக பயன்படுத்தி காய்ந்த கழனிகளில், பொட்டல் மைதானங்களில் மட்டைப்பந்து ஆடும் காட்சியே எங்கும் காணப்படுகிறது.

அந்த அளவு ஊடகங்களின் செல்வாக்கு, இந்த விளையாட்டைப் பரப்பி, ஒவ்வொரு குடும்பத்தினதும் சொந்த விளையாட்டுப்போல ஆக்கியுள்ளது. தற்போது நடைபெற்றுவரும் ஆட்டம், ஆட்டக்காரர்கள், ஓட்ட விவரம் இதையெல்லாம் அறிந்திருப்பது பெருமைக்குரியதாகவும், இது பற்றியெல்லாம் எதுவுமே தெரியாமலிருப்பது தாழ்மைக் குறைவாகவும், அறிவு பலவீனமாகவும் ஆக்கப்பட்டுள்ளது.

பிரிட்டிஷார் தங்கள் பொழுது போக்கிற்காகத் தங்கள் காலனிகளில் மட்டுமே அறிமுகப்படுத்திய, உலகின் வேறு எந்த நாடுகளாலும் ஆடப்படாது காமன் வெல்த் நாடுகளில் மட்டுமே ஆடப்படுகிற இந்த ஆட்டம், இதன் சமூக இருப்பு ஆகியன, இந்தப் போட்டிகளை நடத்தும் நிறுவனங்கள், இதன் மூலம் இந்நிறுவனங்களுக்கும் கிடைக்கும் விளம்பர வருவாய்கள், விளம்பர நிறுவனங்கள் பெறும் பயன்கள், ஆட்டக்காரர்களுக்குக் கிடைக்கும் சம்பளம், ஆட்டக்காரர்கள் பிற பொருள்களுக்குத் தரும் விளம்பர நடிப்பின் மூலம் பெரும் வருவாய், போட்டியையொட்டி நடைபெறும் சூதாட்டங்களை உள்ளிட்டு பலவகையிலும் இது கோடிக்கணக்கில் பணம் புரளும் தொழிலாக இருப்பதை அறிய இது ஏற்படுத்தும் செல்வாக்கைப் புரிந்துகொள்ளலாம்.

தவிர, ஒரு குறிப்பிட்ட ஆட்டக்காரன் வாங்கி உபயோகிப்பதாகக் காட்டப்படும் பொருள்கள், பானங்களையே ஆட்ட இரசிகர்களும் வாங்கி உபயோகிக்கும் பழக்கத்தையும், குறிப்பிட்ட அந்த ஆட்டக்காரனையே இரசிகர்கள் தங்களுக்கு முன்மாதிரியாகக் கொள்ளும் மனோநிலையையும் இது கட்டமைக்கிறது. முதலில் இது பற்றியெல்லாம் நாம் உணர்ந்து தெளிவடைந்து இப்படிப்பட்ட போக்கிலிருந்து விடுபடவேண்டும்; பிறகு மற்றவர்களையும் இதிலிருந்து விடுவிக்க முயலவேண்டும். பன்னாட்டு நிறுவனங்களுக்கும், அந்நிய மோகத்துக்குத் துணை போகும், அவற்றை ஊக்குவிக்கும் இவ்விளையாட்டையும், அது சார்ந்த கட்டமைப்புகளையும் அம்பலப்படுத்தி, அவற்றைப் புறமொதுக்கி, தமிழ் மரபு சார்ந்த விளையாட்டுகளை மீட்டு, அவற்றை ஊக்கப்படுத்தவும் வளப்படுத்தவும் வேண்டும்.

கலைகள்

தமிழ் மரபு வழிப்பட்ட விளையாட்டுகள் போலவே, தமிழ் மரபு வழிப்பட்ட பல்வேறு கலைகளும் அழிந்துவருகின்றன. தமிழ் மரபில் உள்ள கோலாட்டம், கும்மியாட்டம், கரகாட்டம், காவடியாட்டம், ஒயிலாட்டம், தெருக்கூத்து, பாவைக் கூத்து போன்ற பல்வேறு கலைகள் இன்று அழிந்து வருகின்றன.

இன்று, இவை பெரும்பாலும் பள்ளிக்கூட ஆண்டு விழாக்கள்,வேறு எதாவது அரசு நிகழ்ச்சிகள் அல்லது அகாதமிகளில் நடைபெறும் ஆய்வுகள் ஆகியவற்றிற்கான காட்சிப் பொருள்களாக மட்டுமே பயன்படுத்தப்படுகின்றனவே அன்றி, பண்டைக் காலம் போல மக்கள் வாழ்வோடும் உணர்வோடும் சங்கமித்த கலைகளாக இல்லை.

வாழ்வில் இக்கலைகள் நிலவிய எல்லா இடங்களையும் திரைப்படமும், தொலைக்காட்சியுமே ஆக்கிரமித்துக்கொண்டுள்ளன. சாதாரணமாய் ஒரு மாரியம்மன் கோயிலில், “கூழு ஊத்தி விழா நடத்திக் கூத்து வைப்பது” என்கிற மரபு, இன்று கூத்துக்குப் பதில் “வீடியோ”வில் படம் போடுவது என்பதாக மாறியுள்ளது.

கிராமப்புறங்களில் விவசாயப் பணிப் பருவகாலம் போக ஓய்வு நாள்களில் கோலாட்டம், கும்மியாட்டம் ஆடிய பெண்கள் இன்று முற்றாக அதை மறந்துபோய்த் தொலைக்காட்சி முன் அமர்ந்து தொடர்கள் பார்த்து மூக்குச் சிந்தி, கண்ணீர் வடித்துக்கொண்டிருக்கிறார்கள். ஏதோ நம் மரபு வழிப்பட்ட கலைகள் இன்று ஓரளவாவது நிலைத்திருக்கிறது என்றால், அவை சடங்குகளோடு சம்பந்தப்பட்ட கலைகளாக இருந்ததனால்தான் சாத்தியப்பட்டதே தவிர, அப்படிச் சம்பந்தப்படாத கலைகளாக இருந்திருந்தால், உள்ளதும் முற்றாக அழிந்துபோயிருக்கும். எனவே, இவற்றைக் கருத்தில்கொண்டு அழிந்துகொண்டும், மறைந்துகொண்டும் வருகிற இத்தமிழ்க் கலைகளை அடையாளம் கண்டு அவற்றை மீட்க வேண்டும்.

தமிழர் வாழ்வில் நடைபெறும் சடங்குகளில் காதுகுத்தல், மொட்டையடித்தல், பெண்கள் பூப்பெய்தல், திருமணம், சாவு, எட்டாம் துக்கம், கருமாதி என எதுவானாலும் எல்லாவற்றிலும் முன்பெல்லாம் ஏதாவதொரு கலை வடிவம் இடம் பெற்றிருக்கும். இன்று இந்நிகழ்வுகள் எல்லாவற்றிலும் கலைசார்ந்த நடவடிக்கைகள் எதுவுமேயில்லாமல் போய்க் காதைக் கிழிக்கும் ஒலிப் பெருக்கிப் பாடல்களே பெருமளவு இடம்பெற்றுள்ளன.இவற்றையெல்லாம் தமிழர் வாழ்விலிருந்து அப்புறப்படுத்தித் தமிழரின் மரபான கலைகள் இடம் பெறச் செய்ய முயலவேண்டும். கவனிக்கப்படாமலும் சீந்துவாரற்றும் கிடக்கிற இக்கலைகள் சார்ந்த கலைஞர்களைக் கண்டு அவர்களுக்கு அரசு நிதியுதவி செய்யவும், இக்கலைகள் அழியாமல் பாதுகாக்கவும், அடுத்தடுத்த தலைமுறைகளுக்கு இக்கலைகளைக் கைமாற்றித் தருவதற்கான கட்டமைப்புகளை உருவாக்கவும் நாம் முயல வேண்டும். திரைப்படம், தொலைக்காட்சிகள் தமிழர் அடையாள அழிப்பில் அந்நிய மோகத்தை ஊட்டுவதில் நிகழ்த்தும் பங்கைத் தமிழர்களிடையே அம்பலப்படுத்தி விழிப்புணர்வை ஏற்படுத்த வேண்டும்.

பண்பாடு

பண்பாடு என்பது மக்களின் வாழ்வில் பிரிக்க முடியாத அம்சமாக இருந்து வருகிறது. உலகம் முழுவதும் வாழும் மக்கள் அவரவர் தேசிய இனம் சார்ந்து அவரவர்க்கும் உரிய தனித்துவமான பண்பாட்டையே கடைப்பிடித்து வருகின்றனர். எனவே, ஒரு தேசிய இனத்தின் அடையாளக் காப்பில் மொழி எப்படி முதன்மையான பங்காற்றுகிறதோ, அதே போல் பண்பாட்டு நடவடிக்கைகளும் முக்கியப் பங்காற்றுகின்றன.இன்று தமிழ்ப் பண்பாடு என்பது சாதி ரீதியாகவும் வட்டார ரீதியாகவும் மாறுபட்டிருக்கிறது என்பது உண்மைதான் என்றாலும், இவ்வேறுபாடுகளைக் கடந்து, பொதுவாகத் தமிழர்களுக்கு என தமிழர்களை அடையாளப்படுத்தும் பொதுவான பல பண்பாட்டு அம்சங்களையும் நாம் கவனத்தில் கொள்ள வேண்டும்.

தமிழ்நாட்டில் நிலவும் இப் பொதுவான பண்பாட்டைக் காலத்துக் கேற்ற வகையில் மீட்டெடுத்து அதை வளர்க்கவும், சாதிகள் கடந்த முற்போக்கானதொரு பொதுப்பண்பாட்டை, சமத்துவப் பண்பாட்டைக் கட்டமைக்கவும் முயல வேண்டும்.

முந்தைய, கலைகள் பகுதியில் குறிப்பிட்டது போன்று பல பண்பாட்டு நிகழ்வுகள் தமிழர் வாழ்வில் ஓர் அம்சமாக நிலவி வருகின்றன. இந்நிகழ்ச்சிகளில் பார்ப்பனியப் பண்பாட்டுச் சடங்குகளுக்கு இடம் வைக்கக்கூடாது. பார்ப்பனர்கள் இச்சடங்குகளை நடத்தி வைக்கவும் இடம் தரக்கூடாது.

பொதுவாகவே சடங்குகளைத் தவிர்ப்பது நல்லது என்றாலும், அப்படியே சடங்குகள் செய்ய விரும்பினாலும் அவற்றைத் தமிழ் அறிஞர்கள், சான்றோர்களைக் கொண்டு நடத்திக்கொள்ளலாமே தவிர எக்காரணம் கொண்டும் பார்ப்பனர்களோ, சாதி ஆதிக்கச் சடங்குகளோ இதில் இடம் பெற அனுமதிக்கக் கூடாது. அதே வேளை, தமிழ்ப் பண்பாட்டில் வேற்றுமொழி இனப்பண்பாடுகள் வந்து ஒன்று கலந்து தமிழ்ப் பண்பாட்டின் அடையாளத்தை அழிக்கவோ, ஆதிக்கம் செலுத்தவோ இடம் தராது தடுத்துக்கொள்ள வேண்டும்.எடுத்துக்காட்டாக, ஹோலிப் பண்டிகை கொண்டாடுவது, வண்ணப்பொடிகளை வாரியிறைத்து விளையாடிக் கொள்வது என்கிற வடக்கத்திய மார்வாரி சேட்டுப் பண்பாடு என்பது சமீப காலங்களில் தமிழகத்தில் அதிகரித்து வருகிறது.

ஒரு தேசிய இனப் பகுதியில் வேற்று தேசிய இனமக்கள், ஆதிக்க நோக்கில் அல்லாது சமத்துவ நோக்கில் வாழவோ குடியிருக்கவோ தடையில்லை. அதே போல அவர்களது தேசியப் பண்பாட்டை அவர்கள்

கடைப்பிடிப்பதையும் யாரும் தடை செய்யவில்லை. அந்த சனநாயக உரிமையை நாம் மதிக்கவே செய்கிறோம். ஆனால், அவர்களே தங்கள் பண்பாடும் பழக்க வழக்கமும்தான் உயர்ந்தது, எனவே அதையே மற்றவர்களும் பின்பற்ற வேண்டும், கடைப்பிடிக்க வேண்டும், என்று நேரடியாகவோ மறைமுகமாகவோ பிரச்சாரம் செய்வதோ, வேற்று தேசிய இன மக்களைத் தங்கள் பண்பாட்டு வளையத்துக்குள் ஈர்ப்பதோ ஆக்கிரமிப்பு நோக்கமுடையது. இப்படிப்பட்ட ஆக்கிரமிப்பு நோக்கமுடைய நடவடிக்கைகள் எதுவானாலும் அவற்றை எதிர்க்க வேண்டியது தமிழர்களுடைய கடமையாகும்.

மார்வாரி குசராத்தி சேட்டுகள் தங்கள் வீட்டுக்குள் தங்கள் குடியிருப்பு வளாகத்திற்குள் இந்த நிகழ்ச்சிகளை நடத்திக்கொண்டால் தவறில்லை. நாம் அதைக் கேட்டுக்கொள்ளப் போவதுமில்லை. ஆனால் அவர்கள் என்ன செய்கிறார்கள், தெருவுக்கு வந்து தமிழக மக்களையும் இளைஞர்களையும் ஈர்த்து அவர்களையும் இவ்விழாவில் பங்குகொள்ள வைத்து, அவர்கள் மூலம் இவ்விழாவைத் தெருக்களுக்குத் கொண்டு வருகிறார்கள். அதன் மூலம் இதைத் தமிழர்கள் விழா போல் ஆக்க முயலுகிறார்கள். ஆகவே, தமிழக இளைஞர்களிடம் இதுபற்றி விழிப்புணர்வூட்டி இதுபோன்ற ஹோலி பண்டிகைகளில் நம் இளைஞர்கள் கலந்துகொள்ளாமல் விலகியிருக்கச் செய்யவேண்டும். சம்பந்தப்பட்டவர்கள் தங்கள் விழாவை அவர்கள் வளாகத்திற்குள்ளேயே நடத்திக்கொள்ள எச்சரித்து அதைக் கட்டுக்குள் வைத்துக்கொள்ளவும் சொல்ல வேண்டும்.

இதே போலவே வழிபாட்டிலும் தமிழ்ச் சூழலில் விநாயகர் விழா என்பது சாதாரண ஓர் அச்சுப் பிள்ளையாரோ, கையால் செய்த பிள்ளையாரோ, களிமண்ணால் ஆன ஒரு பிள்ளையாரோ வைத்து அதற்குக் கொழுக்கட்டை சுண்டல் வைத்துப் படைத்து மூன்றாம் நாள் அதன் தொப்புளில் ஒரு ரூபாவோ அல்லது ஐம்பது பைசாவோ வைத்து ஏதாவது நீர்நிலைகளில் அது கேணியோ, ஏரியோ, குளமோ, எதுவானாலும் எதாவது ஒன்றில் மூழ்க விடுவதுதான் வழக்கமாக இருந்தது.

ஆனால் தற்போது இந்துத்துவப் பரிவார அமைப்புகள் இவ்விழாவை அமர்க்களப்படுத்தி அரசியல்வாதிகள் போல விநாயகருக்குப் பல மடங்கு உயரமாகக் கட் அவுட் வைத்து, வேதிப் பொருள்களால் ஆன சிலைகள் செய்து பிரம்மாண்ட ஊர்வலம் நடத்தி, கடலில் கொண்டுபோய் கரைக்கும் நடைமுறையைக் கொண்டு வந்துள்ளன. குடிசைவாழ் கடைநிலைத் தமிழர்களே இதற்கு அதிகம் பயன்படுத்தவும் படுகிறார்கள். இதனால் இந்துத்துவ அடிப்படைவாதத் தூண்டல், இந்து முஸ்லீம் பகை, பதற்றம், கலவரம் என ஒருபுறம் சமூக அமைதி கெடுவதுடன் ஏராளமான கடல்வாழ்

உயிரினங்கள் சாகும் சூழல் கேட்டையும் ஏற்படுத்துகிறது. எனவே, தமிழர்கள் இந்த அந்நியப் பண்பாட்டை எதிர்க்கவேண்டும். தமிழர்கள் இதில் பங்குகொள்ளாமல் இதற்குப் பலியாகாமல் தடுக்க வேண்டும். அதற்கான விழிப்புணர்வை ஏற்படுத்த வேண்டும். எல்லா நிலைகளிலும் தமிழர் அடையாளத்தைக் காப்பாற்றும், பாதுகாக்கும் நடவடிக்கைகளை, நடைமுறைகளைக் கைக்கொள்ளப் பழகவேண்டும்;பழக்க வேண்டும்.

தமிழ்நாட்டுப் பொருள்கள்

தமிழராக இருப்பதெல்லாம் ஓரளவு சரி, ஆனால் தமிழ்நாட்டுப் பொருள்களையே வாங்க வேண்டும் என்பது எந்த அளவு சாத்தியம் என்கிற கேள்வி எழலாம். முழுமையாகச் சாத்தியமில்லைதான். ஆனால் அதை நோக்கிய சிந்தனையாவது நமக்கு இருக்க வேண்டும் என்பதும், அதை நோக்கி நாம் கொஞ்சமேனும் நகரவேண்டும் என்பதுமே மிகவும் முக்கியம். எடுத்துக்காட்டாக, காலை தூங்கி எழுந்ததிலிருந்து இரவு படுக்கப்போகும் வரை நாம் நமது சொந்தத் தேவைக்காகப் பயன்படுத்தும் பொருள்களை எடுத்துக்கொண்டு யோசித்துப் பார்ப்போம்.

பற்பசை, துலக்கி, வழலை (சோப்பு), முகப்பூச்சு, எண்ணெய்,சட்டை, வேட்டி, கால் சராய், இடைவார், காலணி, கழுத்துப்பட்டி,பேனா, பென்சில், மைக்குச்சி, தாள், நோட்டுப் புத்தகங்கள் இப்படிப்பட்ட பயன்பாட்டுப் பொருள்கள் மற்றும் உண்ணும் உணவுப்பொருள்கள், பொட்டல உணவுகள் இப்படிப் பலவற்றை எடுத்துக்கொண்டு யோசித்துப் பார்ப்போம். இவற்றை நாம் நம் தேவைக்கு எந்தச் சிந்தனையுமின்றிக் காசு கொடுத்து வாங்கிப் பயன்படுத்துகிறோம். உபயோகப்படுத்தித் தூக்கிப் போட்டு விடுகிறோம். ஆனால், இந்தப் பொருள்களெல்லாம் எங்கே தயாராகின்றன? யார் தயார் செய்கிறார்கள்? இதன் பின்னே உள்ள அரசியல் என்ன? சமுகப் பொருளாதாரக் காரணிகள் என்ன? என்று எப்போதாவது நாம் சிந்தித்துப் பார்த்திருப்போமா?

இதுபற்றிச் சிந்திக்க, நமக்குப் பல சேதிகள் புரிய வரும். பல சேதிகள் அதிர்ச்சியூட்டும். காரணம், இவையெல்லாம் இந்திய அளவில் உலக அளவில் ஏகபோக, பன்னாட்டு நிறுவனங்களுக்குச் சொந்தமான தயாரிப்புப் பொருள்கள்.

இப் பன்னாட்டு நிறுவனங்களின் உத்தியெல்லாம் மூன்றாம் உலக நாட்டு மக்கள் தங்கள் உள்நாட்டுத் தயாரிப்பாக என்ன என்ன பொருள்களைப் பயன்படுத்தி வருகிறார்களோ, அந்தப் பொருள்களையெல்லாம் அழித்து அல்லது அவற்றை அவர்களது பயன்பாட்டிலிருந்து அப்புறப்படுத்தித் தமது தயாரிப்புகளை வாங்கிப் பயன்படுத்த வைப்பது, அதற்கான

மனநிலையை உருவாக்குவது, கட்டமைப்பது என்கிற காரியத்தையே செய்து வருகின்றன.

தொலைக்காட்சிகளில் நிகழ்ச்சிகளை விழுங்கும் அளவுக்குக் காட்டப்படும் விளம்பரங்களை நோக்க இது புரியும்.

தங்களது தயாரிப்புப் பொருள்களின்பால் மக்களுக்குள் கவர்ச்சியூட்டி, அவர்களை வசீகரித்து, அவற்றை வாங்கிப் பயன்படுத்த வைத்து, அதற்கு அவர்களை அடிமையாக்குவது; உள்நாட்டுத் தயாரிப்புகளைக் கேவலப் பொருள்களாக்கி அதிலிருந்து அத்தேசிய இன மக்களைத் துண்டிப்பது; தனது பொருள்களை வாங்கிப் பயன்படுத்துவதையே பெருமிதத்திற்குரியதாக்குவது.

இதன்வழியேதான், அல்லது இந்த வணிகத்திற்காகத்தான் தேசிய இன ஒடுக்குமுறை, வல்லாதிக்கம், ஆக்கிரமிப்பு, இராணுவ நடவடிக்கை எல்லாமும் தொடர்கின்றன. இதன் வழியேதான் தமிழ்த்தேசிய இன ஒடுக்கு முறையும் நிகழ்கிறது; உரிமையும் பறிபோகிறது. அதாவது, இந்தியா மற்றும் பன்னாட்டு, அந்நிய, ஏகபோக நிறுவனங்களின் பொருளியல் நலன் காரணமாகவே இவையனைத்தும் நிகழ்கின்றன. எனவே, இதிலிருந்து மீள, நாம் இந்திய சுதந்திரப் போராட்ட காலத்தில் இந்திய அளவில் "சுதேசிப் பொருள்களையே வாங்குவோம்; விதேசிப் பொருள்களைப் புறக்கணிப்போம்" என்று முழக்கம் வைத்துப் போராடியதைப் போல் தற்போது நாம் "தமிழ்நாட்டுப் பொருள்களையே வாங்குவோம், அந்நியப் பொருள்களைப் புறக்கணிப்போம்" என்கிற முழக்கத்தை முன்வைத்து மக்களை விழிப்பூட்டவேண்டும். அதற்காக இயக்கம் நடத்தி அதைச் செயலாக்க வேண்டும். இந்த நோக்கில் தமிழக அளவில் எந்தெந்தப் பொருள்களை வாங்கிப் பயன்படுத்த முடியும், எந்தெந்த அன்னியப் பொருள்களைப் புறக்கணிக்கலாம் என்பதைப் பார்ப்போம்.

குளிர்பானங்கள்

தமிழர்களாகிய நாம் வெப்ப மண்டலப் பகுதியில் வாழ்வதால் நம் வாழ்வில் இயல்பாகவே மோர், இளநீர், நீராகாரம், எலுமிச்சை முதலான பானங்களை, பழச்சாறுகளைப் பயன்படுத்துவது வழக்கம். பின்னர் தேயிலை, காபி என வெப்ப பானங்களுக்குப் பழக்கப்பட்டுத் தற்போது இவையும் நம் அன்றாட வாழ்வில் இன்றியமையாப் பொருள் போல ஆக்கப்பட்டு விட்டது.

இதுவரையில்கூடத் தவறில்லை. தேநீருக்குச் சில மருத்துவக் குணங்கள் இருப்பதாக ஆய்வுகள் தெரிவிக்கின்றன. காபிக்கு மூளைக்கும் உடம்புக்கும் தற்காலிகமாகப் புத்துணர்வூட்டும் தன்மைகள் உள்ளன.

இதனால் இதைக் காலை ஒன்று மாலை ஒன்று என்று அருந்துவதில் ஒன்றும் கேடில்லை. ஆனால், இதற்கு அப்பால் தற்போது கோகோ கோலா, பெப்சி முதலான குளிர்பானங்கள் பட்டிதொட்டிகளிலெல்லாம்கூடப் பரவி, இளைஞர்கள் மத்தியில் இதை வாங்கி அருந்துவது பெருமிதமாகவும், ஆக்கப்பட்டுள்ளது. கிளர்ச்சியும் குதூகலமும் ஊட்டும் விளம்பரங்கள் இப்படிப்பட்ட மனோநிலையைக் கட்டமைக்கின்றன. இந்த விளம்பர மயக்கம் எல்லோரையும் இப்பானங்களை நோக்கித் தள்ளுகிறது.

இதனால் எங்காவது பயணம் போனால் நடுவில் பேருந்து நிறுத்துமிடங்களில், நண்பர்கள் உறவினர்கள், வீடு தேடி வந்தால் அவர்களை விருந்தோம்ப என்று இந்தக் குளிர்பானங்களை வாங்கி வழங்கும் அருந்தும் போக்கு இருந்து வருகிறது. சிறு குழந்தைகளையும் இப்பழக்கம் தொற்றியிருக்கிறது.

இந்தக் குளிர்பானங்களில் இயற்கையான பழச்சாறு எதுவுமில்லை; எல்லாம் வேதிப் பொருள்களே என அந்தச் சீசாக்களின் மேலேயே அச்சிடப்பட்டுள்ளது. அதில் கலந்துள்ள வேதிப்பொருள்கள் கோகோ மற்றும் பூச்சிக் கொல்லி மருந்துகள் உடல் நலனுக்குக் கேடானவை என்று மருத்துவ ஆய்வுகள் தொடர்ந்து எச்சரித்து வருகின்றன. விலையும் மிகவும் அதிகம். இதைத் தயாரிக்கும் பன்னாட்டு நிறுவனங்கள், நம் ஊர்த் தண்ணியை எடுத்து நமக்கே விற்றுக் காசாக்கிக் கொள்ளை இலாபமடிக்கின்றன. ஆகவே, உடல் நலத்துக்குக் கேடு விளைவித்துப் பன்னாட்டு நிறுவனங்களின் பகல்கொள்ளைக்கு வழிவகுக்கும் இப்பழக்கத்திலிருந்து தமிழர்கள் விடுபட வேண்டும்.

கோகோ கோலா, பெப்சி முதலான குளிர்பானங்களை நாம் தொடவே கூடாது. குடிக்கக் கூடாது என்பது மட்டுமல்ல, யாருக்கும் வாங்கித்தரவும் கூடாது. யாரும் நமக்கு வாங்கித்தர முயன்றாலும் விலக்கி மறுத்துவிட வேண்டும். அவர்களையும் நம் சிந்தனைக்கு ஈர்த்திட வேண்டும். குறிப்பாக நண்பர்கள், உறவினர்களைக் காணச் செல்லும்போது அவர்கள் ஒரு கௌரவத்திற்கு இதை வாங்கித்தர முயலும்போது உறுதியோடு நிராகரித்துவிட வேண்டும்.

அதாவது, இக் குளிர்பானங்களை விஷம்போல் தவிர்த்து, சாக்கடை போல் அருவறுத்து ஒதுக்க வேண்டும்.

மாற்று பானங்களான, அதாவது நமது மரபு வழிப்பட்ட பானங்களான இளநீர், மோர், நீராகாரம், பழச்சாறு முதலான பானங்களுக்குத் திரும்ப வேண்டும். நண்பர்கள் உறவினர்களையும் இதில் கௌரவக் குறைச்சல் ஏதும் இல்லை என்கிற அளவிற்கு விழிப்பூட்டி இதற்குத் திரும்பச் செய்ய

வேண்டும். இதற்குப் பழக்கவும் வேண்டும். அதே போலத் தேநீர், காபி பானங்களுக்கு மாற்றாக, நம் தமிழ் மூலிகைகள் அடங்கிய தேநீரும் புழக்கத்திற்கு வந்துள்ளது. இப்படிப் பட்ட மூலிகைத் தேநீரையும் நாம் பயன்பாட்டிற்குக் கொண்டு வந்து மற்றவர்களுக்கு அறிமுகப்படுத்த வேண்டும்.

பிற குளிர்பானங்களுக்கு ஆசைப்பட்டாலோ, எப்போதாவது அதை வாங்கிக் குடிக்க வேண்டும் என்று விரும்பினாலோ, உடல் பாதிப்பற்ற வகையில் நம் உள்ளூர் நிறுவனங்கள் தயாரிக்கும் பானங்களை வாங்கிப் பருகி அவற்றை ஊக்கப்படுத்த வேண்டும், அவற்றை வளர்க்க வேண்டும்.

அழகுப் பொருள்கள்

நாம் அன்றாடம் பயன்படுத்தும் அழகுப் பொருள்களும் பெருமளவும் பன்னாட்டு நிறுவனங்களின், வடநாட்டு முதலாளிகளின் தயாரிப்புகளாகவே உள்ளனவே தவிர, நம் தமிழ்நாட்டு, உள்நாட்டு உற்பத்தி என்பது பெருமளவு எதுவும் இல்லை; இருந்தாலும் அதைச் சீந்துவார் இல்லை. இந்த நிலையை நாம் மாற்ற வேண்டும்.

இதற்கான முன்முயற்சியை, வழிகாட்டுதலை நாமே தொடங்கி வைக்க வேண்டும். நாமே இதற்கு முன்னுதாரணமாய், வழிகாட்டியாய் இருந்து செயலில் காட்ட வேண்டும்.இதற்கு நம் அன்றாடப் பயன்பாட்டிற்கான பொருள்களில் எது எது உள்நாட்டில் தயாராகின்றன, எது எது வடநாட்டுப் பன்னாட்டு நிறுவனங்களின் தயாரிப்புகளாக இருக்கின்றன என்று இனம் பிரித்து தமிழ்நாட்டு உற்பத்திப் பொருள்களை நாம் தேடிக் கண்டுபிடித்து வாங்க வேண்டும்.

எடுத்துக்காட்டாக, நம் மாநிலம் முழுவதும் இருக்கும் தமிழ்நாடு காதி கிராமக் கைத்தொழில் வாரியம், காதி வஸ்திராலயம் போன்ற நிறுவனங்கள் நடத்தும் கடைக்குள் நுழைவோம்; அங்கு நம் அன்றாட உபயோகத்திற்குத் தேவையான என்னென்ன பொருள்கள் இருக்கின்றன என்று பார்ப்போம்.

முக்கியமாகக் குளியலுக்கான, துணிச் சலவைக்கான சோப்பு (வழலை) களைப் பார்ப்போம். அங்கு நீம் சோப் எனப்படும் வேப்பெண்ணெய் சோப்பும், நீம் சாண்டல் என்னும் சந்தன சோப்பும் இருக்கின்றன. அதே போல் துணிச் சலவைக்கான நீளக்கட்டிகளும் இருக்கின்றன. அவற்றை வாங்கிப் பயன்படுத்த முயல்வோம். பயன்படுத்திப்பார்த்த அனுபவத்தில் சொல்கிறேன். இவை நன்றாகவே இருக்கின்றன. இது போன்ற பொருள்களை நாம் வாங்கிப் பயன்படுத்த வேண்டும். நம்மை நாமே இதற்கு உட்படுத்தி, பழக்கப்படுத்திக் கொள்ள வேண்டும்.

இதன்மூலமே அழகுப் பொருள்களில் ஏகபோகமாக இருக்கும் வடநாட்டு, பன்னாட்டு நிறுவனங்களின் சந்தையைக் குறைத்து உள்நாட்டுத் தயாரிப்புப் பொருள்களின் சந்தையை விரிவுபடுத்த முடியும். அதே வேளை இக்குடிசைத் தொழிலில் ஈடுபட்டுள்ள குடும்பங்களின் வாழ்க்கைக்கு நாம் உதவியவர்களுமாவோம்.

இதைப்போலவே தலைக்குத் தடவும் எண்ணெய், நுரையெண்ணெய் (ஷாம்பு), முகப்பூச்சு போன்ற வேறு சில அழகு சாதன நறுமணப் பொருள்கள், தேன், ஊறுகாய், வற்றல், அப்பளம், ரொட்டி, பிஸ்கோத்து போன்ற உணவுப் பொருள்கள் பல உள்நாட்டு நிறுவனங்களால் தயாரிக்கப்படுகின்றன. எனவே இவற்றையெல்லாம் அடையாளம் கண்டு நாம் வாங்கிப் பயன்படுத்துவதோடு மற்றவர்களையும் இதைப் பயன்படுத்த வைக்க வேண்டும்.

இவ்வாறே வாங்கியுடுத்தும் ஆடைகளிலும் வெளிநாட்டு ஆடைகளைப் புறக்கணித்து உள்நாட்டுத் தயாரிப்புகளை, அது துணிமணிகளோ, ஆயத்த ஆடைகளோ எதுவானாலும் கால்சராய், சட்டை, வேட்டி, பின்னலாடைகள், புடவை, ரவிக்கை ஆகியவை உள்ளிட்டு அனைத்திலும் தமிழ்நாட்டுத் தயாரிப்புகளையே தேடிப் பிடித்து வாங்கப் பழகவேண்டும்.

இதே போலவே தமிழ்நாட்டுத் தயாரிப்பாக வேறு என்னென்ன பொருள்கள் இருக்கின்றன, எது எதை நாம் வாங்கலாம், எது எதை மற்றவர்களையும் வாங்கச் சொல்லலாம் என்று சிந்தித்துப் பார்த்து அதைச் செயலாக்க வேண்டும்.

இலட்சிய நோக்கு

எல்லாம் சரிதான். ஆனால் மலிவான விலையில், தரமான வெளிநாட்டுப் பொருள்கள் கிடைக்கும்போது கூடுதல் விலையில் தரம் குறைவான உள்நாட்டுப் பொருள்களை யாராவது வாங்குவார்களா என்று சிலர் கேட்கலாம். நியாயம். சாதாரண நுகர்வுப் பண்பாட்டு நோக்கில் அணுக இது சரிதான். காரணம் நுகர்வுப் பண்பாடு என்பது தேசியம், இலட்சியம், அடையாளம், உரிமைகள் என்பது போன்ற எதுபற்றியும் கவலைப்படாமல் கொடுக்கிற காசுக்கு நிறைவாகப் பொருள் கிடைக்கிறதா, எதை வாங்கினால் மலிவாக இருக்கும், எது நிறைவாக இருக்கும் என்று நுகர்வு நோக்கில் மட்டுமே அணுகுவது இது. ஆனால், வெறும் நுகர்வு நோக்கு மட்டுமே மனிதனுக்கு இருந்திருக்குமானால் மனிதனுக்கு இலட்சியங்களே உருவாகி இருக்காது, உரிமைக்கான விடுதலைப் போராட்டங்களும் வெடித்திருக்காது. ஆனால் உலக வரலாறு முழுமையும் ஆதிக்கங்கள் உலகைப் பங்கு போட்டுக்கொள்ள நடத்திய போர்களைப் போலவே,

ஆதிக்கங்களிலிருந்து தங்களை விடுவித்துக்கொள்வதற்கான மக்களது விடுதலைப் போராட்டங்களும் வெடித்திருக்கின்றன.அதற்கு இந்த இலட்சியங்களே காரணமாக இருந்திருக்கின்றன.எனவே வெறும் நுகர்வு நோக்கில் மட்டுமே அணுகினால் இதைப் புரிந்துகொள்ள முடியாது. மாறாக, இலட்சிய நோக்கில் அணுகும்போது மட்டுமே இது புரியும்.

இந்திய விடுதலைப் போராட்டத்தின்போது அந்நியத் துணிகளைப் புறக்கணிப்போம் எனும் போராட்டம் நடைபெற்றபோது பிரித்தானியத் துணிகளைப் போட்டு எரித்து உள்நாட்டுத்துணிகளையே வாங்கிப் பயன்படுத்த வலியுறுத்தினார்கள். அப்போதென்ன வெளிநாட்டுத் துணியை விடவும் உள்நாட்டுத் துணி மலிவாகக் கிடைத்தது. இல்லையே, இப்போதும்கூட சில மூத்த அந்நாளைய பேராயக் கட்சிக்காரர்கள் மற்றும் சில இலட்சியப் பற்றாளர்கள் கதர் தவிர வேறு எதுவும் உடுத்தாமல் அதற்கே தங்களைப் பழக்கப்படுத்திக் கொண்டிருக்கிறார்களே, பலர் அதில் உறுதியாய் இருக்கிறார்களே, அவர்கள் என்ன அந்நியத் துணிகளை விடவும் கதர்த்துணி மலிவாய் இருக்கிறது என்பதற்காகவா அதை வாங்குகிறார்கள். விலை அதிகம் என்று தெரிந்திருந்தும் கதரையே வாங்குகிறார்கள், உடுத்துகிறார்களே ஏன்? பற்று. நாம், நமது நாடு, நமது நாட்டு மக்களது உற்பத்தி என்கிற பற்று. அக்கறை. இதனால் அதன்மேல் ஏற்படுகிற ஒரு பிடிமானம். அதே போலத்தான் இதுவும். எனவே எந்தப் பொருளை வாங்கும் போதும் வெறுமனே அதன் விலை, தரம் - இந்தத் தரம் என்பதும் விளம்பரச் சாதனங்களின் பிரச்சார உத்தியும் உளவியல் தாக்கமும்தானே தவிர நமக்கான தரம் என்பது வேறு விதமாகவும் இருக்கலாம். எனவே அது பற்றி மட்டுமே பார்த்துக்கொண்டிருக்காமல், இது உள்நாட்டு உற்பத்தி நமது தமிழ்த்தேசத் தயாரிப்பு, இதை நாம் வாங்கிப் பயன்படுத்தாவிட்டால் வேறு யார் வாங்கிப் பயன்படுத்துவார்கள் என்கிற இலட்சிய உணர்வோடு அதை வாங்க வேண்டும். பயன்படுத்த வேண்டும். பிற பகுதி மக்களையும் இதை வாங்கிப் பயன்படுத்தத் தூண்ட வேண்டும்.

இப்படிச் சொல்வதால் பொருள் எவ்வளவுதான் தரக்கேடாய், மோசமாய் இருந்தாலும், எவ்வளவுதான் அதிக விலையாயிருந்தாலும் எதுபற்றியும் பொருட்படுத்திக்கொள்ளாமல் உள்நாட்டுப் பொருள் என்பதற்காகவே அதை வாங்கித் தீரவேண்டும் என்று வலியுறுத்துவதாகப் பொருள்கொள்ளக் கூடாது. காரணம், இந்த நிலை இப்படியே நீடித்தால் சந்தையில் இது தாக்கு பிடிக்க முடியாது. இலட்சியவாதிகள் வேண்டுமானால் தங்கள் இலட்சியத் தாகத்தைத் தணிக்க அதை வாங்கித் தொலைப்பார்களே தவிர சராசரி மக்கள் அதை வாங்கமாட்டார்கள், நெருங்கமாட்டார்கள்.

இப்படிச் சாதாரண மக்கள் வாங்கிப் பயன்படுத்தாத எந்தப்பொருளும் சந்தையைத் தொடர்ந்து தக்க வைத்துக்கொள்ள முடியாது. எனவே உள்நாட்டுத் தயாரிப்பின் தரம் உயரவும், விலை குறையவும், உலகத் தரத்திற்கு ஈடாக அதன் நிலை உயரவுமான முயற்சிகளையும்கூட நாம்தான் மேற்கொள்ள வேண்டும். நாம்தான் அதற்கு அதன் தயாரிப்பாளர்களை ஊக்குவிக்க வேண்டும். இப்படித் துறைவாரியாகச் சிந்தித்து, அவ்வத்துறை சார்ந்த பொருள்களின் தயாரிப்பை ஊக்குவித்து வெற்றிகொள்ளாமல் உள்நாட்டுப் பொருள்களையே வாங்கி உபயோகியுங்கள் என்கிற முழக்கமும் வெற்றி பெற முடியாது. தமிழ்த் தேசமும் எழுச்சி பெற முடியாது.

தமிழ்நாட்டுத் தொழில்கள்

இன்று தமிழகத்தில் உள்ள முக்கியமான பல தொழில்கள் தமிழர் அல்லாத பிற மாநிலத்தவர், வடவர், பன்னாட்டு நிறுவனங்களின் கைகளிலேயே உள்ளன. பல்வேறு வரலாற்றுச் சூழல்கள் இதற்குக் காரணமாக அமைந்தன.

இந்நிலையில், இத்தொழில்களைப் படிப்படியாகத் தமிழர்கள் கைக்குக் கொண்டு வர வேண்டும். புதியதாகத் தொடங்கப்படும் தொழில்கள் அனைத்தும் தமிழர்களுக்கே சொந்தமாக இருக்க வேண்டும் என்பதே நம் குறிக்கோள்.

என்றாலும், இன்றுள்ள பல்வேறு அரசியல் சமூக பொருளியல் புறநிலைக் காரணிகளால் இதை உடனடியாகவும் முழுமையாகவும் எட்டிவிட முடியாது என்பதால் தமிழ்நாட்டில் வெளியாரால் நடத்தப்படும் தொழில்களின் மூலதனத்தில் குறைந்தபட்சம் மூன்றில் ஒரு பங்காவது தமிழர்களின் பங்கு இருக்க வேண்டும் என்று கோருகிறோம். ஐம்பத்தொரு விழுக்காடு கோருவதுதான் அத்தொழில்கள் மீது நமது கட்டுப்பாட்டை உறுதிப்படுத்தும் என்றாலும், இன்றுள்ள சூழலில் வெளியார்கள் அதை ஏற்க மாட்டார்கள் என்பதால் நடைமுறைச் சாத்தியப்பாடு கருதிக் குறைந்தபட்சக் கோரிக்கையாக இதை வைக்கிறோம்.

இந்த மூன்றிலொரு பங்கு என்பது முற்றாக அயலவர் வயமாகிப் போகும் தொழில்களில் ஓரளவேனும் தமிழர்களின் பங்கை உறுதிப் படுத்தும்.

இது அத்தொழில்கள் சார்ந்த பொருள்களின் உற்பத்தி, விநியோகம், விலை நிர்ணயம் போன்றவற்றுள் ஓரளவேனும் செல்வாக்குச் செலுத்தும்.

அதாவது தமிழர்களின் பங்கே, கட்டுப்பாடே இல்லாமல் முற்றாக வடவர் அல்லது பன்னாட்டுமயமாகப் போகும் தொழிலில் ஓரளவேனும்

தமிழர்களின் கட்டுப்பாட்டை நிலைப்படுத்தும். தொடக்க நிலையில் இதை உறுதி செய்தால், தற்காலிகமாக அதில் நம் பங்கு இருப்பதுடன் பின்னர்க் காலப்போக்கில் தமிழ்த் தேச எழுச்சியின் தன்னுரிமைப் புரட்சியின் ஊடே அத்தொழில்கள் படிப்படியாகத் தமிழர்களுக்குச் சொந்தமாக்கப்படும். சொந்தமாக்கப் பட வேண்டும். இந்த அடிப்படையில் தற்போதைக்கு இந்த மூன்றில் ஒரு பங்கு கோரிக்கைக்குக் குரல் கொடுக்க வேண்டும். அதற்காகப் போராட முன்வரவும் வேண்டும்.

வேலை வாய்ப்பு

தமிழ்நாட்டுத் தொழில்கள் பல தமிழர் அல்லாதோரிடம் இருப்பதாலும், தனியார் மற்றும் அரசு நிறுவனங்களிலும் உயர் நிர்வாக அதிகாரிகள் தமிழர் அல்லாதோராக இருப்பதாலும் தமிழர்களின் வேலை வாய்ப்பு பறிக்கப்படுகிறது.

எடுத்துக்காட்டாக, தமிழகத்தில் உள்ள, தில்லி அரசு, மற்றும் பொதுத்துறை நிறுவனங்களில் உயர் அதிகாரிகளாகத் தமிழர் அல்லாதோர் இருக்கும் போது, அவர்கள் தங்கள் மாநிலத்தைச் சார்ந்தவர்களையே அதிகம் வேலைக்கு அமர்த்தித் தமிழர்களைப் புறந்தள்ளிவிடுகின்றனர். அதாவது, சம்பந்தப்பட்ட அத்தொழில்கள் தமிழ் நாட்டிலேயே இருந்தாலும், இதன் வழி தாய் மண்ணிலேயே தமிழர்கள் சிறுபான்மையாக்கப்பட்டு விடுகின்றனர். இது ஒரு புறமிருக்க, புதிதாகத் தொடங்கப்படும் தொழில்களில், அது மிகச் சிறிய தொழிலாய் இருந்தால்கூட அதைத் தொடங்கும் வெளி மாநிலத்தவர் தங்கள் தொழிலுக்கான பணியாளர்களைத் தங்கள் மாநிலத்திலிருந்தே கொண்டுவந்து வைத்துவிடுகின்றனர்.

தற்போது கண்ணுக்குத் தெரிந்து நலிந்து வரும் தமிழகப் பொற்கொல்லர்களின் வாழ்க்கையையே இதற்கு எடுத்துக்காட்டாகச் சொல்லலாம். தமிழக அணிகலன்கள் வணிகத்தில் மார்வாரி குசராத்தி சேட்டுகளின் ஆதிக்கம் நீடித்து வருவது அனைவரும் அறிந்த அவலக் கதை. முன்பெல்லாம் தமிழகப் பொற்கொல்லர்களிடம் தங்கம் தந்து நகைகள் செய்து வந்தவர்கள், கடைசல் நகைகள் செய்யும் நவீன ரக இயந்திரங்கள் சந்தைக்கு வர, தொடக்கத்தில் வடக்கேயிருந்து கடைசல் நகைகளை இறக்குமதி செய்யத் தொடங்கினார்கள். அப்போதே தமிழகப் பொற் கொல்லர்களின் வாழ்வுக்குச் சோதனை தொடங்கியது.

தற்போதோ, இந்த வடநாட்டு சேட்டுகள், அக் கடைசல் இயந்திரங் களையே தமிழ்நாட்டுக்கு இறக்குமதி செய்துகொண்டதுடன் அதில் பணியாற்றுவதற்கான தொழிலாளர்களையும் தங்கள் ஊரிலிருந்தே வரவழைத்துப் பணியமர்த்திக்கொண்டிருக்கிறார்கள்.

ஏற்கெனவே நவீனரக இயந்திரங்கள் வந்ததால் மரபுவழித் தொழிலை இழந்து தவித்த தமிழ்நாட்டுப் பொற்கொல்லர்கள், நவீன இயந்திரத்தில் பணியாற்றும் வாய்ப்பாவது கிட்டுமா என்று ஏங்க, தற்பொழுது அந்த வாய்ப்பையும் இழந்து நிர்க்கதியாகியுள்ளனர்.

இதனால், வாழ்வாங்கு வாழ்ந்த பல பொற்கொல்லர் குடும்பங்கள் வறுமை தாங்காமல் தற்கொலை, கடன் தொல்லை தாங்காமல் தற்கொலை எனக் கொத்துக் கொத்தாக மாள்கின்றனர். சிலர் தேநீர்க் கடை, சிற்றுண்டி கடை போன்ற வேறு தொழிலுக்கு மாறி எப்படியோ தங்கள் பிழைப்பை நடத்துகின்றனர்.

இது போன்ற எத்தனையோ தொழில்கள், அது சார்ந்த வேலை வாய்ப்புகள் தமிழர் அல்லாதோர் கைகளில் சிக்கி உள்ளன. இது தமிழ்நாட்டு இளைஞர்களின் வேலை வாய்ப்பைப் பெருமளவும் பாதிக்கிறது. எனவே தமிழ்நாட்டில் உள்ள தொழில்களில் பெரும் நிறுவனங்களானால் அதில் 80 விழுக்காடும், சிறுதொழில்களானால் அதில் முற்றாகவும் தமிழர்களே பணியாற்ற வேண்டும். இப்பணிகள் முழுவதும் தமிழர்களுக்கே வழங்கப்படவேண்டும்.தமிழ்த் தேச மக்களின் உரிமை, மண்ணின் மக்களுக்கே வேலை வாய்ப்பு என்கிற நியாயத்தின் அடிப்படையில்தான் தமிழ்நாட்டுத் தொழில்களில் பணியாற்றும் ‘வெளியாரை வெளியேற்றுவோம்” என்னும் முழக்கமும் தற்போது தமிழகத்தில் உத்வேகம் பெற்று வருகிறது.

இந்த முழக்கத்தின் தேவையை உணர்ந்து இதை நாம் ஆதரிக்க வேண்டும். தமிழக இளைஞர்களின் வேலை வாய்ப்புரிமை பறிபோக விடாமல் அதை நாம் மீட்டெடுக்க வேண்டும். அதேபோல் காஷ்மீருக்குச் சிறப்புச் சலுகை உள்ளதுபோல், தமிழ்நாட்டிற்கும் சிறப்புச் சலுகை தந்து தமிழ்நாட்டில் தமிழக அரசின் ஒப்புதல் இல்லாமல் யாரும் சொத்து வாங்க முடியாது என்கிற நிலையை உருவாக்கவும், இதற்காகக் குரல் கொடுத்துத் தமிழ்நாட்டில் அயலவரின் ஆக்கிரமிப்பைத் தடுத்து நிறுத்தவும் முயல வேண்டும்.

தமிழ்நாட்டுப் பகுதிகள் மீட்பு

இராண்டாயிரம் ஆண்டுகளுக்கு முன்பே “வட வேங்கடம் தென் குமரி ஆயிடைத் தமிழ் கூறு நல்லுலகு” எனத் தமிழர்களின் தாயகத்துக்கு எல்லை வகுத்துப் பாடப்பட்ட மண் நமது தமிழ் மண்.

இன்று திருப்பதி நம்மிடம் இல்லை. அதோடு மட்டுமல்ல, பல்வேறு படையெடுப்புகளாலும் ஆதிக்க அரசுகளின் நிர்வாக அமைப்புகளாலும் தமிழகம் வெவ்வேறு வகையில் துண்டாடப்பட்டு, அப்புறம் “இந்திய

விடுதலைப் போராட்டம்", "சுதந்திர இந்தியா" எல்லாவற்றையும் கடந்து, 1956 -இல் மொழிவாரி மாநிலங்கள் உருவானபோது தமிழ் நாட்டுப்பகுதிகள் பல அண்டை மாநிலங்களுக்குத் தாரை வார்க்கப்பட்டன.

தமிழ்நாட்டு எல்லைகளே முழுமையாகத் தமிழ்நாட்டோடு சேர்க்கப்படவில்லை. திருப்பதியை விழுங்கியதோடு திருத்தணியையும் தனதாக்கப் பார்த்த ஆந்திரம் "மதராஸ் மனதே" என முழக்கம் வைத்து நமது சென்னப்ப நாயக்கர் பட்டினத்தையும் ஆக்கிரமிக்கப் பார்த்தது. இதேபோல் தெற்கே நாகர்கோயில், கன்னியாகுமரி, மேற்கே கூடலூர் ஆகிய பகுதிகளையும் கேரளம் விழுங்கப் பார்த்தது. இதையெல்லாம் அப்போது விழிப்போடிருந்த தமிழின உணர்வாளர்கள், சிந்தனையாளர்கள், பெருமளவு உறுதியோடு நின்று போராடி அப்பகுதிகளைப் பாதுகாத்து அவற்றைத் தமிழகத்தோடு தக்க வைத்துள்ளனர். என்றாலும், இன்னும் பல பகுதிகள், எடுத்துக்காட்டாக தேவிகுளம், பீர்மேடு, பாலக்காடு, கோலார், சித்தூர் போன்ற பகுதிகள் மீட்கப்படாமல் அண்டை மாநிலங்களோடு இணைக்கப்பட்டுள்ளன.

தமிழகத்தின் சிலப்பதிகாரக் காப்பிய நாயகி கண்ணகி கோயில் தமிழக எல்லைக்குள் இருந்தாலும், அதை அடைவதற்கான பாதை இன்னும் கேரளம் வழியாகவே உள்ளது. இதனால் கண்ணகி கோயிலைக் காண, வழிபடச் செல்லும் தமிழர்கள் கேரளக் காவல் துறையின் கண்காணிப்பில் கட்டுப்பாட்டில் வைக்கப்படுவதும். இழிவுபடுத்தப்படுவதும் நேர்கிறது. எனவே இந்நிலைகளெல்லாம் மாற நாம் இது சார்ந்த பிரச்சனைகள் குறித்துச் சிந்தித்து விழிப்புற வேண்டும்.

மொழிவாரி மாநில அமைவின்போது, விழிப்போடிருந்து அதற்காகப் போராடி தமிழகப் பகுதிகளைப் பாதுகாத்த எல்லைப் போராட்ட வீரர்களை, தியாகிகளை நாம் நினைவு கூர்ந்து பாராட்ட வேண்டும். அவர்களது நினைவைப் போற்ற வேண்டும்.

தமிழகம் ஏற்கெனவே இழந்த பகுதிகளை மீட்க அப்பகுதிகளை எப்பொழுதும் நாம் மறந்து போகாமல் நினைவில் நிறுத்த வேண்டும். இன்றில்லாவிட்டாலும் என்றாவது ஒருநாள் நாம் அப்பகுதிகளை மீட்டு தமிழகத்தோடு இணைப்போம் என்கிற உறுதியை வலுவோடு நெஞ்சிலே ஏந்தி, அச் சிந்தனையை அடுத்தடுத்த தலைமுறைகளுக்கும் கைமாற்றித் தரவேண்டும். இதே போலவே காவிரி நீர்ப் பிரச்சனையில் தமிழகம் வஞ்சிக்கப்படுவதை, பெரியாறு அணைப் பிரச்சனையில் தமிழக உரிமை மறுக்கப்படுவதை உள்ளிட்டுப் பல்வேறு நிலைகளிலும் தமிழக உரிமை பறிபோவதைப் பற்றியும் நாம் சிந்தித்து, அதற்கான தீர்வைத் தேடும் நோக்கில் செயல்பட வேண்டும்.

வரலாற்று உணர்வு

தமிழர்களுக்குப் பொதுவாகவே வரலாற்று உணர்வு குறைவு என்று குற்றம்சாட்டப் படுகிறது. இந்த உணர்வுக் குறைவே நம் அடையாளத்தை இழக்கவும், அந்நியமாகிப்போகவும், நம் உரிமைகளைப் பற்றிக் கவலைப்படாமல் அக்கறைப்படாமல் எப்படியோ ஏதோ ஒரு வகையில் வாழ்ந்தால் போதும் என்கிற இழிநிலைக்குத் தள்ளுகிறது. எனவே இந்த இழிநிலை குறித்து நாம் சிந்திக்க வேண்டும்.

நாம் எப்படிப்பட்ட மரபுகளுக்குச் சொந்தக்காரர்கள், நம் இலக்கியங்கள் என்ன, தத்துவம் பண்பாடு என்ன, வாழ்ந்த வாழ்க்கை என்ன, பெருமை என்ன, இப்படிப்பட்ட பெருமை இந்திய மொழிகளில், பிற உலக மொழிகளில், வேறு எதற்காவது உண்டா அல்லது எது எதற்கு உண்டு, எது எதற்கு இல்லை என்பது பற்றியெல்லாம் நாம் ஒப்புநோக்கிச் சிந்திக்க வேண்டும். அதேவேளை நம் பெருமைகளெல்லாம் உரிமைகளெல்லாம் பறிபோன விதம் எவ்வாறு, அதன் வரலாறு என்ன என்பதையும் நாம் ஆராய வேண்டும். இப்படியெல்லாம் ஆராய்ந்தால் தான் நாம் யார், நமது பெருமை என்ன என்பது நமக்குப் புரிய வரும். அந்தப் பெருமையையும் அடையாளத்தையும் உணர்ந்தால் தான் இழந்த உரிமைகளை மீட்க வேண்டும் என்கிற எண்ணமே வரும்.

இப்படி யோசித்துப் பார்ப்போம். வெள்ளை ஆதிக்கத்தை எதிர்த்து தமிழகத்தின் மண் உரிமை காக்கப் போரிட்டு வீர மரணமடைந்தவர்கள் எத்தனை பேர், யார் யார்? மொழி வாரி மாநில அமைப்பின்போது தமிழகத்தின் எல்லையை காக்கப் போராடியவர்கள் யார்?

1937-ல், 1965-ல், இந்தி திணிக்கப்பட்டபோது எதிர்த்துப் போராடிய, உயிர் நீத்த தியாகிகள் யார் யார், எத்தனை பேர்? பிற்படுத்தப்பட்டோர், தாழ்த்தப்பட்டோர், பெண்கள் ஆகியோரது உரிமைகளுக்கு, இட ஒதுக்கீட்டிற்கு, வாழ்க்கை முன்னேற்றத்திற்குப் பாடுபட்டவர்கள் யார் யார்? தற்பொழுது அனுபவிக்கப்பட்டு வரும் இந்த உரிமைகளின் வரலாறு என்ன?

தமிழர்கள் எனப்படுவோரில் எத்தனை பேருக்கு இது பற்றித் தெரியும்? இவர்களுக்கு இதெல்லாம் தெரியாதிருப்பது ஏன்?

இதற்குக் காரணம் முதலாவதாக ஆட்சியாளர்கள். அவர்கள் இந்த வரலாற்றையெல்லாம் பள்ளிக் குழந்தைகளுக்குப் பாடமாக வைத்து இவை பற்றிய அறிவை ஊட்டியிருக்க வேண்டும்.

இரண்டாவது, அரசியல் கட்சிகள் இந்த வரலாற்றையெல்லாம் சொல்லி, பெருமிதமூட்டி வாக்கு வேட்டையாடி, அதிகாரத்தில் அமர்ந்த அல்லது அதில் பங்கு போடும் கட்சிகள், ஒரு வரம்புக்குட்பட்டு அவற்றைப் பயன்படுத்தி, அதற்கு மேல் எதற்கு வம்பு, நாளை இது நமக்கே எதிராகத் திரும்பும் என்கிற எச்சரிக்கையுணர்வில் இதுபற்றித் தொட்டுக் கொள்ளாமல் இருக்கின்றன.

இதனாலேயே மக்கள் இதுபற்றி அறியாமல், உணராமல் இருக்கிறார்கள். இந்நிலையில், இது பற்றியெல்லாம் நாம் சிந்திக்க வேண்டும். சிந்தித்து இந்த வரலாற்றை மக்கள் மத்தியில் கொண்டு செல்ல எதிர்காலத் தலைமுறைக்கு ஊட்ட வழிவகைகளைக் காண வேண்டும். இதற்கான ஆலோசனைகளையும் நாம் முன் வைக்க வேண்டும்.

முதலாவதாக, தமிழர்களாய் உள்ள நாம் நம் வரலாற்றைக் கற்க, தெரிந்துகொள்ள வேண்டும்.

அடுத்து, தமிழக உரிமைப் போராட்டங்களை, போராளிகள் மற்றும் மொழிப்போர் ஈகிகளின் வரலாற்றைப் பாடப் புத்தகங்களில் அரசு பாடமாக வைக்கக் கோர வேண்டும். இவ்வுரிமைப் போராளிகள், மொழிப் போர் ஈகிகளின் நினைவு நாளை ஆண்டுதோறும் அரசு கொண்டாட வற்புறுத்த வேண்டும். மொழிப்போர் ஈகிகள் உள்ளிட்ட தமிழக உரிமைப் போராளிகள் அனைவருக்கும், தமிழக அளவில் நினைவுச் சின்னங்கள் எழுப்பக் கோர வேண்டும். நாமே நிறுவவும் வேண்டும். இதுபற்றி வாய் பேசாது, மௌனம் சாதிக்கும் சுயநலவாத அரசியல் கட்சிகளை மக்களிடம் அம்பலப்படுத்த வேண்டும்.

மேல்நிலையாக்க நோய்

எந்தச் சமூகத்திலும் சாதாரண நடுத்தட்டு, கீழ்த்தட்டுப் பிரிவினரிடம் தங்களை மேல்தட்டுப் பிரிவினராக ஆக்கிக்கொள்ளும் முயற்சியும் மனோபாவமும் இயல்பாக இருந்து வருகிறது. அதாவது, தாங்கள் தங்கள் இருப்பைப் பட்டவர்த்தனமாக அறிவித்து அதன் மேம்பாட்டிற்கும் உரிமைக்கும் குரல் கொடுத்துப் போராடி மேலெழுவதற்குப் பதிலாக, தங்கள் இருப்பைத் தாழ்வாகக் கருதி, கூச்சப்பட்டு அதை ஒளித்து மறைத்துத் தம்மை மேல்தட்டுப் பிரிவினரோடு அடையாளப்படுத்திக் காட்டிக்கொள்ளும் ஒரு சமூக உளவியல் போக்கு இது.

ஏழ்மையிலும் வறுமையிலும் உழன்று இட ஒதுக்கீட்டில் படித்து, முன்னேறி நல்ல பணி வாய்ப்புப் பெற்ற ஒருவர், தன் பழைய இருப்பை அது சார்ந்த மக்களை மறந்து அல்லது மறைத்து மேல் தட்டுப் பிரிவினராக அதாவது, தான் தோன்றியதே இந்தப் பிரிவில்தான் என்பதேபோல

தன்னைக் காட்டிக்கொள்ளும் முயற்சியில் பலரும் ஈடுபட்டு வருவதை நோக்க இதைப் புரிந்துகொள்ளலாம்.

தன்னைத் தாழ்வாகவும், மற்றவரை உயர்வாகவும் கருதும் இப் போக்குதான் தான் சார்ந்த அனைத்தையும் மட்டமாகவும் மற்றதை மேன்மையானதாகவும் கருத வைத்து, கற்பிதமான அந்த மேட்டிமையோடு தன்னை அடையாளப்படுத்திக்கொள்ள சாதாரண மனிதனைத் தூண்டுகிறது.

சாதாரணப் பேச்சு, உணவுப் பழக்க வழக்கங்கள், நிறங்கள், மற்ற நடைமுறைகள் உள்ளிட்டு எல்லாவற்றிலும் இந்த உயர்வு தாழ்வு கற்பிக்கப்படுவதைக் காணலாம். எடுத்துக்காட்டாக, ஆங்கிலத்தில் பேசினால், ஆங்கிலத்தில் படித்தால் உயர்ந்தவர். புலால் உணவு உண்பது சற்று மட்டம். புலால் உணவிலேயே ஆட்டுக்கறி, கோழிக்கறி உயர்வு, மாட்டுக்கறி சாப்பிடுவது மட்டம். இட்லி, தோசை, பூரி, சப்பாத்தி, பருப்பு சாம்பார் பெருமை. கூழ், கஞ்சி, பழைய சோறு, கருவாட்டுக் குழம்பு மட்டம். மனிதத் தோல் நிறங்களை எடுத்துக்கொண்டாலும் சிகப்பாய் இருப்பது உயர்வு, கருப்பாய் இருப்பது மட்டம். பால் வேறுபாடுகளானால் ஆணாயிருப்பது பெருமை, பெண்ணாயிருப்பது சிறுமை. சாதியக் கட்டமைப்பில் மேல் சாதியானால் உயர்ந்தவர், பிற்படுத்தப்பட்ட ஒடுக்கப்பட்ட சாதியானால் தாழ்ந்தவர் என ஒவ்வொன்றிலும் உயர்வு தாழ்வு கற்பிக்கப்படுகிறது.

இதில் எது தாழ்வாகக் கருதப்படுகிறதோ அதுவும் உயர்ந்த அளவுக்குக் கருதப்பட செய்யும் சமத்துவத்திற்காகப் போராடாமல் அதற்கான கருத்தாக்கத்தை உருவாக்க முயலாமல் எல்லாரோடும் சேர்ந்து நாமும் தாழ்வு என்று கருதப்படுவதை அல்லது கட்டமைக்கப்பட்டதைத் தாழ்வாகக் கருதுவோமானால் தமிழர்களாகிய நாம் எந்த நாளிலும் முன்னேற முடியாது, விடுதலை பெற முடியாது. காரணம், இந்த உயர்வு தாழ்வுக் கருத்தாக்கங்களுக்கு ஒரு வரலாறு உண்டு, அதன் கட்டமைப்பிற்குச் சில பின்னணிகளும் உண்டு.

எடுத்துக்காட்டாக, வெள்ளையர்கள், உலகம் முழுமையும் படையெடுத்து வெற்றி கொண்டு கருப்பர்களை அடக்கியாண்டதால் வெள்ளைத் தோல் உயர்வாகவும் கருப்பு நிறம் தாழ்வாகவும் கருதப்படுகிறது. ஆங்கிலேயரும் ஆரியரும் பிற மொழி பேசுவோரை அடக்கியாண்டதால் ஆங்கிலமும் வடமொழியும் உயர்வாகவும் மற்ற மொழிகள் தாழ்வாகவும் கருதும் நிலை ஏற்பட்டது.

சாதியக் கட்டமைப்பில் உயர் சாதியினர் காய்கறி உணவை மட்டுமே உண்டு, பிற்படுத்தப்பட்ட ஒடுக்கப்பட்ட மக்கள் புலால் உணவையும் உண்டதால் உணவுப் பழக்கத்திலும் இந்த ஏற்றத்தாழ்வு கற்பிக்கப்பட்டது.

இவ்வாறே பிற எல்லாமும். இதுவே வரலாறு வேறு விதமாக நிகழ்ந்திருந்தால், இந்த உயர்வு தாழ்வு பற்றிய கருத்தாக்கங்களும் வேறு விதமாக ஆகியிருக்கும். ஆகவே இதையெல்லாம் கவனத்தில்கொண்டு நாம் இந்த உயர்வு தாழ்வுக் கருத்தாக்கத்தைப் புறக்கணிக்கவேண்டும், நிராகரிக்கவேண்டும். அதே வேளை இக்கருத்தாக்கங்கள் அனைத்தும் கட்டமைக்கப்பட்டவைதானே தவிர இவற்றுக்குள் எந்த அறிவியல் அடிப்படையும் இல்லை என்பதையும் புரிந்துகொள்ள வேண்டும்; மற்றவர்களுக்கும் புரிய வைக்கவேண்டும். இந்தப் புரிதலில் காலம் காலமாகக் கட்டமைக்கப்பட்ட இந்த கருத்தாக்கங்களைத் தகர்க்க நாம் முயல வேண்டுமேயல்லாது அதற்குப் பலியாகிப் போய் அதில் நாமும் ஓர் அங்கமாக ஆகிவிடக் கூடாது.

எனவே, எல்லாவற்றிலும் சமத்துவத்தை நிலைநாட்டுவதற்கான போராட்டத்தில் நாம் ஈடுபட வேண்டும். அதற்காகக் குரல் கொடுத்து அப்படிப்பட்ட கருத்தாக்கத்தை உருவாக்கப் பாடுபட வேண்டும். இதற்கு முதலில் நம்மிடமுள்ள தாழ்வு மனப்பான்மையையும் மேல்நிலையாக்க உணர்வையும் உதறவேண்டும். நாம் யாராக, எப்படியாக இருக்கிறோமோ அப்படியே, அந்த அடையாளத்தோடே இருக்கப் பழக வேண்டும். அப்படிப்பட்ட இருப்பையே பகிரங்கமாக, பெருமையாக அறிவித்துக்கொள்ள வேண்டும்.

'நான் தமிழன். ஆகவே தமிழ் வழியிலேயேதான் படிப்பேன். தமிழிலேயேதான் பேசுவேன். ஆங்கிலம் தெரியவில்லை என்பதோ, பேசவில்லை என்பதோ எனக்கு இழுக்கு அல்ல. நான் ஏழை, கிராமத்தான். ஆகவே என் வீட்டில் கூழுதான் குடிக்கிறேன், பழையதுதான் சாப்பிட்டேன், நேற்று இரவு எங்கள் வீட்டில் கருவாட்டுக் குழம்புதான் வைத்தார்கள். எங்கள் வீட்டில் நான் உள்பட எல்லோரும் கருப்புதான். என் குழந்தைகளும் கருப்புதான், நாங்கள் மாட்டுக்கறி உள்ளிட்டு எல்லாக் கவிச்சியுமே சாப்பிடுவோம்' என்றெல்லாம் தயக்கமின்றிக் கூறத் துணியவேண்டும்.

உணவு என்றால் எல்லாம் உணவுதான். இதில் என்ன உயர்வு, மட்டம்? நிறம் என்றால் எல்லாம் நிறம்தான், மொழி என்றால் எல்லாம் மொழிதான். இதிலெல்லாம் என்ன மேன்மை, கீழ்மை? எதுவானாலும் ஒவ்வொன்றிலும் சில சிறப்புகள் இருக்கும், சிறப்பின்மையும் இருக்கும். இப்படிப்பட்ட சிறப்பு சிறப்பின்மையோடுதான் எல்லாவற்றையும் ஏற்றுக்கொள்கிறோம். மதிக்கிறோம், மதிக்கவும் வேண்டும். அதைவிட்டுப்

பொத்தாம் பொதுவில் இதில் உயர்வு தாழ்வு கற்பிக்க என்ன இருக்கிறது என்பதைத் தெளிவுபடுத்தி எல்லாவற்றையும் சமத்துவ அடிப்படையில் நோக்கப் பயிற்றுவிக்கவேண்டும்.

இந்தப் புரிதலில் தமிழர்களாயிருக்கிற நாம், தமிழர்களாயிருப்பதற்குப் பெருமைப்பட்டு அது சார்ந்த அடையாளங்களை, பண்பாட்டைப் பழக்க வழக்கங்களை, 'இதுதான் நாங்கள், நாங்கள் இப்படித்தான் இருப்போம். இதுதான் எங்கள் அடையாளம்' என்று பகிரங்கப்படுத்திக்கொண்டு இந்த அடிப்படையில் நம் அடையாளத்தைக் காக்க மற்ற அடையாளங்களோடு அவற்றைச் சமத்துவப்படுத்த முயல வேண்டும்.

தமிழ்த்தேச மக்களாகிய, தமிழர்களாகிய நமது விடுதலை நாம் நம் அடையாளத்தைப் பற்றி நின்று அதை உயர்த்திப் பிடித்து, அதன் உரிமைக்காகப் போராடுவதில்தான் அடங்கி இருக்கிறதே தவிர, மாறாக வேறு ஓர் அடையாளத்தை, மாற்று அடையாளத்தை ஏந்துவதிலோ அதற்குப் பலியாவதிலோ அல்ல. இது நமது அடிமைத்தனத்திற்குத்தான் வழி வகுக்குமேயல்லாது விடுதலைக்கு வழிகோலாது என்பதையும் நாம் தெரிந்துகொள்ள வேண்டும். தெளிவு பெற வேண்டும்.

ஏன் வேண்டும் தமிழ்த்தேசியம்?

தெய்வத்திரு.**கோவை ஞானி**
எழுத்தாளர், இலக்கியத் திறனாய்வாளர்

வரலாற்றின் கட்டாயம் தேசிய இன விடுதலைப் போராட்டம்

ஒரு தேசிய இனம் என்ற முறையில் தனக்கென ஒரு நாடு அமைத்துக் கொள்ளும் உரிமை கொண்டது தமிழ்த்தேசிய இனம். உலக அளவில் பல்வேறு தேசிய இனங்கள் தமக்கென நாடு அமைத்துக்கொண்டதையும், இத்தகைய போராட்டங்கள் இன்னும் ஓய்வதாக இல்லை என்பதையும் உலகில் நாம் தொடர்ந்து பார்த்து வருகிறோம். சோவியத் ஒன்றியத்தில் பல தேசிய இனங்கள் ஒன்றியம் என்ற அமைப்பின் கீழ் வாழ இயலாத சூழல் ஏற்பட்டபோது பல்வேறு தனி நாடுகளாகப் பிரிந்தது, அண்மைக்கால வரலாறு. இன்றும் கூட இரஷ்யாவில் இருந்து பிரிந்து தனக்கென ஒரு நாடு அமைத்துக்கொள்ளும் முறையில் செசனியா போராடி வெற்றி கண்டது. பாலத்தீனம் தனக்கென ஒரு நாட்டை உருவாக்கிக்கொள்ள இன்னும் போராடி வருகிறது.

பாகிஸ்தானிலிருந்து பிரிந்து செல்ல பலுசிஸ்தான் போராடுகிறது. ஸ்பெயின், கனடா முதலிய தேசங்களின் உள்ளும் இத்தகைய போராட்டங்கள் நடக்கின்றன. சீனாவிலிருந்து பிரிந்து செல்லும் நோக்கத்துடன் திபெத்திய மக்கள் போராடுகிறார்கள். பெருந் தேசத்தினுள் வன்முறையில் இணைக்கப்பட்ட நிலையில் தமக்கான மொழி உரிமை, பொருளியல் உரிமை முதலியவற்றைப் பெறுவதற்காக இத்தகைய போராட்டங்கள் நடைபெறுவதற்கான தேவையை நாம் ஏற்க முடியும். இந்தியாவினுள்ளும் இத்தகைய இயக்கங்கள் இருக்கத்தான் செய்கின்றன. உத்திரப்பிரதேசம் என்ற பெரும் நிலப்பரப்பிலிருந்து உத்ரகண்ட் பிரிந்ததை நாம் பார்த்தோம் ஆந்திராவிலிருந்து தெலுங்கானா தன்னைப் பிரித்துக் கொண்டது. தனி நாட்டுக்கான கோரிக்கையாக இவை இல்லை என்ற

போதிலும் தனி மாநிலத்திற்கான கோரிக்கையாக இருப்பதையும் நாம் புரிந்துகொள்ளலாம். ஒரு தேசத்தினுள் அல்லது ஒரு மாநிலத்தினுள்ளும் பெருந்தொகையினரால் சிறுபான்மை மக்கள் ஒடுக்கப்படுவதை மக்களால் ஏற்க முடியாது. இலங்கையினுள்ளும் தமிழீழம் தனக்கான உரிமைகளுக்காகத் தொடர்ந்து போராடிதையும் நாம் பார்த்தோம்.

இத்தகைய போராட்டங்கள் வரலாற்றின் சூழலின் நிர்பந்தங்களாகத் தொடர்ந்து நடைபெறுகின்றன. இந்தியாவின் உள்ளும் தமிழ்த்தேசிய இனம் மட்டுமல்லாமல் வேறு சில தேசிய இனங்களும் தனக்கெனத் தனிநாடு அமைத்துக்கொள்ள இயலவில்லை என்றாலும் குறைந்த அளவுக்கேனும் தன்னுரிமை பெறுவதற்கான நியாயத்தை யாரும் மறுக்க முடியாது. இந்தியாவில் கூட்டாட்சி என்ற முறையில் அரசியல் அமைப்புமுறை ஏற்பட்டிருக்குமானால் தமிழ்த்தேசிய இனமும் தன்னுரிமையைப் பெற்றிருக்க முடியும். இதற்கான வாய்ப்பு, இந்தியாவில் ஏற்படவில்லை என்பது ஒரு வருத்தம் தரக்கூடிய நிகழ்வு அன்றி வேறில்லை. கூட்டாட்சி என்ற அடிப்படையில்தான் இந்திய மக்கள் தம் மொழி உரிமை, பண்பாட்டு உரிமை, நிலவுரிமை, ஒவ்வொரு இனமும் தனக்கு வரலாற்று முறையில் அமைந்த தனித்தன்மை முதலியவற்றைப் பேணி வளர்க்க முடியும். இத்தகைய உரிமைகளைச் சிறப்பாகப் பெற்ற முறையில்தான் இன்னொரு தேசிய இனத்தோடு முரண்படுவதற்கும் மோதுவதற்கும் தேவையில்லாத நிலையில் தேச ஒருமைப் பாட்டைச் சிறப்பாகப் பேண முடியும். இதற்கான வாய்ப்புகளை இந்திய தேசம் தவறவிட்டது. இந்தியாவின் பல்வேறு பகுதிகளில் பல காலங்களிலும் இத்தகைய தேவை காரணமாக எழுந்த இயக்கங்களும் கடுமையாக ஒடுக்கப்பட்டன. இதன் விளைவுகள் சோகமயமானவை. இந்திய நிலப்பரப்பில் வாழும் எந்தத் தேசிய இனமும் இன்று நிம்மதியாக இல்லை.

அடையாளங்களைத் தொலைத்துக்கொண்டிருக்கிறது.
தமிழ்த்தேசிய இனம் இன்று

தமிழ்த்தேசிய இனத்தின் தன்னுரிமைக்கான இயக்கங்கள் குறைந்த அளவுக்கேனும் இன்றளவும் இருக்கத்தான் செய்கின்றன. தன்னுரிமைக்கான குரல் என்பதுகூட தனி நாட்டுக்கான கோரிக்கை என்ற முறையில் ஒடுக்கப்படுவதையும் நாம் பார்க்கிறோம்.

தமிழ்நாட்டில் தமிழை ஆட்சி மொழியாக, வழிபாட்டு மொழியாக, பொறியியல், மருத்துவம், ஆகிய கல்வித்துறையில் பயிற்று மொழியாக நம்மால் படைத்துக்கொள்ள இயலவில்லை. உயர்நீதி மன்றத்தில்

தமிழ்மொழி இடம் பெறுவதற்கான உரிமையை இந்திய அரசியல் சட்டம் ஏற்றுக்கொண்ட போதிலும் மைய அரசு இன்றுவரை மறுத்து வருவதைப் பார்க்கிறோம்.

காவிரி, பாலாறு, முல்லைப் பெரியாறு முதலிய ஆறுகளிலிருந்து தமிழ்நாட்டுக்கான நீர்த்தேவையை பெறும் முறையில் நமக்கென நியாயங்கள் இருந்தபோதிலும், இத்தகைய நியாயங்களை உச்ச நீதிமன்றமே ஏற்றுக் கொண்டாலும் இவற்றை நம்மால் செயல்படுத்த இயலவில்லை. மைய அரசு தமிழ்நாட்டோடு ஒத்த உணர்வோடு செயல்படுவதாக இல்லை. கட்சி அரசியல் எல்லாவற்றையும் நாசமாக்கி வருகிறது. தேசத் தலைவர்களுக்கு இந்தியா ஒரு தேசமாக இருக்கத்தான் வேண்டும் என்பதில் அக்கறை இல்லை.

ஒரு மாநிலத்தின் நலன்களை முதன்மைப்படுத்தி பிற மாநிலங்களின் நலன்களைப் பறிக்கத்தான் வேண்டும் என்ற உணர்வை நாம் ஏற்க வேண்டியதில்லை. அரசியல் அமைப்புச் சட்டத்தை அவமதிக்கிற போக்குத்தான் தொடர்ந்து அதிகரித்து வருகிறது. தேசம் ஒருமைப்பட்டிருக்க வேண்டும் என்பதற்கான நியாயங்கள் நாளுக்கு நாள் குறைந்து வருகின்றன.

மொழிவாரி மாநிலம் என்ற முறையில் தமிழ்நாடு பிரிந்தபோது எல்லைப்பகுதிகளில் எத்தனையோ பகுதிகளைத் தமிழ்நாடு இழக்க வேண்டியிருந்தது. தமிழ் நாட்டில் தமிழைத் தாய்மொழியாகக் கொண்ட தமிழ் மக்களுக்குத்தான் முதன்மை என்பது கைவிடப்பட்டது. தெலுங்கு, கன்னடம், மலையாளம், ஆகிய மொழிகளைத் தாய்மொழியாகக் கொண்டவர்களை தமிழ்நாட்டிலிருந்து வெளியேற்ற வேண்டும் என்ற எண்ணம் நமக்கு அன்றும் இருக்கவில்ல; இன்றும் இல்லை. ஆனால் இத்தகையவர் தமிழ்நாட்டின் அரசுத்துறைகளில், பொருளியல் துறைகளில், கல்வித்துறையில் ஆதிக்கம் பெறுவதன் மூலம் அசலான தமிழ் மக்களின் வாழ்வுரிமைகள் தொடர்ந்து அழிக்கப்படுவதை நம்மால் ஏற்பதற்கில்லை. தெலுங்கு முதலிய மொழிகளைத் தாய்மொழியாக கொண்டவர்கள் தமிழகத்தில் குடியேறி சில நூற்றாண்டுகள் கழிந்த நிலையிலும் இன்றைக்கும் அவர்களில் ஒரு பகுதியினர் தாம் தமிழர் என்ற உணர்வைப் பெறுவதற்கு மாறாக, தெலுங்கர் தாம் என்ற நிலையிலே ஊன்றி இருப்பதோடு சில சமயம் தமிழ் மக்களின் நலன்களுக்கும் எதிராகச் செயல்படுகின்றனர். கல்வி நிறுவனங்கள் பலவற்றை நிறுவியிருக்கும் அவர்கள் தமிழ் பயிற்று மொழி ஆவதை ஏற்பதில்லை. ஆங்கிலத்தையே வெறித்தனமாக செயல்படுத்துகின்றனர். கர்நாடகத்தில் தமிழருக்கு எதிரான போராட்டங்கள் நடைபெறுகிறபோது இங்குள்ள கன்னட

மொழி பேசுகின்றவர் வாய் மூடி இருக்கின்றனர். காவிரிச் சிக்கலில் தமிழ் நாட்டுக்கு ஆதரவாக அவர்கள் குரல் கொடுப்பதில்லை. முல்லைப் பெரியாறு சிக்கலின் போதும் தமிழ்நாட்டில் வாழும் மலையாளிகள் தமிழ் மக்களின் நியாயங்களை ஏற்பதில்லை. தென்னகத்தின் நதிகளை இணைக்கும் முறையிலான முயற்சிக்கும் இவர்கள் ஆதரவாக இல்லை.

இவை ஒருபுறம் இருக்க, அண்மைக் காலத்தில் தமிழ் நிலத்திற்குத் தீங்கு பயக்கும் நிகழ்வுகள் பல தொடர்ச்சியாக நடைபெறுகின்றன. வடவர் மட்டும் அல்லாமல் அந்நியத் தேசத்தாரும் தமிழகத்தின் நலன்களை அபகரிக்கும் முறையில் தமிழகத்திற்குள் வந்துள்ளனர். தமிழக அரசும் இவர்களின் செயல்களுக்குப் பேராதரவு நல்குகிறது. தமிழ் மக்களின் பொருளியல் நலன்களை அவர்கள் சுரண்டுகிறார்கள். நிலம், நீர் முதலிய அனைத்தும் அவர்களுக்கு உரிமைபடுத்தப்படுகின்றன. மேற்கத்தியர் மற்றும் வடக்கத்தியர் குடியேற்றம் தம் தேவைகளை முழு அளவில் நிறைவு செய்து கொள்ளும் வகையில் இங்கு எல்லாமே அவர்களுக்கு விட்டுக் கொடுக்கப்படுகின்றன. அவர்கள் எதையும் செய்யலாம். எங்கும் வாழலாம். எப்படியும் வாழலாம். நிலம் வாங்கலாம். தொழில் நிறுவனங்கள் ஏற்படுத்தலாம். தம் மக்களை இங்கு வரவழைத்துக் கொள்ளலாம். தமிழர் எல்லாவற்றையும் விட்டுக் கொடுப்பதோடு, பார்த்துக்கொண்டு அவமானப்பட்டுக் கொண்டிருக்க வேண்டும். அரசு அவர்களுக்கு ஆதரவாகச் செயல்படுகிறது.

தமிழ்த் தேசம் தன் அடையாளத்தை இழந்து வருகிறது. கல்வி நிலையங்களில் தமிழுக்கு முதலிடம் இல்லை. தமிழ் இலக்கியங்கள் இங்குப் பயிற்றுவிக்கப்படுவதில்லை. தமிழ் வரலாற்றோடு தமிழ் மக்கள் இல்லை. தமிழ் மக்களும் இங்கு மெல்ல மெல்ல அந்நியராகின்றனர். அந்நியருக்கு அடிமைப்படுகின்றனர். நாம் தமிழர் என்ற உணர்வு தொடர்ந்து அழிந்து வருகிறது. திரைப்படங்கள், தொலைக்காட்சிகள் இப்போக்கை விரைவுபடுத்துகின்றன.

தமிழ்நாட்டில் நடைபெறும் அரசியலைத் தமிழருக்கான அரசியல் என்று சொல்ல முடியாது. தமிழ்த்தேசியத்திற்கு எதிரான அரசியல்தான் இங்கு ஆதிக்கத்தில் இருக்கிறது. இந்தியத் தேசியம் என்பதுதான் இங்குப் பேசப்படுகிறது. இப்படிப் பேசுபவர்களுக்கும் இந்தியத் தேசம் என்பதில் அக்கறை இல்லை. இவர்களில் பலரும் இந்திய தேசிய நலன்களை விட்டுக் கொடுப்பவர்கள்தான். பெயரளவுக்குப் பேசுவது இந்தியத் தேசியம். இந்தியத் தேசியம் என்று பேசுபவர்களில் ஒரு பகுதியினர் இந்துத்துவவாதிகள். இவர்களுக்கு இந்துமதம் வேண்டும், ஆதிக்கம்

வேண்டும். முதலாளியம் முதலிய ஆதிக்கங்கள் அனைத்தும் வேண்டும். இவர்களுக்குத் தமிழ் உணர்வு இல்லை; தமிழ் மக்களின் நலனைக் காப்பதில் அக்கறை இல்லை.

எல்லாவற்றையும் தொகுத்துப் பார்க்கும்போது இந்தியாவில், இந்திய நாகரிகத்திற்கே அடிப்படைகள் பலவற்றை இட்டவர்களும், இந்தியாவின் தொன்மை, மேன்மை, கலை இலக்கிய வளம், அறிவியல் மெய்யியல், பண்பாடு, வாழ்வியல் முதலிய அனைத்தையும் படைத்தவர்களுமாகிய தமிழர்கள் இன்றைய வரலாற்றுச் சூழலில் தமக்கான முகம் இழந்து, தேசம் இழந்து மொழி முதலிய அனைத்து உரிமைகளையும் இழந்து அந்நியரின் ஆதிக்கத்திற்கு இடம் கொடுத்து தமிழ்நாட்டு அரசியல்வாதிகளிடமும் அடிமைபட்டு, தாம் ஒரு தேசிய இனம் என்பதைக்கூட உரத்துச்சொல்ல வலு இல்லாமல் வெற்று உயிர் வாழ்க்கையைத் தக்க வைத்துக் கொள்வதற்காக, வள்ளுவர். இளங்கோ முதலியவர்களின் வாரிசுகள் என்பதை மறந்து வாழ வேண்டியவர்களாக இருக்கிறோம். இந்நிலையில்தான் நம்மை உயிர்ப்பித்துக்கொள்வதற்காகத் தமிழ் உணர்வோடு இன்னும் வாழ்ந்து கொண்டிருக்கிற பலரோடு நம்மை இணைத்துக்கொள்வதற்காக, இயக்கம் காண்பதற்காக, எழுச்சி கொள்வதற்காகத் தமிழ்த்தேசியம், தன்னுரிமை என்ற முழக்கத்தை இன்று எழுப்புகிறோம். நமக்கு ஒரு தேசம் வேண்டும். வாழும் உரிமை வேண்டும். இந்திய தேசத்தோடு இணைந்து வாழ்வதற்காகத் தன்னுரிமை என்ற முழக்கத்தை எழுப்புகிறோம்.

தமிழ்நாட்டில் எத்தனை கட்சிகள், எந்த அளவுக்கு இன உணர்வு?

தமிழ்நாட்டில் தமிழ் உணர்வாளர்கள் என்று அறியப்படுபவர்களில் பெரும்பான்மையினருக்குள் தமிழ்த்தேசியம் என்ற உணர்வு இடம் பெற்று வருகிறது. தமிழ்த்தேசியம் பற்றித் தேவையான அளவுக்குப் புரிதலும் தெளிவும் உறுதியும் இவர்களுக்குள் எந்த அளவுக்கு இருக்கின்றன என்பது பற்றி உறுதியாகச் சொல்வதற்கில்லை. தமிழ்த்தேசியம் என்பது குறைந்த அளவுக்கேனும் ஓர் அரசியல் வடிவம் பெற்றுள்ளது.

இந்தியத் துணைக் கண்டத்தோடு தமக்கு என்ன உறவு என்பது பற்றி இவர்களுக்குள் குறைந்த அளவுக்கேனும் கருத்து வேறுபாடு உண்டு. இந்தியாவில் இருந்து நம்மைப் பிரித்துக் கொள்ளத்தான் வேண்டும் என்ற உணர்வு முன்பு கூடுதலாக இருந்து, இன்று அந்த உணர்வு குறைந்துள்ளது. பிரித்துக்கொள்ள வேண்டும், நமக்கு விடுதலை வேண்டும் என்ற உணர்வோடு முன்பு போராடிய ஒரு சிலரும் கடுமையாக ஒடுக்கப்பட்டனர்.

இந்தியத் துணைக் கண்டத்திலிருந்து நம்மைத் துண்டித்துக் கொள்வதென்றால் மாபெரும் ஆயுதப் போராட்டத்தில் ஈடுபட்டு ஆகவேண்டும்.

இத்தகைய போரில் இலட்சம் பேர்களையாவது நாம் இழக்க நேரிடும். இன்றைய நிலையில் இது சாத்தியமில்லை. இதற்கான அரசியல் இயக்கமும் இப்பொழுது இல்லை. ஆயுதப் போராட்டம் என்ற முறையில் இயக்கம் வலுப்பெறுவதற்கு முன்தேவைகள் என்று பல இருக்கின்றன. இதற்கான தயாரிப்புப் பணிகள் என்ற முறையிலும் இன்று எவருக்கும் ஈடுபாடு இல்லை.

இந்தியாவிற்குள்ளேயே நாம் இருக்க முடியும். இந்திய அரசியலமைப்புச் சட்டத்தை நம் தேவைக்கு ஒத்த முறையில் திருத்தம் செய்வதற்கான இயக்கம் நமக்குள் உறுதிப்படவேண்டும். ஒரு கூட்டாட்சி என்ற அமைப்பினுள் தன்னுரிமை பெறுவதற்காக நாம் போராட வேண்டும். தன்னுரிமை என்றவுடன் அது பிரிவினையாகத் தான் இருக்கவேண்டும் என்பது கட்டாயமில்லை. இந்திய அரசியலமைப்பு ஒரு கூட்டமைப்பாக இருந்தாகவேண்டும் என்ற முறையில் நமக்குள் சிந்தனைத் தெளிவு தேவை.

சுருக்கமாகச் சொன்னால், தமிழர் என்ற தேசிய இனத்திற்கு மட்டுமல்லாமல் இந்தியாவில் உள்ள அனைத்துத் தேசிய இனங்களுக்கும் அவரவர்க்கு என இறையாண்மை வேண்டும். ஒவ்வொன்றும் தனி அரசுகள் என்பது உறுதிப்படவேண்டும். இந்த அரசுகள் விட்டுக் கொடுக்கிற அதிகாரங்கள் மட்டும் மைய அரசுக்குரியவை இப்படித் தொடங்கி எவ்வளவோ சொல்ல வேண்டும்.

ஒவ்வோர் அரசும் தனக்கென எல்லை, பொருளியல் திட்டம் தனது மொழிக்கு முதன்மை, மற்ற அரசுகளோடு சமத்துவமான உறவு, நதிநீர்ப் பங்கீட்டில் சமத்துவம், இந்தியாவின் பிற அரசுகளிலிருந்து இங்கு வந்து தொழில் செய்பவர் வாழ்பவர் ஆகியவர்களுக்கான வரையறுக்கப்பட்ட குடியுரிமை, அந்நியத் தேசங்களோடு மைய அரசின் மூலம் உறவு கொள்வதற்கான உரிமை, இந்தியாவிற்குள் ஓர் அரசு இன்னோர் அரசை (அ) அந்த அரசின் எல்லைக்குள் வாழும் மக்களை எந்த வகையிலும் ஆதிக்கம் செய்வதற்கில்லை என்ற உணர்வு, ஓர் அரசின் சட்டமன்றம் முதலிய அதிகார நிறுவனங்களின் தலைமையில் உள்ளவரைத் தேர்ந்தெடுக்கும் முறை இப்படி விரிந்த அளவில் உறவுகள், உரிமைகள் ஆகியவற்றை அரசுகள் அனைத்தும் இணைந்து தீர்மானிக்க முடியும்.

இராணுவம் முதலிய அமைப்புகள் குறித்தும் நமக்குள் தெளிவு தேவை. இத்தகைய விரிவான விவாதங்கள் தமிழர்களாகிய நமக்குள் தொடங்க வேண்டும். இன்றுள்ள இந்திய அரசியல் அமைப்புச் சட்டம் குறித்தும் இதன் உருவாக்கத்தில் என்ன என்ன சிக்கல்கள் இருந்தன, இவற்றை எவ்வாறு அன்று தீர்க்க முயன்றனர், இன்று வரை தீர்க்க இயலாத சிக்கல்கள் எவை என்றும் நாம் ஆராய்வதோடு இந்த அரசியல் அமைப்புச் சட்டம் கடந்த 75 ஆண்டுகளாக எவ்வாறு செயல்பட்டது, உள்ளிருந்தே இந்த அரசியல் அமைப்பை எவ்வாறெல்லாம் திருத்தம் செய்தனர், சீர்குலைத்தனர், எத்தகைய அரசியல் சக்திகள் இவற்றைச் செய்தன என்பது குறித்தும், இந்த அரசியல் அமைப்புச் சட்டம் தனக்குள்ளேயே எத்தகைய கொடுங்கோன்மைகளைச் செய்வதற்கான கூறுகளைக் கொண்டுள்ளன என்பது பற்றியும் நமக்கு ஆய்வுகள் தேவை.

கூட்டாட்சி என்பது உண்மையாகச் செயல்படுவது என்றால் நாளடைவில் எல்லா நிறுவனங்களுக்குள்ளும் சமத்துவத்தை ஏற்படுத்தும் முறையில் செயல்பட, இறுதியில் சமதர்மத்திற்கான நெறிகளை நோக்கி இவை இயங்குவதாக இருக்க வேண்டும். தமிழ்த்தேசியம் என்ற அரசியல் உணர்வுகொண்டவர் இத்தகைய ஆய்வுகளைத் தமக்குள் விரிவாகத் தொடங்கத்தான் வேண்டும்.

தமிழ்த்தேசியம் என்ற உணர்வு கொண்டவர்கள் மத்தியில் இயக்கங்கள் எனவும், அமைப்புகள் எனவும் இன்று பரவலாகச் செயல்படுகின்றன. இன்றுள்ள நிலையில் தமிழ்த்தேசியம் என்பது இயக்கம் என்ற வடிவில்தான் இருக்க முடியும். இன்றுள்ள நிலவரங்களை வைத்துப் பார்க்கும்போது தமிழ்த்தேசியம் ஓர் அரசியல் கட்சி என்ற வடிவத்தில் இயங்க முடியாது என்பதில் நமக்கு தெளிவு இருக்கிறது. அரசியல் கட்சி என்றால் தேர்தலில் இடம்பெறவேண்டும். தேர்தலுக்குச் செல்வதென்றால் இன்று உள்ள அரசியல் அமைப்புச் சட்டத்தை ஏற்றுக்கொள்வதாக உறுதி அளிக்க வேண்டும். சட்டமன்றம், நாடாளுமன்றம் ஆகியவற்றில் இடம் பெறுவது என்றால் பிற அரசியல் கட்சியோடு கூட்டணி, தேர்தல் பெருஞ்செலவு என்று தொடங்கினால், ஒன்றை அடுத்து இன்னொன்றாக எத்தனையோ ஊழலுக்கு நாம் வசப்பட வேண்டும். இப்படிச் செய்வதென்றால், நமக்குள்ளும் முதலாளிய உணர்வு, ஆதிக்க உணர்வும் வந்தாக வேண்டும். மக்களோடு, தோழர்களோடு நமக்குள்ள சமத்துவ உணர்வை நமக்குள் நாமே அழித்துக்கொள்ள வேண்டும்.

கூட்டணிக்கட்சித் தலைவர்களையும் கொண்டாட வேண்டும். தலைவருக்குப் பெருமைகள் கற்பிக்க வேண்டும். அவருக்கு நாம் பணிந்து

நடந்து கொள்ள வேண்டும். நம்மைவிட தலைவர் அறிவாண்மை நிறைந்தவர், செயல்திறம் உடையவர் என்றெல்லாம் நாம் நம்ப வேண்டும். இவை எல்லாம் நமக்குக் கட்டுபடியாகாது.

ஓர் இயக்கம் இப்படி உருவாகும்பொழுதே தன் அழிவுக்கான வித்துகளையும் உடன்கொண்டிருப்பதாகப் பொருள்படும். இந்தப் போக்கு நமக்கு வேண்டாம்.

மாறாக, இயக்கத் தலைவர் அறிவாண்மை, செயல்திறம் முதலியவற்றில் சிறந்தவராக இருந்தாக வேண்டும். இவற்றைத் தோரணைக்கோ தோழர்களை அதிகாரம் செய்வதற்கோ, ஏமாற்றுவதற்கோ அவர் பயன்படுத்துவார் என்றால் அவர் நல்ல தலைவராக இருக்க முடியாது. இயக்கமும் வளர்ச்சி பெறாது. தோழமை உணர்வுதான் தலைவர்களையும், ஊழியர்களையும் மேம்படுத்தும். அவ்வழியில் தமிழ்த்தேசிய இயக்கங்களும், கட்சிகளும் வலுப்பெறவேண்டும்; தமிழர்கள் இன உணர்வு பெறவேண்டும் அதுவே இன்றைய காலத்தின் கட்டாயத்தேவை.

வர்ணாசிரமத்தின் தோற்றுவாய் திராவிடமே!

தமிழ்த்திரு.**தமிழ் முகிலன்**
தலைவர், தமிழர் கழகம்

தேசியம் என்பது ஓர் இனத்தின் கூட்டு உளத்தியல்; உரிமையியல். வரலாற்றின் ஊடே உருவாகி ஒரு நிலையான குமுகமாக நிலைத்துவிட்ட ஒரு மக்கள் திரட்சி, ஒரு பொது மொழி, ஒரு தனிப் பொருளியல், தொடர்ச்சியான ஒரு நிலப்பரப்பு, ஒரு தனிப் பண்பாடும் பண்பாட்டு வரலாறும் மரபுகளும், தனி ஆட்சி அமைவதற்கான உறுப்புகளும் கூறுகளும். இந்நிலை இல்லாத போது தமக்கென இறைமையைப் பெறத்துடிக்கும் ஆர்வம், ஒரு தனிப் பண்பாட்டுக்கோ தேயத்திற்கோ நாட்டுக்கோ உரியவர்கள் தாங்கள் என்னும் அக நிலையும் தனித்தன்மையும் போன்றவற்றைக் கொண்டதே தேசியத்திற்கான இலக்கணம் என்பர்.

இவை அத்தனையும் கொண்டதாக இருப்பதே தமிழ்த்தேசியமாகும். ‘பதி எழுவறியா பழங்குடி’ என்ற சிறப்பைப் பெற்ற இனமாக இத்தமிழ்நிலத்தின் நிலையான குடிகளாக இருப்பவர்கள் தமிழர்கள். அத்தமிழர்கள் அரசுப் பிரிவுகளால் சேர, சோழ, பாண்டிய நாடுகளுக்குள் அடங்கி இருந்தாலும் பேசும் மொழியால் ஒரே இனமாகத் திரண்டவர்கள். எனவே ‘நும் நாடு எது என்றால் தமிழ்நாடு’ என்று பெருமிதமாகச் சொன்னவர்கள். ஐந்திணை ஆக்கங்களையும் தங்களுக்குள் பரிமாறிக்கொண்டவர்கள். குமுக மீத்தத்தை (இலாபத்தை) யவன நாடுகளுக்கு வணிகப் பொருளாக எடுத்துச் சென்றவர்கள்; செல்வம் ஈட்டியவர்கள். தனித்த பண்பாட்டிற்கு உரியவர்கள். அயல் பண்பாட்டுக் கூறுகளையும் படையெடுப்புகளையும் இன ஓர்மையுடன் தொடர்ந்து எதிர்த்துப் புறங்கண்டவர்கள். தம்முள் இடைக்காலத்தில் ஏற்பட்ட மெலிவுகளால் ஆட்சி அதிகாரத்தை இழந்த போதிலும் அதை மீட்டெடுக்கும் – இறைமை பெறத் துடிக்கும் துடிப்போடிருப்பவர்கள் தமிழர்கள். இந்தத் தமிழர்களின் கூட்டு உளத்தியலே – உரிமையியலே தமிழ்த்தேசியமாகும்.

அப்படி என்றால் ஈழத் தமிழர்களை என்னவென்று சொல்வது?

தமிழீழத் தமிழர்கள் என்றுதான் சொல்ல வேண்டும். ஆழக் கடல், ஒரு மொழி வைத்து உலகாண்ட நம் தமிழர்களை தொடர்ச்சியான நிலப்பரப்பு என்ற இலக்கணக் கூறைக் கூறு போட்டதால் இரு வேறு தேசிய இனங்களாக நாம் பிரிந்து கிடக்கின்றோம். தமிழீழத் தேசியம் என்ற ஒன்றை நிலவியல் நமக்குள் ஏற்படுத்தியுள்ளது. இருப்பினும், மொழியால் நாம் ஒன்றே எனும் உணர்வு இரு தேசிய இனங்களையும் பிணைத்துள்ளது. எதிர்காலத்தில் 'ஒரு தனிப் பண்பாட்டுக்கோ தேயத்திற்கோ நாட்டுக்கோ உரியவர்கள் தாங்கள் என்னும் அக நிலையும் தனித்தன்மையும்' இரு தேசிய இன மக்களுக்குள்ளும் ஏற்பட்டு ஓங்குமானால் ஒரே தேசிய இனமாக உருவாகவும் நேரலாம். ஆனால் இன்றைய நிலையில் தமிழீழத் தேசியமும், தமிழ்த்தேசியமும் வெவ்வேறானவையே.

நிலம் என்று சொல்லப்படும் போது இந்தியாவின் தென்னகப் பகுதியும் வட இந்தியாவும் பிரிந்து கிடக்கின்றன. தென்னகப் பகுதிகளைத், திராவிட நாடு என்றும், அத்திராவிட நாட்டு உளத்தியலை திராவிடத் தேசியம் என்றும் வகைப் படுத்தலாம்தானே என்று கேட்டால், முடியவே முடியாது.

தக்காணப் பீடபூமி என்ற இந்த நிலவியல் மராத்திய, கன்னட, ஆந்திர, கேரள, தமிழ்நாட்டை இணைத்த போதிலும் வேறு எந்த வகையிலும் இணைக்கவில்லை. பொது மொழி, பண்பாடு, இறைமை விழைவு ஆகிய எதையும் இது நிறைவு செய்யவில்லை என்பதை வரலாறு காட்டுகிறது. ஆங்கிலேயர் உருவாக்கிய சென்னை மாநிலத்தை எப்படியாவது திராவிட நாடாக மாற்றிவிட வேண்டும் என்று விழைந்த திராவிட இயக்கத்தினர் முயற்சி தொடக்கத்திலேயே தோற்றுப் போனது. திராவிட நாடு, திராவிடத் தேசியம் என்ற பொய்மான் வேட்டை தமிழ்நாட்டில் மட்டுமே செல்லுபடியானது. ஆந்திரத்திலோ, கன்னட நாட்டிலோ, கேரளத்திலோ அது எந்த அளவிலும் தாக்கத்தை ஏற்படுத்தவே இல்லை. இந்தத் திராவிடத் தேசியர்களின் தேச வரம்புக்குள் மராட்டிய மாநிலம் அடங்கவில்லை என்பதையும் நாம் கருத்தில் கொள்ளவேண்டும். இனம், நிலம், தேசம் பற்றிய தெளிவு இவர்களுக்கு இருந்திருக்குமேயானால் தென்னகத்தில் மராட்டிய, ஒரிய, ஆந்திர, கன்னட, மலையாள, தமிழ்த் தேசங்கள் இருப்பதை ஏற்றிருப்பார்கள். அத்தேசங்களின் விடுதலைக்குப் பாடாற்றியிருப்பார்கள். ஆனால் பூசாரிய எதிர்ப்புப் போராட்டத்தை ஆரிய எதிர்ப்பு என்று மயங்கி ஆரிய எதிர்ப்புக்கு ஆங்கிலேயரின் துணை நாடி நின்ற அவல நிலையில் திராவிடர் இருந்தனர்.

இந்தியாவில் பார்ப்பனிய ஆளுமை இல்லை என்கிறீர்களா? அப் பார்ப்பனர்கள் ஆரியர்கள் அல்லரா?

முதலில் இவர்கள் சொல்லும் ஆரியர்கள் என்ற இனப்பகுப்பை எடுத்துக்கொள்வோம். ஆரிய இனம் நான்கு வருணங்களையும், நான்கு ஆசிரமங்களையும் கொண்டது. பிராமண, சத்திரிய, வைசிய, சூத்திர என்பது வருணங்களாகும். பிரம்மச்சரிய, கிருகத்த, வனப்பிரத்த, சன்னியாச என்பவை ஆசிரமங்களாகும். வருணங்கள் ஒரு மாந்தன் வகிக்கின்ற கூட்டத்தைக் குறிப்பதாகும். ஆசிரமம் ஒரு மாந்தனின் வாழ்நிலைப் படிநிலையாகும். இவை ஆரிய இனத்தார்க்கே உரியனவாகும்.

மாறாக, நம் தமிழ் இனத்திற்குள் இல்லறம் என்றும், துறவறம் என்றும் இரு நிலை வாழ்க்கை மட்டுமே உண்டு. விழுமியச் செயல் செய்யும் பொருட்டு இல்லற வாழ்வைத் துறந்தோர், நீத்தார் என்றும் துறவோர் என்றும் பெருமையோடு அழைக்கப்பட்டனர். அப்பெருமைக்குரிய பெருமக்களைப் பேணும் தகுதி படைத்த இல்வாழ்க்கை துறவறத்தை விடப் பெருமை வாய்ந்தது என்பது தமிழ் மரபு. இங்குத் துறவு என்பது ஆரியரின் சன்னியாசத்திற்கு இணையானது அன்று என்பதைக் காணலாம். அதேபோல் தமிழ்ப் பண்பாட்டில் வருண முறைமை அறவே இல்லை என்பதையும் உணர முடியும்.

ஆக, ஆரியர் என்றால் பார்ப்பனர்; பார்ப்பன மேலாண்மை என்றும் பார்ப்பனர் அல்லாதார் அனைவரும் திராவிடர் என்பதும் அறியாமையின் வெளிப்பாடுகளே என்று உணரலாம். மற்றபடி இந்தத் துணைக் கண்டம் முழுவதும் பூசாரிய மேலாண்மை இருக்கிறது என்பதே உண்மை. அந்த மேலாண்மைக்குத் துணையானது வணிக வல்லரசியம். அதனால்தான் இந்திய அரசை பார்ப்பன – வணிக ஆட்சி என்றே வகைப்படுத்துவர்.

சூத்திரர் என்போர் ஆரியர்கள் வென்றடக்கிய மாற்றினத்தார் என்றும், அவ்வாறு அடங்க மறுத்தோர் பஞ்சமிகள் - அதாவது, பௌத்தர்கள் என்றும் கூறும் அம்பேத்கரின் கருத்தை எப்படிப் பார்ப்பது?

உலகெங்கும் போர்களின் வழியாகத் தம்மை வலுப்படுத்திக் கொள்ளும் இனங்கள், வெற்றிகொள்ளப்பட்ட இனங்களில் எஞ்சியிருப்போரை அடிமைகளாக்குவது இயல்பே. இங்கு ஆரியர் என்போர் செய்த போர்கள் எத்தனை? கொண்ட வெற்றிகள் எத்தனை? தோற்ற இனங்கள் எத்தனை? அவ்வினத்தாரில் அடிமைகளானவர்கள் எவர்? அடிமைகளாக மறுத்தவர் நிலை என்ன? அவர்களை வென்றவர்கள் விட்டு வைத்திருப்பாரா?

உண்மையில் ஆரியர் யார்? திராவிடர் யார்? விடையளிக்கிறார் வரலாற்றுப் பேரறிஞர் கா.அப்பாத்துரையார்:

'தென்திசை வடதிசைப் போட்டி பெரும்பாலும் கங்கைப் பேரரசுகளும் தமிழகப் பேரரசுகளும் இவற்றுடனே ஆந்திர, கலிங்கப் பேரரசுகளும் மட்டுமே ஈடுபட்ட ஒன்றாகும். இங்கு தொடக்கக் காலத்தில் ஆந்திரப் பேரரசும் அதன்பின் ஆந்திர கங்கைப் பேரரசுகளும் ஆரிய அரசுகள் என்று கூறப்பட்டிருத்தல் கூடும். இங்கே ஆரியம் என்ற சொல் இன அடிப்படையிலான உணர்ச்சி காட்டும் சொல் அல்ல; நாட்டடிப்படையாகவும் திசையடிப்படையாகவும் வழங்கிய சொல்லேயாகும். புத்தர் காலங்களில் கங்கை நாட்டினரே தம்மை மிகப் பெருமையுடன் ஆரியர் என்று கூறிக்கொண்டனர். ஆனால் இக்காலம் ஆரிய இன அடிப்படை ஒரு தேசிய அடிப்படையில் வளர்ந்த காலம் ஆகும்.

தமிழக நாகரிகமே கங்கை நாட்டில் இப்புதிய ஆரிய தேசத்தை உருவாக்கக் காரணமாய் இருந்தது. ஆந்திரர் கலிங்க நாடு முழுவதும் வென்று இமயம் வரை பரவிய காலத்தில், இந்தத் தேசிய ஆரியத்தின் புகழ் உச்சநிலையடைந்தது. (தென்னாட்டுப் போர்க்களங்கள், கா. அப்பாத்துரையார், பக். 61, நந்தன் வெளியீடு, கிடைக்குமிடம் மாணவர் புத்தகப் பண்ணை, 28, ச.ப. சாலை, அடையாறு)

ஆக ஆந்திரரே ஆரியர். அந்த ஆரியர் கலிங்க நாடு முழுவதும் வென்று இமயம் கொண்டு பரவிய காலத்தில் ஆரிய அரசின் புகழ் உச்சநிலையடைந்தது என்பதை வரலாற்று வழியில் உணரலாம். இன்று மனுவாதி குலத்துக்கொரு நீதி என்று கூறப்படும் மனுசாத்திரம் நூல் சாளுக்கிய ஆட்சியில் அரங்கேற்றப்பட்ட சட்ட நூல் என்பதைக் காணும் போது ஆரியமாகிய திராவிடமே நால் வருணப் பண்பாட்டின் தோற்றுவாய் என்பது தெரிகிறது.

அந்த ஆந்திர ஆரியர் ஆட்சியில் மாட்சிமைப்பட்ட மனுசாத்திரம் சமற்கிருதமும் ஆட்சியிழந்த பிற இனத்தார் மேல் வலிந்து திணிக்கப்பட்டதால் ஏற்பட்டதே இந்தப் பார்ப்பனிய மேலாண்மை யாகும்.

இந்த ஆந்திர அரசோ, கங்கைக் கரை அரசுகளோ தமிழகத்தை எக்காலத்திலும் அடக்கியாண்டிடவில்லை என்பது வரலாறு. வம்ப மோரியர் என்றழைக்கப்பட்ட புதிய அரசினரான மோரியர்கள் தமிழகத்தின் எல்லையிலேயே துரத்தி அடிக்கப்பட்டனர். எனவே, நால் வருணப் பிரிப்பு என்பது தமிழகத்தில் நடைமுறையில் இருந்ததேயில்லை.

பிற்காலத்தில் வேதிய (வைதீக) அரசை நிறுவ முயன்ற விசயநகர ஆட்சிக் காலத்தில்தான் தமிழகத்தில் மனுசாத்திரம் நிலைநாட்டப்பட முயற்சி மேற்கொள்ளப்பட்டது; அதில் அவர்கள் வெற்றியும் பெற்றார்கள்.

பார்ப்பனிய எதிர்ப்பு என்பது நால் வருணப் பண்பாட்டினரின் உள்முரண்பாடு என்று கருதலாம். நால் வருணப் பண்பாட்டின் கீழ் நிலையில் உள்ளவர்கள் தங்களைத் திராவிடர் என்று அடையாளம் காணவும் நேரிடலாம். மேல் நிலையில் உள்ளவர்கள் தங்களை ஆரியர் என்று திமிறவும் செய்யலாம். இவை எந்த வகையிலும் தமிழ்ப் பண்பாட்டிற்கு உரியவை அல்ல என்பதை தமிழ்த்தேசியர் உணர வேண்டும்.

இன்று தமிழ்நாட்டில் உள்ள பார்ப்பனர் ஆளுமையை எந்நிலையில் பார்ப்பது?

அதிகாரத்தைப் பல நூற்றாண்டுகளாக இழந்துள்ள தமிழர்தம் வாழ்வியலில் இந்த ஆரிய, திராவிடப் பண்பாட்டுத் திணிப்புகளினால் ஏற்பட்டுள்ள மாற்றங்கள் உண்மையிலேயே கவலையுறச் செய்கின்றன. இந்த அயல் வாழ் முறையை முற்றிலும் முறியடிப்பதன் மூலமே தமிழ்த்தேசியம் தம் இறைமையை நிறுவ முடியும்.

தமிழர்கள் கட்டிய திருக்கோயில்களில் தமிழும் தமிழ்ப் பூசாரியரும் தமிழ்ப் படையல் முறைகளும் மறுக்கப்பட்டிருப்பதை மாற்றிட வேண்டும். தமிழர் தம் இல்லச் சடங்குகளில் முற்றிலுமாகத் தமிழ்ப் பூசகர்கள் மறுக்கப்பட்டு வடுகப் பூசாரியத்தின் வன்பிடிக்குள் உள்ளதை மீட்டெடுக்க வேண்டும்.

பூசாரிய – வணிக இந்திய அரசின் காரணமாகத் தலைகீழாக்கப் பட்டிருக்கும் தமிழர் வாழ்வியலும் பண்பாடும் மீட்டெடுக்கப்பட வேண்டுமானால் இந்திய ஆட்சிப் பிடிக்குள்ளிருந்து விடுதலை பெற வேண்டும். அதனால்தான் பாவலரேறு பெருஞ்சித்திரனார்,

'விடுதலை பெறுவது முதல்வேலை – வேறெந்த
வேலையும் செய்யலாம் நாளை'

என்று அறிவுறுத்துவார். எனவே, தமிழ்த்தேசியரின் உடனடிக் கடமை இந்தியப் பிடிக்குள்ளிருந்து தமிழ்நாட்டை விடுவிப்பதே.

'இந்தியா ஒன்றாக இருக்கும் வரை இந்து மதம் இருக்கும். இந்து மதம் இருக்கும் வரை தமிழர்களும் இந்துவாகவே இருக்க வேண்டும். தமிழர்கள் இந்துவாக இருக்கும் வரை மதப் பூசல்களும் குலக் கொடுமைகளும் அவர்களை விட்டு விலகவே முடியாது. மதப் பூசல்களும் குலக் கொடுமைகளும் அவர்களை விட்டு விலகாதவரை ஆரியப் பார்ப்பனரின்

வஞ்சகத்திலிருந்தும் மேலாளுமையினின்றும் தமிழர் மீளவே முடியாது. அத்தகைய பார்ப்பனியப் பிடிப்புகளிலிருந்து தமிழன் மீளாதவரை தமிழ் மொழி தூய்மையுறாது; தமிழினம் தலை தூக்காது; தமிழ்நாடு தன்னிறைவு அடைய முடியாது. எனவே, இந்து மதத்தினின்றும், மதப்பூசல்களினின்றும், ஆரியப் பார்ப்பனியத்தினின்றும் விடுபட வேண்டுமானால், நாம் இந்திய அரசியல் பிடிப்பினின்றும் விடுபட்டேயாகல் வேண்டும். ஆகவே, தமிழக விடுதலையே நம் முழு மூச்சு, நோக்கம், கொள்கை, முயற்சி என்று தமிழர் ஒவ்வொருவரும் உணர்தல் வேண்டும்' என்று வழிகாட்டுவார் பாவலரேறு பெருஞ்சித்திரனார்.

அப்படியென்றால், ம.பொ.சி. அவர்களின் தமிழரசுக் கழகமும், சி.பா. ஆதித்தனாரின் நாம் தமிழர் இயக்கமும், கி.ஆ.பெ. விசுவநாதம் அவர்களின் தமிழர் கழகமும் முன்னெடுத்தவை தமிழ்த்தேசியம் என்ற வரம்பிற்குள் வாராதோ?

தமிழர்தம் இறைமையை நிறுவுவதே தமிழ்த்தேசியம் என்று வகைப்படுத்தும் போது அவ்விறைமையை நிறுவ விடுதலை ஒன்றே தீர்வு என்று நாம் உறுதிபட உரைக்கின்றோம்.

மற்றபடி, தமிழர் உரிமையை மீட்டெடுக்க வெவ்வேறு செயல் திட்டங்களோடு செயல்பட்ட தமிழரசுக் கழகம், நாம் தமிழர் இயக்கம், தமிழர் கழகம் ஆகியவற்றின் செயல்பாடுகள் எல்லாம் தமிழ்த்தேசியமே என்று உணரப்படும்.

இருப்பினும், அவ்வியக்கங்களின் வீழ்ச்சிக்குக் காரணமாக அமைந்தவை தெளிவற்ற அரசியல் முடிவுகளும் நிலைப்பாடுகளுமே ஆகும் என்பதை அவர்களின் வரலாற்றைக் கூர்ந்து பார்த்தால் தெரியும்.

இந்திய விடுதலைப் போராட்டத்தில் ஈடுபட்டுச் சிறையேறி விடுதலை பெற்ற ம.பொ.சி. அவர்கள் இந்திய அரசை ஊறுபடுத்தும் எந்தச் செயலையும் விரும்பவில்லை. அவரின் தமிழ்த்தேசியம் என்பது தேசிய இனங்களின் கூட்டாட்சியான இந்திய அரசில் இறைமை மிக்க தமிழ்த் தேசம் என்பதாகும்.

'வருங்காலச் சுதந்திர இந்தியாவில் சுதந்திரத் தமிழரசு அமைந்தே தீர வேண்டும். தமிழ் வளர, தமிழர் வாழ, தமிழ்நாடு செழிக்கத் 'தமிழரசு' வேண்டும். அத்தகைய சுதந்திர அரசியலை நிர்ணயிக்கும் சுய நிர்ணய உரிமை தமிழருக்கு உண்டு' என்றும், 'உரிமைக்கு எல்லை வேங்கடம்; உறவுக்கு எல்லை இமயம்' என்றும் முழங்கியவர் ம.பொ.சி.

ஆனால், நடப்பில் தேசிய இனங்களின் உரிமைகளைக் காலடியில் போட்டு மிதிக்கும் கொடுநெறி அரசாக இந்திய அரசு அமைந்தமையால்

இந்தியப் பேரரசில் சுதந்திரத் தமிழரசு என்ற ம.பொ.சி.யின் கனவு ‘மத்தியில் கூட்டாட்சி; மாநிலத்தில் சுயாட்சி’ என்பதாகச் சிறுத்துப் போனது. பின்னாளில் அவர் தி.மு.க.வோடு கொண்ட உறவின் அடிப்படையில் அம்முழக்கம் தி.மு.க.வின் முழக்கமாகவும் மாறிப் போனது.

ஆதித்தனாரின் நாம் தமிழர் இயக்கமோ, உலகெங்கும் பரவி வாழும் தமிழர் அனைவரையும் இணைத்த தமிழப் பேரரசை நிறுவும் திட்டம் கொண்டது. பர்மா, தமிழகம், அந்தமான், ஈழம், மலேசியா, சிங்கப்பூர் போன்ற பகுதிகளில் வாழும் தமிழர்கள் இணைந்து தமிழப் பேரரசை நிறுவி சோழர் கடலாக இருந்த கீழைக் கடலை மீண்டும் தமிழர் கடலாக்க வேண்டும் என்பது அவரின் திட்டமாக இருந்தது. உளத்தியலாக நாம் தமிழர் என்ற உணர்வு இந்நாடுகளில் வாழும் தமிழர்களுக்கு இருக்குமேயல்லாமல் நாம் தமிழ்நாட்டினர் என்ற உணர்வு ஏற்படுவதற்கு உரிய வாய்ப்பில்லை. இந்நிலையில், தமிழ்ப் பேரரசு என்ற ஆதித்தனாரின் திட்டமும் கனவாகவே போனது.

திருவாளர் கி.ஆ.பெ. விசுவநாதம் அவர்களின் தமிழர் கழகம் என்பது தென்னிந்திய நலவுரிமைச் சங்கம் என்ற நீதிக் கட்சியின் பிரிவு என்பதால் திராவிடர் கழகமான பெரியாரின் தொண்டர்கள் தமிழர் கழகத்தின் கூட்டங்களில் விளைவித்த கலகங்களால் தொடர்ந்து இயங்க முடியாமல் முடங்கிப் போனது.

இவர்களின் இயக்கங்கள் இறுதியில் இந்தியமயமாகிப் போன தி.மு.க.வில் கரைந்தும் போயின. ஆயினும், இன்று இந்தியம், திராவிடம் குறித்த தெளிவான பார்வையைத் தமிழ்த்தேசியர் அடைந்திட இவ்வியக்கங்களின் செயல்பாடுகளும் கொள்கைகளும் முழக்கங்களும் உதவுகின்றன.

தமிழ்த்தேசியரில் போலிகள் என்று எவரையும் சொல்லிவிட முடியாது. அறியாதவர்கள்; திசை மாறிப் போனவர்கள் என்றுதான் சொல்ல முடியும். இந்தியத் தேசியத்தை உள்ளத்தில் வைத்துத் தமிழர் உரிமை பேசுவது என்பது இந்தியத்திற்கும் இந்தியத்தைத் தாங்கி நிற்கும் திராவிடத்திற்கும் ஏதுவானது என்பதை அறியாதவர்களா இந்தியர்கள். எனவே, இந்தியத்தில் பிடிப்புள்ள ஒருவரும் தமிழர் உரிமை பற்றி வாய் திறக்கவே மாட்டார்கள்.

மாறாக, இந்திய அரசியல் அமைப்பு இப்போது வழங்கியுள்ளதாகச் சொல்லப்படும் கருத்துரிமையைப் பயன்படுத்தி தமிழ்த்தேசியத்தை மக்களிடையே விதைக்க முடியும் என்று கருதுபவர்கள், அதற்கான உத்தியாகத் தேர்தலில் ஈடுபடுவதை வழிமுறையாகக் கருதுபவர்கள்,

திராவிடத்தின் துணையோடு பார்ப்பனிய இந்தியத்தை வீழ்த்திட முடியும் என்று நம்புகிறவர்கள், திராவிடமே முதன்மை எதிரி என்று திராவிடத்தை மட்டுமே எதிர்ப்பவர்கள் என்று பல்வேறு திசை வழிகள் இன்றைய அமைப்புகளிடம் தோற்றம் கண்டுள்ளன.

அண்மையில் ஈழப்போராட்டத்தின் பின்னடைவே தமிழ்நாட்டு மக்களிடத்திலும், இளைஞர்களிடத்திலும் சொல்லொண்ணா ஆழ்ந்த துயரத்தை ஏற்படுத்தியுள்ளது. அத்துயரிலிருந்து விடுபட வேண்டும் என்ற அவா அவர்களைத் தமிழ்த் தேச விடுதலையை நோக்கித் தள்ளியிருக்கிறது. போதிய வரலாற்றறிவு பெறாத இளையோர் பலரும் தத்தமக்குத் தோன்றியவாறெல்லாம் செயல்படத் தொடங்கியுள்ளனர். அதன் விளைவே இன்றைய பல்வேறு தமிழ்த்தேசிய அமைப்புகளின் தோற்றமாகும். சின்னஞ் சிறு குழுக்களாக இயங்கிய போதிலும் தமிழ்நாட்டு உரிமை உணர்ச்சி அவர்களிடையே கால் கொண்டுள்ளது. அது தமிழர் வரலாற்றைத் தேடும் முனைப்பை வழங்கினால் தெளிவான அரசியல் பார்வைக்கு வர இயலும்.

வரலாற்றின் ஊடே முகிழ்த்த ஆழமான தமிழ்த்தேசியர்களில் தனித்தமிழ் இயக்கத்திலிருந்து வந்தவர்கள், பொதுமை அமைப்புகளிலிருந்து தேசிய இனச் சிக்கலை ஆய்ந்து வந்தவர்கள், இந்தியத் தேசியத்தின் கரவினைப் புரிந்துகொண்டபின் இந்தியாவை மறுத்து பேராயக் கட்சியிலிருந்து வந்தவர்கள் என மூன்று வழிப்பட்டவர்களைக் காணலாம்.

இம்மூன்று போக்கினரும் இணைந்தும் முரணியும் செயல்பட்டு வருவதையும் காணலாம்.

தனித்தமிழ் இயக்கத்திலிருந்து வந்தவர்களாகப் பாவலரேறு பெருஞ்சித்திரனாரின் உலகத் தமிழின முன்னேற்றக் கழகத்தினரையும், பொதுமை அமைப்புகளிலிருந்து வந்தவர்களாகத் தமிழ்த்தேசியப் பேரியக்கம், தமிழ்நாடு பொதுவுடைமைக் கட்சி போன்ற அமைப்பினரையும், இந்திய இரண்டகத்தைக் கண்டித்து வந்த பேராயக் கட்சியினராக ஐயா. பழ. நெடுமாறன் அவர்களின் தமிழர் தேசிய இயக்கத்தினரையும் கூறலாம்.

பொதுமை அமைப்பினரில் தமிழ்நாடு பொதுவுடைமைக் கட்சி கருவியேந்திய மக்கள் போரைத் திட்டமாகக் கொண்டு செயல்பட்டவர்கள் ஆவார்கள். புலவர் கலியபெருமாள், தோழர் தமிழரசன் தலைமையில் தம் தமிழ்த்தேசப் போராட்டத்தைத் தொடங்கிய இவர்கள் தமிழ்நாடு விடுதலைப் படை என்ற படையைக் கட்டமைத்துப் போராடினர்.

அரசின் கொடும் அடக்குமுறையால் முறியடிக்கப்பட்டனர். தோழர் நாகராசன் தலைமையில் தோற்றங்கண்ட தமிழக மக்கள் விடுதலைப் படையோ தமிழகக் காவல் படையின் படுகொலை நடவடிக்கைகளில் தோழர் நாகராசனும் தோழர் இராசாராமனும் உயிரிழந்த பின்னர் ஓய்ந்து போனது. தோழர் சுப. முத்துக்குமார் தலைமையில் இயங்கிய தமிழர் மீட்சிப் படையும், தோழர் சந்திரன் போன்ற ஆற்றல் மிக்க ஆளுமைகளைக் கொண்ட தமிழர் பாசறையும் அவ்வாறே ஆளும் வகுப்பால் ஒடுக்கப்பட்டன.

இந்தக் கருவியேந்திய படைகளின் நடவடிக்கைகளைச் சாகசச் செயல்கள் என்றும், குட்டி முதலாளிய விழைவுகளென்றும், காலமறியாமல் மக்களைத் திரட்டாமல் செய்த செயல்கள் என்றும் புறக்கணித்த போக்குகள் ஒரு புறம் இருந்தாலும், தமிழினத்தின் மீது ஆளும் கொடுநெறி அரசின் தாக்குதல்களில் துன்புறும் மக்கள் இப்படைகள் மீண்டும் களத்திற்கு வாராவோ என்ற ஏக்கத்தோடு இருப்பதையும் காண முடிகிறது.

தமிழினத்தின் வீழ்ச்சிக்குக் காரணமான கூறுகளை இன்னும் விரிவாகவும் விரைவாகவும் தமிழரிடத்தில் கொண்டு சேர்ப்பதிலும், போராடாமல் வாழ்வில்லை என்பதை உணர்த்துவதிலும், களத்தில் நிற்கும் தமிழ்த்தேசிய அமைப்புகள் செயலாற்ற வேண்டும். அவ்வமைப்புகளின் பரப்புரைப் பணிக்கும் ஒடுக்கு முறைகளுக்கு எதிராகவும் படையணிகள் துணை நிற்க வேண்டும். இரண்டும் ஒன்றையொன்று சார்ந்து இயங்கும் போது ஆரிய – திராவிட இந்தியம் வீழும்; தமிழ்த்தேசியம் தன் இறைமையை மீட்டெடுக்கும்.

தமிழ்த்தேசியம் எனும் தமிழர் நாட்டியல்

தமிழ்த்திரு.**சு.செந்தில் குமரன்**
பத்திரிகையாளர், திரைக்கலைஞர்

கேரளம் மலையாளத்தினர் நிலமாக இருக்கிறது. ஆந்திரமும் தெலுங்கானாவும் தெலுங்கர் நிலமாக இருக்கிறது. ஒரு காலத்தில் கன்னட மொழி பேசுவோரைவிடக் கன்னடத்தைத் தாய்மொழியாகக் கொள்ளாத மக்கள் காலகாலமாக அதிகம் இருந்த கர்நாடகம் இப்போது கன்னடர் நிலமாக இருக்கிறது. மற்ற வட இந்திய மாநிலங்களும் அப்படியே.

ஆனால் அரசியல் அமைப்பு ரீதியாகப் பெயரில் மட்டும் நாடு இருந்தாலும் இது தமிழருக்கான நாடாக இல்லாமல் இருந்து இப்போது தமிழுக்கான நாடாகவும் இல்லாமல் போய்க்கொண்டிருக்கிறது.

எனவே இன்னும் ஒருபடி மேலே போய் தமிழ் நாட்டியல் , தமிழர் நாட்டியல், இன்னும் விரிந்து தமிழ் நிலத்தியல், தமிழர் நிலத்தியல் மேலும் பறந்து, பரந்து. தமிழ் உலகியல், தமிழர் உலகியல் போன்ற சொற்களையும் அறிமுகம் செய்கிறேன்.

இதையும்கூட ஒரே சொல்லாகச் சொல்ல வேண்டுமானால் தமிழியம், தமிழரியம், இன்னும் திண்மையாகத் தமிழம் என்ற சொற்களையும் பரிந்துரை செய்கிறேன்.

எனினும், வழக்கில் இருக்கும் தேசியம் என்ற சொல்லுக்கு ஒத்திசைவாக தேயவியம் என்ற சொல்லை இந்தக் கட்டுரையில் பயன்படுத்துகிறேன்.

தமிழர் நாடு

“தமிழ் நாடாம் தமிழ் நாடு? அது எங்கே இருக்கிறது. இலக்கியத்தில் சேர சோழ பாண்டிய நாடு தானே இருந்தது? அப்புறம் என்ன தமிழ் நாடு?’’

இந்தக் கருத்தை ஏதேனும் ஒரு சந்தர்ப்பத்திலாவது பொது வெளியில் பேசாத - அல்லது தனி விவாதங்களில் பேசாத - அல்லது மறைமுகமாகவேனும் ஆதரிக்காத அல்லது தமிழ்நாடு என்ற கருத்தியலை உள்ளுக்குள் எதிர்க்காத அல்லது தமிழ்நாட்டு உணர்வுக்கு எதிராகச் செயல்பட்டோரைப் பின்பற்றாத - திராவிட - தேசிய கம்யூனிச - பிரமுகர்கள். யாருமே இல்லை. (சல்லடை போட்டு நான் தேடியபோது, தோழர் ஜீவா என்ற பச்சைத் தமிழர் மட்டுமே அப்படி நினைத்ததாகத் தெரியவில்லை)

தமிழ்நாடு என்ற வாதத்திற்கு எதிராகத் திராவிட நாடு என்ற வாதத்தை வெகுகாலம் ஓங்கி ஒலித்த அண்ணா, ஒரு நிலையில் தமிழ்நாடு என்று பெயர் வைத்ததற்கு ஒரு துளி மனசாட்சி மட்டும் காரணமல்ல; திராவிட நாடு என்ற கானல் நீருக்காக இனிமேலும் கத்திக்கொண்டு இருந்தால், தமிழ்நாடு என்ற அமுதமும் கிடைக்காமல் போய்விடும் என்ற கடைசி நேரச் சுயநல எச்சரிக்கை உணர்வால்தான்.

தமிழ் இலக்கியத்தில் மட்டுமல்லாது வேறு எந்த மொழி இலக்கியத்திலும்கூட, நாடு என்ற அடையாளத்துடன் மருந்துக்குக்கூடத் தொடர்புபடுத்தப்படாத சொல் திராவிடம். ஏறத்தாழ ஆயிரத்து முன்னூறு ஆண்டுகளுக்குள் மொத்த வரலாற்றையும் முடித்துக்கொள்கிற சொல் திராவிடம்.

அதன் பெயரால் நாடு கேட்ட அண்ணாகூட, இலக்கியத்தில் தமிழ்நாடு உண்டா என்று பேசியவர்களின் பேச்சுகளைக் கண்டித்து மறுமொழி கூறாமல் அமைதி காக்கத்தான் செய்தார்

இவரே இப்படி என்றால் ஈ வெ ராமசாமியார்?

பிராமண ஆதிக்க எதிர்ப்பின் மூலம் பிற்படுத்தப்பட்ட மக்கள் வாய்ப்புகள் பெறுவதற்கு வழி வகை செய்தவர் என்ற நற்பெயரை வைத்துக்கொண்டு, தமிழ் மொழி, இனம், வரலாறு, கலை, இலக்கியம், பண்பாடு, அடையாளங்கள் இவற்றை இவர் தூற்றிய தூற்றல்களும், அவற்றின் மேல் ஊற்றிய அமிலங்களும் கொஞ்ச நஞ்சமல்ல. வேறொரு மொழி இனமாக இருந்தால் அடையாளமே இல்லாது போயிருக்கும்.

முழுக்கப் புராணக் குப்பைகளால்தான் அப்போது அண்டை திராவிட மொழிகள் நிரம்பி இருந்தன. புராணத்துக்கு எதிரான பெரியார் உண்மையிலேயே அவர் தாய்மொழி உட்பட்ட அந்த மற்ற மொழிகளைத்தான் மூட நம்பிகைகளுக்காக முதலில் விமர்சித்து இருக்க

வேண்டும். ஆனால் தமிழில் எத்தனையோ அறிவார்ந்த இலக்கியங்கள் பல ஆயிரம் ஆண்டுகளாக இருந்த போதும், அவற்றை எல்லாம் விட்டு விட்டு , தமிழ் இலக்கியங்களில் தான் தவறு என்று நம்புகிற சிற்சில குறைகளைக் குமுட்டி அடுப்புக்காரன் மாதிரி ஊதி ஊதிப் பெரிதாக்கியவர் இவர் (திருக்குறளை மலம் என்றவர்; தமிழைச் சனியன் என்றவர்.)

இவரது இந்தத் தமிழ் விரோதப் போக்கின் விளைவு? இட ஒதுக்கீடு காரணமாக ஏற்பட்ட நன்றி உணர்ச்சியால் இவர் எது சொன்னாலும் சரி என்று எண்ணி இவரை நம்பும் தமிழர்கள் மத்தியிலேயே, தமிழ் இன மொழி அடையாளத்தின் மீது தாழ்வு மனப்பான்மை உருவானது (அதை உறுதிப்படுத்த எழுத்துச் சீர்திருத்தம் என்ற நகாசு வேலை).

ஆனால் தமிழின் அறிவார்ந்த இலக்கியச் சிறப்புகளில் கால் பங்குகூட அப்போது இல்லாத அண்டை மொழிகளைத் தாய்மொழியாகக் கொண்டவர்களுக்கு, அப்படி ஏதும் வஞ்சக துரோகம் நடைபெறாத காரணத்தால் அவர்கள் மொழிப்பற்று, மொழியினப்பற்று இவற்றில் மேலும் மேலும் கெட்டிப்பட்டார்கள்.

தமிழைத் தாய்மொழியாகக் கொள்ளாத ஈ.வெ.ராமசாமியார் தனது குயுக்தியான செயல்பாடுகளால், மற்ற எந்த மொழியின நிலத்தவனும் தன் மண்ணில் தமிழர்களுக்கு இடம் தரத் தேவை இல்லை. ஆனால் தமிழர் நிலத்தை மற்ற எல்லோரும் பங்குபோட்டுக் கொள்ளலாம். அதை எதிர்க்கும் சுரணை தமிழர்களுக்கு வராமல் நாங்கள் பார்த்துக்கொள்வோம். பங்கு போட்டு முடித்த பிறகும் மிச்சம் இருக்கும் தமிழர் நிலத்தை இங்கேயே வந்து உட்கார்ந்து ஆண்டு அனுபவிக்கலாம் என்ற நிலை அமையும் வரை திராவிட கோஷம் போட்டார்.

எல்லாம் முடிந்த பின்னர், தமிழகம் ஆயிரக்கணக்கான சதுர கிலோ மீட்டர் நிலங்களை அண்டை மாநிலங்களிடம் இழந்து அதிர்ந்து நின்றபோது, தமிழ் நாடு தமிழருக்கே என்ற பசப்பல் ஆட்டம் ஆடினார். இருந்த உணவை எல்லாம் இரகசியமாகத் தனது உறவுகளுக்குப் புழக்கடை வழியாகக் கொடுத்தனுப்பி விட்டு, உழைத்துச் சம்பாதித்த உரிமைப்பட்டவர் உண்பதற்கு உட்காரும்போது முன்னால் வெறும் இலையை விரித்து, ‘இந்த இலை உங்களைத் தவிர யாருக்கும் இல்லை. என் உயிரே போனாலும் வேறு யாருக்கும் தரமாட்டேன்’ என்று வீர வசனம் பேசுவதற்கு இணையான வஞ்சகம் இது.

அண்ணாவுக்குப் பிறகு ஆட்சியைப் பிடித்து வந்தவர்களும் அதே வழியில் பயணித்தார்கள். திரை கடல் ஓடித் திரவியம் தேடிய காலம்

தொட்டே தமிழர்களுக்கு இயல்பாக இருந்த உழைப்புச் சிந்தனை காரணமாக அவர்கள் கண்ட முன்னேற்றம் எல்லாம் தமிழர்களாக அல்லாத தமிழ் நாட்டு முதல்வர்களின் சாதனைகளாக அறியப்பட்டது.

தமிழர்களுக்கு ஒரு ரூபாய் கொடுத்துவிட்டு ஆட்சியாளர்கள் ஆயிரம் ரூபாய்க்கான புகழைப் பெற்றார்கள். தமிழ்நாடு முன்னேறியது. ஆனால் தமிழன் ஓர் அடி முன்னேறினால் தமிழ் நாட்டில் வந்து குவிந்த மற்ற மொழியினர் ஒரு கிலோ மீட்டர் முன்னேறினார்கள். அந்த ஒரு கிலோ மீட்டரை நியாயப்படுத்த இந்த ஓர் அடி முன்னேற்ற தானம், திராவிடத் தலைவர்களால் தவிர்க்க முடியாத ஒன்றாக இருந்தது.

பகை நாடுகளில்கூட இல்லாத அளவுக்கு, அந்நிய மாநிலங்களில் தமிழர்கள் தமிழன் என்பதற்காகவே பிற்படுத்தப்பட்டு, தாழ்த்தப்பட்டு, ஒடுக்கப்பட்டு , மறுக்கப்பட்டு நியாயமாக உழைத்து எளிய வாழ்க்கைகூட வாழ முடியாமல் செத்து செத்துப் பிழைத்தபோது, சமூக நீதியின் காவலர்களாகத் தங்களைக் கூறிக்கொண்ட திராவிடத் தலைவர்கள் இங்கே தமிழ்நாட்டில் அதே மாற்று மொழி இனத்தவருக்கு சுக வாழ்வு, பண்டிகை வாழ்வு, கொண்டாட்ட வாழ்வு வாழ எல்லா வசதிகளும் செய்து கொடுத்தார்கள், சில ஆயிரம் ஓட்டுகளுக்காக.

அதன் மூலம் தமிழர்கள் தாங்கள் பிழைக்கப்போன இடங்களில் எல்லாம் தமிழன் என்பதாலேயே சிறு குற்றங்களுக்காகக்கூட நாய்கள் போல் சுட்டுக் கொல்லப்பட, அதே நேரம் அப்படிக் கொல்லும் இனத்தின் ஒரு நபர் வீட்டில், பண மதிப்பிழப்பின் போது, தமிழகப் பொருளாதாரமே ஆடிப் போகும் அளவுக்குப் பெரும்பணம் கட்டுக் கட்டாகக் கொட்டிக் கிடந்த சூழலையும் அரசியல் உதவியோடு தமிழ்நாட்டிலேயே அவர்கள் சுக வாழ்வு வாழ்வதற்கான அடித்தளத்தையும் அமைத்துக் கொடுத்தார்கள், திராவிட இயக்கத்தினர்.

மொழிவாரி மாநிலம் பிரிக்கப்பட்டபோது, திருவனந்தபுரம் தமிழ் நாட்டுக்கா கேரளாவுக்கா என்ற கேள்வி எழுந்தது. காரணம் அப்போது அங்கே காலகாலமாகத் தமிழைத் தாய்மொழியாகக் கொண்டவர்களே அதிகம் வாழ்ந்து வந்தனர். நில உரிமையும் தமிழர்களுக்கே அதிகம் இருந்தது.

அந்த நேரத்தில் திருவனந்தபுரம் யாருக்கு என்பதில் ஒவ்வொரு கட்சியும் தங்கள் கருத்தை அறிவித்தனர். அது பற்றி முடிவு செய்ய அகில இந்திய கம்யூனிஸ்டுக் கட்சி மாநாடு கூடியது. சுழற்சிப் படி அந்த வருடம் தமிழகத்தில் கோவையில்தான் மாநாடு கூடி இருக்க வேண்டும்.

ஆனால் கேரளாவில் கூடலாம் என்று கேரளத்தினர் சொல்ல, தமிழ்நாட்டு கம்யூனிஸ்டுகளும் இரகசியப் புரிதலோடு சம்மதித்தனர். அங்கே கூடிய மாநாடு ''திருவனந்தபுரம் கேரளாவுக்கே!'' என்று சொன்னது. கட்சிக் கட்டுப்பாடு என்ற பெயரில் சங்கரய்யா போன்ற நம்ம கம்யூனிஸ்டுகள் அதற்குச் சம்மதித்துக் கையெழுத்துப்போட்டு விட்டு வந்தார்கள். ஒருவேளை அப்போது அந்த மாநாடு கோவையில் கூடி இருந்தால் திருவனந்தபுரம் தமிழ்நாட்டோடு இணைய வேண்டும் என்பது அகில இந்தியக் கம்யூனிஸ்டுக் கட்சியின் தீர்மானமாகி இருக்கும்.

அப்படி இருக்க, மாநாடு திருவனந்தபுரத்துக்கு மாற, தமிழகக் கம்யூனிஸ்டுத் தலைவர்கள் சம்மதித்தது ஏன்? கட்சிக் கட்டுப்பாடு பற்றிக் கவலைப் படாமல் கேரளத்தினர் அகில இந்திய மாநாட்டைத் தங்கள் பகுதிக்கு மாற்றலாம். ஆனால் அதே கட்சிக் கட்டுப்பாடு பற்றிக் கவலைப்படாமல் நமது கம்யூனிஸ்டுகள் திருவனந்தபுரம் தமிழ் நாட்டுக்குத்தான் என்று போராடி இருக்க முடியாதா? முடியும். ஆனால் விருப்பம் இல்லை.

காரணம், அந்தக் கம்யூனிஸ்டுத் தலைவர்களின் தாய் மொழி மலையாளமாக இருந்தது. தானாடாவிட்டாலும் சதை ஆடியது. நம்ம கம்யூனிஸ்டுத் தலைவர்களின் தாய்மொழி தமிழ் இல்லை. எனவே அந்த உணர்வு இல்லை.

அவ்வளவு ஏன்?

பச்சைத் தமிழ் முதல்வர் என்று அழைக்கப்பட்ட காமராஜரே தன்னைப் பிடித்திருந்த தேசிய வியாதியின் காரணமாக, தேவி குளம் பீர்மேடு போன்ற காலகாலத் தமிழ் நிலப் பகுதிகள், தமிழ்நாட்டில் இருந்து பிடுங்கப்பட்டுக் கேரளாவுக்குக் கொடுக்கப்பட்டபோது, ''குளமாவது மேடாவது'' என்று கிண்டல் செய்தார். 'எத்தனையோ ஆயிரம் ஆண்டுகளாகத் தமிழர்களின் நிலமாக இருந்த பகுதி, இன்னொரு மொழியின் ஆதிக்கத்திற்குப் போகும்போது, அங்கு வாழும் மக்கள் புதிய ஆட்சி மொழியினரின் மேலாதிக்கத்தால் எப்படி எல்லாம் நடத்தப்பட்டு இன அடையாள அழிப்புக்கு ஆளாவார்கள். அவர்களை அப்படிக் கை விடுவது எப்பேர்பட்ட அநியாயம்!' என்ற அறிவார்ந்த சிந்தனை அந்த விசயத்தில் அவருக்கு இல்லை.

இன்னும் பல சித்தாந்தங்களும் தமிழ்நாட்டில் தமிழருக்கு எதிராகவே இருந்தன.

ஆனாலும் இத்தனைக்குப் பிறகும் தமிழ்த் தேசியம் என்று சொல்லப்படுகிற தமிழ்த்தேயவியம் இந்த மண்ணில் இருந்து அழியவில்லை என்றால், அது எவ்வளவு பெரிய சாதனை!

தமிழ்த்தேசியம் என்கிற தமிழ்த்தேயவியம்

தமிழைத் தாய்மொழியாகக் கொண்ட இரண்டு அரசர்கள் சண்டை போட்டுக் கொள்கிறார்கள். ஓர் அரசனின் கோட்டை முற்றுகை யிடப்படுகிறது. எனினும், முற்றுகை இடப்பட்ட அரசன் பணியவில்லை. ஆனால் உள்ளே உள்ள மக்கள் பட்டினியால் வாடுகிறார்கள். அங்கிருந்து முற்றுகை இட்ட அரசனுக்குத் தகவல் வருகிறது.

பாதிக்கப்படும் மக்களுக்காக முற்றுகையிட்ட அரசன் வருந்துகிறான். 'இனியும் உன் அரசின் மக்களை நான் இன்னலில் ஆழ்த்த விரும்பவில்லை. எனவே நீ இறங்கிச் சமாதானத்துக்கு வந்தால் நான் விட்டுவிட்டுப் போகிறேன் என்கிறான். முற்றுகை இடப்பட்ட அரசன் சமாதானத்துக்கு வருகிறான். முற்றுகையிட்டவன் அங்கிருந்து விடை பெற்றுப் போகிறான், எதிர் அரசின் மக்களின் நலனுக்காக!

தமிழ் இலக்கியத்தில் உள்ள நிகழ்வு இது.

அன்றும் நேற்றும் இன்றும் உலகில் போர்கள் எப்படி நடக்கின்றன? வெற்றி அல்லது ஆக்கிரமிப்பின் பேரால் எவ்வளவு மிருக, அரக்க, காட்டுமிராண்டித் தனங்கள் கட்டவிழ்த்துவிடப்படுகின்றன! ஆங்கிலத்தில் ஒரு பழமொழி உண்டு. ALL IS FAIR IN LOVE AND WAR. இந்தப் பழமொழியை எல்லோரும் சரி என்று ஏற்றுக்கொள்வதன் மூலம் நாம் அந்த மிருகத்தனங்களை அங்கீகரிக்கவே பழகி விட்டோம்.

ஆனால் மேலே முற்றுகை இட்ட அரசன் ஏன் அவ்வாறு செய்யவில்லை? அவனுக்குத் தெரியும்; நிலவியல் ரீதியாகப் பிரிந்து இருந்தாலும் எல்லோரும் ஒரு தாய் வயிற்றுப் பிள்ளைகள் அதாவது, தமிழ் நாட்டின் பிள்ளைகள் என்பதை அவன் அறிவான். அதனால்தான் அவன் வெறுங்கையோடு திரும்பிப் போனான். இதுதான் தமிழ்த் தேசியம் என்கிற தமிழ்த்தேயவியம்

தன்னை மதிக்கும் இரு அரசர்களுக்குள் சண்டை வருகிறது. யாருக்கும் இழப்பு வரக் கூடாது என்று ஒரு கிழவி - புலமைக் கிழவி நினைக்கிறாள். ஓர் அரசன் சார்பாக இன்னோர் அரசனிடம் போகிறாள். பேசுகிறாள். பேசுவதற்கு அவள் என்ன மொழி பெயர்ப்பாளர் வைத்துக்கொண்டாளா? இவள் பேசியது அந்த அரசனுக்குப் புரியவில்லையா? அவன் பேசியது

இவளுக்குப் புரியவில்லையா? இத்தனைக்கும் அவள் பேசியது வஞ்சப் புகழ்ச்சி. அது புரிந்து போரை நிறுத்துகிறான் அவன். காரணம் இரு அரசருக்கும் ஒரே மொழி. இரு அரசர்களும் ஒரே இனம். ஆக எல்லாம் தமிழ்நாடு.

இன்னொரு சம்பவம்... தோற்றவன் மகள்கள், இறந்த தன் தகப்பனை நினைத்து எழுதிய அற்றைத் திங்கள் என்ற பாட்டைக் கேட்டு வென்றவனின் அரசு மட்டுமின்றி, தமிழ் நிலத்தில் இருந்த அத்தனை அரசுகளும் கண்ணீர் சிந்தின. காரணம், அந்த அரசர்களுக்கும் ஒரே மொழி. எல்லா அரசர்களும் ஒரே இனம். ஆக எல்லாமே தமிழ்நாடு.

இன்று போர் என்றாலே பெண்கள்தான் குறி. குழந்தைகளைக் கொல்ல அஞ்சுவது இல்லை. முதியவர் எல்லாம் ஒரு பொருட்டே இல்லை.

ஆனால் பெண்கள், குழந்தைகள், முதியோருக்குப் பாதிப்பு வரக் கூடாது என்பதற்காக மக்கள் இல்லாத வெட்டவெளியில் போர் செய்து வெற்றி தோல்வியை முடிவு செய்துகொண்ட அரசர்கள் தமிழ் நாட்டில் இருந்திருக்கிறார்கள்.

இன்னும் எவ்வளவோ சொல்லலாம்..

சொன்னால், 'ஆ... இலக்கியம் என்பதே கட்டுக்கதைதானே அதை எல்லாம் அப்படியே ஏற்க முடியுமா?' என்பார்கள்.

இலக்கியம் என்பது காலத்தின் கண்ணாடியாக இருந்த காலத்தில் உருவான படைப்புகளில் கூறப்படும் தமிழர் பெருமை இவை என்பதன் மூலம் அறிவார்ந்த மனிதர்கள் அவற்றை உண்மை என்று உணர்ந்து ஏற்பார்கள்.

வால்மீகி ராமாயணப்படி ராமன் மிகச் சாதாரண ஓர் அரசன். நிறையக் குணக் குறைபாடுகள் உள்ள அரசன். அந்தப்புரத்தில் பல மனைவிகளோடு வாழ்ந்தவன். எவனோ சொன்ன சொல் கேட்டு மனைவியைச் சந்தேகித்துத் தீயில் இறக்கியவன். வாலியை மறைந்திருந்து கொன்றவன். என்ன ஏது என்று விசாரிக்காமல் நியாயத்தின் பக்கம் நின்ற சம்புகனை வெட்டி வீழ்த்தியவன். வாழ வழியின்றிக் கடைசியில் சரயு நதியில் தன் படையினர் மற்றும் உறவினரோடு தற்கொலை செய்துகொண்டவன்.

ஒரு நிலையில் வால்மீகி ராமாயணத்தைத், தமிழில் எழுத வேண்டிய சூழல் கம்பனுக்கு வருகிறது.

கதைப்படி ராமன் நாயகன். எனவே கம்பன் தனது தமிழ் மண்ணில் வாழ்ந்த மனிதனுக்கும் தலைவனுக்கும் அரசனுக்கும் இருந்த இயல்பான குணங்களை எல்லாம் ராமன் மேல் ஏற்றுகிறான். ஒருவனுக்கு ஒருத்தி என்ற தமிழர் பண்பாட்டை ராமனின் அடையாளமாக்கி , ஏகப்பட்ட பத்தினி விரதனாக இருந்த ராமனைக் கம்பன் ஏகபத்தினி விரதன் ஆக்குகிறான். ஒரு கோழையை, நீதியின் பக்கம் நிற்காதவனை, அவதாரப் புருஷன் ஆக்குகிறான்.

அது மொழிபெயர்க்கப்பட்டு வடக்கே போகிறது. படிக்கிற எல்லாரும் சிலிர்த்துப் போகிறார்கள். ‘இப்படி ஒருவன் இருந்தால் அவன் மனிதன் இல்லை; கடவுள்’ என்று வியக்கிறார்கள்.

“அடேய் காட்டுமிராண்டிகளா... எங்க ஊரில் மனுஷங்களே இப்படித்தான் இருப்பார்கள்” என்கிறான் கம்பன். ஏனென்றால், அவன் பார்த்த மனிதர்கள், தலைவர்கள், அரசர்கள் அப்படி.

“அதெல்லாம் இல்ல. இப்படி எல்லாம் ஒருத்தன் இருந்தால் அவன் கடவுள்” என்கிறார்கள் வடக்கத்தியர். ஏனெனில், அவர்கள் பார்க்கும் மனிதர்கள் அப்படி.

இப்படித்தான் ராமன் கடவுள் ஆனான். இன்று தமிழ் மொழி இன நில உணர்வை ஒடுக்க நினைக்கும் ஒரு கூட்டத்துக்கு அவனே முகம் ஆனான். உண்மையில் ராமர் கோவிலில் தமிழுக்கு வழிபாட்டு மொழி என்ற நிலையை வழங்குவதுதான் நியாயம். ஆனால் நடந்தது என்ன? ராமர் கோவில் திறப்பை முன்னிட்டு நம்மூர் கோவில்களில் கூட புதிய நடைமுறையாக வடமொழி, இந்தி எழுத்துக்களுடன் பான்பராக் வண்ணத்தில் கொடிகள்.

ஆக தமிழ் இலக்கியம் சொல்லும் தமிழர் பெருமைகள் பொய்யல்ல. உண்மை அல்லது நயம் சேர்க்கப்பட்ட உண்மை என்பது இதன் மூலமே புரியும்.

அன்று தமிழர்கள் அப்படி பகை அரசர்களையும் பகை அரசின் மக்களையும் ஏற்றுக்கொள்ளக் காரணம், அவர்களுக்குள் அடிப்படையாக - ஆரவாரமற்ற ஆழமாக - உயிர் மூச்சாக இருந்த தமிழ்த் தேசியம் என்கிற தமிழ் நாட்டியல்!

மவுரியப் பேரரசுக்கும் முந்தைய கலிங்க அரசன் காரவேலன் என்பவன், தான் பொறித்திருக்கும் அத்திகும்பா என்ற கல்வெட்டில், வடக்கில் இருந்து போகும் அரசர்களை ஒன்று சேர்ந்து விரட்ட தமிழ்

அரசர்கள் 113 ஆண்டுகள் கூட்டணி அமைத்து இருந்ததைக் கூறுகிறான். இந்தக் கூட்டணி கிமு 288 ஆண்டு முதல் துவங்கி இருக்க வேண்டும் என்கிறார் அறிஞர் கமில் சுவலபில். இதுதான் தமிழ்த் தேசியம் என்கின்ற தமிழ் நாட்டியல்.

சிலப்பதிகாரம் வஞ்சிக் காண்டத்தில் வடபுல மன்னர்களான கனக விசயர்கள் தோற்றோடும் காட்சியை "அரியில் போந்தை அருந்தமிழ் ஆற்றல் தெரியாது மலைந்த கன விசயரை" என்று நீர்ப்படைக்காதை பாடுகிறது; அதாவது, அழிவில்லாத பனைமாலை சூடிய அருந்தமிழர் ஆற்றல் அறியாது போரிட்ட கனகவிசயரை' என்று பொருள்.

பல்லவர் காலத்தில் பாலியும் சமஸ்கிருதமும் இந்த மண்ணில் ஆட்சி மொழி ஆனபோதுதான் தமிழ்த்தேயவியம் , முதல் தாக்குதலுக்கு ஆளானது.

அடுத்து கிருஷ்ண தேவராயர் காலம்...

"தமிழ் மன்னர்கள் உலகம் எங்கும் சென்று வெல்வார்கள். ஆனால் தோற்ற மன்னன் உடனே காலில் விழுந்து வணங்கினால், மன்னித்து விட்டு, அந்த நாட்டை வென்றதற்கான சில நினைவுச் சின்னங்களை ஏற்படுத்திவிட்டு வந்து விடுவார்கள். அடுத்த சில நாள்களிலேயே அந்த நாடுகளைத் தமிழ் மன்னர்கள் வென்றதற்கான அடையாளங்கள் அழிக்கப்பட்டு விடும். நாம் அப்படி விட்டுவிட்டுப்போய் விடக்கூடாது. மொத்தத் தமிழ்நாட்டைப் பாளையங்களாகப் பிரிக்கவேண்டும். அவற்றை ஆள நமது மக்களை கும்பல் கும்பலாகக் கொண்டு வந்து இங்கே நட்டு வைக்க வேண்டும். தொடர்ந்து அவர்களே ஆளும் சூழலை ஏற்படுத்தவேண்டும். நம்மால் வெல்ல முடியாத தமிழ்க் குறுநில மன்னர்களையும் ஜமீன்கள் என்ற பெயரிலேயே அங்கீகரித்துப் பிரச்னை வராமல் பார்த்துக் கொள்ள வேண்டும்" என்று கிருஷ்ண தேவராயருக்கு வடக்கே இருந்து வந்த பிராமணர்களால் அறிவுரை சொல்லப் பட்டு, அதன்படியே கிருஷ்ண தேவராயர் செய்ய,

அதற்கு நன்றிக் கடனாக ஓதுவார்கள், பூசாரிகள் கையில் இருந்த தமிழர் கோவில்கள் பிடுங்கப்பட்டு முழுக்க முழுக்க பிராமணர்கள் வசம் தரப்பட்டன.

பொருளாதாரம் உட்பட எல்லா வகையிலும் அவர்கள் ஆட்சியில் தமிழர்கள் ஒடுக்கப்பட , ஒரு நிலையில் பிராமண ஆதிக்கத்தை எதிர்த்து உருவான பிராமணர் அல்லாதோர் இயக்கத்திலும் பொருளாதார பலம்

காரணமாக மாற்று மொழியினரே பலம் பெற, அது திராவிட இயக்கமாகி மற்ற மொழியினருக்கே முக்கியத்துவம் கொடுக்க, மற்ற இயக்கங்களிலும் அதே அநியாயம் நடக்க..

தமிழ்நாட்டில் களம் என்பது இரு தரப்பிலும் தமிழர் அல்லாதவர் கைக்குப் போய்விட, களத்தில் இருதரப்பிலும் மோதிக்கொள்வோரின் பல்லக்குகளைத் தூக்கும் அடிமை நிலைமைக்குத் தமிழர்கள் போக, மாபெரும் தாக்குதலுக்கு ஆளானது தமிழ்த்தேயவியம்.

அதையும் மீறி அப்போது தமிழ்த்தேயவியம் பேசியவர்களை திராவிடம் விரட்டினால் ஆதரவு கொடுப்பது போல வட இந்தியத் தேசியம் இழுத்து விழுங்கித் தின்று செரித்தது. தேசியம் விரட்டினால் ஆறுதல் சொல்வது போல வந்து திராவிடம் சுருட்டி விழுங்கித் தின்று அழித்தது.

தமிழர் இழந்த பகுதிகள்

நம் அரசியல் தலைவர்கள் அக்கறை காட்டாததால் தமிழகம் அண்டை மாநிலங்களிடம் இழந்த நிலப்பகுதியின் அளவு சுமார் 70,000 சதுர கிலோமீட்டர்கள். அந்தப் பகுதிகள் நம்மிடம் இருந்திருந்தால் இன்று நாம் சந்திக்கும் நதி நீர்ப் பிரச்சினைகள் இருந்திருக்காது

‘முல்லைப் பெரியாறு பிரச்சினையில் கேரளத்தவர் நடந்துகொள்ளும் முறையைப் பார்க்கும்போது கேரளாவோடு சேர்க்கப்பட்ட தமிழ் நிலப் பகுதிகளான தேவிகுளம், பீர்மேடு போன்ற பகுதிகளை மீண்டும் தமிழகத்தோடு இணைக்கவேண்டும் என்று கேட்க வேண்டிய நிலைமை ஏற்பட்டிருக்கிறது’ என்று இன்று அரசியல்வாதிகள் பேச ஆரம்பித்திருக்கிறார்கள்.

ஆனால், வரலாற்றைத் திரும்பிப் பார்த்தால் மொழிவாரி மாநிலங்கள் பிரிக்கப்பட்டபோது தமிழ்நாடு இழந்த பகுதிகள் பல. அவை தமிழ்நாட்டோடு இருந்திருந்தால் இன்று நாம் சந்திக்கும் நதி நீர்ப் பிரச்சினைகள் இருந்திருக்காது. முல்லைப் பெரியாறு மட்டுமல்ல, காவிரி, பாலாறு பிரச்சினைகள்கூட. நாம் இழந்த நிலப் பகுதிகளை ஒப்பிடுகையில் தேவிகுளம், பீர்மேடு என்பது, கஜானாவையே கொள்ளை கொடுத்துவிட்டு ஒற்றை மூக்குத்தியை மட்டும் திரும்பக் கேட்பது போலத்தான். ஏனென்றால், தமிழகம் அண்டை மாநிலங்களிடம் இழந்த நிலப்பகுதியின் அளவு சுமார் 70,000 சதுர கிலோமீட்டர்கள்.

அப்படிப் பல்லாயிரம் சதுர கிலோ மீட்டர் நிலப் பகுதிகளை தமிழகம் இழக்கக் காரணம், நமது அரசியல் கட்சிகள். இந்தக் கட்சி, அந்த இயக்கம் என்ற பேதம் இல்லாமல் எல்லோருமே அந்த இழப்புக்குத் துணை போன அரசியலையே செய்தார்கள் என்பது வரலாறு முன் வைக்கும் கசப்பான உண்மை.

நாடு விடுதலை பெற்றதும் மொழிவாரி அடிப்படையில் மாநிலங் களைப் பிரிக்க வேண்டும் என்ற குரல்கள் அடுத்தடுத்து இந்தியா முழுக்க எழுந்தன. அப்படிக் குரல் எழுப்பியவர்கள் பிரிவினைவாதிகள் அல்ல; வெள்ளையனை வெளியேற்ற வேண்டும் என்பதற்காகச் சுதந்திரப் போராட்டத்தில் பங்கேற்றுச் சிறை சென்றவர்கள். அதிலும் குறிப்பாக காங்கிரஸ் இயக்கத்தில் இருந்தவர்கள்.

முதன் முதலில் மராத்தி மொழி பேசும் மக்களுக்குத் தனியாக மராட்டிய மாநிலம் அமைக்க வேண்டும் என்று 'சம்யுக்த மகாராஷ்டிரா சமிதி' என்ற அமைப்பை ஏற்படுத்தி, போராடத் துவங்கியவர் விடுதலைப் போராட்டத் தியாகியான சங்கர்ராவ் தேவ். அடுத்து, குஜராத் மாநிலத்தில் 'மகா குஜராத் ஜனதா பரிஷத்' என்ற அமைப்பின் மூலம் போராடத் துவங்கினார் இந்துலால் யக்னிக்.

அதன் பிறகு தென்னிந்தியாவில் தனி ஆந்திர மாநிலப் போராட்டம் எல்லாவற்றையும்விடப் பெரிய அளவில் விஸ்வ ரூபம் எடுத்தது. அடுத்து கர்நாடகா, கேரளாவிலும் போராட்டங்கள். ஆனால், தமிழ்நாட்டில் அப்படி ஒரு போராட்டம் எழவே இல்லை. இங்கிருந்த தேசிய உணர்வு, திராவிட உணர்வு இரண்டுமே அதற்குக் காரணம்.

வெள்ளையர் ஆட்சியில், சென்னை ராஜதானி என்ற பெயரில் இன்றைய நான்கு தென் மாநிலங்களும் ஒன்றாக இருந்தன. அதனால், சென்னையும் தமிழ் மண்ணும் அரசியல் சமூகரீதியாகக் கேரள, ஆந்திர, கன்னடர்களும் உரிமையோடு செயல்படும் நிலமாகவே இருந்தது.

மொழிவாரி மாநிலங்கள் பிரிக்கப்பட்டபோது தென் இந்தியாவில் கேரள, கன்னட, ஆந்திர மாநிலத்தவர் காலகாலமாகத் தமிழ் நிலப் பகுதிகளாக இருந்த பகுதிகளைத் தங்கள் மாநிலத்தோடு இணைக்கக் கோரிப் போராடினர். அதில் முதன் முதலாக வெற்றி பெற்றவர்கள் கேரள மாநிலத்தவர்தான்.

அகத்தீஸ்வரம், தோவாளை, நெய்யாற்றுப் பகுதி, நெடுமங்காடு, இடுக்கி மாவட்டத்தின் பெரும்பகுதி, வண்டிப் பெரியாறு, தேவிகுளம்,

பீர்மேடு, குமுளி, கொச்சின், சித்தூர், பாலக்காடு பகுதிகள் போன்றவை எல்லாம் இன, மொழி, வரலாற்று, இலக்கிய ரீதியாக தொடர்புடைய தமிழகத்துடன் இணைக்கப்பட்டிருக்க வேண்டும். ஆனால் நடக்கவில்லை.

மொழிவாரி மாநிலப் போராட்டம் பொங்கிப் பிரவகித்த நிலையில் 1954ஆம் ஆண்டு மொழிவாரி மாநிலம் பற்றி ஆராய்ந்து அறிக்கை தர, பசல் கமிஷன் என்ற ஒரு கமிஷனை மத்திய அரசு நியமித்தது. அந்தக் கமிஷனிடம் கேரளத்தவர்கள் மேலே குறிப்பிட்ட பகுதிகளைத் தவிர கோவை மாவட்டத்தின் மேற்குப் பகுதி, நீலகிரி, கூடலூர், ஊட்டி ஆகிய பகுதிகளையும் கேட்டனர்.

இன்றுபோலவே அன்றும் கேரளத்தவர்கள் அரசியலிலும் நிர்வாகத் திலும் செல்வாக்கோடு இருந்தனர். அன்று நேருவின் அமைச்சரவையிலும் வெளிநாட்டுக் கொள்கை ரீதியான பதவிகள், அயல்நாட்டுத் தூதரகப் பதவிகள், சர்வதேச நெருக்கடிகளுக்குப் பரிகாரம் காணும் பதவிகள், மூன்று மெய்க்காப்பாளர் பதவிகள், நேருவின் அந்தரங்கச் செயலாளர் பதவி, அகில இந்தியக் காங்கிரஸ் செயலாளர் பதவி, பாராளுமன்ற எதிர்க்கட்சித் தலைவர் பதவி என்று பல பொறுப்புகளில் கேரளத்தவர்கள் இருந்தனர்.

தவிர, மொழிவாரி மாநிலம் பற்றி ஆராய்ந்து அறிக்கை தர அமைக்கப்பட்ட பசல் கமிஷனிலேயே கே.எம். பணிக்கர் என்ற மலையாளி பொறுப்பில் இருந்தார். தமிழகம் சார்பில் யாரும் இல்லை. அவர், 'தனக்குத் தேவிகுளம், பீர்மேடு பகுதிகளில் நிறைய தேயிலைத் தோட்டங்கள் இருப்பதால் அவற்றைத் தமிழ்நாட்டுக்குத் தர முடியாது' என்று ஒரு சுயநலமான காரணத்தையும் அதற்குச் சொன்னார்.

ஆனால், இந்த விஷயத்தில் கேரளத்தவரை மட்டும் குறை சொல்லிப் பயனில்லை. நம் அரசியல்கட்சிகளும், தலைவர்களும் தமிழ் மண்ணைவிடக் கட்சி விசுவாசத்திற்கே முக்கியத்துவம் அளித்தனர்.

தேவிகுளம், பீர்மேடு பகுதிகளைக் கேரளத்தோடு இணைப்பதற்கு எதிராகப் போராடிய பி.எஸ்.மணி என்ற தலைவர் சென்னை வந்து காமராஜரைச் சந்தித்து, 'தேவிகுளம், பீர்மேடு பகுதிகள் காப்பாற்றப்பட வேண்டும்' என வேண்டினார். அப்போது காமராஜர், 'குளமாவது மேடாவது, இந்தியாவில்தானே இருக்கிறது மணி, காங்கிரஸ் வேலையைப் போய்ப் பார்' எனச் சொல்லி அனுப்பினார். மணி, 'தினமணி' ஆசிரியர் ஏ.என்.சிவராமனைச் சந்தித்து பிரச்சினையை விளக்கினார். அவர், 'குளமாவது மேடாவது' என்ற தலைப்பில், 'தினமணி'யில் தலையங்கம்

ஒன்று எழுதினார். சி.சுப்ரமணியம் ஒருமுறை, 'தேவிகுளம், பீர்மேடு நமக்கு வேண்டும்' எனச் சட்டமன்றத்தில் வாதிட்டவர். ஆனால், மத்தியத் தலைமையின் கருத்து வேறாக இருக்கிறது எனத் தெரிந்தபோது, 1956 மார்ச் 28ஆம் தேதி பசல் கமிஷனின் அறிக்கையைச் சட்டமன்றத்தில் அறிமுகப்படுத்தி அதை ஏற்குமாறு வாதிட்டவரும் அவர்தான்.

தேவிகுளம், பீர்மேடு போராட்டம் பற்றி விவாதிக்க 1956ஆம் ஆண்டு ஜனவரி 27ஆம் தேதி சென்னையில் அனைத்துக் கட்சிக் கூட்டம் ஒன்று நடந்தது. அதில் அண்ணா கலந்துகொள்கிறார் என்ற காரணத்தால் பெரியார் அந்தக் கூட்டத்தில் பங்கேற்கவில்லை. காரணம், அப்போது அவர்கள் இருவரும் அரசியலில் வேறு வேறு திசைகளில் இருந்ததுதான். மற்ற மாநிலங்களைப் போல பொதுப் பிரச்னைகளுக்காகக் கட்சி அரசியல் மாறுபாடுகளுக்கு அப்பாற்பட்டு ஒன்று சேர்ந்து போராடும் வழக்கம் தமிழ் மண்ணில் அப்போதே இல்லை.

'மொழிவழி பிரிந்து இனவழி ஒன்றுபட்டு சோஷலிசத் திராவிடக் குடியரசுக் கூட்டாட்சி' காணும் கனவில் இருந்த திமுக, காங்கிரசிற்கு எதிராகக் கூட்டணி காண்பதிலும் மாநில உரிமைகள் சார்ந்த வேறு பிரச்சினையிலும் காட்டிய ஆர்வத்தை இந்தப் பிரச்சினையில் காட்டவில்லை. 'பெரியாரும் அண்ணாவும் நேருவின் தட்சிணப் பிரதேசத் திட்டத்தை (அதாவது ஒட்டு மொத்த இந்தியாவையும் நான்கு மாகாணங்களாகப் பிரிக்கும் திட்டம்) எதிர்ப்பதிலேதான் அதிக அக்கறை காட்டினார்கள். தேவிகுளம், பீர்மேடு பிரச்சினையில் அவ்வளவாக அக்கறை காட்டவில்லை' என்று, 'எனது போராட்டங்கள்' நூலில் எழுதுகிறார் ம.பொ.சி.

பிரச்சினை வலுவாக இருந்தபோது அந்த ஆண்டு கம்யூனிஸ்டுக் கட்சியின் அகில இந்திய மாநாடு சென்னையில் நடக்கவேண்டி இருந்தது. ஆனால், கேரள மாநிலத்தவர் அதைத் தங்கள் செல்வாக்கால் கேரளாவுக்கு மாற்றினர். அங்குத் திடீர் என அந்த மாநாட்டில், 'தேவி குளம், பீர்மேடு பகுதிகள் கேரளாவுக்கே சொந்தம்' என்று தீர்மானம் போட, தமிழக கம்யூனிஸ்ட் தலைவர்கள் அதை எதிர்க்காமல் கட்சிக் கட்டுப்பாடு என்ற பெயரில் அதை ஏற்றுக்கொண்டனர் (ஆனால், ஜீவா எல்லைகளை மீட்கத் தொடர்ந்து போராடினார்).

அப்போது தமிழக அரசின் தலைமைச் செயலாளராக இருந்தவர் கேரளத்தைச் சேர்ந்தவர். தேவிகுளம், பீர்மேடு பகுதிகள் யாருக்குச் சொந்தம் என்பது பற்றிப் பேச, தமிழக - கேரள மாநிலத் தலைமைச் செயலாளர்களின் கூட்டம் திருவனந்தபுரத்தில் நடந்தது. அப்போது

தமிழக அரசின் தலைமைச் செயலாளரான வர்கீஸ் அந்தப் பகுதிகளை கேரளாவுக்குத் தர சம்மதம் தெரிவித்துக் கையெழுத்திட்டார். 'தமிழக அரசின் தலைமைச் செயலாளரான நீங்கள் இப்படித் தமிழகத்துக்கு எதிராகக் கையெழுத்துப் போடலாமா?' என்று ஒரு நிருபர் கேட்டபோது, 'அந்தப் பகுதிகள் இல்லாவிட்டால் கேரளா ரொம்பக் கஷ்டப்படும்' என்றார் வர்கீஸ். இத்தனைக்கும் அவர் அப்போது தமிழ்நாட்டின் தலைமைச் செயலாளர். ஆனால் மலையாளி.

இவற்றிற்கு எதிராக நேசமணி, ம.பொ.சிவஞானம் போன்றோர் செய்த சில போராட்டங்களின் விளைவாகக் கேரளத்தவர் தங்களுக்குக் கொண்டு போக நினைத்த செங்கோட்டை, அகத்தீஸ்வரம், தோவாளை, கன்னியாகுமரி பகுதிகள் மட்டும் மீட்கப்பட்டன. ஆனால், தமிழகத்தோடு சேர வேண்டிய சுமார் 1,500 சதுர கிலோமீட்டர் நிலப் பகுதி கேரளாவுக்குப் போயிற்று. அதில் முக்கியமாகக் குறிப்பிடப்பட வேண்டியது செங்கோட்டை தாலுகாவில் இருந்த சில பகுதிகள். 1950களிலேயே ஆண்டுக்கு சுமார் எட்டுக் கோடி ரூபாய் வருமானம் தந்துகொண்டிருந்த வனப் பகுதியைத் தமிழகம் இழந்தது.

இந்த 1,400 சதுர கிலோமீட்டர் பகுதி மட்டும் நியாயமாகத் தமிழகத்துக்கு வந்திருந்தால்...

இன்று முல்லைப் பெரியாறு பகுதி முழுக்க நம்மிடம் இருந்திருக்கும். பிரச்சினையே கிடையாது.

பவானி நதிப் பிரச்சினை கிடையாது.

தமிழ்ப் பண்பாட்டு இலக்கிய வடிவமான கண்ணகிக் கோயில் நம்மை விட்டுப் போயிருக்காது. அங்கு நாம் வழிபடப் போனாலே, கேரள போலீசாரிடம் அடிபடும் நிலைமை வந்திருக்காது.

சிறுவாணி அணையின் ஒரு பகுதியைத் தம்மிடம் வைத்துக்கொண்டு சிறுவாணித் தண்ணீருக்கும் கேரளத்தவர் கடிவாளம்போடும் நினைப்புகளுக்கே வாய்ப்பிருந்திருக்காது.

எல்லாப் பிரச்சினைகளுக்கும் காரணம், தமிழகத்துடன் சேர வேண்டிய 1,500 சதுர கிலோமீட்டர் பரப்பை நாம் இழந்ததுதான்.

கேரளாவிடம் இழந்தது இப்படி என்றால், ஆந்திராவிடம் இழந்தது இன்னும் அதிகம்.

சுதந்திரம் வாங்குவதற்கு முன்பு ஆந்திராவின் ராயல சீமாவே தமிழர்கள் அதிகம் வாழ்ந்த பகுதிதான். திருப்பதிக் கோயில் கருவறைக் சுவர் கல்வெட்டுகளில்கூடத் தமிழ் எழுத்துகளே உள்ளன. திருப்பதியில் இருந்த தனித்தமிழ் பள்ளிகள், அங்குத் தமிழ்க் கலை காலகாலமாக வளர்ந்த விதமே அழகு.

1912ஆம் ஆண்டு ஆந்திரப் பிரதேசக் காங்கிரஸ் சென்னை மாகாணத்தில் இருந்து ஆந்திரப் பகுதிகளைப் பிரித்துத் தனி மாநிலம் அமைக்க வேண்டும் என்று கோரிக்கை வைத்தது. தமிழகத்தில் திராவிடம் பேசிக்கொண்டிருந்த நீதிக் கட்சியின் ஆந்திரப் பிரதேசக் கிளையும் அதே கோரிக்கையை வைத்தபோது இங்கிருந்த நீதிக் கட்சிப் புரவலர்கள் அதைக் கண்டிக்கவில்லை.

மொழி வாரி மாநிலங்கள் பிரிக்கப்பட்ட போது தமிழ் நாட்டுடன் இணைக்கப்பட்டிருக்க வேண்டிய சித்தூர் மாவட்டம், நெல்லூர் மாவட்டம், இவற்றில் தங்கிய திருப்பதி, காளஹஸ்தி, புத்தூர், நகரி, ஆரணியாறு, வடபெண்ணை ஆறு, பொன்வாணி ஆறு இவற்றின் வளமான பகுதிகள், நந்தி மலை இவை எல்லாம் ஆந்திராவோடு போயின.

இதன் பின்னால் இன்னோர் அநியாய அரசியல் சித்து விளையாட்டு இருந்தது.

மொழிவாரி மாநிலப் பிரிவினைக்காக அமைக்கப்பட்ட பசல் கமிஷன் ஒரு விதியை வரையறுத்தது. அதாவது, பிரச்சினைக்குரிய பகுதிகளில் வாழும் மக்களின் மொழி என்ன என்பது முக்கியம் இல்லை. அங்கு உள்ள நிலம் யாருக்கு அதிகம் உரிமைப்பட்டதாக உள்ளது என்பதைப் பொருத்தே சம்பந்தப்பட்ட மாநிலத்துடன் இணைக்கப்படும் என்று முடிவு எடுத்தது. அதன்படியே கேரள எல்லையை ஒட்டிய தமிழ் நிலப்பகுதிகள் கேரளாவுடன் இணைக்கப்பட்டன.

ஆனால், தமிழ்நாடு - , ஆந்திரப் பிரிவினையின்போது நடந்தது என்ன தெரியுமா?

வடக்கே இருந்து பிழைப்புத் தேடி வந்த தெலுங்கு பேசும் மக்கள் நெல்லூர், சித்தூர் பகுதிகளில் குறிப்பிட்ட எண்ணிக்கையில் இருந்தனர். ஆனால், நிலத்தின் உரிமையாளர்கள், தமிழர்களாகவே இருந்தனர். ஆனாலும் இங்கு விதியைத் தலைகீழாக மாற்றியது அப்போது மத்திய அரசு அமைத்த படாஸ்கர் கமிஷன், ‘நிலம் யாருடையது என்பது முக்கியம்

அல்ல. வாழும் மக்களின் மொழிதான் முக்கியக் கூறு’ என்று சொல்லி எல்லாப் பகுதிகளையும் ஆந்திராவுடன் இணைத்தது.

வடபகுதியில் மங்கலங்கிழார், ம.பொ.சிவஞானம் போன்றோர் இதை எதிர்த்துத் தீவிரமாகப் போராடினர். ஆனாலும் தமிழகத்தின் தேசிய திராவிட அரசியல் நிலவரம் இந்த அநியாயங்களைத் தடுக்க முன் வராததால், முறைப்படி தமிழகத்துக்கு வர வேண்டிய நிலப் பகுதியில் திருத்தணி, வள்ளி மலை, திருவாலங்காடு போன்ற பகுதிகள் மட்டுமே தமிழகத்துக்குக் கிடைத்தன.

1960ஆம் ஆண்டு ஏப்ரல் மாதம் ஒன்றாம் தேதி வரையறுக்கப்பட்ட எல்லைகள்படி தமிழ்நாட்டுடன் இருந்த 32,000 சதுர கிலோ மீட்டர் நிலப்பகுதி ஆந்திராவுக்குத் தரப்பட்டது. சேலம், செங்கல்பட்டு மாவட்டங்களில் இருந்து சுமார் 525 சதுர கிலோமீட்டர் பகுதி, ஆந்திராவுக்கு அளிக்கப்பட்டது. ஆரணியாறு அணைக்கட்டு ஆந்திராவுக்குப் போனது. திருப்பதி பறிபோனது. காளஹஸ்தி போனது. நந்தி மலை போனது. நந்தி மலை நம்மோடு இருந்திருந்தால் பாலாற்றுப் பிரச்சினை எழுந்திருக்காது.

சென்னையையே ஆந்திரர்கள் தங்களுக்குக் கேட்டார்கள். பல தமிழ் நிலப் பகுதிகளை இழந்த பிறகும் பெரும் போராட்டங்கள் நடத்தியே சென்னையைத் தக்க வைத்துக் கொண்டார்கள், ம. பொ. சி. உள்ளிட்ட வடக்கெல்லைப் போராட்டத் தலைவர்கள்.

இந்தக் கேரள, ஆந்திர, சென்னை விவகாரங்களிலாவது அரசியல் கட்சிகள் சில போராட்டங்களை நடத்தின. அறிக்கைகள் விட்டன. ஆனால், கர்நாடகாவிடம் நாம் இழந்தது என்பது தூக்கத்தில் திருட்டுக் கொடுத்ததற்கு சமம்.

காவிரி எங்கே உற்பத்தி ஆகிறது என்றால், குடகு மலை என்று எல்லோருக்கும் தெரியும். பழந்தமிழில் குடக்கு என்றால், மேற்கு என்று பொருள். அங்கு வாழும் மக்கள் பேசும் மொழி கூர்க் மொழி. சுமார் முக்கால் நூற்றாண்டுக்கு முன்புவரை கன்னடர்களும் கூர்க் மக்களும் அரசியல் ரீதியாக விரோதம் பாராட்டிக்கொண்டிருந்தார்கள். அதனால், மொழிவாரி மாநிலப் பிரிவினையின்போது இந்த கூர்க் மக்கள், ‘நாங்கள் எங்கள் மொழி மற்றும் கலாச்சாரத்தின் அடிப்படையாக இருக்கும் தமிழ்நாட்டோடு இணைந்துவிடுகிறோம்’ என்று சொன்னார்கள். அதற்காக அந்த மக்கள், கன்னடர்களை எதிர்த்து ஆயுதம் ஏந்தி சிறிய அளவில் போராடியதுகூட உண்டு. நாம் சற்றே கண் காட்டி இருந்தால்கூட அவர்கள் ஓடி வந்து ஒட்டிக்கொண்டிருப்பார்கள்.

அப்படித் தமிழகத்தோடு இணைந்து இருந்தால், காவிரித்தாய் 'தமிழகத்திலேயே' உற்பத்தியாகி, தமிழகத்திலேயே கடலில் கலந்திருப்பாள். நமக்குக் காவிரிப் பிரச்சினையே வந்திருக்காது; தமிழகத்தின் நெற்களஞ்சியம் பதராகி இருக்காது.

கன்னடர்கள் திட்டமிட்டுப் போராடியதால் முறைப்படி தமிழ்நாட்டுக்கு வரவேண்டிய பெங்களூரு, மைசூரு மாவட்டத்தின் ஒரு பகுதி, கோலார் தங்கவயல் பகுதிகள் கர்நாடகாவுக்குப் போயின.

பெங்களூரைத் தங்கள் வசமாக்கிக்கொள்ளக் கர்நாடகத்தினர் காய் நகர்த்திய விதம், அவர்கள் எவ்வளவு புத்திசாலிகள் என்பதைக் காட்டுகிறது. ஒரு மாநிலத்துடன் ஒரு பகுதி இணைக்கப்பட வேண்டும் என்றால் முதலில் நிலத் தொடர்பு, அடுத்து மொழித் தொடர்பு இருக்க வேண்டும் என்பது விதி. ஒசூரில் அப்போது தெலுங்கு பேசுவோர் 39 சதவிகிதமும் அடுத்து, கன்னடம் பேசுவோர் 35 சதவிகிதமும் இருந்தனர். தெலுங்கு பேசும் மக்களே அதிகம் இருந்தாலும் ஆந்திராவோடு நிலத்தொடர்பு இல்லை என்ற காரணத்தால், அதை ஆந்திரா கைவிட்டது. அன்று அது வறண்ட பூமி என்பது வெளியே சொல்லப்படாத காரணம். ஆந்திராவோடு அது இணைக்கப்படாத பட்சத்தில் கன்னடம் பேசுவோர் அதிகம் இருந்ததால், அதைக் கர்நாடகாவோடுதான் இணைத்திருக்க வேண்டும். ஆனால் - பெங்களூரு விவகாரம் வந்தபோது, கன்னட மக்கள் அதிகம் இருந்தாலும் நாங்கள் ஒசூரைத் தமிழகத்துக்கு தந்துவிட்டோம். அதற்குப் பதிலாகக் கன்னடம் பேசும் மக்களைவிடத் தமிழ் பேசும் மக்கள் அதிகம் இருந்தாலும் நாங்கள் பெங்களூரை எடுத்துக்கொள்கிறோம் என்று கோரிக்கை வைத்தது கர்நாடகா.

தமிழகம் அதற்கு உரிமையான நிலப்பகுதிகளை இழந்ததற்கு, தமிழகத்தில் அன்று நிலவிய மண் சார்ந்த உணர்வு இல்லாத - வாய்ச்சவடால் அரசியல்தான் காரணம்.

இன்றைய தமிழகத்தின் பரப்பளவு 1,30,609 சதுர கிலோமீட்டர்கள் தமிழகம் அண்டை மாநிலங்களிடம் இழந்த நிலப்பகுதியின் அளவு சுமார் 70,000 சதுர கிலோமீட்டர்கள். இவையும் நம்மோடு இருந்திருந்தால் தமிழகம், கர்நாடகாவைவிட இன்னும் பெரிய மாநிலமாக இருந்திருக்கும். தமிழகமே மற்ற தென்னிந்திய மாநிலங்களைவிட எல்லாவகையிலும் வளமான மாநிலமாக இருந்திருக்கும்.

உலகின் நீண்ட நெடிய வரலாறு கொண்ட மூத்த மொழி மற்றும் இனமாக இருந்தபோதும் மாற்று மொழி இனச் சித்தாந்தங்களால் தமிழ்த்தேயவியம் பாதிக்கப்பட்டது போல இன்னொரு தேயவிய இனம் பாதிக்கப்பட்டிருக்குமா என்று தெரியவில்லை.

நாமறிய திராவிடம், இந்தியம், கம்யூனிசம் மூன்றும் அந்த வேலையை மனசாட்சி இன்றிச் செய்தன.

தமிழரசு இயக்கத்தை நடத்திய சிலம்புச் செல்வர் ம.பொ.சி., முத்தமிழ்க் காவலர் கி.ஆ.பெ.விசுவநாதம் இன்னும் பலரும் திராவிடத்தால் வீழ்த்தப்பட்டார்கள். நீதிக் கட்சி வீழ்ந்து சுயமரியாதை இயக்கம் திக்குத் தெரியாமல் நின்ற போது, அதில் இருந்தவர்கள் ஒரு கட்சியை உருவாக்க முடிவு செய்தனர். ஒரு நாளில் ஒன்று கூடி அந்தக் கட்சிக்கு தமிழர் கழகம் என்று பெயர் வைத்தனர்.

அன்று மாலையில் கட்சியை மக்களிடம் விளக்கிச் சொல்லிக் கொண்டு போகும் மாநாடு இருந்தது.

காலையில் கூட்டம் முடிந்து மதிய உணவு சமயத்தில் டார்பிடோ ஜனார்த்தனம், சி பி சின்னராசு என்ற இருவர், பெரியாரிடம் போய், "நாங்கள் தெலுங்கு பலிஜா நாயுடு. நீங்கள் கன்னட பலிஜா நாயுடு. நாம் இந்தக் கட்சிக்குத் தமிழர் கழகம் என்று பெயர் வைத்தால் நாளை இதே அமைப்பில் இருக்கும் கி.ஆ.பெ.விசுவநாதம் போன்றவர்கள், தமிழர் கழகத்தில் உங்களுக்கு என்ன வேலை என்று கேட்டால், நாம் என்ன செய்வது? பெயரைத் திராவிடர் கழகம் என்று மாற்றுங்கள்" என்று கூற, பெரியார் அண்ணாதுரையைச் சம்மதிக்க வையுங்கள் என்று கூற அவர்கள் அண்ணாவிடம் பேச, அண்ணாவும் ஒத்துக்கொள்ள, மாலையில் மக்கள் முன் பொதுக்கூட்டத்துக்குப் போவதற்கு முன்னால் தமிழர் கழகம் என்ற பெயர் மாற்றப்பட்டு திராவிடர் கழகம் என்று வைக்கப்பட்டது. மாலையில் அண்ணா பொதுக் கூட்டத்தில் தமிழர் என்ற பெயருக்குப் பதில் திராவிடர் என்ற வார்த்தையைப் போட்டு கொள்கைகளை அப்படியே வைத்துப் பேசிய பேச்சு C.N.A.RESOLUTION என்று அழைக்கப்படுகிறது. திராவிட இயக்கத்தின் தாய்ப்பத்திரம் அந்தப் பேச்சுதான் என்று ஓர் அரசியல் நிகழ்வு கூறப்படுகிறது.

இன்று 2600 ஆண்டுகளுக்கு முந்தைய கீழடி நாகரிகத்தின் பெயரைப் பாராளுமன்றத்தில் தமிழர் நாகரிகம் என்று பதிவு செய்யாமல் 1000 ஆண்டு கால அடையாளம்கூட இல்லாத திராவிட நாகரிகம் என்று சு.வெங்கடேசன் பதிவு செய்தாரே. இந்தச் செப்படி வித்தை ஆரம்பித்த நாள் அன்று. இப்படியாக அப்போதே தமிழ் நாட்டில் தமிழ்த் தேயவியத்தை ஒடுக்கும் ஏற்பாடு உருவானது; வளர்ந்தது.

இதை எதிர்க்கும் வகையில் ம பொ சி உருவாக்கிய தமிழரசுக் கழகம் காங்கிரசின் கலாச்சார அமைப்பாகச் செயல்பட்ட நிலையில் மொழிவாரி மாநிலப் பிரிவினையின் போது, தமிழ் நிலங்களை மற்ற

மாநிலங்களுக்கு என்று அபகரிக்கும் செயலுக்கு ஓரளவேனும் தடை போட்டு, சென்னை உட்பட்ட குறிப்பிடத்தக்க தமிழ் நிலங்களைத் தக்க வைப்பதில் பெரும்பங்காற்றியது தமிழரசுக் கழகம்.

இன்னொரு பக்கம், நாம் தமிழர் அமைப்பை ஆரம்பிக்கிறார் சி பா ஆதித்தனார். ஐரிஷ் மக்கள் தங்கள் இன மொழி அடையாள உரிமைகளை மீட்க உருவாக்கிய we irish அமைப்பின் பாணியில் அவர் உருவாக்கிய நாம் தமிழர் அமைப்பை வரலாற்றில் இருந்து மறைத்துவிட முடியாது. காரணம் , ஆனால், அவர் உருவாக்கிய நாம் தமிழர் அமைப்பே ஒரு நிலையில் திராவிடத்தில் கரைந்தது.

இந்த நிலையில்தான் 2009 ஆம் ஆண்டு இறுதியில் நாம் தமிழர் என்ற பெயரிலேயே இயக்கத்தை நிறுவுகிறார் செந்தமிழன் சீமான்.

சிலம்புச் செல்வருக்குப் பிறகு, தன் பேச்சாலும் மூச்சாலும் அயரா உழைப்பாலும் அனைத்துத் தரப்பு இளைஞர்கள் மத்தியிலும் தமிழ்த் தேயவியத்தைத் தேர்தல் களம் வரை கட்டமைத்தவர் அவர்.

ஒரு ஓட்டுக்குப் பல ஆயிரம் ரூபாய் பணம், பண்ட பாத்திரம், சோறு, சொகுசு , பார்ப்பதற்குத் திரைப்படம் என்று எல்லாக் கட்சிகளும் செயல்பட்ட இடைத் தேர்தல்களில் அதற்கு எல்லாம் மன மயக்கம் கொள்ளாமல் பசி மயக்கம் பாராமல் நாம் தமிழர் கட்சிக்கு ஓட்டுப் போட்ட தம்பிகள் ஒவ்வொருவரும் ஆயிரம் மானமுள்ள தமிழர்களுக்கு சமம்.

எனினும், தமிழ்த்தேயவியம் என்பது ஒருவரோடோ அல்லது ஒரு கட்சியோடோ முடிந்து போகிற கருத்தியல் அல்ல.

இருபது ஆண்டுகளுக்கு முன்பு நான், 'ஏன் வேண்டாம் இன்ப திராவிடம் தொடரை எழுதியபோது, தமிழ்த்தேயவியத்துக்கு எதிராகச் செயல்பட்ட திராவிடம் , தேசியம் , கம்யூனிசம், மற்ற தென்னிந்திய, வட இந்திய மொழியினர் , தமிழ் நாட்டிலேயே பிறந்து தமிழர்கள் என்று சொல்லிக்கொண்டு தமிழ் இன மொழி உணர்வுக்கு எதிராக இயங்கிய சில மேட்டுக்குடி என்று கூறப்படுகிற சமூகத்தினர் இவர்களை எல்லாம் கண்டித்து , திட்டி, புலம்பி, கொந்தளித்து உணர்ச்சிவசப்பட்டு எழுதினேன்.

இப்போது அதை எல்லாம் நினைத்தால் எனக்கே சிரிப்பாக வருகிறது. எவ்வளவு அறியாமையில் இருந்தோம் என்று எண்ணினால் வெட்கமாக இருக்கிறது. உண்மையில் அவர்கள் எல்லோரும் பாராட்டப்பட வேண்டியவர்கள்.

மொழிவாரி மாநிலங்கள் பிரிக்கப்பட்டபோது, தமிழ் நாட்டுக்கு வரவேண்டிய பெரும் நிலப்பரப்பை மலையாளிகள் கேரளாவுக்குப் பறித்துக்கொண்டார்கள் என்பது எனது அன்றைய கோபம்.

ஆனால் இப்போது யோசித்துப் பார்க்கிறேன். தமிழர்கள் நிலத்தில் ஒரு பகுதியையும் மொழியில் பெரும்பகுதியையும் ஈர்த்து மலையாள மொழி உருவாக்கப்பட்டது. அவர்களுக்கு ஓர் இன அடையாளம் தரப்பட்டது. அவர்களுக்கு நிலம் இல்லை. மொழிப் பெரும்பான்மை இல்லை. அவர்கள் தமிழ் மண்ணில் பகுதியைப் பிடித்து மக்களை மாற்றித்தான் மொழியை இனத்தைப் பெருக்க வேண்டும். அதைத்தான் அவர்கள் செய்தார்கள்.

அந்த முயற்சியைத் தடுத்துத் தங்கள் இன மொழி அடையாளங்களைத் தக்க வைத்துக்கொள்ளாதது... தமிழில் நுழையும் சமஸ்கிருதத்தைத் துடைத்தெறியாதது யார் குற்றம்? நம் குற்றமா? அவர்கள் குற்றமா?

மொழிவாரி மாநிலங்கள் உருவாக்கப்பட்டபோது எல்லாக் கேரளத்தினரும் கட்சி வேறுபாட்டை மறந்து தமிழ்நாட்டுக்குப் போக வேண்டிய நிலங்களை தங்களுக்கு என்று இழுத்தனர். ஆனால் தமிழர்கள் கட்சி வேறுபாடுகளை மறந்து ஒரே அணியில் நின்று நிலங்கள் பறிபோவதைத் தடுக்க ஏன் போராடவில்லை? நியாயத்துக்குக் கூட போராட மறந்து நிலங்களை இழந்தது யார் குற்றம்?

சரி அது போகட்டும்.

'ஈழம் எழுந்துகொண்டிருக்கிறது. ஈழம் மலர்ந்தால் தமிழ் நாட்டில் மொழி இன உணர்வு எழும். அப்படி மலர்ந்தால் தொடர்ந்து நாம் தமிழ் நாட்டுக்குள் போய்ப் பிழைக்க, முன்னேற இடம் வாங்கிப் போட முடியாமல் போகலாம். எனவே ஈழம் மலர விடக்கூடாது' என்று முடிவெடுத்த கேரளத்தினர், ஒரே நேரத்தில் இந்திய அரசு, இலங்கை அரசு, ஐ நா சபை மூன்றிலும் பொறுப்புக்குப் போய் நினைத்ததை நடத்தி முடித்தார்களே.

நம் பக்கம் நியாயம் இருந்தும் அதைத் தடுக்கக்கூட ஏன் தமிழர்களால் முடியவில்லை? இது யார் குற்றம்?

பொங்கல் பண்டிகைக்கு ஊருக்குப் போனால் ரேஷன் கார்டு ரத்து செய்யப்படும் என்று கேரளாவில் இடுக்கி மாவட்ட ஆட்சியாளர் உத்தரவு போட்ட அதே வேளையில், ஓணம் பண்டிகைக்குச் சென்னையில் அரசு விடுமுறை விடுவித்த ஓர் முதல்வரை அவரது கட்சியில் கோடிக்கணக்காக

இருந்த தமிழர்கள் ஏன் கண்டிக்கவில்லை? சென்னையில் ஓணம் பண்டிகைக்கு அரசு விடுமுறை அறிவித்ததை ஏன் ரத்து செய்ய வைக்கவில்லை?

அங்கே அதைச் செய்யும் கேரளத்தினர் இங்கே ஓணம் பண்டிகைக்கு அரசு விடுமுறை வாங்கினார்களே... அது எப்பேர்ப்பட்ட சாமர்த்தியம்?

கேட்டால், “மலையாளிகளுக்கு இந்தியப் பார்ப்பனிய அரசுகளின் ஆதரவு எப்போதும் உண்டு. அதுதான் முடிகிறது” என்பீர்கள்.

இப்போது மாலத்தீவுக்கும் இந்தியாவுக்கும் உறவு சரி இல்லை. இந்தப் பிரச்சினையால் இந்தியாவில் அதிகம் பாதிக்கப்படுவது கேரளத்தினர்தான். மாலத்தீவு அவர்களுக்கு இரண்டாவது தாய்நாடு மாதிரி. மாலத்தீவு முஸ்லிம் நாடு. நீங்கள் வேண்டுமானால் பாருங்கள் இன்னும் கொஞ்ச நாளில் மாலத் தீவுக்கும் இந்தியாவுக்குமான உறவைச் சரி செய்து விட்டுத்தான் கேரளத்தினர் தூங்கப் போவார்கள். அதுதான் இனப்பற்று.

கிறிஸ்தவர் ஜேசுதாஸ் சபரி மலையில் அரிவராசனம் பாட முடியும் , நினைத்த உடன் அய்யப்பனின் முன் போய் நிற்க முடியும்.

ஆனால் இந்துவாக இருந்தாலும் தரிசன வரிசையில் கும்பல் அதிகமானால் கேரள பக்தர்கள் எளிதாகத் தரிசனம் செய்யப், பல மணி நேரம் வரிசையில் காத்திருக்கும் தமிழ் பக்தர்களை மட்டும் இழுத்து வெளியே தள்ளிவிடுவதே கேரளக் காவல்துறையின் இனப்பற்று.சபரிமலையில் ஒரே மாதிரி வரம்பு மீறலை ஒரு தமிழரும் ஒரு மலையாளியும் செய்தால் தமிழரைக் கடித்துக் குதறும் கேரளக் காவல்துறை அதே விதி மீறலைச் செய்த மலையாளியை , ஒரு பூனை தன் குட்டியைக் கவ்வுவது போல கவ்விக் காப்பாற்றும். அதுவன்றோ இனப்பற்று.

பத்மநாப சாமி கோவிலுக்குப் போக ஆசைப்பட்டார் பாடகர் ஜேசுதாஸ். அவர் கிறிஸ்தவ மதத்தவர் என்பதால் உட்பிரகாரத்துக்குள் அனுமதி மறுக்கப்பட்டார். கொஞ்ச நேரம்தான்! இத்தனை ஆண்டு கால பத்மநாப சாமி கோவில் ஐதீகம், காலகாலப் பழக்கம் , சாஸ்திரம், சம்பிரதாயம் , சாங்கியம் , மடி, விழுப்பு, பவிஷு, எல்லாம் தலைகீழாக மாற்றப்பட்டது. உள்ளே அனுமதிக்கப்பட்டார் ஜேசுதாஸ்.

காரணம் சொன்னார்கள்.. ‘அவர் கிறிஸ்துவராக இருக்கலாம். ஆனால் மலையாளி. பத்மநாப சாமி மலையாளிகளின் சாமி. ஒரு

மலையாளத்தவருக்கு மலையாளச் சாமியைத் தரிசிக்கத் தடையா? உடைத்தெறி அந்தச் சனாதனச் சாக்கடையை ! மதம் எல்லாம் அப்புறம். மொழி இனம் முக்கியம். மொழிவழி நாட்டியல் முக்கியம். '

எனவே நான் மலையாளிகளைப் பாராட்டுகிறேன்.

இன்றும் கேரளாவில் தொடுபுழாவிலோ நலக்காமுக்கு கடக்காவூரிலோ இருக்கும் ஒரு கேரளர் எப்படியோ யார் மூலமோ சென்னைக்கு ஒரு வேலைக்கு வருவார். தன்னை நிலைநிறுத்திக்கொண்டு நிறுவனத்தில் முன்னேறுவார். முக்கிய இடத்துக்கு வருவார். ஒரு நிலையில் அந்த நிறுவனத்தில் ஒரு புதிய வேலை வாய்ப்பு வந்தால் , அந்த வேலைக்குப் பொருத்தமான பல பேர் சென்னையில் அதே இடத்தில் அந்த அலுவலகத்துக்கு வெளியிலேயே இருந்தாலும் அவர்கள் யாருக்கும் அந்த வேலையைத் தராமல் தனது மாநிலமான கேரளாவுக்கு போன் செய்து அங்கிருந்து அங்கே உள்ள ஒரு சக மலையாளியை இரயில் ஏற்றிச் சென்னைக்கு வர வைத்து அவருக்கு அந்த வேலையைத் தருவார். வந்தவர் இன்னொருவரைக் கொண்டு வருவார். ஒரு நிலையில் அந்த சென்னை நிறுவனத்தின் பங்குதாரர்களாகவோ அல்லது முதலாளியாகவோ அந்தக் கேரளத்தவர் மாறி இருப்பார்கள்.

அந்த இனப்பற்றை எப்படிப் பாராட்டாமல் இருக்க முடியும்?

வன்னியச் சமூக மக்களின் நிலமாக ஒரு காலத்தில் இருந்த ராயல சீமா, சித்தூர் மாவட்டம் யாவும் அடுத்தடுத்து நடந்த தெலுங்கு மக்கள் குடியேற்றத்தின் காரணமாகத் தெலுங்கு மயமாகியது.

ஆனால் மொழிவாரி மாநிலங்கள் பிரிக்கப்படும் காலம் வரைக்கும்கூட முழுக்க முழுக்கத் தமிழர்கள் வாழும் நிலமாக இருந்த திருப்பதி , கல்வெட்டுகள் எல்லாம் முழுக்க முழுக்கத் தமிழில் இருந்த திருப்பதி, இன்றைக்கும் மார்கழி மாதம் திருப்பாவை பாடப்படுகிற திருப்பதியை.... எப்படி ஆந்திரர்கள் தங்களுக்கு என்று மாற்றிக்கொள்ள முடிந்தது? ஐதராபாத் நிஜாம் கோட்டையைக் குதுப்மினாரைத் தமிழர்கள் தமதாக்கிக் கொள்ள முடியுமா? அதைப் பற்றி நினைத்துப் பார்க்க முடியுமா?

நம்மால் கனவிலும் நினைத்துப் பார்க்க முடியாத ஒன்றை, திருப்பதியைக் கைப்பற்றியதன் மூலம் ஆந்திரர்கள் சாதித்தார்கள் என்றால் அது எவ்வளவு பெரிய இன ஒற்றுமை? அது மட்டுமா? வெற்றி வந்ததே என்று அவர்கள் ஓய்ந்துவிடவில்லை. திருப்பதியில் இப்போதும் இருக்கிற தமிழ்க் கல்வெட்டுகளை எல்லாம் அவர்கள் தெலுங்கில்

மாற்றிக்கொண்டு இருக்கிறார்கள் எனில்... நாம் இறந்த பிறகும் நம் இனத்தின் வருமானச் சொத்தாக திருப்பதி இருக்கவேண்டும் என்ற தொலைநோக்கு அவர்களுக்கு.

எப்பேர்ப்பட்ட இனப் பற்று!

அந்த இனப்பற்றை நான் பாராட்டுகிறேன்.

இப்படித் தமிழர்களுக்குச் சொந்தமான சென்னை, திருப்பதி இரண்டில் திருப்பதியைக் கைப்பற்றிய பிறகும் சென்னை கிடைக்கவில்லையே என்ற உணர்வில் இருந்து மாறாமல் சென்னையை வணிகம் கல்வி போன்றவற்றில் கைப்பற்ற வேண்டும் என்பதற்காக, இன்னும் ஆந்திராவில் தங்கள் ஆட்களிடம் "சென்னைக்குப் போ. அங்கே வேலை பார். சம்பாதி. சொத்து வாங்கிப் போடு. இடத்தை உரிமையாக்கி ஆக்கிரமி "என்று சென்னைக்கு - , தமிழ்நாட்டுக்கு அனுப்பிக்கொண்டே இருக்கும் ஆந்திரர்களின் காத்திரமான இனப்பற்றை எப்படிப் பாராட்டாமல் இருப்பது?

தொல்காப்பியத்துக்கு அடுத்தபடி தமிழின் முழுமையான இலக்கண நூல் என்றால் அது நன்னூல். நன்னூல் எழுதிய பவணந்தி தமிழின் முதன்மைத் தமிழர்களில், தலைமைத் தமிழர்களில் ஒருவர். ஆனால் இன்றைய நில எல்லைப்படி அவர் தமிழ்நாட்டுக்காரரே இல்லை. கர்நாடகத்தவர். அவர் காலத்தில் கன்னடம் என்ற மொழியே இல்லை. அப்போது அந்தப் பகுதியில் இருந்த தமிழ் வட்டார வழக்கு மொழியோடு சமஸ்கிருதம் கலந்து கன்னடம் உருவானது.

மைசூரில் இருந்த தமிழ் உடையர்கள் ஆட்சியைக் கன்னட பிராமணர்கள், கன்னடமயமாக்கினர்.

காலம் கடந்து சுதந்திர இந்தியாவில் மொழிவாரி மாநிலப் பிரிவினை வந்தபோது, அதுவரைகூடத் தமிழர்களே அதிகம் இருந்த பெங்களூர் கர்னாடக மாநிலத் தலைநகராகக் கன்னடர்களால் மாற்றப்பட்டது.

கம்பக் கவுண்டர் புதூர் கெம்பே கவுடா ஆனது முதற்கொண்டு, காலகாலமாக இருந்த தமிழ் அடையாளங்கள் கன்னட மயமாக்கப்பட்டன. எவ்வளவு கடினமான பணி அது. அதைக் கன்னடர்கள் சாதித்தார்கள். எனவே அவர்கள் பாராட்டுக்கு உரியவர்கள்.

இப்படிப் பொதுவாகப் பாராட்டுவது மட்டுமின்றிச் சில தனி மனிதர்களையே எடுத்துக்கொள்வோம்.

ரஜினிகாந்த் அவர்களையே எடுத்துக் கொள்வோம்...

பூர்விகம் மராட்டியம் என்றால் பிறப்பு, வளர்ப்புச், சூழல் காரணமாகக் கன்னடராகக் கெட்டிப்பட்டவர் அவர். ஆனால் கர்நாடகம் அவரை ஒரு பேருந்து நடத்துனராகத்தான் வைத்திருந்தது. ஆனால் தமிழகம் அவரை மாபெரும் நடிகராக்கியது. ஆயிரமாயிரம் கோடி ரூபாய்களை அள்ளிக் கொடுத்தது. அதனால் அவருடைய கன்னட இனப்பற்றைக் குறைக்க முடிந்ததா? இல்லையே.

தமிழ் நாட்டுக்குத் தரவேண்டிய காவிரி நீரைக் கர்நாடகா தர மறுத்த நிலையில் , அதை எதிர்த்துத் தமிழ்த் திரையுலகம் பொங்கி எழுந்து நெய்வேலியில் இருந்து கர்நாடகம் செல்லும் மின்சாரத்தைத் தடுக்கக் கிளம்பியபோது, 'ஐயோ நமது இனமான கன்னட மக்கள் மின்சாரம் இல்லாமல் கஷ்டப்படுவார்களே...' என்று பதறிப் போய், அந்த நெய்வேலிப் போராட்டத்துக்கு எதிராக இதே தமிழ்நாட்டில் சென்னையில் உண்ணாவிரதத்தில் உட்கார்ந்து, எப்படித் தனது கன்னட இனத்துக்கு உண்மையாக இருந்தார் பாருங்கள்.

அவரைப் பொருத்தவரை தமிழ் இனம் அவருக்குக் கொடுத்த ஆயிரமாயிரம் கோடி ரூபாய்கள் யாவும், "என்னை வாழ வய்க்கும் தய்வங்களான தமிலக மாக்களே.." என்ற ஒரு வாக்கியத்துக்குச் சரி என்று சரியாப் போச்சு. அதற்காகக் கன்னட இனப்பற்றை விட்டுவிட முடியுமா?

அது மட்டுமா? எத்தனையோ உயிரைக் கொடுக்கும் மாற்று மத இரசிகர்கள் தனக்கு இருந்தாலும் அதை எல்லாம் தள்ளி வைத்து, துள்ளிக் குதித்து ராமர் கோவில் திறப்பு விழாவுக்குப் போய் அங்கே அவர்கள் அசிங்கப்படுத்தியும் கூட, புல்லரித்துக் கிடந்துவிட்டுத் தான் கொண்ட இந்துத்வா கொள்கைக்கு உண்மையாக இருக்கிறார் பாருங்கள்.

அவரைப் பாராட்டாமல் பொங்கல் தீபாவளி என்று நல்ல நாள் தவறாமல் அவர் வீட்டு வாசல் முன்பு கூடி, உள்ளே செல்லக் கூட அனுமதி இன்றி வாசலில் நின்று, 'தலைவா... தலைவா...' என்று தொண்டை வறளக் கத்தி, பக்கத்து வீட்டுப் பாட்டியை ஒழுங்காக வழிபாடு செய்யக் கூட விடாமல் கதறவிட்ட ஆட்களையா பாராட்ட முடியும்?

கேவலம் ஒரு ஐ பி எல் கிரிக்கெட் விளையாட்டில் ஒருமுறை சென்னை சூப்பர் கிங்ஸ் அணியும் பெங்களூர் அணியும் ஆடிய ஆட்டத்தில் போட்டி முடியாமல் கிரிக்கெட் விதிகளின் படி சென்னை அணி வென்றதாக அறிவிக்கப்பட்டது. அதைப் பொறுத்துக்கொள்ள

முடியாமல் கன்னட நடிகை தன்யா பாலகிருஷ்ணன் என்பவர் , “ அட சென்னைப் பயல்களே.. நீங்கள் தண்ணீருக்கு எங்கள் கர்நாடகத்திடம் பிச்சை எடுக்கிறீர்கள். கன்னட நகரமான எங்கள் பெங்களூரில் பிழைக்க வந்து அலைகிறீர்கள். இப்போது கிரிக்கெட்டிலும் வெற்றிக்குப் பிச்சை எடுக்கிறீர்கள். உங்களுக்கு வெட்கமே இல்லையாடா? என்று சமூக ஊடகங்களில் நேரடியாகப் பதிவு போட்டு இருந்தார். (என்ன கொடுமை என்றால் அவருக்கு பெங்களூர் என்பது உண்மையில் தமிழர் நிலம் என்கிற வரலாற்று அறிவும் இல்லை. உலகளாவிய நதி நீர் சட்டங்களின்படி ஒரு நதியின் நீரில் அந்த நதி வடிகால் உள்ள பகுதிக்கே அதிக உரிமை;. அப்படிப் பார்த்தால் தமிழ்நாட்டுக்கும் சென்னைக்கும்தான் கர்நாடகத்தையும் பெங்களூரையும்விடக் காவிரி நீரில் நியாயப்படி அதிக உரிமை என்ற சமூக அறிவும் அவருக்கு இல்லை.))

அவரைக் கொண்டுவந்து தனது லால் சலாம் படத்தில் நடிக்க வைத்து, நாளை அந்தப் பிச்சைக்காரத் தமிழர்கள் தரும் காசில் அந்த தன்யா பாலகிருஷ்ணாவுக்கு ரஜினி சம்பளம் தருகிறார் என்றால் , ரஜினியின் கன்னட இனப் பற்றுப், பாசம், அன்புக்கு முன்பு இமயமலையும் துரும்பு அல்லவா? ரஜினி என்ற அந்தக் கன்னட இனப்பற்றாளனை நினைத்து எப்படிப் பிரம்மிக்காமல் இருப்பது?

ஆக, நான் ரஜினிகாந்த் அவர்களைத்தான் பாராட்டுவேன். இத்தனை கோடிகளைக் கொடுத்துத் தன்னை ராஜாவாக்கிய இனத்தை விடவும் தனது மொழியினமான கன்னட இனத்தை நேசிக்கும் அவரைப் போல... எங்கே என்ன கிடைத்தாலும் அதையும் மீறித் தனது தமிழ் இனத்தை நேசிக்கும் ஒருவர்... ஒருவராவது இருக்கிறாரா?

சில நூறு ரூபாய்களுக்காகவும் கொஞ்சம் மதுவுக்காகவும் கொஞ்சம் சோற்றுக்காகவும் தம்மை அடகு வைக்கும் நம்மவர்களால் ரஜினியின் இனப்பற்றின் பரிமாணத்தைக் கற்பனை செய்து பார்க்கவாவது முடியுமா?

அந்த வகையில் ரஜினியை நான் வியக்கிறேன்

பிரகாஷ் ராஜை எடுத்துக்கொள்ளுங்கள். எல்லா அரசியல் நியாயங்களும் தெரிந்தவர். குறிப்பாக பாஜக மோடி அரசுக்கு எதிராக எல்லா நியாயங்களும் பேசுவார். விஷயம் தெரிந்தவர். அவருக்கு நதி நீர்ச் சட்டங்கள் பற்றித் தெரியாதா? அதன்படி கர்நாடகம் தமிழகத்துக்குத் தண்ணீர் தர வேண்டியதுதான் மோடி விசயத்தில் நியாயம் பேசுவது போல. சரியான நியாயம் என்பது தெரியாதா? தெரியும்.

ஆனால் காவிரிப் பிரச்சனை வந்த சமயத்தில் பெங்களூருவில் சித்தா பட விளம்பர நிகழ்வுக்குப் போன நடிகர் சித்தார்த்தைத் தமிழர் என்பதால் கன்னடர்கள் தடுத்துத் திருப்பி அனுப்பும்போது, சக திரைக் கலைஞர் என்பதற்காகச் சித்தார்த்துக்குப் பரிந்து பேசிய பிரகாஷ் ராஜ் , அப்போது அந்தப் பேச்சின் முதல் வாக்கியமாகக் 'காவிரி கர்நாடகத்துக்கே' என்று நியாயத்துக்குப் புறம்பாகச் சொல்லிவிட்டே சித்தார்த்துக்கு ஆதரவாகப் பேசினார்.

அது எப்படிக் காவிரி கர்நாடகத்துக்கே என்று ஆகும்? மோடிக்கு எதிராக எப்போதும் நியாயம் பேசும் பிரகாஷ் ராஜ் இங்கே எப்படி மாறினார்? காரணம் கன்னட இனப் பற்று.

அது மட்டுமா? அதே பிரகாஷ் ராஜ் கொடைக்கானலில் விதிகளை மீறிக் கட்டடம் கட்டி இருக்கிறார். காரணம் இது தமிழ் நாடுதானே என்பதால்தான். கொடைக்கானல் மலை சரிந்தால் நமக்கு என்ன? ஆனால் கன்னட நிலம் எந்த வகையிலும் பாதிக்கப்படக் கூடாது. எங்கே, அவரை எதாவது கர்நாடக மலைப் பிரதேசங்களில் விதிகளை மீறிக் கட்டடம் கட்ட வையுங்கள், பார்ப்போம்! உயிரே போனாலும் செய்ய மாட்டார். ஏனெனில் அவர் தனது கன்னட இனத்தை, மொழியை, நிலத்தை அப்படி நேசிப்பவர்.

அவருடைய கன்னட இனப்பற்று கண்டு நான் பிரமிக்கிறேன்.

ஆனால் நம்மவர்கள்? அடிமைச் சேவகம் செய்யப் போன இடத்தில், அயலானுக்கு உண்மையாக இருப்பார்கள். தம்மவரின் தலையை நொறுக்குவார்கள். இவர்களையா பாராட்ட முடியும்?

எனவே பிரகாஷ்ராஜ் நான் மனதாரப் பாராட்டுகிறேன்.

அவர்கள் செய்வது எல்லாம் நியாயமா? அதை நாமும் செய்யலாமா என்று பேசிக்கொண்டு இருந்தால் , அப்புறம் ஒரு நிலையில் இந்தக் கேள்வி கேட்கக்கூட யாரும் இருக்க மாட்டீர்கள். முதலில் இருத்தல் அவசியம்.

"என்ன அய்யா இது.. இதுவரை தமிழினப் பகைவர் என்று நாங்கள் நினைத்துக்கொண்டிருந்த ஆள்களை எல்லாம் இப்போது இப்படிப் பாராட்டுகிறீர்கள்? எனில் யார்தான் குற்றவாளி? அப்படி யாருமே இல்லையா?'' என்று உங்களுக்குக் கேட்கத் தோன்றலாம்.

இருக்கே. எப்படி இல்லாமல் இருக்கும்.

என் பார்வையில் இன்று உண்மையான தமிழ்த்தேயவியம் என்கிற தமிழர் நாட்டியல் நோக்கில் அறிவுப்பூர்வமாகச் சிந்தித்தால் முதலில் கண்டிக்கப்பட வேண்டியவர்கள்.. தண்டிக்கப் பட வேண்டியவர்கள். நம்மிடையே உள்ள சுயநலம் மிக்க சோரம் போன தமிழர்கள்தான்.

தமிழ்த் தேசியம் என்கிற தமிழ் நாட்டியல் பேசுவோரில் உள்ள போலிகள்தான் மிக ஆபத்தானவர்கள். அவர்களை அடையாளம் கண்டுகொள்ள வேண்டியது மிக அவசியமானது.

நாம் செய்ய வேண்டியது என்ன?

மற்ற மொழிவழி இனங்கள் நமக்கு என்ன செய்கிறார்களோ. அதை அவர்களுக்குத் திருப்பிச் செய்வது. அவ்வளவுதான். யாருக்கு என்ன மொழி புரியுமோ அந்த மொழியில்தானே பேச வேண்டும்?

அவர்களிடத்தில் அவர்கள் போலவே நடந்து பாருங்கள். அப்போதுதான் உங்களை அவர்களுக்குப் புரியும். உங்கள் மீது மரியாதை கூட வரும்.

தமிழர்கள் இனி எப்போதும் பின்பற்ற வேண்டிய ஒரே சிந்தனை. ‘பழையன கழிதலும் புதியன புகுதலும் வழுவல; கால வகையினானே.’ என்ற பக்குவ உணர்வைத்தான்.

கொள்கை, அறம், நிலைப்பாடு எல்லாவற்றுக்கும் இவை பொருந்தும். வாள்களும் வேல்களும் ஆயுதமாக இருந்த காலத்தில் எதிரிக்கு மார்பு காட்டி நிற்பது வீரம்; பெருமை.

ஆனால் இப்போது?

ஆயுதங்கள் மாறிவிட்டன.

பீரங்கிகளும், ஏவுகணைகளும், ஆள் இல்லா விமானங்களும், அணுகுண்டுகளும், கிருமிகளும் ஆயுதமாகிவிட்ட காலத்தில் விழுப்புண்ணுக்காக மார்பு காட்டித்தான் நிற்போம் என்றால் முப்பது நொடிக்குள் மொத்தமாக முடித்து விடுவார்கள். பழம்பெருமை பேச வேண்டும் என்றால் முதலில் உயிரோடு இருக்க வேண்டும் அல்லவா?

தக்கன மட்டுமே பிழைக்கும். தக்கனவற்றின் பிழைத்தலே நாளைய உலகம். சிலிர்ப்புக் கண்ணீர் வரவைக்கும் புனித அறங்களை விட தக்கனவாய் இருப்பதே தமிழினத்துக்கு இனி தேவை.

நூறு விழுக்காடு தங்கம் அணிகலன் ஆகாது. செம்பு கலந்தால்தான் அணிகலனாகவே முடியும். செம்பாக இருப்பதும் செம்மைதான் கண்ணியமான கம்பீரமான செம்பாகவும் இருக்க முடியும்.

அப்புறம்...

உங்கள் அண்ணன் மாமியாரின் தம்பியின் சித்தி மகளின் மைத்துனரின் ஒன்றுவிட்ட தம்பி மகன் ஒரு வேற்று மொழிப் பெண்ணைக் காதல் காரணமாகவோ அல்லது பொருளாதாரம் காரணமாகவோ கூட திருமணம் செய்துகொண்டால், உடனே அவனைப் பார்த்து "சீச்சி! நீயெல்லாம் ஒரு தமிழனா?'' என்று கேட்டு இன விலக்கம் செய்யக் கிளம்பாதீர்கள்.

உலகமே ஒரு கிராமமாகச் சுருங்கிவிட்ட நிலையில் இனி இனக் குருதித் தூய்மை சாத்தியமில்லை. வந்த பின் அந்தப் பெண் அல்லது அந்த இணையருக்குப் பிறந்த பிள்ளைகள் தமிழராக உணர்கிறார்களா? இல்லை, வேற்று மொழி இனப் பழக்கத்தில் மூழ்குகிறார்களா என்று பாருங்கள். நாம் சரியாக இருந்தால் அந்தத் தம்பதியின் அடுத்த தலைமுறையைத் தமிழத்துக்குள் முழுதாகக் கொண்டுவர வேண்டும். ஒருவேளை மணமகன் வேற்று இனத்தவர் என்றாலும் அது நடக்க வேண்டும்

பிராமணர் அல்லாத வாலிபனை மணக்கும் பிராமணப் பெண் அடுத்த முப்பது வருடத்துக்குள் தனது அடுத்த தலைமுறையை முழுக்க பிராமணியத்துக்குள் இழுத்து மென்று தின்று செரிக்க முடியும் என்கிற போது, அப்படி ஒரு தம்பதிக்குப் பிறந்த ஒரு பிராமணப் பெண் முழு சந்திரமுகியாக மாறி , பிராமணியத்துக்கு ஆதரவாகவும் பிராமணர் அல்லாதவர்களுக்கு எதிராகவும் மேடை ஏறித் தொண்டை கிழியப் பேச முடிகிறபோது, அல்லது ஒரு முருக வழிபாட்டுக் குடும்பத்தைச் சேர்ந்த தமிழ் வாலிபனை மணக்கிற வேற்று மொழி, வேற்று மதப் பெண்கள் ஒரு தலைமுறைக்குள் அவளுக்குப் பிறந்த குழந்தைகளைத் தனது மத நம்பிக்கை அல்லது மொழிப் பற்றுக்குள் மூழ்கடித்து அவற்றுக்கு உரிய பிள்ளைகளாகவே மாற்றி, அடுத்த முப்பது வருடத்துக்குள் அந்தக் குடும்பத்துக்குள் ஒரு தமிழன் போனதற்கான அடையாளமே இல்லாமல் செய்யும்போது...

தமிழர்களால் அதை ஏன் செய்ய முடிவது இல்லை?

ஒவ்வொரு முறையும் இழப்பது தமிழமாகவும் இழுப்பது மாற்று இனமாகவுமே இருக்கிறது என்றால் தவறு யாருடையது?

தமிழர்களால் அதைச் செய்ய முடியாது என்னும் அளவுக்கு எந்த வகையில் தமிழர்கள் பரம்பரைப் பெருமையிலும் முருகன் மற்றும் வள்ளலாரின் சிறப்பான ஆன்மிக நெறி இருந்தும் மாற்றுக் குறைந்து போனார்கள்? எல்லாவகையிலும் சிறப்பாக இருந்தும் எப்படி

இழக்கிறோம்? உலகின் பல நாடுகளில் அப்படிச் சில தலைமுறைகளுக்குள் கரைந்து மறைந்துபோன தமிழ் மொழி இன அடையாளங்கள் எத்தனை?

மற்ற மொழி, மத, சமுதாய மக்களுக்கு இருக்கும் சமூக, இனப்பற்று ஏன் தமிழர்களுக்கு இல்லை?

இனியாவது மாற வேண்டும் !

மனிதச் சமத்துவத்துக்கும் அப்பாற்பட்டு உயிர்களின் சமத்துவத்துக்காகப் 'பிறப்பொக்கும் எல்லா உயிர்க்கும்' என்று இரண்டாயிரம் ஆண்டுகளுக்கும் முன்பே தமிழ் சொன்னபோது திராவிடம் என்ற ஒன்று இல்லவே இல்லை. சங்க காலத்தில் தமிழ்ப் பெண்களுக்கு சொத்தில் உரிமையும் அவற்றில் தங்கள் விருப்பம் போல பயன்படுத்தும் வாய்ப்பும் இருந்தபோது திராவிடம் இல்லை.

பெண்கள், குழந்தைகள், முதியோர் இருக்கும் இடத்தில் போர் செய்யக் கூடாது; அல்லது போரில் வென்றாலும் அவர்களைக் கொடுமை செய்யக்கூடாது என்பது கூட ஒருவகையில் இட ஒதுக்கீடுதான். எனவே திராவிடம் சொல்லும் எல்லா அடிப்படைக் கொள்கைகளும் உண்மையில் தமிழ்த்தேயவியத்தின் கொள்கைகளே.

ஒரு நிலையில் தமிழ் இனத்தை எப்படியாவது வீழ்த்த வேண்டும் என்ற எண்ணத்தில் ஆரியத்தால் வடிவமைக்கப்பட்டு அனுப்பப்பட்ட விஜய நகரத்தின் நீட்சியால் தமிழ் மண்ணில் தமிழினப் பெருமை, வரலாறு, பொருளாதாரம் யாவும் பாதிக்கப்பட்ட நிலையில், அந்த விஜய நகர அரசு பின்னர் அதில் இருந்து வந்த நாயக்கர் ஆட்சி இவற்றில் ஆரிய ஆதிக்கம் உச்சத்தில் இருக்க, அந்த அரசுகளால் தமிழ் மண்ணில் செல்வந்தர்களான அதே இனத்தினரின் வாரிசுகளில் ஒரு பிரிவினர், ஒரு நிலையில் ஆரியத்தின் ஆதிக்க வெறி தாங்க முடியாமல், அதை எதிர்க்க முடிவு செய்தனர்.

அப்போது தமிழ் மண்ணில் சென்னையில் ஆரிய ஆதிக்கத்தை எதிர்த்து பிராமணர் அல்லாதார் சங்கத்தைத் தமிழர்கள் துவங்க அதில் தங்களை இணைத்துக்கொண்டனர் அவர்கள்.

அதாவது, தமிழ் அல்லாத மாற்று மொழியினர் வாழும் பகுதிகளில் உள்ள பகுத்தறிவற்ற ஆரிய அடிமைகளிடம் அந்த ஆரிய எதிர்ப்பின் அவசியம் சொன்னால், யாருக்காகப் பேசுகிறோமோ அவர்களேகூட நல்லது சொல்பவரை உதைப்பார்கள்; அவர்கள் அறிவு அவ்வளவுதான் என்ற நிலையில் ,

தமிழர்களிடம்தான் ஆரிய ஆதிக்கத்தை எதிர்க்கும் மான உணர்ச்சியும் அறிவும் உண்டு என்பதால், இங்கேதான் ஆரிய ஆதிக்க எதிர்ப்பு பற்றிப் பேசவாவது முடியும் என்பதால், தமிழர்கள் உருவாக்கிய அந்த பிராமணர் அல்லாதார் சங்கத்தில் தங்களை அவர்கள் இணைத்துக்கொண்டனர். வளர்த்துக்கொண்டனர். பொருளாதார பலத்தால், தமிழர்களை ஓரம் கட்டி அந்தச் சங்கத்தை ஆக்கிரமித்துக் கொண்டனர். அதுதான் பின்னாளில் திராவிட இயக்கமானது.

தமிழ்நாட்டில் வாழ்கிறவர்களில் தமிழைத் தாய்மொழியாகக் கொண்டிராத தமிழ்த்தேயவிய உணர்வுக்கு எதிரானவர்கள் ஒரு வேலையைத் தொடர்ந்து செய்கிறார்கள்.

அதாவது, தமிழர்களைவிட நன்றாகவே தமிழ் மொழியைக் கற்று, தமிழ் இன மொழி வரலாறு, பண்பாடு கலாச்சாரம் இவற்றை ஆராய்ந்து படைப்புத் துறையில் வளர்ந்து, ஒருநிலை வரைக்கும் தமிழ் மொழி இனத்துக்கு முக்கியத்துவம் கொடுத்துப் பேசி எழுதி படைத்து தமிழர்களின் அன்புக்குப் பாத்திரமாகி , பிறகு தமிழ் மொழி இன வரலாறு, பண்பாடு இவற்றுக்கு எதிராகப் பேசி, எழுதி, படைத்து,

ஒரு நிலையில் தமிழைவிட மற்ற மொழிகள், இனங்கள், பண்பாடுகள், வரலாறுகள்தான் தமிழைவிடச் சிறப்பானவை; உயர்ந்தவை; மூத்தவவை; முதன்மையானவை, என்று வாய் கூசாமல் பொய் பேசி, தமிழ் தமிழர் அடையாளங்களை வரலாறுகளை இழித்தும் பழித்தும் பேசுகிறார்கள்.

இந்த துரோகக் குணம் கொண்ட ஆள்கள்.... ஆய்வாளர்கள், எழுத்தாளர்கள், திரைப்படக் கலைஞர்கள்,பட்டிமன்றப் பேச்சாளர்கள் என்று... தமிழர்கள் முக்கியத்துவம் கொடுக்கும் எல்லா அறிவுத் தளங்களிலும் இருக்கிறார்கள். இப்படி இங்கே முன்னேறிப் புகழ்பெற்று ஒரு நிலையில் தங்கள் மொழி, இனம், அல்லது சமூக ஆள்களிடம் போய்ச் சேர்ந்து ஒருவருக்கு ஒருவர் பலமும் பலனும் அடைந்துகொள்கிறார்கள், தமிழ் இனத்துக்குத் துரோகம் செய்கிறோமே என்ற மனசாட்சி சிறிதும் இன்றி.

இவர்கள் பேசுவதை, எழுதுவதை, படைப்பதை அப்படியே கண்மூடித்தனமாக நம்பவும் பாராட்டவும் வியக்கவும் செய்கிற ஒரு கூட்டம் தமிழர்களிடமே இருக்கிறது.

கேட்டால், “பேசிட்டுப் போறார் சார். அவர் எவ்வளவு பெரிய படைப்பாளி.. சாதனையாளர். அறிவாளி. அவர் குருநாதர் மாதிரி”

என்கிறார்கள். இப்படி இனத் துரோகிகளுக்கு சப்பைக் கட்டு கட்டும் அற்பக் கூட்டம்போல ஒரு கூட்டம் வேறு எந்த மொழி இனத்திலும் இருக்காது.

ஒன்று புரிந்துகொள்ளுங்கள். அறிவு மட்டும் கொண்டாடத்தக்கது இல்லை. அயோக்கியர்களின் அறிவு போல ஆபத்தானது எதுவும் இல்லை.

மற்ற விசயங்களில் எதிர் எதிர் அணியில் இருக்கும், (இந்தியாX பாகிஸ்தான், இந்தியாXசீனா) நாடுகளை ஒரே அணியில் கொண்டுவந்து இன்னும் நான்கு நாடுகளைச் சேர்த்து, பல நாடுகளின் உதவியோடு ஈழத்தை மண்ணாக்கிய சிங்களப் பேரினவாதத்தின் அறிவு சாதாரணமானதா? வருகிறீர்களா? வாரக் கணக்கில் பாராட்டிக் கொண்டாடி விழா எடுப்போம்? முடியுமா? அப்படித்தான் இதுவும்.

எவ்வளவு பெரிய அறிவாளியாகப், கலைஞனாக, படைப்பாளியாக இருந்தாலும் இனத் துரோகியாக இருப்பவனை/ளைப் பிரித்து விலக்கத் தெரியாவிட்டால் வரலாற்றில் அழிந்து போவீர்கள்.

ஒரு மொழியில் பேசி எழுதிப் பிழைக்கும் ஒரு நபருக்கு, அதே மொழி இனத்தைச் சேர்ந்த வேறொரு நபர் மீது கருத்தியல் ரீதியாக மாற்றுக் கருத்து இருக்கலாம். ஆனால் அதற்காகத் தான் பிழைக்கும் மொழியின் பெயரையே கிண்டல் செய்து எழுதுவது எவ்வளவு பெரிய அயோக்கியத்தனம். தமிழர் என்பதை டுமிலர் என்று கிண்டல் செய்யும் கொழுப்பு எவ்வளவு மோசமானது. அவர்களைப் பின்பற்றி அவர்களைச் சுமந்து பிழைக்கும் தமிழர்களே அப்படி எழுதுவது எவ்வளவு பெரிய முட்டாள்தனம்.

வேறு எந்த மொழியிலாவது அப்படி அந்த மொழியின் பெயரை, அந்த மொழியைக் கற்ற மாற்று மொழியினர் கிண்டல் செய்து எழுத முடியுமா? அல்லது எந்தக் காரணத்துக்காகவும் அந்த மொழியைச் சேர்ந்தவர்களே அவர்களது தாய்மொழியின் பெயரை அப்படிக் கிண்டல் செய்து எழுதுவார்களா?

உங்களுக்குத் தெரிந்த ஒரு நபர் அப்படி எழுதுவதை எந்தக் காரணத்துக்காகவும் கண்டிக்காமல் இருக்காதீர்கள். அப்படி இருந்தால் நாளை உங்கள் கருத்தியல் எதிரிகளே உங்களை மதிக்க மாட்டார்கள். ஏனெனில் காரியம் முடிந்ததும் , தங்களுக்கு உதவிய துரோகிகளைக் கூட எதிரிகளே அழித்துவிடுவார்கள். காரணம் துரோகம் போன்ற எதிரிக் குணம் ஏதுமில்லை.

அது போல் தமிழ்த்தேயவியத்தில் புரிதல்கொண்டு ஆர்வம் கொண்டு உணர்வு கொண்டு ஒருவர் தமிழ்த்தேயவியத்துக்குள் வருகிறார். தமிழ்த்தேயவியம் பேசும் ஒரு கட்சியில் சேர்கிறார். செயல்படுகிறார். ஒரு நிலையில் அந்தக் கட்சி அல்லது தலைவனின் செயல்பாடுகள் பிடிக்கவில்லை என்றால் விலகலாம். அது அவர் உரிமை.

ஆனால் அப்படி விலகும் அவர் இன்னொரு தமிழ்த்தேயவியம் பேசும் இன்னொரு கட்சியில்தான் இணையவேண்டும். அல்லது அப்படி ஒரு கட்சியை ஆரம்பிக்கவேண்டும். அதை விட்டுவிட்டுத் தமிழ்த்தேயவியத்தை எதிர்க்கும்,இழிவுபடுத்தும் கட்சிகளில் போய் இணைவது இருக்கிறதே.. அதைப் போல துரோகம் ஏதும் இல்லை. அந்தத் துரோகத்தைச் செய்யாதீர்கள். அப்படிச் செய்ய முயல்வோரை மற்றோர்கள் அனுமதிக்காதீர்கள்.

ஒருவேளை, அப்படி ஒரு தமிழ்த்தேயவியக் கட்சியில் இருந்து பிரியும் ஒருவர் இன்னொரு தமிழ்த்தேயவியக் கட்சியைத் துவங்குவதில் ஒரு பெரிய நன்மைகூட இருக்கிறது. அதை இன்னும் சில பத்திகளுக்குப் பிறகு சொல்கிறேன்.

எந்த நிலையிலும் சாதி ஆதிக்க உணர்வு தமிழ்த்தேயவியலுக்குள் வரவே கூடாது. திராவிடக் கருத்தியலின் சிறப்புகள் எல்லாம் தமிழ்த் தேயவியலின் சிறப்புக்கு முன்னால் ஒரு துளி மட்டுமே என்னும் அளவுக்குத் தமிழ்த்தேயவியலைக் கட்டமைக்க வேண்டியது இன்றியமையாத ஒன்று.

தமிழ் இன மொழி வரலாற்றை எவ்வளவு பின்னோக்கிப் பார்த்தாலும் நம்மிடத்தில் ஆன்மிகம் ஒரு தொடர்ச்சியான பயிற்சியாகவே இருந்திருக்கிறது.

முன்னோர் வழிபாடு, அதன் நீட்சியான குல தெய்வ வழிபாடு , கன்னிமார் எனப்படும் பெண்கள் வழிபாடு , இனத்தின் தெய்வமாக முருகன் , பெண் தெய்வமான கொற்றவை , தமிழ் மண்ணின் வேறு சில பகுதிகளில் உருவான சிவனியம் , மாலியம் , மாலியத்தின் நீட்சியான கண்ணன் என்று தமிழர் ஆன்மிகத்துக்கு ஒரு பெரும் வரலாறு உண்டு.

குல தெய்வ வழிபாட்டிலேயே ஆரியம் சற்றுக் குழப்பம் செய்தாலும் அதில் ஆரியத்தால் வெல்ல முடியவில்லை. வெற்றிக்குத் தியாகம் செய்த பெண்களின் வழிபாடு என்ற தமிழர் வழக்கத்தில், பின்னாளில் அநியாயமாக வீழ்த்தப்பட்ட பெண்களையும் வழிபடும் மாற்று இனங்களின் பழக்கம் கலந்தது.

முருகன் என்று நாம் பாரம்பரியக் கடவுளை வணங்கத் தமிழர்கள் நினைத்தால் முருகனின் தோற்றம் மற்றும் செயல்பாடுகளைப் பிரதி எடுத்துக் கற்பனையாக உருவாக்கப்பட்ட ஸுப்ரமணியன் , ஸ்கந்தன், ஷரவணன் அல்லது ஷிரவணன் போன்ற கற்பனைக் கடவுள்களுக்குதான் கருவறையில் வட மொழியில் ஆராதனை நடக்கிறது.

கொற்றவை என்ற தமிழர் பாரம்பரியக் கடவுளுக்குப் பதில் அதே குண நலன்களோடு வடிவமைக்கப்பட்ட காளி என்ற பெண் தெய்வத்துக்குத்தான் வடமொழியில் போற்றல் நடக்கிறது.

சிவன் என்ற பாரம்பரியத் தமிழ்க் கடவுள் பாணியில் ருத்ரன் என்ற ஆரியக் கடவுள் சித்தரிக்கப்பட்டு அந்த ருத்ரனைதான் வடமொழி ஆராதிக்கிறது. என்றாலும் சிவன் என்ற பெயர் எப்படியோ தவிர்க்க முடியாமல் போக அதுவும் வடமொழிக்குப் போய் ஷிவா என்று ஆனது.

குமரிக் கண்டத்தின் உயர்ந்த சிகரமாக இருந்த இன்றைய திருவண்ணாமலை ஒரு வகையில் புவியின் முக்கிய ஈர்ப்பு மையமாகவும் அந்த சிவனின் இருப்பிடமாகவும் வழங்கப்பட்ட நிலையில், கடற்கோளால் குமரிக்கண்டம் அழிந்த பிறகு அது ஆன்மிக மையமாக உயர்ந்தது.

ஆனால் ஒரு நிலையில், அங்கு இருந்த சிவன் ஆரிய ஆன்மிக ஆதிக்கத்தால் இமயமலைக்குப் கடத்தப்பட்டார். பின்னர் விஜய நகரப் பேரரசு காலத்தில் திருவண்ணாமலையிலும் வழிபாடு ஆரியமயமானது. சிவன், ஷிவா ஆகி, கவியரசு கண்ணதாசன் பாடலாலேயே 'வெள்ளிப் பனித்தலையர்' ஆனார்

ஆநிரை வளர்த்தலைத் தங்கள் வாழ்வின் முக்கியப் பணியாகக் கொண்ட தமிழ் இனத்தின் ஒரு பகுதியின் இறைவனான - மாலியத்தின் நீட்சியான - கண்ணன் என்ற கடவுளின் இயல்புகள், செயல்பாடுகளை அப்படியே பிரதி எடுத்துக் கிருஷ்ணன் என்ற கடவுளை உருவாக்கியது ஆரியம். அப்போது கூடக் கிருஷ்ணனுக்கு ஓர் அவதாரம் என்ற அளவில்தான் மரியாதை. ராமன் உள்ளிட்ட பலர் அந்த வரிசையில் இணைக்கப்பட்டார்கள்.

அதோடு விட்டார்களா? புத்தரைப் பிரதி எடுத்து மகாவிஷ்ணு என்று ஒரு கடவுளை உருவாக்கிய ஆரியர்கள் அந்தக் கிருஷ்ணன், ராமன் உட்பட எல்லோரையும் அந்த மகாவிஷ்ணுவுக்குள் தள்ளிப் பூட்டினார்கள். ஏனென்றால் கண்ணன் தமிழர்களில் ஒரு பிரிவினர் வணங்கிய தமிழர்

கடவுள். கண்ணனின் மூலமான - மாலியத்தின் அடிப்படையான திருமால் தமிழ்க் கடவுள். திருமாலை என்ன செய்தாலும் அவர் பெருமாள் என்று இன்னொரு தமிழ்க் கடவுளாகத்தான் மாறினாரே தவிர, ஆரியப் படுத்த மிகத் தாமதமானது. மிகவும் கடினமாகவும் இருந்தது.

எனவே தமிழோடு சம்ஸ்க்ருதம் கலந்து தெலுங்கு என்ற மொழியை உருவாக்கி வந்து ஏழுமலையானை ஏழு கொண்டல வாடாவாக்கி, பின்னர் அதை ஆரிய வழிவந்தவர்கள் மூலமே தெலுங்கு மாநிலத்துக்குக் கொடுத்து,

ஒருவழியாகச் சென்ற நூற்றாண்டில்தான் பெருமாளை ஸ்ரீவாரு என்று (தெலுங்கு என்றாலும் அது சம்ஸ்க்ருதச் சொல்தான்) ஆரியப்படுத்த முடிந்தது.

ராமனும் ஆரியன் அல்ல. ஆக, என்னதான் மகாபாரததத்தின் மாபெரும் சக்தி, கண்ணன் என்கிற கிருஷ்ணன் என்றாலும் , இன்று ராமர்தான் ஆரியத்தின் முகம் என்றாலும் அவர்கள் இருவருமே ஆரியர்கள் அல்ல. எனவே அவர்களுக்கு ஓர் அவதாரம் மட்டுமே கொடுக்க முடியும். இருவருமே எக்காலத்துக்குமான கடவுள் அல்ல. அதுதான் ஆரியத்தின் வர்ணாசிரம வெறி.

இதை எல்லாம் உணர்ந்து இன்னும் ஆராய்ந்து, தமிழர்களின் குல தெய்வங்கள், இனக் குழுக் கடவுள்கள், தியாகம் செய்து தெய்வமாக உயர்ந்த கன்னிமார் எனப்படும் பெண் தெய்வங்கள், முருகன், கொற்றவை, திருமால், கண்ணன் போன்ற தமிழர் தெய்வங்களை மட்டுமே தமிழர்கள் வணங்கும்படியான ஒரு தமிழர் மதத்தை உருவாக்க வேண்டும்.

மிக முக்கியமானது கட்சி அரசியல்

இந்தியாவில் உள்ள மற்ற எல்லா மாநிலங்களிலும் அங்கு உள்ள மண்டலக் கட்சிகளில் மட்டுமல்ல, காங்கிரஸ் , பாரதிய ஜனதா போன்ற இந்திய தேயவியக் கட்சிகளில் கூட அந்த மாநிலப் பெரும்பான்மை மொழியைப் பேசும் மண்ணின் மைந்தர்கள்தான் பொறுப்பில் இருப்பார்கள். அவர்கள், தங்கள் மாநில, மொழி, இன நலனுக்கு ஏற்ப இந்திய தேயவியக் கட்சிகளை வளைப்பார்கள்.

ஆனால் தமிழ் நாட்டில்? இந்த இந்தியத் தேயவியக் கட்சிகளில் தமிழைத் தாய்மொழியாகக் கொண்டவர்கள் தலைமைப் பொறுப்புக்கு வர முடியாது. வந்தாலும் நீண்ட காலம் இருக்க முடியாது. இருந்தாலும் மாநில , மொழி இன நலனுக்கு ஆதரவாகச் செயல்பட மாட்டார்கள்;

செயல்படவிடவும் மாட்டார்கள்.

இதற்குக் காரணம் திராவிட இயக்கங்கள்தான். தெலுங்கர் , மலையாளி , கன்னடர் எல்லாரும் திராவிடர்தானே என்ற உணர்வை உருவாக்கிய திராவிட இயக்கங்கள் தமிழ் நாட்டில் தமிழர் அல்லாத அந்த மாற்று மொழியினர்க்கும் கட்சிகளில் முக்கியப் பொறுப்புகளை, அதிகாரங்களைக் கொடுத்து அதைத் தமிழர்கள் ஏற்றுக் கொள்ளும்படி பழக்கிவிட்ட காரணத்தால், இன்று தமிழ்நாட்டில் இயங்கும் இந்திய தேயவியக் கட்சிகளும் வெகு எளிதாக அதே பாணியில் செயல்பட்டு தமிழ்நாட்டு நலனுக்கு எதிராக நடந்துகொள்வதை மிக எளிதாகச் செய்து விடுகிறார்கள்.

ஆனால் மற்ற மாநிலங்கள் இப்படி ஒரு அவலத்தைச் செய்ய, திராவிட இயக்கங்கள் போல எந்த இயக்கமும் இல்லாத காரணத்தால், மற்ற மாநிலங்களில் இந்தியத் தேயவியக் கட்சிகள் கூட மாநிலத்தின் பெரும்பான்மை மொழியைப் பேசுவோருக்கே பதவிகளையும் அதிகாரங்களையும் தரவேண்டிய நிர்ப்பந்தத்தில் உள்ளன.

மிக மிக மிக முக்கியமான ஒன்று களம் குறித்த புரிதல்.

கல்வி, கலை, இலக்கியம், அரசியல், தொழில், சமூகவியல் எல்லாவற்றிலும் களம் காண்போர் இரண்டு வகை. போட்டியிடுவோர் ஒருவகை. இரண்டாம் வகையினர் களம் ‘காண்போர்’. அதாவது பார்வையாளர்கள்.

ஒரு நிகழ்வு அல்லது போட்டி நடக்கும்போது பார்வையாளர்களாக மட்டும் இருப்பது இருக்கிறதே. அது ஒரு சுகமான அனுபவம். விருப்பத்துக்கு உடை அணியலாம். விரும்பியதை சாப்பிடலாம். முகத்தில் என்ன வேண்டுமானாலும் வரைந்துகொள்ளலாம். வாத்தியங்கள் இசைக்கலாம். தூங்கலாம். போகலாம். வரலாம். கூக்குரல் இடலாம். அமைதியாக இருக்கலாம். இன்னும் என்னென்னவோ. ஆனால் நிகழ்வு முடிந்ததும் நாம் மீண்டும் சுழிய நிலைக்கு வந்துவிடுவோம்.

ஆனால் களத்தில் போராடுவது அப்படி அல்ல. நினைத்ததை எல்லாம் செய்ய முடியாது. போராடவேண்டும். முழு வலுவையும் திறமையையும் காட்டவேண்டும். தோற்றால் இழப்போ அவமானமோ வரலாம்.. ஆனால் வென்றால்? புகழ், செல்வம், அதிகாரம், நினைத்த மாற்றங்களைச் செய்யும் வாய்ப்பு.

களம் காண்பவர்கள் தோற்கவும் வாய்ப்பு உண்டு. வெல்லவும் முடியும். ஆனால் பார்வையாளர்களுக்கு வெல்வதற்கான வாய்ப்பே இல்லை.

கிரிக்கெட் விளையாட்டைப் பொருத்தவரை தமிழ் நாட்டில் ஒரு கருத்து உண்டு. "இந்தியக் கிரிக்கெட் அணியில் தமிழர்கள். அதுவும் பிராமணர் அல்லாத தமிழர்கள் எப்போதும் பார்வையாளர்கள் மட்டுமே. செலவாளிகள் மட்டுமே. வெற்றியாளர்கள் அல்ல' என்ற கருத்துதான் அது. இதைக் பலரும் படித்தும் கேட்டும் உணர்ந்தும் சொல்லியும் இருப்பீர்கள். வருந்தியும் இருப்பீர்கள். ஆனால் கிரிக்கெட்டைவிட முக்கியமான களங்களில் கூட நாம் பார்வையாளர்களாக மட்டுமே இருக்கிறோம். அதுதான் மிகக் கொடுமையானது.

மத்திய ஆசியாவில் இருக்கும் யூரேசியன் ஸ்டெப்பி புல்வெளி. அந்த இடத்தை நினைத்தால் எனக்கு வரும் வியப்புக் கொஞ்ச நஞ்சமல்ல. சொல்லப் போனால் விதிர்ப்பே வரும்.

அந்த இடத்தில் இருந்து ஓர் இனக் குழு சுமார் இரண்டாயிரம் ஆண்டுகளுக்கு முன்பு வட இந்தியாவுக்குள் நுழைகிறது. அவர்கள் ஒரு கருத்தியலை உருவாக்குகிறார்கள். அவர்கள் வந்து சுமார் ஆயிரத்து ஐநூறு ஆண்டுகளுக்குப் பிறகு அதே இனத்தைச் சேர்ந்த இன்னொரு கூட்டம் அதே ஸ்டெப்பி புல்வெளியில் இருந்து அதே வட இந்தியாவுக்குள் நுழைகிறது. முதலில் வந்தவர்கள் கட்டி இருந்ததாகக் கூறப்படும் கோயிலை, பின்னால் வந்த கூட்டத்தில் இருந்து வந்த ஒருவன் இடித்து விட்டு மசூதி கட்டினான் என்று கூறப்பட்டது. எனவே அதைச் சில ஆண்டுகளுக்கு முன்பு இடித்து விட்டு, இப்போது அங்கே கோவிலைக் கட்டியதுதான் இப்போது இந்தியாவின் தலையாய நிகழ்வாக ஆகி இருக்கிறது.

ஆம், முதலில் வந்தவர்கள் ஆரியர்கள். பிறகு வந்தது பாபர். மதம் வேறு மார்க்கம் வேறு. ஆனால் இன ரீதியாக ஆரியர்களும் பாபரும் ஒரே இனம்.

இப்போது நடக்கும் நிகழ்வுகளை அப்படியே இன அடிப்படையில் பாருங்கள். இன்றைய இந்தியாவின் அரசியலில் மதம் மற்றும் அரசியல் ரீதியாகக் களம் என்பது ஸ்டெப்பி புல்வெளியில் இருந்து வந்தவர்கள் ஒரே இனத்தவரின் வசம்தான் இருக்கிறது.

ஆக, இன்றைய இந்திய அரசியல் களம் ஒரே இனத்தவரின் இரு பிரிவுகளின் தலைமை இடையே இருக்கிறது. மற்ற இனத்தவர் அனைவரும் ஏதோ ஒரு காரணத்துக்காக யாரோ ஒருவரை ஆதரித்தாலும் எதிர்த்தாலும் அவர்கள் பார்வையாளர்களே.

நவீன இந்திய அரசியலில் முதலில் களம் என்பது வெள்ளையர் அரசுக்கும் காங்கிரசுக்கும் இருந்தது. வெள்ளையர் போனதும் இந்தியா முழுமைக்குமான அரசியல் காங்கிரஸ், கம்யூனிஸ்ட்டுகள் என்று மாறியது. மற்ற அரசியல் சித்தாந்தம் கொண்டவர்கள் பெரும்பாலும் பார்வையாளர்களே. தமிழ்நாட்டை எடுத்துக்கொண்டாலும் நிலைமை அதுவே. அதாவது, அரசியல் களம் என்பது காங்கிரஸ், கம்யூனிஸ்டுகள் இவர்களின் பிரதான மோதல் மையமாகவே இருந்தது.

இதை உடைத்துத் திராவிட இயக்கம் புகுந்தது. கம்யூனிஸ்டு பலம் குறைந்தது. தமிழக அரசியல் களம் என்பது காங்கிரசுக்கும் திமுகவுக்குமான போட்டியாக மாறியது. ஒரு நிலையில் கம்யூனிஸ்டு வெளியேறியது.

திமுக உடைந்து அதிமுக வந்தது. களம் திமுகவுக்கும் அதிமுகவுக்கு மானதாக மாறியது. வெகு காலம் களத்தில் இவர்களே முதன்மைப் போட்டியாளர்களாக இருந்ததால், இதன் பணியில் நிறைய கட்சிகள் வந்தன. ஆனால் இன்னும் களம் திராவிட இயக்கங்களின் வசமே இருக்கிறது.

ஒருவேளை திமுக உடையாமல் இருந்திருந்தால் காங்கிரசும் களத்தில் இருந்திருக்கும். அல்லது வேறு கட்சி வந்திருக்கலாம். ஒன்றிய அளவில் காங்கிரசுக்கு இணையாக ஜனதா வந்து விரைவில் தேய்ந்து பாரதிய ஜனதா வந்தது.

இப்போது தமிழ்த்தேயவியத்துக்கு வருவோம். ஆரியத்துக்கும் முந்தைய தமிழர் மதம் எங்கே? அது ஏன் ஆரியத்தில் பிணைக்கப்பட்டது?

இலக்கியத்திலேயே தமிழ் நாடு என்ற பெயர் இருக்க, ஏன் இதுவரை களம் தமிழ்த்தேயவியத்திடம் வரவில்லை?

அரசியலில் தமிழ்த்தேயவியல் ஏன் பல்கிப் பெருகி வளர்ந்து கிளை பரப்பி அதில் இருந்து வேறு அமைப்புகள் உருவாகவில்லை?.

இப்போதுவரை தேர்தல் அரசியல் களத்தில் தீவிரமாக இயங்கும் ஒரே தமிழ்த்தேயவியல் கட்சி நாம் தமிழர் கட்சி மட்டும்தான். அந்தக் கட்சி

போட்டி மைதானத்துக்கும் பார்வையாளர் மாடத்துக்கும் இடையில் நிற்கிறது. நிலைமை இப்படியே போனால், எப்போது எப்படி போட்டி மைதானத்துக்குள் தமிழ்த்தேயவியல் போவது?

ஒரு தமிழ்த்தேயவியல் கட்சி அல்லது அமைப்பில் இருந்து வெளியேறுபவர், உணமையிலேயே தமிழ்த்தேயவியல் உணர்வு உள்ளவர் எனில் இன்னொரு தமிழ்த்தேயவியல் கட்சியைத்தான் துவங்க வேண்டும். எந்தத் தமிழ்த்தேயவியல் கட்சியில் இருந்து வெளியேறினோமோ அந்தக் கட்சியை தமிழ்த்தேயவியல் கட்சியின் குறைகளை... தமிழ்த் தேசியக் களத்தில் நின்றே விமர்சிக்க வேண்டும்.

அப்போது என்ன நிகழும்?

முதல் கட்சியில் இருந்து மாற்றுக் கருத்துக் காரணமாக வெளியேறும் மற்ற நபர்கள் வேறு கருத்தியல் கொண்ட கட்சிகளுக்குப் போகாமல் புதிதாக இன்னொரு தமிழ்த்தேயவியல் கட்சிக்குள்ளேயே வருவார், இரு கட்சிகளுக்கும் இடையே விவாதங்கள், கருத்தியல் தாக்குதல்கள் அதிகரிக்கும்போது, மக்கள் இவர்களைக் கவனிப்பார்கள். மேலும் சில தமிழ்த்தேயவியல் கட்சிகள் உருவாகி அவர்களும் வெளிச்சம் பெறும்போது, இவர்களில் யார் நல்லவர், யாரை ஆதரிக்கலாம் என்று சிந்திக்க வேண்டிய கட்டாயம் மக்களுக்கு ஏற்படும்.

இந்தக் கட்சிகள் எந்த நேரத்தில் எதிர்த்துக் களம் ஆட வேண்டும்... கருத்தியல் ரீதியாக மோதிக்கொள்ள வேண்டும். விவாதங்கள் பெருக வேண்டும்.

அதே நேரம் எந்த நேரத்தில் மாற்றுக் கருத்தியல் கட்சிகளுக்கு இடம் கொடுக்காமல் ஒன்று சேர்ந்து குரல் கொடுக்கவேண்டும் என்ற தெளிவோடு செயல்பட வேண்டும் (வெகு அரிதான சந்தர்ப்பங்களில் அதிமுகவினர் திமுகவையும் திமுகவினர் அதிமுகவையும் விட்டுக் கொடுக்காமல் ஒருவருக்கு ஒருவர் ஆதரவாகப் பேசிக் கொள்கிறார்களே.. அப்படி!) இது போன்ற செயல்பாடுகளை மக்களை ஈர்க்கும் உத்திகளோடு சிறப்பாக தமிழ்த்தேயவியல் கட்சிகள் செய்யும்போது, அரசியல் போட்டிக் களம் முழுதான தமிழ்த்தேயவியலின் கைக்கு வரும்.

அதில் யார் மிகச் சிறந்தவரோ, யார் சாமர்த்தியசாலியோ அவர்களுக்கு மக்கள் மாறி மாறி ஆதரவு கொடுக்கப் போகிறார்கள்.

எல்லாவற்றுக்கும் மேலாகத் தமிழ்த்தேயவியல் கருத்தியல் கொண்டவர் என்பதற்காகவே ஒருவர் மாற்று இனத்தவர், மொழியினர்,

மாற்றுக் கருத்தியல் கொண்டவர்களைப் பகைவராக எண்ணத் தேவை இல்லை.

போர் நடத்தியும் வெல்லலாம்; புன்னகையிலும் வெல்லலாம். போரில் வென்றால் பகை வளரும்! புன்னகையால் வென்றால் நம் கருத்தியல் வெல்லும். ஏனெனில், இது அரிவாள் வெல்லும் காலம் இல்லை;அறிவால் வெல்லும் காலம்.

எதிரிகளிடம் இருந்து பாடம் கற்பவர்கள் தோற்றதாக வரலாறு இல்லை. துரோகிகளை ஆசான் என்று சொல்வதை விடுத்து எதிரிகளை ஆசிரியராகப் பார்க்க வேண்டும்.

நம் தாத்தா பாட்டிகள் தமிழ் உணர்வோடு இருந்தது முக்கியமில்லை. நம் பேரன் பேத்திகள் தமிழ் - தமிழர் அடையாளத்தோடு இருப்பார்களா என்பதே முக்கியம்.

இன்னும் எவ்வளவோ சொல்லலாம். இது ஒரு கட்டுரையில் முடியும் விசயமில்லை.

ஏனெனில், தமிழ்த் தேசியம் என்பது இரண்டு சொற்கள் இல்லை. அது மாண்பு மிக்க செயல்களின் கட்டமைப்புக் கோருகிற, நிலைத்து நீடித்து காலத்தை வெல்லும் ஒரு காவியப் பெரும்பயணம்.

(2012, ஜனவரி புதியதலைமுறை வார இதழில் 'இழந்தது தேவிகுளம், பீர்மேடு மட்டும்தானா?' எனும் தலைப்பில், இக்கட்டுரையின் ஆசிரியர் எழுதியிருந்த அட்டைப்படக் கட்டுரையையும் உள்ளடக்கியது 'தமிழ்த்தேசியம் எனும் தமிழர் நாட்டியல்')

தமிழ்த்தேசியச் சுவடுகள்

தமிழ்த்திரு.**மணி செந்தில்** வழக்குரைஞர்,
மாநில ஒருங்கிணைப்பாளர், நாம் தமிழர் கட்சி

மனித சமூகம் தொடக்கத்திலிருந்தே தனது அடையாளங்களை, தனது நிலப்பரப்பை, தனது பண்பாட்டைக் காத்துக்கொள்ள தனது உயிரையும், உதிரத்தையும் சிந்திப் போராடி வந்திருக்கிறது. எப்போதும் தனது நிலையை விட ஓர் உன்னதமான நிலையை நோக்கியே மானுடச்சமூகம் நகர்வதை, நகரத் துடிப்பதை நாம் வரலாற்றின் ஏடுகளில் தொடர்ச்சியாக வாசித்து வருகிறோம்.

சுதந்திரம், சமத்துவம், சகோதரத்துவம் போன்றவற்றை முழக்கங்களாகக் கொண்டு 18 ஆம் நூற்றாண்டில் உருவான பிரெஞ்சுப் புரட்சியும், 19ஆம் நூற்றாண்டில் உருவான பல்வேறு தேசிய இனங்களின் எழுச்சிகளும், உலகம் தழுவிய தேசிய இனங்களுக்கான விழிப்பினைத் தந்தன. ஒரே ஒரு தேசிய இனம் மட்டும் வாழ்கிற நாடுகளும், பல்வேறு தேசிய இனங்கள் வாழக்கூடிய நாடுகளும் தோன்ற தொடங்கிய பிறகு, உலகில் வாழும் பல்வேறு தேசிய இன மக்களும் தங்களது நிலம்,மொழி,பண்பாடு போன்ற அடிப்படை விழுமியங்களைக் காக்கப் போராடத்தொடங்கின.

இந்தியா போன்ற பல்வகை தேசிய இனங்கள் வாழக் கூடிய நாடுகளில் அந்தந்தத் தேசிய இனங்கள் தங்களது அடிப்படைத்தன்மைகளை இழந்து விடாமல், கடுமையான போராட்டங் களை சந்திக்கின்றன. மண்ணின் ஆதிக்குடிகளான தேசிய இன மக்கள் தங்கள் உரிமைகளுக் காக,விடுதலைக்காக குரல் கொடுப்பதும், போராடுவதும், இத்தேசிய இனங்களை அடிமைப்படுத்தி ஆண்டு வருகிற ஆளும் வர்க்கம் தனது அதிகாரத்தின் துணைக்கொண்டு நசுக்குவதும் இந்நாடுகளில் இயல்பாக நடந்து வருகின்றன.

இந்நிலையில், நாம் தேசிய இனம் அல்லது தேசம் என்ற சொல்லுக்கும், நாடு என்கிற சொல்லுக்குமான வேறுபாட்டை தெளிவாகப் புரிந்துகொள்ள வேண்டும்.

தேசம் அல்லது தேசிய இனம் என்பதற்கு ஆங்கிலத்தில் Nation என்ற சொல் இருக்கிறது. இதன் மூலச்சொல் Natio என்கிற இலத்தீன் மொழிச் சொல்லாகும். Natio என்றால் பிறந்த இடம், பிறந்தது எனப் பொருள். இச்சொல்லும் கூட Natus என்கிற வேர்ச்சொல்லில் இருந்து பிறந்ததாக அறிஞர்கள் தெரிவிக்கிறார்கள். Natus என்கிற சொல் கூட நாடு என்கிற தமிழ்ச்சொல்லில் இருந்து பிறந்ததாக சிந்தனைச்செம்மல் கு.ச. ஆனந்தன் அவர்கள் தெரிவிக்கிறார்கள்.

ஒரு தேசம் அல்லது தேசிய இனம் நான்கு அடிப்படைத் தன்மைகளைப் பெற்றிருக்க வேண்டும் என தோழர் ஜே.வி.ஸ்டாலின் குறிப்பிடுகிறார். அவையாவன. 1. பொது மொழி, 2. தொடர்ச்சியான, வரலாறு மூலமாக வரையறுக்கப்பட்ட நிலப்பகுதி, 3. சற்றே ஏறக்குறைய ஒரு பொதுவான பொருளாதார வாழ்க்கை, 4. பண்பாட்டு விழுமியங்களில் வெளிப்படுகிற ஒரே இனம் என்பதற்கான மனநிலை. இந்த 4 அடிப்படைத் தன்மைகளையும் கொண்டு வரலாற்றில் கால ஓட்டத்தில் உருவான மக்கள் கூட்டமே அல்லது மக்கள் சமூகமே ஒரு தேசிய இனம் அல்லது தேசமாகும். அந்த வகையில் பல்வேறு தேசிய இனங்கள் வாழ்கிற ஒரு நாடே இந்தியா. இந்தியா ஒரு தேசம் என்பதும், இந்தியர் ஒரு தேசிய இனம் என்பதும் அடிப்படையில்லாத, வரலாற்று அரசியல் புரிதலற்ற வார்த்தைகளாகும்.

ஒரு நாடு என்பது வரம்பற்ற அதிகாரத்தோடு (இறைமை) ஒரு மக்கள் கூட்டம் ஒரு குறிப்பிட்ட நிலப்பகுதியில் வாழ்வதைக் குறிக்கும். ஒரு நாட்டில் பல்வேறு தேசிய இனங்கள் /தேசங்கள், இருக்கலாம். எடுத்துக்காட்டாக இந்தியாவில் 14 க்கும் மேற்பட்ட தேசிய இனங்கள் இருப்பதாக ஓர் ஆய்வு பகர்கிறது. ஒரு தேசம் ஒரு நாடாக இருக்கலாம். ஆனால் ஒரு நாடு தேசமாக இருக்க வேண்டிய அவசியமில்லை. எடுத்துக் காட்டாக, பங்களாதேஷ் என்பது வங்காளம் மொழி பேசக் கூடிய ஒரு தேசிய இன மக்கள் வாழக்கூடிய ஒரு தேசம். இது நாடாகவும் இருக்கிறது. ஆனால் இந்தியா என்கிற நாடு ஒரு தேசமல்ல. ஏனெனில் இந்தியர் என்கிறவர்கள் ஒரே மொழி பேசக்கூடிய மக்கள் கூட்டம் இல்லை. இந்தியர் என்பது தேசிய இனம் இல்லை. பல தேசிய இன மக்கள் வாழக்கூடிய நாடு இந்தியா.

ஆனால் தொடர்ச்சியாக இந்தியாவை ஒரு தேசமாக உருவாக்கிவிட ஆதிக்கவாதிகளும், இந்தியா ஒரே நாடாக இருப்பதால் பலனடையும் மாபெரும் முதலாளிகளும் முயன்று வருகிறார்கள். அதன் வெளிப்பாடுதான் இந்தியா முழுக்க ஒரே மொழி - சமஸ்கிருதம், இந்தி,இந்தியா முழுக்க ஒரே மதம் –இந்து மதம் போன்றவற்றை நடைமுறைப்படுத்த அரசுகள் தொடர்ச்சியாக முயன்றுவருகிற முயற்சிகள். இந்துக்கள் தவிர வேறு யாருக்கும் ஓட்டுரிமை இல்லை என பாஜக எம்பி பேசுவதும் இத்தகைய தன்மை கொண்டதுதான். இவற்றுற்கிடையேதான் தனித்தே பல சிறப்புகளைக் கொண்ட தமிழ்த்தேசிய இனம் தனது அடையாளங்களை தக்க வைக்க இம்முயற்சிகளுக்கு எதிராக தொடர்ச்சியாகப் போராடி வருகிறது.

தமிழர்கள் ஒரு தனித்த தேசிய இனமாக விளங்குகிறார்கள். அவர்களுக்கு என்று உயரிய புகழ்வாய்ந்த, வரலாற்று நீட்சிக் கொண்ட தமிழ் மொழி என்கிற தாய் மொழி இருக்கிறது.

வரலாற்றிலேயே புகழ்பாடும் “வடவேங்கடம் - தென் குமரி” என நிரந்தர, பொதுவான நிலப்பரப்பு இருக்கிறது. ஏறக்குறைய ஒரு பொதுவான பொருளாதார வாழ்வைத் தமிழர்கள் கொண்டிருக்கிறார்கள். தாய்த் தொழிலாக விவசாயம் விளங்குகிறது. தமிழருக்கெனத் தனித்தே இருக்கிற பொதுவான பண்பாட்டு அடையாளங்களில் தாம் ஓரினம் என்பது வெளிப்படுகிறது. சாதீய முரண்கள் இருந்தாலும் தமிழரின் தேசியத் திருவிழாவாகப் பொங்கல் திருநாள் விளங்குகிறது. ஜல்லிக்கட்டு,கபடி,பறை இசை இன்னும் பல்வேறு நுட்பமான அடையாளங்களில் தமிழ்த் தேசிய இனம் ஓரினம் என்பதை வெளிப்படுத்தி, வரலாற்றின் போக்கில் ஒரு தேசிய இனமாக உருவாகி இருக்கிறது.

ஆனால் இந்தியா என்கிற தேசிய இனங்களின் சிறைக்கூடத்தில் தமிழர் என்கிற தேசிய இன மக்கள் தங்கள் மொழியைக் காக்க, பண்பாட்டு அடையாளங்களைக் காக்கப் பெரும் போராட்டத்தை மேற்கொள்ள வேண்டி உள்ளது. அவ்வாறு எழும் தமிழ்த்தேசிய இன உணர்வினைப் பிளக்க, முறிக்க வெளிச்சதிகளும், உட்முரண்களும் காரணங்களாக அமைகின்றன.

பின்னே திரும்பிப் பார்க்காதவன் முன்னே பார்க்கும் பார்வையை இழக்கிறான் என்கிறார் மாவீரன் அலெக்சாண்டர். நம்முன்னே விரிந்துகிடக்கும் கடந்த காலங்களின் சுவடுகளைக் கவனிக்காது, அறியாது எதிர்காலத்தின் பாதையை நம்மால் தீர்மானிக்க முடியாது. எனவே தமிழன்

எவ்வாறு ஒரு தேசிய இனமாக உருவாக்கம் கொண்டான் என்பதற்கான பயணத்தில், தமிழரின் வரலாற்றுப் பாதையையும் நம் அறிவு வெளிச்சம் கொண்டு அலசுவோம்.

ஏறத்தாழ 50 இலட்சம் ஆண்டுகளுக்கு முன் அறிவாய்ந்த குரங்கினம் பரிணாம வளர்ச்சியினால் மனிதச் சாயலை அடைகின்றது. 2 லட்சம் ஆண்டுகளுக்கு முன் ஹோமோ செப்பியன்ஸ் என்ற அழைக்கப்பட்ட சற்றே மேம்பட்ட மனிதக் குரங்கினம் தற்கால மனிதனின் மூதாதை எனக் கொள்ளலாம் என அறிவியலாளர்கள் கருதுகிறார்கள். குரங்கிலிருந்து உருமாறிய மனித இனம் சுமார் ஒரு லட்சம் ஆண்டுகளுக்கு முன்பாகத் தனக்குள்ளாகத் தகவல்களைப் பரிமாறிக்கொள்ள ஒரு வலிமை வாய்ந்த ஊடகத்தை தனது அறிவாற்றல் மூலம் அடைந்தது. அந்தத் தகவல் பரிமாற்றக் கருவியே மொழியாகும்.

மொழியே மனித இனத்தைத் தனித்துவப்படுத்தும் வலிமை வாய்ந்த அடையாளமாகும். அதுவே மனித இனத்தை வளர்த்தெடுத்தது. விலங்காகத் திரிந்த மனித இனம் தனக்கென ஒரு மொழியை அடைந்த பிறகு அதன் பரிணாம வளர்ச்சி பன்மடங்கு அதிகரித்தது. மொழி மூலமாகவே மனிதன் சிந்தித்தான். மொழி மூலமாகவே அவன் உரையாடினான். மொழி மூலமாகவே அவன் பலவற்றைக் கண்டறிந்தான். மொழி மூலமாகவே மற்ற விலங்குகளைக் காட்டிலும் மேம்பட்டவனாக மனிதன் மாறினான்.

எனவேதான் ஒரு தேசிய இனத்தின் தலையாய அடையாளமாக மொழி வகுக்கப்படுகிறது. மனித இனம் கண்டறிந்த முதன் மொழியாகத் தமிழ் மொழி இருந்தது என்பதைப் பல ஆய்வுகள் மூலம் தமிழறிஞர்கள் நிறுவி உள்ளார்கள். கல் தோன்றி,மண் தோன்றாக்காலத்தே முன் தோன்றிய மூத்த மொழி தமிழ் என்கிறார்கள். முதன் முதலாக மாந்த இனம் தோன்றியது ஆப்பிரிக்கா தொடங்கி தற்போது மடகாஸ்கர் இலங்கை,தென்னிந்தியா உள்ளிட்டு நீண்டு பரவிக் கிடந்த பெருநிலத்தில்தான் என நம்மினத்தின் மாபெரும் அறிஞர் பாவாணர் பல ஆய்வுகள் மூலம் நிறுவி உள்ளார். அந்தப் பெரு நிலமே குமரிக் கண்டமாகும். கால ஓட்டத்தில் விளைந்த பல்வேறு கடற்கோள்களால் குமரிக் கண்டம் அழிந்தது. ஒரே நிலமாகச் சேர்ந்திருந்த இலங்கை, தமிழ்நாடு ,ஆப்பிரிக்கா போன்ற பகுதிகள் படிப்படியாகப் பிரிந்து, தனித்தனி நிலங்கள் ஆயின. இன்றும் இலங்கையில் கண்டெடுக்கப்பட்டு வருகிற பழம் பொருள்களில் தாயகத் தமிழகத்தின் வரலாற்று நிழல் படிந்துள்ளதைச் சிங்கள அறிவுலகம் திட்டமிட்டு இந்திய அரசுடன் கூட்டுச்சேர்ந்து மறைத்து வருகின்றது. “பஃறுளியாற்றுடன் பன்மலை யடுக்கத்துக் குமரிக் கோடுங் கொடுங்கடல்

கொள்ள்" என இந்நிகழ்வுகளுக்குச் சான்றளிக்கிறது தமிழரின் முதுபெரும் காப்பியமான சிலப்பதிகாரம்.

தமிழ் மொழியே உலகின் மூத்த முதற் மொழி என்பதற்கு உலக மொழிகளில் பரவிக் கிடக்கும் தமிழின் வேர்ச் சொற்களே சாட்சி. உலகின் பெரும்பாலான மொழிகளின் எழுத்து முறையில் தமிழ் எழுத்துகளின் வடிவங்கள் நீக்கமற நிறைந்துள்ளதாக மொழியியல் அறிஞர்கள் தொடர்ச்சியான ஆய்வுகள் மூலம் நிறுவி இருக்கிறார்கள். மொழியியல் ஆய்வின் பெரும் வித்தகராக விளங்கும் பெருந்தமிழர், அய்யா அருளியார் அவர்கள் தனது ஆய்வுகள் பலவற்றில் உலக மொழிகளில் பரவிக் கிடக்கும் தமிழ் மொழியின் வேர்ச் சொற்களைக் கண்டறிந்து பதிவு செய்து இருக்கிறார்.

கி.மு.3500 முதல் கி.மு.2700 வரை நாகரிக வளர்ச்சியில் உச்சம் பெற்றிருந்த சிந்து சமவெளி நாகரிகமும் தமிழரின் நாகரிகமே என அண்மைய ஆய்வுகள் தெரிவிக்கின்றன. சிந்துசமவெளி நாகரிகத்தில் காணப்படும் எழுத்து வடிவங்களுக்கும், பண்டைய தமிழ் எழுத்துகளுக்கும் நெருங்கிய தொடர்பு இருப்பது ஏற்கெனவே நிறுவப்பட்டு விட்டது. சமீபத்தில் பழனி அருகே தி.கூடலூரில் சுமார் 4500 ஆண்டுகளுக்கு முந்தைய சிந்து சமவெளி நாகரீக எழுத்துக்களுடன் கூடிய பழமையான கற்காலக் கருவி கிடைத்துள்ளது. இக்கருவியில் காணப்படும் எழுத்து வடிவம் சிந்துசமவெளி பகுதியில் பயன்படுத்தப்பட்ட 396 ஆவது எழுத்துடன் ஒத்துப் போவதாக இக்கருவியைக் கண்டுபிடித்த தொல்லியல் ஆய்வாளர் நாரயணமூர்த்தி மற்றும் ஆர்வலர் வெங்கடேசன் தெரிவிக்கிறார்கள்.(தினமணி 22 - 1 - 2015)

சிந்து சமவெளியில் காணப்படும் சுட்ட களிமண்ணால் தயாரிக்கப்பட்ட செங்கற்களால் கட்டப்பட்ட வீடுகளின் அமைப்பும், அதன் ஒழுங்கும் தமிழர் நாகரிக வளர்ச்சிப் போக்கிற்கு மிக நெருக்கமாக இருப்பதாக ஆய்வுகள் தெரிவிக்கின்றன. சிந்துவெளி மக்கள் சிவ வழிபாடு நம்பிக்கை உடையவர்களாக விளங்கியதற்கும் சான்றுகள் இருக்கின்றன. மேலும் சிந்துசமவெளி நாகரிகத்தில் காணப்பட்ட பல பொருள்கள், தமிழ்நாட்டின் ஆதிச்சநல்லூர் அகழ்வாராய்ச்சியில் கண்டெடுக்கப்பட்ட பொருள்களுடன் ஒத்துப்போவதையும் ஆய்வாளர்கள் தெரிவிக்கின்றார்கள். சிந்துவெளி நாகரிகத்தின் மீது படையெடுத்த சுரா பானம் அருந்தும் ஆரியர் சுரா பானம் அருந்தாத அசுரர் என அழைக்கப்பட்ட தமிழர் வாழ்ந்த சிந்துவெளி நாகரிகத்தினை வென்று இந்தியத் துணைக்கண்ட பெருநிலத்தில் நுழைந்தனர் என்பதை ஆரியர்களின் பாடல்களை உள்ளடக்கிய ரிக் வேதம் தனது பாடல்களின் மூலம் அடையாளப்படுத்துகிறது.

சிந்து சமவெளி நாகரிகத்திற்கு முன்பே இன்றிலிருந்து 12 ஆயிரம் ஆண்டுகளுக்கு முன்பே தற்போதைய பூம்புகாருக்குக் கிழக்கே கடலுக்கு அடியில் புதைந்து கிடக்கும் உலகின் பழம் பெரும் நகர நாகரிகம் தமிழர்களுடையது.

எனவே மற்ற மாந்த இனங்கள் காட்டுமிராண்டிகளாய், விலங்குகளாய், காட்டில் விலங்குகளாய்த் திரிந்துகொண்டிருந்த காலத்திலேயே தமிழர்கள் நகர நாகரீகம் கண்டு வாழ்வாங்கு வாழ்ந்திருக்கிறார்கள். தாய்மொழிக்கெனச் சங்கம் வைத்து அதன் மூலமாகத் தன் மொழி விழுமியங்களைக் காப்பாற்ற தமிழர் படைத்தவைதாம் சங்க இலக்கியங்களாக, மாபெரும் வரலாற்றியல் ஆவணங்களாக நம் முன்னால் காணக்கிடைப்பவை.தொல்காப்பியம் தொடங்கி, எட்டுத்தொகை,பத்துப்பாட்டு என விரிந்துகிடக்கின்றன பண்டைத்தமிழரின் வாழ்வும் அறிவும். அகமும்,புறமும் என காதலும்,வீரமும் கொண்டு “யாதும் ஊரே,யாவரும் கேளீர்” என உலகம் தழுவி நேசித்த மாபெரும் இனம் தமிழினம்.

குறிஞ்சி,முல்லை,மருதம்,நெய்தல்,பாலை என ஐவகை நிலங்கள் ஐந்திணைகளாகப் பிரிக்கப்பட்டு ,ஒவ்வொரு திணைக்குமாகத் தனித்தனிப் பண்பாட்டியல் சுவடுகளோடு வாழ்ந்தான் தமிழன். கி.மு 500 முதல் கி.பி 600 வரையிலான காலக்கட்டத்தில் சேர,சோழ,பாண்டிய மன்னர்கள் கடல் கடந்து சென்றும், வடவரை வென்றும் தமிழர் பெருமைகளை நிலைநாட்டினர். கரிகாற் சோழன் சிங்களம் மீது படையெடுத்துச் சிங்களர்களைப் பிடித்து வந்து காவிரிக்குக் கரை எழுப்பினான். கல்லணை கட்டி ஆற்று நீரைப் பாசனத்திற்குப் பயன்படுத்த முடியும் என உலகத்திற்கே நீர் மேலாண்மை அறிவியலை முதன்முதலாக அறிமுகம் செய்தவன் கரிகாற்பெருவளச்சோழ மன்னன். வடவரான ஆரியனை வென்று ஆரியப்படை கடந்த நெடுஞ்செழியனாய்ப் பாண்டியன் மிளிர்ந்தான். சேரன் இமயவரம்பன் நெடுஞ்சேரலாதன் இமயம் வரை படையெடுத்துச் சென்று இமயமலையில் வில் கொடியைப் பொறித்துத் திரும்பினான். கனக விசயர் என்ற வட மன்னர்களை வென்று அவர்கள் தலையில் கல் சுமக்கச் செய்து, கண்ணகிக்குக் கோவில் கட்டினான் சேரன் செங்குட்டுவன்.

பண்டைய தமிழ் மன்னர்களைக் களப்பிரர்கள்,பல்லவர்கள் ஆகிய பிற இன மன்னர்கள் படையெடுப்பினால் வீழ்த்தித் தமிழ்ப்பெரு நிலத்தின் ஆட்சி அதிகாரத்தினை ஆண்டனர். இவற்றில் களப்பிரர்கள்,பல்லவர்கள் பிற இனத்தவர் இல்லை;அவர்களும் தமிழர்களே எனச் சில ஆய்வாளர்கள் கருதுகிறார்கள்.

களப்பிரர், பல்லவர் வீழ்ச்சிக்குப் பிறகு பிற்காலச் சோழர் ஆட்சியிலும், பிற்காலப் பாண்டியர் ஆட்சியிலும் தமிழர் மாபெரும் புகழ் வாழ்க்கையை வாழ்ந்தனர். உலகம் முழுக்கப் படையெடுத்து வெல்லும் திறன் உடையவராகப் புலிக்கொடி ஏந்திய தமிழர்கள் விளங்கினார்கள் என்பதற்குப் பிற்காலச் சோழர் வரலாறு சான்று பகர்கிறது. பிற்காலச் சோழர் வரலாற்றினை ஆய்வு செய்த பெருந்தமிழர் சதாசிவ பண்டாரத்தார் பிற்காலச் சோழர் குறித்துப் பல முக்கிய ஆய்வுகளை நிகழ்த்தியுள்ளார்.

இன்று நமக்குக் கிடைத்துள்ள பல தரவுகளும், ஆவணங்களும், கல்வெட்டுகளும், நூல்களும் இவற்றின் அருமையை உணர்ந்து பாதுகாத்து வைத்த பல அறிஞர்களின் உழைப்பால் விளைந்தவை.

மனித இனம் தோன்றிய காலம் தொட்டுப் பல்லாயிரம் ஆண்டுகளாக மனிதனின் சமூக வாழ்க்கை மொழி வாயிலாகவே நிகழ்ந்து இருக்கிறது. மொழியே மனித இனமொன்றின் முதன்மை அடையாளமாகத் திகழ்ந்து இருக்கிறது. மொழியற்ற மனிதச் சமூகத்தை நம்மால் கற்பனை செய்து கூடப் பார்க்க இயலாது. மொழியே மனித நாகரிக வளர்ச்சியின் போக்கினைத் தீர்மானித்தது. எனவே தேசிய இன வரையறையில் மொழியையே முதன்மைக் கூறாக அறிஞர்கள் கருதுகிறார்கள்.

ஒரு மக்கள் கூட்டம் தேசிய இனமாக உருவாக்கம் கொள்ளுதலில் அயலார் படையெடுப்பு, இயற்கைச் சீற்றங்கள் போன்ற புறவெளிக் காரணிகளும் உதவி செய்கின்றன. எடுத்துக்காட்டாக 'இந்தியா ஒரு' தேசம் அல்ல. பல்வேறு தேசிய இனங்கள், பல மொழிகளைப் பயன்படுத்துகிற மக்கள் கூட்டம் வாழுகிற மிகப்பரந்த கண்டம். இந்த நிலப்பரப்பை வெள்ளையர்கள் தாங்கள் ஆள்வதற்கு உகந்தவாறு ஒரு நாடாக மாற்றினார்கள். இந்திய நிலப்பரப்பு அதற்கு முன்னதாக ஒற்றையாட்சியின் கீழ் இருந்ததில்லை. பல்வேறு மன்னர்கள், குறுநில மன்னர்கள், 500க்கும் மேற்பட்ட சமஸ்தானங்கள் எனப் பிளவுபட்டுக் கிடந்த ஒரு நிலப்பரப்பின் மக்கள் அக்காலத்தில் வெள்ளை ஏகாதிபத்தியத்திற்கு எதிராக உண்டாக்கப்பட்ட செயற்கைத் தேசிய உணர்வின் மூலம் ஒன்றுபட்டனர். அந்தச் செயற்கையான தேசிய உணர்வு வெள்ளையர்கள் நாட்டை விட்டு வெளியேறிய கணத்திலேயே நீர்த்துப் போய்விட்டது. மேலும் அந்தச் செயற்கை உணர்வு மேலும் நீட்சி கொள்வதற்கான அவசியமோ, தேவையோ அதற்குப் பிறகு இல்லை. செயற்கை மயக்கம் வடிந்தவுடன் அவரவர் மொழி, நிலப்பரப்பு சார்ந்த இயல்பான தேசிய உணர்ச்சிக்கு முக்கியத்துவம் தரத் தொடங்கி விட்டனர். எனவே மொழி

வழி சார்ந்த, நிலப்பரப்பினைச் சார்ந்த தேசிய இன உருவாக்கமே இயற்கையானது.

பாட்டாளி வர்க்க இணைப்பால் உலகப்புரட்சியை ஏற்படுத்தக் கனவு கண்ட மாமேதை மார்க்ஸ்கூடப் பாட்டாளிகளின் இணைப்பு தேசிய இன உணர்வின் அடிப்படையில் எழுவது என்பதே சாத்தியம் என்கிறார்.

தேசிய இனச் சிக்கல்களை மார்க்சிய அணுகுமுறை மூலம் தான் தீர்க்க வேண்டும் என்பதில் புரட்சியாளர் லெனின் தெளிவாக இருந்தார். அதற்கு அவர் மூன்று விதமான அளவுகோல்களைக் கொண்டிருந்தார். 1. வேறுபட்ட பல்வேறு தேசிய இனங்களைச் சார்ந்த உழைக்கும் மக்களிடையே புரிதல் அடிப்படையில் அமைகிற ஒற்றுமை அல்லது இணைவு 2. சமமான வாழ்வியல் மற்றும் பொருளியல் , அதிகாரங்களை கொண்டதுமான தேசிய இனங்களின் உழைக்கும் மக்களிடையேக் தோன்றும் சமத்துவம் 3. தனது இறையாண்மையைத் தானே முடிவு செய்து கொள்கிற தேசிய இனங்களின் சுய நிர்ணய உரிமை.

தேசிய இனங்களின் சுயநிர்ணய உரிமை குறித்து மார்க்ஸைப் போற்றுகிற, லெனினைக் கொண்டாடுகிற மார்க்சியக் கம்யூனிஸ்ட்களின் தத்துவ நிலைப்பாடு லெனின் கொண்டிருந்த கருத்துகளுக்கு முற்றிலும் எதிரானது. தேசிய இனங்களின் சுய நிர்ணய உரிமை குறித்து இன்றைய கம்யூனிஸ்ட்டுகளிடம் எந்தவித அக்கறையும் இல்லை.

1972 - இல் தேசிய இனச் சிக்கல் குறித்து மார். கம்யூனிஸ்ட் ஆராய்ந்து தீர்மானம் இயற்றியபோது அத்தீர்மான வாசகங்களில் “1947 இந்தியா சுதந்திரம் அடைந்தவுடன் தேசிய இனச்சிக்கல் தீர்ந்துவிட்டது” என்ற சொற்றொடர் இடம் பெற்றது. இதுதான் கம்யூனிஸ்ட்டுகள் தேசிய இன விடுதலை சார்ந்துகொண்டிருக்கிற புரிதல்.

தேசிய இனம் என்ற சொல்லுக்கான அடிப்படைக் கூறுகளைப் பெற்றுத் தகுதிவாய்ந்த தனித்த ஒரு தேசிய இனமாகத் தமிழ்த்தேசிய இனம் திகழ்கிறது. ஒரு தேசிய இனத்தின் அடிப்படைக் கூறான பொதுமொழி அடிப்படையில் நம் தாய்மொழியாம் தமிழ் தொன்மையான சிறப்பியல்பு வாய்ந்த தேசிய இனத்தின் தாய்மொழியாக விளங்குகிறது.

தமிழ்மொழியின் தொன்மை குறித்துப் பல்வேறு ஆய்வுகள் வியக்கத்தக்க முடிவுகளை அறிவித்து வருகின்றன. கல்தோன்றி மண்தோன்றாக் காலத்தே முன்தோன்றிய மூத்த மொழியான தமிழ்மொழி என்று சிறப்புப் பெற்ற நம் தாய்மொழி ஒரு தேசிய இனத்தின் பொது

மொழி அடிப்படையில் தகுதிவாய்ந்த செவ்வியல் மொழியாகத் திகழ்கிறது. வரலாற்றின் பக்கங்களில் நீண்டகாலமாகத் தமிழர் என்ற தேசிய இனத்திற்குச் சற்றே ஏறக்குறைய தொடர்ச்சியான தனித்த நிலப்பரப்பு இருக்கிறது. சங்ககாலம் தொடங்கி நவீன காலம்வரை இருக்கின்ற இலக்கியத் தரவுகளைக் கொண்டே தமிழ்த்தேசிய இனத்தின் தொடர்ச்சியான ஆட்சிப்பரப்பு குறித்து நாம் தெளிவு பெறலாம். உலகத்தின் முதன்முதலான இனம் தமிழினம் என்றும், முதன் முதலாகத் தோன்றிய மாந்தர் தமிழர் என்றும், அவர் பேசிய மொழி தமிழ்மொழி என்றும் நவீன அறிவியல் ஆய்வுகள் தெரிவிக்கின்றன. தமிழ்த்தேசிய இனத்தின் மாபெரும் ஆய்வியல் அறிஞரான பாவாணர், தமிழர் முதன்முதலாகத் தோன்றியது இயற்கைச் சீற்றத்தால் அழிந்து கடலுக்கு அடியில் கிடக்கிற குமரிக்கண்டத்தில்தான் எனத் தனது தரவுகள் மூலம் அறிவுலகத்திற்கு எடுத்துரைக்கிறார். எனவே, வரலாற்றின் போக்கில் ஒரு தொடர்ச்சியான நிலப்பரப்பு, ஒரு பொதுமொழி கொண்டு உருவான இனம் தமிழர் என்ற தேசிய இனம் என்பது உறுதியாகிறது.

மேலும், தமிழர் தனது பொதுவான பொருளியல் வாழ்வியலைத் தனது தேசியத்தொழிலான விவசாயம் மற்றும் அதனைச் சார்ந்த தொழில்களைக் கொண்டே உருவாக்கினர். மண் சார்ந்த விவசாயத் தொழிலே தமிழரின் தேசியத்தொழிலாக அறியப்பட்டிருக்கிறது. முப்போகமும் விளையக்கூடிய விளைநிலங்களும், ஒரு போகம் விளையக்கூடிய வானம் பார்த்த புன்செய் நிலங்களும் நிரம்பிய தமிழகம் விவசாயத்தை, அதுசார்ந்த பொருளியல் வாழ்வினைத் தனது உயிர்நாதமாகக் கொண்டு விளங்கியது. தமிழ்த்தேசிய இனத்திற்கென்று ஏறக்குறைய பொதுவான பண்பாட்டுக்கூறுகள் இருக்கின்றன. இன்னமும் மிஞ்சிக்கிடக்கின்ற ஜல்லிக்கட்டு, பொங்கல் திருவிழா, கபடி மற்றும் கரகாட்டம், வில்லுப்பாட்டு, குலதெய்வங்கள், உறவு முறைகள் போன்ற பல்வேறு பண்பாட்டு விழுமியங்களைத் தன்னகத்தே கொண்டு ஒரு பண்பாட்டுச் செழுமைமிக்க தனித்த தேசிய இனமாகத் தமிழ்த்தேசிய இனம் விளங்குகிறது. தன்னை ஒரு தேசிய இனமாக உணர்வதற்கான பொதுவான உளவியல் போக்கினை தங்களது பண்பாட்டு விழுமியங்கள் மூலமாகத் தமிழர்கள் பெற்றிருக்கின்றனர்.

இந்தியத் துணைக்கண்டத்தில் வரையறுக்கப்பட்ட நிலப்பரப்புகளில் தனித்த மொழி, பண்பாடு, வரலாறு, பண்பாட்டு விழுமியங்களோடு கூடிய 20க்கும் மேற்பட்ட தனித்த தேசிய இனங்கள் நிலைபெற்று வாழ்கின்றன. இந்தியப் பெருநிலத்தில் இருக்கின்ற தேசிய இனத்தில் மூத்த தேசிய இனமாக, தனித்த பண்பாட்டு அடையாளங்களைப் போற்றிப்

பாதுகாத்து வருகிற தனித்த தேசிய இனமாகத் தமிழர் என்ற தேசிய இனம் விளங்குகிறது. ஒரு சமூகம் தன்னைத் தேசிய இனமாக உணரும்போது அதன் மெய்யான தேசிய இனக் குணாதியங்களையும், முற்போக்கு மற்றும் பிற்போக்கு இடங்களையும் அறிந்துகொள்ள வேண்டியது நம் ஒவ்வொருவரின் கடமையாகிறது. தேசிய இன உருவாக்கம் என்பது சில நாள்களுக்கு உள்ளாகவோ, சில வருடங்களிலோ அடையக்கூடியது அல்ல. தேசிய இன உருவாக்கத்தை, வளர்ச்சியைச் சார்ந்த திறன்மிக்க தொடர் செயல்முறை என்கிறார் புரட்சியாளர் லெனின். அச்செயல்முறை தாம் ஒரு தேசிய இனம் என்பதை உணர்ந்து தனது வாழ்வியல்,பண்பாட்டு விழுமியங்களைப் பற்றிய விழிப்புணர்ச்சியை அடைந்து, விடுதலை உணர்வினைச் சார்ந்து அமைகின்ற எழுச்சி ஆகும்.

தமிழ்த்தேசிய இனம் தன்னை ஒரு தனித்த தேசிய இனமாக அடையாளப்படுத்துதலில் மாபெரும் போராட்டங்களைச் சந்தித்து வருகிறது. ஆங்கிலேயர்களின் வருகைக்கு முன் தமிழர்களின் நிலப்பரப்பைப் பல்வேறு குறுநில மன்னர்கள் பிரித்து ஆண்டிருந்தாலும் தமிழர் என்ற உளவியல் உருவாக்கம் தமிழர் என்ற தேசிய இனத்திற்கு வரலாற்றின் போக்கிலேயே அமைந்திருந்தது. பிற்காலச் சோழர்கள், புகழ்பெற்ற பாண்டிய மன்னர்கள், வெற்றிபெற்ற சோழ மன்னர்கள் என்றெல்லாம் மன்னர்கள்வழி அமைந்த நிலப்பரப்பில் பிரிந்து வாழ்ந்திருந்தாலும் ஒவ்வொருவரும் தமிழர் என்கின்ற உளவியல் நெருக்கத்தினை உளவியல் பண்பாட்டு விழுமியங்கள் மூலமாகவும், வரலாற்றின் போக்கின் மூலமாகவும் பெற்றிருந்தார்கள். அதன்வாயிலாகவே, தமிழர் தேசிய நிலப்பரப்பிற்கு எதிராக அந்நியப் படையெடுப்பு போன்றவை நிகழும்போது தமக்குள்ளாக இருக்கிற உளவியல் நெருக்கத்தை மூலதனமாகப் பயன்படுத்தி, தங்களது நிலப்பரப்புகளையும் தாண்டி தமிழர் என்ற ஒற்றுமையோடு அந்நியர் ஆதிக்கத்தை எதிர்த்து நின்று தமிழர்கள் போராடியிருக்கிறார்கள். ஈழத்தை ஆண்ட தமிழ் மன்னனுக்கு இங்குள்ள சோழ மன்னன் உதவியதாக வரலாறு தெரிவிக்கின்றன. இவ்வாறாக, இப்பூமிப்பந்தில் தமிழர்கள் எங்கெல்லாம் வசிக்கத் தொடங்கினார்களோ, வாழ்ந்தார்களோ அங்கெல்லாம் தாயகத் தமிழகத்தைச் சேர்ந்த தமிழ்மன்னர்கள் உதவிசெய்யும் போக்கினை நாம் வரலாற்றின் பக்கங்களிலே காண்கிறோம். எனவே தேசிய இன உருவாக்கத்தில் அந்தக் குறிப்பிட்ட மனித சமூகம் கொண்டிருக்கிற உளவியல் தன்மை மிக முக்கியமானது.

தாம் ஓரினம் என்கிற தேசிய இன உளவியல் தன்மைதான் ஈழ விடுதலைக்கு ஆதரவான மனநிலையை இம்மண்ணில் எழுப்புகிறது. தமிழ்த்தேசிய இனத்தின் இரண்டு பெரும் தாய்நிலங்களாக ஈழமும், தாய்த் தமிழகமும் திகழ்கின்றன. எனவே வரலாற்றின் வீதியில் தமிழர் என்கிற தேசிய இனம் ஒரு தேசிய இனத்திற்கான அடிப்படைத் தன்மைகளைக் கொண்டு தனித்த தேசிய இனமாக உருக்கொண்டு நிற்கிறது.

இனி தமிழ்த்தேசிய இனத்திற்கான அடிப்படை உரிமை. தம் மண்ணைத் தானே ஆள்கிற உரிமை. அடுத்தவருக்கு அடிமையாய் இருந்து ஆள்வதைத் தவிர்த்துத் தமிழரே ஆளும் உரிமை.

அந்த அரசியல் நகர்வில் தான் தமிழர் என்கிற தேசிய இனத்தின் வளம் மற்றும் இறையாண்மை நிரம்பிய வாழ்விற்கான திறவுகோல் இருக்கிறது.

வள்ளுவ நெறியே தமிழ்த்தேசியத்தின் வழித்துணை!

பேராசிரியர், தமிழ்த்திரு.ஆ.அருள் இனியன்
தலைவர், தமிழர் நாட்டுக் கட்சி

பெருவெளியில் முதல் பெருவெடிப்பு நிகழ்ந்த கணம் தோன்றிய வெளிச்சக்கீற்று போல, நீண்ட நெடிய காலம் அழுத்திவைக்கப்பட்ட தமிழ்த்தேசிய இனத்தின் உரிமை மீட்புக்கான 'நம்பிக்கை ஒளி' வீசத் தொடங்கியிருக்கும் காலமிது! நம் கண்முன்னே நடந்து முடிந்த, தமிழீழ இனப்படுகொலை உலகத் தமிழர்களுக்கும் பாடமாகவும் படிப்பினையாகவும் மாறி, தமிழ்த்தேசிய இனத்தின் வரலாற்றுத் திசைப்போக்கை மாற்றியுள்ளது.

இந்நிலையில், நாம் அனைவரும் தமிழர் இனமாக ஓர்மையடைதலுக்கு எவையெல்லாம் தேவை?, எவையெல்லாம் இடையூறாக உள்ளன? என்பதைப் பிரித்தறிவதன் மூலமாக மட்டுமே, நாம் இன்னும் வேகமாக ஓரினமாக ஒன்றிணைய முடியும். தமிழ்த் தேசிய அரசியல் முழுமைத் தன்மையை அடையவும், தமிழ் தேசியத்தின் வளர்ச்சிக்கும் வள்ளுவநெறியையே வழித்துணையாகக் கொள்ளவேண்டும்.

திருக்குறளைப் பாடமாக்கினோம்; வாழ்க்கையாக்கினோமா? திருவள்ளுவரைச் சிலையாக்கினோம்; இயக்கமாக்கினோமா? திருவள்ளுவர் ஆண்டு கண்டோம்; உள்ளத்தில் ஆண்டு கொண்டோமா? திருக்குறளை ஒப்பித்தோம்; ஒப்பில்லை என்றோம். அவதானம் ஆராய்ச்சி செய்தோம்; விருது வாங்கினோம். திருக்குறளாய் வாழ்ந்தோமில்லை. ஓதியுணர்ந்தும் பிறர்க்குரைத்தும் தானடங்காப் பேதையாயினம். தனிமனித ஒழுங்கே சமுதாய அடிப்படை. ஒவ்வொருவனும் வள்ளுவத்தால் ஒழுங்குபட்டிருப்பின் சமுதாயம் அறக்கேடுடையதாகுமா? எனவே தனிமனிதர்க்குத் திருக்குறளை உள்ளத்திற் படிய வைக்கும் முயற்சி வேண்டும். அவ்வாறாயின் எதிர்கால இடும்பைக் கெல்லாம் திருக்குறளே மருந்தாகும்.

மனிதன் ஒரு சமூக விலங்கு. ஒரு சமூகத்தின் சிறிய அலகுதான் தனிமனிதன். தனிமனிதன் - குடும்பம் - சுற்றம் - சமூகம் - அரசு - நாடு என்பதே சமூகப் படிநிலை. இப்படிநிலையை இணைக்கும் பிணைப்பாற்றல்தான், தாய்மொழி. தாய்மொழியானது கலை, பண்பாடு, வாழ்வியல் நெறிகளை உள்ளடக்கியது.

மனிதனை 'மொழி உயிரி' என அழைக்க ஆழமான காரணம் உண்டு. மொழியே ஒரு தேசிய இனத்தின் வரலாற்று ஆவணம். மொழியில்தான் ஓர் இனம் கடந்துவந்த பாதை முழுவதும் பதிவு செய்யப்பட்டு இருக்கும். ஒரு மொழியின் வேர்ச்சொற்கள்தான் அந்த மொழிவழி தேசிய இனத்தின் வரலாற்றுக்கு உயிர். ஒரு மொழியையும் அம்மொழியில் உள்ள இலக்கியத்தையும் ஆழமாக ஆராய்வதன் மூலமாகவே, நாம் அந்தத் தேசிய இனத்தின் வரலாற்றைக் கற்கிறோம். இலக்கியங்களே அவ்வினத்தின் ஆன்மாவாக நிற்கிறது. எனில், தமிழினத்தின் ஆன்மா தொல்காப்பியத்திலும், திருக்குறளிலும் புதைந்து கிடக்கிறது.

உலகின் சிந்தனைப் போக்கை மாற்றியமைத்த பெருமை பல சிந்தனையாளர்களுக்கு உண்டு. அத்தகையோர் உருவாக்கிய கருத்துகள் தத்துவங்களாகி , புனிதநூல்களாகி மனித வாழ்வில் பெரும் தாக்கத்தை ஏற்படுத்தின. அம் மாமனிதர்ளையும், அவர்தம் தத்துவங்களையும், கோட்பாடுகளையும், சிந்தனைகளையும் திருக்குறளோடு ஒப்பிடும் பொழுதுதான் வள்ளுவத்தின் வலிமை புரியும்.

இந்திய அளவில் பெரும் தாக்கத்தை ஏற்படுத்திய மனு, சாணக்கியர், புத்தர் தொடங்கி, உலக அளவில் பெரும் சமயப் புரட்சியை நிகழ்த்திய நபிகள் நாயகம், ஏசுபிரான் போன்றவர்களின் கருத்துகளையும், கன்பியூசியஸ், கார்ல் மார்க்ஸ் போன்ற சமூகப் புரட்சியாளர்களின் கருத்துகளையும் வள்ளுவத்தோடு ஒப்பிடும் பொழுதுதான் வள்ளுவத்தின் பெருமையை முழுமையாகப் புரிந்துணர முடியும். இதற்காக முனைவர் கு. வெ. பாலசுப்ரமணியன் அவர்கள் எழுதிய 'திருக்குறள் பேரொளி' புத்தகத்தின் சாரத்தை இங்கு சுருக்கி வழங்குகிறேன்.

திருக்குறளும் மனு சாத்திரமும்

மனுசாத்திரம் என்பது வடமொழியில் பல காலமாகக் கூற்றுகளின் அரசியல் மற்றும் சமூக நீதிகளின் தொகுப்பேயாகும். இந்நீதிகள் பலரால் கூறப்பட்ட நிலையில் அவற்றை உரைத்தோரெல்லாம் மனுவெனக் குறிக்கப்பட்டனர். சமூகத்தின் சில தளங்களில் இந்நூல் போற்றப்பட்டிருப்பினும், மனுதருமம் வருணப்பாகுபாட்டால்

சமுதாயத்தையே பிளந்துவிட்டதாகக் கருதும் நிலையும் பல்லாண்டுகளாக நிலவியுள்ளது.

'எல்லா உயிரும் ஒத்த பிறப்பு' என்ற திருவள்ளுவரின் கொள்கை வருணக் கோட்பாட்டுக்கு எதிரானது. திருவள்ளுவர், சீத்தலைச் சாத்தனார், திருநாவுக்கரசர், திருமூலர், சித்தர்கள், இராமானுசர், வள்ளலார், பாரதியார், பாரதிதாசன் என ஒவ்வொரு காலத்திலும், இலக்கிய உலகிலும், சமய உலகிலும் வருணநெறிக்கு எதிர்ப்புக்குரல் எழுப்பினோர் இருந்தனர். மனு இவ்வளவு கடுமையான எதிர்ப்புக்கு உள்ளானதற்குக் காரணம் இல்லாமலில்லை.

"மனிதர்கள் பல்கும் பொருட்டாகவே பிரம்ம, க்ஷத்ரிய, வைசிய, சூத்ர என்ற நால்வருணத்தையும், வேதஞானம், புவி புரத்தல், செல்வமீட்டல், ஏவல் புரிதல் என்ற கடப்பாடுகளின் வழியே வகுத்து வைத்தார். இவர்கள் இறைவனுடைய முகம், தோள், தொடை, பாதம் ஆகிய பகுதிகளினின்றும் தோற்றமுற்றனர்".

"பிறவி மேன்மையினாலும், முகத்திலிருந்து உதித்த தகுதியினாலும் படைப்புலகில் காணப்படா நின்ற சகலத்தையும் தனது செல்வமாகக் கொள்ளத்தக்கனவாக அவன் (பிராமணன்) விளங்குகின்றான். எனவே அவன் பிறரிடமிருந்து பெறுகின்ற உணவு, உடை, பொருள் யாவும் அவனுடைமையை அவன் பெறுவதாகவும், ஏனையோர் அவனுடைமை யைப் பெற்றுய்வோராகவும் அமையும்." இப்படி ஏராளமான கருத்து மனிதர்களில் ஒரு பிரிவினருக்கு மட்டுமே சாதகமாக உள்ளதைப் பார்க்க முடிகிறது. கடவுள்கூட ஒரு மனிதனுக்குப் பிறவியிலேயே இவ்வளவு மேன்மைகளைத் தர இயலாது.

ஒரு வருணத்தை இவ்வளவு உயர்வாக உயர்த்திப் பிடிக்கும் மனு மற்றை வருணங்களுக்கு விதிக்கும் தடையும் கட்டுப்பாடும் அவற்றை மிகவும் இழிவுபடுத்தும் முறையில் அமைந்துள்ளன.

"க்ஷத்திரியன் குலத்தொழிலாலும், வாணிபத்தாலும் ஜீவிக்க இயலாதபோது, ரஸம் முதலான வியாபாரம் செய்யலாம். எவ்வித நெருக்கடியிலும், மேற்குலத்தானுடைய பிழைப்புத் தொழிலை க்ஷத்திரியன் தான் மேற்கொள்ளலாமென்று எண்ணக் கூடாது. பொருளாசையால் மேற்குலத்தான் தொழிலை ஒருவன் மேற்கொண்டுவிட்டால், அவன் செல்வத்தை யாவும் கவர்ந்து நாடு கடத்த வேண்டியது அரசன் கடமை."

"சற்று முன்பின்னாக இயற்றப் பெற்றாலும் குலத்தொழிலே மேலாகும். பிறதொழிலை நன்கு செய்தாலும் தாழ்வே. வேறு குலத்

தொழிலைச் செய்பவன் தன் குலத்திலிருந்து நீங்கிப் பாவியாகிறான்" என ஓர் இறுக்கமான, கட்டுப்பாடுமிக்க வருணாசிரம நெறியை வகுப்பதன் வழியாகப் பிராமண குலத்தைப் பாதுகாக்கிறது மனுசாத்திரம்.

ஒரே குற்றத்தைப் பிராமணன் செய்வதற்கும், மற்றை வருணத்தார் செய்வதற்கும் வேறு வேறு தண்டனைகள் விதிக்கப்பெறுகின்றன. உலக அறநூல் எதனிலும் ஒரு சாதியினர்க்கு இவ்வளவு உயர்வுகளைப் பிறப்பு நோக்கி அளிக்கப்படவில்லை. "எந்தப் பாவம் செய்த போதிலும், பிராமணனைக் கொல்லாமல் காயமின்றி அவன் பொருளுடன் ஊரைவிட்டுத் துரத்துக. பிரம்ம ஹத்தியைவிடப் பெரும்பாவம் உலகில் இல்லை ஆகையால், பிராமணனைக் கொல்ல மன்னன் எண்ணவும் கூடாது."

இத்தகைய பெரிய விதிவிலக்கை வருண அடிப்படையில் எடுத்துரைக்கிறது மனுசாத்திரம் அறமாகும். வருணாசிரம தர்மங்களைப் பற்றிய வழக்கில் முடிவு காணும் உரிமை மன்னனுக்கு இல்லை யென்றும், பார்ப்பார்க்கே உண்டு என்றும் மனு கூறுவதிலிருந்து அதன் சார்பு நிலை புலனாகும்.

திருக்குறள் பிறப்பின் அடிப்படையில் யாரையும் உயர்வாகக் கருதவில்லை. ஒழுக்கமுடைமையே ஒருவரின் உயர்வுக்குரிய அளவு கோலாகத் திருக்குறளில் கருதப்பெறுகின்றது.

'ஒளியொருவற் குள்ள வெறுக்கை இளியொருவற்
கஃதிறந்து வாழ்தும் எனல்.'

- (குறள் - 971)

'பிறப்பொக்கும் எல்லா உயிர்க்கும் சிறப்பொவ்வா
செய்தொழில் வேற்றுமை யான்.'

- (குறள் - 972)

என்ற குறட்பாக்கள் பிறப்பால் வேறுபாடு கற்பிக்காத சிறப்புடையன.

"ஜனனம் முதல் மரண பரியந்தம் வரை வேதமந்திரங்களால் எவனுடைய வாழ்க்கை முழுமையும் நடத்திவைக்கப்படுமோ, அந்தப் பிராமணன் அல்லாத ஏனையோர் இந்த நீதிநூலை ஓதும் அதிகாரம் பெறவில்லை", என்பது மனுக் கோட்பாடு. திருவள்ளுவர் தம் காலத்திருந்த வருணக்கோட்பாட்டை மதியாதவராக இருந்திருக்கிறார் என்பது பல குறட்பாக்களால் புலனாகும்.

'மேற்பிறந்தா ராயினுங் கல்லாதார் கீழ்ப்பிறந்துங்
கற்றா ரனைத்திலர் பாடு.' என்பது வள்ளுவம்.

- *(குறள் - 409)*

திருவள்ளுவர் இல்லறம் குறித்து இருபது அதிகாரங்களிற் கூறுகிறார். இல்வாழ்க்கை, வாழ்க்கைத் துணைநலம், மக்கட்பேறு என இல்லற உறுப்பினரைக் குறித்துக் கூறிப் பின் இல்லறத்துக்காகும் பண்புகளைக் காட்டுகின்றார். மனுவிற்கு இல்லறம் பற்றிக் கூறுவதில் வருணமே பெரிதாகத் தோன்றுகின்றது.

"தனது வருணத்துப் பெண்ணை மணம் புரிவிப்பது நன்று. தாழ்ந்த சாதியில் மணப்பவர்கள் தன் குலத்தையும் சந்ததிகளையும் நாலாம் வருணத்தவர் ஆக்குகிறார்கள். எவனுக்குத் தாழ்ந்த ஜாதிப் பெண்ணிடமாகப் பிறந்த பிள்ளை தென்புலக்கடன் ஆற்றுகிறானோ, அவன் தரும் படையலைத் தேவரும் பிதுரர்களும் தீண்டமாட்டார்கள். ஆகையால் அவனுக்குச் சுவர்க்கம் ஆகிய நன்மைகளும் இல்லை" என்கிறது மனு சாத்திரம்.

திருவள்ளுவர் நெறி இதற்கு முற்றிலும் மாறானது. வருணம் கேட்டுக் காதற்களவு கொள்ளுதல் என்பது தமிழ்நெறியில்லை. கண்ணொடு கண்ணினை நோக்கி, ஒத்த நிலையில் உள்ளம் செம்புலப் பெயல்நீர்போல ஒன்றாய்க் கலப்பெய்யும்போது சாதி, வருணம் சிந்தனையெல்லாம் எழுவதில்லை. இல்லற நெறிப்படும் ஆண் பெண் ஆகிய இருவர்க்குமுரிய அன்புடைமையே திருவள்ளுவரால் வலியுறுத்தப்படுகிறது. திருவள்ளுவர், இல்லறத்தான் என்பவன் துறந்தார்க்கும் துவ்வா தவர்க்கும் இறந்தார்க்கும் துணை நிற்பவன் என்கிறார்.

மனு, புலால் உணவு பற்றிக் கூறுகையில், "உரியவற்றை அன்றாடம் கொன்று தின்றாலும் பாவமில்லை. உண்ணத் தக்கனவும் கொல்லத்தக் கனவும் பிரமனால் படைக்கப் பெற்றிருக்கின்றன அன்றோ!" என்கிறது. பசுவைக் கொன்று தின்பதைச் சரியென்று மனுசாத்திரம் கூறுகின்றது. திருவள்ளுவர் உயிரிரக்கத்தைப் போற்றியவர். மற்றவர் பசித்திருக்க உண்ணுதல் கொலை என்பது அவர் கருத்து. மனு வேள்விப் பொருட்டான உயிர்க் கொலையை அனுமதிக்கிறது. ஆனால் திருவள்ளுவர்,

"அவிசொரிந் தாயிரம் வேட்டலின் ஒன்றன்
உயிர்செகுத் துண்ணாமை நன்று." என்கிறார்.

- *(குறள் - 259)*

திருக்குறளும் சுக்கிரநீதியும்

சுக்கிராச்சாரியார் அசுரர்களின் குரு ஆவார். இவர் இயற்றிய நூலே சுக்கிர நீதியாகும். சாணக்கியர் அர்த்த சாத்திரத்தைத் தொடங்கும் போதே 'சுக்கிரர்க்கும் பிருகற்பதிக்கும் வணக்கம்' என்று கூறித் தொடங்குகின்றார். சுக்கிரநீதி ஐந்து இயல்களைக் கொண்ட ஓர் உரைநடை நூல். இந்நூற் செய்திகளைத் திருக்குறளோடு ஒப்பிட்டுக் காணலாம்.

அந்தணர், அரசர், வணிகர், சூத்திரர் என்ற வருணாசிரமத்தைச் சுக்கிரநீதி முதல் இயலில் கூறுகின்றது. ஆனால் ஏனைய வட நூல்களிலிருந்து சுக்கிரநீதி இவ்வாசிரம நெறியைக் கூறுவதில் வேறுபடுகின்றது.

"இவ்வுலகத்தில் அந்தணராதலும், அரசராதலும், வணிகராதலும், சூத்திரராதலும், மிலேச்சராதலும் பிறப்பினாலில்லை. குணஞ் செயல்களாலேயே வேறுபடுத்தப்பட்டனர்.

பிரமனிடத்துத் தோன்யதால் எல்லோரும் எங்ஙனம் பிராமணராவர்? சாதியினாலும் தாய்தந்தையராலும், பிராமணத் தன்மை எய்தற்பாற்றன்று.

ஞானம், கன்மம், தவம் முதலிய குணஞ்செயல்கள் கடவுள் வழிபாட்டிற் பற்று, பொறிகளை வெல்லல், அருள் அடக்கம் உடையவனை அந்தணனாகப் பிரமன் இயற்றினான்", இவ்வாறே சுக்கிரநீதி பிற வருணங்களுக்கும் உரிய பண்புகளைக் கூறுகின்றது.

மனுசாத்திரத்தில் கூறப்பெற்ற வருணாச்சிரம நெறியினின்றும் இது முற்றிலும் வேறுபட்டு நிற்கக் காணலாம்.

"பிறப்பொக்கும் எல்லா உயிர்க்கும் சிறப்பொவ்வா
செய்தொழில் வேற்றுமை யான்."

- (குறள் - 972)

"பெருமைக்கும் ஏனைச் சிறுமைக்குந் தத்தங்
கருமமே கட்டளைக் கல்."

- (குறள் - 505)

என்ற திருக்குறட்பாக்களோடு சுக்கிரநீதியின் கருத்து ஒத்திருப்பினும் இந்த வருணாச்சிரமப் பகுப்பையும் திருவள்ளுவர் கூறவில்லை என்பது எண்ணத்தக்கது.

"எல்லாம் ஊழைப் பற்றியும் முயற்சியைப் பற்றியும் உண்டாவனவாம். தொடங்கப்படும் வினைக்குப் பயன் விளைத்தற்குரிய சாதனம், முன்னைப் பிறப்புகளிற் செய்த வினைப்பயனாகிய ஊழும் இப்பொழுது மேற்கண்ட முயற்சியுமென இரு வகைப்படும் என்று கூறக் காணலாம்.

ஊழ் நல்லதாக இருந்தால் சிறுமுயற்சியும் நற்பயனை விளைவிக்கும். ஊழ் தீயதாக இருந்தால் பெரிய நற்செயலும் தீய பயனை விளைவிக்கும் என்று கூறுவது,

நல்லவை எல்லாம் தீயவாம் தீயவும்
நல்லவாம் செல்வம் செயற்கு என்ற திருக்குறளைத் தழுவி நிற்கின்றது.

"எவ்வரசன் தன்னைப் பற்றிப் பிறர் கூறும் பழிப்புரையைப் பொறுத்துக் கொண்டு, தன்பாலுள்ள தீயகுணங்களையொழித்து, எப்பொழுதுங் கொடையாலும் பெருமைப்படுத்தலாலும் ஆதரவாலும் தன்கீழ் வாழும் குடிகளை மகிழ்வுறுத்தி, பொறியடக்கமும் வீரமும், படைக்கலத் திறனும், பகைவரை வெல்லுதலும், அறநூல்வழி ஒழுகுதலும், ஆராய்ந்தறிதலும், அறிவும், மெய்யுணர்தலும், கயவர்களோடு கலவாமையும், நெடிது சூழ்ந்துணர்தலும், பெரியோரைப் பின்பற்றுதலும், நடுவு நிலைமையும், புலவர்களோடு அளவளாவுதலுமாகிய இவ்வெல்லாவற்றையும் உடையவனாய் இருக்கின்றானோ அவனைக் கடவுட்கூறனாய் அவதரித்தவனென்று அறிதல் வேண்டும்." என்று கூறுவது கீழ்க்காணும் திருக்குறட்பாக்களை உளத்திற் கொண்டே பிறந்தது என அறியலாம்.

"செவிகைப்பச் சொற்பொறுக்கும் பண்புடை வேந்தன்
கவிகைக்கீழ்த் தங்கு முலகு.
                                        - (குறள் - 389)

"குற்றமே காக்க பொருளாகக் குற்றமே
அற்றந் தரூஉம் பகை."
                                        - (குறள் - 434)

"கொடையளி செங்கோல் குடியோம்பல் நான்கும்
உடையானாம் வேந்தர்க் கொளி."
                                        - (குறள் - 390)

"ஒருமையுள் ஆமைபோல் ஐந்தடக்கல் ஆற்றின்
எழுமையும் ஏமாப் புடைத்து "
                                        - (குறள் - 126)

"என்னைமுன் நில்லன்மின் தெவ்விர் பலரென்னை
முன்னின்று கல்நின் றவர்"
                                        - (குறள் - 771)

"உறுப்பமைந் தூறஞ்சா வெல்படை வேந்தன்
வெறுக்கையுள் எல்லாம் தலை."
                                        - (குறள் - 761)

“எப்பொருள் எத்தன்மைத் தாயினும் அப்பொருள்
மெய்ப்பொருள் காண்ப தறிவு.”

- *(குறள் - 355)*

“குணம் நாடிக் குற்றமும் நாடி அவற்றுள்
மிகைநாடி மிக்க கொளல்”

- *(குறள் - 504)*

“முறைசெய்து காப்பாற்றும் மன்னவன் மக்கட்
கிறையென்று வைக்கப் படும். ”

- *(குறள் - 388)*

இவ்வாறே புலனடக்கம், தீவினையச்சம், பெண்வழிச்சேறல் ஆகியன பற்றிக் கூறும் கருத்துகளும் ஒத்துள்ளன.

தன்னை உணர்தல், தன்மதிப்பீடு என்பன அறநூல்களிற் கூறப் பெறும் சிறந்த பண்புகளாம். சுக்கிரநீதி,

“தன் தீய குணங்களைப் பிறர் சொல்லக் கேட்ட அளவில் மகிழ்ச்சி அடைதலையும் அதுபற்றிச் சினங்கொள்ளாமையையும் தன் பிழைகளை நன்றாக அறிந்துகொள்வதில் முயற்சியையும் பிறர்வாய்க் கேட்டவுடன் அப்பிழைகளை ஒழித்தலையும் எப்பொழுதும் தன் குணங்களைப் பிறர் சொல்லக் கேட்ட அளவில் செருக்குறாமற் சமநிலை எய்துதலையும். ‘யானே தீய குணங்களுக்கெல்லாம் உறைவிடமாவேன்; என்மாட்டு எங்ஙனம் நற்குணங்கள் நிலைபெறும் ? என்பாலே அறியாமை குணமுளதாம்’ என்ற எண்ணம் உடையார் எல்லோரினும் உயர்ந்தோனாவான் என்று கூறுவதைத் திருக்குறள் மேலும் செப்பமுறக் கூறும்.

தன்குற்றம் நீக்கிப் பிறர்குற்றங் காண்கிற்பின்
என்குற்ற மாகும் இறைக்கு.

- *(குறள் - 436)*

தினைத்துணையாங் குற்றம் வரினும் பனைத்துணையாக்
கொள்வர் பழிநாணு வார்.

- *(குறள் - 433)*

வியவற்க எஞ்ஞான்றுந் தன்னை நயவற்க
நன்றி பயவா வினை.

- *(குறள் - 439)*

கெடுவல்யான் என்ப தறிகதன் நெஞ்சம்
நடுவொரீஇ அல்ல செயின்.

- *(குறள் - 116)*

என்ற குறட்பாக்கள் கூறும் கருத்துகள் செறிவும் திட்பமும் வாய்ந்தவை.

திருக்குறள் தனிமனித ஒழுக்கத்தையும் வாழ்நெறியையும் வகுத்துரைப்பது. சுக்கிரநீதி அரசனுக்கே இன்றியமையாமையும் அரசியற்கே தலைமையும் வழங்கிய நூலாகும். திருக்குறள் அறத்தைப் பொதுப்படக் கூறியது. வாழ்வியல் நெறிகளை ஒரு குறிப்பிட்ட காலத்திற்கோ, பகுதிக்கோ வரையறுத்துக் கூறாது சுக்கிரநீதி. அந்நூல் தோன்றிய காலத்திற்குரியது. இன்று அதன் அறங்கள் பலவும் பொருந்தாதென ஆகியுள்ளன. சுக்கிரநீதியை அக்கால அரசியலறமாகவே கருதுகின்றனர். பொருள், இன்பச் செய்திகளைத் திருக்குறள்போல அந்நூல் வரையறுத்து உணர்த்தவில்லை.

திருக்குறளும் அர்த்த சாத்திரமும்

கௌடில்யர், சாணக்கியர், விஷ்ணுகுப்தர் என்ற பெயர்களைக் கொண்டவர் அர்த்த சாத்திர நூலாசிரியர். சோமதத்தர் என்பவர் அர்த்த சாத்திர நூற்பொருள் குறித்து ஆய்கையில், "அர்த்த சாத்திரம் பிளேட்டோவின் குடியரசு போன்று ஓர் அரசியல் தத்துவமன்று. அமைச்சர்களையும் அலுவலர்களையும் வழி நடத்தும் நூலுமன்று. அரசர்கள் நிலத்தை ஆளுதற்கும், தங்கள் அதிகாரத்தை நிறுவிக்கொள்ளுதற்குமான சிறந்த வழியைக் குறித்து நடைமுறைக்கொத்த அறிவுரை கூறும் நூலாகவே இது விளங்குகிறது", என்று கூறுகின்றார்.

அரசருக்கான கல்வியாக மூன்று வேதநூற் கல்வி, தருக்கக் கல்வி, தண்டநீதிக் கல்வி, உழவு, பசுக்காவல், வாணிகம் குறித்த கல்வி ஆகியன கௌடில்யரால் கூறப்பெறுகின்றன. திருவள்ளுவர் 'கற்பவை' எனப் பொதுப்படக் குறிக்கின்றார். "மேற்பிறந்தா ராயினும் கல்லாதார் கீழ்ப்பிறந்தும் கற்றார் அனைத்திலர் பாடு" என்று கூறக் காணலாம். திருவள்ளுவர் கல்வி மக்களனைவர்க்கும் பொது என்னும் கருத்தினைக் கொண்டவர் கௌடில்யர்.

அரசர் தமக்குரிய அமைச்சரைத் தேர்ந்து தெளிதல் பற்றி இரு நூலாசிரியரும் கூறும் கருத்துகள் வியக்கத்தக்க ஒப்புமை கொண்டன. அறம், பொருள், இன்பம், உயிரச்சம் ஆகிய திறத்தால் அமைச்சரைத் தேர்வு செய்ய வேண்டும் என இரு நூல்களும் மொழிகின்றன. ஒற்றரைக் குறித்துக் கூறுங்கால் கௌடில்யர்,

"ஒற்றர் மூவருடைய சொற்களும் பொருள் ஒற்றுமை உடையதாயின் உறுதியாக நம்பிக்கை கொள்ளலாம். ஒன்றுக்கொன்று முரண்படுமாயின் அவ்வொற்றர்களை மறைவாக ஒறுத்தல் வேண்டும்; அல்லது அத்தொழிலினின்றும் விலக்குதல் வேண்டும்", என்று கூறுகிறார் திருவள்ளுவர்,

"ஒற்றொற் றுணராமை யாள்க உடன்மூவர்
சொற்றொக்க தேறப் படும்."

- *(குறள் - 589)*

திருவள்ளுவருக்கும் கௌடில்யருக்குமிடையே ஒப்புமைகள் பல இருப்பினும் குறிக்கத்தக்க வேறுபாடுகள் உள்ளமை கருதத் தகும். திருவள்ளுவர் தமக்கு முற்பட்ட எந்த நூலையும் தழுவி அறம் உரைத்தவரல்லர். தமக்கு முன் நிலவிய அறக் கோட்பாடுகளை அவர் அறிந்திருந்தார் என்பது உண்மையே. ஆனால் அவற்றை அவர் அப்படியே எடுத்துரைக்கவில்லை. திருவள்ளுவர் அறம் பொருள் இன்பம் என்ற மூன்றிற்கும் உரிய நெறிகளை உலகப் பொதுமைப்படக் கூறியுள்ளார். மாறாக கௌடில்யர், மனு ஸ்மிருதியின் பல கருத்துகளை உட்கொண்டது புலனாகிறது.

அறிஞர்கள் ஜி.பி. பொட்டாஷி, ஹில்லிபிராண்ட் ஆகிய இருவரும் கௌடில்யரை இந்தியாவின் மாக்கியவல்லி என்கின்றனர். மெடி என்ற இத்தாலிய அரசனுக்கு அரசியல் தந்திரங்களைக் கற்பித்தவர் மாக்கியவல்லி.

'மக்களுக்கு நல்வழியிலோ தீயவழியிலோ நன்மை செய்யலாம்', என்றார் மாக்கியவல்லி.

'அறத்திலிருந்து தற்காலிகமாக விலகிக்கொள்ளலாம்', என்ற கௌடில்யர் பிறப்பாலமைந்த வருணப்பாகுபாட்டிற்கேற்ப அறம் அமையுமென்றார்.

"அரசதருமம் நால்வகைப்பட்ட வருணாச்சிரமங்களையுடைய உலகியல் ஆசாரத்தை ஓம்புமாற்றால் அழியும் நிலையில் உள்ள எல்லாத் தருமங்களையும் செழித்தோங்கச் செய்கிறது." என்பது கௌடில்யர் கூற்றாகும்.

"அந்தணன் எவ்வகைக் குற்றத்திற்காகவும் துன்புறுத்தத்தக்கவன் அல்ல."

என்று அவர் தெளிவுபடக் கூறுவர். திருவள்ளுவரோ, சான்றோர்கயவர், நல்லார் தீயர், உடையார் இல்லார், பெரியார் சிறியார், நண்பர் பகைவர் என்ற பாகுபாடுகளையே காட்டுபவர்.

சான்றவர் சான்றாண்மை குன்றின் இருநிலந்தான்
தாங்காது மன்னோ பொறை."

- *(குறள் - 990)*

என்று கூறும் வள்ளுவர் உலகில், வருணங்கெடின் உலகழியும் என்ற கௌடில்ய நெறியினுக்கிடமில்லை. கௌடில்யருக்கு எப்படியேனும் அரசு நிலைபேறு பெற வேண்டும் என்ற கருத்தே இருந்தமையால், அவருடைய பொருணூலில் ஒழுக்க வரையறை அதற்குத் தகவே அமைகிறது.

கௌடில்யர் அரசநீதியின் பொருட்டுக் கள் விற்றல், இறைச்சி விற்றல் ஆகியவற்றை ஏற்கிறார். இவற்றின் வருவாயைத் தீய நெறிகளினின்று வருவதாகக் கூறும் திருவள்ளுவர் புலால் மறுத்தல், கள்ளுண்ணாமை என்னும் அதிகாரங்கள் வழி இவற்றைக் கடுமையாகக் கண்டிக்கின்றார். கௌடில்யர் தவறுகளைப் புரிதல் உலகியல்பாகவும், தவிர்க்க இயலாதன என்றும், அவற்றுக்குத் தண்டம் வழங்கலே முறை என்றும் கருதுவர்.

“நாவின்கண் உள்ளது தேனாயினும் நஞ்சாயினும் உண்ணாமல் இருக்கவியலாது. அதுபோல அரசனது பொருள் சிறிதாயினும் பொருள் வினைஞனாற் கவர்ந்துகொள்ளாமலிருக்கவியலாது. நீரினுள்ளே வாழ்கின்ற மீன்கள் உண்ட நீரை அறிய இயலாதது போலத் தொழில் நிலையங்களில் நியமிக்கப்பட்டவர் கவர்ந்த பொருளை அறிய இயலாது. பொருள் கவர்ந்தவரை மேலும் கவர்ந்து கொள்ளாதவாறும் கவர்ந்த பொருளைத் திரும்பத் தருமாறும் வற்புறுத்திப் பெற்றுத் தொழில் நிலையங்களில் மாற்றி அமைத்தல் வேண்டும் என்று கூறுகிறார். திருவள்ளுவர் இக்கருத்துக்கு மாறுபட்டவர்.

ஈன்றாள் பசிகாண்பான் ஆயினுஞ் செய்யற்க
சான்றோர் பழிக்கும் வினை.

- *(குறள் - 656)*

என அறிவுறுத்திக் குற்றம் நோக்கிச் செல்லும் உள்ளத்தை இழுத்து நெறிப்படுத்துபவர். கௌடில்யருக்கு அரசநீதி என்பது அரசரைக் காப்பது என்னும் கருத்தே உடையது. திருவள்ளுவருக்கு, அரசநீதி அறத்தைப் போற்றுவது என்னும் கருத்தே இருந்தது.

திருக்குறளும் பௌத்த நெறிகளும்

கௌதம புத்தர் கி.மு 563க்கும், கி.மு 483க்கும் இடையில் வாழ்ந்தவர். புத்தருடைய வாழ்க்கையையும், வழி காட்டல்களையும், துறவிமட விதிகளையுமே, கௌதமரின் மறைவுக்குப்பின், சுருக்கி பௌத்த பிக்குகள் மனனம் செய்துவந்தார்கள். அவற்றுள் மிக முக்கியமானதாகத் தம்மபதம் விளங்குகிறது. பிற மத நூல்களைப் போன்று அல்லாமல் இந்நூல் மக்களின் சாதாரணப் பேச்சு வழக்கில் உருவாக்கப்பட்டது.

"புத்தன்" என்ற சொல்லுக்கு "விழித்தெழுந்தவன்", "ஒளியினைக் கண்டவன்" என்று பொருள் ஆகும். தன் ஆசையையும், அகந்தையையும் புத்தர் வெற்றி கொண்டார். "தான்", "தனது" என்ற நிலையிலிருந்து விலகினார். இதையே "விடுதலை" அல்லது "நிர்வாண நிலை" என்றுரைப்பர்.

திருவள்ளுவரைப் போலவே புத்தரும் தம் காலத்தில் மக்களிடை மிகப்பரவியிருந்த வைதிகக் கோட்பாடுகளுக்கு எதிராக நின்றவர்.

பௌத்த சமயம் காட்சி அளவையாலும் உய்த்துணர் அளவையாலும் அறிந்தவற்றையே ஏற்கும். வேதம் கூறும் செய்திகளை பௌத்தம் ஏற்கவில்லை. நிலையான ஆன்மா என்ற ஒன்று இல்லை என்கிறது பௌத்தம். மாற்றம் எல்லாவற்றிலும் நிகழ்ந்துகொண்டே இருக்க நிலையானது என்பது எதுவும் இல்லை என்று கூறுகிறது பௌத்தம். ஒரு கணத்தில் உள்ளது எதுவும் மறு கணத்தில் இல்லை என்று கூறுகிறது இச்சமயம்.

புத்தர் இல்லறத்தார்க்கு உரிய ஒழுக்கங்களாக ஐந்தைக் கூறுவர். இவை ஐந்தொழுக்கம் (பஞ்சசீலம்) எனப்படும். அவை 1. உயிர்களைக் கொல்லாமை, 2.கள்ளாமை, 3. பிறன்மனை விழையாமை, 4.வாய்மை, 5.கள்ளுண்ணாமை. இவை ஐந்தும் திருக்குறளில் இடம் பெறுகின்றன. இவற்றில் சுள்ளுண்ணாமையைப் பொருட்பாலிலும், பிறன்மனை விழையாமையை இல்லறவியலிலும், ஏனை மூன்றைத் துறவறவியலிலும் திருவள்ளுவர் அறிவுறுத்துகிறார்.

"மீனும் இறைச்சியும் மூன்று வகையில் பெறப்பட்டால் அவை தூய்மையானவை. அவை எவ்வாறு வருகின்றன என்று பார்க்கக் கூடாது; அவை எப்படிப் பெறப்பட்டன என்று கூடாது; எந்த உயிரினது என்று ஐயப்படவும் கூடாது " என்று புத்தர் கூறுகிறார். புலால் உணவைப் பொருத்தவரையில் திருவள்ளுவர் ஓர் அழுத்தமான கொள்கையுடையவர்.

தன்னூன் பெருக்கற்குத் தான்பிறி தூனுண்பான்
எங்ஙனம் ஆளும் அருள்.

- *(குறள் - 251)*

என்று கூறும் வள்ளுவர். 'புலால்மறுத்தல்' என்ற அதிகாரத்தைத் தவிரக் "கொல்லாமை' என்ற அதிகாரத்தையும் அமைத்துள்ளார். பிற உயிர்கள் பட்டினி கிடக்கும்போது தான் மட்டும் உண்ணுதல் கொலை எனத் தகும் என்பதாகும். இது புத்தனின் போதனையைவிட மேலானது. உணவின் பொருட்டுக் கொலை செய்யலாம் என்னும் பௌத்த நெறியைக் காட்டிலும் வள்ளுவ நெறி திடமானது, தீர்க்கமானது, உறுதியானது.

“நான்கு வருணத்தில் போர்வீரரும் புரோகிதரும் முக்கியமானவர்கள். இவர்கள் நற்பண்புகளைக் கொண்டிருக்க வேண்டும். இன்ன வருணத்தினர் இன்ன பண்புகளைக் கொண்டிருக்க வேண்டுமென்பதில்லை. வன்னிமரச் சுள்ளி, பாலைமரச் சுள்ளி, மாமரத்துச் சுள்ளி, அரசமரச் சுள்ளி ஆகியவை எரியும்போது அந்த அழலில் வேறுவேறு ஒளியும் நிறமும் தோன்றாமை போல இந்த வருணங்களுக்கும் வேறுபாடில்லை. தீயன பின்பற்றும் எந்த வருணத்தானும் நரகமே அடைவான்.”

இந்தக் கூற்றில் வருணங்கள் இல்லை என புத்தர் கூறவில்லை என்பது தெளிவு. எந்த வருணத்தவனும் நற்பண்புகள் உடையவனாதல் வேண்டுமென்றும் வருணங்களுக்குள் வேறுபாடு இல்லையென்றும் புத்தர் கூறினார். திருவள்ளுவர் இந்த வருணப் பிரிவினையையே ஏற்கவில்லை.

பிறப்பொக்கும் எல்லா உயிர்க்கும் சிறப்பொவ்வா
செய்தொழில் வேற்றுமை யான்.

- *(குறள் - 972)*

என்று அவர் தொழில் வேற்றுமையால் சிறப்பு ஒவ்வா என்பது உயர்ந்த தொழில் தாழ்ந்த தொழில் என்ற வேறுபாடன்று. செய்யும் தொழில் முறைமை பற்றிய வேறுபாடாகும்.

பெருமைக்கும் ஏனைச் சிறுமைக்குந் தத்தங்
கருமமே கட்டளைக் கல்.

- *(குறள் - 505)*

என்றவாறு வினை ஒழுங்கு, கடப்பாடு, மனமொழி சிந்தனை ஒருமையோடு ஒருவன் தொழிலைச் செய்யின் அவன் உயர்ந்தவன் என்பது திருவள்ளுவர் கோட்பாடு. இந்தியாவிலேயே முதன் முதல் ‘பிறப்பொக்கும்’ என்று தெளிவுறக் கூறி வருணாச்சிரமத்தை மறுத்தவர் திருவள்ளுவர்.

திருவள்ளுவர் மாந்தனுக்குத் தலையாய அறம் எனப்படுவது மனத்தூய்மையே என்றார். ‘மனத்துக்கண் மாசிலனாதல் அனைத் தறன்’ என்பது அவர்மொழி, தம்மபதம் நூலில் புத்தர் பின்வருமாறு கூறுகிறார்,

“மனிதரை அவன் மனத்துள்ளாகிய அறமே உருச்செய்கின்றது. சிந்தனைகளே அவ்வறத்தின் அடிப்படை. மனிதன் தீய எண்ணத்தோடு பேசினாலும், செயலைச் செய்தாலும் வண்டிச் சக்கரமும் மாட்டைத் தொடர்ந்து செல்வதுபோலத் துக்கம் அவனைத் தொடரும்.”

திருவள்ளுவர் அறிவுடைமை பற்றிக் கூறுகையில்,

சென்ற இடத்தால் செலவிடா தீதொரீஇ
நன்றின்பா லுய்ப்ப தறிவு.

- *(குறள் - 422)*

என்று கூறினர்.

புத்தர், திருவள்ளுவர் ஆகிய இருவருமே புறக்கோலங்களுக்கு முக்கியத்துவம் கொடுக்கக் கூடாது என்ற கருத்தைக் கொண்டிருந்தனர். மனிதனின் ஆளுமை அவனுடைய செயல்களில் தெரிவதேயன்றி உருவத்தால் வெளிப்படுவதன்று என்ற கருத்து இருவராலும் கூறப்படுவதாகும்.

"பொறாமையும் பேராசையும் தீயொழுக்கமும் உள்ளவன் பேச்சாலோ, உடல் அழகாலோ மட்டும் நல்லவனாகிவிட மாட்டான்."

"ஆடையின்றி நக்கினமாயிருத்தலும், சடைவளர்த்தலும், அழுக்கு படிந்திருத்தலும், நீண்டநாள் பட்டினி நோன்பிருத்தலும், தரையில் படுத்தலும், புழுதியிலும் சேற்றிலும் குந்தியிருத்தலும் இவையாவும் ஐயத்தால் ஒருவனைத் தூயவனாகச் செய்ய மாட்டா." என்பது புத்தரின் போதனைகள். இவை,

உருவுகண் டெள்ளாமை வேண்டும் உருள்பெருந்தேர்க்
கச்சாணி யன்னார் உடைத்து.
- (குறள் - 667)

மழித்தலும் நீட்டலும் வேண்டா உலகம்
பழித்த தொழித்து விடின்.
- (குறள் - 280)

என்ற குறட்பாக்களோடு முழுக்க ஒத்திருக்கும் நிலையைக் காணலாம்.

வைதிகநெறி இந்தியப் பெரும்பரப்பில், தனது ஆசாரம், சடங்கு ஆகியவற்றை அழுந்தப் பதித்துக்கொண்டிருந்த காலத்தில் திருவள்ளுவர், புத்தர் என்ற இருவரின் அறிவுப் புரட்சிக் குரல்கள் மாபெரும் சித்தாந்த மாற்றத்திற்கு அடிகோலின. வருணாசிரமப் பகுப்பின் மேல்நிலையைத் தனக்கென வரித்துக்கொண்ட பிராமண சமூகம், பிறப்படிப்படையில் அவ்வுரிமையை நிலைநிறுத்திக் கொண்டதற்குப் புத்தரும் திருவள்ளுவருமே மாற்றுக் கருத்தை வன்மையாக மொழிந்தனர். இப்பணியில் புத்தரினும் திருவள்ளுவர் மிகுதியும் அழுத்தமாக இருந்தார்.

திருக்குறளும் சமண நெறிகளும்

வைதீகம், இவ்வுலகம் ஒரு மாயத்தோற்றமே எனக் கருதியது. உலகில் உள்ள பொருள்கள், நிகழும் நிகழ்வுகள் யாவும் மாயத்தோற்றமே என வைதிகர் கருதினர். கண்ணால் காணப்படுவன எல்லாம் மெய்ம்மை ஆகா என்பது இக்கோட்பாட்டின் மூலக் கருத்தாகும். கிரேக்கத் தத்துவ ஞானி பிளேட்டோவும், செர்மானிய நாட்டின் இமானுவேல் கான்ட்டும்,

ஹெகல்லும், இந்தியாவின் சங்கரரும் இக்கருத்தை ஆதரித்தனர். இதனைக் கருத்துவாதம் அல்லது ஒருமைவாதம் என்பர். சமணர் கொள்கை இதற்கு மாறானது. காணப்படும் பொருள்கள் அனைத்தும் உண்மையானவை என்று சமணம் கூறுகின்றது. திருவள்ளுவர் உலகையும் மற்ற பொருள்களையும் மாயை என்று கருதவில்லை. பொருள்கள் உண்மையானவை எனினும் அவற்றின் உண்மையான நிலையை அறிவால் உணர வேண்டுமென்று கருதினார். எதையும் சரியாக அறிந்துகொள்ள மனிதனின் அறிவைவிடச் சிறந்த கருவி ஒன்றில்லை என அவர் கருதினார்.

'எப்பொருள் எத்தன்மைத் தாயினும் அப்பொருள்
மெய்ப்பொருள் காண்ப தறிவு.

- (குறள் - 355)

என்பது அவர் கருத்து.
சமண நெறிகளுள் தலையாயது எவ்வுயிர்க்கும் ஊறு செய்யாமையாகும். சமணர் தம்மை வருத்திக் கொள்வாரேயன்றி உயிர்களைக் கொல்லார். வைதிக சமயம் வேள்வியிற் கொலைகளை மேற்கொண்ட போது பௌத்தமும் சமணமும் அதனைக் கடிந்து கூறின. திருவள்ளுவரும் அந்நெறியே நின்றார்.

கொல்லான் புலாலை மறுத்தானைக் கைகூப்பி
எல்லா உயிருந் தொழும்.

- (குறள் - 260)

என்பது திருவள்ளுவர் இவ்வறத்தை வற்புறுத்துவதற்குச் சான்றாகும்.

சமணர், துறவு வாழ்க்கையை ஏற்கும் உயிர்களே வீடுபேறடைய முடியும் என்பர். ஏனைய உயிர்கள் பல பிறவிகள் அடைந்து வினைப் பயனைத் துய்த்துப் புலன்களைக் கட்டுப்படுத்தி உய்வடையும் என்பர். இல்லற நெறியில் இருப்பவர் கொல்லாமை, பொய்யாமை, கள்ளாமை, பிறன்மனை விழையாமை, பொருள் அவாவின்மை ஆகிய ஐந்து நோன்புகளை மேற்கொள்ள வேண்டும். திருவள்ளுவர் இல்லறம், துறவறம் ஆகிய இரண்டையுமே உயர்வாகக் கூறுகின்றார். வாழ்க்கையை வெறுத்துக் கூறல் வள்ளுவரிடத்து இல்லை.

இயல்பினான் இல்வாழ்க்கை வாழ்பவன் என்பான்
முயல்வாருள் எல்லாம் தலை.

- (குறள் - 47)

இல்லறம், துறவறம் ஆகிய இரண்டும் ஒரு வாழ்க்கையின் இரு நிலைகளாகவே திருவள்ளுவரால் கூறப்பெறுகிறது. மனிதன் குறிப்பிட்ட

காலம்வரை தன் மனைவி மக்களிடம் அன்பு பூண்டு சுற்றம் தழுவி வாழும் வாழ்க்கை இல்லறமாகும்; அவனே பற்று விரிந்த நிலையில் எல்லா உயிரிடத்தும் அருள்கொண்டு வாழும் நிலை துறவு எனப்படும். 'தவம்' என்ற அதிகாரம் பிறர் செய்யும் துன்பத்தைத் தாங்கிக் கொள்ளுதலும், பிறர்க்குத் துன்பம் செய்யாமையுமே தவம் என மொழிகிறது. திருவள்ளுவர் வானுலகம், வீடு, மேலுலகம் ஆகியவற்றை மக்களின் நம்பிக்கையையும் உலக வழக்கையும் கொண்டே கூறுகின்றார். இவ்வுலக வாழ்க்கையைச் செம்மையாக மேற்கொண்டவன் இவ்வுலகிலேயே வானுலகைக் காண முடியும் என்பது அவர் கருத்தாகும்.

ஆற்றின் ஒழுக்கி அறனிழுக்கா இல்வாழ்க்கை
நோற்பாரின் நோன்மை உடைத்து.

- *(குறள் - 48)*

என்று இல்லற மேன்மையைத் திருவள்ளுவர் கூறுவது சமண நெறியிலிருந்து வேறுபட்ட சிந்தனையாகும்.

திருக்குறளும் விவிலியமும்

உலகெங்கும் உள்ள கிறித்தவர் அனைவருக்கும் புனிதத் திருமறையாகத் திகழ்வது விவிலியமாகும். அமெரிக்காவின் முதல் குடியரசுத் தலைவர் ஜார்ஜ் வாஷிங்டன் "கடவுளும் பைபிளும் துணை செய்யாமல் உலகை ஆள முடியாது" என்று கூறியுள்ளார். செருமானிய மெய்ப் பொருளறிஞர் இம்மானுவேல் கான்ட் *(1724 - 1804)* "விவிலியம், மனித இனத்திற்கு மாபெரும் உதவியாகும். அதனைச் சிறிதாக மதிப்பது மனித சமூகத்திற்கு எதிரான குற்றமாகும்" என்று கூறியுள்ளார். விவிலியம் பழைய ஏற்பாடு, புதிய ஏற்பாடு என்று இரண்டு பகுப்புகளை உடையது.

திருக்குறளும் விவிலியமும் ஒத்து நடக்கும் இடங்கள் பல, வேறுபடும் இடங்கள் சில. பழைய ஏற்பாட்டில் மோசேயால் கூறப்படும் பத்துக் கட்டளைகள் வருமாறு;

''என்னையன்றி உனக்கு வேறு தேவர்கள் உண்டாயிருக்க வேண்டாம்."

"மேலே வானத்திலும் கீழே பூமியிலும் உண்டாகியுள்ள பொருள்களுக்கு ஒப்பான ஓர் உருவத்தை வழிபாட்டின் பொருட்டாக நீ கொள்ள வேண்டாம்"

"நீ அந்த உருவங்களைத் தொழவும் வேண்டாம்"

"கர்த்தருடைய நாமத்தை வீணிலே வழங்க வேண்டாம்"

"ஓய்வு நாளைத் தூய்மையாகக் கடைப்பிடிக்கக் கருதுவாயாக"

‘வாரத்தில் ஆறு நாளும் வேலை செய்து உன் செயல்களைப் புரிவாயாக”

“ஏழாம் நாள் ஓய்வுநாள்; அந்நாளில் யாதொரு வேலையும் யாரும் செய்யாதிருப்பாராக”

“உன் வாழ்நாள் நீடிக்க உன் தந்தையையும் தாயையும் மதித்து நடப்பாயாக”

‘’கொலை, விபச்சாரம், களவு, பொய்ச்சான்று ஆகியவற்றைச் செய்யாமல் சொல்லாமல் இருப்பாயாக”

“பிறனுடைய வீட்டையும் மனைவியையும் பிறரையும், அவர்தம் பொருளையும் இச்சியாது இருப்பாயாக”

என்பன ஆதியாகமம் எனப்படும் பழைய ஏற்பாட்டில் இரண்டு இடங்களில் கூறப்பட்டவை. கிறிஸ்து பிறப்பதற்கு முன் தோன்றிய திருவள்ளுவரின் குறள்கள் பின்வருமாறு;

பொருளல்ல வற்றைப் பொருளென் றுணரும்
மருளானாம் மாணாப் பிறப்பு

- *(குறள் - 351)*

எப்பொருள் எத்தன்மைத் தாயினும் அப்பொருள்
மெய்ப்பொருள் காண்ப தறிவு.

(குறள் - 355)

மனத்துக்கண் மாசிலன் ஆதல் அனைத்தறன்
ஆகுல நீர பிற.

- *(குறள் - 34)*

பலசொல்லக் காமுறுவர் மன்றமா சற்ற
சிலசொல்லல் தேற்றா தவர்.

- *(குறள் - 649)*

தூங்குக தூங்கிச் செயற்பால தூங்கற்க
தூங்காது செய்யும் வினை.

- *(குறள் - 672)*

சுற்றத்தாற் சுற்றப் படவொழுகல் செல்வந்தான்
பெற்றத்தாற் பெற்ற பயன்.

- *(குறள் - 524)*

தன்னுயிர் நீப்பினுஞ் செய்யற்க தான்பிறி
தின்னுயிர் நீக்கும் வினை.

- *(குறள் - 327)*

உள்ளத்தால் உள்ளலுந் தீதே பிறன்பொருளைக்
கள்ளத்தால் கள்வே மெனல்.

- *(குறள் - 282)*

உள்ளத்தாற் பொய்யா தொழுகின் உலகத்தார்
உள்ளத்து ளெல்லாம் உளன்.

- *(குறள் - 294)*

எளிதென இல்லிறப்பா னெய்துமெஞ் ஞான்றும்
விளியாது நிற்கும் பழி.

- *(குறள் - 145)*

என்றவாறு பத்துக் கட்டளைகளும் திருக்குறளில் ஒலிக்கக் காணலாம். கடவுள் பெயரால், சமயத்தின் பெயரால் சொல்லாமல் இவற்றை ஒரு பொதுநிலையிற் கூறியவர் திருவள்ளுவர்.

புதிய ஏற்பாட்டில் இயேசுநாதரின் அறவுரைகள் கூறப்படுகின்றன. அவற்றுள் சில :

இரக்கமுள்ளவர்கள் பாக்கியவான்கள்; அவர்கள் இரக்கம் பெறுவார்கள்.

இருதயத்தில் சுத்தமுள்ளவர்கள் பாக்கியவான்கள்; அவர்கள் தேவனைத் தரிசிப்பார்கள்.

தீமையோடு எதிர்த்து நிற்க வேண்டாம்; ஒருவன் உன்னை வலது கன்னத்தில் அறைந்தால் அவனுக்கு மறு கன்னத்தையும் திருப்பிக் கொடு.

தர்மம் செய்யும்போது வலது கை செய்கின்றதை உன் இடது கை அறியாதிருக்கக் கடவது.

கள்ளத் தீர்க்கதரிசிகளுக்கு எச்சரிக்கையாக இருங்கள். அவர்கள் ஆட்டுத் தோலைப் போர்த்திக்கொண்டு உங்களிடத்தில் வருவார்கள்.

என்றவாறு இயேசுவின் அறிவுரைகள் மக்களை நோக்கிச் செல்கின்றன. இவற்றுக்கு உரிய திருக்குறள்கள் பின்வருமாறு:

கண்ணோட்டத் துள்ள துலகியல் அஃதிலார்
உண்மை நிலக்குப் பொறை.

- *(குறள் - 572)*

மனத்துக்கண் மாசிலன் ஆதல் அனைத்தறன்
ஆகுல நீர பிற.

- *(குறள் - 34)*

கறுத்தின்னா செய்தவக் கண்ணும் மறுத்தின்னா
செய்யாமை மாசற்றார் கோள்.

- *(குறள் - 312)*

இலனென்னும் எவ்வம் உரையாமை ஈதல்
குலனுடையான் கண்ணே யுள.

- *(குறள் - 223)*

வலியில் நிலைமையான் வல்லுருவம் பெற்றம்
புலியின்தோல் போர்த்துமேய்ந் தற்று.
- (குறள் - 273)

இயேசு நாதரைப் போல ஒரு சமவுடைமைவாதியைப் பார்ப்பதரிது; அவர் பொருள்களைச் சேமித்து வைக்காதீர்கள் என்றார்.

"ஆகாயத்துப் பட்சிகளைக் கவனித்துப் பாருங்கள்; அவை விதைக்கிறதுமில்லை, அறுக்கிறதுமில்லை, களஞ்சியங்களில் சேமித்து வைக்கிறதுமில்லை. அவற்றையும் உங்கள் பரம பிதா பிழைப் பூட்டுகிறார்."

இரண்டாயிரம் ஆண்டுகளுக்கு முன் ஒருவர் இப்படிக் கூறியிருப்பது எத்தனை உயர்ந்த புரட்சி என்பதை எண்ண வேண்டும். திருவள்ளுவரும்,

வகுத்தான் வகுத்த வகையல்லாற் கோடி
தொகுத்தார்க்குந் துய்த்த லரிது.
- (குறள் - 377)

திருவள்ளுவரும் இப்படிப்பட்ட சித்தாந்தியாகவே இருந்திருக்கின்றார்.

பழைய ஏற்பாட்டில் ஆபிரகாம் உயிர்ப்பலி செய்கிறான். தன் மகனையே பலியிட முனைகிறான். பின்பு தேவனின் கட்டளைப் படி மகனுக்குப் பதிலாக ஆட்டுக்குட்டியைப் பலியிடுகிறான். திருவள்ளுவர் இறைவனுக்காகவும் உணவுக்காகவும் உயிர்க்கொலை புரிவதை ஏற்கவில்லை.

திருக்குறளும் விவிலியமும் என்ற நூலில் செல்வி காமாட்சி சீனிவாசன், "கிருஸ்துவின் போதனைகளில் கடவுளுக்கும் மக்களுக்கும் இடையே உள்ள தொடர்பே முக்கியமாகக் காட்டப்படுகிறது. வள்ளுவரின் முக்கிய நோக்கம் இறைவனியல்பை விளக்குவதோ இறைவனுக்கும் மக்களுக்கும் இருக்க வேண்டிய தொடர்பை ஆய்வதோ அன்று; அவர் நோக்கம் பொது நீதியைக் கூறுவதே. மக்கள் ஒருவருடன் ஒருவர் கொள்ளும் தொடர்பில் இருக்க வேண்டிய நீதிமுறைகளையே வள்ளுவர் ஆய்ந்து கூறினார்."

விவிலியம் இறையறம் சாற்றுவது; அது பொருள் நூலாகவும் இன்ப நூலாகவும் உள்ளதன்று. இவ்வகையில் திருக்குறளின் உட்பொருளும் அமைப்பும் மிகவும் வேறுபட்டன.

திருக்குறளும் திருக்குர்ஆனும்

இறைவனின் கடைசித் தூதராகிய நபிகள் நாயகத்தின் மீது எல்லாம் வல்ல இறைவன் இறக்கி வைத்த மறைமொழிகளின் தொகுப்பே

திருக்குர்ஆன் எனப்படுகிறது. ஹிரா மலையின் இருண்ட குகைகளில் பெருமானார் தவம்புரிந்தபோது தெய்விகப் பேரொளி அங்குத் தோன்றியதாகவும், 'உங்களின் பொருட்டாக ஒரு தீர்க்கதரிசியை அனுப்புவேன்' என்று ஆதியாகமத்தில் (16:20) கூறியபடி, இறைவன் தனது திருத்தூதராகப் பெருமானாரைத் தேர்ந்தெடுத்து, எழுதப் படிக்கத் தெரியாத அவர்மீது திருமறையாகிய திருக்குர்ஆனை இறக்கி வைத்து ஓதப் பணித்தார் என்றும் சொல்லப்படுகிறது.

குர்ஆன் அற்புதங்களைச் செய்துகாட்டி மக்களை ஈர்க்க வேண்டும் என்ற கருத்துடையதில்லை. எதார்த்தங்களை, உண்மைகளைச் சிந்திக்கவே அது தூண்டுகிறது. திருக்குர்ஆன் ஒரே இறைக்கொள்கையை உடையது. 'இறைவன் ஒருவனே; அவ்விறைவனுக்கு இணை வைத்து யாரையும் கூறாதீர்கள். வணக்கத்திற்குரியவர் அல்லாஹ்வைத் தவிர யாருமில்லை' என்பதே அதன் அடிப்படைக் கொள்கை. அல்லாஹ் அவதாரம் எடுப்பதோ மனித உருவில் வருவதோ இல்லை என்றும் திருமறை தெளிவுறுத்துகின்றது. திருவள்ளுவரும் இறைவனை எல்லார்க்கும் மேலானவனுமாகவும், எல்லாம் கடந்தவனுமாகவும் காண்கிறார். 'இறைவன் பொருள்சேர் புகழ்' என்பதே 'எல்லாப் புகழும் இறைவனுக்கே' என மலர்ந்துள்ளது.

மனிதன் நற்பண்புகளைக் கொண்டவனாக வாழ வேண்டும் என்பதையே திருக்குறளும் திருக்குர்ஆனும் உரைக்கின்றன. மறுமையைப் பற்றி இரண்டுமே கூறுகின்றன.

நற்பண்பு மிக்கவர்களை மறுமை உலகம் விரும்பி ஏற்கும் என்பதை இரு மறைகளும் கூறுகின்றன.

"நல்ல மனிதர்கள் இறைவன் முன்னிலையில் விருந்தினர்களாக ஒன்று திரள்வர். மேலும் குற்றவாளிகள் தாகம் கொண்டவர்களாக நரகத்தை நோக்கி ஓட்டிச் செல்லப்படுவார்கள்." *19:85,86*

திருக்குர்ஆன் சொர்க்கம், நரகம் ஆகியன எப்படி இருக்கும் என்பதை மிக விரிவாகக் கூறுகின்றது. நரகத்தின் தண்டனைகளையும் சொர்க்கத்தின் நற்பேறுகளையும் குர்ஆன் எடுத்துரைக்கின்றது. திருக்குறள் இவற்றை விவரிக்கவில்லை.

திருக்குறள் கூறும் புலால் மறுத்தல் குர்ஆனில் இடம்பெறவில்லை. திருக்குர்ஆன் தொழுகை வழிபாடு ஆகியவற்றை மிகவும் வற்புறுத்திக் கூறுகின்றது.

"சூரியன் உச்சி சாய்ந்ததிலிருந்து இரவின் இருள் வரையில் தொழுகையை நிலை நாட்டுங்கள்." *17:78 (506)*

திருவள்ளுவரும் தொழுதல் என்ற சொல்லையே பயன்டுத்தக் காண்கிறோம்.

கற்றதனால் ஆய பயனென்கொல் வாலறிவன்
நற்றாள் தொழாஅர் எனின்.

- (குறள் - 2)

என்று கூறுகின்றார்.

இரு மறைகளும் தீய குணங்களைக் கொள்ளாதிருக்க அறிவுறுத்துகின்றன. திருக்குறள் சூது, கள்ளுண்ணாமை என்ற அதிகாரங்கள் வழியாகக் கூறும் அறம் திருக்குர்ஆனிலும் கூறப்பட்டுள்ளது.

"மதுவும் சூதாட்டமும் சைத்தானின் அருவருக்கத்தக்க செயல்களாகும்."5:90 (256)

வெகுளாமை, செருக்கின்மை, அழுக்காறின்மை, பிறர் பொருளை அவாவாமை, சுற்றம் தழுவுதல், பயனில சொல்லாமை ஆகிய பண்புகள் இரு மறைகளிலும் ஒற்றுமையுறக் கூறப்படுகின்றன. பண்பாடும் நாகரிகமும் மிக்க சமுதாய உருவாக்கமே இரு நூல்களின் நோக்கமாக உள்ளது. பேச்சில் ஒழுங்கு, கண்ணியம், நாகரிகம் ஆகியவற்றைக் கடைப்பிடிக்க இரு நூல்களும் வற்புறுத்துகின்றன.

நகையுள்ளும் இன்னா திகழ்ச்சி பகையுள்ளும்
பண்புள பாடறிவார் மாட்டு.

- (குறள் - 995)

என்ற கருத்துகள் குர்ஆன் மறையிலும் மிளிர்கின்றன.

"பகைவர்கள் சமாதானம் செய்துகொள்ள விரும்பினால், நீங்களும் சமாதானத்திற்குத் தயாராகுங்கள்."8:61 (345)

திருக்குர்ஆன் ஒரு சத்திய வாசகமாகத் திகழ்கின்றது. எல்லா உயிர்களுக்கும் கருணையும் ஈகையும் ஒப்புரவும் காட்ட அறிவுறுத்துகின்றது.

"நற்செயல் என்பது உங்களுடைய முகங்களைக் கிழக்கு நோக்கியோ மேற்கு நோக்கியோ திருப்புவதல்ல; மாறாக, அல்லாஹ்வையும் இறுதி நாளையும் வானவர்களையும் வேதங்களையும் நபிமார்களையும் ஒருவன் முழுமையாக நம்புவதும் மேலும் அல்லாஹ்வின் நேசத்தின் காரணமாகத் தமக்கு விருப்பமான பொருளை உறவினர்களுக்கும் அனாதைகளுக்கும் வறியவர்களுக்கும் வழிப்போக்கர்களுக்கும் யாசிப்போருக்கும் அடிமைகளை மீட்பதற்கும் வழங்குவதும், மேலும் தொழுகையை நிலைநாட்டி, ஜகாத்தைக் கொடுத்து வருவதுமே நற்செயல்கள் ஆகும். மேலும் வாக்குறுதி அளித்தால் தம் வாக்குறுதிகளை நிறைவேற்றுபவர்களும், வறுமை மற்றும் துன்பங்களின் போதும் சத்தியத்திற்கும் அசத்தியத்திற்கும்

நடக்கும் போராட்டத்தின் போதும் பொறுமையுடன் நிலைத்து இருப்பவர்களே புண்ணியவான்கள் ஆவர். இவர்களே உண்மையாளர்கள். மேலும் இவர்களே இறையச்சமுடையவர்கள்." 2:177 என்று வாக்குறுதி பிறழாமை, பொய்யாமை என்பவற்றின் மேன்மையைக் குர்ஆன் கூறுகின்றது.

சமயப் பெருஞ்சான்றோர்களான கௌதம் புத்தர், மகாவீரர், கன்பூசியஸ், இயேசுநாதர், முகம்மது நபி ஆகிய யாவரும் வாய்மை பிறழாதவர்களாகவே விளங்கியுள்ளனர். சமயங் கடந்த பொதுமை நெறி நின்ற திருவள்ளுவர் பொய்யாமையை அறங்களில் மிகச் சிறந்ததாகக் கூறுகின்றார்.

பொய்யாமை பொய்யாமை ஆற்றின் அறம்பிற
செய்யாமை செய்யாமை நன்று.

- (குறள் - 297)

என்பது திருவள்ளுவரின் உறுதியுரையாகும்.

வள்ளுவரும் கன்பூசியசும்

கன்பூசியஸ் சீனநாட்டில் தோன்றிய மிகப்பெரிய ஞானியாவார். இவருடைய காலம் கி.மு.550 - 470 ஆகும். கன்பூசியஸ் ஒரு செயல்முறையோடு கூடிய வாழ்க்கை நெறியைப் போதித்தார். தனியாக ஒரு சமயத்தை நிறுவ விரும்பவில்லை. போலியான ஆசாரங்கள், கழுவாய்கள், ஆடம்பரமான வழிபாடுகள், நேர்மையின்மை, செருக்கு, தன்னலம் ஆகியவற்றை அவர் வெறுத்தொதுக்கினார்.

அரசியலுக்கு இலக்கணம் வகுத்த ஞானியான கன்பூசியஸ் இறுதியில் "என் அறிவுகொண்டு சிந்தித்து நான் கண்ட அரசியல் கோட்பாடுகளை நடைமுறைப்படுத்த எனக்கு வாய்ப்பில்லாமல் போய்விட்ட நிலையில் இந்த மனிதச் சமூகத்திற்கு நான் ஒன்றும் செய்யாமல் இறந்துபோகப் போகிறேன்" என்று வருத்தப்பட்டார்.

கன்பூசியஸின் கருத்துகளில் பல திருவள்ளுவர் கருத்துகளோடு ஒப்பிடத்தக்கன. கன்பூசியஸ் பெரும்பாலும் அரசியல் நெறிகளையும் தனிமனித ஒழுகலாறுகளையும் கூறியவர். திருவள்ளுவர் உலக நடைமுறையில் இருந்த அறங்களையும், தாம் அறமெனக் கருதியவற்றையும் தமக்கே உரிய கருத்துப் புலப்பாட்டு நெறியில் அதிகார வரிசைப்படுத்தி மொழிந்துள்ளார். கன்பூசியஸ் பழைய நூல்களின் கருத்துகளைத் தம் மொழியில் வரைந்துள்ளார்.

அறன்எனப் பட்டதே இல்வாழ்க்கை அஃதும்
பிறன்பழிப்ப தில்லாயின் நன்று.

- (குறள் - 49)

மங்கலம் என்ப மனைமாட்சி மற்றதன்
நன்கலம் நன்மக்கட் பேறு.

- (குறள் - 60)

என்று திருவள்ளுவர், கணவன், மனைவி, மக்கள் என்ற இல்லறத்தின் முக்கூட்டு உறுப்பும் அன்பும் அறனும் கொண்டு வாழ வேண்டும் எனக் கூறியுள்ளார். இக்கருத்தினைக் கன்பூசியசும் கூறுவது எண்ணத்தகும்.

"மனைவியானவள் குடும்பத்தின் மையமாகவும், பிள்ளைகள் குடும்பத்தைப் பிற்காலத்தில் வளரச்செய்யும் பொறுப்பை வகிப்பவர் களாகவும் இருப்பதால் மனைவியையும் பிள்ளை மதித்து நடத்துதல் வேண்டும். நேர்மையான மனிதன் எதையும் எக்காலத்திலும் மதிப்பவன் ஆவான். இவன் தன்னை உணர்ந்து பிறரை மதிக்கத் தவறும்போது குடும்பத்தின் ஆணி வேரை அறுத்துவிடுகிறான். ஆணிவேர் அறுபடும் போது கிளைகளும், கனிகளும் காய்ந்து பயனற்றுப்போவது உறுதி. தன் மனைவிக்கும் தனக்கும் உள்ள உறவு, தனக்கும் தன் பிள்ளைகளுக்கும் இடையில் உள்ள உறவு, தன்னை உணர்வது இம்மூன்று விஷயங்களும் மக்களின் சமுதாய வாழ்வின் நல்லுறவுக்கு அடிப்படைகளாக விளங்குகின்றன" என்று கூறுகிறார் கன்பூசியஸ்.

திருவள்ளுவர் ஓர் உடம்பின் இயக்கம் அன்பினால் உண்டாவதென்றும், அன்பு இல்லாத உடம்பு எலும்பும் தோலும் கொண்டு போர்த்தப் பட்டதேயன்றி உயிர் உறைவது ஆகாது என்றும் கூறுகிறார். உயிரும் உடம்பும் இணைந்ததே பிறர்க்கு அன்பு செய்வதன் பொருட்டு என்றும் அவர் கூறுகின்றார்.

கன்பூசியஸ், "தனிப்பட்ட குடும்பங்கள் அன்பின் அருமையைப் பற்றி உணர்ந்துவிட்டால், நாடே அன்பின் அருமையை நன்றாக உணர்ந்துவிட்டதாகக் கூறிவிடலாம்" என்கிறார்.

பொருளை ஈட்டும் நெறி பற்றிச் சான்றோர் இருவரும் ஒத்த கருத்துடையவர். திருவள்ளுவர்,

அருளொடும் அன்பொடும் வாராப் பொருளாக்கம்
புல்லார் புரள விடல்.

- (குறள் - 755)

என்று கூறுகின்றார்.

கன்பூசியஸ், "தவறான வழிகளால் ஈட்டிய பொருள் தவறான பாதைகளிலேயே செலவாகிவிடும்" என்று கூறக் காணலாம்.

திருவள்ளுவர் சொற்றேர்ந்த அறிஞர். தேவையற்ற சொற்களைக் கூறுவதோ, சுருங்கச் சொல்ல வேண்டிய இடத்து விரிவுறச் சொல்வதோ, கேட்பவர் வெறுக்கச் சொல்வதோ தவிர்க்கப்பெற வேண்டும் என அவர் அறிவுறுத்துகின்றார்.

சொல்லுக சொல்லைப் பிறிதோர்சொல் அச்சொல்லை
வெல்லுஞ்சொல் இன்மை அறிந்து.

- (குறள் - 645)

கேட்டார்ப் பிணிக்கும் தகையவாய்க் கேளாரும்
வேட்ப மொழிவதாம் சொல்.

- (குறள் - 643)

எனச் சொற்களைப் பயனுள்ளவாகச் சொல்லும் கலையைக் கூறுகின்றார். கன்பூசியசும் சொற்களைப் பொருளோடும் அளவோடும் பயன்படுத்த வேண்டும் என்கிறார்.

"வார்த்தைகளை வாரிச்சொரிந்து மனிதர்களைத் தன் வார்த்தை களாலேயே கட்டியாள முயலுகிறவன் பெரும்பாலும் தன்னை அவர்கள் வெறுப்பதையே காண்கிறான். மற்றவர்களைப் பற்றி முன்பெல்லாம் நான் ஒரு அபிப்பிராயம் கொண்டிருக்கிறேன். அதாவது, ஒருவர் பேசும் வார்த்தைகளைக் காது கொடுத்துக் கேட்டதும், அவர்களின் செயல்கள் எப்படியிருக்கும் என்று யூகித்துக் கொள்வேன். பேசக்கூடிய விஷயங்களை நடைமுறையில் செய்வார்கள் என்று நம்புவேன். ஆனால் இப்போதோ அவர்கள் என்ன பேசுகிறார்கள் என்பதைக் கேட்பதோடு அவர்கள் என்ன செய்கிறார்கள் என்பதையும் கூர்ந்து கவனிக்க வேண்டியிருக்கிறது" என்கிறார் கன்பூசியஸ்.

திருவள்ளுவரும் கன்பூசியசும் மேலுலகம் அல்லது சொர்க்கம் பற்றி அதிகம் கவலைப்படவில்லை. இவ்வுலக வாழ்வையே செம்மையும் வளமும் உடையதாக ஆக்கிக்கொண்டால், அதுவே சொர்க்கம் என்ற கோட்பாடு இருவருக்குமே உண்டு.

"இதயத்தில் நேர்மையோடு தனக்குத்தானே உண்மையுடன் நடந்து கொள்வது கடவுளுக்கு இசைந்த கொள்கையாகும்." எனக் கன்பூசியஸ் கூறுகின்றார். தனக்குத்தானே சரியாக இருத்தல் என்பது மனச்சான்றைக் குறித்தது.

தன்னெஞ் சறிவது பொய்யற்க பொய்த்தபின்
தன்னெஞ்சே தன்னைச் சுடும்.

- *(குறள் - 293)*

உள்ளத்தாற் பொய்யா தொழுகின் உலகத்தார்
உள்ளத்துள் ளெல்லாம் உளன்.

- *(குறள் - 294)*

என்று கூறுகின்றார் திருவள்ளுவர்.

கன்பூசியஸ், திருவள்ளுவர் ஆகிய இருவரும் உலகம் முழுதும் ஏற்கும் வாழ்நெறிகளைக் கூறினரே அல்லாமல் தாமே தனிச்சமயங்களைத் தோற்றுவிக்கவும் இல்லை; எச்சமயத்தைச் சார்ந்தும் தம் கருத்துகளைக் கூறவுமில்லை. வாழ்க்கையின் கூறுகள் பலவற்றையும் குறித்துத் தெளிந்த சிந்தனைகளைக் கூறும் இப்பெரியார் இருவரும் கடவுள், நல்வினை, தீவினை ஆகியவற்றில் நம்பிக்கை உடையவர்களாயினும் பேய், ஆவி, கழுவாய், மந்திரவித்தை போன்றவற்றை அவர்கள் எங்கும் குறிப்பிட வில்லை.

வள்ளுவரும் காரல் மார்க்சும்

கார்ல் மார்க்சு (5 மே 1818 14 மார்ச்சு 1883) செருமானிய மெய்யியலாளரும், பொருளாதார அறிஞரும், வரலாற்றாசிரியரும், சமூகவியலாளரும், அரசியல் கோட்பாட்டாளரும், பத்திரிகையாளரும், அரசியல் பொருளாதாரத் திறனாய்வாளரும், சோசலிசப் புரட்சியாளரும் ஆவார். 1848ஆம் ஆண்டில் இவர் வெளியிட்ட பொதுவுடைமை அறிக்கை மூலதனம் (1867–1883) ஆகியவை இவரது மிகவும் முக்கியமான படைப்புகளாகும். மார்க்சின் அரசியல் மற்றும் மெய்யியல் சிந்தனைகள் பொருளாதார மற்றும் அரசியல் வரலாற்றில் மகத்தான தாக்கத்தை ஏற்படுத்தியது.

“இயற்கையின் கூறுகளை மனிதன் தன் முயற்சியில் ஒழுங்குப் படுத்துகிறான். அவனுக்கும் இயற்கைக்குமான உறவில் பல மறுவிளைவு களை ஒரு கட்டுப்பாட்டுக்குள் வருமாறு செயல்படுத்துகிறான். அவன் இயற்கையோடு உடனிருந்து அதனை எதிர்த்து, தன் தேவைக்கேற்ப இயற்கையை இணக்கிக்கொண்டு வருவதற்காகத் தன் கைகளையும் கால்களையும் உடல் வலியையும் பயன்படுத்துகிறான். புது உலகை மாற்றும் இச்செயலில் தன்னையே அவன் மாற்றிக் கொள்கிறான்”, என்று உழைப்பின் அவசியத்தைக் கூறுகிறார் காரல் மார்க்சு.

திருவள்ளுவர் இதனை 'ஆள்வினை' என்ற சொல்லால் குறித்துள்ள மையினைக் கருதவேண்டும். இதற்கு மாற்றுச் சொற்களாகத் தாளாண்மை, முயற்சி, பெருமை, ஊக்கமுடைமை ஆகியவற்றையும் ஆளுவர்.

தாளாண்மை இல்லாதான் வேளாண்மை பேடிகை
வாளாண்மை போலக் கெடும்.

- (குறள் - 614)

என்ற குறட்பாவில் மனிதரின் உழைப்பும் முயற்சியும் இல்லாமல் வெறும் கருவியிருந்தும் பயனில்லை என்றார். இதற்கும் ஒருபடி மேல சென்று,

தெய்வத்தான் ஆகா தெனினும் முயற்சிதன்
மெய்வருத்தக் கூலி தரும்.

- (குறள் - 619)

என்று உழைப்பின் வலிமையைப் பறைசாற்றுகிறார்.

மார்க்சு தன் பொதுவுடைமைக் கோட்பாடாக முன்மொழிந்தவை அனைத்தும் வள்ளுவரின் பொருளியல் கோட்பாட்டோடு ஒத்தவை.

இந்த உலகம் உழைப்பால் உருவானது. ஒரு கட்டடத்தில் இருந்து உழைப்பை நீக்கிவிட்டால் அவை வெறும் கல்லும், மண்ணுமாகச் சிதைந்துவிடும். உழைப்பே அனைத்தையும் உருவாக்கியது. இதுவே இயங்கியல் விதி.

மூலப்பொருள்களாக உள்ளனவற்றைப் பயன்பாட்டுப் பொருள்களாக மாற்றுதல் பொருளியலின் இயங்கு விதியாகும். இப்பொருளியல் ஆக்கத்திற்கு இயற்கையில் கிடைக்கும் மூலப் பொருள்களைவிட மாந்தரின் ஆக்கத்திறன் இன்றியமையாததாகும். சமூக அமைப்பில் இயங்கும் மாறுதல்தான் வளர்ச்சிக்கு அடிப்படை. மலையிலிருந்து கற்களை உடைத்துச் செதுக்கி அளவு உடையனவாக மாற்றி அடுக்கி வீடுகட்டும் நிலைக்கு வளர்ச்சியும் மாற்றமும் செலுத்தக் காண்கிறோம். மாறுதல், வளர்ச்சி என்பன இயல்பாக நிகழ்வன எனினும் அவை விரைவாக நிகழவும், திட்டமிட்ட நிலையில் உருவாகவும், பயன்பாட்டுப் பொருளாகவும், ஆக்கமுற மனிதனின் வினைப்பாடு வேண்டும். களிமண் உறுதியான மண்ணாகலாம். உவர் ஏறி இயல்பு மாறலாம்; நீர்ச்சத்திழந்து வெடித்துக் கட்டியாகலாம். ஆனால் அது தானே ஒரு பானையாக, கலமாக உருவாக முடியாது. வினைத்திறம் படைத்த மனிதனே அதனை ஒரு சந்தைப் பொருளாக மாற்ற முடியும்.

இலமென் றசைஇ இருப்பாரைக் காணின்
நிலமென்னும் நல்லாள் நகும்.

- (குறள் - 1040)

என்ற குறட்பா மனிதன் ஓர் இயக்க நிலைக்குத் தன்னை உட்படுத்திக் கொள்ள வேண்டுமென்பதை உணர்த்தும். இயக்கம் அற்ற நிலையைப் போல வறுமை தருவதொன்றில்லை.

வர்க்கச் சுரண்டலின் வலிமையைச் சொன்ன மார்க்சு, பொருளீட்டிய ஒருவன் எப்படி வாழ வேண்டும் என்று அறிவுறுத்தவில்லை.

பொருளீட்டும் வழியைச் சொல்லியதோடு நில்லாமல், ஈட்டிய பொருளைக்கொண்டு எப்படி வாழ வேண்டும் என்று வள்ளுவர் வலியுறுத்துவது காரல் மார்க்சுக்கும் முற்பட்ட தமிழரின் அறிவு.

பொருட் பெருக்கமுடையார் அதனைக் காக்கும் வழியாகச் சொல்லும் நெறியில் வள்ளுவர் போல் உண்மையும் உறுதிப்பாடும் உடைய கூற்று நிகழ்த்தினாரிலர். பெட்டியும் பேழையும் பொருள் சேமிக்க இடங்களாகா! வங்கியும் முதலீடும் பொருளைப் பாதுகாக்கும் இடமும் நெறியுமாகா!

அற்றார் அழிபசி தீர்த்தல் அஃதொருவன்
பெற்றான் பொருள்வைப் புழி.

- (குறள் - 226)

என்ற திருவள்ளுவர் கருத்து பொருளியலின் இயக்கத்தை வற்புறுத்துவதாகும். பொருள் பெட்டியில் புதைந்துவிடக் கூடாது. கல்லறைப் பிணத்திற்கும் பெட்டியுள் இறுக்கப்பட்ட பொருளுக்கும் வேறுபாடில்லை. பொருள் ஓர் இயக்கத்தைப் பெற வேண்டும்; செலாவணியிலும் புழக்கத்திலும் இருக்க வேண்டும். பகுத்துண்ணல், ஈகை, ஒப்புரவு, விருந்தோம்பல், அவாவறுத்தல் ஆகியன எல்லாம் பொருட்பங்கீட்டுக்கு வழிசெய்யும் அறிவுறுத்தல்கள்.

தமிழரின் புனித நூல் திருக்குறள்

சமயப் புரட்சியில் ஈடுபட்ட சான்றோர்களின் கருத்துகளோடும், சமூக, அரசியல் புரட்சியில் ஈடுபட்ட சிந்தனையாளர்களின் கருத்துகளோடும் ஒப்பிடும் போது, திருவள்ளுவரின் கருத்துகளே ஆகச்சிறந்தவை என்பதை அறிய முடிகிறது. எனில், தமிழர்களின் புனித நூலாகத் திருக்குறளை இனியேனும் கொண்டாடுவோமாக! இந்தியாவில் இதுவரை தோன்றிய அனைத்துச் சிந்தனைகளிலும் பகுத்தறிவு மிக்கதும், அறிவியலுக்குப் பொருந்தும் இயல்புடையதும், முற்போக்கானதும், எக்காலத்துக்கும்

பொருந்தும் இயல்புடையதும் வள்ளுவமே! எனவே தான் அது உலகப் பொதுமறை ஆகிறது.

திருக்குறளை ஓர் அறநூல் அளவிலேயே கருதுபவர் அதன் முழுத் தன்மை அறியாதவர். திருக்குறள் ஓர் அறநூல், ஓர் இலக்கியம். ஒரு வாழ்வியல் நூல், ஓர் உளவியல் நூல் என அதன் பன்முக நிலையை அதனை முழுமையாக ஆராய்ந்தவர்அறிவர். திருக்குறள் சமயச் சார்பற்ற நடுவுநிலையில் கூறிய அறத்தைத் தமிழர்தம் வாழ்வில் கடைப்பிடித்தாக வேண்டும். வடமொழியில் அமைந்த அற நூல்கள் அனைத்தும் வேதங்களையே மூலமாகக் கொண்டன. வேதங்கள் அறநூல்கள் அல்ல; அவை அறம் குறித்து ஒன்றற்கொன்று தொடர்பற்ற பல செய்திகளைக் கூறுவன. திருக்குறள் அறத்தைத் தொடர்புற ஒரு கட்டுக்கோப்பான முறையில் கூறுகின்றது. அவ்வாறு கூறுங்கால் அவ்வறத்தை ஒரு சட்டநூல் போலக் கூறவில்லை. மாறாக இலக்கிய நெறியில் கூறிச்செல்கிறது. இலக்கிய நெறியில் அறம் கூறும் அதனியல்பில் அழகும், கற்பனை நலனும், உணர்வும் அந்நூலுக்குப் பெருமை சேர்க்கின்றன. பஞ்ச தந்திரமும், புத்தரின் தம்மபதம் போன்ற நூல்களும் உவமைகளைக் காட்டி அறம் கற்பிக்கின்றன. இவை முழு இலக்கியத் தன்மை உடையன அல்ல. திருவள்ளுவர் ஓர் அறநூல் ஆசிரியராகவும் இலக்கியப் படைப்பாளியாகவும் திகழ்ந்தவர் என்பதை உறுதிப்படுத்துகிறார் முனைவர் கு.வை.பாலசுப்ரமணியன்.

அறம் பிறழ்ந்த சமூகத்தால் ஒன்றிணைய முடியாது. அறம் நேர்மையுடன் தொடர்புடையது; நேர்மை ஒழுக்கத்துடன் தொடர்புடையது; ஒழுக்கம் துணிச்சலுடன் தொடர்புடையது. துணிச்சல் என்பதே அடிமைத்தனத்தை உடைக்கும் பேராயுதம். ஏறக்குறைய ஆயிரமாண்டுகால அடிமைத்தனத்தை தமிழர்கள் உடைத்துக்கொண்டு வெளியே வர வேண்டுமெனில், அறம் - நேர்மை - ஒழுக்கம் - துணிச்சல் என்ற வரிசையில் தனிமனிதப் பண்புகளை வளர்த்துக்கொள்வதன் மூலமாக மட்டுமே உறுதிப்படுத்த முடியும். “நிமிர்ந்த நன்னடை நேர்கொண்ட பார்வையும், நிலத்தில் யார்க்கும் அஞ்சாத நெறிகளும்” என்பதே பாரதியின் பார்வை. ‘ஒழுக்கம் விழுப்பந் தரலான் ஒழுக்கம் உயிரினும் ஓம்பப் படும்’ எனபதே வள்ளுவனின் வாக்கு. சமய நூல்கள் அந்தந்த மதத்தைச் சார்ந்தோர்க்கானவை. திருக்குறளோ உலக மாந்தர்கள் அனைவருக்குமான நெறி. எனவேதான் உலக உயிர்களை எல்லாம் நேசிக்கும் ஒப்பிலாக் கோட்பாடான தமிழ்த்தேசியத்தின் வழித்துணையாக வள்ளுவ நெறியே திகழ்கிறது என்கிறோம்.

இந்திய விடுதலையில் பெரும் பங்காற்றிய காந்தியடிகள் கூட சத்தியம், பொதுவாழ்வில் நேர்மை, தனிமனித ஒழுக்கம் போன்ற பண்புகளை

முதன்மையான நோக்கமாகத்தான் தன் தொண்டர்களிடமும் விடுதலைப் போராட்ட வீரர்களிடமும் முன்வைத்தார். காந்தியின் மூன்று ஞானக் குரங்குகள் ஒவ்வொரு தனி மனிதனுக்கும் போதிப்பது என்ன? "தீமையைக் காணாதே, தீயதைக் கேட்காதே, தீயதைப் பேசாதே" என்ற கொள்கையைத் தானே!

தமிழீழத் தேசியத் தலைவர் மேதகு வே. பிரபாகரன் அவர்களின் வரலாற்றில் இருந்து அறமும், ஒழுக்கமும் எவ்வளவு முக்கியம் என்பதை நம்மால் தெளிவாகப் புரிந்துகொள்ள முடியும். தமிழீழ விடுதலைப் புலிகள் அமைப்பைத் தேசியத் தலைவர் தொடங்குவதற்கு முன்பு புளொட், டெலோ, ஈரோஸ் போன்ற பல புரட்சிகரக் குழுக்கள் ஈழ நிலத்தில் இருந்தன. ஆனால், ஏன் தமிழீழ விடுதலைப் புலிகள் அமைப்பு மட்டும் பாரிய வளர்ச்சியைச் சந்தித்தது? ஒருமுறை, புளொட் அமைப்பின் தலைவர் உமா மகேசுவரன் அவர்களைப் புதுக்கோட்டைப் பாவாணன் அவர்கள் சந்தித்துப் பேசிக்கொண்டு இருந்தபொழுது, உமா மகேசுவரன், "விடுதலைப் புலிகள் அமைப்பு ஒழுக்கத்தில் சிறந்து விளங்கியதுதான், அதன் வளர்ச்சிக்குக் காரணம்.." எனக் கூறியுள்ளார். "ஒரு தேசிய இனத்தின் உரிமை மீட்புப் போராட்டத்திற்கு அறமும் ஒழுக்கமும்தான் அடிப்படைத் தகுதிகள்.." என்ற செய்தியை நமக்கு விட்டுச் சென்றவர் நம்முடைய தேசியத் தலைவர் என்பதை அறிக…!

தமிழ்த்தேசிய அரசியலில் அடியெடுத்து வைக்கும் ஒவ்வொரு தமிழரும் அறம்பிறழா வாழ்க்கை நெறிகளை வள்ளுவத்தின் வழி நின்று வகுத்துக் கொள்வதன் வழியாக மட்டுமே, நம் போராட்ட வாழ்வைத் திசைமாறா வழியில் நகர்த்திச்செல்ல முடியும். தமிழர்களின் உரிமை மீட்புப் பயணம் என்பது தொடர் போராட்டம். அதன் தொடக்கமே முற்றாக கோணலாக அமையாமல் இருக்க, அறத்தின் வழிநின்று அமைப்பாதல் அவசியம்.

நிலத்தின் சுவைதான் கனியில் தெரியும். ஒரு சமூகத்தின் விளைச்சல்தான் தலைவன். தலைவன் எவ்வழியோ மக்கள் அவ்வழி. எனில், தனிமனிதனின் குணம்தான் சமூகத்தின் பண்பாக மாறி, அதுவே தலைவனின் இயல்பாக நின்று, அதன் தொடர்ச்சியாக அரசின் வலிமையாகவும் மாறுகிறது. தலைவன் மட்டுமே திருந்தினால் நாடு திருந்தும் என்பது நடைமுறைக்கு ஒவ்வாத செயல். நல்ல சமூகம்தான் நல்ல தலைவனை ஈன்றெடுக்கும்.

இன்றைய தமிழ்ச் சமூகத்தின் இயல்பு என்ன? மது, போதை, மட்டுமல்லாது சினிமா மற்றும் பல போதைதரும் ஒவ்வொரு தமிழரின் வாழ்வையும் சிதைத்து வருகிறது. குடி - சோம்பேறித்தனம் -

வறுமை - வன்முறை - சீர்கெட்ட சமூகம் - அடிமையாதல் என்பதே ஓர் இனத்தை அடிமைப்படுத்தும் முறை. சீன தேசத்தை அடிமைப்படுத்த வெள்ளையர்கள் செய்த சதிதான் இதற்குச் சரியான உதாரணம். சீனர்களை அடிமைப்படுத்தத் துடித்த வெள்ளை ஏகாதிபத்திய அரசு முதலில் சீனர்களுக்கு அபின் பழக்கத்தை உருவாக்கிக் கொடுத்தது. அபின் ஊடுருவலைத் தடுக்க சீன அரசு எடுத்த நடவடிக்கைதான் வரலாற்றில் 'அபின் யுத்தம்' என்று பதிவாகியது.

இன்று தமிழ்நாட்டுத் தமிழர்களின் நிலையை மேற்கண்ட வரலாற்றுடன் ஒப்பிடுங்கள். ஆரிய - திராவிடக் கூட்டுச் சதியால் தமிழர் நிலம் முழுவதும் சாராயக் கடைகள். தமிழர்கள் உழைப்பை விட்டு வெளியேறுவதால் வேலையாள்கள் பற்றாக்குறை, அதைப் பூர்த்தி செய்ய வட இந்தியத் தொழிலாளர்களின் படையெடுப்பு. முதலில் தொழிலாளியாக உள்ளே நுழையும் வட இந்தியர்கள் பிறகு மெல்ல மெல்ல முதலாளிகளாக மாறுவதுதான் வாடிக்கை. வட இந்தியப் பெருமுதலாளிகள் அதிகாரத்தின் துணை கொண்டு தமிழர் நாட்டின் வளங்களையெல்லாம் கொள்ளையிட்டு பொருளீட்டி வளமாக வாழ்கின்றனர். நம்மிடம் இருந்து ஈட்டிய பொருளைக்கொண்டே மீண்டும் மீண்டும் நம்மை அடிமைப்படுத்தத் துடிக்கின்றனர் ஆரிய - திராவிடக் கூட்டுச் சதிகாரர்கள். இவற்றையெல்லாம் புரிந்துகொள்ள முதலில் நல்ல மனநிலையில் தமிழர்கள் இருக்க வேண்டுமே!

ஒவ்வொரு தமிழரும் தன்னிலை உணர்வதும், அறத்தோடு வாழ்வதும் தான் எல்லாத் துன்பங்களையும் துடைத்தெறிவதற்குத் திறவுகோலாக இருக்கும். இதைத்தான் வள்ளுவப் பேராசான்

மனத்துக்கண் மாசிலன் ஆதல் அனைத்தறன்
ஆகுல நீர பிற.

- (குறள் - 34)

எனும் குறல் வழி அறிவுறுத்துகிறார்.

தன்னிலை உணர்ந்து, அறத்தின் வழிநின்று ஒழுக்கத்தைப் பேணும் ஒருவரே தாழாது உழைக்கும் பண்பை அடைவார். உழைத்தல் உயிருக்கு இன்பம் என்று உணர்வதே அடுத்தகட்ட பாய்ச்சலுக்கு நம்மைத் தயார்படுத்தும் வழி. இதனையே வள்ளுவப் பெருந்தகை கீழ்க்காணும் குறளில் வழிமொழிகிறார்,

ஊழையும் உப்பக்கங் காண்பர் உலைவின்றித்
தாழாது உஞற்று பவர்.

- (குறள் - 620)

அயராது உழைப்பதே பொருளீட்டலுக்கு வழி. இரண்டாம் உலகப் போரின் போது முற்றாக அழிக்கப்பட்ட ஜப்பான் உலக வல்லாதிக்க நாடுகளில் ஒன்றாக உயர்ந்ததற்குக் காரணம் உழைப்பும், உழைப்பின் வழி நடந்த உற்பத்தியும், உற்பத்தி வழி நடந்த பொருளீட்டலும்தான். இதனையே நமது குறளாசான் பின்வரும் குறளில் உறுதிப்படுத்துகிறார்.

அருளில்லார்க் கவ்வுலகம் இல்லை பொருளில்லார்க்
கிவ்வுலகம் இல்லாகி யாங்கு.

- (குறள் - 247)

பொருள் வேண்டாமெனப் புகல்வதன்று திருக்குறள். இவ்வுலகை வாழ்விற்குப் பொருள் வேண்டுமென அறைவது திருக்குறள். ஆனால் அப்பொருளை எந்நெறியிலும் ஈட்டுக என உரைக்காத அறநூல்.

அறனீனும் இன்பமும் ஈனும் திறனறிந்து
தீதின்றி வந்த பொருள்

- (குறள் - 754)

அறத்தோடு பொருளீட்டும் பண்புகொண்ட ஒரு தேசிய இனம் தனக்கான அரசையும் அதே பண்பு கொண்ட அரசாக உருவாக் கும் என்பது இயல்பு. தனிமனிதன் மட்டுமல்ல, ஓர் அரசும் தன் குடிமக்களின் துயர் துடைக்க பொருளீட்டும் வழிகளையெல்லாம் கண்டடைய வேண்டும். இதனை குறள் தந்த மறையோன் அறிவிக்கிறார்.

இயற்றலும் ஈட்டலுங் காத்தலுங் காத்த
வகுத்தலும் வல்ல தரசு.

- (குறள் - 385)

120 நாடுகளில் பெரும்பான்மை மக்கள்தொகை கொண்ட மதமாகவும், 15 நாடுகளில் அரசு மதமாகவும் வளர்ந்து நிற்கும் கிருத்துவ மதத்திற்கு ‘பைபிள்’ என்ற புனித நூல் வாழ்வியல் வழிகாட்டியாக நிற்கிறது. 50 நாடுகளில் பெரும்பான்மை மக்கள் தொகை கொண்ட மதமாகவும், இருபதுக்கும் மேற்பட்ட நாடுகளில் அரசு மதமாகவும் வளர்ந்து நிற்கும் இஸ்லாம் மதத்திற்குக் ‘குரான்’ என்ற புனித நூல் வாழ்வியல் வழிகாட்டியாக நிற்கிறது. இதுபோலவே எனில் தமிழரின் புனித நூலாகவும், வாழ்வியல் வழிகாட்டி நூலாகவும் எதை ஏற்பது? உலகில் வாழும் எல்லா இனங்களும் தங்களுக்கான புனித நூலைத் தன் தலைமேல் தூக்கி சுமந்து, கொண்டாடி, அடிமைத்தளையை உடைத்து சுதந்திரமாக வாழும் பொழுது, தமிழர்கள் தங்களின் அடிமைத்தனத்தில் இருந்து விடுபட, ‘திருக்குறள் ஒன்றே பேராயுதம்’.

இனி, தமிழ்த்தேசிய அரசியலின் வளர்ச்சி, வெற்றி என்பது ஒவ்வொரு தமிழரின் ஆழ்மனத்தின் விருப்பமாக மாறவேண்டும். அந்த வெற்றியை உறுதிப்படுத்த ஒவ்வொரு தமிழரும் உளமார உழைக்க வேண்டும். அதற்காக, ஒவ்வொருவரும் அறத்தோடு நின்று பொருளீட்ட வேண்டும். ஈட்டிய பொருளில் ஒரு பங்கைக் கொண்டு அமைப்பாக்க வேண்டும். அவ்வமைப்பின் வழியே இழந்த உரிமைகளை எல்லாம் மீட்க வேண்டும். அதன்பொருட்டு,

எண்ணித் துணிக கருமந் துணிந்தபின்
எண்ணுவ மென்ப திழுக்கு.

- *(குறள் – 467)*

வாழ்க தமிழர் நாடு!

ஆர்.எஸ்.எஸ் சதியை முறியடிக்கும் தமிழ்த்தேசிய அரசியல்

தமிழ்த்திரு.**க.அருணபாரதி,**
துணைப் பொதுச் செயலாளர்,
தமிழ்த்தேசியப் பேரியக்கம்.

இன்றைக்குத் தமிழ்நாட்டு இளையோரை வெகுவாக ஈர்த்து வரும் அரசியல் சொல்லாடல் – "தமிழ்த்தேசியம்"! தமிழ்நாட்டின் எதிர்கால அரசியல் திசைவழியும் அதுவே!

தமிழ்நாட்டைத் தொடர்ந்து ஆண்டு வந்த தி.மு.க.வின் தலைவர் கலைஞர் கருணாநிதி, அ.தி.மு.க.வின் தலைவி செயலலிதா ஆகியோர் 2016 மற்றும் 2018இல் காலமானதாக எல்லோரும் நினைத்துக் கொண்டிருக்கிறோம். உயிரியல்படி அது சரியானதும்தான். ஆனால், அவர்கள் உண்மையில் மரணித்தது 2009இல்!

தமிழீழத்தில் நம் குருதிச் சொந்தங்கள் கொத்துக்கொத்தாகக் கொன்று குவிக்கப்பட்ட போது, ஒரு போர் நிறுத்தம் ஏற்படுத்தித் தந்து, அவர்களை இனப்படுகொலையிலிருந்து காக்க முடியாதா என்ற ஏக்கம் தமிழ் இளையோரை ஆட்கொண்டிருந்த நேரம் அது! 2009 சனவரி 29 அன்று, தழல் ஈகி முத்துக்குமார், இவ்விரு கழகங்களின் அரசியல் இயலாமையை வெளிப்படுத்தியதுடன், ஆரிய இந்திய ஏகாதிபத்தியத்தின் தமிழினப் பகையையும் அம்பலப்படுத்தி, தீக்குளித்து உயிர் ஈகம் செய்தார்.

தமிழ் மொழி – இன உணர்வை மக்களிடையே பேசி ஆட்சிக்கு வந்த திராவிடக் கட்சிகள், தமிழ் இன மக்களை இனப்படுகொலையிலிருந்து காக்க முடியாமல் தோல்வியுற்றன.

தி.மு.க. – அ.தி.மு.க. கட்சிகளைத் தாண்டி, தமிழ்நாட்டில் மாற்று அரசியல் கட்டமைக்கப்பட வேண்டும், அது தமிழினத்தின் உரிமைகளைக் காக்கும் தமிழ்த்தேசிய அரசியலாக இருக்க வேண்டும் என்பதே முத்துக்குமார் தமிழினத்திற்குச் சுட்டிக்காட்டிய நிதர்சனமான உண்மை!

எல்லோரும் முள்ளிவாய்க்கால் முற்றுப்புள்ளி என நினைத்துக் கொண்டிருந்த சூழலில், அது புதிய திசையிலான புதியதொரு தொடக்கம் என்பது போல் தமிழ்நாட்டு மக்கள் வெவ்வேறு போராட்டக் களங்கள் வழியே எழுந்தனர்.

தமிழ்நாட்டுக் கனிம வளக் கொள்ளைகளை எதிர்த்து ஆங்காங்கு நடந்த தன்னெழுச்சிப் போராட்டங்கள், கூடங்குளம் அணு உலை எதிர்ப்புப் போராட்டம், மீத்தேன் – ஐட்ரோ கார்பன் திட்டத்தை எதிர்த்து காவிரிப்படுகையில் நடந்த போராட்டங்கள், ஸ்டெர்லைட் போன்ற நச்சு ஆலைகளை எதிர்த்த போராட்டங்கள் என தமிழ் மக்கள் கட்சிகளைக் கடந்து நடத்திய போராட்டங்கள் இதன் வெளிப்பாடே!

இதன் உச்சமாக, கடந்த 2017இல் ஏறுதழுவலுக்காகத் தமிழ் மக்களிடம் எழுந்த இயல்பான உணர்வெழுச்சி, ஏறுதழுவல் உரிமை மீட்போடு மட்டும் முடியவில்லை; தமிழ் – தமிழினம் குறித்த புத்துணர்ச்சியையும் அது இளையோரிடையே எழுப்பியது.

அப்போராட்டத்தில், தமிழ்நாட்டின் வீதிகளில் நாட்டு மாடுகளைக் காப்போம் என்று முழக்கம் எழுப்பிய இளையோர், அதன் தொடர்ச்சியாகத் தனது மரபுகளைத் தேடத் தொடங்கினர். அதுவரை நம் வீடுகளில் இருந்த வெள்ளைச் சர்க்கரை வெளியேற்றப்பட்டு, நாட்டுச் சர்க்கரை பெருமளவில் புழக்கத்திற்கு வந்தது. பெப்சி – கோக் போன்ற குளிர்பானங்கள் ஈர்ப்பை இழந்து, இளநீரும், பதநீரும் வரவேற்பைப் பெற்றன. கார்ப்பரேட் பெருங்குழும நிறுவனங்களின் இலாபவெறி வேட்டையிலிருந்து தங்களைத் தற்காத்துக்கொள்ள வேண்டுமென்ற எண்ணம் வேர்விடத் தொடங்கியது.

இதன் வீச்சாகவே, தமிழ்த்தேசிய அரசியல் இன்று வளர்ச்சி பெற்று வருகிறது. தமிழ் – தமிழர் – தமிழ்நாடு ஆகியவை இளையோரின் முழக்கமாக எழுந்து வருகிறது.

இந்தச் சூழலில், சில வரையறுப்புகளில் நாம் இன்னும் தெளிவு பெறுதல் அவசியமானது.

தமிழினம் இன்றைக்கு மிகமிக ஆபத்தான காலகட்டத்தில் வாழ்ந்து கொண்டிருக்கிறது. தமிழ்நாடு என்ற நமது வரலாற்றுத் தாயகம், இதே நிலையில் நீடிக்குமா என்பது கேள்விக் குறியாக உள்ளது. இது ஏதோ மிகைப்படுத்தப்பட்ட குற்றச்சாட்டோ, கற்பனையான குற்றச்சாட்டோ அல்ல!

ஆர்.எஸ்.எஸ். அமைப்பு, மொழி இன மாநிலங்களை உடைத்து நொறுக்கி சிதைத்து, இந்தியாவை 200 ஜன்பத் (நிர்வாகப் பகுதி) –

களாக நிர்வகிக்க வேண்டும் என்கிறது. மனிதர்களின் இன – மொழி – தாயக உணர்வைச் சிதைத்து, மதவெறியை மட்டுமே வளர்த்தெடுக்க இவ்வாறான கட்டமைப்பே உதவும் என ஆர்.எஸ்.எஸ். உறுதியாக நம்புகிறது. இதன் ஒரு பகுதியாகவே, கடந்த 2019இல் காசுமீரிகளின் வரலாற்றுத் தாயகம், ஆரிய இந்திய அரசால் மூன்றாகச் சிதைக்கப்பட்டது. அதுபோல், தமிழ் நாட்டிற்கும் நாளை நடக்கலாம்.

இன்னொருபுறம், தமிழர் தாயகத்திற்குள் அன்றாடம் குடியேறிக் கொண்டிருக்கும் வெளி மாநிலத்தவரால், தமிழ்நாட்டிற்குள்ளேயே தமிழர்கள் சிறுபான்மையாகிவிடும் அவலம் ஏற்பட்டுள்ளது. இதுவும் கற்பனையான குற்றச்சாட்டல்ல!

கடந்த 1931இல், திரிபுராவில் சற்றொப்ப 71 விழுக்காடாக இருந்த, மண்ணின் மக்களான திரிபுரி மொழி பேசும் மக்கள், தற்போது வெறும் 22 விழுக்காடாக சுருங்கி விட்டனர். அதாவது, தங்கள் சொந்த தாயகத்திலேயே சிறுபான்மையினராகிவிட்டனர். அந்த அளவிற்கு, இந்திக்காரர்களும், வங்காளிகளும் திரிபுராவில் குடியேறிவிட்டனர். இதுபோன்ற நிலைமையை காசுமீரில் ஏற்படுத்துவதற்காகவே, காசுமீரில் வெளி மாநிலத்தவர் சொத்துகள் வாங்கிக் குடியேறத் தடை விதிக்கும் இந்திய அரசமைப்புச் சட்ட உறுப்பு 370 – பா.ச.க. அரசால் நீக்கப்பட்டது. இனி, அம்பானி, அதானி உள்ளிட்ட வடநாட்டு முதலாளிகளும், மார்வாடி – குசராத்தி சேட்டுகளும், இந்திக்காரர்களும் காசுமீருக்குள் தாராளமாகக் குடியேறி, அத்தாயகத்தை சிதைக்கலாம் என்கிறது இந்திய அரசு!

இதே நோக்கத்தில்தான், தமிழ்நாட்டுத் தாயகத்தை சிதைக்க இந்திக்காரர்களையும், வட மாநிலத்தவரையும் தமிழ்நாட்டில் குடியேற்றத் துடிக்கிறது இந்திய அரசு!

தமிழ்நாட்டிலுள்ள இந்திய அரசு நிறுவனங்கள், அலுவலகங்கள், தொழிற்சாலைகள் அனைத்திலும் நூற்றுக்குத் தொண்ணூறு விழுக்காட்டு வேலைகளை இந்திக்காரர்களுக்கு வழங்குவது, அதில் எந்த வகை மோசடி நடந்தாலும் அதனைக் கண்டுகொள்ளாமல் திரும்பத் திரும்ப வடவரையே திணிப்பது, குடியேறிய இந்திக்காரர்களுக்கு தமிழ்நாட்டில் அனைத்துச் சான்றிதழ்களையும் உடனுக்குடன் வழங்குவது இந்திய அரசின் துணையோடு தான் நடக்கிறது.

மேலும், வட மாநிலங்களிலிருந்து தமிழ்நாட்டிற்குப் புதிய புதிய தொடர்வண்டிகள் அறிவிப்பது, தமிழ்நாட்டில் குடியேறினால் வடவர்களுக்கு அரசின் சலுகைகள் கிடைப்பதை உறுதி செய்யும் வகையில் இ - ஷ்ரம் அடையாள அட்டைகள் வழங்குவது, ஒரே நாடு – ஒரே ரேசன் திட்டத்தின்படி குடியேறும் வடவர்களுக்குத் தமிழ் நாட்டிற்குள்ளேயே

உணவு வழங்கி, அவர்தம் குடியிருப்புகளை நிலைப்படுத்துவது, தொழில் வளர்ச்சித் திட்டம் என்ற பெயரில் தமிழ்நாடு அரசின் துணையோடு வெளி மாநிலத்தவருக்கான அடுக்குமாடிக் குடியிருப்புகளை ஏற்படுத்துவது என இந்திய அரசின் திட்டங்கள் விரிவானவை.

இவ்வாறு தமிழ்நாட்டில் வெளி மாநிலத்தவரைக் குடியேற்றினால்தான், அவர்கள் வழியாக இந்தியை தமிழ்நாட்டில் திணிக்க முடியும். அவர்கள் வழியாக காங்கிரசு – பா.ச.க. கட்சிகளின் வாக்கு வங்கியை உருவாக்க முடியும். அவர்கள் வழியாக, தமிழர் தாயகம் என்பதையே கலப்பின மண்டலமாக்க முடியும் என்று உறுதியாக நம்புகிறது ஆர். எஸ்.எஸ். கூட்டம்! எனவே, ஆரியத்துவ விரிவாக்கத் திட்டத்தின்கீழ் தமிழ்நாட்டை இன்னொரு இந்தி மாநிலமாக்கும் சதிச் செயல் அரங்கேறிக்கொண்டிருக்கிறது.

இந்தியத் தேசிய வெறியின் பங்காளிகளாக நின்று கொண்டு, மனித நேயம் என்றும் பாட்டாளி வர்க்கம் என்றும் கூறிக் கொண்டு, இந்திக்காரர்கள் திணிப்புத் திட்டத்திற்கு ஆதரவளித்து வருவோர் தெரிந்தோ, தெரியாமலோ தமிழினத்திற்குத் துரோகம் இழைக்கின்றனர்.

தமிழீழத்தில் சிங்கள உழைக்கும் மக்களைத் திணித்து தமிழர் தாயகத்தை சிதைத்தழிக்கும் வேலையில் ஈடுபட்டு வருகிறது சிங்கள இனவெறி பௌத்த பேரினவாத அரசு! யூத உழைக்கும் மக்களை பாலத்தீனத் தாயகத்திற்குள் திணித்து, பாலத்தீனத் தாயகத்தையே அழித்து வருகிறது இசுரேலிய இனவெறி அரசு! இதே நோக்கில்தான், தமிழ்நாட்டுத் தமிழர் தாயகத்தை அழித்திட இந்திக்காரர்களைக் குடியேற்றிக் கொண்டிருக்கிறது ஆரிய இந்திய அரசு!

தமிழர்களின் வேலை வாய்ப்பு மட்டுமல்ல, தமிழ்நாட்டில் தொழில் – வணிகம் – கல்வி என அனைத்தும் வெளி மாநிலத்தவர் – வெளி நாட்டவர் கைகளுக்குச் சென்றுகொண்டிருக்கின்றன.

தமிழ்நாட்டின் வரி வசூல் உரிமை ஜி.எஸ்.டி. வழியாகப் பறிக்கப் பட்டுவிட்டது. நாம் உருவாக்கிய மருத்துவக் கல்லூரிகளில், இந்திய அரசின் வழியாக வடவர்கள் அமர்த்தப்படுகிறார்கள். பொறியியல் மற்றும் கலை அறிவியல் கல்லூரிகளுக்கும் இதுவே எதிர்கால நிலைமை! புதிய கல்விக் கொள்கை என்ற பெயரில், தமிழ்நாட்டின் அடிப்படைக் கல்விக் கட்டமைப்பையே தில்லி அரசு சிதைக்கவிருக்கிறது. சுங்கச்சாவடி வைத்து வரிக் கொள்ளை, நிலக்கரி எடுப்பு, மீத்தேன் – ஐட்ரோகார்பன் எடுப்பு என அம்பானி – அதானிகள் வழியாக கனிம வளக் கொள்ளை, இந்தியா முழுவதுமுள்ள அணு உலைக் கழிவுகளைத் தமிழ்நாட்டில் சேமித்து வைக்கும் ஆபத்தான திட்டங்கள் என ஒட்டுமொத்தத் தமிழ்நாடும் அழிவு நிலைக்குச் சென்று கொண்டுள்ளது. இந்த அழிவுத் திட்டங்கள்

ஒருபுறமிருக்க, இந்தி – சமற்கிருதத் திணிப்புகள் இன்னொருபுறம் தீவிரமாக நடக்கின்றன.

இந்த எல்லாத் திட்டங்களையும் நடைமுறையில் தீவிரப்படுத்திக் கொண்டிருப்பது பா.ச.க.வாக இருந்தாலும், இவற்றை வடிவமைத்துச் செயலுக்குக் கொண்டு வந்து பங்காற்றியது காங்கிரசுக் கட்சி ஆகும். பா.ச.க. – காங்கிரசு ஆகிய இரு கட்சிகளும், ஆரியத்தின் அரச வடிவமாக இந்திய அரசை வலுப்படுத்தி, தமிழர் தாயகத்தை சிதைப்பதில் கண்ணும் கருத்துமாக ஒரே நோக்கில் செயல்படுகின்றன.

இவ்வாறான ஆபத்தான சூழலில், தமிழ் – தமிழர் – தமிழ்நாட்டைக் காப்பதற்கான முழக்கமாக தமிழ்த்தேசிய அரசியல் எழுந்துள்ளது. இந்த நேரத்தில், தெளிவான வரையறுப்புகளோடு, உறுதியான முன்னெடுப்புகளே அவசியமானவை.

“தமிழ் மொழிப் பெருமை பேசி, தமிழ்நாடும் தமிழரும் வாழ்க என பொத்தாம் பொதுவில் பேசுவதல்ல தமிழ்த்தேசியம்! தமிழினத்தின் இறையாண்மையை மீட்பதற்கான இலட்சிய அரசியலை உறுதியாக முன்னெடுப்பதே தமிழ்த்தேசியம்” என வழிகாட்டுகிறார் தமிழ்த்தேசியப் பேரியக்கத் தலைவர் ஐயா பெ.மணியரசன் அவர்கள்!

தமிழ்நாட்டின் அரசியல் - சூழலியல் - பொருளியல் – வாழ்வியல் என அனைத்துத் தளங்களிலும் தமிழினத்தின் மரபான அறிவோடும், வீரத்தோடும், அறத்தோடும் கள முனைகளை உருவாக்கி, தமிழ் – தமிழர் – தமிழ்நாடு ஆகியவற்றை ஆரிய இந்தியத்தின் சதித்திட்டங்களிடமிருந்து பாதுகாக்கத் தமிழ் மக்களை ஒருங்கிணைக்க வேண்டிய தலையாய பணியே நம்முன் நிற்கிறது.

பதவி – பணம் – விளம்பரம் ஆகிய மூன்றுக்கும் ஆசைப்படாத தமிழ் இளையோர், இதற்கேற்ப செயல்திட்டம் வகுத்து முன்னேற வேண்டும். தமிழ்த் தாயின் கைகளில் ஆரிய இந்தியம் பூட்டியுள்ள விலங்குகளை நொறுக்கக் களம் காண வேண்டும்.

“எமது தேசம் – இந்தியாவோ, திராவிட நாடோ அல்ல! எமது தேசம் தமிழ்த்தேசம்! எமது தேசிய இனம் – இந்தியன் என்பதோ, திராவிடன் என்பதோ அல்ல! எமது தேசிய இனம் – தமிழர்! எமது தேசிய மொழி – இந்தியோ, ஆங்கிலமோ அல்ல! எமது தேசிய மொழி – தமிழ்!” என்ற தெளிவான தமிழ்த்தேசிய வரையறுப்போடு முன்னிற்போம்! தமிழ்த்தேசிய அரசியல் பழகுவோம்!

தமிழ்த்தேசியம் நிகழ்த்தி வரும் போர்

பேராசிரியர், தமிழ்த்திரு.**செந்தில்நாதன்**
மாநில ஒருங்கிணைப்பாளர், வீரத்தமிழர் முன்னணி

தேசியம் என்பது ஓர் இனத்தின் அடிப்படைத் தேவைகளை பிரதிபலிக்ககூடிய ஒரு கூட்டுணர்வு என்பதையும், அங்கே விளையக்கூடிய கருத்தியல் அந்தக் கூட்டுணர்வினைச் சிதைக்காமல் வளரவேண்டிய அவசியம் இருக்கிறது என்பதையும் தத்துவங்களின் தோற்றுவாய் குறித்து ஆய்வு செய்கின்ற ஆய்வாளர்கள் முன்மொழிகிறார்கள் [1]. அந்த வகையில் தமிழ் மண்ணில் பிறக்கும் தத்துவங்கள் அல்லது கருதுகோள்கள், தமிழ் இனத்தின் கூட்டு விருப்பத்தினைச் சீர்குலைக்காமல் இருக்கவேண்டும். அவ்வாறு இல்லாதபோது உருவாகும் கருத்தியல் வலிமையற்றதாகவும், தமிழ் மக்களின் கூட்டுணர்விற்கு எதிராகவும் அமைகிறது என்பதை நாம் கண்கூடாகக் காண்கிறோம்.

பாட்டாளிவர்க்கத்தின் விடுதலைக்காக அரும்பெரும் தத்துவங்களை முன்னிறுத்திய காரல் மார்க்ஸ் மற்றும் ஏங்கல்ஸ் போன்றோர் கூட, தேசிய உணர்வுக் குறித்து பதிவு செய்யும்போது, உலகளாவிய தத்துவங்கள் நம்முடையது என்றபோதும், இந்தத் தத்துவங்கள் ஒரு பகுதி மக்களின் கூட்டு விருப்பத்திற்கு எதிராக அமைந்துவிடக்கூடாது என்பதில் கவனம் செலுத்தியதோடு, தேசியத்தின் வரையறைகளை அவர்களும் சிறப்பாக முன்மொழிந்தார்கள்.

தேசியம் என்பதற்கு எந்தவித கடினமான வரையறைகளையும் கடைபிடிக்கத் தேவையில்லை என்பதும், ஒரு பகுதி மக்கள் தங்கள் பேசுகின்ற மொழியின் அடிப்படையில் இணைந்து, அவர்கள் ஒரே பண்பாடுக் கலாச்சாரப் பின்னணியைக் கொண்டவர்கள் என்றால் அவர்கள் தங்களின் ஓர்மையைப் பிரதிபலிக்கும் தேசியத்தை முன்வைக்கும்போது

எவரும் எதிர்க்க வேண்டியது இல்லை என்பதை தேசியம் குறித்தான சர்வேதச நெறிமுறைகள் மிக ஆழமாகப் பதிவுசெய்து உள்ளன. மேலும் மொழியின் வழி உருவான தேசியத்திற்கு ஒருவர் எதிராக நிற்கிறார் என்றால் அவர் யார்? அவர் பேசுகின்ற தாய்மொழி என்ன? என்பதில் கவனமாக இருக்கவேண்டும் என்று சர்வதேச தேசிய வரையறைகள் சொல்கிறது. தமிழர் நிலத்தில் உருவான கருதுகோள்கள் எவை எவை? அவற்றில் எது தேசிய உணர்வு சார்ந்தது என்பதில் கவனம் செலுத்துவது தற்போதைய அரசியல் சூழலில் அவசியமாகிறது.

தமிழ்நாட்டைப் பொறுத்தவரை நிறையச் சித்தாந்தங்கள் பேசப்பட்டு வந்தாலும், தேர்தல் களத்தில் இந்திய தேசியம் (ஆரியம்), திராவிடம் மற்றும் தமிழ்த்தேசியம் என்ற மூன்று சித்தாந்தங்களைக் கணக்கில் கொள்ளலாம். மேற்கண்ட வரையறைகளின் படி எந்த சித்தாந்தம் வலிமையானது, எது வலிமையற்றது அல்லது பின்பற்றும் மக்களுக்கு எதிரானது என்ற தெளிவு நமக்கு அவசியம் தேவைப்படுகிறது. ஆரியம் என்கின்ற இந்தியத் தேசியமும், திராவிடத் தேசியமும், ஒரு தேசியத்திற்கான எந்த அடிப்படைக் காரணிகளையும் கொள்ளாமல், அவ்வப்போது நிகழ்ந்த அரசியல் சூழ்நிலையின் அடிப்படையில், மக்களின் தேசிய உணர்வை பிரதிபலிக்காத வகையில் அமைந்துள்ளதை நாம் அறியலாம். உலக தத்துவியலாளர்களின் கருதுகோள்கள் படியும், சர்வதேசம் வகுத்து வைத்திருக்கும் நெறிமுறைகளின்படியும் தமிழ்த்தேசியம் மட்டுமே அமைந்துள்ளது. தேசியத்திற்கு என்று உள்ள அடிப்படை காரணிகளான ஓர் மொழி பேசுகின்ற மக்கள், ஒரே வாழ்வியல் அறநெறி வழிகள், ஒரே பண்பாடு கலாச்சார நெறிமுறைகள் என்று தேசியத்திற்குத் தேவையான அனைத்துக் காரணிகளையும் தன்னகத்தே கொண்டு விளங்குவது தமிழ்த்தேசியம் மட்டுமே என்று அறியலாம்.

இப்படி வலிமையான தேசிய உணர்வினைத் தன்னகத்தே கொண்ட மக்களின் தமிழ்த் தேசியம், எப்படி வலிமை குறைந்த அல்லது ஒரு அசாதாரண அரசியல் சூழலில் விபத்தாகத் தோன்றிய இந்திய மற்றும் திராவிடத் தேசியத்திடம் தோற்றது[7], மீண்டும் தமிழ்த்தேசியத்தின் எழுச்சிக்கு என்ன வழி என்று சிந்திப்பதே காலத் தேவையாகும். மேலும் நமது பிழைகளை அல்லது முயற்சி செய்யாமல் இருந்த இடங்களை நாம் தெரிந்துகொண்டால்தான், அவற்றில் மீளெழுச்சிகொள்ள இயலும். மேலும் இதை நாம் சரியாகப் புரிந்துகொள்ள நமது இனத்தின் வரலாற்றுப் பெரும் பயணத்தைக் குறைந்த பட்சம் தெரிந்துகொள்வது காலத்தேவை.

தேசிய உணர்வும் சங்கத்திற்கு முந்தைய காலமும்

தமிழர்களின் காலக்கோட்டினைப் பொருத்தவரை சங்ககாலம், சங்கம் மருவிய காலம், களப்பிரர் காலம், பிற்கால மூவேந்தர்களின் காலம், பக்தி இலக்கியக் காலம், மொகலாயர் காலம், மராட்டியர்கள் காலம், விஜயநகரப் படையெடுப்பின் காலம், வெள்ளையர்களின் காலம் என பொதுவாகப் பிரிக்கலாம். ஒரு மொழியின் இலக்கணத்தை, அதன்வழி இலக்கியத்தைச் சங்கம் வைத்துப் பாடி, நிறைகுறைகளை ஆராய்ந்து, அவற்றை ஏற்றுக்கொள்வதும், பிழையானவற்றை மறுப்பதும் சங்கத்தின் இயல்பு என்றாகும்போது, சங்ககாலத்திற்கு முந்தைய காலம் மிகுந்த செழிப்பாக, இலக்கிய மற்றும் மொழிவளமையோடு இருந்துள்ளதை உணரலாம்.

இந்த உலகில் முதலில் தோன்றிய மனிதன் பேசிய மொழி தமிழ் மொழி. ஆகவே தமிழே உலகின் மூத்த மொழி என்பவர்கள் உண்டு. ஆனால் தொல்காப்பியர் அருளிய தொல்காப்பியத்தின் படி சொற்பிறப்பியல் குறித்த இலக்கணத்தில் உடலின் பல்வேறு இடங்களில் உள்ள காற்று உணர்வினால் வெளிப்படும்போது, அந்த உணர்விற்கே உரித்தான ஒலிப்புப் பிறக்கிறது. அந்த ஒலிப்பானது வடிவம் பெறும்போது எழுத்தாகிறது என்றும், எழுத்து என்பது "எழு", "எழுதல்" என்ற வினையின் நீதியாகவும் இருப்பதாக பதிவுசெய்துள்ளார்.[2] அதேபோல மரபு வாழ்வியல் ஆசான் ம.செந்தமிழன் அவர்கள் ஒலிப்பு வடிவம் பெறும் முறை மற்றும் ஒவ்வோர் எழுத்து பிறப்பதற்கும் உரிய ஆற்றல், ஆற்றலின் தன்மையைக் குறித்தும் எழுத்து பெறுகின்ற வகைமை (வல்லினம், மெல்லினம் மற்றும் இடையினம்) குறித்தும் விரிவாகத் தன்னுடைய நூலில் பதிவு செய்துள்ளார் [3 - 4]. தொல்காப்பியத்தின் பதிவுகள் மற்றும் ஆசான் செந்தமிழன் போன்றோர்களின் பதிவுகளின் அடிபடைப்படையில் உலகின் முதலில் தோன்றிய மொழி தமிழ் மொழி என்பது எந்தவித ஐயமும் இன்றி நிரூபணமாகிறது. உலக மொழிகளின் வரலாற்று ஆய்வாளர் அலெக்ஸ் கூலியர் தன்னுடைய ஆய்வில் இதை மெய்ப்பித்து உள்ளார். இந்தப் பிரபஞ்சத்தில் ஆற்றல் பெருக்கத்தின் ஓர் ஒழுங்கமைவோடு தோன்றிய ஒலியின் மொழியை, முதலில் தோன்றிய மனிதன் பேசினான். தன்னுடைய உணர்வுகளை அதன் வழியே கடத்தியதால் தமிழனே முதல் மாந்தன் என்பதையும் மொழி மற்றும் வரலாற்று ஆய்வாளர்கள் தங்களுடைய ஆய்வுகளில் முன்வைக்கின்றனர் [5 - 6].

இப்படிப்பட்ட மொழி தோன்றி தன்னுடைய செழுமையாலும், இனிமையாலும் இலக்கியங்களாக இயற்றப்பட்டு வாழ்ந்த காலத்தில் அங்கே, மாற்று மொழியே இல்லாத சூழலில் ஒரு தேசிய உணர்வாக வெளிப்பட தேவையற்று இருந்தது.

சங்ககாலமும் தமிழ் இனவுணர்வும்

மக்களின் வாழ்வியல் முறைகளில் வளர்ச்சியும் சீர்மையும் ஏற்பட்ட நிலையில், தமிழ் மொழியில் புலமையும் இயற்றமிழ் அறிவும் செழிப்புற்று இருந்த காலகட்டத்தில் தங்களுடைய படைப்புகளை ஆவணப்படுத்த விரும்பினார்கள் தமிழர்கள். மேலும் குமரிக்கண்டத்தின் தொடர்ச்சியான கடல்கோள்கள், தமிழர்களைத் தங்களது இலக்கியத்தை ஆவணப்படுத்தி ஓர் இடத்தில் குவிக்கவேண்டிய அவசியம் ஏற்பட்டது. அந்த நிலையில் முதலாம் தமிழ்க் கழகம் உருவானது.

கடல் கொண்ட தென்மதுரையில் பாண்டிய மன்னர்களால் நிறுவப் பெற்ற சங்கம்தான் முதற்சங்கமாகும். இச்சங்கத்தை நிறுவிய மன்னன் காய்சின வழுதி என்பவனாவான். காய்சின வழுதி முதலாகக் கடுங்கோன் என்ற பாண்டிய மன்னன் ஈறாக 89அரசர்கள் 4440 ஆண்டுகள் இச்சங்கத்தை நடத்தியதாக இறையனார் களவியல் உரை கூறுகிறது. இச்சங்கத்தில் அகத்தியர், திரிபுரம் எரித்த விரிசடைக் கடவுள், குன்றெறிந்த முருகவேள், முரஞ்சியூர் முடிநாகராயர், நிதியின் கிழவன் போன்ற 4449 புலவர்கள் தமிழ் ஆராய்ந்து செய்யுள் பாடினர். அவர்களால் முதுநாரை, முதுகுருகு, களரியாவிரை போன்ற நூல்கள் பாடப்பட்டன.

தென்மதுரையைக் கடல் கொண்ட பிறகு கபாடபுரத்தில் தொடங்கப்பெற்ற இடைச்சங்கம் 3700 ஆண்டுக் காலம் நடைபெற்றது. வெண்தேர்ச் செழியன் என்ற பாண்டிய மன்னனால் தொடங்கப் பெற்ற இச்சங்கம் முடத்திருமாறன் முடிய 59 மன்னர்களால் நடத்தப் பெற்றது. இச்சங்கத்தில் அகத்தியர், தொல்காப்பியர், வெள்ளூர்க் காப்பியனார் போன்ற 3700 புலவர்கள் பாடினர். இவர்களால் பாடப்பெற்றவை கலி, குருகு, வெண்டாளி, வியாழ மாலை அகவல் போன்ற நூல்களாகும். கபாடபுரமும் கடலால் அழிந்த பிறகு தற்போது உள்ள மதுரையில் கடைச் சங்கம் எனப்படுகின்ற மூன்றாம் சங்கம் தொடங்கப் பெற்றது.

இரண்டாம் சங்கத்தை நடத்தி, கபாடபுரம் அழியும் போது அங்கிருந்து பிழைத்து வந்த முடத்திருமாறனால் இது, தொடங்கப் பெற்றது.இச்சங்கம் முடத்திருமாறன் முதலாக உக்கிரப்பெருவழுதி

ஈறாக 49 அரசர்களால் நடத்தப் பெற்றது. 1850 ஆண்டுகள் இச்சங்கம் நடைபெற்றது. இச்சங்கத்தில் சிறுமேதாவியார், சேந்தம்பூதனார், அறிவுடையனார், பெருங்குன்றூர்க்கிழார், இளந்திருமாறன், மதுரை ஆசிரியர் நல்லந்துவனார், மருதன் இளநாகனார், நக்கீரனார் என 449 புலவர்கள் பாடினர். இதில் எழுதப்பட்ட நூல்கள் அகநானூறு, குறுந்தொகை, நற்றிணை, புறநானூறு, ஐங்குறுநூறு, பதிற்றுப்பத்து, கலித்தொகை, பரிபாடல் போன்றவை ஆகும்.

சங்ககால வரலாற்று அணுகுமுறைகளைப் பொருத்தவரை தமிழ் மொழியும் நாகரிக வளர்ச்சியின் உச்சத்தில் இருந்தமையை அந்த காலகட்டத்தில் பதிவு செய்யப்பட்டுள்ள இலக்கியங்களின் மூலம் அறியலாம். இயற்கைப் பேரிடர், கடல்கோள்கள் என்பதைத் தவிர தமிழர்களுக்குப் பெரிய நெருக்கடிகள் எதுவும் இல்லை என்பதாலும், ஓர் இனத்தை இன்னோர் இனத்தவர் பெரிதாக அதிகாரம் செலுத்தவேண்டிய அவசியம் இல்லாமல் இருந்தமையாலும் மொழி உணர்வின் அடிப்படையில் தனித்த தேசிய உணர்வை வெளிப்படுத்தவேண்டிய அவசியம் இல்லாமல் இருந்தது.

களப்பிரர் ஆட்சிக் காலமும் - தமிழ்த் தேசிய உணர்வும்

உண்மையில் தமிழர்களுக்கும் தமிழ் மொழிக்கும் வந்த சோதனைக் காலத்தின் தொடக்கம் என்றால் அது களப்பிரர் ஆட்சிக்காலம்தான் என்பதை வரலாற்றைக் கூர்மையாகப் பார்க்கும் போது தெரிந்துகொள்ளலாம். களப்பிரர்களின் காலத்தில் தமிழர்களின் நிலை, தமிழ் மொழியின் நிலை, தமிழர்களின் மெய்யியல் நிலை குறித்து அறிந்துகொண்டால் நாம் யாரால், எதற்காக, வஞ்சிக்கப்பட்டோம் என்று உணரமுடியும். அத்தகைய செய்திகளை ஆழமான தரவுகளோடு 1974 ஆம் ஆண்டில் வரலாற்று ஆய்வாளர் மயிலை சீனி வேங்கடசாமி அவர்கள் "களப்பிரர் ஆட்சிக் காலத்தில் தமிழகம்" என்ற தலைப்பில் வெளியிட்டார்.[7]

களப்பிரர் ஆட்சிக் காலத்தில் தமிழர்களின் வாழ்வியல் அறத்தினையும் நெறிகளையும் சுமந்து இருந்த நூல்களான தொல்காப்பியம் மற்றும் திருக்குறள் தடைசெய்யப்பட்டது என்பதும், முதல் இரண்டு சங்கங்கள் கடல்கோளினால் அழிக்கப்பட்ட நிலையில் மூன்றாம் தமிழ்ச் சங்கம் வஜ்ரநந்தி என்ற களப்பிர மன்னனால் அழிக்கப்பட்டது என்பதும் மேற்கண்ட நூலில் பதிவுசெய்யப்பட்டுள்ளது. இந்தக் காலகட்டத்தில்தான் தமிழர்கள் தங்கள் மொழியினையும், அதன் இலக்கியத்தையும் பாதுகாக்கவேண்டும் என்ற சிந்தனை உருவானது. அதாவது, தமிழர்கள்

தங்கள் மொழியை முன்னிறுத்திய உணர்வின் அவசியத்தினைப் புரிந்துகொண்ட காலகட்டம் இது. தமிழர்களின் வழிபாட்டு முறையிலும், பண்பாட்டு முறையிலும் இந்தக் காலகட்டத்தில்தான் மிக மூர்க்கமான தாக்குதல்களை ஆரியம், சமணம் மற்றும் பவுத்த மதங்கள் செலுத்தின. மேலும் தமிழ் மொழியினைச் சாராத அல்லது தமிழுக்கு எதிரான சிந்தனை கொண்ட களப்பிரர்கள் ஆட்சி செய்ததால், தமிழரின் பண்பாட்டு விழுமியங்களை அந்நிய மதங்களான ஆரியம், பவுத்தம் மற்றும் சமணம் சூறையாட அதிகாரம் அனுமதித்தது.

தமிழர்கள் தங்களது இலக்கியத்தைக் காப்பாற்றப் போராடினார்கள்; தங்களுடைய மொழியில் இலக்கியம் இயற்றப்படாமல் மணிப்பிரவாள நடை என்ற வடமொழி கலந்து இலக்கியங்கள் படைக்க மட்டுமே அனுமதிக்கப்பட்டனர். தொல்காப்பியம் மற்றும் திருக்குறளை வீட்டில் கற்க, கற்பிக்க தடை விதிக்கப்பட்டது. அதிகாரத்திற்குப் பயந்த தமிழர்கள் மறைமுகமாகத் தம்முடைய தலைமுறைகளுக்கு மேற்கண்ட இரண்டு நூல்களையும் கற்பிக்கத் தொடங்கினர். களப்பிரர் காலத்தில் தொல்காப்பியம் பல தலைமுறைகளுக்குச் செவிவழியாகவே கடத்தப்பட்டதாக வரலாற்றுப் பதிவுகள் உள்ளன.

இப்படி ஓர் இனத்தின் மொழியுணர்வு நசுக்கப்படும் இடத்தில் தன்னைக் காப்பாற்றிக்கொள்ளப் போராடிய களப்பிரர்காலத்துத் தமிழர்கள் மனத்தில் மொழியை முன்னிறுத்திய தேசிய உணர்வு துளிர்விடத் தொடங்கியது எனலாம். அதாவது, தமிழ்த் தேசியச் சிந்தனையின் தேவை தொடங்கியது.

பக்தி இலக்கிய சைவ எழுச்சி நிலையும் தமிழ்த்தேசிய உணர்வும்

உண்மையில் தமிழர் மெய்யியலும், தமிழர்களின் தேசிய உணர்வும் வடிவம் கொள்ளத் தொடங்கியது பக்தி இலக்கியக் காலத்தில் எனலாம். களப்பிரர் காலத்தில் உச்சத்தில் இருந்த சமணம், பவுத்தம் மற்றும் ஆரியம் தங்களுக்குள் போட்டி போட்டுக்கொண்டு அரசர்களைக் கைக்குள் போட்டுக்கொண்டு தமிழ் மொழியையும், தமிழர் பண்பாட்டு விழுமியமாகக் கருதப்பட்ட ஐந்திணை ஒழுகலாற்றையும் சீரழித்தது. இந்த நிலையில்தான் மெய்யறிவாளர்கள் இதனை எதிர்த்துப் போராடத் தொடங்கினார். சைவ முதல்வர்களில் ஒருவராகக் கருதப்படும் திருஞானசம்பந்தர் அவர்களின் பிறப்புக் குறித்துச் சேக்கிழார் பெருமான் பதிவு செய்யும் போது ஒரு நிகழ்வினைக் குறிப்பிடுகிறார். அதாவது திருஞானசம்பந்தரின் தகப்பனார் சீர்காழியில் இருக்கும் மயூரநாதர்

முன்னிற்று “ என் அப்பன் சிவனே, கொடுங்கோல் ஆட்சியாளர்களின் காலத்தில், உனக்குத் தூய தமிழில் பாடி உன்னை வழிபாடு நடத்த தடை விதிக்கப்பட்டுள்ளது, இதனை என்னால் இனிமேலும் பொறுக்க இயலாது, என்னுடைய வேதனை நீங்க ஒரு உபாயத்தை தா” என்று கேட்டதன் பொருட்டு சிவனே திருஞானசம்பந்தரை அனுப்பியதாகப் பதிவு செய்யப்பட்டுள்ளது.

அதாவது தமிழில் வழிபட, இலக்கியம் படைக்க இருந்த ஆரிய, - வைணவக் கட்டமைப்பை உடைக்கவே பக்தி இலக்கியவாதிகள் தோன்றியதாகவும், அவர்களின் தீவிரமான பக்தி இலக்கியப் போராட்டத்திற்குப் பிறகே சைவமும், அதன் வழியாக தமிழும் எழுச்சி பெற்றது என்று தன்னுடைய பெரியபுராண ஆய்வுரையில் வெள்ளைவாரணார் பதிவு செய்துள்ளார்.

தமிழைக் கொண்டு பக்தி இலக்கியம் படைத்துச் சமணத்தைத் தோற்கடித்து, சமணத்தை, வைதிகத்தை ஏற்றிருந்த பல மன்னர்களை சைவத்தின் பக்கம் ஈர்த்து, அவர்களையும் தமிழ்ப் படுத்தியவர்கள் நமது சைவ மூலவர் நால்வரும், அறுபத்து மூவரும் என்றால் மிகையாகாது. எனவே பக்தி இலக்கியக் காலத்தில் தமிழ்த்தேசிய உணர்வும் ஒற்றுமையும் தமிழை, தமிழ் இலக்கியங்களை, தமிழர் மெய்யியல் விழுமியங்களைக் காப்பாற்ற எழுந்து அதில் வெற்றியும் பெற்றது என்பதை வரலாறு பதிவுசெய்துள்ளது

பிற்கால மூவேந்தர்களின் காலமும் தமிழ் மொழி உணர்வும்

பக்தி இலக்கியக் காலத்தில், ஏறக்குறைய தமிழர் மெய்யியலுக்கு அந்நிய மதங்களாகக் கருதப்பட்டக் சமணம், பவுத்தம், ஆரியம் ஆகிய மூன்று மதங்களும் தங்களுக்குள் போரிட்டுக்கொண்டு, ஒன்றை ஒன்று தின்றுச் செரித்து, தீவிரமான வைதிக மதம் தன்னை வைணவம் என்று உருமாற்றத் தொடங்கியது. அதாவது, சமணத்தின் கூறுகளை, பவுத்தத்தின் கூறுகளை எடுத்துக்கொண்ட ஆரியம் வைணவம் என்ற புதிய வடிவம் கொண்டது. வைணவ மதத்திலும் தமிழ் ஆழ்வார்கள் கோலோச்சி இருந்தார்கள் என்பது வரலாற்றுப் பதிவு. இந்தக் காலகட்டத்தில்தான் விஜயநகர மக்கள் சிறுகச் சிறுகப் பிழைப்பு தேடி வரத் தொடங்கினார்கள் என்பதும், இதுவே தமிழரசர்கள் மீது விஜயநகரத் தெலுங்கர்கள் படையெடுத்து வர வாய்ப்பாக அமைந்தது என்றும் சொல்லப்படுகிறது.

பக்தி இலக்கியக் காலத்தின் தொடர்ச்சியாகப் பிற்கால மன்னர்களின் ஆட்சி அமைந்ததால், அதன் தொடர்ச்சியாகப் பக்தி இலக்கியங்கள்

ஆதரவு எதிர்ப்புப் பொறிமுறைகள் மட்டுமே தமிழ் உணர்வு மேலோங்க வேண்டிய இடத்தில் மேலோங்கி நின்றதைக்காணமுடிகிறது.

விஜயநகர அரசர்களின் படையெடுப்பும், தமிழ் மண்ணில் நிகழ்ந்த மொழி மற்றும் கலாச்சாரச் சீரழிவுகளும்

பிற்காலச் சோழர் வீழ்ச்சிக்குப் பிறகு, தமிழகத்தில் நிலையான ஆட்சி அமையவில்லை. கி.பி.1279 ஆம் ஆண்டு, மூன்றாம் இராசேந்திர சோழன் மரணம் அடைந்தார். இவரோடு சோழர் காலம் முடிந்தது. இதன் பின்னர்ப் பாண்டியரும் வலுவிழந்து, குறுநில மன்னராகிப் பின் அதையும் இழந்தனர்.

பாண்டியரை ஒழித்ததில் மாலிக்காபூர் எனும் முகமதிய அரசனுக்குப் பெரும்பங்கு உண்டு. டெல்லியில் வலுவான முகமதிய அரசு அமைந்து, டெல்லி சுல்தானாக 1320 ஆம் ஆண்டு பதவி ஏற்ற கியாசுதீன், இந்தியா முழுமையையும் ஒரே குடையின் கீழ்க் கொணர நினைத்தார்.

அப்போது பாண்டி நாட்டை ஆட்சி செய்தவர் பராக்கிரமப் பாண்டியன். கியாசுதீன் தன் மகன் உலுக்கான் என்பவரை, பாண்டியருடன் போர் புரிய அனுப்பினார். பராக்கிரமப் பாண்டியன் தோற்கடிக்கப்பட்டுப் பாண்டிய நாடு, டில்லி சுல்தானின் 23 ஆவது மாநிலமாக இணைக்கப்பட்டது.

டில்லி சுல்தான்களால் அனைத்து மாகாணங்களையும் கட்டுப்படுத்த முடியவில்லை. 1335 ஆம் ஆண்டு, மதுரையை ஆண்ட ஜலாலுதீன் தன்னை சுதந்திர அரசனாக – சுல்தானாக அறிவித்துக்கொண்டார். அதன் பின்னர் மதுரையில், சுல்தான்களின் ஆட்சி நீடித்தது.

தென்னிந்தியாவில் முகமதியர் ஆட்சி அமைவதை, ஆரியவயப்பட்ட தென்னிந்திய அரசர்களால் ஏற்றுக்கொள்ள முடியவில்லை. ஆரிய – பிராமணிய ஆட்சிமுறைக்கு நேர் விரோதமான கொள்கைகளைக் கொண்டிருந்த முகமதியரின் தொடர் வெற்றிகளை நிறுத்தாவிட்டால், தமது இருத்தலே கேள்விக்குள்ளாகிவிடும் என்ற நிலை ஆரியக் கருத்தில் தோய்ந்த அரச குலத்தவருக்கு ஏற்பட்டது. குறிப்பிட்ட இந்தக் காலத்தில், அரசமைக்கும் வலுவோடு தென்னிந்தியாவில் இருந்தவர்கள் இணைந்து அமைத்த அரசே விஜயநகரப் பேரரசு ஆகும்.

இந்துத்துவக் கோட்பாடுகளைத் தமிழ்நாட்டில் விதைத்து உரமிட்டவர்கள் விஜயநகரப் பேரரசினர் ஆவர்.

விஜயநகரப் பேரரசு அமைக்கப்பட்ட வரலாறு

'தென்னிந்தியாவில் இந்துதர்மத்தை நிலைநாட்டும் அரசு தேவைப்பட்டது; இதற்காகவே விஜயநகரப் பேரரசு அமைக்கப்பட்டது' - இதுதான், பல வரலாற்றாசிரியர்களின் ஒருமித்த கருத்து ஆகும். இது பாதி உண்மைதான். இந்துதர்மம் என்பதைக் காட்டிலும், பிராமண மேலாதிக்கத்தை நிலைநாட்டும் அரசு' எனக் கூறுதல் பொருத்தமாகும்.

13ஆம் நூற்றாண்டில் முகமதியர் படையெடுப்பு தென்னிந்தியா வரை பரவியது. ஆந்திரா – கர்நாடகப் பகுதிகளில் அரசாண்ட காகதியர்கள் முகலாயரிடம் தோற்றனர். இந்தக் காகதியரின் படைத் தளபதிகளாக இருந்தோர் அரிகரன், புக்கன் ஆகிய சகோதரர்கள். இவ்விருவரும், குறும்ப இனத்தவர் எனப்படுகின்றனர். குறும்பராயிருக்க வாய்ப்புள்ளது. ஏனெனில், இவர்கள் தம்மை யாதவர் என்றும் அழைத்துக்கொண்டனர். மேலும், கிருஷ்ணன் வழித்தோன்றல்களாகவும் தம்மைக் கூறிக்கொண்டவர்கள் இவர்கள். குறும்பர்கள், மேய்ச்சல் குலத்தவர் என்பதை இங்கு பொருத்திப் பார்க்கலாம்.

முகலாயரிடம் கைதான சகோதரர்கள் இருவரும் டெல்லியில் சிறையிலடைக்கப்பட்டனர். அங்கு, இவ்விருவரும் முகலாயராக மதம் மாறும்படி நிர்பந்தம் செய்யப்பட்டனர். அவர்கள் மாறுவதாக ஒத்துக்கொண்டு தப்பினரா அல்லது வேறுவகையில் தப்பினரா என்பது புரியவில்லை.

இந்த நேரத்தில், இச் சகோதரர்களைச் சந்திக்கிறார் வித்யாரண்யர் எனும் பிராமண குரு. இவர், மாதவாச்சாரியார் என்றும் மாதவ வித்யாரண்யர் என்றும் கூட அழைக்கப்பட்டவர். ஆதிசங்கரரின் அத்வைதக் கொள்கைவழி வந்தவர் இந்த வித்யாரண்யர். பல்வேறு தத்துவ மரபுகளைத் தொகுத்து இவர் எழுதிய நூல், 'சர்வதர்சனசங்கிரஹா' என்பதாகும். அத்வைத மரபில் இயற்றப்பட்ட முகாமையான நூல் என இது புகழப்படுகிறது.

இந்துமதம் என்னும் பிராமண ஆதிக்கக் கருத்தியலை வடிவமைத் தவர்களில் வித்யாரண்யருக்குச் சிறப்பான இடம் உண்டு. இந்த நூலில் வித்யாரண்யர், 16 தத்துவங்களை அத்வைதத்துக்குள் / இந்து மதத்துக்குள் அடக்குகிறார். அவை அனைத்துமே, வெவ்வேறு தனிச் சிறப்புகள் வாய்ந்தவை.

தமிழரின் தன்னிகரில்லாத் தத்துவமாகிய, சாங்கியத்தையும் வித்யாரண்யர் 16 தத்துவங்களில் ஒன்றாக்கினார். சிவனியமும் (சைவமும்) மேற்படி நூலில் அடக்கப்பட்டது.

வைதீக பிராமணியத்தை எதிர்த்த, தமிழரின் சமயங்களையே, பிராமணியத் தத்துவங்களுக்குள் அடக்கினார் வித்யாரண்யர். சிவன், இந்து மதத்தின் கடவுள் ஆக்கப்பட்டார் என்பதைக் காட்டிலும் கேலிக் கூத்து வேறு என்ன இருக்க இயலும்?

இவ்வாறுதான் 'இந்து' எனும் மதம் பிராமணியத்தால் 'உருவாக்கப் பட்டது'.

இந்த வித்யாரண்யர், அரிகரன் – புக்கன் சகோதரர்களிடம் ' 'இந்துத்துவக் கொள்கைகளை நிலைநாட்டும் அரசை அமைக்க வேண்டும்' என்றார். சகோதரர்கள் ஒப்புக்கொண்டனர்.

இவர்கள் பேரரசு அமைத்த கதை பலவாறு கூறப்படுகிறது. அவற்றில் முகாமையாகக் கூறப்படும் கதையைக் காண்போம்.

2000 ஆண்டுகள் நீடித்து இருக்கும்படியான பேரரசு அமைத்துத் தருவதாக வித்யாரண்யர் உறுதி அளித்தார்.

பேரரசு அமைப்பதற்காக, அவர்கள் இடம் தேடிச் சென்றனர். ஓரிடத்தில், ஒரு முயல் நாயைத் துரத்திப் போவதைக் கண்டனர். வித்யாரண்யர், 'இந்த இடமே பொருத்தம்' என்றார். அதுவரை நிலவிய அதிகார நிலையை மாற்றப்போகும் இடம் இது என்று பொருள் கொள்ளலாம். 'இனி, பிராமணர்கள் சத்ரியர்களைத் துரத்தப்போகும் இடம் இது' எனலாம்.

வரலாற்றில் அதுதான் நடந்தது. அந்த இடத்தில் அமைக்கப்பட்டதுதான் விஜயநகரப் பேரரசு ஆகும்.

அடுத்ததாக, அரசு அமைக்க அடிக்கல் நாட்ட நல்ல நேரம் பார்த்தனர். சகோதரர்களைக் குறிப்பிட்ட இடத்தில் நிற்க வைத்துவிட்டு, வித்யாரண்யர் மலைக் குன்று மீது ஏறினார். வானில் உள்ள நட்சத்திரங்களைக் கணித்துவிட்டு முகூர்த்தம் பார்த்துச் சொல்வதற்காகச் சென்றார்.

அவர் சென்ற பிறகு, மலையிலிருந்து சங்கு ஊதும் ஓசை கேட்டது. 'இதுவே தகுந்த நேரம்' எனக் கருதி, சகோதரர்கள் அந்த நேரத்திலேயே அடிக்கல் நாட்டினர். சிறிது நேரம் கழித்து மீண்டும் சங்கு ஊதும் ஓசை கேட்டது. சகோதரர்களுக்கு விளங்கவில்லை. பின்னர், வித்யாரண்யர் வந்து 'எந்தச் சங்கொலிக்குக் கல் நாட்டினீர்கள்?' எனக் கேட்டார். சகோதரர்கள் 'முதல் சங்கொலிக்கு' என்றனர்.

'இந்தப் பேரரசு 200 ஆண்டுகள் மட்டும்தான் நிலைக்கும். ஏனெனில், முதல் சங்கு ஊதியவன் தாழ்ந்த சாதிக்காரன்' (பணிவுடன் நடந்துகொள்பவன் / JangamaDevaru / one who begs) என்றார். *(www.wiki pedia.org)*

'இந்தப் பேரரசு, நீடிக்க வேண்டுமெனில் தாழ்ந்த சாதிக்காரர்கள் முடிவெடுக்கும் இடத்தில் இருக்கக் கூடாது' என்பதற்கான எச்சரிக்கை அல்லவா இது!

ஆக, இடம் – அதிகாரப் படி நிலையை மாற்றும் சகுனத்தை அடிப்படையாகக் கொண்டது. (முயல் போன்ற பிராமணர்கள், சத்ரியர்களைத் துரத்தப் போகிறார்கள்), நேரம் – சாதியால் தாழ்ந்தவரை முன்னிறுத்தக் கூடாது என்ற எச்சரிக்கையைக் கொண்டது.

இவ்வாறாக அமைக்கப்பட்டது விஜயநகரப் பேரரசு –அதாவது, திராவிட அரசு!

வித்யாரண்யர், விஜயநகரப் பேரரசின் மூளையாகவே செயல்பட்டார். தனக்குப் பிறகு, விஜயநகரப் பேரரசில் பிராமணர்கள் ஆதிக்கம் மேலோங்குவதற்கான அனைத்து வழிவகைகளையும் செய்துவைத்தார்.

விஜயநகரப் பேரரசன் முதலாம் புக்கனின் மகன் கம்பணா, தமிழகத்தைக் கைப்பற்றிய 'திராவிட 'அரசர்களின் முன்னோடி. வட மேற்குத் தமிழகத்தை ஆண்ட சம்புவரையர்களை, கம்பணா தோற்கடித்தான். இதேவேளை மதுரையில் சுல்தான் ஆட்சி நடந்தது.

முதல் மசூதி இடிப்பு – திராவிட சாதனை'!

காஞ்சிபுரத்தில் தங்கியிருந்த கம்பணா ஒரு கனவு கண்டான். அக் கனவில் தோன்றிய பெண், மதுரை சுல்தான் ஆட்சியில் மக்கள் படும் துன்பங்களை எடுத்துரைத்தாள்.

வேத மந்திரங்கள் ஒலித்த இல்லங்களில் கூச்சலும் குழப்பமும் மலிந்தன. பெண்களும் பிராமணர்களும் துன்புறுத்தப்பட்டனர். இந்துக்களின் புனிதச் சின்னமான 'பசு' வதைக்கப்பட்டது. தாமிரபரணி ஆறு ரத்த ஆறாக ஓடியது' (தமிழகத்தில் விஜயநகர ஆட்சி, தஞ்சை சரசுவதி மகால் வெளியீடு 2007/ பக் – 32)

இந்தக் கனவின் பின்னர் மதுரை சுல்தானைக் கம்பணா வென்றான். மிகத் தெளிவான இந்துத்துவ / பிராமணியக் கனவு கம்பணாவுக்கு வந்தது. கம்பணா உள்ளிட்ட அன்றைய 'திராவிட' ஆட்சியாளர் அனைவரும் இந்துத்துவ வெறியராக இருந்தனர் என்பதாலேயே இவ்வாறு கூறுகிறேன்.

இதற்கான முகாமையான சான்று ஒன்றைக் காண்போம்.

‘திருச்சிராப்பள்ளி மாவட்டத்தில் கண்ணனூர் என்பது ஒய்சாளர்களின் முந்தைய தலைநகரமாக இருந்தது. அங்கு வீரசோமேஸ்வரா என்ற ஆட்சியாளன் கி.பி.13 ஆம் நூற்றாண்டின் மத்தியில் போசலீஸ்வரம் உடையார் கோயிலைக் கட்டினான். ஆனால், இக்கோயில் முகமதியரின் தென்னகப் படையெடுப்பின்போது சேதப்படுத்தப்பட்டது. இக்கோயில் வளாகச் சுவர்க் கற்களை முகமதியர் கோட்டையமைக்கப் பயன்படுத்தினர். ஆனால், குமார கம்பணாவின் தென்னகப் படையெடுப்பின் விளைவாக அம்மசூதியை மீண்டும் பழைய நிலைக்குக் கோயிலாகப் புதுப்பிக்கத் திருப்பணி மேற்கொள்ளப்பட்டது’ (மேலது நூல்/ பக் – 33)

அதாவது, மசூதி இடிக்கப்பட்டு கோயில் கட்டப்பட்டது. தமிழக வரலாற்றில் முதல் முதலாக மசூதியை இடித்தவர்கள், விஜயநகர – திராவிடரே!

கம்பணாவின் அதிகாரிகள் வரிசையைக் காண்போம்.

1. சோமப்ப தன்ன நாயக்கர்
2. கண்டாரகுளி மாரய்ய நாயக்கர்
3. அனிகொண்டி வித்தாரபர்
4. கோபணாரிய கோபணாங்கா

இவர்கள் அனைவரும் சாதியால் பிராமணர் ஆவர். ‘நாயக்கர்’ என்பது அரசனால் வழங்கப்படும் பட்டம். ‘நாயக்கன்’ என்றால், ‘சேனைத் தலைவன்’ என்று பொருள். கன்னட – தெலுங்கு ‘திராவிட’ பிராமணர்கள் எண்ணற்றவர்கள் விஜயநகரப் பேரரசில் பங்கு பெற்று, ‘இந்துத்துவ தர்மத்தைக் காத்து’ நாயக்கர் எனும் பட்டம் பெற்றனர். இப்பட்டமே பின்னர் சாதியாகவும் மாறியது. பிற்காலத்தில், இச்சாதி பெருவாரி மக்களுக்கானதாக மாறியது. இன்றைக்கு இச்சாதி அடையாளத்தோடு இருப்போருக்கும், விஜயநகர பிராமணச் சாதியினருக்கும் நேரடி உறவோ தொடர்போ வரலாற்றில் காணப்படவில்லை.

அக்காலத்தில் அது ஒரு ‘பட்டப் பெயர்’ என்பதை மறக்கலாகாது. இனி, விஜயநகரப் பேரரசின் துவக்ககால ஆட்சியாளர்களைப் பார்ப்போம்.

‘சோமப்ப தன்ன நாயக்கர் ஒரு வட மொழிப் பண்டிதர். கோயில் திருப்பணிகளில் ஈடுபாடு கொண்டவர். முல்பாகல் என்னுமிடத்தில் சோமநாதர் ஆலயத்தைக் கட்டியவர்’ (மேலது நூல் / பக் – 39)

‘கண்டாரகுளி மாரய்ய நாயக்கர், சோமப்ப நாயக்கரின் மகன். கம்பணாவின் தளபதி. இவருக்குக் கம்பணா ‘அன்ன மங்களப் பற்று’

எனும் கிராமத்தைத் தானமாகக் கொடுத்தான். தன் தந்தை சோமப்ப நாயக்கர் பேராலேயே, சோமப்ப தன்ன நாயக்க சதுர்வேதி மங்கலம் என்னும் சர்வமானிய கிராமத்தை ஏற்படுத்தினார். அதுவே தற்போது விழுப்புரம் மாவட்டம் திண்டிவனம் அருகில் உள்ள சட்டம்பாடி எனும் பெயருடன் விளங்கி வருகிறது.

மேலும், இக்கிராமத்தை 42 பங்காகப் பிரித்து இரண்டு பங்கைக் கோயிலுக்கும் மீதமுள்ள 40 பங்கை 40 பிராமணர்களுக்கும் பங்கிட்டு வழங்க ஆணையிட்டான்' (மேலது நூல் / பக் – 40, 41, 43)

'அனிகொண்டி வித்தாரபர், கம்பணாவின் மனைவி ரமாதேவியின் பெயரில் 'ரமாதேவி நல்லூர்' என்ற பிராமண கிராமத்தை அமைத்தார்.' (மேலது நூல் / பக் – 44)

'கோபணாரிய கோபணாங்கா, தமிழகக் கோயில்களுக்குப் பொதுக் கண்காணிப்பாளராக இருந்தார்' (மேலது நூல் / பக் – 45)

- ஆட்சியதிகாரத்தின் அனைத்து மட்டங்களிலும் பிராமணர்கள் இருந்த நிலையைத்தான் 'திராவிட' அரசர்கள் தமிழகத்தில் அறிமுகம் செய்து வைத்தனர். இந்தப் பிராமணர்களும் ஆட்சியாளர்களாக இருந்த பிற ஆதிக்க சாதியினரும்தான் தமிழகத்தின் சாதியம் எனும் கருத்தியலை முற்றும் முழுதாக நடைமுறைப்படுத்தினர்.

விஜயநகர அரசர்களின் காலத்தில் தெலுங்கு, கன்னடம் மற்றும் மலையாளம் பேசக்கூடிய நபர்களும் அரசர்களும் அதிகாரத்தில் இருந்ததால், தமிழ் மொழி வீழ்ச்சியைச் சந்தித்ததோடு மட்டுமின்றி, தமிழர்களின் பண்பாடு முற்றிலும் சீரழிக்கப்பட்டது. வர்ணாசிரம பாகுபாடு நிலைப்பு, சாதிய ஒடுக்குமுறை அதிகரிப்பு, தேவதாசி முறை என தமிழ் நிலத்தில் இல்லாத கலாச்சாரங்கள் கோலோச்சத் தொடங்கின. உண்மையில் விஜய நகரப் பேரரசை நிறுவியவர்கள் தெலுங்கர் மட்டுமில்லை என்பதைப் புரிந்துகொள்ள வேண்டும். முகமதியர்களின் ஆட்சி இந்தியாவின் தெற்குப் பகுதியில் வந்துவிடக் கூடாது என்று நினைத்த பிராமணர்கள், இங்கு ஏற்கெனவே பிராமணக் கட்டுப்பாட்டில் இருந்த தமிழ் மன்னர்களோடு, கன்னட மற்றும் தெலுங்கு மன்னர்களை இணைத்துக் கட்டமைக்கப்பட்டதே என்பதை புரிந்துகொள்வதோடு, ஆரியர்களும் திராவிடர்களும் வெவ்வேறானவர்கள் என்று சொல்லும் மாயையை நினைவில் கொள்ளவேண்டிய அவசியம் இருக்கிறது. மேலும் இந்த நிலத்தில் முதலில் மசூதியை இடித்தவர்கள் திராவிடர்கள் என்பதையும் நாம் கவனத்தில் கொள்ளவேண்டும் விஜயநகர

ஆட்சியின் தொடர்ச்சியாகப் பாளையக்காரர்கள் ஆட்சி நடைபெற்றது. பாளையக்காரர்களின் ஆட்சியிலும் விஜயநகர ஆட்சி முறை நிலையே நீடித்தது எனலாம்.

வெள்ளையர்களின் ஆட்சிக் காலமும் தமிழர்களின் உணர்வும்

தமிழகத்தில் பதினேழாம் நூற்றாண்டில் தோன்றிய ஆங்கிலேய கம்பெனி ஆட்சியின் ஆதிக்கம், படிப்படியாக அதிகரித்தது; பத்தொன்பதாம் நூற்றாண்டின் தொடக்கத்தில் சில பகுதிகளைத் தவிர ஒட்டு மொத்த தமிழகமும் பிரித்தானிய இந்தியப் பேரரசின் கட்டுப்பாட்டில் வந்தது. வெள்ளையர்கள் தங்களது ஆட்சிக்காலம் முழுமைக்கும் நான்கு வகையான ஆட்சி முறையைப் பின்பற்றினர். அதாவது, கம்பெனி ஆட்சி (1684 - 1858), மன்னராட்சி (1858 - 1920), இரட்டை ஆட்சிமுறை (1920 - 1937), மாநில சுயாட்சி முறை (1937 - 1947) ஆகிய முறைகளில் தமிழர் நிலத்தை ஆட்சி செய்தனர். இவர்களின் ஆட்சிமுறை, அவர்கள் நிகழ்த்திய வளச்சுரண்டல் குறித்தெல்லாம் விரிவாக வெள்ளையர்கள் ஆட்சியில் தமிழகம் மற்றும் தமிழகத்தில் விடுதலைப்போராட்ட வரலாறு ஆகிய நூல்களில் காணலாம். இங்கே வெள்ளையர்களின் வருகையின் போது ஏற்கெனவே இங்கு வந்திருந்த விஜயநகர வாரிசுகளும், ஆரியர்களும், தமிழர்களும் என்ன நிலையிலும் என்ன உணர்விலும் இருந்தார்கள் என்பதை அறிவது அவசியமாகிறது. வெள்ளையர்களின் வருகையின் போது, இங்கு இருந்த சமய நம்பிக்கைகள் எவ்வாறு இருந்தன என்று புரிந்துகொள்ள வேண்டியதும் அவசியமாகிறது.

வெள்ளையர்களின் வருகையின்போது அவர்கள் வெறும் பொருளீட்டல், அடிமைப்படுத்துதல் என்பதைத் தாண்டி அவர்களினுடைய சமய நம்பிக்கையையும் இங்கே பரப்பியதால், ஏற்கெனவே இருந்தவை எவை எவை என்ற புரிதல் இருந்தால்தான் வந்தவை எவை என்ற புரிதல் வரும்.

வெள்ளையர்கள் வருகையின் போது தமிழகத்தின் சமய நிலைகள்

வரலாற்று ஆய்வாளர்களின் தரவுகள் மற்றும் கருத்துகளின் அடிப்படையில் வெள்ளையர்களின் வருகைக்கு முன்பு இங்கே எந்த மதக்கொள்கைகளும் நிறுவனமயப் படுத்தப்படவில்லை என்பது புலனாகிறது. தமிழர்களின் தொன்ம மெய்யியல் கொள்கைகள் சுதந்திரமுடைய அணுகுமுறையாக இருந்துவந்தது, பிறகு வைதீகம், சமணம் மற்றும் பவுத்தம் வருகையின் போது, அந்த மூன்று மதங்களும் தங்களுக்குள் சண்டை போட்டுக்கொண்டதோடு மட்டுமின்றி, தமிழரின் மெய்யியலில் தாக்குதலை நிகழ்த்தியது, குறிப்பாக மொழியின் மீதும்,

வழிபாட்டு முறைகளின் மீதும் வந்த மதங்கள் தாக்குதல் நிகழ்த்த, தமிழர் மெய்யியல் சைவம் என்ற வடிவத்தைக் கொண்டது. வடிவத்தைக் கொண்டபோதும் சைவம் எல்லையற்ற பிரிவுகளைக் கொண்டு 24 வகையான பிரிவுகளை கொண்டதாக ஐயா மறைமலையடிகளார் பதிவுசெய்துள்ளார்[8]. அதாவது அந்த இருபத்து நான்கு பிரிவுகளிலும், கடவுள் இல்லை என்று சொல்பவர்களைக் கூட உள்ளடக்கியது சைவத்தின் சிறப்பு. ஆகவே வெள்ளையர்கள் இங்கே வந்த காலகட்டத்தில், தமிழர்களின் ஆதி மதமாகிய, வீரசைவம், இங்கே வந்த மதங்களாகிய சமணத்தையும் பவுத்தத்தையும் உட்செரித்து புதிய வடிவத்தில் வைதீகம் (ஆரியம்) மதமும், முகலாயர்களின் படையெடுப்புக் காலத்தில் வந்த இஸ்லாமும் இங்கே இருந்தது. ஆங்கிலேயர்களின் காலத்தில் இங்கே கிழக்கிந்தியக் கம்பெனிகளோடு, கிருஸ்தவ மதத்தினைப் பரப்ப பாதிரியார்களும் இங்கே வந்தார்கள். கிருஸ்தவ மதம் மற்ற மதங்களோடு ஒப்பிடுகையில் வேகமாகப் பரவியதற்கு மற்றும் ஒரு காரணம், வெள்ளைக்காரன் துப்பாக்கி முன்பு அந்த மதமானது பரப்பப்பட்டது.

வெள்ளையர்களின் வருகையின் போது விஜயநகரத் தெலுங்கர்களின் நிலை

வெள்ளையர்களின் காலம் என்பது விஜயநகர வாரிசுகளின் நீட்சியின் ஆட்சியாக இருந்த பாளையக்காரர்களின் ஆட்சிக் காலத்திற்குப் பிந்தைய நிலை. தமிழகம் முழுமைக்கும் பல்வேறு பாளையங்களாகப் பிரிக்கப்பட்டு, பலவற்றில் விஜயநகரத் தெலுங்கர்களும் சிலவற்றில் தமிழ்க் குறுநில மன்னர்களும் அதிகாரத்தில் இருந்தார்கள். வெள்ளைக்காரர்களின் ஆட்சி அதிகாரத்தில் தம்மை இணைத்துக்கொண்ட பல தெலுங்குப் பாளையக்காரர்கள் வெள்ளையர்களுக்கு வரிசெலுத்தி தம்முடைய அதிகாரத்தை அப்படியே தக்கவைத்துக்கொண்டார்கள். அந்தக் காலக்கட்டத்தில் ஆரியர்கள்,வெள்ளையர்களின் மொழியைக் கற்றுக்கொண்டு, வெள்ளையர்களுக்கு, தமிழ்ப் பாளையக்காரர்களும் மொழிப்பெயர்ப்பாளர்களாக இருந்தார்கள். இதன் மூலம் வெள்ளையர்களை விஜயநகரத் தெலுங்கர்களை விட ஆரிய பிராமணர்கள் நெருங்கிய தொடர்பைக் கொண்டிருந்தார்கள். இந்தத் தொடர்பின் மூலம் வெள்ளையர்களின் கீழ் இருந்த பாளையக்காரர்களின் அதிகாரத்தை எளிதாக பிராமணர்களும் அல்லது பிராமணர்கள் விரும்புகின்றவர்களும் அதிகாரத்தின் மையத்திற்கு வந்தார்கள்.

வெள்ளையர்களின் காலத்தில் தமிழர்களின் உளவியல் நிலை

பிற்கால மூவேந்தர்களின் வீழ்ச்சிக்குப் பிறகு தமிழர்கள், விஜயநகர மன்னர்களுக்கும், மராட்டியர்களுக்கும், பாளையக்காரர்க்கும்

முகம்கொடுத்து வந்த தமிழர்கள் வெள்ளையர்களுக்கும் முகம்கொடுத்து அடிமையாக இருக்கவேண்டிய நிலை வந்தது. குறிப்பாகத், தமிழர்கள் நாம் யார், எதற்காக மூவேந்தர்கள் காலத்திற்குப் பிறகு விஜயநகர அரசர்கள் தொடங்கி, வெள்ளையர்கள் வரை அடிமையாக இருக்கிறோம் என்றெல்லாம் சிந்திக்க வாய்ப்பற்றுப் பொருளாதார வாழ்வியல் சிக்கலில் சிக்குண்டு கிடந்ததை வரலாறு பதிவுசெய்து வைத்துள்ளது. குறிப்பாக, இங்கே கிறிஸ்தவத்திற்கு மாறிய தமிழர்களில் அதிகப்படியானோர், அவர்கள் கொடுக்கும் இலவச, அரிசி மற்றும் கோதுமைக்காக மாறினார்கள் என்பதை வெள்ளையர்கள் பதிவு செய்துள்ளனர்.

தமிழர்களைப் பொருத்தவரை, வருகையின் போது அமைதியாக இருந்தாலும், பிற்காலத்தில் வெள்ளையர்களை எதிர்த்துக் கடுமையாக போரிட்டார்கள். போரிட்ட காலகட்டத்தில் தமிழ்த்தேசியம் என்ற சிந்தனையானது அரசியல் உணர்வாக வெளிப்படவில்லை என்றாலும்,அவர்கள் எதற்காக நம்மை ஆள்கிறார்கள் என்ற சிந்தனை ஓட்டம் அவர்களை இயக்கியது என்று சொல்லலாம்.

வெள்ளையர்களின் காலத்தில் இந்து என்ற சொல்லாடல்

பிறப்பு

இந்து என்ற சொல் இந்தியாவில் பிறந்த வேதங்களிலோ, உபநிடங்களிலோ, இன்னும் வேறுவகையான பழமையான இலக்கியங் களிலோ இல்லை. இந்தச் சொல் ஐரோப்பிய ஒருங்கிணைப்புவாதிகள் கீழ்த்திசை நாடுகள் பற்றி ஆய்வு செய்யும் போது பயன்படுத்திய சொல். இந்தச் சொல்லுக்கு என்று அதிகப்படியான மதிப்பீடு என்னவென்றால், இது வெள்ளைக்காரர்களால் உருவாக்கப்பட்ட சொல். காலஞ்சென்ற சங்கர மடத்தின் பெரியவர் சந்திரசேகரேந்திர சரசுவதி தன்னுடைய “தெய்வத்தின் குரல்” என்ற நூலில் “வெள்ளைக்காரன் வந்து நாமெல்லாம் இந்து என்று பெயர் வச்சானோ இல்லையோ, நாம் பிழைத்தோம்” என்று பதிவுசெய்துள்ளார்.

தமிழகத்தைப் பொருத்தவரை இந்தச் சொல்லானது 18 ஆம் நூற்றாண்டு வாக்கில் வருகை தருகிறது. மேலும் “இந்து” சொல்லுக்கான அங்கீகாரத்தை பிராமணர்கள் வெள்ளைக்காரனிடம் இருந்தே பெற்றுக்கொண்டார்கள். 1799 ஆம் ஆண்டில் வெள்ளையர்களின் ஆட்சியில், உள்நாட்டு நெறிமுறைகளைத் தொகுக்கவேண்டிய கட்டாயம், கொல்கத்தாவின் ஆட்சியாளராக இருந்த சர் வில்லியம்ஜோன்ஸ் அவர்களுக்கு உருவானது. எனவே அவர் உள்நாட்டு நெறிமுறைகளைத் தொகுத்து, அதற்கு Hindu Law

என்று பெயரிட்டார். இந்தச் சொல் எந்த மொழிகளிலும் இல்லாத சொல் என்பது முக்கியமானது. மேலும் ஆரிய வரையறைகளைத் தன்னகத்தே கொண்ட இந்து என்ற சொல் தனக்கென்று நில, மொழி, பண்பாட்டின் அடையாளத்தை வெள்ளைக்காரன் காலத்தில் வெளிப்படுத்தி ஒரு தேசியத்திற்கான அங்கீகாரத்தைப் பெற்றுக்கொண்டது.

மேலும் பார்ப்பனர்கள் அல்லாதவர்களையும் உள்ளடக்கி, யாரெல்லாம் இஸ்லாமியர்கள், கிருஸ்தவர்கள் மற்றும் பார்சிக்கள் இல்லையோ அவர்களெல்லாம் இந்துக்கள் என்று தன்னை விரிவுபடுத்தி ஒரு கற்பனை வாதத்தைத் தேசியமாக்கிக்கொண்டது.

இந்து தேசியத்திற்கான மொழி வரையறையைக் கொடுப்பதற்காக, வெள்ளைக்காரர்களின் காலத்தில் பிராமணர்கள் மாக்ஸ் முல்லர் என்ற ஜெர்மானியரைப் பயன்படுத்திக்கொண்டனர். இதில் என்ன பெரிய கொடுமை என்றால், தன்னுடைய வாழ்நாளில் ஒருமுறை கூட இந்தியாவிற்குப் பயணம் செய்திடாத, இந்தியாவைப் பற்றி கேட்டறிந்த மாக்ஸ் முல்லர், இந்தியாவின் பெரும்பான்மை தேசியம் இந்துதேசியம் என்றும், பெரும்பான்மை மக்கள் பேசக்கூடிய மொழி சமஸ்கிருதம் மற்றும் அவற்றில் இருந்து கிளைத்த மொழி என்றும் பதிவு செய்துள்ளார். குறிப்பாக இந்தோ - யூரோப்பியன் மொழிக் குடும்பம் குறித்துப் பதிவு செய்யும் பொது அதற்கென்று ஒரு வடிவத்தைக் கொடுத்து, அதன் கிளைமொழிகள் பட்டியலில் இந்துத் தேசியத்திற்கு என்ற அடிப்படை மொழிக் கட்டமைப்பு இதுதான் என்று மாக்ஸ் முல்லர் பதிவு செய்கிறார். இரண்டு கண்களும் தெரியாத ஒருவர் யானையின் பாகங்களைத் தடவிப்பார்த்து யானையின் வடிவத்தைச் சொன்னது போல, இந்தியாவிற்கு ஒருமுறைகூடப் பயணித்திடாத மாக்ஸ் முல்லர் உருவாக்கிய மொழிக் கட்டமைப்பைக் கொண்டதே இந்து தேசியத்தின் மொழிக் கட்டமைப்பு.

வெள்ளைக்காரர்களின் காலமும் திராவிட தேசிய உருவாக்கமும்

திராவிடம் என்ற ஒரு கற்பனைவாத தேசியம் உருவான நேரம், நோக்கம் மற்றும் தேசியத்திற்கு என்று எடுத்துக்கொண்ட காரணிகள் குறித்து மிகச் சிறப்பாக வரலாற்று ஆய்வாளர்கள் பதிவு செய்துள்ளனர்.[9]

1875 ஆம் ஆண்டிற்கு முன்புவரை திராவிடம் என்ற சொல்லாடல் தெலுங்கர்களை மட்டுமே குறித்தது. எப்படி ஆரியத் தேசியத்திற்கு என்று ஒரு மொழியியல் கட்டமைப்பை உருவாக்கிய மாக்ஸ் முல்லர் இந்தியா வராமல் அதை செய்தாரோ, தென்னிந்திய மொழிகள் குறித்தும்,

அதனுடைய தோற்றுவாய் குறித்தும் எந்தவிதப் புரிதலும் இல்லாத கால்டுவெல் பாதிரியார், எல்லீஸ் அவர்களின் ஆய்வினை அப்படியே எடுத்துக்கொண்டு, அவர் வைத்திருந்த "தென்னிந்திய மொழிக்குடும்பம் என்ற என்ற பெயரை மட்டும் அப்படியே "திராவிட மொழிக்குடும்பம்" என்று இல்லாத திராவிட தேசியத்திற்கான ஒரு மொழிகட்டமைப்புப் பின்புலத்தை முன்மொழிந்தார்.

வெள்ளைக்காரன் காலத்தில், இந்தியப் பெருநிலத்தின் இரண்டு அடிப்படை ஆதாரங்கள் ஏதுமற்ற சித்தாந்தங்கள் உருவாக்கப்பட்டன. ஒன்று, வெள்ளையர்களின் கிழக்கிந்திய கம்பெனி, வெள்ளையர்களோடு நெருக்கத்தில் இருந்த பிராமணர்கள் மற்றும் இந்தியாவை எட்டிக்கூடப் பார்க்காத மாக்ஸ்முல்லர் ஆகியோர் உருவாக்கிய இந்துத் தேசியம் (இந்திய தேசியம்).

இரண்டாவதாக, அதே வெள்ளையர்களின் கிழக்கிந்தியக் கம்பெனி, வெள்ளையர்களோடு நெருக்கத்தில் இருந்த தெலுங்கர்கள் மற்றும் கால்டுவெல் பாதிரியார் ஆகியோர் இணைந்து உருவாக்கியது திராவிடத் தேசியம் ஆகும். ஆகமொத்தம் இந்திய தேசியமும், திராவிட தேசியமும் வெள்ளைக்காரர்களின் அதிகார மையத்தாலும், அவர்களின் மூலமாக வேலைசெய்த பாதிரிமார்களாலும் உருவாக்கப்பட்டது என்பதை நினைவில் கொள்க.

17ஆம் நூற்றாண்டின் இறுதி காலத்தில் சர் வில்லியம் தாமஸ் கோல்புரூக்'கை மேற்கோள்கட்டி இந்திய மொழிகள் அனைத்திற்கும் மூலமொழி சமஸ்கிருதம் என்று கூறினார். அதாவது, தாமஸ் கோல்புரூக் அவர்கள் தன்னுடைய வாழ்நாளில் தமிழ் மொழி பற்றி அறிந்திருக்கவில்லை என்பது வரலாறு. அதன் பிறகு வந்த எல்லீஸ் (1777-1819) என்கின்ற ஆங்கில நிர்வாகி மற்றும் மொழி ஆய்வாளர் மிகுதியான தமிழ் மொழியில் புலமைக் கொண்டவர் என்பதை அவருடைய "எல்லீஸ் மேனுஸ்கிரிப்ட்" மூலம் அறியலாம். எல்லீஸ் அவர்கள் தன்னுடைய ஆய்வின் படி "தென்னிந்திய மொழிக்குடும்பம்" என்று பெயர்வைத்தார். அதாவது தெலுங்கு, மலையாளம் மற்றும் கன்னட மொழிகளின் வேர் தமிழ் மொழி என்று தன்னுடைய ஆய்வில் நிறுவுகிறார். தன்னுடைய பெயரைக் கூட எல்லீசன் என்ற தமிழ்மரபுப்படி அழைக்கவேண்டும் என்று கூறினார்.

தென்னிந்திய மொழிக்குடும்பம் என்ற துறையில் நிறைய ஆய்வுகளை மேற்கொண்ட எல்லீசன் அவர்கள் நிறையக் கையெழுத்துப் பிரதிகளை எழுதி வைத்திருந்தார். இலண்டன் நூல்நிலையத்தில் இன்றும் எல்லீசனின்

தமிழ்க் கையெழுத்துப் படிகள் உள்ளன. அவர் தன்னுடைய அளவில் தென்னிந்திய மொழிக்குடும்பத்தில் தமிழ் மொழியே தாய் என்பதைப் பதிவு செய்துள்ளார். பின்னாளில் வந்த கால்டுவெல், எல்லீசன் அவர்களின் ஆய்வுகள் பலவற்றை எடுத்துக்கொண்டு, அவற்றில் தனக்குத் தேவையானவற்றை உள்ளே புகுத்தி 1856 இல் வெளியிடப்பட்டதே " திராவிட மொழிகளின் ஒப்பிலக்கணம்" என்பதாகும். எனவே இந்திய தேசியம் மற்றும் திராவிட தேசியம் என இரண்டும் வெள்ளையர்கள் காலத்தில், இங்கே ஆட்சி செய்யும் பொருட்டு உருவாக்கப்பட்டவை என்பது வரலாறு. தேசியத்திற்கு என்று எந்தவித வரையறைகளையும் கொண்டிராத இந்து தேசியமும், திராவிட தேசியமும் எப்படி உருவாக்கப்பட்டவை என்ற புரிதல் நமக்கு வந்துவிட்டாலே, எதற்காக உருவாக்கப்பட்டவை என்ற தெளிவு நமக்குக் கிடைத்துவிடும்.

வெள்ளையர்கள் காலத்தில் ஆரியர்களுக்கும் திராவிடர்களுக்கும் இடையே நிலவிய அதிகாரப் போட்டிகள்

விஜயநகர மற்றும் பாளையக்காரர்களின் ஆட்சிக்காலத்தில் மீசையை முறுக்கிவிட்டு அலைந்த நாயுடுக்களும், நாயக்கர்களும், ரெட்டியார்களும், இந்த வெள்ளைக்காரன் காலத்தில் பார்ப்பனர்களின் அடிமையாக இருந்து வேலை செய்யவேண்டிய நிலை வந்துவிட்டதே என்று பெரியார் எனும் ஈ.வெ. ராமசாமி நாயக்கர் வருந்தியதாக, ஈழத்துச் சிவானந்த அடிகளார் தன்னுடைய நூலில் பதிவு செய்துள்ளார். மேலும் பெரியார் "பார்ப்பனர்களின் கால்களை நக்குவதை விட, வெள்ளைக்காரன் காலினை நக்கலாம்'' என்று அவரே பதிவு செய்துள்ளமை மூலம் வெள்ளைக்காரன் காலத்தில் ஒரே தாயில் பிறந்த இந்திய தேசியவாதிகளான பார்ப்பனர்களுக்கும், திராவிட தேசியவாதிகளான தெலுங்கர்களுக்கும், கன்னடர்களுக்கும் பெரிய அதிகாரத்தைப் பிடிக்கும் போட்டி நிலவியது என்பதை அறிய முடிகிறது.

பார்ப்பனர்கள் மற்றும் திராவிடர்களின் அதிகார மோதலில் அவர்களின் தத்துவச் சண்டைகளும் மிகப்பெரிய அளவில் நிகழ்ந்தன. ஆரியக் குத்தீட்டிக்கு எதிராகத் திராவிடத்தை முன்வைத்த கால்டுவெல்லைப் போர்வாளாக முன்வைப்பது என்ற போக்கு இன்றைக்கும் தலைதூக்குகிறது. ஆனால், மேற்கண்ட செய்திகளின் அடிப்படையில் இவ்விரண்டு கோட்பாடு களுமே ஏகாதிபத்தியக் காலனி ஆதிக்கத்திற்கு சேவை செய்கின்ற வகையில் உருவாக்கப்பட்ட தவறான இனவியல் கோட்பாடுகளாகும். முதலில் இடம்பிடிக்க வந்த கிழக்கிந்தியக் கம்பெனி அரசுகள், மக்களை இனவாத வழியில் பிளவுபடுத்துவது,

முரண்பாடுகளை உருவாக்கி அம்முரண்பாடுகளைப் பயன்படுத்துவது என்ற வழியில் தங்களது அரசு அதிகாரத்தை நிலைநிறுத்திக் கொண்டனர்.

வெள்ளையர்களின் காலத்தில் ஆரிய மாயையால், காங்கிரஸில் திலகர் முதல் தியோசபிகல் சொசைட்டியின் அன்னிபெசன்ட் அம்மையார் வரை, பார்ப்பனர்களின் ஆதிக்கத்தையும், பிற்போக்கையும் நிலைநாட்டினார்கள். அதைத்தாண்டி ஆரிய மேன்மை, தூய இனவாதத்தால் உருவான ஆர்.எஸ்.எஸ். கும்பலின் இந்துத்துவம், ஜெர்மன் பாசிசத்துடன் கூட்டு வைத்துக்கொண்டு இந்துத்துவப் பாசிசமாக வடிவம் பெற்றது. இந்து என்பவன் யார்? என்பதற்கு மிக மோசமான விளக்கத்தினை சாவர்க்கர் பின்வருமாறு கூறினார். "இந்து என்பவன் இந்தியாவைத் தந்தை நாடாகவும் (பித்ரு பூமி) புனித நாடாகவும் கருதவேண்டும். இந்திய முஸ்லிம்களுக்கும், கிறித்தவர்களுக்கும் புனித பூமி அரேபியாவிலும், பாலஸ்தீனத்திலும் இருப்பதால், அவர்கள் பித்ரு பூமியைப் புண்ணிய பூமியாகக் கருத இயலாது. கம்யூனிஸ்டுகளுக்கு நாடென்பதே கிடையாது. ஆகவே இவர்களை வெளியேற்றவேண்டும்."

ஆரியத்தை எதிர்க்கிறோம் என்ற பெயரில் உருவான திராவிட மாயை மற்றும் திராவிட இனவாதத்தின் விளைவாக தமிழ்த் தேசிய இனத்திற்கும், அதன் சுயநிர்ணய உரிமைக்கும் பெருங்கேடு ஏற்பட்டது. பெரியார், காங்கிரசில் இருந்தபொழுது தேசியவாதியாக இருந்தார். அக்கட்சியில் இருந்த பிற்போக்குத்தனம் மற்றும் பார்ப்பனிய ஆதிக்கத்தால் வெளியேறி சுயமரியாதை இயக்கம் துவங்கினார். வர்ணாசிரம எதிர்ப்பு, மூட நம்பிக்கை எதிர்ப்பு, சுயமரியாதை போன்ற அவரது நடவடிக்கைகள் சரியான ஒன்றே ஆகும். பிறகு சிங்காரவேலர் மற்றும் ஜீவாவின் நட்பால் சோஷலிச சமதர்மக் கருத்துக்கள் பேசத்துவங்கினார். ரசியப் பயணத்திற்குப் பிறகு அது தீவிரமடைந்து, கம்யூனிஸ்ட் கட்சி அறிக்கையைத் தமிழில் மொழிபெயர்க்கும் அளவுக்குச் சென்றார். இதுவும் அவரின் சரியான அம்சமே ஆகும். சீர்திருத்தவாதியாக இருந்தவரை அவரை அனுமதித்த பிரிட்டிஷ் அரசு, அவரின் ஏகாதிபத்திய எதிர்ப்புக் கருத்துகளை அனுமதிக்கவில்லை. அவர் சிறையில் அடைக்கப்பட்டார். அரசின் அச்சுறுத்தலுக்குப் பயந்து, ஏகாதிபத்திய எதிர்ப்பு, சோஷலிசக் கருத்துகளை அவர் கைவிட்டார். பிறகு நீதிக்கட்சியில் இணைந்து ஏகாதிபத்திய தாசராக மாறினார்.

சமதர்மப் பாதையைக் கைவிட்டதற்கான காரணம் குறித்து பெரியார் இவ்வாறு கூறுகிறார்: "சர்க்கார் வலிமையானது. அது நம்மை அடக்கி ஒடுக்கவேண்டும் என முடிவெடுத்துவிட்டதால் இனிப் புத்தியுடன்

செயல்படவேண்டியுள்ளது. ஆகவே சுயமரியாதை இயக்கமே இன்றைய தேவை. இது ஜீவா மற்றும் சிங்காரவேலருக்குப் பிடிக்காது. என்ன செய்வது? “வேறு வழி இல்லை”என தனது சந்தர்ப்பவாதத்தை நியாயப்படுத்தினார். இவ்வகையில் காவுத்ஸ்கி, பிரசந்தா, பெரியார் மூவரும் ஒன்றே. தனது ஏகாதிபத்திய அடிமைத்தனத்திற்குப் பின்வருமாறு விளக்கம் தந்து, தனது சுயமரியாதையின் வர்க்கப் பண்பை வெளிப்படுத்துகிறார்: “வெள்ளைக்காரன் காலை நக்கியவர்கள் என்று நீங்கள் எங்களைக் கேவலமாகச் சொல்லலாம். பார்ப்பான் காலைவிட வெள்ளைக்காரன் கால் சுத்தமானது. அது சாக்ஸ் போட்ட கால் சுத்தமாக இருக்கும். இதை நக்குவதைவிட அதை நக்குவது என்பது நல்லது என்று பெரியார் தனக்கே உரிய பாணியில் ஓங்கி அடித்துப் பதில் சொன்னார்.” (வீரமணி, மொழியால் தமிழர், இனத்தால் திராவிடர். தி.மு.க வெளியீடு. பக்கம் 65).

இப்படித்தான் ஆரியத்தின் தேசியமான இந்து தேசியமும், தெலுங்கர்கள் தேசியமான திராவிட தேசியமும், வெள்ளைக்காரன் கீழே பெறுகின்ற அதிகாரப்போட்டியில் ஒன்றை ஒன்று எதிர்ப்பது என்ற நிலைக்குத் தள்ளப்பட்டதே ஒழிய, ஒன்றின் மீது இன்னொன்று கொண்டுள்ள சித்தாந்த வேறுபாடுகள் இல்லை. ஏனெனில், இவர்கள் இருவரின் சித்தாந்தமும் அடிப்படை ஆதாரமற்று ஒரு நிர்வாகக் கட்டமைப்பிற்க்காக உருவாக்கப்பட்டது என்பது தெளிவு.

ஆரிய திராவிட உறவு

1. 1. இரண்டு சித்தாந்தங்களும் வெள்ளையர்கள் ஆட்சிக்காலத்தில், அவர்களின் நிர்வாகத்தின் கீழ் இருந்த பிராமணர்கள் மற்றும் தெலுங்கர்கள் வசதிக்காக உருவாக்கப்பட்டவை.

2. 2. தேசியத்திற்கு என்று உள்ள அடிப்படைக் காரணிகளான மொழி, இனவியல் வரையறைகளுக்கு உட்படாத தன்மையை உடையது இந்திய மற்றும் ஆரிய தேசியம்.

3. 3. 17 ஆம் நூற்றாண்டின் பிற்பகுதியில் தாமஸ் கோல்புரூக்கைச் சுட்டிக்காட்டி “சமஸ்கிருதம்” என்பதை இந்திய மொழிகளின் மூலம் என்று சொல்லிய சர் வில்லியம் ஜோன்ஸ் தமிழ்மொழி குறித்து அறியாதவர். அதை எடுத்துக்கொண்ட சம்ஸ்கிருதக் கட்டமமைப்பை உருவாக்கிய மாக்ஸ் முல்லர் இந்தியாவின் பக்கமே வராதவர். அதே போல, எல்லீஸின் ஆய்வுகளைத் திருடி, அவரின் உண்மையான தென்னிந்திய மொழிக்குடும்பம்

குறித்த ஆய்வுகளைத் தனது போலியான திராவிட இனவியல் கோட்பாட்டிற்குத் திரித்துப் பயன்படுத்திக் கொண்டவர் கால்டுவெல் பாதிரியார். இந்த நிலத்தில் உருவாக்கப்பட்ட இந்திய மற்றும் திராவிடத் தேசியம் என இரண்டுமே வெள்ளையர்களால், பாதிரியார்களைக் கொண்டு உருவாக்கப்பட்டவை.

4. 4. இந்தியத் தேசியத்திற்கு என்று ஒரு தனித்த நிலவியல் வரையறை, மொழி வரையறை மற்றும் தெளிவான பண்பாட்டு வரையறை கிடையாது. அதே போல திராவிடத் தேசியத்தைக் குறிக்கின்ற தனித்த நிலவியல், இனவியல், மொழியியல் மற்றும் பண்பாட்டு வரையறை கிடையாது.

5. இன்னும் சொல்லப்போனால், தென்னகத்தில் வாழ்ந்த பிராமணர்களுக்கு வடபுலத்தில் வாழ்ந்த பார்ப்பனர்கள் வைத்த பெயர் திராவிடர்கள்.

6. 5. நிலவியல், இனவியல், மொழியியல் மற்றும் பண்பாட்டு வரையறைகளைத் தன்னகத்தே கொண்ட தமிழ்த்தேசியச் சித்தாந்தத்திற்கு நேர் எதிரானது இந்திய மற்றும் திராவிட தேசியம். ஏனென்றால் தமிழ்த்தேசியம் தேசியத்திற்கு என்று உள்ள எல்லாக் காரணிகளையும் இயற்கையாகவே கொண்டிருப்பது. இந்தியமும் - திராவிடமும் மேற்கண்ட காரணிகள் எதுவும் கொண்டிராமல் வெள்ளைக்காரனின் அதிகாரத்தினால் ஏற்றுக்கொள்ளச் செய்யப் பட்டது.

வெள்ளையர்களின் காலத்தில் தமிழ்த் தேசியச் சித்தாந்த நிலை

வெள்ளையர்களின் கீழ்ப் பார்ப்பனர்களும், தெலுங்குத் திராவிடர்களும் அதிகாரத்திற்குப் போட்டிபோட்டுக்கொண்டு இருந்த காலகட்டத்தில், தமிழர்கள், வெள்ளையர்களுக்கு எதிராகப் போரிட்டுக்கொண்டுக் இருந்தார்கள். மேலும் வெள்ளையர்களை எதிர்த்த தமிழர்கள், பார்ப்பனர்கள் மற்றும் தெலுங்கர்கள் தங்களுடைய அதிகாரத் தேவைக் காகக் காட்டிக்கொடுத்துக்கொண்டிருந்தார்கள். அந்தக் காலகட்டத்தில் பெரிதாகத் தமிழ்த்தேசிய உணர்வு மேலெழுந்து வராமல் திராவிடர்கள் பார்த்துக்கொண்டார்கள்.

தமிழ்த்தேசிய உணர்வுகளை எதிர்த்து நின்ற திராவிடம்

தமிழர்களைப் பொருத்தவரை ஆரிய வர்ணாசிரம மற்றும் வைதீக எதிர்ப்பு என்பது பல நூற்றாண்டுகளாக இருந்துவந்தவை. திராவிட

அடையாளம்தான் வர்ணாசிரமத்தை எதிர்க்கும் என்று இப்போது பலர் தமிழர் வரலாற்றுப் புரிதலற்றுப் பேசிவந்தாலும், திருவருட் பிரகாச வள்ளலாரும், அய்யாவழி வைகுந்தரும் தனித்த மார்க்க நெறியாகத் தன்னுடைய வழிபாட்டு நெறிகளை உருவாக்கியதே வர்ணாசிரம எதிர்ப்பு என்பதை இன்றைய திராவிடர்கள் மறைத்து வருகின்றனர். வெள்ளையர்கள் காலத்தில் ஆரியர்களும் திராவிடர்களும் ஒருவருக்கு ஒருவர் தன்னைத்தானே எதிர்த்துக் கொண்டது சித்தாந்த ரீதியில் உருவான எதிர்ப்பு இல்லை என்பதும், வெள்ளைக்காரன் கீழ்க் கிடைக்கும் அதிகாரத்திற்கு உரிய போட்டியாகவே இருந்தது.

வெள்ளையர்கள் இந்த நாட்டைவிட்டு வெளியேறும் தறுவாயில் ஆரியமும் திராவிடமும் விழித்துக்கொள்ளத் தொடங்கியது. ஆரியத்தின் கனவு இந்தியா முழுமைக்கும் இந்தியை மையப்படுத்திய தேசிய உணர்வை அறுவடைசெய்து அதன்வழியே அதிகாரத்தில் நிலைபெறுவது.

திராவிடத்தின் கணக்கைப் பொருத்தவரரை, திராவிடம் என்ற சித்தாந்தத்திற்குள் தன்னை இணைத்துக்கொள்ளாமல் வெளியேறிய தெலுங்கர்கள், கன்னடர்கள் மற்றும் மலையாளிகள் பற்றிக் கவலை கொள்ளாமல் தமிழர்கள் மட்டுமே திராவிடர்கள் என்ற வரலாற்றுத் திரிபைச் செய்து அதிகார மையத்தை வலிமையடையச் செய்தார்கள். தமிழர்கள் தரப்பில் இருந்து அவ்வப்போது எழுந்த தமிழ்த்தேசியச் சிந்தனையாளர்களைப் பார்த்து திராவிடச் சித்தாந்தவாதிகள், இவர்கள் “ஆச்சாரியர்களுக்கு உதவும் அபிமன்யூக்கள்” என்று அவதூறு பரப்பி வந்தார்கள். குறிப்பாக இந்தி எதிர்ப்புப் போர் என்ற நிலையில், தமிழர்களின் மனத்தில் எழுந்த மொழியை முன்னிறுத்தி இனமாய் எழுந்த தேசிய உணர்வினை திராவிட அரசியல்வாதிகள் மிகவும் இலாபகமாக பயன்படுத்தி கொண்டார்கள்.

தமிழர்கள் மட்டுமே திராவிடர்கள் என்று சொல்லி இன்றுவரை அதிகாரத்தின் மட்டத்தில் இருக்கும் விஜயநகர வாரிசுகளுக்கு மிக நன்றாகத் தெரியும், திராவிடம் என்பது ஒரு பிழைப்புவாதக் கற்பனை தேசியம் என்று. திராவிடம் என்பது மொழி வரையறை கொண்டதா?, திராவிடம் என்பது நிலவியல் வரையறை கொண்டதா? திராவிடம் என்பது இனவியல் வரையறை கொண்டதா? என்று கேட்டால் திராவிடத் தளகர்த்தர்களிடம் இருந்து எந்தப் பூர்வாங்கப் பதிலும் வருவதில்லை. அதற்கு மாறாக இன்றும் திராவிடத் தரப்பு வைக்கும் குற்றச்சாட்டு என்னவெனில் இவர்கள் ஆச்சாரியர்களுக்கு உதவும் அபிமன்யூக்கள் என்பதாகும்.

தமிழ்த்தேசியம் அடைந்த வடிவமாற்றம்

தமிழ் மொழியின் தொன்மை குறித்துப் பேசுகிற ஆய்வாளர்கள், மொழியின் ஒலி வடிவம் எந்தக் காலத்திலும் மாறாமலும், எழுத்து வடிவம் மட்டும் காலத்திற்கு ஏற்றாற்போல் போல் மாறிவந்துள்ளது என்பதைப் பதிவுசெய்துள்ளனர்.

அதேபோல தமிழ்த்தேசிய உணர்வு என்பது எல்லாக் காலத்திலும் இருந்துவந்துள்ளது. இந்த மண்ணில் அந்நிய மதங்கள் வந்து போரிட்ட காலத்தில் இறையனார் அகப்பொருளாகவும், களப்பிரர்களின் காலத்தின் பிற்பகுதியில் பக்தி இலக்கியங்களாகவும் தன்னை வெளிப் படுத்திக்கொண்டது தமிழ்த்தேசிய அரசியல். அதன் பிறகு வெள்ளையர் களிடம் விடுதலைப் போராட்டம். இந்த நிலத்திற்கு உரிய தமிழ் மன்னர்கள் தங்களுடைய மண்ணை மீட்கப் போரிட்டார்களே தவிர, எவரும் இந்தியா என்ற நாட்டை மீட்க போரிடவில்லை. இன்னும் சொல்லப்போனால், தமிழர்கள் மூர்க்கமாகத் தம்மை விடுதலைப்போரில் ஈடுபடுத்திக்கொண்டிருக்கும் போதுதான், ஆரியர்களும் திராவிடர்களும் வெள்ளையர்கள் இருக்கும்போதும், அவர்கள் இங்கிருந்து கிளம்பிய பின்னரும் இந்தத் தமிழ்நாட்டை யார் ஆள்வது? எப்படி ஆள்வது என்று தங்களுக்குள் போரிட்டுக் கொண்டிருந்தார்கள். வெள்ளையர்களின் பிற்காலத்தில் அயோத்திதாச பண்டிதர் மற்றும் இரட்டைமலை சீனிவாசன் போன்றோர்கள் தமிழ்த்தேசிய சிந்தனை மழுங்கிவிடாமல் இருக்கச் அவரவர் தளத்தில் வேலைசெய்தார்கள். பாவாணர், மறைமலையடிகள், பெருஞ்சித்திரனார், கிஆபெ விஸ்வநாதன் மற்றும் சிபா ஆதித்தனார் போன்றோர் இந்துத்துவாவையும், திராவிடத்தையும் இயன்ற அளவில் தங்களது தளத்தில் எதிர்த்து அவ்வப்போது தமிழ்த்தேசிய உரமூட்டினர்.

இந்தி எதிர்ப்புப் போர் ஆரியச் சித்தாந்தத்திற்கு எதிராக நடந்ததே தவிர, ஒருபோதும் திராவிடச் சித்தாந்தத்திற்கு ஆதரவாக நடக்கவில்லை என்பதைப் புரிந்துகொண்ட திராவிடத் தெலுங்கர்கள், இந்தியை எதிர்த்துப் பொங்கிய மொழியியல் உணர்வைத் தங்களுடைய சித்தாந்த இருப்பிற்காகவும், அதை அதிகாரத்தை நோக்கி நகர்த்தவும் பயன்படுத்திக் கொண்டார்கள். குறிப்பாக, திராவிடத் தலைவர்கள் 1938 வாக்கில் நடந்த இந்தி எதிர்ப்புப் போரினை எதிர்த்துக் களப்பணி செய்தார்கள். முதலாம் இந்தி எதிர்ப்புப் போரினைத் தொடங்கியவர்கள் கைதுசெய்யப்பட்டுச் சிறைக்குப் போகவே, அந்த இடத்தை முதலில் இந்தி எதிர்ப்புப் போரினை எதிர்த்தப் பெரியார் போன்றவர்கள் தானே முன்னின்று இந்தி எதிர்ப்புப் போரினை தொடங்கியதுபோலப் பலன்களைத்

திராவிடச் சித்தாந்த வளர்ச்சிக்குப் பயன்படுத்திக் கொண்டார்கள். இந்தி எதிர்ப்பு என்ற உன்னதமான தமிழ்த்தேசிய எழுச்சியைத் திராவிடம் தங்களுக்குள் கரைத்துக்கொண்டு தமிழுணர்வை மடைமாற்றம் செய்தது குறிப்பிடத்தக்கது.

தமிழ்த்தேசியம் கொள்ளவேண்டிய வடிவம்

வெள்ளையர்களிடம் இருந்து விடுதலை பெற்ற நிலத்தில் தமிழ்த்தேசிய அரசியலை ஒரு வடிவத்திற்குக் கொண்டுவர நினைத்தவர்கள் இருவர். ஒருவர் புலவர் கலியபெருமாள், மற்றொருவர் தோழர் தமிழரசன். இந்திய அளவில் நக்சலைட் இயக்கத்தைத் தொடங்கிய சாரு மஜூம்தார் தமிழ்நாட்டுக்கு வந்தபோது அவரைப் பெண்ணாடம் அருகில் உள்ள முந்திரிக் காட்டுக்கு வரவழைத்து இரகசியக் கூட்டம் நடத்தினார் கலியபெருமாள். மஜூம்தார் தலைமையிலான இந்தியப் பொதுவுடைமைக் கட்சி (மார்க்சியம் - லெனினியம்) (இ.பொ.க. (மா.லெ.)) தமிழ்நாட்டில் வேரூன்றக் காரணமாக இருந்தவர்களுள் முதன்மையானவர் கலியபெருமாள். பின்னாளில் தன்னுடைய தமிழ்த்தேசிய அரசியல் கோரிக்கையை வலிமைப் படுத்திய காலகட்டத்தில் இதே திராவிட அரசாங்கத்தினால் பழிதீர்க்கப்பட்டார் புலவர் கலியபெருமாள் அவர்கள்.

அதே போல தோழர் தமிழரசனும் நக்சல்பாரி இயக்கத்தோடு தொடர்புகொண்டு பல போராட்டங்களை நடத்தியவர். தமிழ்நாடு விடுதலை குறித்து தீவிரமான சிந்தனை கொண்டவர். இந்திய நெருக்கடி நிலை காலகட்டத்தில் உள்நாட்டுப் பாதுகாப்புப் பராமரிப்புச் சட்டத்தின்கீழ் (மிசா) அரசியல் கைதியான தமிழரசன், திருச்சிராப்பள்ளி மத்தியச் சிறைச்சாலையில் அடைக்கப்பட்டார். அங்கு ஏற்கெனவே அடைக்கப்பட்டிருந்த புலவர் கலியபெருமாள் போன்றோருடன் இணைந்து சிறையில் இருந்து தப்பிக்க முயன்று அனைவரும் பிடிபட்டனர். நெருக்கடி நிலை நீங்கிய பின் விடுதலை அடைந்தார். தேசிய இனவிடுதலை குறித்து இ.க.க.(மா.லெ.) யுடன் கருத்து வேறுபாடு ஏற்பட்டு, தமிழரசனும் புலவர் கலிய பெருமாளும் தங்கள் தோழர்களும் தனியாகப் பிரிந்து புதியதாகத் தேசிய இன விடுதலைக்கான தமிழ்த் தேசியத்தை நோக்கமாகக் கொண்டு தமிழ்நாடு பொதுவுடைமைக் கட்சியைத் தோற்றுவித்தனர். பொறியியலில் பட்டதாரியான சுந்தரம் (எ) அன்பழகன், இவ்வியக்கத்துக்கு ஆயுதப் போராட்டத் திட்டங்களை வகுத்துக் கொடுத்தார். பின்னாள்களில் இந்தத் திராவிட அரசு அதிகாரங்கள் தோழர் தமிழரசன் மீது இழிவான குற்றச்சாட்டைச் சுமத்திக் கொன்றன.

இந்திய விடுதலைக்குப் பிறகு தமிழ்த்தேசியம் என்பதை ஓர் இனத்தின் சுயாதீன விடுதலைப் பிரகடனம் என்ற திசைக்குச் செலுத்தியவர்கள் இவர்கள் இருவருமே என்றால் அது மிகையாகாது. அதே போல ஐயா மணியரசன் போன்றோர்களும் மேற்கண்ட இருவரின் தமிழ்த்தேசியச் சித்தாந்தங்களில் உடன்பட்டாலும், ஆயுதவழிப் போராட்டம் இல்லாமல் மக்களை அணிதிரட்டிப் போராட வேண்டும் என்பதை வலியுறுத்தி வந்தனர்.

இந்தக் காலகட்டத்தில்தான் ஈழத்தில் நடந்த தமிழர்கள் மீதான இனப்படுகொலையும், அதற்குத் துணைபோன இந்திய மற்றும் திராவிடத் தேசியங்கள் மீதான மீண்டும் ஓர் ஆய்வினை நிகழ்த்த நேரிட்டது. திராவிட மேடைகளில், திராவிடச் சித்தாந்தங்களைப் பேசிய பலருக்குத் திராவிடத்தின் உண்மை முகம் புரியத்தொடங்கியது. அந்த மேடைகளில் ஒருவராய் இருந்த இயக்குநர் சீமான் அவர்கள் ஈழம் சென்று தலைவர் பிரபாகரன் அவர்களைச் சந்திக்கும் காலச்சூழல் உருவானது. ஈழத்தில் விடுதலைப் படையினை வழிநடத்திய தலைவர் பிரபாகரன் திராவிடமும், இந்தியத்தேசியமும் தமிழர்களுக்கு இழைக்கும் கொடுமைகளை நேரடியாக விளக்கிய தலைவர் பிரபாகரன் அவர்கள், தமிழ்நாட்டில் கருக் கொள்ளவேண்டிய தமிழ்த்தேசிய அரசியல் அதன் கோட்பாடுகள் குறித்துச் சீமான் அவர்களிடம் உரையாடவே தமிழகத்தில் தமிழ்த்தேசியச் சித்தாந்தத்தின் புதிய அரசியல் வடிவம் பிறந்தது. பல்வேறு தடைகள் மற்றும் அவதூறுகளுக்கு நடுவே இன்று தமிழகத்தின் அடக்கமுடியாத சித்தாந்த வடிவமாகத் தமிழ்த்தேசிய அரசியல் மாறி நிற்கிறது.

இந்த அரசியல் இன்னும் வலிமைபெற உலகளாவிய தமிழர்களை ஒரே குடையின்கீழ் ஒருங்கிணைக்கவேண்டிய அவசியம் இருக்கிறது. இனத்திற்கு என்று ஒரு மொழியும், தலைவனும் உருவாகிவிட்டால் அந்த இனம் அழிக்கப்படாமல் பாதுகாக்கப்படும் என்பதைத் தமிழ்த்தேசியம் தனது சித்தாந்த எதிரிகளிடம் இருந்து கற்றுக்கொண்டுள்ளது. கடந்தகாலத் தவறுகளை மனத்தில் நிறுத்தி மிகுந்த நேர்மையுடன் தமிழ்த்தேசிய அரசியல் களத்தில் நிற்கிறது.

விரிவான பார்வைக்கு

1. தமிழகத்தில் விஜயநகர ஆட்சி. கி.பி.1336 - 1530. ஆசிரியர் முனைவர். அ.சிங்காரவேல். பாரதிதாசன் பல்கலைக்கழகம்

2. தத்துவங்களின் தொடக்கங்கள் - தேவி பிரசாத் சட்டோபாத்யாயா - பாரதி புத்தகாலயம்

3. தமிழ் நூல் - ஆசான் ம. செந்தமிழன் - செம்மை வெளியீடு

4. தொல்காப்பிய பழகுதமிழ் - ஆசான் ம. செந்தமிழன் - செம்மை வெளியீடு

5. ஆற்றல் நூல் - ஆசான். ம. செந்தமிழன் - செம்மை வெளியீடு

6. கிளாசிக்கல் தமிழ் - தேவநேய பாவாணர் - யாத்திசை பதிப்பகம்

7. சொல் - தக்கார் ம. சோ. விக்டர் - தமிழம் பதிப்பகம்

8. களப்பிரர்ஆட்சி காலத்தில் தமிழகம் - மயிலை சீனி வேங்கடசாமி - பூம்புகார் பதிப்பகம்

9. தமிழர் சமயம் - மறைமலையடிகளார் - பூம்புகார் பதிப்பகம்

10. திராவிட தேசியம் குறித்த மீளாய்வுக் கருத்தாடல்கள் ஏர் மகாராசன் - யாப்பு வெளியீடு

தமிழ்த்தேசியம் வெல்லும்!

தமிழ்த்திரு.**இடும்பாவனம் கார்த்திக்**
இளைஞர் பாசறை மாநில ஒருங்கிணைப்பாளர்,
நாம் தமிழர் கட்சி

'கழகங்கள் இல்லாத தமிழகம்' என்கிறது பாஜக. 'திராவிடக் கட்சிகளை ஒழிக்க வேண்டும்' என்கிறது நாம் தமிழர் கட்சி. பெரியாரை எதிர்க்கிறது பாஜக. நாம் தமிழர் கட்சியும் பெரியாரை விமர்சிக்கிறது. ஆகவே, நாம் தமிழர் கட்சி, பாஜகவின் 'பி' டீம்!" திராவிடக்கூட்டம் முன்வைக்கும் மொன்னைத்தனமான வாதங்களுள் இதுவும் ஒன்று!

இதற்கான விளக்கவுரைக்குச் செல்வதற்கு முன்பு, அவர்கள் பாணியிலேயே ஓரிரு கேள்விகளைத் தொடுக்கலாம். ஆர்.எஸ்.எஸ். இயக்கம் நாட்டு விடுதலைக்காகப் போராடவில்லை; அதேபோல, நீதிக்கட்சியும் நாட்டு விடுதலைக்காகப் பாடுபடவில்லை. அப்படியென்றால், நீதிக்கட்சியும், ஆர்.எஸ்.எஸ். இயக்கமும் ஒன்றா? தமிழை 'நீச பாசை' என்றார் காஞ்சி சங்கராச்சாரியார்; தமிழைக் 'காட்டுமிராண்டி மொழி' என்றார் பெரியார். அப்படியென்றால், சங்கராச் சாரியாரும், பெரியாரும் ஒத்த நிலைப்பாடு கொண்டவர்களா? இவ்வாறு ஒப்பீடுசெய்து, கேள்விகளை முன்வைத்தால் ஏற்பார்களா திராவிடக் கூட்டத்தினர்? பதில் கூறுவார்களா? மாட்டார்கள்! மாறாக, குமுறிக் கொந்தளிப்பார்கள்!

திராவிடம் குறித்தான ஒரு கேள்வியையோ, விமர்சனத்தையோ, எதிர்மறையான முழக்கத்தையோ முன்வைத்தால், அதற்குப் பதில்கூறலாம். இல்லையென்றால், தகுந்த காரணங்களைக் கூறி, மறுக்கலாம். ஏன்? பதிலே கூறாது, கடந்துகூட செல்லலாம். அதனைவிடுத்து, முன்வைக் கப்பட்ட விமர்சனத்திற்குள் செல்லாது, விமர்சனத்தை வைத்த தரப்பினருக்கு உள்நோக்கம் கற்பித்து, விடைகூறாது தப்பிக்க முற்படுவது

கோழைத்தனம்; கருத்தியல் பலவீனத்தின் வெளிப்பாடு! இதனைத்தான் தொடர்ச்சியாகச் செய்துகொண்டிருக்கிறது திராவிடக்கூட்டம். அதன் வெளிப்பாடே, திராவிட எதிர்ப்பை ஆரியச் சார்பென அவதூறு பரப்பும் அவர்களது கயமைத்தனமாகும்.

'கழகங்கள் இல்லாத தமிழகம்' என்ற முழக்கத்தை பாஜக முன்வைத்தது உண்மைதான். தொடக்கத்தில் திமுகவையும், அதிமுகவையும் மனத்திற்கொண்டு, 'கழகங்கள் இல்லாத தமிழகம்' என்றவர்கள், தற்போது, 'திகவையும், திமுகவையும்தான் கழகங்கள் என்று கூறினோம். அதில் அதிமுகவைக் குறிப்பிடவில்லை' என மழுப்பத் தொடங்கியிருக்கிறார்கள். அதிமுகவோடு தற்காலத்தில் உறவு கொண்டாடியதன் விளைவு இது. இப்போது அதிமுகவோடு உறவாடியவர்கள், கடந்த காலத்தில் திமுகவோடும் உறவிலிருந்திருக்கிறார்கள் என்பதன் மூலம், 'கழகங்கள் இல்லாத அரசியல்' எனும் பாஜகவின் முழக்கமென்பது கோட்பாட்டு முழக்கமல்ல; அரசியல் முழக்கம்தான் என்பது தெளிவாகிறது. அவர்கள் வைக்கும் திராவிட எதிர்ப்பும் அவ்வகையினதுதான். 'இந்துத்துவத்தின் ஒரு பகுதிதான் திராவிடம்' என கடந்தக் காலத்தில் பங்காரு லட்சுமணனும், 'நாங்களும் திராவிடர்கள்தான்' என தற்காலத்தில் எச்.ராஜாவும் உரைத்தார்கள் என்பதன் மூலம் திராவிட எதிர்ப்பிலும் அவர்கள் உறுதியாக இல்லை என்பது புலனாகும். தேவைப்பட்டால், திராவிடத்தோடு உறவுபேணுவார்கள். ஏன்? திராவிடத்தை ஆட்கொண்டு உட்செரிக்கவும் எண்ணுவார்கள். ஆகவே, பாஜக முன்வைக்கும் திராவிட எதிர்ப்பு முழக்கமும், கழகங்கள் இல்லாத அரசியல் எனும் முழக்கமும் மாறுதலுக்கும், சமரசத்திற்கும் உட்பட்டவையே! அதனை நாம் தமிழர் கட்சி முன்வைக்கும் கோட்பாடு சார்ந்த திராவிட எதிர்ப்பு முழக்கத்தோடு ஒப்பீடு செய்வது அறிவிலித்தனமாகும்.

அடிப்படையில், திராவிடம் என்பதற்கான தெளிவான, தீர்க்கமான வரையறை இல்லை. அது நிலவியல் வரையறையா? இனவியல் அடையாளமா? மரபினத்தின் பெயரா? தேசிய இனத்தின் பெயரா? தத்துவக் கோட்பாடா? அரசியல் முழக்கமா? பொதுப் பெயரா? எனும் கேள்வியை முன்வைத்தால், திராவிட இயக்கங்களைச் சேர்ந்தவர்கள் ஆளாளுக்கு ஒரு விளக்கத்தையும், வரையறையையும் முன்வைப்பார்கள். "பார்ப்பனர் அல்லாதார் திராவிடர்" எனும் வகையில் அச்சொல்லாடலைப் பயன்படுத்தினார் பெரியார். "ஒரு பார்ப்பனர் திராவிடக் கோட்பாட்டை ஏற்று வந்தால், அவரையும் திராவிடராக ஏற்போம்" என்றார் அறிஞர் அண்ணா. இவ்வாறாக,

பெரியாருக்கும், அண்ணாவுக்குமே முரண் இருக்கிறது. அவ்வளவு ஏன்? கால்டுவெல்லுக்கும், பெரியாருக்குமேகூட இதில் முரண் இருக்கிறது. 'ஆதி திராவிடம்' எனும் மூலமொழியிலிருந்து தமிழ் தோன்றியதாகவும், பிறகு, படிப்படியாகப் பிற மொழிகள் தோன்றியதாகவும் குறிப்பிடுகிறார் கால்டுவெல். தமிழிலிருந்துதான் தெலுங்கு, கன்னடம், மலையாளம், துளு ஆகிய மொழிகள் தோன்றின என்பது பெரியாரது கருத்தாகும். தமிழ், தெலுங்கு, கன்னடம், மலையாளம், துளு ஆகிய மொழிகள் சம்ஸ்கிருதத்தோடு தொடர்புடையவை அல்ல; இவை தனி மொழிக் குடும்பத்தைச் சேர்ந்தவையென 1816ஆம் ஆண்டு தெளிவுபடுத்துகிறார் ஆய்வறிஞர் எல்லீசு. அவருக்குப் பிறகாக வந்த இராபர்ட் கால்டுவெல் எல்லீசின் கருத்தை வழிமொழிந்துவிட்டு, அம்மொழிகளை, 'திராவிட மொழிக்குடும்பம்' என 1856ஆம் ஆண்டு குறிப்பிடுகிறார். இல்லாத ஒன்றை இருப்பதாகப் புனைந்த அச்செயல்தான், தமிழின அடையாள அழிப்புக்கான தொடக்கப்புள்ளி எனலாம். பார்ப்பனர்களின் ஆதிக்கம் மிகுந்திருந்த அக்காலக்கட்டத்தில், 'பார்ப்பனர் அல்லாதரைக் குறிக்க' எனும் காரணம் கற்பிக்கப்பட்டுக் கொண்டு வரப்பட்ட, 'திராவிட' எனும் சொல்லாடல், தமிழர் அல்லாதோரை திராவிடப் போர்வையில் மறைக்கவே பயன்பட்டது என்பதுதான் வரலாற்றுப் பெருங்கொடுமை.

இந்தியாவில் எல்லாத் தேசிய இன மக்களும், அவரவர் அடையாளத்தோடு வாழும்போது தமிழினம் மட்டும் ஏன் இல்லாத ஓர் அடையாளத்தைத் தூக்கிச் சுமக்க வேண்டும்? என்பதுதான் இனமானத் தமிழர்கள் எழுப்பும் தார்மிகக் கேள்வி! கம்யூனிஸ்டுகள் எனும் தேசிய இனமோ, மரபினமோ இல்லை. இருந்தபோதிலும், 'கம்யூனிஸ்டுகள்' எனும் அடையாளத்தோடு இங்குள்ளவர்கள் அழைக்கப்படுகிறார்கள். ஏனென்றால், கம்யூனிசக் கோட்பாட்டை ஏற்றுக்கொண்டதால் அவர்கள், 'கம்யூனிஸ்டு' எனும் பொதுப்பெயரில் அழைக்கப்படுகிறார்கள். அவ்வாறு, 'திராவிடம்' எனும் கருத்தியலை ஏற்றுக்கொண்டவர்கள், 'திராவிடர்கள்' அல்லது திராவிட இயக்கங்களில் பயணிப்பவர்கள், 'திராவிடர்கள்' என்றுகூறி, பொதுப்பெயராகத் தங்களுக்குள் அச்சொல்லை அடையாளப்படுத்திக் கொள்வார்களென்றால், அதில் நமக்கு எவ்விதச் சிக்கலுமில்லை; அது அவர்களது விருப்பவுரிமை எனக் கடந்து சென்றுவிடலாம். ஆனால், அவர்கள், 'திராவிடம்' என்பதை ஓர் இனத்தின் பெயராக அடையாளப்படுத்தி, அதனைத் தமிழர்கள் தலையில் கட்டுவதற்கு முயற்சி செய்கிறார்கள். அங்குதான் கிளர்ந்தெழுகிறது பெருஞ்சிக்கல்!

'திராவிடம்' எனும் பெயரில் தேசிய இனமும் இல்லை; மரபினமும் இல்லை. ஆனால், இல்லாத ஒன்றை இருப்பதாக உருவகப்படுத்த எண்ணுகிறார்கள். 'திராவிடம்' என்பது மரபினமென்றால், கேரளாவிலும்,

ஆந்திராவிலும், கர்நாடகாவிலும் அச்சொல்லாடல் சடங்குக்காவது புழக்கத்தில் இருக்கிறதா? இல்லை! அச்சொல்லைக் கொண்டு, ஒரு சிறு இயக்கமாவது முளைத்திருக்கிறதா? இல்லை! திராவிடர் என்பது தமிழர்களைத்தான் குறிக்குமென வைத்துக்கொண்டாலும்கூட, தமிழர்கள் தமிழர்களாகவே இருப்பதில் என்ன சிக்கல்? அதுசரி! தமிழர்களைத் திராவிடர்கள் எனக் குறிப்பவர்கள், 'ஈழத்திராவிடர்கள்' என என்றைக்காவது கூறியதுண்டா? ஈழப்பெருநிலத்தில் வாழ்ந்த தமிழர்கள் அவ்வாறு அழைக்கப்படாது போனதற்கும், திராவிடர் எனும் அடையாளம்(?) கேரளா, ஆந்திரா, கர்நாடகா என அண்டை மாநிலங்களுக்குச் செல்லாததற்கும் ஒற்றைக்காரணம்தான், தமிழ்நாட்டில் தமிழர் அல்லாதோர் ஏய்த்துப் பிழைப்பதற்கு, 'திராவிடர்' எனும் சொல் தேவையாக இருக்கிறது. அதேநேரத்தில், ஈழதேசத்திலோ, அண்டை மாநிலங்களிலோ அதற்கான தேவை இல்லை. அதனால், அங்குப் பயன்படுத்தவில்லை என்பதே நிதர்சனம். இவ்வாறு, தமிழர்களைத் தமிழர் அல்லாதோர் ஆளுகை செய்வதும், ஏமாற்றிப் பிழைப்பதும் இப்போதல்ல; நீதிக்கட்சியின் காலத்திலேயே தொடங்கிவிட்டது. வகுப்புவாரிப் பிரதிநிதித்துவம் கோரிய நீதிக்கட்சியின் அமைச்சரவையில் தமிழர்களுக்கான மொழிவாரிப் பிரதிநிதித்துவம் மறுக்கப்பட்டதையும், அதனைக் கேட்டு நெருக்கடி கொடுத்த பிறகே, தமிழர் ஒருவர் அமைச்சரவையில் இணைத்துக் கொள்ளப்பட்டார் என்பதுமான வரலாற்றுப் பேரவலத்தையும் மறக்க முடியுமா?

ஆம்! தியாகராயச்செட்டியையும், மாதவன் நாயரையும் இணைத்து, நீதிக்கட்சி தொடங்கப்பட அடித்தளமிட்டவர் நடேசனார் எனும் பச்சைத்தமிழர்! நீதிக்கட்சியின் மூலவர்களான தியாகராயருக்கும், மாதவன் நாயருக்குமே முன்னோடி நடேசனார்தான். அவர் தமிழர் என்கிற ஒரே காரணத்திற்காக ஓரங்கட்டப்பட்டார்; புறந்தள்ளப்பட்டார். சுப்பராயலு ரெட்டி, பனகல் அரசர் என நடேசனாருக்குப் பின்னால் வந்தவர்களெல்லாம் முதல் அமைச்சர் ஆக்கப்பட, நடேசனரால் அமைச்சராகக்கூட ஆக முடியவில்லை. காரணம், அவர் தமிழர்! மற்றவர்கள் தமிழர் அல்லாதோர்! இந்தப் பேருண்மையை எந்தத் திராவிட இயக்கத்தினராவது மறுக்க முடியுமா? சுருங்கக் கூறினால், அன்றைக்கு தாத்தன் நடேசனார் வஞ்சிக்கப்பட்டார்; ஏமாற்றப்பட்டார். இன்றைக்கு அவர்தம் வழித்தோன்றல்கள் விழித்துக்கொண்டோம். அதனால், திராவிடத்தை எதிர்க்கிறோம்.

தமிழக வரலாற்றில் திராவிடத்தை எதிர்ப்பது ஒன்றும் புதிதில்லை. அன்றைக்கு எதிர்த்த ம.பொ.சி.யும், சி.பா.ஆதித்தனாரும் சமரசம்

செய்துகொண்டார்கள். கி.பெ.விசுவநாதமும், அண்ணல் தங்கோவும், சோமசுந்தர பாரதியாரும் வரலாற்றிலிருந்து இருட்டடிப்பு செய்யப்பட்டார்கள். இன்றைக்கு திராவிடக் கோட்பாட்டுக்கும், திராவிடக் கட்சிகளுக்கும் எதிர்நிலையினை முன்வைத்தால், அவர்கள் ஆரிய அடிமைகளென முத்திரை குத்தப்படுகிறார்கள். வேறுபாடு அவ்வளவே!

திராவிடக் கோட்பாட்டுக்கு எதிர்நிலையினை வைப்பது ஆரியச் சார்பென்றால், அதே அடிப்படையில் சில கேள்விகளை முன்வைக்கலாம். நீதிக்கட்சியில் பெரியாருக்கு முன்பே பயணித்த கி.ஆ.பெ.விசுவநாதமும், அண்ணல் தங்கோவும், 'திராவிடர் கழகம்' என நீதிக்கட்சியின் பெயர், மாற்றம் செய்யப்படுவதை எதிர்த்தார்களே, அது ஆரியச்சார்பு நிலையா? திராவிட நாடு கோரிக்கைக்குப் பெரியார் ஆதரவுகோரியபோது, அண்ணல் அம்பேத்கர் அதில் உடன்பட மறுத்தாரே, அது ஆரியச்சார்பு நிலையா? 1956ஆம் ஆண்டு மொழிவாரியாக மாநிலங்கள் பிரிக்கப்பட்டதற்குப் பிறகு, திராவிட நாடு கோரிக்கையைக் கைவிட்டாரே பெரியார், அது ஆரியச்சார்பு நிலையா? நேருவின் ஆட்சிக்காலத்தில், பிரிவினைத் தடைச்சட்டம் கொண்டுவரப்பட்டதால், திராவிட நாடு முழக்கத்தைக் கைவிடுவதாக அறிவித்தாரே அண்ணா, அது ஆரியச்சார்பு நிலையா? 'ஆரிய மாயை! திராவிட மாயை' என நூல் எழுதினாரே மார்க்சிஸ்ட் கம்யூனிஸ்ட் கட்சியைச் சேர்ந்த இடதுசாரித் தலைவர்களுள் ஒருவரான பி.ராமமூர்த்தி, அவரது நிலைப்பாடு ஆரியச்சார்பு நிலையா? "'திராவிட' எனும் அடைமொழியோடு தொடங்கக்கூடிய கட்சிகளை ஒழித்துவிட்டுத்தான் சாவேன்" என்று முழங்கினாரே இந்திய கம்யூனிஸ்ட் கட்சியைச் சேர்ந்த இடதுசாரித் தலைவர்களுள் ஒருவரான கல்யாணசுந்தரம், அந்நிலைப்பாடு ஆரியச்சார்பு நிலையா? "திராவிடக் கட்சிகளால் தமிழகம் தாழ்ந்துவிட்டது" என 2016ஆம் ஆண்டில் குற்றஞ்சாட்டினாரே முதுபெரும் இடதுசாரி தலைவர் ஐயா நல்லக்கண்ணு, அக்கருத்து ஆரியச்சார்பு நிலையா? "தமிழகத்தில் அரசியல் நாகரிகம் இல்லாமல் போனதற்குத் திராவிட இயக்கம்தான் காரணம்" என திராவிடர் கழகத்தின் தலைவர் கி.வீரமணியே திறந்த மனதோடு கூறினாரே, அது ஆரியச்சார்பு நிலையா? இதுவெல்லாம் ஆரியச்சார்பு நிலை இல்லையெனும்போது, திராவிடத்திற்கு எதிராக நாம் தமிழர் கட்சி முன்வைக்கும் எதிர்நிலை மட்டும் எப்படி ஆரியச்சார்பு நிலையாகும்? இயல்பான இன அடையாளத்தை மூடி மறைத்து, தமிழர் எனும் தேசிய இனத்தின் மீது, 'திராவிடர்' எனும் முகமூடியை அணிவிப்பதால் எழும் உணர்வெழுச்சியும், அரைநூற்றாண்டு காலமாகத் தமிழகத்தை

ஆண்டு அனுபவித்து, இந்நிலத்தைக் குட்டிச்சுவராக்கிய திராவிடக் கட்சிகளின் மீதான கோபமும் முறையே திராவிட அடையாளத்தின் மீதான எதிர்ப்பாகவும், திராவிடக் கட்சிகள் மீதான வெறுப்பாகவும் உருவெடுத்தது. அதனைத்தான் நாம் தமிழர் கட்சி வெளிப்படுத்துகிறது. இது முழுக்க முழுக்க நியாயத்தின் பாற்பட்டது.

பாஜக அப்படியில்லை! ஒருவேளை, வாய்ப்பும், சூழலும் வாய்க்கப்பெற்று, அது தனக்குப் பயனளிக்கும் என உணர்ந்தால் அதிமுகவோடு மட்டுமல்ல, திமுகவோடுகூடத் தற்காலத்தில் தேர்தல் உடன்பாடு செய்துகொள்ளும் முடிவை எடுக்கும் பாஜக என்பதே அதன் குணாதிசயமாகும். அதேசமயம், நாம் தமிழர் கட்சி திராவிடக் கட்சிகளோடோ, திராவிட எனும் அடையாளத்தோடோ ஒருநாளும் சமரசம் செய்யப்போவதில்லை என்பது திண்ணம். திராவிட அடையாளத்திற்கும், திராவிடக் கட்சிகளுக்கும் எதிராக நாம் தமிழர் கட்சி முன்வைக்கும் முழக்கமென்பது அறம் சார்ந்த முழக்கம்! மண்ணின் மக்களின் தார்மிகக் கோபம்! ஆகவே, நாம் தமிழர் கட்சியின் நிலைப்பாட்டை பாஜகவோடு ஒப்பீடுசெய்து, அதற்குக் காவிச்சாயம் பூச முயல்வது அபத்தமானது!

திராவிடப் போர்வையைப் போர்த்திக்கொண்டு, சாதி மறுப்பு, சனாதன எதிர்ப்பு, சமூக நீதி, சமத்துவம், பெண்ணிய விடுதலை என்பதையெல்லாம் இலக்குகளாய்க் கூறிக்கொண்டு, அவற்றை நிறைவேற்ற உழைக்காது, அதிகாரமிருக்கும்போதும் களத்தில் செயல்படுத்த முனையாது, வாக்குக்காக அடையாள அரசியல் செய்கின்றன திராவிட இயக்கங்கள்; குறிப்பாக, திமுக! தமிழர் எனும் பெருமித அடையாளத்தோடு நின்று, சாதி மறுப்பு, சனாதன எதிர்ப்பு, சமூக நீதி, சமத்துவம், பெண்ணிய விடுதலை முதலியவற்றையெல்லாம் செயல்படுத்த உளப்பூர்வமாகச் செயலாற்றுகிறது; நிறைவேற்றுவதற்கான அதிகாரப் பாய்ச்சலில் உறுதியாய் நிற்கிறது நாம் தமிழர் கட்சி!

கூடுதலாக ஒரு விளக்கம், பெரியாரை நாம் தமிழர் கட்சி எதிர்ப்பதாகக் கட்டமைத்து, அந்த வகையிலும் காவிச்சாயத்தை அள்ளித் தெளிக்க முற்படுகிறார்கள் திராவிடக் கூட்டத்தினர். பெரியாரை நாம் தமிழர் கட்சி வழிகாட்டியாகவே பார்க்கிறது. சமூகத்திற்காக, இனத்திற்காக, நாட்டுக்காக, மக்களுக்காக எனப் பொதுநலத்துக்காக இயங்கிய தலைவர் பெருமக்களை நாம் தமிழர் கட்சி வழிகாட்டியாகவே எப்போதும் எண்ணுகிறது. நேதாஜி சுபாஷ் சந்திரபோஸ், பகத் சிங், சேகுவேரா, பிடல் காஸ்ட்ரோ, லெனின், ஸ்டாலின், மாசேதுங், யாசர் அரபாத் உள்ளிட்டோரை மொழி, இன அடையாளங்களைக் கடந்து,

வழிகாட்டியாக ஏற்றிருப்பதுபோல, பெரியாரையும் வழிகாட்டியாகவே ஏற்கிறது. அதேசமயம், அவர்களது கருத்துகளையும், கோட்பாடுகளையும் கண்மூடித்தனமாக ஏற்காமல், விமர்சனப்பார்வையோடே ஏற்கிறது. அந்தவகையில், பெரியாரையும் விமர்சனக்கண்ணோட்டத்தோடே ஏற்றுக் கொள்கிறது நாம் தமிழர் கட்சி. பெரியாரது பொதுவாழ்வுச் செயல்பாடுகளும், கருத்து நிலைப்பாடுகளும் விமர்சனத்திற்கு உட்பட்டவையேயாகும்.

பெரியார் பேசிய சாதி மறுப்பு, சமூக விடுதலை, பெண்ணிய விடுதலை, சமூக நீதி, சமத்துவம் முதலியவற்றை நாம் தமிழர் கட்சி ஏற்கிறது. அதேசமயம், பெரியாரது மொழி குறித்தான பார்வையையும், இன வரையறையையும் முற்றாக எதிர்க்கிறது. சமூக விடுதலைக்காகப் பெரியாரும் குறிப்பிடத்தக்க பங்களிப்பைச் செய்திருக்கிறாரென்றால், அதில் மாற்றுக்கருத்துக்கு இடமில்லை. மாறாக, ஆதி முதல் அந்தம்வரை எல்லாமே பெரியாருக்குள்தான் அடக்கம்; எல்லாமே பெரியாரிடமிருந்துதான் தொடக்கமெனும் மிகையான பிம்பக் கட்டுமானத்தைச் செய்து, திரிபுவாதத்தை நிலைநிறுத்த முற்படுவார்களென்றால் அதனை நாம் தமிழர் கட்சி எதிர்க்கிறது. எளிமைப்படுத்திக் கூறினால், பெரியாரின் நிலைப்பாடுகளையும், செயல்பாடுகளையும் பகுப்பாய்வுசெய்து, உரியவற்றை ஏற்கிறது; தேவையில்லாதவற்றைப் புறந்தள்ளுகிறது.

மொழியின் மீதோ, மொழிவழித்தேசியத்தின் மீதோ நம்பிக்கையற்ற பெரியாரை தமிழ்த்தேசியத்தின் தலைவராகப் பார்க்காததுபோல, தமிழ்த்தேசியத்தின் எதிரியாகவும் பார்க்கவில்லை. மாறாக, சமூக விடுதலைக்குப் பங்காற்றியவராகவே அவரை ஏற்று, வழிகாட்டியாகக் கொண்டிருக்கிறது நாம் தமிழர் கட்சி. மற்றபடி, பெரியாரைக் கொச்சைப்படுத்தவோ, மலினப்படுத்தவோ ஒன்றுமில்லை. ஆரிய எதிர்ப்புக்கு ஒரே அளவுகோல் பெரியார் மட்டும்தான் என்பதையும் முற்றாக மறுதலிக்கிறது நாம் தமிழர் கட்சி. பெரியாரை ஏற்பதையோ, மறுப்பதையோ, விமர்சிப்பதையோ, போற்றுவதையோ வைத்து ஒருவரது அல்லது ஓர் இயக்கத்தினது ஆரிய எதிர்ப்புச்செயல்பாட்டை அளவிட முடியாது என்பதே சரியான பார்வையாகும். அவ்வாறில்லாது பெரியார் ஏற்பு அல்லது எதிர்ப்பை மட்டுமே வைத்து, ஆரிய எதிர்ப்புச்செயல்பாட்டை மதிப்பிட்டால், முதலில் அடி வாங்குவது திமுகவாகத்தான் இருக்கும். ஏனென்றால், அவ்வியக்கத்தின் வரலாறு அப்படிப்பட்டது!

1949 முதல் 1967ஆம் ஆண்டு வரையிலான 18 ஆண்டுக்காலத்தில் பெரியாரும், அண்ணாவும் ஒருவருக்கொருவர் மோதிக்கொண்டு நின்றதையும், முரண்பட்டு நின்றதையும் வரலாறு நெடுகக் காணலாம். அண்ணாவுக்கு எதிராக நின்ற பார்ப்பனர் வேட்பாளரைப் பெரியார் ஆதரிக்கவும் செய்திருக்கிறார். பெரியாருக்கு எதிரான நிலைப்பாடாக, பார்ப்பனர் ராஜாஜியோடு அண்ணா அணியும் சேர்ந்திருக்கிறார். முன்னதாக, திராவிடர் கழகத்தில் அண்ணா இருக்கும்போதே, பெரியாரோடு பல விவகாரங்களில் உடன்படாது நின்றதையும் படித்தறியலாம். திமுக தொடங்கிய பின்னர், பார்ப்பனர் அல்லாதார் அரசியலைக் கைவிட்டு, கடவுள் மறுப்பை விலக்கிவிட்டு, கறுப்புடை தரிப்பதை முற்றாகக் தவிர்த்துவிட்டுத்தான் அரசியல் பாதைக்கு வந்தார் அண்ணா. இன்னும் சொல்லப்போனால், பெரியாரது திருமணத்தையும், வாரிசுரிமை ஏற்பாட்டையும் எதிர்த்தே, அவரிடமிருந்து முழுமையாக முரண்பட்டு வெளியேறித், தனியியக்கம் கண்டார் அண்ணா.

உடைத்துக் கூறினால், பெரியாரைத் திமுகவினர் அளவுக்குத் தூற்றியவர்கள் எவருமில்லை. பெரியார் அண்ணா குறித்துக் கடுமையாக எழுத, அண்ணா அவரை நீதிமன்றத்திற்கு இழுத்த நிகழ்வும் உண்டு. 1966ஆம் ஆண்டு, ‘கம்யூனிஸ்டுகளும், நானும்’ எனும் தலைப்பில், ‘விடுதலை’ ஏட்டில் பெரியார் எழுதிய தலையங்கத்திற்காக, அவரைப் பாதுகாப்புச்சட்டத்தின் கீழ் ஏன் கைதுசெய்யவில்லையென அன்றைக்கு முதல்வராக இருந்த பக்தவச்சலத்திடம் சட்டமன்றத்தில் கேட்டவர்தான் கருணாநிதி. அவ்வளவு ஏன்? 2009 ஆம் ஆண்டு பாராளுமன்றத் தேர்தலில் கொளத்தூர் மணி, கு.ராமகிருஷ்ணன் தலைமையிலான அன்றைய பெரியார் திராவிடர் கழகம் அதிமுகவை ஆதரித்தது; அதன்பொருட்டு, இராயப்பேட்டையில் திமுகவுக்கு எதிராகப் பரப்புரை செய்தபோது பெரியார் திராவிடர் கழகத்தினருக்கும், திமுகவினருக்கும் மோதல் ஏற்படவே, பெரியார் திராவிடர் கழகத்தினர் மீதுள்ள கோபத்தில் பெரியார் சிலையை உடைத்தனர் திமுகவினர். உடைத்த திமுகவினர் மீது கட்சிரீதியாகவோ, சட்டரீதியாகவோ எந்த நடவடிக்கையும் எடுக்கப்படவில்லை. அதேசமயம், பெரியார் திராவிடர் கழகத்தைச் சேர்ந்த இரண்டு பெண்கள் உட்பட பலர் கைதுசெய்யப்பட்டனர். அன்றைக்கு முதல்வராக இருந்தவர் பெரியாரைக் கைதுசெய்யக்கோரிய அதே கருணாநிதிதான்! இவ்வளவுதான் இவர்களது பெரியார் மீதான பாசம், பற்றெல்லாம்! ஸ்டாலின் தலைமையில் இயங்கும் இன்றைய திமுகவும் அப்படித்தான்!

இன்றளவில் மதிப்பிடுகிறபோது எந்தவொரு கொள்கையிலும் திமுக உறுதியாக நின்றதில்லை என்பதே உண்மைநிலை. கட்சியைத் தொடங்கிய மூலவரான அண்ணாவையே முற்றாக மறந்துபோனவர்கள், நெகிழ்வுத்தன்மையற்ற பெரியாரது கொள்கைகளையா பின்பற்றப்போகிறார்கள்? பெரும் பிம்பமாக அறிவுத்தளத்திலும், முற்போக்குத்தளத்திலும் பெரியார் கட்டப்பட்டுள்ளதால், அந்தப் பிம்பத்தைத் தூக்கிப் பிடித்து, தனது தவறுகளையும், குற்றங்களையும், குறைகளையும், முறைகேடுகளையும் மூடி மறைக்கிறது திமுக; பெரியார் மீது விமர்சனத்தை வைத்தால், அவர்களை ஆரிய அடிமைகளெனச் சித்தரிக்கவும் செய்கிறது. அந்த அடிப்படையிலேயே, பெரியாரை நாம் தமிழர் கட்சி எதிர்ப்பதாகக் கூறி, இந்துத்துவ முத்திரை குத்தப்பார்க்கிறது வஞ்சகத் திமுக. ஆனால், நாம் தமிழர் கட்சி எப்போதும் தெளிவாக இருக்கிறது.

நாம் தமிழர் கட்சிக்குப் பெரியாரை மட்டுமல்ல, திராவிடத்தை எதிர்ப்பதுகூட இலக்கு இல்லை; தமிழ்த்தேசிய அரசியலானது அரியணை ஏறுவதன் வழியாகத், தமிழ்த்தேசம் கட்டுவதொன்றே இறுதி இலக்கு; உன்னத இலட்சியம். அதனை மனத்திற்கொண்டு, இலக்கு நோக்கிய பயணத்தில் தளர்வில்லாது தொலைநோக்கோடு பயணிக்கிறது நாம் தமிழர் கட்சி. அதனை அடைந்து, தமிழ்த்தேசியம் மேலெழுந்தாலே, திராவிடம் தானாக வீழ்ந்துவிடும். உறுதியாக ஒருநாள் வீழும்! தமிழ்த்தேசியம் உறுதியாக வெல்லும்.

1938
முதலாம் இந்தி எதிர்ப்புப் போர் உண்மை வரலாறு

தெய்வத்திரு. ஈழத்துச் சிவானந்த அடிகள்

1938-ல் நடைபெற்ற இந்தி எதிர்ப்பைப் பற்றி, இன்றுள்ள (1965) இந்தி எதிர்ப்பாளர் பலருக்கு ஒன்றுமே தெரியாது.

இந்தியால் தமிழ் கெடும் என்று உணர்ந்த எனக்கு, இந்தக் கொடுமையை எதிர்த்தொழிக்க வேண்டுமென்ற எண்ணம் உண்டாயிற்று.

நமது சொந்த மொழியான தமிழே இங்கு இன்னும் கட்டாயப் பாடமாகாத நிலையில், இன்னொரு அயல் மொழி கட்டாயப் பாடமானால், தமிழ் மொழியின் நிலை மேலும் சீரழிந்து சிதைந்து விடுமே என்ற அச்சமே என்னை இப் பணியில் ஈடுபடும்படி செய்தது.

தமிழ் நாட்டில் யாருக்கும் அறிமுகமில்லாத என்னால் தொடங்கப்பட்ட இந்தி எதிர்ப்பு, தமிழ் மக்களின் நல்லாதரவைப் பெற்று வெற்றியைத் தேடித் தந்தது.

இடையில், தந்நலக்காரர் சிலரும், 'இந்தி எதிர்ப்பில் ஈடுபட்டால், நாட்டில், தங்களுக்குச் செல்வாக்கும் புகழும் கிடைக்கும்' என்று எண்ணிய பலரும் வந்து சேர்ந்த போதிலும் கொண்ட குறிக்கோள் தூய்மையானதாக இருந்ததால் அன்றைய இந்தி எதிர்ப்பு வெற்றியைப் பெற்றது.

எனவே, அன்றைய இந்தி எதிர்ப்பையும், இன்றைய (1965) இந்தி எதிர்ப்பையும் ஒப்புநோக்கிப் பார்க்கும் ஒரு நல்ல வாய்ப்பினை உண்டாக்கவும், அதனால், மக்கள் விழிப்படைந்து உண்மையை உணரவுமான ஒரு நல்ல நிலை ஏற்படவேண்டுமென்ற நல்லெண்ணத்துடனும், அன்றைய இந்தி எதிர்ப்பு எவ்வளவு தூய்மையானது - தந்நலமற்றது; இன்றைய இந்தி எதிர்ப்பு எவ்வளவு

போலியானது தந்நலம் நிரம்பியது என்பதனை, உணர வேண்டும் என்பதற்காகவுமே இச்சிறு நூலைத் தமிழ்ப் பெருமக்களாகிய உங்கள் முன்வைக்கிறேன்.

✦

ஈழத்து அடிகள் யார்?

உண்மையில் இந்தக் கேள்வியைக் கேட்கவே கூடாது. ஆனால், இன்றைய பொதுப்பணிப் போர்வையில், பெரும்பாலும் சின்னஞ்சிறு அப்பாவிகள் பெருமளவு ஈடுபாடு கொண்டிருந்தாலும், அவர்களைத் தந்நலத்திற்குப் பயன்படுத்தும் 'தலைவர்' உண்மைகளை மூடிமறைத்து 'எல்லாம் நான்தான்' என்று போலி மதிப்பைத் தேடிக் கொள்ளும் போக்கிலிருப்பதால், நண்பர் அவர்களைப் பற்றிச் சில சொற்கள் கூற விரும்புகிறோம்.

இன்று பொதுப்பணியில் ஏறக்குறைய கால் நூற்றாண்டுக்கு மேலாக ஈடுபட்டதன் வாயிலாகக் கடன்காரராகத் - தொல்லைகளும் துன்பங்களும் நுகர்பவராகக் காட்சியளிக்கிறார் அடிகள்.

அவர் பதவியை நாடியதில்லை! அவர் 'மாலை'களைத் தேடிய தில்லை; கைத்தறித் துண்டுகளைக் காசாக்கியதில்லை! சேரக்கூடாத பிற்போக்குக் கும்பலுடன் கூடிக்கொண்டு செய்யக்கூடாத செயல்களைச் செய்தவருமல்ல.

பேச்சு வெறும் பிழைப்பு என்றோ, எழுத்து வெறும் பணம் ஈட்டும் துறை என்றோ அவர் எண்ணியதில்லை.

எங்கோ பிறந்து, எப்படியோ வளர்ந்து, தரக்குறைவான - தகாத செய்கைகளின் வாயிலாக இன்று அரசியலில் ஆட்டம் போடுபவர்கள், இருபத்தைந்து ஆண்டுகட்கு முன்பு இருந்த நிலையை இன்று அவர்கள் உள்ள நிலையோடு ஒப்பிட்டுப் பார்த்தால், நண்பர்கள், அடிகள் உண்மையில் தன் வாழ்நாட்களைப் பிறருக்காகவே பயன்படுத்தி வந்த, உத்தமர் என்று நிறைமதி படைத்த எவரும் அறியலாம்.

அன்று - அடிகள் கட்டாய இந்தியை எதிர்த்துத் தனி ஒருவராகப் போர்க்குரல் எழுப்பியிராவிட்டால், இன்று போலி மதிப்புடனும், நிலையற்ற தற்காலிகச் செல்வாக்குடனும் வாழும் பலர் எடுபிடிகளாகவோ, ஏவலர்களாகவோ திண்டாட வேண்டியிருந்திருக்கும் என்றாலும் அது தவறாகாது.

அன்று - அடிகள் இந்திக்கு எதிராகத் தொடுத்த போர் உண்மை யானது. இன உணர்ச்சியைத் தட்டி எழுப்பியது. வெற்றியுடனும் முடிந்தது.

இன்று - இந்திக்கு எதிராக நடத்தப்படும் நாடகம் ஒரு சாராரின் பிழைப்புக்கும், ஒரு கும்பலுக்கிடையே வளர்ந்துள்ள பூசல்களையும் பிளவுகளையும் சரிக்கட்டவுமே பயன்படுகிறது.

தூய்மையான அறப்போராட்ட மக்களாட்சி முறையை, வெறுங்கண்கட்டு வித்தையாகப் பயன்படுத்தும் கோழைகளுக்குத் ' 'தென்னாட்டு காந்தி'யாக வேண்டுமென்ற ஆசை வளர்ந்திருக்கிறது.

'மலருக்கும் உயிருண்டு - பறிக்காதீர்' என்று கூறினார் அண்ணல் காந்தியடிகள். ஆனால் கசாப்புக் கடையிலும், மீன் கடையிலும் எதையும் விடாமல் 'ஓசி'யில் பெற்று உடல் வளர்ப்பவர்;

நல்லவர்களை நாத்துடுக்குடன் பேசி, உத்தமர்களை வாயாரத் தாக்கி, உடன் உழைத்தவர்களைச் சாகடித்துத், தீய கும்பலுடன் கொஞ்சிக் குலவிடும் இந்தக் 'கொள்ளைக்காரரை' இந்த உத்தமத் தலைவருடன் ஒப்பிட்டுப் பார்ப்பது வேதனையிலும் வேதனையே.

கால் நூற்றாண்டுக்கு மேலாக - இரவு பகலாகப் பாடுபட்டுப், பிறரின் வளர்ச்சிக்காகத் தன்னையே ஒப்படைத்தவர் அடிகள்.

பகுத்தறிவையூட்டும் கட்டுரைகள், மூடநம்பிக்கைகளை முறியடிக்கும் எழுத்தோவியங்கள் - ஆராய்ச்சி நூல்கள் நல்ல நீதிகளைப் புகட்டும் கதைகள்;

எத்தனையோ எழுதினார்; ஆனால் அவைகளை விற்றுச் சொத்துச் சேர்த்துக் கொண்டவர்கள் எந்தக் கொள்கைகளையும் உறுதியாகக் கடைப்பிடிக்கவில்லை.

பல ஆண்டுகள், மக்களிடையே வயிறுவலிக்க மணிக்கணக்காகப் பேசப்பட்ட நல்ல முற்போக்கு முன்னேற்றக் கொள்கைகளை - அவற்றைக் கூறியவர்களே சாக்காட்டுக்குக் கொண்டுபோய் விட்டனர்.

தென்னாட்டு மக்களிடையே இன்று புதிய திருப்பம் தேவைப்படுகிறது. அடிகள் எழுதியுள்ள, 'இந்தி எதிர்ப்பு அன்றும் இன்றும்' அந்த நல்ல திருப்பத்திற்கு வழிகாட்டியாக அமைய வேண்டுமென்ற நல்ல எண்ணத்துடன் இதனை வெளியிடுகிறோம்.

'யார் இந்த அடிகள்?' என்று தோழர் அண்ணாத்துரையை அறியாதவர்கள், இரகசியமாக இருக்குமிடம் தெரியாமல் ஆக்கப்பட்ட பழைய 'திராவிட நாடு' கிழமை இதழை அறியாதவர்கள்;

இன்று 'காஞ்சி'யோடு தடுமாறுபவர்கள் கேட்கலாம்.

அன்று அடிகள் இல்லாமல் இந்தி எதிர்ப்பு இல்லை - பலருக்குப் பிழைப்பு இல்லை - சிலருக்கு செல்வமும் செல்வாக்கும் இல்லை!

இன்று தோழர் அண்ணாத்துரை அவர்களின் தந்நலமே உருவெடுத்தாற் போன்ற ஆகாத போக்கின் காரணமாக அவரால் மேற்கொள்ளப்பட்ட இந்தி எதிர்ப்பு வெற்றிபெற முடியாது போயிற்றென்பதை எண்ணிப்பார்க்க, அடிகள் எழுதியுள்ள, 'இந்தி எதிர்ப்பு அன்றும் இன்றும்' பெரிதும் பயன்படுமென்று நம்பிக்கையுடன் வெளியிடுகிறோம்.

ஆசிரியர் 'தென்றல் திரை'

இந்தி எதிர்ப்பின் பிறப்பு

ஆச்சாரியார் அவர்கள் 1938-ல் இந்தியைக் கட்டாயப் பாடமாக்குவேன் என்று அறிவித்தபோது, அதனை எதிர்த்து ஆச்சாரியாருக்கு முதல் தந்தி அடித்தவர் ஈழத்து சிவானந்த அடிகளே ஆவார். இந்தி எதிர்ப்பு இயக்கத்தை அவர்தான் துவக்கினார். பிறகுதான் நாவலர் பாரதியார், பெரியார் ராமசாமி, அண்ணாத்துரை போன்றவர்கள் கலந்துகொண்டார்கள். ஈழத்து சிவானந்த அடிகள் இந்தி எதிர்ப்பின் சர்வாதிகாரியாகப் (தனி ஆணையாளர்) பணியாற்றிச் சிறை புகுந்தார்.

இரா. நெடுஞ்செழியன், எம்.ஏ., எம்.எல்.ஏ.,

நீதிக்கட்சி

1937 - லும், அதற்கு முன்னரும், தமிழ் நாட்டில் விடுதலை இயக்கமான காங்கிரசுக் கட்சியைத் தவிர, வேறு எந்தவிதமான அரசியல் கட்சிகளும் இருந்ததில்லை.

ஆனால் நீதிக்கட்சி (Justic Party) என்ற ஒரு அமைப்பு இயங்கி வந்தது. என்ற போதிலும், அதற்கும் பொது மக்களுக்கும் எந்தவிதமான தொடர்பும் உண்டாகவில்லை. அந்த அமைப்பில் இருந்த அனைவருமே பெரும் மிட்டா மிராசுகளாகவும், பெருந்தனக்காரர்களாகவுமே இருந்தனர். அதனால், அவர்கள், பட்டம் பதவிகளைப் பெறுவதிலேயே கண்ணுங் கருத்துமாய் இருந்து அமைதி பெற்றனர்.

இதைத் தவிர, அரசியல் கலப்புச் சிறிதுமற்ற தன்மான இயக்கம் (Self Respect Movement) என்ற ஒரு அமைப்பும் அப்போது தமிழ்நாட்டில் இருந்தது. இதன் நோக்கம், புரோகித மறுப்பு, கோயில் வழிபாட்டால் ஏற்படும் காலக்கேடு, பொருளழிவு, மனிதருள்ளும் ஒருவன் உயர்ந்தவன், இன்னொருவன் தாழ்ந்தவன் என்று கூறிக் கொள்வதால் உண்டாகும் கொடுமைகளும் கெடுதல்களும் என்ற இவைகளை விளக்கித் தமிழ்நாட்டில் பேச்சாலும் எழுத்தாலும் பணியாற்றி வந்தது.

இந்த அமைப்புக்கும், ஊருக்கு நான்கைந்து பேர் என்ற அளவில்தான் ஆதரவு இருந்து வந்தது.

ஆச்சாரியாரின் சதித்திட்டம்

1937 வரை விடுதலை இயக்கமாக விளங்கி வந்த காங்கிரசுக்கட்சி, ஆட்சியைக் கைப்பற்றும் நோக்கத்துடன் தேர்தலில் நிற்பதென்று முடிவு செய்தது.

அதன்படி தேர்தலுக்கான ஏற்பாடுகள் தொடங்கப் பெற்றன. தமிழ்நாட்டில் திரு.இராசகோபாலாச்சாரியார் அவர்களும் ஏனைய காங்கிரசுக்காரர்களும் தேர்தல் வேலைகளில் ஈடுபட்டனர்.

தமிழ்நாட்டில் காங்கிரசுக்குப் பெரும்பான்மையான இடங்கள் கிடைத்தன. திரு.இராசகோபாலாச்சாரியார் முதல் அமைச்சராக ஆக்கப்பட்டால், அவர், தமது முதல் வேலையாகத் தமிழ்நாட்டிலுள்ள உயர்நிலைப் பள்ளிக் கூடங்களில் இந்தி மொழியைக் கட்டாயப் பாடமாக்குவதாகக் கூறி வந்தார்கள்.

அப்போது, நான் கருவூரிலுள்ள ஒரு அன்னக்காவடி மடத்தில் இருந்துவந்தேன். தமிழ் மொழிக்கு என்னாலான தொண்டினைச் செய்வதுதான் எனது குறிக்கோளாக இருந்தது.

தமிழ்நாட்டில் இந்தி மொழி கட்டாயப் பாடமாக்கப்படும். அதுவே ஆச்சாரியார் அவர்களின் முதற்பணியாக இருக்கிறது என்ற செய்தியைச் செய்தித் தாள்களின் வாயிலாக அறிந்த நான், 12 - 2 - 37 - ல்,

> "தமிழ் நாட்டில் இப்போது சட்டமன்றத் தேர்தல் நடக்க இருக்கிறது. அதற்கு நண்பர்கள் பலர் உங்களை நாடி வாக்குரிமை (ஓட்) கேட்க வருவார்கள். அப்போது நீங்கள் அவர்களிடம், ஐயா, நீங்கள் உங்கள் மொழியாகிய தமிழை ஆதரிக்க வேண்டும். சட்டமன்றங்களிலும், பிற இடங்களிலும் தமிழ் மொழியிலேயே அலுவல்கள் நடைபெறுவதற்கு ஏற்பாடுகள் செய்தல் வேண்டும். தமிழ்நாட்டில் இந்தி போன்ற வேற்று மொழிகளைக் கட்டாய பாடமாக்குதல் கூடாது என்பதை ஒப்புக் கொள்ளுங்கள். இங்ஙனம் உறுதி கூறுவீர்களானால், எக்களுடைய வாக்குரிமையைப் பெறலாம் என்று கூறித் தமிழ் மொழியும், தமிழ் மக்களும் முன்னேற்றம் அடையும் வழியைத் தேடுங்கள். இதுவே தமிழ் மக்களாகிய உங்கள் கடமை"

என்ற ஓர் அறிக்கையை, 'உங்கள் கடமை' என்ற தலைப்பில் வெளியிட்டு, அதனை தமிழ் நாடெங்கணும் அனுப்பி வைத்தேன். அன்று முதல், இந்தி எதிர்ப்புப் பணியிலேயே எனது முழு நேரத்தையும் செலவிட்டு வந்தேன்.

தனி ஒருவனாக, அன்னக்காவடி மடத்தார் அளிக்கும் பிச்சை உணவை உண்டு கொண்டு, தமிழுக்காக அயராது பணியாற்றி வந்தேன்.

அறிக்கைகள் தயார்

தமிழ்நாட்டில் யாருக்கும் அறிமுகமில்லாத என்னால் தொடங்கப்பெற்ற இந்தப் பணிக்கு நாளாவட்டத்தில் நல்ல ஆதரவு கிடைத்து வந்தது.

இந்த நேரத்தில்தான் பல்லாவரம் பொதுநலக் கழக ஆசிரியர் உயர்திரு மறைமலை அடிகளார் “இந்தி பொது மொழியா?” என்ற நூலை வெளியிட்டிருந்தார்கள். அந்த நூலைப் பார்த்ததும், அதனை அச்சிட்டுத் தமிழ் நாடெங்கணும் அனுப்ப வேண்டுமென்ற விருப்பம் உண்டாகவே, திரு.கோ.து. நாயுடு (G.D. Naidu) பாகநேரிக்காசி விசுவநாதன் செட்டியார், ஆகிய இருவரின் பண உதவியினால் 15,000 படிகள் அச்சிட்டுத் தமிழ்நாட்டின் எல்லாப் பகுதிகளுக்கும் இலவசமாகவே அனுப்பி வைத்தேன்.

பிறகு, நாவலர் சோமசுந்தர பாரதியார், எம்.ஏ., பி.எல்., அவர்கள் ‘இந்தி கட்டாயப் பாடமா’ என்ற ஒரு நூலை ஆங்கிலத்தில் வெளியிட்டிருந்தார்கள். அதனையும் தமிழில் மொழிபெயர்த்து 15,000 படிகள் அச்சிட்டுத் தமிழ்நாடு முழுவதும் அனுப்பி வைத்தேன்.

இவையன்றி, இந்தி எதிர்ப்புப் பற்றிய பல அறிக்கைகள் அச்சிடப்பெற்றுத் தமிழ் நாட்டின் மூலை முடுக்குகள் எங்கும் அனுப்பப்பட்டன.

கருவூரிலும், அதனை அடுத்துள்ள சிற்றூர்களிலும் உள்ள தமிழ்ப் பெருமக்கள் என்னுடைய பணியை வரவேற்று ஊக்கமளித்துப் பொருளுதவியும் புரிந்து வந்தனர்.

இந்த நிலையில், சென்னையில் இருந்த துறவிகளான அருணகிரி அடிகளும், சண்முகானந்த அடிகளும் எனக்குப் பெருந்துணையாக நின்று இந்தி எதிர்ப்பில் முழுப் பங்கெடுத்துப் பெரும் பணி புரியலாயினர்.

இந்த நேரத்தில்தான் காங்கிரசுக் கட்சி தேர்தலில் வெற்றி பெற்று ஆளும் பொறுப்பை ஏற்றுப் பணி புரியத் தொடங்கிற்று.

ஆச்சாரியாரின் அடக்குமுறை

திரு.ஆச்சாரியார் அவர்கள் முதலமைச்சரானார். முன்பு தெரிவித்தபடியே, தம்முடைய முதல் வேலையாகத் தமிழ் நாட்டிலுள்ள 60 உயர்நிலைப் பள்ளிக் கூடங்களில் இந்தியைக் கட்டாய பாடமாக்கும் திட்டத்தை வெளியிட்டார்.

இதனை அறிந்த நான், உடனே ‘இந்தி எதிர்ப்பு மறியல்’ நடத்தியாக வேண்டுமென்ற முடிவுக்கு வந்து, ஓர் அறிக்கையைக் கீழே தந்துள்ளபடி எழுதி, அதனை எடுத்துக்கொண்டு ஈரோட்டிலுள்ள விடுதலை, அலுவலகம் சென்றேன்.

இந்தி எதிர்ப்பின் இறுதிப்போர்

தமிழ்ப் பெருமக்களே!

இந்திக் கட்டாயக் கல்வியினால் தமிழ் மக்களின் மொழி, கலை, நாகரிகம் முதலியன வளர்ச்சி குன்றிச் - சீர்குலைந்து மறைந்துவிடுமெனவும், அதனால் தமிழ் மக்களின் எதிர்கால முன்னேற்றம் தடைப்படுமெனவும், ஆகவே அந்நிய மொழியாகிய இந்தியைத் தமிழ் மக்களின் விருப்பத்திற்கு மாறாக அவர்களிடம் கட்டாய முறையில் நுழைப்பது சனநாயக ஆட்சியிலுள்ள அதிகார வர்க்கத்தாருக்கு அடாதெனவும் எத்தனையோ நூற்றுக்கணக்கான வேண்டுகோள்களும், கண்டனத் தீர்மானங்களும், மன்றாட்டக் கடிதங்களும் அனுப்பியும், அவை எல்லாவற்றையும் ஒரு சிறிதும் மதியாது, இந்தி எதிர்ப்புக்காரர்களை எல்லாம் அறிவிலிகள் என்று வாய்கூசாது கூறியதுமன்றிச், சென்னை முதன் மந்திரியார் தமக்கிருக்கும் அதிகார இறுமாப்பினால் தமிழ்நாட்டில் உள்ள பள்ளிக்கூடங்கள் அறுபதில் இந்தியைக் கட்டாயப் பாடமாக்கும் அறிக்கையைத் துணிந்து வெளியிட்டு விட்டார். "நான் செய்வதைத் தடுப்பது யார்" என்ற ஆணவத்தோடு கூடிய முதன் மந்திரியாரின் இக்கொடுஞ் செயலைப் பார்த்துக்கொண்டு தமிழ்க்குருதி தன் உடம்பில் ஓடும் எந்தத் தமிழ்மகனும் இனிவாளா இருத்தல் முடியாது.

இனி, இந்தி எதிர்ப்புக்காக மாநாடுகள் கூட்டிப் பேசுவதினாலோ, அல்லது தீர்மானங்கள் நிறைவேற்றி அனுப்புவதினாலோ எவ்வித நன்மையும் ஏற்படப் போவதில்லை என்ற முடிவுக்குத் தமிழ்த் தலைவர்கள் எல்லாரும் வந்துவிட்டார்கள்.

ஆகவே, இனி நமது எதிர்ப்பைச் செயலளவிற் செய்து காட்டினாலொழியத் தமிழ் மொழியைப் பாதுகாக்கவும், தமிழ் மக்களின் அடிமை வாழ்க்கையை ஒழிக்கவும் முடியாதென்பது உறுதியாய் விட்டது. ஆகவே, நாம் இறுதியாகச் செய்து பார்க்கும் அறப்போர் முனையில் தமிழ் மக்கள் எல்லாரும் ஒன்றுபட்டு இறங்கவேண்டும், மேற்படி அறப்போரும் சென்னையில் முதல் மந்திரி இல்லத்திலும், சட்டசபை வாயிலிலும் நின்று செய்யப்பட்டால்தான் வெற்றி கிடைக்குமென்பதும் தமிழ்த் தலைவர்களின் முடிவான நம்பிக்கையாகும். அறப்போரை இந்தி கற்பிக்கப்படும் பள்ளிக்கூடங்களில் செய்வதினால் அதிக பயன் விளையாதென்றும், எதிர்ப்பின் கிளர்ச்சி அரசாங்கத்தாருக்கு விரைவில் எட்டாதென்றும், அப்படி எட்டினாலும் தமிழ் மக்களை அடியோடு கவிழ்க்கக் கங்கணங்கட்டிப் பாடுபடும் சில பத்திரிகைக்காரர்களால்

மக்கள் உண்மையை அறியமுடியாது போகுமென்றும் தமிழ்த் தலைவர்கள் கருதுவதால் மேற்படி அறப்போரைச் சென்னையிலே நடத்துவதென்று முடிவு செய்யப்பட்டிருக்கிறது.

எனவே, அறப்போருக்கு வருவதாக இதுவரை 200 தொண்டர்களுக்குமேல் ஒப்புகொண்டுவிட்டார்கள். ஆனால், மேற்படி தொண்டர்களுள் பெரும்பாலாருக்கு உண்மையான உணர்ச்சியும் ஆர்வமும் இருக்கிறதே ஒழிய, அவர்களிடம் போதிய பொருள் வசதியில்லாததால் தங்களுடைய உணர்ச்சியைச் செயலளவில் செய்துகாட்ட முடியாத நிலைமையில் நின்று தவிக்கிறார்கள். இத்தீவினையை ஒழித்துத் தமிழ் மக்களின் மானத்தைக் காப்பாற்றும் பொறுப்பு இது சமயம் பொருட்செல்வம் மிக்க தமிழ் மக்களிடமும், தமிழர் நலங்கருதி உழைக்கும் சங்கங்களின் தலைவர்களிடமுமே தங்கியிருக்கிறது. ஆகவே, பொருள் வளம் நிறைந்த தமிழ்ப் பெருமக்களும், சங்கங்களின் தலைவர்களும் முன்வந்து தக்க பொருள்தந்து உதவவேண்டும்.

அறப்போர் 1 - 6 - 1938ல் துவங்குவதாக முடிவு செய்யப் பட்டிருப்பதால்; எல்லா விதமான ஏற்பாடுகளும் 25 - 5 - 1938 - க்குள் முடிவாகி, தொண்டர்கள் எல்லாரும் 1 - 6 - 38 - ல் சென்னையில் இருக்கவேண்டுமாகையால், அன்பர்கள் எல்லாரும் மிக விரைந்து பொருளுதவியைச் செய்து தருமாறு தாழ்மையுடன் கேட்டுக் கொள்ளுகிறேன்.

குறிப்பு :- சிறிதளவாவது பொருள் வசதியுள்ள தொண்டர்கள் பிறருடைய உதவியை எதிர்பாராமல் தங்களுடைய சொந்தச் செலவிலேயே மேற்படி தொண்டைச் செய்ய முன்வர வேணுமாய்க் கேட்டுக் கொள்வதோடு, அறப்போர் கண்டிப்பாக 1 - 6 - 38 - ல் துவங்க வேண்டுமென்பதைத் தொண்டர்களும் பொருள் உதவும் அன்பர்களும் கவனித்து விரைந்து ஆவன செய்யுமாறு கேட்டுக்கொள்ளுகிறேன்.

ஈழத்துச் சிவானந்த அடிகள்,
அறிவுதயக் கழகம், 25 - 4 - 38 கருவூர்.

அங்கே பெரியார் இராமசாமி அவர்களிடம் இந்த அறிக்கையைக் காட்டி, இதனை, 'விடுதலை', 'குடிஅரசு' ஆகிய இதழ்களில் வெளியிட்டு உதவுமாறு கேட்டுக்கொண்டேன். இந்த அறிக்கையைப் பார்த்துவிட்டு, "இது காங்கிரசார் கையாளும் சண்டித்தனம்; சத்தியாக்கிரகம், மறியல் என்பதெல்லாம் வெறும் கேலிக்கூத்து" என்று கூறி அந்த அறிக்கையை வெளியிட மறுத்துவிட்டார்.

பிறகு, ஈரோட்டிலுள்ள எனது நண்பர் சண்முக வேலாயுதம் அவர்களிடம் சென்று நிலைமையை விளக்கிக் கூறினேன். அவர் அந்த அறிக்கையைத் தம்முடைய செலவில் அச்சிட்டுத் தருவதாகக் கூறி, அந்த ஊரிலுள்ள இரத்தினா அச்சகத்தில் அச்சடித்துத் தந்ததோடு, அதனைத் தமிழ் நாடெங்கணும் அனுப்பும் அஞ்சல் *(Stamp)* செலவையும் திரு. சண்முக வேலாயுதம் அவர்களே ஏற்றுக்கொண்டு பேருதவி புரிந்து, நான் மேற்கொண்ட பணிக்கு ஊக்கமும் உற்சாகமும் அளித்தார்கள்.

மறியல் துவங்கியது

சென்னையிலுள்ள முதலமைச்சர் (ஆச்சாரியார்) இல்லத்தின் முன் 1 - 6 - 38 - லிருந்து மறியல் தொடங்கப் பெறும் என்ற எனது அறிக்கையை வெளியிட்ட பின்னர், நான் சென்னை சென்று, மறைந்த பெரியார் சி.டி. நாயகம் அவர்களைக் கண்டு எனது நோக்கத்தையும் நிலைமையையும் விளக்கினேன்.

அவருடைய உதவியால், அவருக்குச் சொந்தமான ஓர் இடத்தில் முதலமைச்சர் இல்லத்துக்கு அருகாமையில் இந்தி எதிர்ப்பு நிலையத்தை நிறுவி, அறப்போர் வீரர்களின் வருகையை நோக்கி, நானும் அருணகிரி அடிகளும், சண்முகானந்த அடிகளும் எதிர்ப்பார்த்துக் கொண்டிருந்தோம்.

இந்தி எதிர்ப்பு மறியல் 1 - 6 - 38 - ல் தொடங்கப் பெறும் என்று அறிக்கையில் குறிப்பிட்டிருந்த போதிலும், தமிழ் மொழியினிடத்து நீங்காப்பற்றுக் கொண்டிருந்த தமிழ் வீரர்கள் 120 பேருக்கு மேற்பட்டவர்கள் குறிப்பாக விருதுநகர் அருப்புக்கோட்டைப் பகுதிகளில் இருந்து 25 - 5 - 38 - ல் இருந்தே தங்கள் சொந்தச் செலவில் சென்னையில் வந்து குழுமத் தொடங்கிவிட்டார்கள்.

இந்தி எதிர்ப்பு மறியல், குறிப்பிட்டபடி 1 - 6 - 38 அன்றே தொடங்கப் பெற்று, முதலமைச்சர் இல்லத்தின் முன் நடைபெறுவதாயிற்று. இந்தி எதிர்ப்பு வீரர்களும் நாளுக்குநாள் அதிக அளவில் வரத்தொடங்கினார்கள்.

மறியல் தொடங்கிய மூன்றாம் நாள், அதாவது 60 பேர்வரை மறியலில் ஈடுபட்டுச் சிறை சென்றபின், பெரியார் ஈ வெ. இராமசாமி அவர்கள் தாமாகவே இந்தி எதிர்ப்பு நிலையத்துக்கு வந்து, மறியல் செய்வதற்காக வந்திருந்த தொண்டர்களை நோக்கி, “இப்படி மறியல் செய்வது காங்கிரசார் மேற்கொள்ளும் பயன்தராத முறையாகும் - சண்டித்தனமாகும். இதில் நீங்கள் ஈடுபட வேண்டியதில்லை” என்ற பழைய பல்லவியை மீண்டும் கூறியதோடு, வந்தவர்கள் தங்கள் தங்கள் ஊருக்குப் போவதற்கு வழிச்செலவும் தருவதாகக் கூறினார்.

அந்தச் சமயத்தில், நானும் அங்கிருந்த மற்றவர்களும் அவரை அணுகி, "ஐயா, இதில் நீங்கள் தலையிடாமல் இருப்பது, தமிழ் மொழியைக் காப்பாற்றச் செய்யும் ஒரு பேருதவியாகும்" என்று கூறவே, அவரும் மறுமொழி ஒன்றும் கூறாமல், திரு.சி.டி.நாயகம் அவர்கள் இல்லத்திற்குச் சென்று விட்டார்.

பிறகு, அங்கு நிலைமையைத் திரு.சி. டி. நாயகம் அவர்கள் விளக்கிக் கூறவே, உண்மையைப் புரிந்துகொண்டு, தானும் இந்தி எதிர்ப்பில் கலந்துகொள்ளும் முறையில் காரியங்களை நடத்தத் தொடங்கினார். பெரியார் இராமசாமி அவர்களிடம் செய்தித்தாள்கள் (விடுதலை - குடியரசு) இருந்ததால், இந்தி எதிர்ப்பை நாடறியச் செய்ய ஒரு நல்ல வாய்ப்பு கிட்டியிருப்பதாகக் கருதிப் பெருமகிழ்வடைந்தோம்.

பேச்சாளர்களுக்கு மேடை கிடைத்தது

இந்தி எதிர்ப்பு மறியல் நடந்துகொண்டிருக்கும்போதே, தமிழ் நாட்டின் பல பகுதிகளிலும் இந்தி எதிர்ப்புக் கூட்டங்களும், மாநாடுகளும் நடைபெற்றுக்கொண்டிருந்தன.

நாவலர் சோமசுந்தர பாரதியார், தமிழ்வேள் உமா மகேசுவரன் பிள்ளை, திருவாளர்கள் கி ஆ.பெ. விசுவநாதன், சி.என். அண்ணாத்துரை போன்றவர்கள் இந்தி எதிர்ப்புக் கூட்டங்களிலும், மாநாடுகளிலும் கலந்துகொண்டு, இந்தியை எதிர்ப்பதன் நோக்கத்தை விளக்கிப் பேசி வந்தார்கள்.

மேடைகளில் பேசும் தகுதிபெற்ற சிலருக்கு இந்தி எதிர்ப்பு ஒரு நல்ல வாய்ப்பாக அமைந்துவிட்டது.

அந்த வாய்ப்பு, அவர்களிற் சிலருக்கு - அவர்களுடைய எதிர்கால நல வாழ்வுக்கு வித்தூன்றியதுபோல் ஆகிவிட்ட தென்பது மிகைபடக் கூறுவதாகாது.

மாதச் சம்பளத்துக்கு எங்கோ ஓர் அலுவலகத்தில் செய்தித்தாள் துறையிலோ, அல்லது சிற்றரசர்களின் மாளிகையிலோ பணியாற்றிக் கொண்டிருக்க வேண்டிய சிலருக்குப் பொதுவாழ்வில் நல்ல இடமும், தலைமைப் பதவியும், அவர்களே ஆச்சரியப்படக்கூடிய அளவுக்குச் செல்வமும் (பணமும்) கிடைத்திருக்கிறதென்றால், அது என்னால் தொடங்கப்பெற்ற இந்தி எதிர்ப்பின் விளைவேயாகும்.

பெண்குலத்தின் போர்க்கோலம்

இந்தி எதிர்ப்பு மறியல் மும்மரமாக நடைபெற்றுக்கொண்டிருந்த நேரத்தில், தமிழ் நாட்டிலுள்ள தாய்மார்களும் தங்கள் பங்கினைச் செய்ய முன்வந்தனர்.

நூற்றுக்கு மேற்பட்ட பெண்மணிகள், தங்கள் பால்மணம் மாறாப் பச்சிளங் குழந்தைகளுடன் இந்தி எதிர்ப்பு மறியலில் ஈடுபட்டுச் சிறை சென்றுள்ளார்கள்.

ஆண்டு பலவான மூதாட்டிகளான டாக்டர் தருமாம்பாள் அவர்களும், மூவாலூர் இராமாமிர்தத்தம்மையார் அவர்களும், சென்னை மலர்முகத் தம்மையார் அவர்களும், வேறு பலரும், ஆண்டு சிலவான சரசுவதி (டாக்டர் சிற்சபை அவர்களின் துணைவி) அவர்களும், கந்தம் கந்தம் உரோசம்மாள், சரோசினி அம்மாள் (மறைமலையடிகளாரின் மூத்த மருமகள் - மாணிக்க வாசகத்தின் துணைவி) கோபிசெட்டிபாளையம் மாரியம்மாள் அவர்களும், வேறுபலருமாக 105 பேர் இந்தி எதிர்ப்பு மறியலில் ஈடுபட்டுத் தமிழ் மொழிக்கும், தாய்க்குலத்துக்கும் பெருமை தேடித்தந்துள்ளார்கள்.

செயல் இங்கே - புகழ் அங்கே

இந்த நிலையில் இந்தி எதிர்ப்பைத் தோற்றுவித்த நானும் மற்ற இரு துறவிகளான அருணகிரி அடிகளும், சண்முகானந்த அடிகளும் சிறை சென்றுவிடவே, படிப்படியாக இந்தி எதிர்ப்பு அறப்போரைப் பெரியார் இராமசாமி அவர்களே ஏற்று நடத்தும் நிலை உருவாகியது. எல்லாம் அவருடைய விருப்பப்படி நடைபெற்று வந்தது.

இதன் விளைவு, பிறகு இந்தி எதிர்ப்புக்குப் பெரியார் ராமசாமி அவர்கள்தான் முதல்வர் என்ற நிலை ஏற்பட்டுவிட்டது. இது ஒரு பெரிய பித்தலாட்டக் கொடுமையுமாகும்.

வரலாற்றுண்மை வாய்ந்ததும், தன்னலமற்றதுமான இந்தி எதிர்ப்பு நிகழ்ச்சி பெரியார் இராமசாமி அவர்களின் தலையீட்டால் கறையான் புற்றெடுக்கப் பாம்பு குடிகொண்ட கதையாகி விட்டது. செயலுக்கு ஒருவனும், அந்தச் செயலால் புகழ்பெற இன்னொருவனும் என்ற நிலை ஏற்படுவதென்றால் அது, தமிழுக்கும், தமிழ் நாட்டுக்கும் உண்டாக்கப்படும் ஒரு மறைக்க முடியாத களங்கமாகும்.

துறவிக்குத் திரைபோட்ட மேதாவிகள்

1937 - இல் என்னால் தொடங்கப்பெற்ற இந்தி எதிர்ப்பு இயக்கம்தான் தமிழ்நாட்டில் நல்லதொரு விழிப்புணர்ச்சியை உண்டாக்கிக் காங்கிரசுக்கு எதிராக ஓர் அரசியல் கட்சி உருவாகி வளர்ந்து வேரூன்றி நிற்பதற்கு வழிகோலியது என்பது மிகைபடக் கூறுவதாகாது.

திராவிடக் கழகம், அதன்பிறகு திராவிட முன்னேற்றக் கழகம், தமிழ்நாட்டில் தோன்றி இயங்கி வருகின்றன என்றால், அது 1937 - இல் என்னால் தோற்றுவிக்கப்பட்ட இந்தி எதிர்ப்பின் பலனே என்பதை எவரும் மறுக்க முடியாது.

இன்னும் விளக்கமாகக் கூற வேண்டுமானால், திராவிட கழகம் திராவிட முன்னேற்றக் கழகம் ஆகியவற்றிற்குப் பொதுமேடை கிடைத்ததும், அவர்களுடைய அரசியல் வாழ்வுக்கு அடிக்கல் நாட்டியதும் 1938 - ல் நடைபெற்ற இந்தி எதிர்ப்பு இயக்கம்தான். இந்தப் பேருண்மையினை அவர்களாலேயே மறுக்க முடியாது. வேண்டுமானால் அவர்களுக்கு இப்போது ஏற்பட்டிருக்கும் இரவல் செல்வாக்கினால் மறைக்க முயலலாம் என்றாலும், என்றைக்கும் மறைத்துவைக்க எவராலும் முடியாது.

அன்று - இந்தி எதிர்ப்பு நடைபெறவில்லை என்றால், இன்று திராவிட கழகத்திலும் திராவிட முன்னேற்றக் கழகத்திலும் பெருந்தலைவர்களாகக் காட்சியளிப்பவர்கள் எல்லாரும் அன்றியங்கி வந்த தன்மான இயக்கத்தோடு (Self Respect Movement) முகவரி தெரியாமல் இருந்திருப்பார்கள் என்பதும், அல்லது அவர்களின் அன்றைய அரசியல் கட்சியான நீதிக்கட்சி (Justice Party) போல் இருக்குமிடம் தெரியாமல் போயிருப்பார்கள் என்பதும் கல்மேல் எழுத்துப்போன்ற உண்மையாகும்.

ஆனால் இந்த உண்மையை இன்று எத்தனைபேர் நினைவில் வைத்திருக்கிறார்கள் என்று எண்ணினால் ஏமாற்றமே தரும். பழைய உண்மைகள் முழுவதையும் இன்று அவர்கள் (தி.க., தி.மு.க.)அறவே மறந்துவிட்டிருக்கிறார்கள்.

தெருவிலே திரிந்த ஒரு துறவியால் தோற்றுவிக்கப்பட்டதுதான் இந்த இந்தி எதிர்ப்பு இயக்கம் என்று கூறினால், அது அவர்களுக்கு இழுக்கென்று கருதுகிறார்கள்போலும்.

எவ்வளவோ படித்த மேதாவிகளாகிய நாங்கள் இருக்க, எங்கோ ஈழநாட்டிலிருந்து வந்த ஒரு அன்னக்காவடியா இப்படி ஒரு பெரிய

இயக்கத்தை உண்டாக்கி நடத்திப் புகழ் பெறுவது என்ற 'நல்லெண்ணம்' போலும்.

ஆனால், உண்மையை நல்ல உள்ளம் படைத்தவர்கள் மறைக்க மாட்டார்கள். திருச்சியில் 1937 - ல் நடைபெற்ற இந்தி எதிர்ப்பு மாநாட்டில் உரையாற்றிய தமிழ்வேள் உமாமகேசுவரன் பிள்ளை, பி.ஏ.பி. எல். அவர்கள் இந்த உண்மையினைத் தெளிவாகவும் உறுதியாகவும் கூறினார்கள்.

> "அன்று சைவத்தைக் காப்பாற்ற ஈழநாட்டிலிருந்து ஒரு ஆறுமுக நாவலர் நமக்குக் கிடைத்தார். இன்று தமிழ் மொழியைக் காப்பாற்ற அதே ஈழ நாட்டிலிருந்து ஒரு அடிகள் நமக்குக் கிடைத்திருக்கிறார் என்பதை எண்ணும்போது நாம் மகிழ்ச்சி அடைகிறோம் என்றாலும் உண்மையிலேயே நாங்கள் எல்லாரும் வெட்கப்படுகிறோம்" என்று கூறினார்கள்.

புகழ் தேடிகள்

எனக்குப் புகழ் கிடைக்கவேண்டும் என்பதற்காகவோ அல்லது என்னைப் பலரும் பாராட்டிப் பெருமைப்படுத்த வேண்டும் என்பதற்காகவோ நான் இந்தி எதிர்ப்பை நடத்தவில்லை.

கட்டாய இந்தியால் தமிழின் வளர்ச்சியும் தமிழ் மக்களின் முன்னேற்றமும் கெடும் என்பதை உண்மையாகவே உணர்ந்த நான் அந்தப் பெருங்கேட்டினை ஒழித்தாக வேண்டுமென்ற பொது நோக்கோடு எந்தவிதமான பயனையும் எதிர்பாராத வகையில் போராட்டத்தை நடத்தினேன். வெற்றியும் பெற்றேன்.

என்னுடைய இந்தத் தூய்மையான போராட்டத்தினால் கட்டாய இந்தி ஒழிக்கப்பட்டு, விருப்பப்பாடமாக ஆக்கப்பட்டது.

ஒருநாட்டு மொழிக்கும், அம்மொழி பேசும் மக்களுக்கும் இடையூறு உண்டாகாத வகையில் விரும்புவர்கள் எத்தனை மொழிகளை வேண்டுமானாலும் கற்கலாம் என்பது என்னுடைய கருத்து மட்டுமல்ல, நல்லறிஞர் பலரும் இச்சிறந்த கருத்தினை வரவேற்கிறார்கள் என்பது ஒருதலை.

புகழ் கிடைக்க வேண்டும், அரசியலில் செல்வாக்குப் பெற வேண்டும் என்ற தன் நலத்தோடு ஒரு போராட்டத்தை நடத்தினால் அந்தப் போராட்டம் வெற்றியைத் தேடித்தராது. தோல்வியையே அணைத்துக் கொள்ளும்.

இதற்கு ஓர் எடுத்துக்காட்டாக நடைபெறுவதுதான் இன்றைய இந்தி எதிர்ப்புப் போராட்டம்.(1965)

போகட்டும்; அந்தப் பெருமையும் புகழும் எனக்கு வேண்டாம். இதற்கென்றே அரசியலுக்கு வந்திருப்பவர்கள் நுகர்ந்துவிட்டுப் போகட்டும்.

ஆனால் ஒன்று, உண்மையை மறைக்கும் அற்பத்தனத்தைத் தமிழ் மக்கள் எந்தக் காலத்திலும் ஒப்புக்கொள்ள மாட்டார்கள். அத்தகைய செய்கையுடையவர்கள் உண்மையான தமிழர் ஆகார். இதனை 'இன்று எதிர்ப்பு இயக்கத்திற்கு நானே தலைவன். தமிழ் காக்க வந்த தனிபெரும் தனிக்கோள்' என்று தம்பட்டம் அடித்துக் கொள்பவரும் அவரை அண்டி நிற்பவர்களும் உணர்ந்துவிட்டால் அது அவர்களையே குத்திக் குடையும் அம்பாக ஆகிவிடும்.

நெடுஞ்செழியன் அன்றும் - இன்றும்

தமிழ்நாட்டில் இந்தி எதிர்ப்பை முதன் முதலில் தோற்றுவித்தவன் நான்தான் என்பதைத் திராவிட முன்னேற்றக் கழகத்தின் முன்னணித் தலைவர்களில் ஒருவராகக் கருதப்படும் திரு.நெடுஞ்செழியன் எம்.ஏ., எம்.எல்.ஏ., அவர்கள் தம்மால் நடத்தப்பட்ட 'மன்றம்'1 - 5 - 55 இதழில் (10 ஆண்டுகளுக்கு முன்) கீழ்க்கண்டவாறு எழுதினார்.

> "தோழர் ஆச்சாரியார் அவர்கள் 1938 - ல் இந்தியைக் கட்டாயப் பாடம் ஆக்குவேன் என்று அறிவித்தபோது, அதனை எதிர்த்து ஆச்சாரியாருக்கு முதல் தந்தி அடித்தவர் ஈழத்துச் சிவானந்த அடிகளே ஆவார். இந்தி எதிர்ப்பு இயக்கத்தை அவர்தான் துவக்கி வைத்தார். பிறகுதான் நாவலர், பாரதியார், பெரியார் இராமசாமி, அறிஞர் அண்ணாத்துரை போன்றவர்கள் கலந்து கொண்டார்கள். ஈழத்துச் சிவானந்த அடிகள் முதற் சர்வாதிகாரியாகப் பணியாற்றிச் சிறை புகுந்தார்" என்று எழுதியிருந்தார்கள்.

ஆனால் இன்று திரு.நெடுஞ்செழியன் அவர்களைப் பார்த்துக் கேட்டால் இந்தப் பேருண்மையைத் துணிந்து கூறுவாரா என்பதும், மீறிக் கூறினால், அவரது கட்சியின் தலைவர், 'இதெல்லாம் இப்போது எதற்கு? பழையன கழிதலும் புதியன புகுதலும் வழுவல கால வகையானே' என்று கூறித் தொல்காப்பியக் கொலை செய்யக்கூடும். இந்த அச்சம் திரு. நெடுஞ்செழியனுக்கு மட்டும் விலக்காகிடுமா?

மொழியின் பெயரால் அரசியல் பிழைப்பு

அன்றைய இந்தி எதிர்ப்பில் புனிதத் தன்மையும், உண்மையான மொழிப் பற்றும் இருந்ததன. அதனால்தான் எந்தவிதமான செல்வாக்கும்

இல்லாத அந்தக் காலத்திலேயே நூற்றுக்கு மேற்பட்ட பெண்களும், ஆயிரத்துக்கு மேற்பட்ட ஆண்களுமாக 1247 பேர் கட்டுப்பாட்டுடன் சிறை செல்லும் ஒரு நல்ல வாய்ப்பு இருந்தது. அந்த அளவுக்கு அன்றைய போராட்டத்தில் உண்மை இருந்தது. அதனால் அதில் ஈடுபடுத்திக்கொண்டனர். மன்னிப்பு கேட்பது, 'பரோல்' வேண்டுவது போன்ற விரும்பத்தகாத நிலைகளை அன்றைய போராட்டத்தில் காணமுடியாது.

இன்னும் விளக்கமாகக் கூறவேண்டுமானால், சிறைக்குள் நோய் வாய்ப்பட்டிருந்த தாளமுத்து, நடராசன் என்ற இரு இளைஞர்கள், மன்னிப்பு கேட்டுகொண்டு வீட்டுக்குப் போய்விடவில்லை; வெளியே உள்ள பெரிய மருத்துவமனைக்குத் தங்களை இட்டுச் செல்லும்படி கேட்டுக் கொள்ளவில்லை. அவர்களிடம் மொழிப்பற்று இருந்தது. உண்மைக்கு உழைக்கிறோம் என்ற பெருமிதம் அவர்களிடம் காணப்பட்டது. தாய்மொழிக்காகப் போராடிச் சிறையில் உயிர் நீத்தார்கள்.

ஆனால் இன்றைய இந்தி எதிர்ப்பின் முறையே முற்றிலும் வேறானதாகும். போராட்டத்திற்கான இன்றியமையாமையைப் புரிந்துகொள்ளாமல், பிழைப்புக்காகச், செய்தித்தாள் விளம்பரத்திற்காகப் போராட்டம் என்ற பெயரில் நடத்தப்படுகிறது. அதிலும் ஒரு பொதுவான மொழிப் போராட்டத்தை ஒரு குறிப்பிட்ட அரசியல் கட்சி நடத்துவது, எப்படி நாட்டுமக்கள் அனைவருக்கும் பொதுவான போராட்டமாக அமைய முடியும்?

இதன் காரணமாகத் தமிழ் மொழியினிடத்து உண்மையான பற்றுக் கொண்டவர்கள் - ஏனைய கட்சிகளிலுள்ள தமிழ்மொழி ஆதரவாளர்கள் கலந்துகொள்ள வழியின்றிப் போகிறது.

அன்றைய போராட்டத்தில் கட்சி மத வேறுபாடின்றி எல்லாரும் கலந்துகொள்ளும் ஒரு நல்ல வாய்ப்பு இருந்தது.

காங்கிரசிலிருந்த பலர், இந்தி எதிர்ப்பில் ஈடுபட்டுச் சிறை சென்றுள்ளனர், அவர்களில் மறைதிருநாவுக்கரசு (மறைமலை அடிகளாரின் புதல்வர்) குறிப்பிடத்தக்கவர்.

பரவஸ்து இராசகோபாலாச்சாரியார் என்ற வைணவப் பிராமணர் ஒருவர் இந்தி எதிர்ப்பின் சர்வாதிகாரியாக இருந்து சிறை சென்றுள்ளார்.

இன்றைய போராட்டத்தில் "கூடாரத்துக்குள்ளேயே குத்து வெட்டு" என்பதுபோல், அக்கட்சிக்குள்ளேயே கருத்து வேறுபாடு

வெளிப்படையாகக் காணப்படுகிறது. சிறை செல்வதுகூட, முறைபோட்டு நடத்தப்படுகிறது. அதாவது, கட்சியின் அலுவல்கள், கெட்டுப் போகாதபடி பார்த்துக்கொள்வதற்கு, யார் வெளியே இருந்து அவற்றைப் பார்த்துக்கொள்வது? யார் சிறை செல்வது? என்ற முறைபோட்டுத் தலைவரின் ஆணைக்கும், கட்சியின் அமைப்புக்கும் கட்டுப்பட்டு வேண்டா வெறுப்போடு சிறை செல்லும் கட்டாயம் ஏற்படுகிறது.

எனவேதான், இன்றைய போராட்டம் மொழியைக் காப்பாற்றும் உண்மையான நோக்கத்தோடு நடத்தப்படவில்லை என்பதும், கட்சியை முன்வைத்து, அது கலையுண்டு - சிதறுண்டு போகாமல் காப்பாற்றவே இந்தி எதிர்ப்பு என்ற பெயரால் போராட்டம் நடத்தப்படுகிறது என்பதும் அரசியல். அறிவு சிறிதளவு தெரிந்தவர்கள் கூடப் புரிந்துகொள்ளக் கூடியதாகும்.

இதுவுமின்றி இன்றைய போராட்டத்தில் சிறிதளவும் புனிதத் தன்மையின்றி உண்மைக்கு மாறாக மொழிப்பற்றற்ற தன்மையில் தமிழ் பேசும் அனைவரையும் ஒன்றாக அணைத்துக் கொள்ளும் பெருந்தன்மை சிறிதுமின்றி நடத்தப்படுவதால், அது இயல்பாகவே தோற்றுப் போகிறது.

அதோடு இன்றைய போராட்டம் வெறும் ஏமாற்று என்பதை அரசாங்கம் நன்றாகப் புரிந்துகொண்டதால்தான், இன்று இந்தி ஆட்சிப்பீடம் ஏறும் நிலை பெற்றுள்ளது.

இதுமட்டுமல்ல, போர் முறை தெரியாதவர்கள் எவ்வளவுதான் முரசொலித்து முழக்கமிட்டாலும் போரில் வெற்றி காண்பது வெறுங் கனவுதான்.

ஆட்பலம் ஒன்று மட்டுமே போரில் வெற்றியைப் பெற்றுத் தந்துவிடாது. போர் ஒரு நல்ல குறிக்கோளுடன் இலட்சிய அடிப்படையில் அமைதல் வேண்டும். அதோடு முறை தெரிந்து போராட்டத்தை நடத்த வேண்டும்.

போர் அவ்வாறு அமையுமானால், ஆயிரம்பேரைத் தனியொருவன் வென்றுவிட முடியும். இது, வரலாற்று நிகழ்ச்சிகள் கற்பிக்கும் பாடம்.

இதில் பாலபாடமே அறியாத அரிச்சுவடியினர் எல்லாம் அறிந்தவர்களைப் போல் எக்காளமிட்டுத் தாவிக் குதிப்பது உண்மையிலேயே பெரிதும் இறங்கி எள்ளி நகையாடக்கூடிய ஒன்றாகும்.

இப்போது நடைபெறும் இந்தி எதிர்ப்புப் போர்முறை தவறான வழியில் மக்களை இட்டுச்சென்று நடத்தப்படுவதால், அதில் ஈடுபட்டுள்ள சிலருக்கு மட்டும் வாழ்வில் நல்ல வளமும் வருவாயும், பலருக்கு மிகுதியான தொல்லையும் துன்பமும் பொருள் அழிவும் ஏற்படுவதுமான இரங்கத்தக்க நிலையையே காணமுடிகிறது.

இன்றைய போராட்டத்தின் உள்நோக்கம்

இன்றைய இந்தி எதிர்ப்புப் போராட்டத்தில் விரல்விட்டு எண்ணக்கூடிய ஒருசிலர் உண்மையான மொழிப்பற்றுடன் அதில் பங்கு பெற்றிருக்கலாம்.

ஆனால் பலரின் நிலை அப்படியல்ல. அவர்கள் எல்லாரும் தன் நலத்தை, வருவாயை முதலாவதாகவும் கட்சிக் கட்டுப்பாட்டை இரண்டாவதாகவும் கொண்டே அப்போராட்டத்தில் பங்கு கொள்கின்றனர்.

இந்த ஆகாத முறையும் போக்கும் இந்திப் போராட்டம் ஒன்றில்தான் என்று எண்ணிவிட வேண்டாம். அவர்களால் நடத்தப்படும் எந்தப் போராட்டம் ஆயினும், இந்த அடிப்படை நோக்கத்திலேயே நடைபெற்று வருவது வழக்கமாகிவிட்டது.

மக்கள் அனைவருக்கும் பொதுவான ஒரு செயலில் தாங்கள் மட்டும் முந்திக்கொண்டு கருத்துக்கூறிய, போராட்ட முறைகளைத் தங்கள் போக்கிலேயே வகுத்துக்கொண்டு, அது, தங்களுக்கு மட்டுமே உரியது என்ற முறையில் நடத்த முற்பட்டால் தோல்வியைத்தான் காணமுடியும்.

மொழி என்பது அதனைப் பேசும் அனைவருக்கும் பொதுவானதாகும். இதனை ஒரு குறிப்பிட்ட அரசியல் கட்சி, தனக்கே உரித்தாக்கிக்கொண்டு செயல்பட முற்பட்டால் அதனை மக்கள் பொறுத்துக்கொள்ள மாட்டார்கள்.

மொழிக்கு மெய்யாகவே கேடு விளைகிறதென்று அறிந்தால் முதலில் அந்த மொழி பேசும் அனைவரையும் ஒன்றுபடுத்தும் முதல் வேலையில் ஈடுபட வேண்டும்.

கட்சி நிறம் சிறிதுமின்றி நேர்மையாக நடந்து ஒன்றுபட்ட மக்கள் யாரை நம்புகிறார்களோ அவர்கள் தலைமையில் திட்டமிட்டுப் பொதுநோக்குடன் ஈடுபட வேண்டும். அப்படி ஒரு நல்ல நிலை ஏற்பட்டு அதில் திறமையைக் காட்டினால் வெற்றிபெற முடியுமே தவிர, 'எல்லாம் நான்தான்' என்ற இறுமாந்த போக்கில் தொடங்கப்பெறும் போராட்டத்தில் எந்த முறையைக் கையாண்டாலும் அது இலவுகாத்த கிளியின் கதையாகத்தான் முடியுமே தவிர வெற்றிக்குச் சிறிதும் இடமில்லை.

மக்களின் உயிர் நாடியான மொழியைக் காக்கும் பெரும் பணியில் ஈடுபடுபவர்கள் அரசியல் வேட்டை ஆடுவதற்குக் கிடைத்துள்ள தங்களின் தற்காலிக செல்வாக்கைக் கருவியாக வைத்துக்கொண்டு போராட்டத்தில் இறங்குவார்களானால் அது அவர்களின் அறியாமையை வெளிப்படுத்துவதோடு, சிறார் மணற்சோறு பொங்கி மகிழும் விளையாட்டைப் போன்றதாகவும் முடியும்.

மேலே கூறப்பட்டற்றைத் தவறென்று அந்த 'நபர்கள்' கூறுவார்களானால், அவர்களது போராட்ட நோக்கம் முற்றிலும் போலியானது என்பதே உண்மையாகும். அவர்கள் 'தமிழைக் காக்கிறோம்' என்று கூறிக்கொண்டே, தங்கள் வாழ்வை வளப்படுத்தும் தன்னலக்காரர்கள் பிறரை ஏமாற்றுபவர்கள் என்றுதான் மக்கள் முடிவு செய்வர்.

இன்று, இந்தியை எதிர்ப்பதாகக் கூறுபவர்களிற் பெரும்பாலார் இத்தரமுடையோரே.

அவர்கள் எதிர்பார்ப்பது என்ன?

இன்று இந்தி எதிர்ப்புப் போராட்டம் என்ற பெயரில், கிளர்ச்சி நடத்தும் தி.மு.க வினர், உண்மையாகவே அக்கிளர்ச்சியின் வாயிலாக என்ன பயனை எதிர்பார்க்கின்றனர்?

இந்தி ஒழிய வேண்டுமென்பதோ அல்லது தமிழ் வாழ வேண்டும் என்பதோ அவர்களது நோக்கமல்ல. அந்த அளவு அவர்களுக்கு மொழிப்பற்று இருப்பதாக எவரும் எண்ணி விடவேண்டாம்.

ஏனென்றால், இந்தி எதிர்ப்பில் ஈடுபட்டுச் சிறை சென்று மீண்டவுடன் அவர்களுக்கு அளிக்கப்படும் வரவேற்பையும் பாராட்டையும் ஆடம்பரமான ஊர்வலத்தையும் பார்க்கின்ற போது அவர்களுக்கு உண்மையான மொழிப் பற்று இருக்கிறதென்று அறிவுடைய எவரும் கூறமாட்டார்கள்.

ஒரு போராட்டத்தில் ஈடுபட்டு அதன் பொருட்டுச் சிறையோ வேறு கொடுமைகளோ ஏற்க நேரிட்டால், அவற்றைப் புன்னகையோடு ஏற்றுத் தான் மேற்கொண்ட போராட்டத்தில் வெற்றிகாணும் வரை உண்மையான ஒரு போர் வீரன் இப்படிப்பட்ட ஆர்ப்பாட்டங்களை ஒருபோதும் விரும்பமாட்டான்.

அதிலும் போராட்டத்தின் தலைவனாகவும் தளபதிகளாகவும் இருப்பவர்கள் இந்த ஆடம்பரங்களை அறவே விரும்ப மாட்டார்கள்.

ஆனால் இவர்கள் சிறைக்கதவுகள் திறக்கப்பட்டவுடன், தங்களை வரவேற்க எவ்வளவு பேர் வந்திருக்கிறார்கள்? யார் யார்? - குறிப்பிடத்தக்கவர்கள் வந்திருக்கிறார்கள்? எத்தனை மாலைகள்? எவ்வளவு தொகைக்குப் பணமுடிப்பு? தங்களுக்கு அளிக்கப்படும் கேடயம் வெள்ளியாலானதா? தங்கமுலாம் பூசப் பெற்றதா? ஊர்வலம் பல்லக்கிலா? தேரிலா? ஊர்வலத்தில் யானை, குதிரை உண்டா? செய்தித்தாள் குறிப்பெடுப்பவர்களும் புகைப்படம் எடுப்பவர்களும் வந்துள்ளனரா? என்ற விவரங்களை அறிந்துகொள்வதில் ஆர்வம் காட்டுகிறார்களேயன்றி தாங்கள் ஏற்ற பணியில் வெற்றியா? தோல்வியா? என்று எண்ணிக்கூடப் பார்க்க நினைவும் நேரமும் இருப்பதில்லை.

போராட்டத்தில் ஈடுபட்ட ஒரு தொண்டன் இவ்விதம் எண்ணி எதிர்பார்த்தால், அது அவனுக்கு இயற்கையாக ஏற்படக்கூடியதுதான் என்று கருதலாம். என்றாலும் உண்மையான மொழிப்பற்றுள்ள ஒரு தொண்டன் கூட இந்த அற்ப ஆடம்பரங்களை விரும்பவே மாட்டான்.

ஆனால் இன்று நடப்பதென்ன? 'தமிழ் காக்க வந்த தனிப்பெருந் தலைவர்கள் நாங்கள்தான்' என்று பறைசாற்றிக் கொள்ளும் 'மேதை'கள் அல்லவா, நான் முந்தி, நீமுந்தி என்று இந்த ஆகாத - தேவையற்ற – விரும்பத்தகாத வீண் ஆடம்பரங்களை விரும்பி ஏற்றுக் கொள்கிறார்கள்.

வெற்றிகண்ட பின் மட்டுமே ஏற்றுக்கொள்ள வேண்டிய விருதுகளைத் தோல்வியின் அறிகுறிகள் தோன்றுகின்ற நேரத்தில், இதுதான் தக்க சமயம் இனியும் தாமதிப்பது நல்லதல்ல' என்று எண்ணி விழுந்தடித்துக்கொண்டு விருதுகளையும் பரிசுகளையும் பணமுடிப்புகளையும் விரும்பி ஏற்றுக்கொள்கின்றனர்.

ஐம்பதுக்கு மேற்பட்ட சட்டமன்ற உறுப்பினர்களையும் எட்டுக்கு மேற்பட்ட பாராளுமன்ற உறுப்பினர்களையும் பல நகராட்சி மன்றங்களையும், பஞ்சாயத்துக்களையும், தன்னிடம் வைத்துக் கொண்டுள்ள ஓர் 'அரசியல்' கட்சிதான், தமிழ்நாட்டில் இந்தியை எதிர்க்கின்றதென்பதை அறிந்தும், தில்லி அரசு இவர்களின் இந்தி எதிர்ப்பைப் பொருட்படுத்தாமல், இந்தியைத் திணிப்பதில், மும்முரமாக ஈடுபட்டிருக்கிறதென்றால், அது இங்கு இந்தியை எதிர்ப்பவர்களின் உள்நோக்கத்தைப் புரிந்துகொண்டு விட்டதென்பதைதானே தெளிவாக எடுத்துக்காட்டுகிறது.

இவர்கள், தி.மு.க.வினர் இந்தியை எதிர்க்கவில்லை; காங்கிரசை எதிர்க்கின்றனர். அதுவும் வெறும் பதவிகளுக்காகக் காங்கிரசை எதிர்க்கின்றனர்.

இவர்கள் தமிழை வளர்க்கவில்லை. தங்களுக்குக் கிடைத்துள்ள செல்வாக்குச் சிதையாமல் பார்த்துக்கொள்ள வேண்டுமென்பதற்காகவே தாங்கள் தமிழுக்காகப் போராடுவதாகப் பொது மக்களிடம் கூறி வருகிறார்கள் என்பதும் தில்லி அரசுக்கு நன்றாகப் புரிந்துவிட்டது.

எனவேதான் இந்தியை ஆட்சி மொழியாக்கும் பணியில் சிறிதும் தயக்கமின்றி மும்முரமாக ஈடுபட்டுள்ளது.

பெரியாரின் இந்தி எதிர்ப்பு

இது நிற்க, பெரியார் இராமசாமி அவர்களுக்கும் எனக்கும் இடையே நடைபெற்ற ஒரு நிகழ்ச்சி மூலம் பெரியார் இராமசாமி அவர்களுக்கும் இந்தி எதிர்ப்புக்கும் எந்தவிதமான நேரடித் தொடர்பும் இல்லை என்பதைத் தெளிவாக அறியலாம்.

அதாவது, சென்னை மாநிலக் காங்கிரசு அமைச்சர்கள் 1939 - இல் பதவியிலிருந்து விலகியதும், பெரியார் இராமசாமி அவர்கள் ஒரு அறிக்கை வெளியிட்டார். அதில்,

> 'இந்தி எதிர்ப்புத் தீவிரக் கிளர்ச்சி தற்கால சாந்தியாகச் சிறிது நாட்களுக்கு நிறுத்தி வைக்கப்பட்டிருக்கிறது".
>
> - ஈ.வெ.இராமசாமி

அந்த அறிக்கையில் குறிப்பிட்டிருந்ததோடு, கட்டாய இந்தி நீங்கு முன்னர், இந்தி எதிர்ப்புக் கிளர்ச்சியை ஏன் நிறுத்த வேண்டுமென்று கேட்டதற்குப் பெரியார் இராமசாமி அவர்கள் என்ன கூறினார் தெரியுமா?

> "நடைப்பெற்ற இந்தி எதிர்ப்புக் கிளர்ச்சியை காங்கிரசு மந்திரிகளுக்குத் தொல்லை கொடுக்க வேண்டுமென்பதற்காக நான் அதுபோல் பயன்படுத்திக் கொண்டேனேயொழிய, உண்மையிலேயே எனக்கு இந்தி கட்டாயமாக்கப் படுவதைப் பற்றியோ, அதனால் தமிழ் அழிந்துவிடும் என்பது பற்றியோ கவலையில்லை"

என்று கூறியிருக்கிறார்.

இதனை அறிந்த நான், உடனே ஒரு அறிக்கையை வெளியிட்டு அதில் பெரியார் இராமசாமி அவர்களுக்கு இந்தி எதிர்ப்புக் கிளர்ச்சியை நிறுத்தும் உரிமை கிடையாது என்றும், காங்கிரசு அமைச்சர்கள் இடைக்கால ஏற்பாடாகப் பதவியிலிருந்து விலகினாலும் அவர்களால் புகுத்தப்பட்ட கட்டாய இந்தி நீக்கப்படவில்லை; ஆதலால் இந்தி எதிர்ப்பு மறியல் தொடர்ந்து கவர்னர் மாளிகை முன் நடைபெறும் என்றும் அந்த அறிக்கையில் குறிப்பிட்டிருந்தேன். அந்த அறிக்கை 'Hindu', "Mail" ஆகிய இதழ்களில் 04.11.39 - இல் வெளிவந்ததை அப்படியே இங்குத் தருகிறேன்.

Anti & Hindustani Agitation

Madras Nov. 4,39

Mr. Elathu Sivananda Adigal, founder of the Anti & Hindustani Agitation in a statement sent to us says that he does not think that Mr. E.V. Ramaswami Naicker has any right to issue the statement he issued a few days back in connection with the agitation, as he was not elected a leader of the agitation by the Anti&Hindi Committee. Mr. Adigal states that several times when he asked certain Justice Party leaders to take part in the agitation, they refused. He adds that, "The agitation and picketing will not cease&temporarily or permanently, unless the G.O. regarding compulsory Hindi is cancelled."

On behalf of the women members of the Anti&Hindustani movement, a communication has been addressed by Srimathi Dharmambal to the Government in which they state that the G.O. regarding Compulsory Hindi is quite "against the will of the public" and ask for its cancellation immediately. They inform the Government that they are prepared to picket the Governor's Bungalow (Government House) if the G.O. is not cancelled in a week's time.

- *"HINDU"*

Anti&Hindi Picketing Not to be Stopped
Madras, Nov., 4 "39

Mr. Elathu Sivananda Adigal, originator of the Anti&Hindi Agitation, in a statement, disputes the right of Mr.E.V.Ramaswami Naicker, Leader of the Justice Party, to suspend, temporarily the agitation against Hindi and informs the public and the Government that the agitation and picketing will not be stopped unless the Government Order making Hindi a Compulsory subject of study in schools is cancelled.

- *"MAIL"*

இந்த அறிக்கையைக் கண்ணுற்ற கவர்னர் அவர்கள், செட்டி நாட்டரசர் உயர்திரு.முத்தையா அவர்களை அழைத்து

"என்னுடைய மாளிகை முன் இந்தி எதிர்ப்பு மறியல் நடத்த இருப்பதாக ஒரு அறிக்கை வந்திருக்கிறது. இதனைத் தாங்கள் எப்படியாவது தடுத்தாக வேண்டும். நான் தில்லிக்குச் சென்று கட்டாய இந்தி நீக்கப்படுவதற்கான ஏற்பாடுகளைச் செய்து தருகிறேன்."

என்று கூறவே செட்டி நாட்டரசர் என்னைச் சண்முகானந்த அடிகளையும் அடையாற்றிலுள்ள தம்முடைய மாளிகைக்கு அழைத்து, கவர்னர் அளித்துள்ள உறுதி மொழியைக் கூறினார்கள்.

கவர்னர் மாளிகை முன் மறியல் செய்யப் போவதாகப் பெண்கள் சார்பில் அறிக்கை வெளியிட்டிருந்த டாக்டர் தருமாம்பாள் அவர்களிடம் இது பற்றிக் கலந்து பேசினோம். அவர்களும்

"சரி நிலைமை இதுவானால், சிறிது நாள்களுக்கு மறியலை நிறுத்தித்தான் பார்ப்போமே"
என்று கூறினார்கள்.

இதன்படி மறியல் நிறுத்தப்பட்டது.

மறியல் நின்ற சில நாட்களுக்கெல்லாம் கவர்னர் அவர்களின் தலையீட்டால்,

"கட்டாய இந்தி நீக்கப்பட்டு விரும்புவர்கள் மட்டும் படிக்கலாம்"
என்று தில்லி அரசால் ஆணை பிறப்பிக்கப்பட்டது.

இந்த நல்ல செய்தியை வரவேற்று, கவர்னர் அவர்களைப் பாராட்டியதோடு தமிழ்நாட்டில் தமிழ் மொழியைக் கட்டாயப் பாடமாக்குதல் வேண்டுமென்றும் ஒரு தந்தி வாயிலாகக் கேட்டுக் கொண்டேன்.

MADRAS 22.2.40

Mr. E.Sivananda Adigal wires from Damyambadi (under date February 22) to say that he is grateful to H.E. The Governor for cancelling the Government order making Hindi a compulsory subject in schools and requesting the Madras Government to make Tamil a Compulsory subject in all schools.

- "HINDU"

எனவே இதுகாறும் கூறியது கொண்டு பெரியார் ராமசாமி அவர்களுக்கும் இந்தி எதிர்ப்புக்கும் எந்தவிதமான நேரடித் தொடர்பும் இல்லை என்பதைப் புரிந்துகொள்ள முடியுமென்று நம்புகிறேன்.

இதனை ஏன் இங்குக் குறிப்பிடுகிறேன் என்றால், இன்று இந்தியை எதிர்ப்பவர்களிடமும் உண்மையான மொழிப்பற்று இல்லை என்பதை எடுத்துக் காட்டவும், குரு எவ்வழி சீடர்களும் அவ்வழிதான்

என்பதைப் பொதுமக்கள் உணரவுமான ஒரு நல்ல வாய்ப்பினை உண்டாக்கவுமேயாகும்.

இந்தி எதிர்ப்புப் போராட்டத்தில் தான் தோல்வியைத் தேடிப்பெற்றனர் என்று எண்ணிவிட வேண்டாம்.

தி.மு.க. வினரால் மேற்கொள்ளப்பட்ட எல்லாப் போராட்டங்களுமே பொது நோக்கோடு மக்களின் நன்மையைக் குறிக்கோளாகக் கொள்ளாமல் கட்சியின் வளர்ச்சிக்கும், அக்கட்சியிலுள்ள ஒரு சிலருக்குக் கிடைத்துள்ள செல்வாக்கை நிலைபெறச் செய்யவும் வருவாயைப் பெருக்கிக்கொள்ளவும் பயன்படுத்தப்பட்டன, படுகின்றன என்பது மறுக்க முடியாத உண்மையாகும்.

டால்மியாபுரம் கல்லக்குடியாகவில்லை

புகைவண்டிகள் ஓடாமல் நிற்கவில்லை

புகைவண்டி நிலையங்களிலுள்ள இந்திப் பெயர்கள் எடுக்கப்படவில்லை விலைவாசி உயர்வு குறையவில்லை, சட்டப்பிரிவை எரித்தும், மாணவர்களின் படிப்பைக் கெடுத்தும் இந்தி ஆட்சி மொழியாவதைத் தடுக்க முடியவில்லை.

இப்படி எந்தப் போராட்டத்திலும் வெற்றியைக் காணமுடியவில்லை என்பது மட்டுமல்ல; எந்தப் போராட்டத்தையும், அதில் வெற்றி கிட்டும்வரை நடத்தவில்லை - நடத்தும் தகுதியும் திறமையும் அவர்களிடம் கிடையாது.

எடுத்துக்கொண்ட எந்தப் போராட்டத்திலும் வெற்றிபெற வேண்டுமென்ற குறிக்கோளே அவர்களுக்கு எந்தக் காலத்திலும் இருந்ததில்லை

அவ்வப்போது பொதுமக்கள் தங்களைத் திரும்பிப் பார்க்கிறார்களா? தங்கள் பக்கம் நிற்கும் அறிகுறிகள் அவர்களிடம் காணப்படுகின்றனவா என்பனவற்றை அறியவும், அதனால் தேர்தலில் எத்தனை இடங்களைப் பிடிக்கலாம் என்ற கணக்குப் போடவுமே, அவர்கள் போராட்டங்கள் என்ற பெயரால் அரசியல் ஆரூடங்கள் கணிக்கின்றனர்.

இதுவுமின்றி ஆளுங்கட்சியைத் தோற்கடித்து, அந்த இடத்தை இவர்கள் பிடித்துக்கொள்ளவேண்டுமென்ற பதவி ஆசையால் உந்தப்பட்டுப் பொதுமக்களைத் தங்கள் பக்கம் இழுப்பதற்கு இந்தப் போராட்டங்களைப் பயன்படுத்துகின்றனர்.

மற்றபடி இவர்களுக்கு ஆளுங்கட்சியில் காணப்படும் குறைகளை எடுத்துக்காட்டித் தவறுகளைத் திருத்தி, நல்ல ஒரு எதிர்க்கட்சியாக இருந்து மக்களுக்குப் பொதுவான நன்மைகளைச் செய்யவேண்டுமென்ற பரந்த நோக்கமும் பண்பும் சிறிதும் கிடையாது.

“தேர்தலில் ஆளுங்கட்சியைத் தோற்கடிப்பதே எங்கள் குறிக்கோள்” என்ற முறையில்தான் இவர்களின் பேச்சும் எழுத்தும் இருக்கக் காண்கிறோம்.

ஒருநாட்டை ஆள்வதைப் பார்க்கிலும் அந்த நாட்டை ஆளுங்கட்சிக்கு அறிவுரையும், ஆய்வுரையும் கூறி அவர்கள் வாயிலாக நாட்டு மக்களுக்கு நல்ல பல நன்மைகளைச் செய்யத் தூண்டுவதே சிறந்ததும் தேவையானதும் பாராட்டக் கூடியதுமாகும் என்பதனை உணரும் நல்லறிஞர்களை உருவாக்கும் பொறுப்பும் கடமையும் பொது மக்களிடம்தான் உள்ளது.

பலகாலமாக அதாவது இரண்டு நூற்றாண்டுகளுக்கும் மேலாகவே அடிமைப்பட்டுக் கிடந்த ஒரு நாட்டின் விடுதலைக்காகப் போராடி வெற்றிகண்ட கட்சியின் கையில் இப்பொழுது ஆளும் பொறுப்பு அளிக்கப்பட்டுள்ளது.

அந்தக் கட்சியின் ஆளுகையில் சில தவறுகள் இருக்கலாம். அப்படித் தவறுகள் இருந்தால் அவற்றைத் திருத்துவது அந்தந்த மாநிலங்களிலுள்ள மற்ற கட்சிகளின் பொறுப்பும் கடமையுமாகும்.

இதற்காகத்தான் ஆளுங்கட்சிக்கு ஒரு நல்ல எதிர்க்கட்சி இருத்தல் வேண்டும் என்று அரசியலறிவு படைத்தவர்கள் கூறுகின்றனர். இப்படி ஒரு நல்ல எதிர்க்கட்சி ஆளுங்கட்சிக்குத் துணையாக அமைந்துவிட்டால், குறைகளைந்து நிறைபணி நாட்டுக்கு நல்லபல நன்மைகளைச் செய்ய முடியும்.

இந்தப் பேருண்மையைப் பொது மக்கள் உணரும் காலம் வரும் வரையில் - வரும்படி செய்யப்படும் வரையில் நாம் இப்படிப்பட்ட அறைகுறை அரசியல் ஆருடக்காரர்களை அடிக்கடிச் சந்தித்துக் கொண்டிருக்கும் ஓர் இரங்கத்தக்க நிலையைத்தான் காணமுடியும்.

அன்று நடந்ததை ‘இவர்கள்’ அறிவரோ?

இன்றைய இந்தி எதிர்ப்பாளருக்கு அதாவது, திராவிட முன்னேற்றக் கழகத்தில் இருப்பவர்களுக்கு, இந்தி எதிர்ப்பு முதலில் எதற்காக, எப்படி, யாரால் தொடங்கப்பெற்றதென்ற உண்மைகளே தெரியாது.

பொதுவாக இன்றுள்ள இளைஞர்கள் பலருக்கும். செய்தித்தாள் துறையில் இருப்பவர்களுக்கும் வேறுபல அரசியல் கட்சிகளில் இருப்பவர்களுக்கும் இந்த உண்மை சரியாகத் தெரியாது.

தெரியாதென்றால், இவர்கள் தி.மு.க - வினர் - குறிப்பாக அதன் தலைவர் - அன்றைய இந்தி எதிர்ப்பில் கலந்துகொண்டு சிறை சென்றவர்

வேண்டுமென்றே இந்த உண்மையைப் பொதுமக்களிடம் கூறாது மறைத்து வருகின்றார்.

1938இந்தி எதிர்ப்பு நடைபெற்றபோது இன்றைய இந்தி எதிர்ப்பாளர்களிற் பலர், கருவில்கூட உருவாகாதவர்கள்; சிலர் மணல்வீடு கட்டி விளையாடும் பருவத்தில் இருந்தவர்கள்; ஒரு சிலர் பள்ளிக்கூட மாணவர்களாக இருந்தவர்கள்.

வேறு சிலர் அன்றைய இந்தி எதிர்ப்பில் பங்கு கொண்டவர்களும், இந்தி எதிர்ப்பைப் பார்த்துக் கேலி செய்தவர்களும் வறிதே வேடிக்கை பார்த்துக்கொண்டு இருந்தவர்களுமாவர்.

அன்றைய இந்தி எதிர்ப்பில் பங்குகொண்ட இந்தச் சிலர் இருக்கிறார்களே! இவர்களுக்கு அன்றைய இந்தி எதிர்ப்பின் வரலாற்றை, இன்று இந்தி எதிர்ப்பில் ஈடுபட்டுள்ளவர்களுக்கும் பிற பொது மக்களுக்கும் எடுத்து விளக்கிக் கூறும் மனிதப்பண்பு, தங்களிடம் இல்லை என்று கூறும் அளவுக்கு இவர்கள் நடந்து கொள்கிறார்கள்.

ஏன் இப்படி நடந்து கொள்கிறார்கள்? விளக்கம் தேவையா?

இன்று வளர்ந்துள்ள நிலையில் அந்தப் பேருண்மையை எடுத்து இன்றைய புதுமுகங்களிடம் விளக்கிக் கூறினால், இன்று தங்களுக்குக் கிடைத்துள்ள இரவல் செல்வாக்கும் புகழும் போய்விடுமே என்று அச்சப்படுகிறார்கள்.

இல்லையேல், இன்றைய இந்தி எதிர்ப்புத் தலைவர் - 1938 -இல் நடைபெற்ற இந்தி எதிர்ப்பை முழுவதும் அறிந்தவர் - அந்த உண்மையைக் கூறியிருக்கமாட்டாரா?

கூறினால் குட்டு வெளிப்பட்டுவிடுமே என்ற கோழைத்தனம் கலந்த அச்சத்தைத் தவிர வேறு என்ன?

1938 - இல் முதன்முதல் இந்தி எதிர்ப்பைத் தோற்றுவித்தது கருவூர் ஈழத்துச் சிவானந்த அடிகள்தான் என்ற உண்மையைக் கூறினால், இன்றைய இந்தி எதிர்ப்பாளர்களிற் சிலராவது.

ஓ அப்படியா! யாரந்த ஈழத்துச் சிவானந்த அடிகள் இருபது ஆண்டுகளுக்கு மேலாகத் திராவிடநாடு அலுவலகத்தில் இருந்து, அதன் முழுப் பொறுப்பையும் ஏற்று, நடத்தி வந்தாரே ஒரு அடிகள்! அந்த ஈழத்துச் சிவானந்த அடிகளா? “திராவிட நாடு” அலுவலகப் பொறுப்பை முழுவதையும் கண்ணுங் கருத்துமாகக் கவனித்து வருபவர் அடிகள்தான்” என்று திருவாட்டி இராணி அண்ணாத்துரை அவர்களால் பாராட்டப் பெற்ற அந்த அடிகளா? “அடிகள் எங்கள் குடும்பத்தில் ஒருவர்” என்று திரு. அண்ணாத்துரை அவர்களால் அழைக்கப்பட்டாரே அந்த அடிகளா? அல்லது அந்தச்

சிவானந்த அடிகள் இப்பொழுது இல்லையா? இருந்தால் இப்போது நடைபெறும் இந்தி எதிர்ப்பில் ஏன் கலந்துகொள்ளவில்லை - ? அவரை அழைக்கவில்லையா? இந்தி ஆதரவாளராக மாறிவிட்டாரா? அல்லது மறைந்தே போய்விட்டாரா?

என்று கேட்டிருப்பார்கள்.

ஆனால், இப்படிக் கேட்கும் அளவுக்குக்கூட இன்றைய இந்தி எதிர்ப்பாளர்களிடம் நேர்மையும் துணிவும் இல்லை என்பதை அண்மையில் நடைபெற்ற ஒரு நிகழ்ச்சியால் அறியலாம்.

3 - 9 - 64 - இல் சென்னையில், எனக்குப் பொன்னாடை போர்த்தி ஐயாயிரம் வெண் பொற்காசுகள் பணமுடிப்பாகத் தரப்பட்டதாக ஒரு சடங்கு நடைபெற்றதல்லவா?

அதற்கு விளக்கந் தந்து, எனக்கென்று தந்த பணம் எப்படி எப்படியெல்லாம் செலவாயிற்று என்ற விபரங்களைக் குறிப்பிட்டு 4 - 9 - 64 - இல் ஒரு அறிக்கையை அச்சிட்டு, அதனைத் திராவிட முன்னேற்றக் கழகத்திலுள்ள பொறுப்பானவர்கள் அனைவருக்கும், தமிழ் நாட்டில் நடைபெற்று வரும் செய்தித்தாள்கள் அனைத்திற்கும் அனுப்பி வைத்தேன்.

எனக்கென்று தந்த பணத்தில், ரூபா 1200 - 00 தான் எனக்குப் பயன்பட்டதென்றும், எஞ்சியுள்ள மூவாயிரத்தெண்ணூறும் ‘திராவிட நாடு’ நிர்வாகச் செலவுக்காக அவ்வப்போது வாங்கிய கடனுக்கும், 1962 - இல் காஞ்சித் தொகுதியில் நடைபெற்ற தேர்தலுக்காக வாங்கிய கடனுக்கும் நேர் செய்யப்பட்டதென்பதையும் அந்த அறிக்கையில் விளக்கமாகவும், தெளிவாகவும் குறிப்பிட்டிருந்தேன்.

ஆனால், கழகத்திலுள்ள எவரும் அதற்குப் பொறுப்பான தலைவரிடமோ, நிதி அளிப்பு விழாக் குழுவினரிடமோ விவரம் கேட்கவில்லை. கேட்கும் துணிவைப் பெறவில்லையென்றால்,

எப்பொழுதோ - 25 ஆண்டுகளுக்கு முன் நடைபெற்ற இந்தி எதிர்ப்பு நிகழ்ச்சிகளைப் பற்றியா கேட்கப் போகிறார்கள்?

எங்களுக்கு வேண்டியது, புகழும், செல்வாக்கும், வருவாயும்தான் என்ற போக்கில் இருப்பவர்களிடம் எங்ஙனம் நேர்மையையும் ஒழுங்கையும் எதிர்பார்க்க முடியும்!

என்றாலும்,பொதுமக்கள் இவற்றையெல்லாம் தெரிந்துகொள்ள வேண்டும் என்பதற்காகவும்,

முப்பது ஆண்டுகளாக நான் ஆற்றிய உழைப்பால் உயர்ந்தவர்களின் இதயமற்ற மனிதப்பண்பற்ற கொடுமையைப் பொதுமக்கள் புரிந்துகொண்டால், திராவிட முன்னேற்றக் கழகத்தாலும், அதன் தலைவராலும் திக்கற்றவனாகத் தெருவில் விடப்பட்ட எனக்கு - அறுபத்தெட்டு ஆண்டுகளைக் கடந்து எஞ்சி நிற்கும் சிறிதுகால வாழ்க்கையை நடத்திச்செல்ல இயலாத நிலைபெற்றுள்ள எனக்கு ஏணியாகத் தோணியாகக் கருவேப்பிலையாகப் பயன்படுத்தப்பட்டுச் செய்வதறியாது கலங்கி நிற்கும் நிலைபெற்றுள்ள எனக்கு

ஓரளவுக்காவது ஆறுதலும் அமைதியும் உண்டாகும் என்பதற்காகவுமே இதனை எழுதுகிறேன்.

வேறு, யாதாயினும் பயன்கருதியோ, அல்லது எனக்குக் கிடைக்க வேண்டிய புகழையும் செல்வாக்கையும் யாரோ தட்டிப் பறித்துக் கொண்டார்களே என்ற காழ்ப்பாலோ இதனை எழுதுவதாக யாரும் எண்ணிவிட வேண்டாம்.

நான் நினைத்திருந்தால் - விரும்பியிருந்தால், அல்லது, என்னுடன் நெருங்கிப் பழகியவர்கள் சொன்னதைக் கேட்டு, அதன்படி நடந்திருந்தால்,

நானும் ஓரளவுக்குச் செல்வத்தில் புரண்டு, வறுமை, தொல்லை, துன்பம் என்ற இன்னல்களிலிருந்து விடுபட்டு - வசதியான வாழ்க்கையில் திளைத்திருப்பேன்.

ஆனால் தன்நலம் ஒழித்துப் பிறர்நலம் - பொதுநலம் பேணுவதையே குறிக்கோளாகவும், கொள்கையாகவும் கொண்டு பணியாற்றிய என்னால் அந்த ‘வாய்ப்பினை’ப் பெற முடியவில்லை என்பதோடு, பொதுவாழ்வில் உண்மையாகவே ஈடுபட்டுள்ள எவருமே இந்த ஆகாத, விரும்பத்தகாத போக்கினை விரும்பமாட்டார்கள்.

அதிலும், அரசியல் வாழ்வுக்குத் தங்களை ஒப்படைத்துப் பொதுத்தொண்டு புரியும் எவரும் பணத்தின் மீது குறிவைக்கவே மாட்டார்கள்.

கடந்த முப்பதாண்டுப் பொதுவாழ்வில் என் கைக்கு வந்த பணத்தில் நூற்றில் ஒரு பாகத்தைக்கூட நான் எனக்கென்று சேர்த்துவைக்கவில்லை.

அரசியலும் பொதுவாழ்வும் பணம் ஈட்டும் துறைகள் என்று கருதி, அதற்காக அவற்றைப் பயன்படுத்திப் பொதுமக்களை ஏமாற்றுபவர்களைத் தவிர, நேர்மையும், தூய உள்ளமும், நல்ல பண்பும் உள்ள எவரும் இத்தகைய இழிசெயல்களுக்குத் தங்களை ஆளாக்கிக்கொள்ள மாட்டார்கள்.

எனவே, இந்த, நடுஇரவில் குடைபிடிப்பவர்களின் தொகை குறைந்து, குறைந்து, அருகி, இல்லாதொழியும் நாள் வந்தே தீரும் என்ற நம்பிக்கையுடன் பணி புரிவோமாக.

இந்தி எதிர்ப்பின் உண்மையான வரலாற்றைப்பற்றியும், அதனைத் தோற்றுவித்த என்னைப்பற்றியும் பொதுமக்கள் அறிந்து உண்மையைப் புரிந்துகொண்டால், அதுவே, எனக்கு ஆறுதல் அளிக்கும்.

அதுவுமன்றி, மக்களுக்குப் பயன்தரக் கூடிய பொதுத் தொண்டைச் செய்பவன், அத்தொண்டினால், தனக்குப் புகழும், பெருமையும் கிடைக்க வேண்டுமென்று விரும்புவானானால், அந்தத் தொண்டு உண்மையான தன்நலமற்ற தொண்டாகாது என்பதனை நன்குணரக் கூடியவர்களில் நானும் ஒருவன்.

எனவேதான், 1938 -இல் நடைபெற்ற இந்தி எதிர்ப்பின் பயனாகக், கட்டாய இந்தி ஒழிந்து, அது விருப்பப் பாடமாக ஆக்கப்பட்டது.

ஆனால், இன்று நடைபெறும் இந்தி எதிர்ப்பில் புனிதமும், நேர்மையும், ஒழுங்கும், குறிக்கோளும் இல்லாததால், அது வெற்றிபெற முடியாமற் போனதோடு, அப்போராட்டத்தை நடத்தியவர்களே அதனைக் கைவிடவேண்டிய இரங்கத்தக்க நிலையும் ஏற்பட்டுவிட்டது என்பதைக்கூறி இதனை முடிக்கிறேன்.

எனதருமைத் தமிழ்நாடே! பழைமையில் முதுமை பெற்று, என்றும் அழியா நிலையிலுள்ள நாகரிகத்திற்கும் நற்பண்புக்கும் உறைவிடமே!

போலித் தலைவர்களால் உனக்கேற்பட்ட மாசைத் துடைத்துக்கொள்!

எனதருமைத் தமிழ் மக்களே!

தன்னலமற்ற தொண்டு புரிபவர்களுக்கு எனக்கேற்பட்டது போன்ற ஓர் இரங்கத்தக்க நிலை ஏற்படாமல் பார்த்துக் கொள்ளுங்கள்.

[ஈழத்துச் சிவானந்த அடிகளார் கிபி 1965ல் எழுதி வெளியிட்ட இந்தி எதிர்ப்பு அன்றும் இன்றும்]

✦

இந்தி பொது மொழியா? என்கிற எனது நூலை என்னுடைய உடன் பாட்டைப் பெறாமல், கருவூர் ஈழத்து சிவானந்த அடிகள் ஆயிரக் கணக்கில் அச்சிட்டதுமன்றி அதனை விலையின்றியும் வழங்கினார்

என்பதனை அறிந்த நான் அவர்மீது நடவடிக்கை எடுப்பதாகக் கடிதம் எழுதினேன்.

இதனை அறிந்த எனது நண்பர்களான சோமசுந்தர பாரதியார், எம்.ஏ.,பி.எல், உமாமகேசுவரன் பிள்ளை, பி.ஏ.,பி.எல்., வெங்கடசாமி நாட்டார் போன்றவர் என்னையணுகி, ஈழத்துச் சிவானந்த அடிகள் ஆற்றிவரும் தமிழ்த் தொண்டினை விளக்கிக் கூறிய பின்னர்தான், அடிகள் மேற்கொண்டுள்ள தூய தொண்டினை அறியும் வாய்ப்பு ஏற்பட்டதோடு, அவர்மீது நடவடிக்கை எடுப்பதாக இருந்த என் எண்ணத்தையும் கைவிட நேர்ந்தது.

மறைமலையடிகள்
13 - 6 - '39

பெரியார் இராமசாமி அவர்களின் தலையீடு இல்லையென்றால், கருவூர் ஈழத்துச் சிவானந்த அடிகளால் தோற்றுவிக்கப்பட்ட கட்டாய இந்தி எதிர்ப்பில் சிறை சென்றிருப்பேன்.

சோமசுந்தரபாரதி, எம்.ஏ., பி.எல்.,
17 - 6 - '39

ஈழத்துச் சிவானந்த அடிகள் கருவூர்

கட்டாய இந்தியை எதிர்த்து உண்ணா நோன்பிருப்பதற்காகத் தங்களால் அனுப்பப்பட்ட தோழர் ஸ்டாலின் செகதீசனுக்கு என்னுடைய வீட்டிலேயே எல்லாவசதிகளும் செய்து தந்து, அவருடைய நோக்கத்திற்கு இடையூறில்லாமல் பார்த்து வருகிறேன். மற்றும் தங்கள் கடிதம் பார்த்து ஆவன செய்கிறேன்.

தியாகராய நகர்,
2 - 5 - '38
அன்பன் C.D. நாயகம்

✦

நடைபெற இருக்கும் இந்தி எதிர்ப்புப் போரில் சேர விரும்புவோர், தங்கள் முழு முகவரியோடுள்ள அட்டவணைகளைக் கருவூர் ஈழத்துச் சிவானந்த அடிகளுக்கு அனுப்பி வைக்கவும்.

வள்ளல் சோ. சிவஞான தேசிகர்,
20 - 4 - '38

'அன்று சைவத்தைக் காப்பாற்ற ஈழத்திலிருந்து ஓர் ஆறுமுக நாவலர் நமக்குக் கிடைத்தார். இன்று தமிழைக் காப்பாற்ற அதே ஈழத்திலிருந்து ஓர் அடிகள் நமக்குக் கிடைத்துள்ளார்"

உமாமகேசுவரன், பி.ஏ., பி.எல்.,
14 - 1 - '38

✦

ஈழத்துச் சிவானந்த அடிகள் ஆற்றிவருந் தமிழ்த் தொண்டினைத் தமிழ்நாடு என்றைக்கும் மறக்காது'

வெங்கடசாமி (நாட்டார்)
21 - 4 - 40

✦

"இந்தி கட்டாயமாவதால் தமிழ் மொழி வளர்ச்சி கெடும் என்று உண்மையாகவே நம்பி, அதை எதிர்த்துக் கிளர்ச்சி செய்தவர் ஈழத்து சிவானந்த அடிகள்"

நாரணதுரைக்கண்ணன், (பிரசண்ட விகடன்)
1 - 3 - '40

✦

'இந்தி எதிர்ப்பின் தலைவர் தாங்கள்தான் என்பதால் தங்களின் கட்டளையைத் தமிழ்நாடு ஏற்று நடக்கக் காத்திருக்கிறது.'

அருணகிரி அடிகள்
2 - 3 - '38

✦

'இந்தி எதிர்ப்புக் கிளர்ச்சிக்குத் தாங்கள்தான் முதன்மையானவர் என்பதைத் தமிழ்நாடு உணர்ந்துகொண்டது'

சண்முகானந்த அடிகள்
31 - 3 - '38

✦

1938 - இல் நடைபெற்ற இந்தி எதிர்ப்பைப் பற்றிக் கட்டாய இந்தியைத் தமிழ் நாட்டுக்குக் கொண்டுவந்த முதல் அமைச்சர் திரு.இராசகோபாலாச்சாரியார் அவர்கள்: -

"யாரோ விலாசம் தெரியாதவர்களால் ஆரம்பிக்கப்பட்ட இந்த இந்தி எதிர்ப்பு தானாகவே பிசுபிசுத்தவிடுமென்று எண்ணினேன். ஆனால் இப்போது பார்த்தால், புற்றில் இருந்து ஈசல்கள் கிளம்புவது போல் இந்தி எதிர்ப்புத் தொண்டர்கள் வந்துகொண்டிருக்கிறார்களே!" என்று மிரண்ட நிலையில் நின்று கூறியுள்ளார்.

எது தமிழ்த்தேசியம்?

பாலமுரளிவர்மன்

யார் தமிழர்?
யாரெல்லாம் தமிழர்?
எது தமிழ்த்தேசியம்?
தமிழ்த்தேசியம் என்றால் தனித்தமிழ்நாடு கோரிக்கையா?
பிரிவினைவாதமா?
தமிழ்த்தேசியமா? சாதியவாதமா?

தமிழ்நாடு, தமிழைத் தாய்மொழியாகக் கொண்டவர்களுக்கு மட்டுமானதா?

பதற்றமும் வன்மமும் பெருகி வழிய, அதை மறைக்க முயன்றுத் தோற்று, உதட்டோரம் வலிந்துக் கோர்த்துத் தொங்கவிட்ட மிக மலினமான சிரிப்போடு வீசப்படுகின்றன இக்கேள்விகள்.

நாங்கள் எல்லாம் தமிழர் இல்லையா? ஏ! நாங்களும் தமிழர்தாம்பா! தமிழர் என்று சொன்னால் பிராமணர்களும் வந்து வடுவார்களே? எனத் தானாகவே முளைக்கின்றன பல தன்னிலை விளக்கங்கள்.

மொழியால் தமிழர்கள். இனத்தால் திராவிடர்கள். சிந்து சமவெளியில் இருந்துப் பரவியவர்கள், நாம் திராவிடப் பழங்குடிகள் என நாள்தோறும் புதிதுப் புதிதாகத் திரித்துப் பிறப்பிக்கப்படுகின்றன பல புதிய புராணங்கள்.

ஏன் இத்தனை பதைப்பதைப்பு? ஏன் சிலருக்கு அங்கமெல்லாம் வியர்க்கிறது? என்று அவதானித்தால் புரியும். இதுகாறும் தமிழர்களை விதவிதமாகக் குழப்பி மடைமாற்றி நாங்களும் தமிழர்கள்தான் எனும் போர்வையில் தமிழ்நாட்டின் வளங்களை, வணிகத்தை, வேலை வாய்ப்புகளை, அரசியலை, அதிகாரத்தைத் தமதாக்கிக்

கொண்டிருந்தவர்களுக்கு, தமிழ்த்தேசியம் எனும் கோட்பாடு நேரடியாகத் தமிழர்களின் ஆளும் உரிமையையும் உள்ளடக்கியது என்கிற உண்மை புரிந்திருப்பதால் பதைப்பதைக்கிறார்கள். படபடக்கிறார்கள்.

தமிழர்கள் விழித்துக்கொண்டால் நாம் இதுவரை சுரண்டிக் கொழுத்த அத்தனையையும் விட்டுவிட்டு வெளியேற வேண்டுமோ என்கிற எதிர்கால அச்சம் அவர்களின் கண்களை இருளச் செய்கிறது. எனவே அவர்கள், எளிய மக்களிடமும் அந்த அச்சத்தைப் பரப்பி இங்குத் தமிழர்களோடு இணக்கமாக வாழும் மொழிச் சிறுபான்மை இன மக்களையும் தமிழ் இனத்துக்கு எதிராகத் திசைத் திருப்புகிறார்கள்.

உண்மையில் தமிழ்த்தேசியம் எனும் கோட்பாடு தெலுங்குத் தேசியம், கன்னடத் தேசியம், மலையாளத் தேசியம், மராத்தித் தேசியம், பஞ்சாபித் தேசியம் எனப் பல்வேறு தேசிய இனங்களின் உரிமைக்கான விதையை உள்ளடக்கி இருக்கிறது. அந்த உண்மையை பிற மொழிகளைப் பேசும் இனங்களின் எளிய மக்கள் புரிந்துகொண்டாலே சுயநலவாதிகள் மேற்கொள்ளும் பிரித்தாளும் சூழ்ச்சி பிசுப்பிசுத்து விடும்.

எந்த ஒரு கோட்பாடாயினும் முற்றும் முழுதாக மக்களின் நலனை மையக் கருவாகக்கொண்டிருந்தால்தான் நிலைக்கும். உண்மைக்குப் புறம்பாகப் போலியாகச் சித்தாந்தம் என்ற பெயரில் கட்டமைக் கப்படும் எதுவாயினும் விரைவாக வெளுத்துவிடும். எனவேதான் ஐரோப்பியரின் துணையோடு இல்லாத ஒன்றைத் திராவிடம் என உருவகப்படுத்தியவர்கள் நெடுங்காலமாக, வெகுமக்கள் அரசியல் களம் தத்துவங்களுக்கானது இல்லை என்கிற நிலையைத் தங்கள் பாதுகாப்பை மட்டும் கருத்தில்கொண்டு மிகக் கவனமாகத் திட்டமிட்டு உருவாக்கி இருக்கிறார்கள். அவர்களால்தான் தமிழ்நாட்டின் அரசியல் களம் தனிமனித பிம்பங்களை முன்வைத்தே வளர்க்கப்பட்டிருக்கிறது.

அப்பெரும்கேட்டினை உடைத்தெறியும் கருவியாகத் தமிழ்த்தேசியம் எழுச்சி பெறுவதைக்கண்டு அவர்கள் பதறுகிறார்கள். தமிழர்களுக்குள்ளே குழப்பத்தை விளைவிக்கச் சாதிய மோதல்களை உருவாக்கி வெற்றிக்கண்டவர்கள், தமிழர்கள் சாதிவெறியர்கள் என்பது போன்ற தோற்றத்தைத் தொடர்ந்து நிலைநிறுத்த நச்சுப் பரப்புரைகளை இடைவிடாது மேற்கொள்பவர்கள், விழிப்புற்றத் தமிழர்கள் தமிழ்த்தேசியம் எனும் தெளிவானக் கோட்பாட்டு வரையறையோடு ஒன்றிணைவதைக் கண்டு விழிப்பிதுங்கி தங்களது வழக்கமான ஆயுதமான பரப்புரைப் போர் எனும் முனை மழுங்கிய ஆயுதத்தை கையில் ஏந்துகிறார்கள்.

தங்களது முன்களப் பணியாளர்களின் துணையோடு போலித் தமிழ்த்தேசியம், சாதித்தமிழ்த்தேசியம், இடதுசாரித் தமிழ்த்தேசியம், வலதுசாரி தமிழ்த்தேசியம் எனக் கூறுகளாக்கி முத்திரைக் குத்த முயன்று தோற்றுத் துவண்டு, தமிழ்த்தேசியத்தின் கூறுதான் திராவிடம், திராவிடத்தின் கூறுதான் தமிழ்த்தேசியம் என்று சரணடைகிறார்கள். ஆனால் திராவிடம் எனும் கருத்தியலின் வழியே ஒரு கூட்டம் தமிழர்களுக்குப் பகையாகச் செயல்பட்டதற்கான சான்றுகள் நம்மிடம் ஏராளம் இருக்கின்றன. அவற்றை எழுதினால் தனிநூலாகிவிடும். எனவே ஒரு பருக்கைச் சான்றாகப் போற்றுதலுக்குரிய பெருந்தமிழர் ஐயா அண்ணல் தங்கோ அவர்களின் தீர்மானம் ஒன்றை மட்டும் பார்ப்போம்.

அண்ணல் தங்கோ அவர்களின், வரலாற்றில் இன்றியமையாத {1941ஆம் ஆண்டு} திருவாரூர் மாநாட்டுத் தீர்மானம்.

'இந் நற்றமிழர் இன ஆக்கப்பணியைத் திருவள்ளுவப்பெருந்தகையார் அறிவுறுத்தும் நல்லாண்மைத் தமிழர் இன ஆக்கத் திருப்பணியைப் பல்லாண்டுகளாக எண்ணி எண்ணி முடிவுக்கு வந்த யான் இன்றல்ல, நேற்றல்ல, சென்ற கி.பி.1940 ஆம் ஆண்டிலேயே தமிழர் குடி இயல் கணக்கைத் திருத்த முயன்று, அவ்வாண்டில் திருவாரூரில் திரு.ஈ.வெ.இரா. பெரியார் தலைமையில் நடந்த தென் இந்திய நல உரிமைப் பேரவை மாநாட்டுக்கு (To the Justice Conference of the S.I.L.F which was held under the presidentship of Periyar E.V.R at Thiruvarur in Tanjore District Tamilnad in the year 1940) ஒரு தீர்மானத்தைச் செலுத்தினன். அதன் சொல் வருமாறு:

''கி.பி.1941ஆம் ஆண்டில் நடைபெறும் இந்தியக் குடி இயல் கணக்கெடுப்பில்(1941 Census) தென்னகத்தில் வாழும் தமிழ் மக்கள் (தெலுங்கர், கன்னடர், மலையாளிகள், துளுவர், கொங்கணர், ஒரியர், மராட்டியர், குசராத்தியர்) தங்களைத் தமிழ்மக்கள் என்றும், தமிழ்நாட்டினர் தம்மைத் தமிழர் என்றும், குறித்துப் பதிவுசெய்துகொள்ளல் வேண்டும் என்று இத்தென் இந்திய மக்கள் நலப்பேரவை மாநாடு தீர்மானிக்கிறது என்பதாகும்,

அதனைப்பொருள் ஆய்வுக்குழுவில் (Subjects Committee of the conference) கொண்டுவராமலும், எனக்கு அறிவிக்காமலும் பெரியாரும், நண்பர் அண்ணாதுரையும் தம்முட் கலந்து பேசி முடிவு செய்தவாறு 'திராவிடர்' என்று பதிவுசெய்துகொள்ளல் வேண்டும் என்று திருத்திவிட்டுப் பொது மாநாட்டில் (In the Open Conference) அத்தீர்மானத்தை என்னை வேண்டுதல் செய்யுமாறு திடீரெனப் பணித்தனர், யான் திடுக்குற்றுத் தெளிந்து நேரமின்மையால், மாறுபடாமல் சிறிது ஒட்டியவாறு, தெலுங்கர், கன்னடர், மலையாளிகள், துளுவர், கொங்கனர் முதலியோர் வேண்டுமாயின்

எங்கனமாயினும் குறித்துக்கொள்ளட்டும்: தமிழ்நாட்டுத் தமிழர் அனைவரும் தம்மைத் தமிழர் என்றே குறிக்கவேண்டும் என்று ஒரு சிலவே சொல்லி மீண்டனன், இது நல்லதோ அல்லதோ தமிழ்நாடு நன்கறியும், சென்றது செல்க,

இனி, இவ் ஆங்கில(1961 ஆம்) ஆண்டு பிப்ரவரித் திங்கள் 11 ஆம் நாள் தொடங்கி, மார்ச்சுத் திங்கள் முதற்கிழமைவரை எடுக்கப்போகும் மக்கள் குடி இயல் (1961 Census) கணக்கு எடுப்பின்போது, எவர்க்கும், எதற்கும், யாதும், சிறிதும் அஞ்சாமல்,தளராமல், நெஞ்சத் துணிவுடன் தமிழராய்ப் பிறந்துள்ள தமிழர்தமிழ்மக்கள் அனைவரும், தம்மைத் தமிழர் என்றும், தம் சமயம் திருக்குறள் சமயம் என்றும், சாதியைக் கேட்டால் தமிழ்க்குடியினர் என்றும்,தமது நூல் திருக்குறள் அறம் என்றும், தமது கடவுள் திருவள்ளுவர் உணர்த்தும் அன்புருவமாகிய ஒரே கடவுள் என்றும், தமக்கும், ஆரியத்துக்கும் இந்து சமயத்திற்கும், பகவத் கீதைவேதம் முதலியவற்றுக்கும் யாதும் தொடர்பு இல்லை எனக் குறிக்குமாறு செய்தல் வேண்டும்!! என இவ் வேண்டுகோளை யாம் நடாத்தும் 'உலகத் தமிழ் மக்கள் தற்காப்புப் பேரவை"சார்பில் கேட்டுக்கொள்கிறேன்.

என்று வேதனையோடு குறிப்பிடுகிறார். நெடுங்காலமாகவே அவர்கள் மிகத் தெளிவாகத் தமிழர் விழிப்பைத் தடுக்கும் முனைப்போடு செயல்பட்டிருக்கிறார்கள் என்பது இதன் மூலமும் மற்றும் பல வகையிலும் உறுதியாகிறது.

எனவேதான் தமிழர் தம் உரிமைகளை அறிந்து ஒன்று திரள வேண்டிய கட்டாயம் ஏற்பட்டிருக்கிறது.

தமிழ்த்தேசியமும் திராவிடமும் இரு கண்களாக இருக்கவே முடியாது..

தன் இனத்துக்காகப் போராடாத ஒருவன் பிறருக்காகப் போராடுவதாகச் சொன்னால் அது ஏமாற்றுவேலை. திராவிடர்கள் என்ற கவசத்தோடு தம்மை அடையாளப்படுத்திக்கொண்டவர்கள் அதில் தெளிவாகச் செயல்பட்டிருக்கிறார்கள். இன்றுவரை ஏமாந்து நிற்பது அவர்களை நம்பிய தமிழர்கள்தான். ஏமாந்த தமிழர்கள் எந்தக் காலத்திலும் விழித்துக்கொள்ளக்கூடாது எனும் நோக்கிலேயே பல புனைவுகள் இங்கே வரலாறாகப் புகுத்தப்பட்டிருக்கின்றன.

சோழர்கள் என்றால் பொன்னியின் செல்வன் எனும் அளவில்தான் புரிந்துகொள்ளப்பட்டிருக்கிறது. பொன்னியின் செல்வன் வரலாறு அல்ல. புனைவு என்கிற விழிப்பு பெரும்பான்மைக்கு இல்லை. எனில், தமிழர்களுக்கு தங்கள் வரலாறு தெரியாதா? தெரியும். எதுவரை சொல்லபட்டதோ அதுவரை தெரியும். எது சொல்லப்பட்டது? எவையெல்லாம் சொல்லிவிடவேக் கூடாது என்று திட்டமிட்டு

மறைக்கப்பட்டன? மறைத்தவர்களின் நோக்கம் என்ன? கீழடி, திராவிட நாகரிகம் என்று கூச்சமே இல்லாமல் முலாம் பூசப்படுவது ஏன்?. சிந்துவெளி, திராவிட நாகரிகத்தின் அடித்தளம் என்று ஏன் ஆவணப்படுத்தப்படுகிறது? அரசர்க்கெல்லாம் அரசர் என்ற பொருள்பட வழங்கப்பட்ட பட்டமான இராஜராஜன் என்பதே பேரரசரின் பெயராக முதன்மைப்படுத்தபட்டு அருள்மொழிவர்மன் எனும் இயற்பெயர் ஏன் மறைக்கபட்டது? இராஜராஜன், அருள்மொழிவர்மனுக்கு அண்ணனா என்று கேட்கும் நிலை எவ்வாறு ஏற்பட்டது? ஆதித்தகரிகாலன் பெண்பித்தன் என்று எப்படிப் பரப்பப்பட்டது? இராஜராஜன் பனிரெண்டு பெண்களை மணந்தார் என்பது மட்டுமே ஏன் பேசுபொருளாக்கப்பட்டது?

வரலாற்று அறிவு சிறிதும் இன்றி அவதூறுகளின் நான்கு பக்கங்களை மட்டும் புரட்டிவிட்டுச் சோழன் எங்களின் நிலத்தைப் பிடுங்கினான் என்று எது பேசவைத்தது? வரலாற்றோடு நேரடித்தொடர்புடைய ஊர்களில் வாழும் இளைஞர்களுக்கும் மாணவர்களுக்கும்கூடத் தங்களுக்கு மிக அருகில் உள்ள வரலாற்றுச்சிறப்பு மிக்க இடங்களைப் பார்க்கவேண்டும் அறிந்துொள்ளவேண்டும், பாதுகாக்கவேண்டும் என்கிற ஆர்வமும் அக்கறையும் இல்லாமல் போனது எப்படி? மகளிர் கல்லூரி வாசல்களிலும் பெண்கள் பயிலும் பள்ளிகளின் அருகிலும் மணிக்கணக்கில் கால்கடுக்க நின்று நேரம் கழிக்க முடிந்த தலைமுறைக்கு தனது இனத்தின் வரலாற்றை திரும்பிப் பார்க்க நேரமில்லாமல் போனது ஏன்? வரலாறு நெடுகிலும் திட்டமிட்டு வீசப்பட்ட அவதூறு, தன் இனத்திலிருந்து அந்நியப்படும் மனநிலையை, அயல்மொழி மோகத்தை விதைத்துவிட்டதே?. அதற்கு காரணம் யார்?

மனிதனின் அடிப்படைத் தேவையாக எழுந்த தகவல் பரிமாற்ற முயற்சியால் விளைந்த ஒலியும் ஓசையும் மொழியாகப் பரிணாமம் பெற்று மனிதனின் முதல் மொழியாக, மூத்த மொழியாகப் பிறந்து உலகின் தாய்மொழியாகிய தனிப்பெரும் செம்மொழி சொந்த இனத்தாலேயே புறக்கணிக்கப்படுகின்ற இன்றைய நிலைக்கு எது காரணம்? திராவிடத்தின் மொழிக் கொள்கைதான்.

எத்தனையோ இயற்கைப் பேரிடர்களிலும் பகைவர்களின் படையெடுப்பிலும் பண்பாட்டுக் கலப்பிலும் தப்பி நிலைத்த தாய்மொழித் தமிழ் தனது சொந்த மண்ணில் அலட்சியப்படுத்தப்படுவதற்கும், அயல்மொழி மோகத்தால் ஆபத்தான நிலையில் அழிவின் விளிம்பில் ஊசலாடிக்கொண்டிருப்பதற்கும் காரணம் திராவிடத்தின் மொழிக் கொள்கையே.

தாய்மொழி எழுதத் தெரியாத ஒரு தலைமுறை இன்றைக்கு உருவாகி நிற்பதற்குக் காரணமும் திராவிடம்தான். மொழி அழிந்தால் அந்த மொழியைப் பேசி வாழ்கிற இனமே முற்றாக அழிந்து கலந்து வேறு இனமாக மாறிப் போய்விடும் என்பதற்கு நம்முன்னே வரலாற்றுச் சான்றுகள் பல உண்டு.

தொன்மை மிக்க வரலாறு கொண்ட பெருமைமிக்கத் தமிழ்ப் பேரினத்தை இந்நிலைக்கு ஆளாக்கிய எதிரிகளும் துரோகிகளும் கைக்கோர்த்துக்கொண்டு இன்றைக்கும் தமிழுக்கும் தமிழர்க்கும் எதிராகச் செயல்பட்டுக் கொண்டிருக்கின்றார்கள். எனவேதான் தாய்மொழியின் சிறப்பையும் தமிழ் நிலத்தின் வரலாற்றையும் மீண்டும் மீண்டும் தமிழர்களுக்கு நினைவூட்டிகொண்டே இருக்க வேண்டிய தேவை இருக்கிறது.

எல்லாப் புதுமைகளையும் தன்னுள் ஏற்றுக்கொண்டு அதற்கு ஏற்பத் தன்னைத் தகவமைத்துக் கொள்ளும் சிறப்பு இயல்பும் தமிழினத்திற்கு இயற்கையாகவே அமைந்த ஒன்று. அந்த இயல்பே இனப்பெருமைக்கும் மொழிப்பற்றுக்கும் எதிராகவும் இருக்கிறது. வேறு எந்த இனக்குழுவுக்கும் தேவைப்படாத அளவில் தமிழனிடம் தான், நீ தமிழன், உன் தாய்மொழி தமிழ் என்று சொல்லிக்கொண்டே இருக்க வேண்டிய நிலை நிலவுகிறது. காரணம் தமிழன் மீது வலுக்கட்டாயமாக அணிவிக்கப்பட்ட திராவிடர் என்கிற முகமூடி தான். திராவிடன் பிழைப்புக்காகத் தன்னைத் தமிழன் என்றான். அவனது அடுக்குமொழிக்கு உணர்ச்சிவசப்பட்ட தமிழனோ தான் திராவிடன் என நம்பிப் புளகாங்கிதம் அடைந்தான். அரைநூற்றாண்டுகளில் அயலார்க்குப் போயிற்று அனைத்தும். ஆகா, நாம் விரித்த வலையில் தமிழன் சிக்கினான் என்று அகம் குளிர்ந்த திராவிடன், தமிழனுக்கு அணிவித்த அம் முகமூடியைக் காப்பதற்காகவே தமிழ் இனத்தின் வரலாற்றுச் சான்றுகள் பல மறைத்து ஒழிக்கப்பட்டு இருக்கின்றன. இன்றும்கூட நாம் அறிய எண்ணற்ற இருட்டடிப்புகள் நடக்கின்றன.

ஈழத்தில் விடுதலைப் போராட்ட வரலாறும் தமிழர் வரலாற்றுத் தடங்களும் சுவடே இல்லாது அழிக்கப்பட்டதும், தமிழ்நாட்டில் ஆதிச்சநல்லூரும் கீழடியும்கூடத் திராவிட வரலாறாக இந்தக் காலத்திலும் திரிக்கும் போக்கும் திராவிடத் துரோகத்தின் தற்காலச் சான்றுகள். அயல் தேசத்துப் பேரறிஞர்கள் பலரும் நேர்மையோடு ஒப்புக்கொண்டிருக்கும் தமிழ் இன வரலாற்று உண்மைகளையும் இந்திய வரலாற்று அறிஞர்களும் அவர்களது பங்காளிகளான திராவிடக் கூலிகளும் தமது வேலைத் திட்டத்திற்கு ஏற்பத் திரித்துப் பதிவு செய்திருக்கிறார்கள்.

எனவே, ஏறத்தாழ எழுநூறு ஆண்டுகளாகத் தமிழர்கள் மீது சுமத்தப்பட்டு இருக்கிற இழிவைத் துடைத்து எரிகிற வரலாற்றுப் புரிதலே தமிழ்த்தேசியத்தின் முதல் தேவையாக இருக்கிறது. உலகில் முன் தோன்றிய மூத்த இனம் மிகத் தொன்மையான மொழி என மேடைகளில் மட்டும் பெருமைப்பட்டுக் கொண்டிராமல் அப்பெருமையை உலகெங்கும் கொண்டு சேர்க்கிற கல்வி முறையே நாளைய தலைமுறையின் முதன்மைத் தேவை. இருட்டடிப்புச் செய்யப்பட்ட இயற்கையோடு இணைந்த வாழ்க்கை முறையும் வரலாறும் பண்பாடும் மீட்டெடுக்கப்பட்டு போற்றிப் பாதுகாக்க வேண்டிய பணியை விரைந்து தொடங்குவதே தமிழர்களின் தலையாய தேவை. எனவே கோட்பாட்டை முதன்மையாகக் கொண்டு அணி திரள்பவர்கள் கட்சி அரசியலுக்கான கயமைக்குணங்களை முற்றாக விட்டொழிக்க வேண்டும்.

“தூய தமிழில் பேசுவதும் எழுதுவதும் குழந்தைகளுக்குத் தமிழ்ப் பெயர் சூட்டுவதும் சாதி மத வேறுபாடற்ற சமநிலை கடைப்பிடித்தலும், ஆண், பெண் சமநிலையைச் செயல்படுத்துவதும் சுற்றுப்புறத் தூய்மையைச் கடைப்பிடிப்பதும் சூழலியலைப் பேணிக்காப்பதும் தொழில், வணிகம், மற்றும் வேலைவாய்ப்புகளைத் தமிழர் மயப்படுத்துவதும் உயர் இலட்சியத்திலும் ஒழுக்கத்திலும் உள்ளத்தைச் செலுத்துவதுமான பண்புகளைத் தமிழ்த் தேசியர்கள் ஒவ்வொருவரும் கடைப்பிடிக்க வேண்டும் எனத் தமிழ்த்தேசிய அறிவாசான் பெ மணியரசன் ஐயா அவர்களும் தமிழ்த்தேசிய அறிஞர், எழுத்தாளர் காலம் சென்ற ஐயா இராசேந்திர சோழன் அவர்களும், தொடர்ச்சியாக வலியுறுத்துவதை ஒவ்வொரு தமிழ்த்தேசியரும் தமது முதல் கடமையாகக் கொள்ளவேண்டும்.

தமிழ்த்தேசியம்: பிரிவினைவாதமல்ல!

தமிழ்த்தேசியத் தலைவர் மாவீரன் தமிழரசன் பெயரைச் சொன்ன உடனே தமிழ்த்தேசிய அரசியலைச் சிலர் தனித் தமிழ்நாடு பிரிவினையாக உருவகப்படுத்துகிறார்கள். இவர்கள் பிரிவினைவாதிகள், இந்தியாவிலிருந்து தமிழ்நாட்டைத் தனியாகப் பிரிக்கிற வேலையைச் செய்கிறவர்கள் என்கிற பார்வைக் கோளாறு இங்குப் பலருக்கும் இருக்கிறது. தமிழ்நாட்டில் தமிழே இல்லாதபோது இங்குப் பெரும்பான்மைத் தமிழர்கள் தங்களை தமிழராகவே உணராதபோது தங்களுக்கென்று ஒரு தேசம் வேண்டும் என்கிற கனவு அவர்களுக்கு எப்படிப் பிறக்கும்?. எனவே அவர்களது பார்வை இப்போதைக்கு ஏற்றுக்கொள்ளக்கூடியதாக இல்லை.

ஆண்டாண்டு காலமாக உலகுக்கு நாகரிகத்தையும் பண்பாட்டையும் ஜனநாயகத்தையும் பெண்ணுரிமையையும் கற்றுக் கொடுத்த பேரினமான தமிழ் இனத்தைத் திட்டமிட்டுச் சாதித்தமிழனாக, மதத் தமிழனாக, கட்சித் தமிழனாக உருவகப்படுத்தி வைத்திருக்கிறார்கள். மொழி உணர்வும் இன உணர்வும் செத்துப்போய் இருக்கிற ஒருவரிடம் போய், உனக்கென்று ஒரு தேசம் வேண்டும் என்று சொல்ல முடியுமா? எல்லா மொழிவழித் தேசிய இனங்களையும்போல நாமும் விடுதலை பெற்று உயர்ந்து சிறந்து பெருமையோடு உலகில் வாழ வேண்டும் என்ற கனவு இருந்தாலும் இங்கே ஒவ்வொரு தமிழனையும் நீ தமிழன் என்று உணர்த்துவதே பெரும் பணியாக இருக்கின்றது.

ஈழத்தில் தமிழீழத்தேசியத் தலைவர் மேதகு.வே. பிரபாகரன் தலைமையில் தமிழ் ஈழம் அமைப்பதற்கான ஆயுதப்போராட்டம் உருவானதற்கு காரணம் பல காலமாகத் தமிழ்மக்கள் அழித்தொழிக் கப்பட்டார்கள். தமிழனுக்குச் சாவுதான் பரிசு என்ற நிலையில் போராடாவிட்டாலும் சாவு. போராடினால் ஒருவேளை, மீண்டு வாழ்வதற்கு வழி கிடைக்கலாம் என்ற நிலையில் அடிமையாக வாழ்வதைவிடச் சுதந்திரமாக உயிர் துறப்பது மேலானது என்று உணர்ந்து தேசியத் தலைவர் வழியில் வீறு கொண்டு எழுந்து தமிழீழத் தேசிய விடுதலைக்கான வீரம் செறிந்த போராட்டத்தை முன்னெடுத்தார்கள் அங்கு இருந்த சூழல் அந்தத் தேவையை உருவாக்கியது.

இங்குத் தமிழ்த்தேசிய இனத்திற்கென்று ஓர் அரசியல் பிறக்கவே திராவிடம் அனுமதிக்கவில்லை. ஈழத்தில் நிகழ்ந்த இனப்படுகொலைதான் தமிழ்த்தேசிய இன அரசியலுக்கான ஊற்றுக்கண்ணாக அமைந்தது.

மொழி கலை இலக்கியம் பண்பாடு, பாரம்பரியமிக்க வேளாண்மை, பெண்ணியம், சமூகநீதி, தீண்டாமை ஒழிப்பு, சாதிய அடக்குமுறை எதிர்ப்பு, இயற்கை வளங்களைக் காப்பது, தமிழ் இனத்திற்கான கல்வி மருத்துவம் பொருளாதாரம் வணிகம் எல்லாவற்றையும் உருவாக்குகிற, எல்லாரும் எல்லாமும் சமமாகப் பெறுகின்ற உரிமை என்கிற அடிப்படையில்தான் தமிழ்த் தேசிய அரசியல் உருவாகியிருக்கிறது. எனவே தமிழ்த்தேசிய இனத்தின் அடிப்படை அரசியல் உரிமையைப் பிரிவினைவாதமாகக் கருதுவது எதிரிகளின் கருத்துப்பிழை மட்டுமல்ல அவர்களுடைய கண்ணோட்டப் பிழையாகவும் இருக்கிறது. அது தமிழ்த்தேசியத் தத்துவத்தின் பிழையல்ல. இன அரசியல் கோட்பாட்டைத் தமது கருத்தியலாகக் கொண்டவர்களின் பிழையும் அல்ல. திராவிட நாடு

கோரிக்கை கைவிடப்படுகிறது. ஆனால் அதற்கான தேவை அப்படியே இருக்கிறது என்று அண்ணா அன்று சொன்னது இதற்கும் பொருந்தும்.

தமிழ்த்தேச விடுதலைக்கான புரட்சியே தமிழ்த்தேசிய இனத்திற்கான அரசியலில் இருந்துதான் பிறக்க முடியும். இதுவரை இனத்திற்கென்று ஒரு கட்சியோ கொடியோ இங்கு இல்லாதபோது நாம் உடனடியாகத் தேச விடுதலை அடையப் போகிறோம் என்று கூறுவது மக்களை ஏமாற்றுகிற அல்லது தமிழர்களின் அரசியல் உரிமையைத் திசை திருப்புகிற வேலையாகத்தான் பார்க்க முடியும்..

தமிழ்நாடு தமிழருக்கு என்று பெரியாரே சொன்னார் என்று பெருமையோடு சொல்கிறவர்கள்கூட, ஆளும் உரிமை தமிழர்களுக்கு வேண்டும் என்று சொன்னால் அதைப் பிரிவினைவாதமாக அல்லது அது ஒரு கேட்கவே கூடாத குரல் போலவும் தமிழர்களுக்கு அதற்கான உரிமையே இல்லாததது போலவும் ஆட்சியுரிமை, ஒரு குடும்பத்திற்கான தனியுடைமைச் சொத்து மட்டுமேயானதாகவும் கருதுவது அரசியல் வேடிக்கையாக இருக்கிறது.

தமிழ்நாடு தமிழருக்கு என்று முழக்கம் முன்வைக்கப்பட்டபோது தமிழ்நாட்டை ஆளுகின்ற உரிமையும் தமிழருக்குதானே இருக்க வேண்டும் என்று கேள்வி எழுந்திருந்தால் தமிழினம் அப்போதே தலைநிமிர்ந்திருக்கும். நாங்கள்தான் உங்கள் இரட்சகர்கள் என்று திராவிடத்தின் பெயரால் அவர்கள் அவசரமாகப் பட்டம் கட்டிக்கொண்டார்கள். தமிழன் கணக்கில் தத்துவப்பிழை நேர்ந்தது.

அரை நூற்றாண்டுகளாகத் திராவிடம் என்று சொல்லி இங்கே ஆட்சி நடத்துகிறவர்கள் தமிழர்கள் விழிப்பு பெற்று விடக்கூடாது என்கிற நெடுங்காலத் திட்டத்தோடு தமிழ்மொழியைச் சிதைத்துத் தமிழன் என்கிற உணர்வை அழித்து உரிமைகளைப் பறித்து இன்றைக்கு நம்மை சூழ்ந்து இருக்கிற எல்லாச் சிக்கல்களுக்கும் ஆணிவேராக இருக்கிறார்கள்.

முல்லைப் பெரியாறு உரிமை, கச்சத்தீவு இழப்பு, அணு உலை, மீத்தேன் திட்டத்திற்கு அனுமதி,காவிரி நீர் உரிமை பறிபோனது, கண் முன்னே இனம் ஈழத்தில் படுகொலை செய்யப்பட்டது என்கிற எல்லாவற்றையும் சகித்துக்கொண்டு வெட்கமின்றி வேடிக்கை பார்த்துக்கொண்டிருக்கிற மனநிலைக்குத் தமிழர்களை தள்ளியது இந்தத் திராவிட கட்சிகளின் ஆட்சிதான். அவர்கள் எமது மொழியை பாதுகாப்பார்கள், எமது இனத்தை பாதுகாப்பார்கள், எமது உரிமைக்குப்

பாதுகாவலாக இருப்பார்கள் என்று நம்பி இருந்தது தமிழ் இனம். ஆனால் தமிழர்களுக்கு, தமிழ் தமிழ் என்று சொன்னாலே போதுமானது என்ற புரிதலோடு இதுவரை ஏமாற்றி வந்திருக்கிறார்கள் என்பதை ஈழத்தில் நடந்த இனப்படுகொலை தமிழர்களுக்குப் பாடமாக உணர்த்தியது. அதனுடைய விளைவே தமிழ்த்தேசிய எழுச்சி.

தமிழ் இனத்திற்கான அடையாளம் தொடர்ந்து இந்திய ஒன்றிய ஆட்சியாளர்களாலும் இங்கிருக்கின்ற திராவிட ஆட்சியாளர்களாலும் திட்டமிட்டு அழிக்கப்படுகிறது அதைத் தொடர்ந்து சகித்துக்கொள்ள முடியாது.சகித்தால் அது இனத்திற்குச் செய்கின்ற துரோகம் என்று உணர்கின்ற பொழுது தமிழ்த்தேசிய இன அரசியல்தான் தமிழ் இன மீட்சிக்கான தீர்வாக இருக்க முடியும் என்ற உறுதிப்பாடு நமக்கு உண்டாகிறது.

பொருளாதாரச் சுரண்டலும் ஆதிக்க சக்திகளின் அழித்தொழித்தலும் கைக்கோர்த்து மண்ணின் வளங்கள் யாவும் தனிப்பெரும் முதலாளிகளுக்கான வளங்களாக மாற்றப்படும்போதும், மக்களின் வாழ்விடங்கள் விளைநிலங்கள் பறிக்கப்படுவதும், கனிம வளங்கள் சூறையாடப்படுவதும் எதிர்ப்பின்றி அரங்கேறும்போதும் எல்லா இழிவையும் சகித்துக்கொண்டு வாழ்பவன் மனிதன் அல்ல.அநீதியை எதிர்க்கத் துணிவு இல்லாதவன் எதையும் சகித்துக்கொண்டு வாழப் பழகும்போது அடக்குமுறைக்கு அஞ்சி ஆதிக்கத்திற்கு அடிபணிந்து வாழ்கின்ற அடிமையாகிவிடுகிறான். இதற்கு மேலும் பொறுத்துக்கொள்ள முடியாது என்ற நிலை வரும்போது போராடத் துணிந்தவன் தான் இனத்திற்கான விடுதலையை வென்றெடுக்கிறான். இன்று தமிழ்த்தேசிய இனம் அத்தகைய நெருக்கடியில் தான் சிக்கி இருக்கிறது.

140 கோடி மக்கள் தொகை கொண்ட இந்திய ஒன்றியத்தின் பெரும் நிலப்பரப்பும் வல்லாதிக்க நாடுகள் உற்பத்தி செய்கிற, பன்னாட்டுப் பெருமுதலாளிகள் உற்பத்தி செய்கிற பொருள்களுக்கான சந்தையாக மாற்றப்பட்டு இருக்கிறது.விற்பவனுக்கும் வாங்குபவனுக்கும் இடையான தரகு நிலையை வளர்ச்சி என்று சொல்லி மக்களை ஏமாற்றுகிறார்கள். பன்னாட்டு முதலாளிகளுக்கும் மக்களுக்கும் இடையே தரகு வேலையைச் செய்வதற்குத் தான் நாடாளுமன்ற ஜனநாயகம் பயன்படுகிறது.. ஆள்பவர்களைப் பொறுத்தவரை, தமிழர்களை இந்த நாட்டின் குடிமக்களாகவே கருதவில்லை. வெளிநாட்டுப் பொருள்ளை விற்பனை செய்கிற சந்தையாக மட்டுமே இந்த நிலப்பரப்பு அவர்களுக்கு தென்படுகிறது. மக்களாகிய நாம் அவற்றை வாங்கி நுகரும் மந்தைகளாக

மட்டுமே அவர்களுக்கு இருக்கிறோமே ஒழிய நம்மைக் குடிமக்களாகவே நாடும் அதிகாரமும் கருதவில்லை. அதைப் பயன்படுத்தியே திராவிட இடைத்தரகர்கள் தமிழ்இனத்தையே அயலானிடம் அடகுவைத்துக் கொழுத்துவிட்டார்கள்.

மீத்தேன் எரிவாயு எடுக்கும் திட்டத்தால் ஒரு இலட்சத்து 60 ஆயிரம் ஏக்கர் விலை நிலங்கள் பாதிப்புக்கு உள்ளாகும் என தெரிந்தும் தமிழ்நாட்டின் பஞ்சம் தீர்க்கும் தஞ்சை வேளாண் மண்டலப்பகுதிகளின் விளைநிலங்களை தரிசாக்குகின்ற திட்டத்தைக் கொண்டு வருவதற்கு பெயர் அரசா? பசேல் எனப் பரந்துக்கிடந்த பொன்வயல்களைப் பார்க்கும்போது நெஞ்சில் ஈரமுள்ள எவருக்கும் அந்த எண்ணம் வராது. ஆனால் ஆட்சியாளர்களுக்கு வந்தது என்றால் அவர்களது வேர் இந்த நிலத்தினது இல்லை என்பதால்தான். மக்களுக்கான ஆட்சிதான் இங்கே நடக்கிறதென்றால் அரசு, எப்போதுமே தன் மக்களை போராடுகின்ற நிலையில் ஏன் வைத்திருக்க வேண்டும்?

தமிழ் நிலத்தையே முற்றாக அழிக்கத் துணைப் போகிறவர்கள் அயலார் அன்றி வேறு யாராக இருக்கமுடியும்?

அயலாரின் அழிப்பு நடவடிக்கையிலிருந்து தங்கள் நிலத்தைப் பாதுகாப்பதற்காக அந்த நிலப்பரப்பில் வாழ்கிற குறுகிய எண்ணிக்கையிலான ஏழை வேளாண்குடி மக்கள் மட்டுமே போராடித் தடுத்துவிட முடியாது எனும் கையறு நிலையில் வலிமைமிக்க தமிழ்த் தேசிய இன ஒற்றுமை உருவாகிறது. எனவே மொழிதான் தமிழர்களை ஒற்றுமைப்படுத்தும். தமிழ்தான் தமிழர்களை ஒன்றிணைக்கும். அதிலிருந்துதான் தமிழ்த்தேசிய இன விடுதலை பிறக்கிறது. அந்தப் பதற்றத்தில்தான் நாம் திராவிடர்கள் நாம் திராவிடர்கள் என்றும் திராவிடம் இல்லையென்றால் இந்தியும் இந்திய ஆதிக்கமும் வந்துவிடும் என்று பொய்யாக பூச்சாண்டி காட்டுகிறார்கள்.

தமிழ்த்தேசிய இனமாகிய தமிழர்கள், இந்தியாவில் இருக்கிற எல்லா மொழி வழித் தேசிய இனங்களுடனும் ஒன்றுபட வேண்டிய தேவை இருக்கிறது என்கிற போது தமிழர்கள், தமிழர்களாக ஒன்றுபடுவதில் இவர்களுக்கு என்ன சிக்கல் என்றால், திராவிடர்கள், தமிழர்களைத் திசை திருப்பி அரை நூற்றாண்டுக் காலமாக சொகுசாக வாழ்ந்து பழகி விட்டார்கள். தமிழராகக் கூடிவிட்டால் திராவிடர் என யாரும் இல்லை என்கிற உண்மை வெட்ட வெளிச்சமாகிவிடும். பிறகு தமது கொள்ளுப்பேரன்களும் இந்நிலத்தை சுரண்டிக்கொழுக்க முடியாது போய்விடும் என்பதால் பதறுகிறார்கள்.

அந்தப் பதற்றத்தின் ஊடாக, தமிழ் இனத்திற்கென்ற தனிப்பெரும் அடையாளத்தைப் பாதுகாக்கவும் ஆளும் உரிமை உட்பட அனைத்து உரிமைகளைக் காக்கவும் தமிழராக ஒன்றிணைவது காலத்தின் தேவை என்பதை எதிரிகள் உணர்த்திக்கொண்டே இருக்கிறார்கள்.

இந்து, இந்தி, இந்தியன் என்கிற ஒற்றை அடையாளத்திற்குள் எல்லா இனங்களையும் சிறைப்படுத்தும் முயற்சியில் வல்லாதிக்கம் தொடர்ந்து அதனுடைய செயல்பாடுகளை விரித்துக்கொண்டே இருக்கிறது. ஆனாலும் தேசிய இனங்களின் எழுச்சிதான், தேசிய இனங்களின் வளர்ச்சிதான் ஒரு நாட்டைப் பலப்படுத்தும்.

கூட்டாட்சி எனும் ஏற்பாடு அரசமைப்புச் சட்டத்தில் இடம் பெற்றிருந்தாலும் கூட உண்மையில் நடைமுறைப் படுத்தப்படவில்லை. தேர்தலுக்குத் தேர்தல் கூட்டணி அமைப்பதும், சமயங்களில் கொள்ளைக் கூட்டணி ஆட்சியும் நடக்கிறதே தவிர இதுவரை எல்லா மாநில மக்களுக்கும் சமமான உரிமை தரும் கூட்டாட்சி நடக்கவே இல்லை.

இந்திய ஒன்றியத்தில் கூட்டாட்சியை நடைமுறைக்குக் கொண்டு வராதவரை தமிழ்நாட்டிற்கு மட்டுமல்ல எந்த மாநில மக்களுக்கும் எந்தத் தேசிய இன மக்களுக்கும் தன்னுரிமை கிடைக்க வாய்ப்பில்லை. தேசிய இனங்களின் எழுச்சிதான் கூட்டாட்சியைச் சாத்தியப்படுத்தும்.

ஒற்றைக் கட்சி ஆட்சி முறை என்பது சர்வாதிகாரத்திற்கான வாய்ப்பாக அமைகிறது. ஓர் இடத்தில் அனைத்து அதிகாரமும் குவிகிறபோது சர்வாதிகாரமாக உருமாறுகிறது. இந்து, இந்தி, இந்தியா என்கிற எதேச்சதிகாரம் சமஸ்கிருதம் படி, இந்தியைப்படி என்று திணிக்கிறது. தமிழர்கள் தாய்மொழியில் படிக்க வேண்டும் என்று சொன்னால் மொழிவெறி இனவெறி என்று பொய் பரப்புகிறது. அந்தந்தத் தேசிய இனங்களின் விருப்பத்தைப் புறக்கணித்து அவர்களுக்கு விருப்பமில்லாத ஒன்றை வலுக்கட்டாயமாகப் பொருத்தும் வன்முறை சுதந்திரம் பெற்ற காலத்திலிருந்து தொடர்ந்து நிகழ்த்தப்படுகிறது.

இதுவரையிலும் நாடாளுமன்றத்திற்குச் சென்ற எந்தக் கட்சியும் கூட்டாட்சி என்ற தத்துவத்தை நோக்கி நாட்டை வழிநடத்த வேண்டும் என்கிற அளவில் குரல் கொடுத்ததே இல்லை. வெளியிலே வந்து பேசுகின்ற பொழுதும், மேடைக்கு மேடைக்குப் பேசும்போதும் மட்டும் ஒரு சிலர் சொல்கிறார்களே தவிர, நாடாளுமன்றம் சென்றால் அனைத்துக் கட்சியைச் சேர்ந்தவர்களும் அங்கிருக்கின்ற வசதி வாய்ப்புகளை பயன்படுத்திக் கொண்டு மத்தியிலே இருப்பவர்களுக்கு சாமரம் வீசும் விசுவாசிகளாக,

வாடகை வாயாக ஆகிவிடுகிறார்கள். எனவே தன்னை முழுமையாகத் தமிழனாக உணர்ந்த தமிழன் தமிழ்நாட்டை ஆளுகின்ற போதுதான், தமிழர்களுக்கான விடுதலை வாழ்வு கிடைக்க வேண்டும் என்கிற நோக்கத்தைக்கொண்டிருக்கின்ற ஒருவன் ஆளுகின்ற பொழுதுதான் இன விடுதலைக்குக் குரல் எழுப்பும் வாய்ப்பு இருக்கிறது.

ஒவ்வொரு மாநிலத்தைச் சேர்ந்தவரும் அவரவருக்கான உரிமையை ஒன்றிய அரசிடம் கேட்டுப் பெறுகின்ற பொழுது தமிழ்நாட்டிற்கான உரிமையைக் கேட்பதற்கு நாதியற்ற நிலையே இன்றுவரை நிலவுகிறது. கூட்டாட்சித் தத்துவத்தை மேற்கொள்ளும்போதுதான் அந்தந்த மாநிலங்களுக்கான மக்களின் நலனுக்கு ஏற்ப சட்டங்களும் திட்டங்களும் இயற்றிக்கொள்ளவும் முடியும். நீதிமன்றங்களில் தமிழை வழக்காடு மொழியாக ஆக்குவதற்கான சட்டத்தை இயற்றி அனுப்பினால் பல ஆண்டுகளாக அதைச் செயலாக்கம் பெறவிடாமல் தடுத்து வைத்திருப்பது எப்படிக் கூட்டாட்சி ஆக இருக்க முடியும்? திராவிடர்கள் அவ்வப்போது இந்தி தெரியாது போடா! இந்தியைத் திணிக்காதே! என்று முழங்குவார்களே அன்றி, நாடும் நமதே நாற்பதும் நமதே என்று சிரிப்புக்காட்டுவார்களே அன்றி இந்திய அரசியலமைப்புச் சட்டத்திலேயே மொழிக்கொள்கையில் மாற்றம் கொண்டு வர வேண்டும் என்ற முனைப்பை, முன்னெடுப்பை இதுவரை மேற்கொள்ளவில்லை. மேற்கொள்ளவும் மாட்டார்கள்.

இந்தித் திணிப்புக்கு எதிரானவர்களாகத் மாநிலத் தன்னாட்சி வீரர்களாகத் தங்களைச் சொல்லிக்கொள்கின்ற திராவிட முன்னேற்றக் கழகத்தார், இந்தியாவில் எந்தக் கட்சி, ஆட்சியில் இருந்தபோது இந்தியைத் திணித்ததோ, எந்தக் கட்சி மாநிலங்களுக்கான தன்னாட்சி உரிமையைத் தர மறுத்ததோ அதே கட்சியுடன் தேர்தல் லாபத்துக்காக, பதவிக்காகக் கூட்டணி வைத்துக்கொண்டு சரணடைந்திருப்பதை நாம் தொடர்ந்து பார்க்கிறோம். மாநில நலனை விட மக்களின் நலனைவிடத் தனது மக்களின் நலனே பெரிது, பதவியே பெரிது என்ற எண்ணம் இங்கிருந்தவர்களுக்கு வந்ததால் மத்தியிலே இருந்தவர்களும் இருப்பவர்களும் எந்த எதிர்ப்பும் இல்லாமல் இந்தியையும் இந்திக்காரர்களையும் திணிப்பது எளிதாகிவிட்டது.

தமிழர்களின் நலன் மீது சிறிதும் அக்கறை கொள்ளாத இரு திராவிடக் கட்சிகளான திராவிட முன்னேற்றக் கழகமும் அதிமுகவும் ஒன்றியக் கட்சிகளுடன் மாறி மாறிச் சரணடைந்த போது மாநில நலன் பறிபோய்விட்டது. இதே வேளையில் கேரளாவில் காங்கிரஸ் அல்லது கம்யூனிஸ்டுகள் ஆண்டாலும் கர்நாடகாவை பாரதிய ஜனதாவோ

காங்கிரசோ ஆட்சி செய்தாலும் அவை தேசியக் கட்சிகளாகவே இருந்தாலும் அந்தந்த மாநில நலன் என்று வரும்போது அதன் தலைமைகள் அந்த மாநிலத்திற்கான கட்சியாக மாறி நின்று முடிவெடுப்பதால் அந்தந்தத் தேசிய இன மக்களின் நலன் பாதுகாக்கப்படுகிறது. ஆனால் தமிழ்நாட்டு நலனுக்காக இன்னும் சொல்லப்போனால் தமிழர்களின் நலனுக்காகத் தொடங்கப்பட்டதாகச் சொல்லப்பட்ட திமுக அதிலிருந்து பிரிந்த அதிமுக இரண்டுமே தமிழ் மாநில நலன் கருதாமல் இந்தியாவின் இறையாண்மைக்கு உட்பட்டு, தேசிய ஒருமைப்பாட்டுக்கு உட்பட்டு, தேசிய நலன் சார்ந்து என்று வாய்ஜாலத்தோடு பேசிப் பேசித் தமிழருக்கான உரிமைகளை மொத்தமாக அடகு வைத்துவிட்டன. காரணம் திராவிடத் தலைமைகள் எப்போதும் தமிழ் மண் சாராத, தமிழ் இனம் சாராத தலைமையாக இருப்பதனால்தான்.

தமிழனை ஆள வேண்டும் என்ற கனவு மட்டுமே அவர்களுக்கு இருந்ததே தவிர எல்லோரையும்போலத் தமிழனும் வாழ வேண்டும் என்கிற நினைவு அவர்களுக்கு இல்லை. எனவேதான் தமிழர்களுக்கான பிரச்சினையாயினும் தமிழ்நாட்டின் வாழ்வாதாரங்களைச் சிதைக்கும் திட்டங்களாயினும் அவர்கள் அந்த விடயத்தில் கூட ஒன்றுபட்டு நிற்பதில்லை. மாற்றாந்தாய் மனப்பான்மையோடு தங்களுக்குள் போட்டி போட்டுக்கொண்டு தமிழர்களைக் காவுகொடுத்து வந்திருக்கிறார்கள். இதற்கெல்லாம் ஒரே தீர்வாகத் தமிழன் தன்னைத் தமிழனாக உணர்ந்தாலே போதும். இங்கே தமிழ்த்தேசிய ஆட்சி பிறக்கும்.. தமிழன் என்கிற அடையாளம் தேசிய இனத்தின் அடையாளம். அறிவியல் பூர்வமான வரலாற்றுப்பூர்வமான அந்த ஒற்றை அடையாளம்தான் எல்லாத் தடைகளையும் அடித்து நொறுக்க வல்ல ஆயுதமாக இருக்கிறது.

தமிழன் என்று உணர்கிறபோது உழைக்கும் வர்க்கத்திலும் எந்த வேறுபாடும் இல்லாமல் எல்லாரும் தமிழ்ப் பாட்டாளி வர்க்கமாகவும் சமூகத்தில் ஏழை, பணக்காரன் வேறுபாடின்றி சமதர்மச் சமத்துவச் சமுதாயத்தைப் படைக்கமுடியும். தனியார் மயமாகி இருக்கும் அனைத்தும் அரசின் ஆளுகையின் கீழ் வருகின்ற பொழுது எல்லாருக்கும் எல்லாம் கிடைக்கும் என்ற நிலை உருவாகும். எந்த ஏற்றத்தாழ்வும் இல்லாத, வர்க்கப் பிளவு இல்லாத சமத்துவம் தாமாகவே மலரும்.

அதற்குத் தமிழர்கள் ஒவ்வொருவரும் தத்துவத்தில் தெளிவும் அரசியலமைப்புக் குறித்த அறிவும் நடைமுறைப் புரிதலும் பெறவேண்டும். தமிழர்களாக ஒன்றிணைவோம் என்று முழங்கிவிட்டுத் தமிழ்த்தேசியம் என்றால் சாதியவாதம் என்கிற எதிரிகளின் நச்சுப் பரப்புரைக்கு

வலுசேர்க்கக் கூடாது. குறிப்பிட்ட சாதியினர்தான் விசுவாசமாக இருப்பார்கள், குறிப்பிட்ட சாதிக்கு, குறிப்பிட்ட குணம் இருக்கும் என்கிற சனாதனச் சகதியில் ஊறிய அழுக்கு மனப்பான்மையோடு எவரையும் அணுகக் கூடாது. தமிழ்க்குடிகளுக்குள்ளே மோதலை நிலைக்கச் செய்கிற திராவிட சூழ்ச்சியைத் தமிழ்த்தேசியர் முறியடிக்கவேண்டுமே தவிர கூர்மையாக்கக் கூடாது.

தமிழ்த்தேசியர்கள் மட்டுமல்ல எந்தத் தத்துவத்தை ஏற்றவர்களிலும், எல்லா வகையான மனிதர்களும் இருப்பார்கள். இருக்கிறார்கள் என்பதையும் மறுப்பதற்கு இல்லை. சிலர் சாதியாகச் சிந்தித்தால் அதைத் தத்துவத்தின் பிழையாகக் கருதமுடியாது. அது திராவிடம் இங்கே தொடர்ந்து விதைத்து நெடுங்காலம் வளர்த்திருக்கிற ஒரு நோய்க்கூறு மனப்போக்கு தான் என உறுதியாக சொல்ல முடியும். சாதி ஒழிப்பு என்பதுகூட இங்குத் தன் சாதியைத் தவிர பிற சாதியை மட்டுமே ஒழிப்பதும் அழிப்பதுமாக வளர்த்தெடுக்கப்பட்டு இருக்கிறது. அந்த ஆபத்தை தமிழ்த்தேசியவாதிகள் சிலரிடமும் நாம் காண முடிகிறது. இன்னும் சொல்லப்போனால் விசித்திரமான மனநோய் கொண்டவர்கள் சிலரும் இருக்கத்தான் செய்கிறார்கள்.

தன்னலமற்ற தமிழ்த்தேசிய வழிகாட்டிகளாக தமிழ்த்தேசியத்தின் முன்னோடிகளாக ஒப்பற்ற ஈகம் செய்த பேரறிஞர், தலைவர் தமிழரசன் அவர்களும் ஐயா புலவர் கலியபெருமாள் அவர்களும் மக்களால் ஏற்றுக்கொள்ளப்பட்டிருப்பதைக்கூடப் பொறுத்துக்கொள்ள முடியாத புண் மனத்தோர் சிலர் உலவுகிறார்கள்.

விளிம்பு நிலை மக்கள் மீது அவர்களுக்குப் பெரும் ஒவ்வாமை இருப்பதையும் நாம் பார்க்க முடிகிறது. அவர்கள், நடிகர் சூரியை நடிகராக மட்டும் பார்க்காதவர்கள், இயக்குநர் மாரியை இயக்குநராக மட்டும் பார்க்காதவர்கள். சூரி திரைப்படத்தைக் கொண்டாட வேண்டும் என்றும் மாரி திரைப்படத்தைக் கொண்டாடக்கூடாது என்று கருதுகிற மனநிலை கொண்டவர்களும், வாழைத்தாறு தூக்குபவன் உழைப்பாளி, முந்திரிச்சுமை தூக்குபவன் சாராயக் குற்றவாளி என்று கருதும் இழிக்குணமுடையாரும் இருக்கத்தான் செய்கிறார்கள்.

அந்த ஒவ்வாமையின் விளைவாகவே, தமிழ்த்தேசியத்துக்குத் தடம் அமைத்த முன்னோடியாக மாவீரன் தமிழரசன் விளங்குவதைப் பொறுக்க முடியாத சாதிவன்மம் சார்ந்த பார்வையும் அவர்களை மீறிப் பல நேரங்களில் வெளிப்படுகிறது. பட்டியல் வகுப்பினரின்

மீட்சிக்காக அவர்களில் ஒருவராகத் தம்மைக் கருதித் தனது வாழ்வையே ஒப்புக்கொடுத்த தலைவர் தமிழரசனையும் இந்த நோய்மனத்தார் சாதிய வன்மத்தோடு அணுகுவது திராவிடத்துக்கு இணையான தீங்கு.

பொதுவுடைமைவாதிகள் ஏன் மாவீரன் தமிழரசனைப் பற்றிப் பேசுவதில்லை? திராவிடவாதிகள் ஏன் பேசுவதில்லை என்பது அரசியலைக் கூர்ந்து கவனிப்பவர்களுக்கு நன்றாகத் தெரியும்.

இந்திய ஒன்றிய அரசியலின் போக்கையே மாற்றி இருக்க வேண்டிய பொதுவுடைமை இயக்கம், அந்த வாய்ப்பைத் தவறவிட்டுவிட்டு இன்னொரு காங்கிரஸ் இயக்கமாகத்தான் செயல்பட்டது என்பதைப் பேரறிஞர் தமிழரசன் அவர்கள் அப்பட்டமாக வெளிப்படுத்தி இருக்கிறார்கள்.

வறட்டுவாதமும் திராவிடமும்தான் தமிழர்களுக்கு பெரிய சிக்கல்களை ஏற்படுத்தியது என்பதை அவர் ஆய்வுப் பூர்வமாக அறிவித்திருக்கிறார். எனவே அவர்களுக்குத் தமிழரசன் கசப்பான எதிரி.

சாதிய வெறிகொண்ட சிலர் இதைப் பயன்படுத்தித் தமிழர் தலைவரை விமர்சிப்பதைப் பார்க்க முடிகிறது. அத்தகைய சாதிவெறி மனநிலை கொண்டவர்கள் மிகக் குறைவானவர்கள். அவர்களை வைத்து ஒட்டுமொத்தத் தமிழர்களும் சாதி வெறியர்கள் என்று சிலர் நஞ்சு கக்குவதை நாம் ஏற்க முடியாது. அப்படியான ஒரு தோற்றத்தை உருவாக்குவதும் திராவிடர்கள்தான்.

தமிழ்நாட்டில், சாதியைத் தன் பெயரில் பின்னொட்டாகப் போட்டுக் கொள்கிற வழக்கம் மக்களிடம் எப்போதுமே பெரும்பான்மையாகக் காணப்பட்டதில்லை. அதை ஏதோ திராவிட இயக்கங்கள் செய்த புரட்சியாக அவர்கள் திரித்துக் கூறிப் பெருமைப்பட்டுக்கொள்கிறார்கள். ஆனால் வேற்று மொழியைச் சேர்ந்தவர்கள் தொடர்ந்து தங்களுடைய சாதிப் பெயரைப் பின்னொட்டாக போட்டுப் பெருமைப்பட்டுக் கொண்டிருக்கிறார்கள். அந்தப் பெயர்களை ஒழிப்பதற்குத் திராவிடம் எந்த முயற்சியும் மேற்கொள்ளவில்லை. எனவே தமிழ்த்தேசியம் என்றாலே சாதியவாதம் என்று முத்திரை குத்துவது, சாதியை ஒழித்ததாகப் போக்குக் காட்டித் தங்கள் சாதியைப் பத்திரமாக ஒளித்துவைத்துக்கொண்ட திராவிடத்தின் மிக முக்கியமான சதி என்பதற்கு பல சான்றுகள் இருக்கின்றன.

தமிழ்நாட்டில் திராவிட முன்னேற்றக் கழகத்தைத் தவிர வேறு எந்தக் கட்சியும் இருக்கக்கூடாது. புதியதாக யாரும் கட்சியும் தொடங்கக்கூடாது என்று திராவிட முன்னேற்றக் கழக தொண்டர்களைவிட அறிவு ஜீவிகள்

என்று சொல்லிக் கொள்கிறவர்கள், எழுத்தாளர்கள், படைப்பாளிகள், ஊடகவியலாளர்கள், இதழியலாளர்கள், என்றெல்லாம் சொல்லிக் கொள்கிறவர்கள் மிகுந்த நோய் முற்றுதலுக்கு உள்ளாகித் திமுகவைத் தவிர இந்த மண்ணையும் மக்களையும் காப்பதற்கு ஆபத்துப்பாந்தவன் யாருமே இல்லை என்கிற அளவுக்கு பொய்ப் பரப்புவதையே ஒரு தொழிலாகக்கொண்டு தொடர்ந்து எழுதுவதையும் பேசுவதையும் பார்க்கிறோம். முற்றிலுமாக இது ஒரு மிக முற்றிய மனநோய்தான் என்று பல நேரங்களில் அறிய முடிகிறது.மிகவும் புரையோடிவிட்ட அந்த நோய் அவர்களுக்குள் பரவி இருக்கிறது.

முன்பெல்லாம் கட்சிகளும் அதன் தலைவர்களும் செயல்வீரர்களையும் தொண்டர்களையும் உருவாக்கியதை அறிவோம். இன்னும் சொல்லப் போனால் எனக்கு முட்டாள்களே போதும் என்று சிலர் சொன்னதாகவும் கேள்விப்பட்டிருக்கிறோம். ஆனால் இப்போது, கட்சிகளும் அதன் தலைமைகளும் வெறிநோய் பீடித்த வளர்ப்புப் பிராணிகளை உருவாக்கிக் கொண்டிருக்கிறார்கள். அரசியலில் இது மிகுந்த ஆபத்தான போக்கு. தன்னலமும், மக்கள் விரோத மனநிலையும் மனிதப் பண்பற்ற தன்மையும் ஆழமான வாசிப்பின்மையும்தான் இப்படியான கருத்து அடியாள்களையும் வெறிக்கொண்ட வளர்ப்புப் பிராணிகளையும் உருவாக்குகிறது.

அரசியல், உண்மையாகவே மக்களுக்கானதுதான் என்கிற பொழுது யார் நல்லது செய்தாலும் ஏற்கவும், யார் மாற்றத்தைக் கொண்டு வருவதற்காகப் போராடினாலும் ஆதரிக்கவும் செய்வதுதான் சமூக வளர்ச்சிக்கானதாக இருக்க முடியும். அன்றி, தங்களுடைய லாபத்திற்காக மட்டும் ஒரு பக்கம் சார்ந்து இயங்குகிறவர்கள் விரோதப் போக்கையும் வெறுப்பையும் மட்டுமே வளர்த்தெடுப்பார்கள். சமூக நல்லிணக்கத்தைக் குலைப்பார்கள். அவர்கள் புறக்கணிக்கப்பட வேண்டியவர்கள்.

தமிழ்த்தேசியம் எனும் மக்கள் கோட்பாட்டை மிகச் சரியாக எல்லாருமே உள்வாங்கி இருக்கிறார்களா என்பது ஒரு கேள்வியாக இருந்தாலும் தேசிய இனத்தின் விடுதலைக் கோட்பாட்டை ஏற்கிறவர்கள், தத்துவத்திலும் நோக்கத்திலும் நடைமுறை அறிவிலும் பண்பிலும் மிகத்தெளிந்தவர்களாக இருக்கவேண்டும் என்பதுதான் மிக முக்கியமானதாக இருக்கிறது.

தமிழ்த்தேசியம், இன்றைக்கு இருக்கிற சமூக வலைத்தள யுகத்தின் சொல்லாடல்போலப் பரபரப்புக்கான கருப்பொருள் (வைரல் க்ன்டன்ட்) அல்ல என்பதைக் கருத்தில் கொண்டு ஒவ்வொரு தமிழரும் செயல்பட வேண்டிய கட்டாயம் இருக்கிறது. இந்தியா முழுமையும் பரவி

வாழ்ந்தவர்கள் தமிழர்கள் என்று அண்ணல் அம்பேத்கர் சொன்னார் என்று சொல்லிப் பெருமைப்பட்டுக்கொள்ளலாம். கேட்பவர்களுக்குப் புளகாங்கிதம் ஏற்படுத்தலாம். அதனால் இப்போது என்ன? என்ற கேள்விக்கு இங்கு விடை இல்லை என்பதே உண்மை.

தேசிய இனங்களின் விடுதலை குறித்துப் போதுமான புரிதலின்றி அந்த உன்னதக் கோட்பாட்டை, மலிவாக எதனோடும் ஒப்பிடுகின்ற அறியாமையைத் தமிழர்கள் கைவிட வேண்டும். தமிழ்த்தேசியத்திற்கு ஆக்கப்பூர்வமான பணிகளைச் செய்வது நோக்கி நகருகின்ற அதே வேளையில் எவரது செயல்களும் பேச்சும், தமிழர்களின் விடியலுக்கான தமிழ்த்தேசியக் கோட்பாட்டைப் பின்னோக்கி இழுத்துச் சென்றுவிடாமல் பார்த்துக்கொள்ள வேண்டிய பொறுப்பு தமிழர்கள் ஒவ்வொருவரிடமும் இருக்கிறது. தனி மனிதப் பிழைகள் தத்துவத்தின் பிழைகளாக மக்களிடம் எடுத்துச் செல்லப்படும் என்கிற கவனத்தோடு நாம் களத்தை அணுக வேண்டும்.

ஏனெனில் தமிழ்த்தேசியம், தத்துவ வறுமைகொண்ட தேர்தல் அரசியலுக்கான கோட்பாடு மட்டுமல்ல. கட்சிகள், இயக்கங்கள் சார்ந்த கொள்கை மட்டுமல்ல.

தொன்மையும் மேன்மையும் நிறைந்த தமிழ்த்தேசிய இனத்தின் வாழ்வியல் நெறிமுறையே தமிழ்த்தேசியம்!

1941 திருவாரூர் மாநாட்டு தீர்மானத்துக்கான பார்வை நூல்:

தூயத் தமிழ்க்காவலர் அண்ணல் தங்கோ வாழ்க்கை வரலாறு"

ஆசிரியர்: திரு.செ.அருள்செல்வன் -மணிவாசகர் பதிப்பகம்.

கட்டுரையாளர்களின் குறிப்புகள்

தமிழ்த்தேசியப் பெருந்தலைவர் பேரறிஞர் **தமிழரசன்**

கடலூர் மாவட்டம் மதகளிர் மாணிக்கம் எனும் சிற்றூரில் துரைசாமி பதுசி அம்மாள் ஆகியோருக்கு மகனாக 1945 ஆம் ஆண்டு ஏப்ரல் 14ஆம் நாள் பிறந்தார்.

கோவையில் வேதியியல் பொறியியல் (BE Chemical Engineering) படித்தார். அரியலூர் மாவட்டம் பொன்பரப்பியில் வாழ்ந்தார்.

தமிழ்நாடு பொதுவுடமைக் கட்சியின் நிறுவனர்களில் ஒருவர். அதன் பொதுச்செயலர் பொறுப்பிலிருந்தவர்.

தமிழ்,தமிழர், தமிழ்நாட்டு உரிமைக்காக தமிழ்நாடு விடுதலைப் படை அமைத்துப்போராடினார்.

உழவர்களையும் உழைக்கும் மக்களையும் அடக்குமுறையால் கொடுமைப்படுத்திச்சுரண்டிய பண்ணையார்களையும்,நிலக்கிழார்களை யும் கடுமையாக எதிர்த்தார்.

அதற்கான போராட்டத்தில் நடைமுறைத் தீவிரம் மிக்கவர் என்ற வகையிலும் தமிழ்நாட்டு வரலாற்றில் தமிழ்த்தேசிய விடுதலை வரலாற்றில் முதன்மையானவர்.

தன்னலம் துளியுமின்றிச் சமரசமற்று மக்கள் நலனை மட்டுமே குறிக்கோளாகக் கொண்டு போராடியதால் 1987 செப்டம்பர் ஒன்றாம் நாள் அவரது 42 ஆம் வயதில் கொல்லப்பட்டார்.

தெய்வத்திரு.இராசேந்திரசோழன்

தமிழ்த்தேசியக் கோட்பாட்டு அறிஞர். 17.12.1945 அன்று பிறந்த அவரது ஊர் விழுப்புரம் மாவட்டம் மயிலம் ஆகும். 80 சிறுகதைகள், கட்டுரைத் தொகுதிகள், குறுநாவல் தொகுதிகள், சிறுகதைத் தொகுதிகள் எனப் பல்வேறு நூல்கள் எழுதியுள்ளார். இராசேந்திர சோழன் சிறுகதைகள், தமிழகம்: தேசம் மொழி சாதி ஆகிய இன்னும் பல குறிப்பிடத்தக்க நூல்கள். அஸ்வகோஷ் என்ற பெயரில் நாடகங்களும் எழுதியுள்ளார். மண்மொழி எனும் பெயரில் மொழி, தமிழர் உரிமைக்காக

மாத இதழ் நடத்தி அதன் ஆசிரியராகவும் செயலாற்றினார். 2024 மார்ச் ஒன்றாம் தேதி இயற்கை ஆனார்.

தமிழ்த்திரு.பழ.நெடுமாறன்

மார்ச் 10, 1933இல் பிறந்தார்.
உலகத்தமிழர் பேரமைப்பின் நிறுவனர். தலைவர். தென்செய்தி இதழாசிரியர்.

தொடக்க காலத்தில் மகாத்மா காந்தி, காமராசர் மீது கொண்ட பற்றால் இந்திய தேசிய காங்கிரசு இயக்கத்தில் பணியாற்றினார். இந்திரா காந்தி மதுரையில் தாக்கப்பட்ட போது அவரை உயிருடன் மீட்டார். அதனால் இந்திரா காந்தியால் “என் மகன்” என்று அன்புடன் அழைக்கப்பட்டார். காமராசர், ஐயா பழ.நெடுமாறனின் துணிச்சலையும் குணத்தையும் பார்த்துவிட்டு “மாவீரன்” என்று பெயர் சூட்டினார். இவர் கருத்து வேறுபாடுகளால் காங்கிரசை விட்டு வெளியேறிவர். பின்பு, காமராசர் காங்கிரசு இயக்கத்தைத் தோற்றுவித்தார்.

பின்னர், ஈழ விடுதலை ஆதரவாளராக முழுமையாக ஈடுபட்டுத் தமிழர்களின் நலன் கருதித் தமிழர் தேசிய இயக்கத்தை தொடங்கினார். தேர்தல் அரசியலில் இறங்காமல் தமிழ் மக்களுக்கான போராட்டங்களை மட்டும் முன்னிறுத்தும் போராட்ட அரசியல் வழிச் செயல்பட்டு வருகிறார். தமிழ்நாடு காமராசர் காங்கிரசு எனக் கட்சியினைத் தொடங்கினார்.

பிரபாகரன் தமிழர் எழுச்சியின் வடிவம், போர்முனையில் புலிகளுடன், உருவாகாத இந்தியத் தேசியமும் உருவான இந்து பாசிசமும், தமிழன் இழந்த மண், வள்ளலார் மூட்டிய புரட்சி, தில்லியின் துரோகங்கள், பெருந்தலைவரின் நிழலில், மற்றும் தமிழ்மொழித் தலைவர் திருநாவுக்கரசர் உள்ளிட்ட பலநூல்களின் ஆசிரியர்.

தமிழ்த்திரு.பெ. மணியரசன்

இன்றைய அரசியல் சூழலில் வளர்ந்து வரும் அரசியல் கோட்பாடான தமிழ்த்தேசியத்தை 1990களிலிருந்து கருத்தியல் வழியிலும், களப் போராட்டங்கள் வழியிலும் தமிழ்ச் சமூகத்தில் நிலைப்படுத்திய முன்னத்தி ஏர் ஐயா பெ. மணியரசன் அவர்கள். தமிழ்த்தேசியப் பேரியக்கத்தின் தலைவர். தமிழ்த்தேசியம் குறித்து, பேரியக்கத்தின் கொள்கை இதழான தமிழ்த்தேசியத் தமிழர் கண்ணோட்டம் இதழிலும், பல்வேறு இதழ்களிலும் இவர் எழுதிய எழுத்துகளும், நூல்களும் தமிழ்ச்சமூகத்தின் வரலாற்றுத் தேவையாக விளைந்தவை.

தஞ்சாவூர் மாவட்டம் செங்கிப்பட்டி அருகிலுள்ள ஆச்சாம்பட்டி என்ற கிராமத்தில் உழவர் குடும்பத்தில் 1947 மே 10இல் பிறந்த ஐயா மணியரசன், பள்ளிப் பருவத்தில் இந்தி எதிர்ப்புப் போராட்டத்தில் பங்கேற்றவர். அதன்பின், தி.மு.க.வில் சிறிது காலம் செயல்பட்ட பின், சி.பி.எம் கட்சியில் இணைந்து முழுநேரப் பணியாளராக இணைந்து சாதி ஆதிக்க எதிர்ப்புப் போராட்டங்களிலும், உழவர் உரிமைப் போராட்டங்களிலும் முன் நின்றார். சாதி ஆதிக்க வெறியர்கள் ஐயா மணியரசன் அவர்களை அரிவாளால் வெட்டிக் கொல்ல முயன்ற நிலையில் அவர் உயிர் தப்பினார்.

தேசிய இனப் போராட்டத்திற்கு எதிரான சி.பி.எம்மின் இந்தியத்தேசிய வெறியை எதிர்த்து அதிலிருந்து வெளியேறி, தனி இயக்கம் கண்டு, இன்றைக்குத் தமிழ்த்தேசிய அரசியலை வழிநடத்தும் ஆசானாக ஐயா பெ. மணியரசன் அறியப்படுகிறார். அவர் எழுதியுள்ள "ஆரியம் X தமிழ்த் தேசியம்", "திராவிடம்: தமிழர் மறுமலர்ச்சியை வளர்த்ததா? வழிமாற்றியதா?", "தமிழ்த் தேசியம் பன்முகப் பார்வை (தொகுதி 1, 2)", "தமிழ்த்தேசியம் அரசியல் அறம் அமைப்பு" போன்ற நூல்கள் குறிப்பிடத்தக்கவை.

தமிழ்த்திரு. **செந்தமிழன் சீமான்**

நாம் தமிழர் கட்சித் தலைமை ஒருங்கிணைப்பாளர்.
சிவகங்கை மாவட்டம் அரணையூரில் பிறந்தார்.
பெற்றோர் : செந்தமிழன், அன்னம்மாள்.
பாடகர், நடிகர், கதை வசனகர்த்தா, திரைப்பட இயக்குநர்
நாடறிந்த பேச்சாளர், எனப் பன்முக ஆற்றல் கொண்டவர்.
திருப்பி அடிப்பேன் உள்ளிட்ட நூல்களின் ஆசிரியர்.

தமிழ்த்தேசியக் கருத்தியலை வெகுமக்கள் தளத்தில் பரப்புவதில் இவரது பங்கு அளப்பரியது.

தமிழ்த்திரு.**கி.வெங்கட்ராமன்**

தமிழ்த்தேசிய அரசியலை முன்நகர்த்தி வரும் தமிழ்த்தேசியப் பேரியக்கத்தின் பொதுச் செயலாளர் தோழர் கி. வெங்கட்ராமன். தமிழ்த்தேசியக் கருத்தியலை வளர்த்தெடுத்து, வழிநடத்தும் அறிவாளராக அவர் எழுதியுள்ள பல கட்டுரைகள், இன்றைக்கும் பல புதிய வெளிச்சங்களைப் பாய்ச்சக் கூடிய அறிவாயுதமாகும்.

1964 அக்டோபர் 16இல், தஞ்சையில் ஒரு பிராமணக் குடும்பத்தில் பிறந்த தோழர் கி. வெங்கட்ராமன், பிராமண ஆதிக்க எதிர்ப்பில் ஊன்றி நின்று, தனது பூணூலை அறுத்தெறிந்து, வர்க்கப் புரட்சிக்காக சி.பி.எம்மில் இணைந்து செயல்பட்டார். அதன்பின், ஐயா பெ. மணியரசன் அவர்களுடன் இணைந்து, சி.பி.எம்.மின் தேசிய இன விடுதலைக்கு எதிரான போக்குகளைத் திறனாய்வு செய்து, அவருடன் வெளியேறி, தனி இயக்கம் கண்டு, இன்றைக்குத் தமிழ்த்தேசியப் பேரியக்கத்தை வழிநடத்தும் கோட்பாட்டாளராக விளங்குகிறார்.

தமிழினத்தின் பொருளியல், சூழலியல், சமூகவியல் உள்ளிட்ட பல்வேறு சிக்கல்களில் இவர் எழுதியுள்ள நூல்கள், தமிழ்த்தேசியத்தை வலிமைப்படுத்தும் கருத்தியல் ஆயுதங்கள் ஆகும். "தமிழ்த்தேசியம் – கோட்பாட்டு விவாதங்கள் (தொகுதி 1 – 2)", "சூழலியல் அரசியல் பொருளியல்", "தமிழ்நாட்டின் மீதான நிதித் தாக்குதல்", "கல்வி அரசியல்" போன்ற இவரது நூல்கள் மிகவும் முகாமையானவை.

தமிழ்த்திரு.தக்கார்.ம.சோ.விக்டர்.

மொழியியல் மற்றும் வரலாற்று ஆய்வறிஞர் 36 ஆயிரம் பக்கங்களுக்கு மேல் 114 ஆய்வு நூல்கள் எழுதியுள்ள ம.சோ.விக்டர் அவர்கள் 1944 ஆம் மே மாதம் 24 ஆம் நாளில் அரியலூர் மாவட்டத்தின் ஆண்டி மடத்துக்கு அருகே வரதராசன் பேட்டை எனும் ஊரில் பிறந்தார்.

தொடக்கக் கல்வியை உள்ளூரில் பயின்ற அவர், உயர்நிலைக் கல்வியைக் கடலூர் மஞ்சக்குப்பம் புனித சூசையப்பர் உயர்நிலைப் பள்ளியில் பயின்றார்.

திருச்சி ஆர் சி ஆசிரியர் பயிற்சிப் பள்ளியில் ஆசிரியர் பயிற்சி முடித்தார்.

ஜெயங்கொண்டத்தில் இடைநிலை ஆசிரியராகப் பணியாற்றினார்.

தமிழ் மொழி, தமிழினத்தின் வரலாற்றை மீட்டெடுக்கும் வரலாற்று ஆய்வைத் தனது முதல் பணியாகக் கொண்டுள்ள அவர் 2004ஆம் ஆண்டில் எபிரேயத்தின் தாய் மொழி தமிழே என்ற நூலை முதன் முதலில் வெளியிட்டார்.

அந்நூல் தமிழகத்தில் மிகப்பெரிய தாக்கத்தை உருவாக்கியது.

எபிரேயத்தின் தாய் மொழி தமிழ், பஃறுளி முதல் யூப்ரடீசு வரை, தொல்காப்பியர் சிந்தனைகள், தமிழும் சமஸ்கிருதமும், குமரிக்கண்டம், தமிழர் சமயம், சேயோன், பண்டைத் தமிழரின் நில மேலாண்மை,

தொல் தமிழர் வரலாறு, சமஸ்கிருதத்தின் தாய் மொழித் தமிழே உள்ளிட்ட 114 ஆய்வு நூல்களை எழுதி உள்ளார்.

தமிழ்த்திரு.இரா.மன்னர் மன்னன்

தஞ்சையைப் பூர்வீகமாகக் கொண்ட இரா.மன்னர் மன்னன் கடந்த 2009ஆம் ஆண்டில் விகடனால் 'மிகச்சிறந்த மாணவப் பத்திரிகையாளர்' எனத் தேர்வு செய்யப்பட்டவர். சென்னை இலயோலா கல்லூரியில் ஊடகக் கலைகளில் முதுகலைப் பட்டம் பெற்றவர். இவர் கடந்த 2012 ஆம் ஆண்டு முதல் ஊடகம், விளம்பரம் மற்றும் திரைப்படம் ஆகிய துறைகளில் பணியாற்றி வருகிறார். இவரது இலக்கிய அறிவை மாணவப் பருவத்திலேயே அங்கீகரித்த சென்னைக் கம்பன் கழகம் இவருக்கு மாநில அளவிலான 23 பரிசுகளையும், 'கம்பன் அடிப்பொடி சா.கணேசனார்' விருதையும் வழங்கியது. தமிழக அரசின் தமிழ் வளர்ச்சித்துறை இவருக்கு மாவட்ட அளவிலான 6 பரிசுகளையும், மாநில அளவிலான 3 பரிசுகளையும் வழங்கியது. முன்னாள் மத்திய அமைச்சர் வீரப்ப மொய்லி கன்னடத்திலே எழுதிய இராமாயணத்தின் சுந்தரகாண்டப் பகுதி 2012இல் இவராலேயே தமிழில் மரபுக் கவிதையாக ஆக்கம் பெற்றது.

வரலாற்றிலும் முதுகலைப் பட்டம் பெற்றுள்ள இரா. மன்னர் மன்னன் தென்னிந்தியாவின் குறிப்பிடத்தகுந்த நாணய ஆய்வாளர்களில் ஒருவர். இவரது 25 ஆண்டுகால நாணயச் சேகரிப்பு தமிழக அளவில் மிகப் பெரியது. இதில் கி.மு.4ஆம் நூற்றாண்டு முதல் கி.பி.18ஆம் நூற்றாண்டு வரையில் தமிழகத்தில் புழங்கிய நாணயங்கள் காலவாரியாக ஆவணப்படுத்தப்பட்டு உள்ளன . அவற்றில் பல நாணயங்கள் இவரே கண்டறிந்தவை. இதற்காகப் பல்வேறு விருதுகளையும் பாராட்டுகளையும் இவர் பெற்றுள்ளார். இவரது வரலாற்று ஆய்வுகள் 'பயிற்று படைப்பகம்' என்ற யூடியூப் வலைத்தளத்தில் வெளியாகிப் பெரும் வரவேற்பைப் பெற்று உள்ளன.

திரைத்துறையிலும் பணியாற்றிவரும் இவர் இரை, தமிழ் ராக்கர்ஸ் போன்ற இணையத் தொடர்களில் திரைக்கதை ஆய்வாளராகப் பணியாற்றி

உள்ளார். வேலைக்காரன், கடாரம் கொண்டான் உள்ளிட்ட படங்களின் திரைக்கதை விவாதங்களில் பங்கேற்று உள்ளார். இயக்குநர் வெற்றிமாறன் ஐ.ஐ.எஃப்.சி. அமைப்பு நடத்தும் இயக்குநர்களுக்கான பயிற்சிப்படிப் படிப்பில் வருகைதரு விரிவுரையாளராகவும் பணியாற்றி வருகிறார்.

இவரது எழுத்தில், கடந்த 2016ஆம் ஆண்டில் பல்லவர்களின் பூர்வீகம் என்ன என்பதை முழுதாக விளக்கிய முதல் நூலாக 'பல்லவர் வரலாறு' வெளியானது. 2017இல் பணத்தின் உண்மை வரலாற்றை விளக்கும் 'பணத்தின் பயணம்' நூலும், 2018ஆம் ஆண்டில் கொங்குநாட்டில் ராக்கெட் தொழில்நுட்பங்கள் உருவானதை நிறுவிய 'ஆயுத தேசம்' நூலும் வெளிவந்து பெரும் வரவேற்பைப் பெற்றன.

2018ஆம் ஆண்டில் தனது வரலாற்றுக் கட்டுரைகளின் தொகுப்பாக 'வரலாற்றில் சில திருத்தங்கள்' என்ற இந்த நூலையும், 2020இல் விளம்பரங்களின் வரலாற்றையும் உளவியலையும் கூறும் 'விளம்பர வேட்டை' நூலையும், 2021ஆம் ஆண்டில் சோழப் பெருவேந்தன் இராஜராஜன் குறித்த அவதூறுகளுக்குப் பதில் சொல்லும் 'இராஜராஜ சோழன்' நூலையும், 2023ல் ஆதித்த கரிகாலன் கொலையின் பின்னுள்ள வரலாற்றை விளக்கும் 'ஆதித்த கரிகாலன் கொலை' நூலையும் இவர் வெளியிட்டு உள்ளார்.

இவர் தனது நூல்களுக்காகத் தமிழக அரசின் தமிழ் வளர்ச்சித்துறை விருது, வா.செ.குழந்தைசாமி அறக்கட்டளையின் தமிழ் மேம்பாட்டு விருது, சோழர் வரலாற்று ஆய்வு மையத்தின் அருமொழி விருது உள்ளிட்ட விருதுகளைப் பெற்றுள்ளார்.

முனைவர், தமிழ்த்திரு.மகாராசன்

மதுரை நகரை ஒட்டியுள்ள சின்ன உடைப்பு எனும் சிற்றூரைச் சார்ந்தவர். 'ஏர்' இதழை நடத்தியவர். பெண்மொழி குறித்த ஆய்வில் முனைவர் பட்டம் பெற்றவர். சிவகங்கை மன்னர் துரைசிங்கம் அரசுக் கல்லூரியில் வருகை உதவிப் பேராசிரியராகவும், தஞ்சாவூர் தமிழ்ப் பல்கலைக்கழக நாடகத்துறையில் நாடகக் கலைச்சொல் களஞ்சிய அகராதி உருவாக்கத்தில் திட்டத் தகைமையராகவும் பணியாற்றியவர். தமிழ்ச் சமூகம், கலை, இலக்கியம், வரலாறு, பண்பாடு தொடர்பாகப் பல்வேறு நூல்களை எழுதியிருக்கிறார்.

அறிவுச் செயல்பாடுகளுக்கு உதவும் வகையில், செம்பச்சை நூலகம் ஒன்றை உருவாக்கி இருக்கிறார். மக்கள்தமிழ் ஆய்வரண் மற்றும்

வேளாண் மக்கள் ஆய்வுகள் வட்டம் வழியாகச் சமூகப் பண்பாட்டியல் ஆய்வுகளை மேற்கொண்டு வருகிறார். தற்போது, அரசுப் பள்ளி ஒன்றில் முதுநிலை ஆசிரியராகப் பணியாற்றி வருகிறார். பெரியகுளம் வட்டம், தேனி மாவட்டம், தமிழ்நாடு.

தெய்வத்திரு.கோவை ஞானி

1935 சூலை 1 ஆம் நாள் கோவை சோமனூரில் பிறந்தார்.

மார்க்சிய அறிஞரும், எழுத்தாளரும், தமிழிலக்கியத் திறனாய்வாளரும், தமிழாசிரியரும் ஆவார்.

'மார்க்சிய அழகியல்', 'கடவுள் இன்னும் ஏன் சாகவில்லை?'

ஏன் வேண்டும் தமிழ்த்தேசியம் உள்ளிட்ட பல நூல்களை எழுதியுள்ளார். 'நிகழ்', 'தமிழ்நேயம்' உள்ளிட்ட சிற்றிதழ்களையும் நடத்தி வந்தார்.

தமிழ்த்திரு.தமிழ்முகிலன்...

தமிழ்நாடு இளைஞர் பேரவையின் தொடக்ககால உறுப்பினர்களுள் ஒருவர். தமிழ்நாடு விடுதலைப்படை நிகழ்த்திய கொடைக்கானல் தொலைக்காட்சி நிலையத் தகர்ப்பு முயற்சி, சென்னை கத்திபாரா நேருசிலை உடைப்பு முயற்சி, உதகைத் தாவரவியல் பூங்கா வெடிகுண்டு வைப்பு ஆகியவற்றில் ஈடுபட்டதாக 1988ஆம் ஆண்டு தளைப்படுத்தப்பட்டு தேசியப்பாதுகாப்புச் சட்டப்படி சிறை வைக்கப்பட்டவர். அவ்வழக்குகளில் கீழமை நீதிமன்றங்களால் வாழ்நாள் சிறைத்தண்டனையும், ஏழாண்டுச் சிறைத் தண்டனையும் பெற்று மேலமை நீதிமன்றங்களால் விடுதலை செய்யப்பட்டவர். இந்திய விடுதலைப் பொன்விழாக் கொண்டாட்டங்களைக் கண்டித்து 1997ஆம் ஆண்டு திருச்சிச் சிறையில் உண்ணாநோன்பிருந்ததற்காகப் பாளைச் சிறைக்குப் பந்தாடப் பட்டவர். சிறையில் இருந்தபோது 'சிறைவாழ் தமிழர் நலக்குழு' என்ற அமைப்பினைக் கட்டி சிறை உரிமைகளுக்காகப் போராடியவர். அதோடல்லாமல் சிறைக்கு வெளியே நடைபெறும் தமிழ்த் தேசியப் போராட்டங்களுக்கு ஆதரவாகச் சிறையாளிகளின் அடையாளப் போராட்டங்களைச் சிறைக்குள் நடத்தியவர். நெய்வேலியில் வாழ்ந்த காலத்தில் இன்றைய சட்டப்பேரவை உறுப்பினர் திருவாளர் ம.செ. சிந்தனைச் செல்வனோடு 'வெண்மணிக் கலைக்குழு' அமைத்து அதன்வழியாகக் குறிஞ்சாக்குளம் படுகொலைகள் நிகழ்வின் உண்மை வெளிவரப் பணியாற்றியவர். திண்டிவனத்தில் வாழ்ந்த காலத்தில்

திண்டிவனம் நகரக் கல்வி, மக்கள் மேம்பாட்டுக் குழுவின் பொறுப்புகளில் கடமையாற்றியவர். புதுக்கோட்டை, நெல்லிக்குப்பம் தோழர்களோடு தமிழர் உரிமைப் பாதுகாப்புக் கூட்டியக்கத்தைக் கட்டி வெங்காளூர் சிறையில் வாடிய தமிழ்ப்பேரறிஞர்கள் குணா, நெடுஞ்செழியன் ஆகியோரின் விடுதலைக்காகப் போராடியவர். பின்னர் அக்கூட்டியக்கம் தமிழர்கழகம் என்ற அமைப்பான போது அதன் தலைமைப் பொறுப்பை புதுக்கோட்டை இரா.பாவாணன் அவர்களுக்குப் பின்னர் ஏற்றுச் செயல்பட்டு வருபவர். கன்னியாகுமரி திருவள்ளுவர் அறக்கட்டளையின் ஆட்சிப் பொறுப்பாளராக இயங்குபவர்.

தமிழ்த்திரு.சு.செந்தில் குமரன்

பெரம்பலூர் மாவட்டம் குரும்பலூர் என்ற ஊரில் (குறும்புலியூர் என்பதன் திரிபு) பிறந்தவர். தந்தை சுவாமிநாதன். தாயார் பச்சையம்மாள் என்கிற பாக்கியலட்சுமி. இளங்கலைப் பொறியியல் பட்டதாரி.

விகடன், குமுதம் , மாலை முரசு குழும இதழ்களில் சிறப்பு நிருபர், கட்டுரைப் பகுதி ஆசிரியர், பொறுப்பு ஆசிரியர், சிறப்பாசிரியர், இதழாசிரியர் பொறுப்புகளை வகித்தவர். சன் தொலைக்காட்சியில் நிகழ்ச்சி இயக்குநர், மக்கள் தொலைக்காட்சியில் நெறியாளர், பல்வேறு தொலைக்காட்சிகளில் சிறப்பு விருந்தினர் என இயங்கியவர்.

திரைப்பட நடிகர், இயக்குனர், பாடலாசிரியர் , திரைக்கதை மருத்துவர், கவிஞர், வலை குழாய்க் காணொளி உலகில் இயங்குபவர். 1990களின் இறுதி முதல் 2002 வரை தேவி வார இதழில் இவர் எழுதிய 'ஏன் வேண்டாம் இன்ப திராவிடம்?'

என்ற தமிழ்த் தேசிய முழக்கத் தொடர் அன்று பல நூறு இளைஞர்களை தமிழ் தேசியத்தின் பக்கம் கொண்டு வந்தது.

தமிழ்த்திரு.மணி செந்தில்.

வழக்குரைஞர். எழுத்தாளர். ராஜீவ் காந்தி கொலை வழக்கில் குற்றம் சாட்டப்பட்டு 30 ஆண்டுகளுக்கு மேலாகச் சிறைவதைப்பட்ட ராபர்ட் பயஸ் வாழ்க்கை வரலாற்று நூலான விடுதலைக்கு விலங்கு, திரைப்படங்களைப் பற்றிய நூலான இருண்மையின் பேரொளி, இலக்கியக் கட்டுரைத் தொகுப்பான செவ்விந்தியனின் நடனம், கவிதை தொகுப்பான பேரறிவாளனின் வீடு உள்ளிட்ட ஏழு புத்தகங்களை எழுதி உள்ளார். தமிழ்த்தேசியம், நவீன இலக்கியம், திரைப்படம் உள்ளிட்ட

வகைமைகளில் தொடர்ச்சியாகக் கட்டுரைகள் எழுதி வருபவர். நாம் தமிழர் கட்சியின் மாநில ஒருங்கிணைப்பாளர்.

பேராசிரியர். தமிழ்த்திரு.ஆ.அருள் இனியன்.

பிறந்த ஊர் : ஓலப்பாடி கிராமம்
பெத்த நாயக்கன் பாளையம் வட்டம்
சேலம் மாவட்டம்
தந்தை பெயர் : ஆறுமுகம்
கல்வித் தகுதி : M.SC., M.Phil.,
பணி: இயற்பியல் ஆசிரியர்

டெஸ்லா நீட் பயிற்சி மையம். அனுபவம்: 2 ஆண்டுகள் காரைக்குடி அழகப்பா பல்கலைக்கழகத்தில் ஆய்வு மாணவர். 2 ஆண்டுகள் சேலம் முருகேசன் பாலிடெக்னிக் கல்லூரியில் விரிவுரையாளர். 2 ஆண்டுகள் சேலம் ஜெயராம் கலை & அறிவியல் கல்லூரியில் உதவிப் பேராசிரியர்

தமிழ்த்திரு.க.அருணபாரதி

தமிழ்த்தேசியப் பேரியக்கத்தின் துணைப் பொதுச் செயலாளர். தமிழ்த்தேசியத் தமிழர் கண்ணோட்டம் மாத இதழின் ஆசிரியர் குழு உறுப்பினர். 1985ஆம் ஆண்டு புதுச்சேரியில் பிறந்து, புதுச்சேரியிலேயே பள்ளிக் கல்வி வரை முடித்தவர். பின்னர் சென்னையில் தகவல் தொழில்நுட்பத்துறையில் B.Tech பொறியியல் பட்டம் பெற்று கணினி மென்பொருள் துறையில் பணியாற்றியவர். தமிழ்த்தேசியம் குறித்தும் தமிழ்நாட்டில் வெளி மாநிலத்தவர் ஆதிக்கம் குறித்தும் இவர் எழுதிய கட்டுரைகள் பல்வேறு இதழ்களில் வெளிவந்துள்ளன. "பிம்ஸ்டக் சாகர் மாலா : பேரழிவில் தமிழர் தாயகங்கள்", "அயல் இனத்தார் ஆதிக்கம்", "தமிழின அழிப்பில் ஆரியமும் திராவிடமும்", "ஈஷாவின் மறுபக்கம்", "மதுவில்லாத் தமிழ்நாடு கற்பனையா?" என்பன உள்ளிட்ட பல நூல்களை எழுதியவர்.

பேராசிரியர். தமிழ்த்திரு.செந்தில் நாதன்

தஞ்சை மாவட்டத்தின் மேற்குப் பகுதியாக இருக்கும் செங்கிப்பட்டி அருகே உள்ள கூனம்பட்டி என்ற ஊரில் 1981 இல் பிறந்தார்.

வேதியியல் துறையில் ஆய்வு முனைவர் பட்டமும் மூன்று முனைவர் பட்டமும் முடித்தவர்.

அறிவியல் ஆய்வாளராக பிரான்ஸ், ஜெர்மனி, இஸ்ரேல், சுவிட்சர்லாந்து ஆகிய நாடுகளில் பணிபுரிந்தவர்.

தன்னுடைய ஆய்வின் வெளிப்பாடுகளாக 18 ஆய்வுக் கட்டுரைகளை சர்வதேச முகாமையில் வெளியிட்டு இருக்கிறார்.

தமிழ் மற்றும் தமிழர் அரசியலில் கொண்ட ஈடுபாடு காரணமாக, இரண்டு புத்தகங்களை எழுதித் தமிழன் பதிப்பகம் சார்பாக வெளியிட்டிருக்கிறார்

தமிழ்த்திரு.இடும்பாவனம் கார்த்திக்

பொறியியல் பட்டதாரி. திருவாரூர் மாவட்டம், இடும்பாவனத்தில் பிறந்தவர்

நாம் தமிழர் கட்சி, இளைஞர் பாசறை, மாநில செயலாளர். புதியதொரு தேசம் செய்வோம் இதழாசிரியர். யார் பிஜேபி பி டீம்?. உள்ளிட்ட நூல்களின் ஆசிரியர்.

தெய்வத்திரு.ஈழத்துச் சிவானந்த அடிகள்.

கருவூரில் வாழ்ந்த துறவியான ஈழத்துச் சிவானந்த அடிகள், "இராஜகோபால ஆச்சாரியார் அவர்கள் 1938 இல் இந்தியைக் கட்டாயப் பாடமாக்குவேன் என்று அறிவித்தபோது முதல் தந்தி அடித்தவர். இந்தி எதிர்ப்பு இயக்கத்தை அவர்தான் துவக்கினார். பிறகுதான் நாவலர் பாரதியார், பெரியார் இராமசாமி, அண்ணாத்துரை போன்றவர்கள் கலந்துகொண்டார்கள். ஈழத்துச் சிவானந்த அடிகள் இந்தி எதிர்ப்பின் தனிப் போராளியாகப் பணியாற்றிச் சிறை புகுந்தார்."

1938 முதலாம் இந்தி எதிர்ப்புப்போரைத் தொடங்கி நடத்தியவர் அடிகளாரே ஆவார்.

பாலமுரளிவர்மன்

சோழர் வரலாற்றோடு நேரடித்தொடர்புடைய எங்கள் ஊரை வரலாற்றை மறந்துவிட்டுக் கற்பனையிலும் நினைக்க முடியாது எனக்கூறும் பாலமுரளிவர்மன், கும்பகோணத்தில் பிறந்தவர்.

இளம் அறிவியல் பட்டமும் மருத்துவ ஆய்வக நுட்பனர் பயிற்சியில் முதுநிலைப் பட்டயமும் பயின்றவர்.

திரைப்படங்கள் மற்றும் சின்னத்திரை கதை வசனகர்த்தா, இணை இயக்குநர்.

மக்கள் தொலைக்காட்சியில் சந்தனக்காட்டு வீரப்பனின் வாழ்க்கை வரலாறு, ஆட்டோ சங்கரின் மரண வாக்குமூலம் படைத்தவர்.

வீரப்பன் பெயரால் மனிதவேட்டை,
இந்தியாவில் ஆயுதப் புரட்சி,
புலிக்கொடி வேந்தர் இறைமாட்சி,
பொய்யாய் கனவாய்,
கனாக்காலம்,
என்ன தேசமோ?
உள்ளிட்ட நூல்களின் ஆசிரியர்.

நல்ல திரைப்படங்களை இயக்கும் நோக்கத்தோடு திரைத்துறையில் இயங்கி வருகிறார்.